Khám Phá Tân Ước
Khảo Cứu Lịch Sử Và Thần Học

Walter A. Elwell & Robert W. Yarbrough

Bản dịch tiếng Việt: **Văn Phẩm Hạt Giống**

reSource Leadership International for Theological

Originally published in English under the title *Encountering the New Testament* by Baker Academic, a division of Baker Publishing Group, Grand Rapids, Michigan, 49516, U.S.A.

Copyright 1998, 2005, 2013 by Walter A. Elwell and Robert W.Yarbrough. All rights reserved.

Vietnamese edition © 2023 by reSource Leadership International for Theological Education.

Bản dịch bản quyền © 2023 reSource Leadership International for Theological Education.

Bản dịch tiếng Việt: Văn Phẩm Hạt Giống
ISBN: 978-1-988990-83-5
eISBN: 978-1-988990-84-2
Thiết kế bìa: Nguyễn Hiền Thư

Bảo lưu bản quyền. Không phần nào trong xuất bản phẩm này được phép sao chép hay phát hành dưới bất kỳ hình thức hoặc phương tiện nào mà không có sự cho phép bằng văn bản của nhà xuất bản giữ bản quyền, ngoại trừ các trích dẫn ngắn trong những bài phê bình sách.

Phần Kinh Thánh được trích dẫn từ Bản Truyền Thống Hiệu Đính, trừ những phần có ghi chú bản dịch cụ thể. Bản quyền © 2010 bởi Liên Hiệp Thánh Kinh Hội. Đã được phép sử dụng. Bản quyền được bảo lưu.

Mục lục

Lời Nói Đầu		1
Các Ký Hiệu Viết Tắt		8
1	Vì Sao Phải Nghiên Cứu Tân Ước?	11
2	Trung Đông Trong Thời Chúa Giê-xu	41
3	Phúc Âm Và Bốn Sách Phúc Âm	87
4	Phúc Âm Ma-thi-ơ	99
5	Phúc Âm Mác	113
6	Phúc Âm Lu-ca	129
7	Phúc Âm Giăng	143
8	Người Đàn Ông Đến Từ Ga-li-lê	161
9	Lạy Chúa, Xin Dạy Chúng Con	187
10	Những Phương Pháp Nghiên Cứu Tân Ước Thời Hiện Đại	211
11	Nghiên Cứu Giai Đoạn Hiện Đại Về Các Sách Phúc Âm	237
12	Tìm Kiếm Chúa Giê-xu Trong Giai Đoạn Hiện Đại	257
13	Thế Giới Và Nhân Dạng Của Hội Thánh Đầu Tiên	275
14	Công Vụ 1–7	297
15	Công Vụ 8–12	317

16	Công Vụ 13–28 337
17	Tất Cả Mọi Thứ Cho Tất Cả Mọi Người 359
18	Rô-ma 391
19	Cô-rinh-tô Và Ga-la-ti 413
20	Ê-phê-sô, Phi-líp, Cô-lô-se Và Phi-lê-môn . . . 443
21	Tê-sa-lô-ni-ca, Ti-mô-thê Và Tít 473
22	Hê-bơ-rơ Và Gia-cơ 503
23	Phi-e-rơ, Giăng Và Giu-đe 525
24	Khải Huyền 547
25	Phần Kết 563

Chú giải thuật ngữ 575

Phụ lục theo Chủ Đề 599

Phụ lục theo Câu Kinh Thánh 607

Lời Nói Đầu

Đối với ấn bản được cập nhật lần thứ ba, nhiều giảng viên sử dụng cuốn sách này làm sách giáo khoa đã đưa ra cho chúng tôi những đề xuất để giúp cuốn sách tốt hơn. Chúng tôi biết ơn vì những góp ý sâu sắc của họ và đã điều chỉnh theo. Tuy nhiên, có một số đề xuất chúng tôi không thể thực hiện vì nhìn chung chúng trái ngược nhau: có người muốn ít đi sâu vào những vấn đề mang tính phê bình, có người lại muốn đi sâu hơn. Người muốn câu hỏi ôn tập dễ hơn; người lại muốn khó hơn. Người góp ý là sách dài dòng; người khác lại phàn nàn vì sách quá súc tích. Người muốn giảm những điểm nhấn thần học mà thêm vào nội dung Kinh Thánh, người thì muốn ngược lại. Vì thế làm hài lòng người này thì lại làm phật lòng người khác.

Chúng tôi đã cố gắng hết sức để sửa lại những cách dùng từ không rõ nghĩa, cập nhật nguồn sách tham khảo, viết lại một số phần để nó cập nhật hơn và thêm tư liệu vào chỗ quá vắn tắt trong ấn bản trước. Sẽ thiếu khôn ngoan nếu chỉnh sửa sạch sành sanh – để rồi tạo ra một quyển sách khác. Rất nhiều giảng viên đã bảo chúng tôi đừng "biến lợn lành thành lợn què" một quyển sách nhìn chung đã rất hữu ích khi sử dụng làm sách giáo khoa. Đa phần sinh viên đều thích cuốn sách này và học được nhiều từ nó.

Những nhận xét chúng tôi nhận được có lẽ ấn tượng nhất là ở tính đa dạng về truyền thống thần học: Từ hệ phái Báp-tít, ân tứ, Công giáo, Cải chính, Lutheran, phái Wesley, độc lập, Phục hồi, Cứu Thế Quân và nhiều hệ phái khác. Dù hầu hết những người nhận xét sâu sắc nhất đều có đưa ra đề xuất để cuốn sách tốt hơn, nhưng không ai thấy *Khám phá Tân Ước* không phù hợp để dùng trong bối cảnh học thuật hay cộng đồng đức tin của họ. Sức hút rộng rãi của sách cũng được phản ánh trong việc sách được dịch ra nhiều thứ tiếng, trong đó có tiếng Tây Ban Nha, Hà Lan, Đức và Hoa.

Dường như cuốn sách này đã thành công trong việc trình bày Cựu Ước từ góc độ học thuật nhưng nó cũng tương thích với sự hiểu biết về Đấng Christ và Kinh Thánh vốn chiếm ưu thế trong các bài tuyên xưng đức tin của nhiều hệ phái khác nhau ở nhiều châu lục khác nhau. Đây vốn là mong đợi và mục tiêu của chúng tôi từ ban đầu.

Chúng tôi tin ấn bản mới được hiệu đính này sẽ tiếp tục góp phần vào sự hiểu biết, hiệp nhất, phục vụ và công bố Phúc Âm của người Cơ Đốc ở nhiều bối cảnh khác nhau vì sự vinh hiển của Chúa Giê-xu Christ.

Walter A. Elwell
Robert W. Yarbrough

Dành Cho Người Hướng Dẫn

Như ai đó đã nói, khảo cứu Tân Ước thông qua một cuốn sách ngắn chẳng khác nào cố gắng huýt sáo cho hết bản nhạc kịch opera của Wagner. Những người viết cuốn sách này muốn nói trước nó hướng đến mục tiêu nào và không hướng đến mục tiêu nào.

Giống như tất cả các khảo cứu khác, cuốn sách này không thay thế cho việc sốt sắng đọc đi đọc lại chính Tân Ước. Nó được sử dụng cách tốt nhất khi là công cụ hỗ trợ và khích lệ để chúng ta tiếp tục đọc Tân Ước.

Mục tiêu của sách không phải để giải nghĩa Kinh Thánh. Nói cách khác, đây không phải là cuốn giải kinh hay cuốn khảo cứu giải kinh – nếu quý vị muốn như thế thì xin tham khảo D. A. Carson, *New Testament Commentary Survey*, 6th edition (Grand Rapids: Baker Academic, 2007), cũng như John Evans, *A Guide to Biblical Commentaries and Reference Works for Students and Pastors*, 9th edition (Oakland, TN: Doulos Resources, 2010). Đúng hơn, chúng tôi cố gắng cung cấp phần bàn luận theo chủ đề và bàn luận thần học cách công bằng với hầu hết các chủ đề Tân Ước quan trọng, mà không nhất thiết trình bày phần bàn luận ấy theo kiểu giải nghĩa từng câu hay thậm chí là từng chương.

Nghiên cứu theo chủ đề những lời dạy của các nhân vật then chốt như Chúa Giê-xu và Phao-lô được tóm lược trong những chương dành trọn cho việc tổng hợp quan điểm của cả Chúa Giê-xu và Phao-lô. Các chương nói về từng sách phúc âm hoặc từng thư tín của Phao-lô thường bỏ qua hoặc chỉ đụng một chút đến những chủ đề quan trọng thôi, để dành phần bàn luận thấu đáo đó cho các chương tóm tắt.

Các chương nói về phương pháp phê bình lịch sử, phương pháp giải kinh (hermeneutics) và nghiên cứu trong giai đoạn hiện đại về Chúa Giê-xu cũng như các sách phúc âm được đặt sau phần thảo luận các sách phúc âm và Chúa Giê-xu. Điều này phản ánh một số niềm xác tín. Thứ nhất, hiểu biết căn bản về bối cảnh và nội dung của Tân Ước là điều cần thiết để xem xét một cách khôn ngoan phần bàn luận có tính lý thuyết và phê bình về cách giải thích sứ điệp của Tân Ước. Một minh họa tương tự: Trước khi đi sâu vào phê bình văn chương của Shakespeare, chúng ta cần phải đọc những tác phẩm của ông và am hiểu thời đại của ông. Một số người đọc cuốn khảo cứu này có lẽ chưa đọc Tân Ước được bao nhiêu.

Một xác tín khác đó là độc giả bình thường cũng có thể hiểu được sứ điệp căn bản của Tân Ước mà không cần phải có kiến thức về những tranh cãi phức tạp trong ngành nghiên cứu Tân Ước chuyên sâu kể từ thời Khai Sáng. Phê bình lịch sử là công việc quan trọng, rồi sẽ đến phần chúng tôi cho biết vì sao. Nhưng cũng có những hiểm họa khi tạo ấn tượng rằng kiến thức về những bàn luận thứ yếu lại ngang bằng, thậm chí quan trọng hơn, việc quen thuộc với nguồn chính. Chúng tôi muốn giúp độc giả khảo cứu Tân Ước, chứ không phải trước nhất là khảo cứu những tranh cãi (thường là mang tính nghi ngờ) về Tân Ước.

Một số người có thể thấy cuốn sách này phù hợp để sử dụng trong bối cảnh lớp học. Cả hai tác giả của cuốn sách này đều đã nhiều lần dạy khảo cứu Tân Ước ở những trình độ khác nhau. Chúng ta trân trọng những cuốn sách làm cho công việc của chúng ta nhẹ nhàng hơn. Chúng tôi tin rằng cuốn sách này sẽ được minh chứng là một trong những cuốn sách như thế. Bằng những cách khác nhau, chúng tôi cố gắng hỗ trợ những nhà giáo bận rộn để họ vẫn có thể dạy cấp độ cử nhân cơ bản (hoặc dạy nâng cao cho tín hữu).

Cuốn sách này không nỗ lực để thay thế vai trò của người dạy. Chúng tôi để rất nhiều không gian cho thầy cô phát triển chủ đề, giáo lý hoặc những vấn đề mà họ thấy phù hợp. Chúng tôi cũng cung cấp nhiều nền tảng hơn là phần cấu trúc thượng tầng hoàn chỉnh. Ở cấp độ khảo cứu, người dạy cần được cho một không gian thoáng đãng để phát triển quan điểm của riêng mình. Thật tiếc khi các thầy cô phải dành quá nhiều thời gian trong lớp để sửa lại hay bất đồng với một quyển sách giáo khoa ở cấp độ khảo cứu có những sai sót khi quá tham chi tiết, quá chuyên sâu và quá cụ thể.

Vô số những minh họa, bản đồ, biểu đồ và các trợ cụ khác mà chúng tôi đã đưa vào sẽ hữu ích cho công việc của các thầy cô. Chỉ giá trị cố hữu của chúng thôi cũng đáng để chúng ta dành khoảng không gian đáng kể cho chúng. Chúng ngắt bản văn thành nhiều phần, nên cũng làm cho bản văn dễ đọc hơn. Dù chỉ phần dàn trang thiết kế khéo léo thôi không đủ đảm bảo cuốn sách đó sẽ được đọc, nhưng thiết kế dở thì cầm chắc người ta sẽ không đọc nó. Chúng tôi đã cố gắng cải thiện định dạng buồn tẻ thường thấy của các sách giáo khoa mà chúng tôi đã sử dụng (và than thở) ngày xưa.

Vẫn nghĩ về người giảng dạy, chúng tôi đi theo trật tự trong Kinh Thánh, với rất ít thay đổi. Nhiều thầy cô thích điều này; thầy cô nào không thích có thể tự do phân chia các chương theo trật tự khác. Nhưng chúng tôi nghĩ rằng việc nhiều thầy cô thích, cộng với thói quen đáng được tôn trọng của hội thánh cho thấy tính lô-gic sâu sắc và tính hợp lý khi bắt đầu với Ma-thi-ơ, rồi tiếp tục đến Khải Huyền. Đó cũng là trật tự mà hầu hết các độc giả lần đầu tiếp xúc với Tân Ước nhìn thấy và cũng sẽ tiếp tục thấy trong Kinh Thánh suốt cuộc đời họ. Vì không có lý do thuyết phục nào để sử dụng một trật tự khác, nên chúng ta cứ theo trật tự đã được lập ra.

Ngoài ra, khi viết chúng tôi cũng đã nghĩ đến những độc giả trẻ tuổi hoặc những người không chuyên sâu lớn tuổi hơn. Chúng tôi hy vọng cách hành văn phản ánh cân nhắc này. Phần chú giải thuật ngữ đưa ra định nghĩa cho các thuật ngữ cần được giải thích. Phần bổ sung bên lề ở một số chương cho thấy các phân đoạn Tân Ước được chọn phù hợp với hiện tại như thế nào. Trong khi tránh đi theo xu hướng hoặc cái mới một cách đơn thuần, chúng tôi hy vọng phần ghi chú thêm không làm cho độc giả chán vì quá nhiều từ chuyên môn hoặc nhiều từ ở cấp độ nâng cao đến nổi chỉ phù hợp với độc giả chuyên sâu hay độc giả trình độ sau đại học mà thôi. Ngược lại, chúng tôi cũng chống lại áp lực "đơn giản hóa" quá mức phần trình bày của mình. Bản thân Tân Ước cũng đưa ra những thách thức về lý trí hay các thách thức khác. Sẽ công bằng khi sách khảo cứu cũng bắt chước theo, miễn sao hợp lý.

Ngoài ra, câu hỏi nghiên cứu và ôn tập cùng những sách được cẩn thận chọn lựa để đưa vào phần "Sách đọc thêm" sau mỗi chương có thể cung cấp câu hỏi thảo luận trong lớp, cung cấp bài tập về nhà hay các đề tài cho bài kiểm tra và hỗ trợ sinh viên trong việc tự học.

Bố cục cho mỗi sách Tân Ước đều được lấy (đôi lúc với một chút thay đổi) từ *Baker Commentary on the Bible* do Walter Elwell biên tập (Grand Rapids: Baker Books, 1989). Trong một số trường hợp, bố cục này cũng được tìm thấy trong *The Baker Illustrated Bible Commentary*, do Gary Burge và Andrew Hill biên tập (Grand Rapids: Baker Books, 2012). Những độc giả tìm sách giải nghĩa từng câu mà tập khảo cứu ấy không đáp ứng được có thể sử dụng tập khảo cứu này để nghiên cứu thêm.

Cuối cùng, người dạy cũng cần biết những tài liệu khác bổ sung cho quyển *Khám Phá Tân Ước* này:

> 1. Trang web đi kèm với quyển sách này. Đối với ấn bản này, nguồn tư liệu cho sinh viên và giáo viên mà lúc trước ở dạng CD-ROM giờ đây có thể truy cập tại: http://www.bakeracademic.com/ent.
>
> 2. Tư liệu nguồn hỗ trợ việc nghiên cứu Tân Ước: *Reading from the First-Century World: Primary Sources for New Testament Study*. Bộ sưu tập những bài đọc từ nguồn tư liệu gốc liên quan đến Tân Ước bao gồm tư liệu được viết trong chính kỷ nguyên Tân Ước, gồm thư từ, các tư liệu pháp lý và các hiệp ước. Những trích dẫn này được sắp xếp trong sự tương quan với trật tự kinh điển các sách trong Tân Ước.

Dành Cho Người Học

Lần đầu nghiên cứu Tân Ước theo hệ thống là một kinh nghiệm thú vị. Đó cũng có thể là kinh nghiệm choáng ngợp vì có quá nhiều thứ cần phải biết. Bạn không chỉ cần biết cốt lõi của những sách Tân Ước mà bạn cũng cần phải biết khá nhiều về thế giới Hy-La trong thời của Chúa Giê-xu và sứ đồ Phao-lô.

Mục đích của quyển giáo khoa này là làm cho việc nghiên cứu ấy bớt làm ta nản chí hơn một chút. Để đạt được mục tiêu ấy, một vài công cụ hỗ trợ cho việc học đã được tích hợp vào sách. Bạn sẽ được chuẩn bị để sử dụng quyển sách này một cách hiệu quả bằng cách đọc những tư liệu dẫn nhập bên dưới, những tư liệu giải thích cho những công cụ hỗ trợ việc học được chúng tôi cung cấp.

Ghi chú bên lề

Tư liệu trong các khung màu vàng tách những vấn đề đương đại đang được quan tâm ra và cho thấy Tân Ước nói đến những vấn đề nóng bỏng về đạo đức và thần học như thế nào. Tư liệu trong khung màu tím nhạt là phần trích dẫn các tư liệu nguồn từ các tác giả khác nhau, cổ xưa lẫn hiện đại, mà tư tưởng của họ chiếu sáng trên tư liệu Tân Ước đang được bàn đến.

Tiêu Điểm

Mỗi chương đều có một Tiêu Điểm. Phần này làm tăng thêm mối quan tâm và tính thích hợp với phần nội dung bằng cách đưa ra các áp dụng cụ thể hoặc những suy niệm mang tính bồi linh.

Bố Cục Chương

Ở đầu mỗi chương có phần bố cục ngắn gọn cho nội dung của chương ấy. *Gợi ý khi học:* Trước khi đọc một chương, hãy dành vài phút đọc phần bố cục. Hãy xem đó như một tấm bản đồ và nhớ rằng bạn sẽ dễ đến đích hơn khi bạn biết mình đang đi đâu.

Mục Tiêu Của Chương

Phần liệt kê các mục tiêu được đặt ở đầu mỗi chương. Danh sách các mục tiêu này trình bày điều bạn có thể đạt được khi đọc hết chương. *Gợi ý khi học:* Hãy đọc kỹ phần mục tiêu này trước khi đi vào nội dung. Khi đọc nội dung, hãy nhớ những mục tiêu này trong đầu và ghi chú lại để giúp bạn nhớ điều bạn đã đọc. Sau khi đọc xong chương ấy, hãy trở lại với phần mục tiêu để xem thử bạn có hoàn thành được những nhiệm vụ đó không.

Tóm Lược

Phần tóm tắt nội dung của chương nằm ở cuối mỗi chương. *Gợi ý khi học:* Hãy sử dụng phần tóm lược này để ôn tập ngay những gì bạn vừa đọc.

Thuật Ngữ Then Chốt Và Bảng Chú Giải Thuật Ngữ

Các Thuật Ngữ Then Chốt được nhận diện xuyên suốt nội dung bằng màu xanh lá cây và cũng được trình bày bên lề trang sách. Điều này sẽ báo hiệu cho bạn biết những từ hoặc cụm từ quan trọng mà bạn có thể chưa thấy quen thuộc. Phần định nghĩa những từ này nằm ở cuối sách trong phần Bảng Chú Giải Thuật Ngữ được sắp theo thứ tự ABC. *Gợi ý khi học:* Khi bạn gặp một thuật ngữ then chốt trong phần nội dung, hãy dừng lại đọc định nghĩa của nó trước khi tiếp tục đọc hết chương.

Con Người/Địa Điểm Chính

Trong khi nghiên cứu Tân Ước, bạn sẽ được giới thiệu nhiều tên người và địa danh. Những tên và địa danh đặc biệt quan trọng sẽ được viết ở dạng chữ in hoa nhỏ. *Gợi ý khi học:* cẩn thận lưu ý những người và địa danh khi bạn đọc nội dung. Khi ôn tập để làm bài kiểm tra, hãy đọc lướt bản văn và dừng lại ở mỗi thuật ngữ được viết bằng chữ in hoa nhỏ để thử xem bạn có biết tầm quan trọng của thuật ngữ đó đối với Tân Ước không.

Câu Hỏi Ôn Tập

Một vài câu hỏi thảo luận được cung cấp ở cuối mỗi chương, và những câu hỏi này có thể được sử dụng để ôn thi. *Gợi ý khi học:* Hãy viết câu trả lời phù hợp cho những Câu Hỏi Ôn Tập để chuẩn bị cho bài thi.

Sách Đọc Thêm

Một thư mục sách tham khảo ngắn được đưa ra ở cuối mỗi chương. *Gợi ý khi học:* dùng các sách gợi ý để nghiên cứu thêm những lĩnh vực mà bạn đặc biệt quan tâm.

Thị Cụ Hỗ Trợ

Một loạt những minh họa bằng tranh ảnh, bản đồ và đồ thị được đưa vào trong sách. Mỗi minh họa đều được chọn lựa một cách kỹ lưỡng nhằm làm cho phần nội dung không chỉ đáp ứng tiêu chí thẩm mỹ mà còn dễ nắm bắt hơn.

Website

Một trang web với những tài liệu dành cho người học, trong đó có các câu hỏi tự ôn bài, thẻ ghi chú và những nội dung khác có sẵn trên mạng tại địa chỉ www.bakeracademic.com/ent

Ao ước chuyến khám phá Tân Ước của bạn sẽ là một cuộc phiêu lưu lý thú!

Các Ký Hiệu Viết Tắt

Cựu Ước

Sáng Thế Ký	Sáng	Truyền Đạo	Truyền
Xuất Ê-díp-tô Ký	Xuất	Nhã Ca	Nhã Ca
Lê-vi Ký	Lê	Ê-sai	Ê-sai
Dân Số Ký	Dân	Giê-rê-mi	Giê
Phục Truyền Luật Lệ Ký	Phục	Ca Thương	Ca Thương
Giô-suê	Giôs	Ê-xê-chi-ên	Ê-xê
Các Quan Xét	Quan	Đa-ni-ên	Đa
Ru-tơ	Ru-tơ	Ô-sê	Ô-sê
1 Sa-mu-ên	1 Sa	Giô-ên	Giô-ên
2 Sa-mu-ên	2 Sa	A-mốt	A-mốt
1 Các Vua	1 Vua	Áp-đia	Áp-đia
2 Các Vua	2 Vua	Giô-na	Giô-na
1 Sử Ký	1 Sử	Mi-chê	Mi
2 Sử Ký	2 Sử	Na-hum	Na-hum
E-xơ-ra	Era	Ha-ba-cúc	Ha
Nê-hê-mi	Nê	Sô-phô-ni	Sô
Ê-xơ-tê	Êxê	A-ghê	A-ghê
Gióp	Gióp	Xa-cha-ri	Xa
Thi Thiên	Thi	Ma-la-chi	Mal
Châm Ngôn	Châm		

Ngoại Kinh Cựu Ước

Ba	Ba-rúc
1 Ma	1 Mạc-ca-bê
2 Ma	2 Mạc-ca-bê

Tân Ước

Ma-thi-ơ	Mat	1 Ti-mô-thê	1 Ti
Mác	Mác	2 Ti-mô-thê	2 Ti
Lu-ca	Lu	Tít	Tít
Giăng	Giăng	Phi-lê-môn	Phlm
Công Vụ Các Sứ Đồ	Công	Hê-bơ-rơ	Hê
Rô-ma	Rô	Gia-cơ	Gia
1 Cô-rinh-tô	1 Cô	1 Phi-e-rơ	1 Phi
2 Cô-rinh-tô	2 Cô	2 Phi-e-rơ	2 Phi
Ga-la-ti	Ga	1 Giăng	1 Gi
Ê-phê-sô	Êph	2 Giăng	2 Gi
Phi-líp	Phil	3 Giăng	3 Gi
Cô-lô-se	Côl	Giu-đe	Giu
1 Tê-sa-lô-ni-ca	1 Tê	Khải Huyền	Khải
2 Tê-sa-lô-ni-ca	2 Tê		

Các chữ viết tắt

S.C	Sau Chúa (nói về giai đoạn sau khi Chúa Giê-xu được sinh ra)
Adv. Haer	Irenaeus, *Adversus Haereses* (Về các tà giáo)
ANF	*Ante-Nicene Fathers*. Do A. Roberts và J. Donaldson biên tập. 10 tập. 1885–96. Tái bản, Eerdmans, 1986–89
Ant.	Josephus, Jewish Antiquities *(Do Thái giáo thuở xưa)*
Apol.	Tertullian, Apology *(Biện giáo)*
b.	Người Ba-by-lôn (những bài luận Talmul)
T.C	Trước Chúa
T.C.N	Trước Công nguyên
ca.	circa; khoảng
ESV	English Standard Version
1 Apol.	Justin Martyr, *1 Biện giáo*
H.E.	Eusebius, *Historica Ecclesiastica (Lịch sử hội thánh)*
J.W.	Josephus, *Chiến Tranh Do Thái*
Ketub.	Ketubbot
Cuộc đời	Josephus, Cuộc đời
m.	Mishanah (các bài luận Talmul)
Marc.	Tertullian, *Nghịch với Marcion*
Meg.	Megillah
NIV	New International Version (Bản Dịch Mới)
NPNF[1]	*Các giáo phụ Nicea và hậu Nicea*, Loạt 1. Do Philip Schaff biên tập. 14 tập. 1886–90. In lại, Hendrickson, 1994.

NPNF²	*Các giáo phụ Nicea và hậu Nicea*, Loạt 2. Do Philip Schaff và Henry Wace biên tập. 1890–1990. 14 tập. In lại, Hendrickson, 1994
NRSV	New Revised Standard Version
TƯ	Tân Ước
CƯ	Cựu Ước
Sanh.	Tòa Công Luận
Sib. Or.	Sibulline Oracles
TNIV	Today's New International Version
y.	Je-ru-sa-lem (các bài luận Talmul)

Chương 1

Vì Sao Phải Nghiên Cứu Tân Ước?

Bố cục

- **Kinh Thánh: Cuốn sách "được ăn cả, ngã về không"**
- **Cựu và Tân Ước**
- **Vì sao phải nghiên cứu Tân Ước?**
    - Tân Ước làm trung gian cho sự hiện diện của Chúa – Chân lý
    - Tân Ước mang tầm quan trọng cá nhân tối thượng
    - Tân Ước là nền tảng cho việc xóa mù văn hóa
- **Vì sao nghiên cứu hai mươi bảy sách *này*?**
    - Tiền lệ Cựu Ước ủng hộ cho Kinh điển
    - Chúa là tác giả của Tân Ước: Tính soi dẫn
    - Việc công nhận Kinh điển Tân Ước trong Hội thánh
- **Tính chân thật của bản văn Tân Ước**
    - Sự phong phú về mặt bằng chứng
    - Khoảng thời gian ngắn
    - Các bản dịch và các giáo phụ
    - Quá nhiều bản dịch!
- **Vì sao phải *nghiên cứu* Tân Ước?**
    - Để tránh áp đặt quan điểm cá nhân đã có từ trước
    - Để tránh lệ thuộc vào Đức Thánh Linh sai cách
    - Để hỗ trợ cho cách giải nghĩa lịch sử - thần học

Mục tiêu

Sau khi đọc chương này, bạn có thể:

- Giải thích Tân Ước khác Cựu Ước như thế nào
- Cho thấy tầm quan trọng của việc nghiên cứu Tân Ước
- Liệt kê và phân loại các sách Tân Ước
- Lý giải tại sao kinh điển Tân Ước được xem là đáng tin cậy
- Đưa ra lý do cho việc tin vào tính chân thật của bản văn Tân Ước
- Thảo luận những lý do cần nghiên cứu Tân Ước

Kinh Thánh: Cuốn sách "được ăn cả, ngã về không"

Những thế kỷ sau khi Chúa Giê-xu chịu chết và phục sinh, Cơ Đốc nhân đôi khi bị giết vì không chịu giao nộp Kinh Thánh cho nhà cầm quyền đầy thù địch.[1] Ở thế kỷ hai mươi, tín hữu Tây phương cũng đã mạo hiểm khi tuồn Kinh Thánh vào cho những người muốn đọc Kinh Thánh ở phía sau Bức Màn Sắt, đôi khi phải nhận những hậu quả thảm khốc vì việc làm đó.

Không một chuyến đi truyền giáo nào tới châu Phi hoặc châu Mỹ La-tinh có thể mang theo đủ Kinh Thánh để thỏa đáp nhu cầu mà các giáo sĩ thấy ở nơi đó. Ngay cả ở các nước Tây phương như Ca-na-đa và Hoa Kỳ, nơi Kinh Thánh không hề khan hiếm, thì mỗi năm Kinh Thánh vẫn được bán ra nhiều hơn bất cứ cuốn sách nào khác từng được xuất bản, kể cả những cuốn sách được gọi là sách bán chạy nhất. Các bản dịch mới xuất hiện đều đặn như các mùa trong năm vậy.[2] Thêm nhiều bản dịch Kinh Thánh được in hơn bất cứ cuốn sách nào khác trong lịch sử loài người.

Sao người ta lại "cuồng" một cuốn sách đến thế? Làm sao mà cuốn sách bạn cầm trong tay lại là công cụ để các quốc gia dấy lên hoặc suy tàn, để các nền văn minh phát triển hoặc suy vong và – Cơ Đốc nhân tin rằng – để vô số linh hồn được cứu rỗi hoặc bị đoán phạt?

Để trả lời cho những câu hỏi đó cần nhiều tiếng đồng hồ mỗi tuần suốt cả một học kỳ để học một khóa học trình độ cử nhân, có thể có tên gọi là "Kinh Thánh Cơ Đốc giáo trong Lịch sử Thế giới." Chúng ta không thể phác thảo câu chuyện đó ở đây.[3] Nhưng chúng ta có thể nói rằng đó là một trong những lý do bạn đang đọc những dòng chữ này. Kinh Thánh, bao gồm Cựu và Tân Ước, đã định hình nên thế giới mà bạn đang sống. Cá nhân bạn có thể đã đọc hoặc chưa bao giờ đọc Kinh Thánh. Bạn có thể nghe hoặc không được nghe một bài giảng dựa trên Kinh Thánh tại nhà thờ mỗi tuần. Không sao cả. Không ai trong thế giới này thoát khỏi ảnh

---

[1] W. H. C. Frend, *The Rise of Christianity* (Philadelphia: Fortress, 1984), 457–60.

[2] Hơn năm mươi bản dịch và hiệu đính Tân Ước xuất hiện vào nửa cuối của thế kỷ hai mươi – đó là mới chỉ nói đến các bản dịch và hiệu đính tiếng Anh. Xin xem Bruce M. Metzger, "To the Reader," trong *The New Revised Standard Version* (New York: Oxford University Press, 1989), xii.

[3] Nhưng để có thông tin theo dòng tư tưởng này, xin xem, chẳng hạn, Peter R. Ackroyd et al., eds., *The Cambridge History of the Bible*, 3 vols. (Cambridge: Cambridge University Press, 1963–70); Michelle Brown, ed., *In the Beginning: Bibles before the Year 1000* (Washington, DC: Smithsonian Institution, 2006).

hưởng, dù trực tiếp hay gián tiếp, mà Kinh Thánh của người Cơ Đốc, cả Cựu và Tân Ước, mang đến.

Tân và Cựu Ước

Cuộn Tô-ra được viết tay từ thập niên 1740 được trưng bày tại Nhà hội Ramhal, Acre, Y-sơ-ra-ên.

Khi nói Cựu Ước, chúng ta muốn đề cập đến Kinh Thánh mà Đức Chúa Trời ban cho một dân tộc cổ xưa mà Ngài chọn để liên hệ một cách đặc biệt, qua tiến trình nhiều thế kỷ (Phục 7:7). (Trong cuốn sách này, chúng ta sẽ thường xuyên trích dẫn các phân đoạn Kinh Thánh khác nhau. Sẽ khôn ngoan khi bạn tra cứu những phân đoạn Kinh Thánh đó trong khi đọc. Chìa khóa mở ra phần những chữ viết tắt được sử dụng, chẳng hạn như "Phục" ở phía trên, được tìm thấy trong Bảng Liệt Kê Chữ Viết Tắt.) Những con người xa xưa này được biết đến trước nhất với tên gọi người Hê-bơ-rơ hay người Y-sơ-ra-ên và sau này là người Do Thái. Những người như Môi-se, Đa-vít và Ê-sai đều được Thánh Linh của Đức Chúa Trời cảm động để diễn đạt chân lý thiên thượng bằng lời lẽ của con người. Kết quả là những ghi chép ấy được chia thành ba phần. Phần đầu là Tô-ra (từ này có nghĩa là chỉ dẫn, huấn thị, luật pháp). Tô-ra bao gồm năm sách của Môi-se. Phần thứ hai là các sách Tiên tri. Những sách này bao gồm những sách dài như Ê-sai, cùng với một số sách rất ngắn như Giô-ên và Áp-đia. Phần thứ ba được gọi là Thánh Văn, bao gồm những ghi chép lịch sử, Thi Thiên, Châm Ngôn và các sách khác.

Ngoại Kinh Cựu Ước

Người Công giáo La Mã và một số hội thánh Chính Thống giáo Đông phương công nhận những sách được liệt kê bên dưới là Kinh Thánh. Người Tin Lành chỉ công nhận giá trị về mặt văn chương và tầm quan trọng về mặt lịch sử của chúng, nhưng không xem chúng là những sách chứa đựng thẩm quyền thuộc linh.

Phần thêm vào sách Ê-xơ-tê	1 Esdras	2 Ma-ca-bê	Thi Thiên 151
Ba-rúc	2 Esdras	3 Ma-ca-bê	Bài ca của Ba Chàng trai
Bên và Con rồng	Judith	4 Ma-ca-bê	Su-san-na
Truyền Đạo (Sách Khôn Ngoan của Giê-xu con Si-rách)	Thư tín của Giê-rê-mi	Lời cầu nguyện của A-xa-ria	Tô-bít
	1 Ma-ca-bê	Lời cầu nguyện của Ma-na-se	Sách Khôn Ngoan của Sa-lô-môn

Các sách này kết hợp lại với nhau tạo thành phần được gọi là Cựu Ước. Chúng là "bằng chứng" (lời tuyên bố trịnh trọng) cổ xưa của Đức Chúa Trời về việc Ngài tạo dựng thế giới và về con người, sự **sa ngã** của họ và công tác cứu chuộc của Đức Chúa Trời suốt nhiều thế kỷ nhằm giải quyết những hậu quả đầy thảm khốc của tội lỗi. Những sách này hướng về một dân tộc và trên hết là một người sẽ cứu loài người ra khỏi tội lỗi và phục hồi **sự công bình**. Cựu Ước kết thúc bằng một ghi chú về niềm hy vọng tương lai. Vẫn còn đó niềm hy vọng về sự cứu chuộc khi Đức Chúa Trời giữ lời hứa của Ngài.

Tân Ước nói về sự ứng nghiệm những gì Cựu Ước đã hứa. Tân Ước là "bằng chứng" về công tác cứu chuộc của Đức Chúa Trời ngay trong đời của các trước giả Kinh Thánh.[4] Đấng Giải Cứu sẽ được sinh ra bởi một trinh nữ tên là Ma-ri (Ê-sai 7:14) tại Bết-lê-hem (Mi 5:2). Một **tiên tri** tên là Giăng đã công bố sự giáng sinh của Ngài (Ê-sai 40:3; Mat 3:3). Ngài được thiên sứ đặt tên là Giê-xu (Mat 1:21), Ngài dạy dỗ ở Ga-li-lê, như tiên tri Ê-sai đã tiên báo (Ê-sai 9:1–2). Ngài thu hút nhiều người theo Ngài và thi hành nhiều phép lạ (Mat 12:15–21; xem Ê-sai 42:1–14). Sứ điệp của Ngài vẫn còn là bí ẩn với nhiều người (Mat 13:13–15), như Cựu Ước đã báo trước (Ê-sai 6:9–10). Vì sứ điệp và chính con người của Ngài là một nỗi ô nhục (Mat 15:3–9; xem Ê-sai 29:13), nên người ta đã làm nhiều điều để buộc Ngài phải im lặng. Chúa Giê-xu thấy điều đó. Ngài bảo các môn đồ Ngài rằng cả họ rồi cũng sẽ rời bỏ Ngài, như Cựu Ước đã thấy trước (Mat 26:31; xem Xa 13:7). Nhưng Ngài cũng tiên báo rằng Ngài sẽ từ cõi chết sống lại (Mat 26:32). Cả sự chết và sự sống lại của Ngài đều được tiên báo trong Kinh Thánh Cựu Ước (Lu 24:45–46). Hội thánh và công tác rao giảng về ơn cứu rỗi của Chúa Giê-xu Christ cũng vậy (Lu 24:47). "Christ" nghĩa là Đấng hay vị Vua được xức dầu.

Vì thế, Tân Ước công bố sự đến của Đấng Cứu Thế mà Cựu Ước trông đợi. Cả Cựu và Tân Ước đều chỉ về một trật tự đời đời vượt ra khỏi thế giới mà chúng ta biết, đó là một thế giới vinh hiển cho những ai tìm kiếm Đức Chúa Trời nhưng cũng là thế giới của sự đoán phạt cho những ai mà đời sống vẫn chỉ tập trung vào chính mình. Cựu và Tân Ước gộp lại thành quyển sách chúng ta gọi là Kinh Thánh. Trong quyển sách này, khi chúng ta nghiên cứu Tân Ước, chúng ta sẽ thường xuyên liên hệ đến Cựu Ước, bởi Cựu và Tân Ước đứng chung với nhau. Nhưng Tân Ước là tiêu điểm chính của chúng ta.

Một số Kinh Thánh hiện đại còn bao gồm phần thứ ba được gọi là các sách ngoại/ngụy kinh Cựu Ước. Đây là những sách được viết sau sách tiên tri cuối cùng của Cựu Ước (Ma-la-chi, khoảng năm 430 T.C), chủ yếu vào khoảng giữa năm 200 T.C đến năm 100 S.C. Một số sách chứa đựng những thông tin lịch sử và tôn giáo

---

[4]Xin xem Richard Bauckham, *Jesus and the Eyewitnesses: The Gospels as Eyewitness Testimony* (Grand Rapids: Eerdmans, 2006).

có giá trị.⁵ Nhưng người Tin Lành trước giờ vẫn xem những sách này là thiếu đi những dấu hiệu về tác quyền thiên thượng, vốn là đặc trưng của các sách Cựu và Tân Ước đã được công nhận. Khi trích dẫn các sách ngoại kinh, chúng ta nhận thức tầm quan trọng của chúng trong việc giúp chúng ta hiểu về giai đoạn lịch sử ấy nhưng chúng ta không xem những sách ấy là Kinh Thánh.

Vì sao phải nghiên cứu Tân Ước?

Tân Ước tác động đến toàn bộ thế giới và cả đời sống chúng ta. Đó là một lý do để nghiên cứu về nó. Cuốn sách này sẽ giúp bạn làm điều đó. Nhưng chúng ta cũng xem xét một vài lý do khác cho thấy vì sao nghiên cứu Tân Ước là việc đáng làm.

Tân Ước làm trung gian cho sự hiện diện của Chúa và trung gian cho Chân lý

Khi tập hợp lại trong sự thờ phượng trọng thể, Cơ Đốc nhân nói tiếng Anh thường được nghe những bài thánh ca với những lời ca như sau:

> Đức Chúa Trời chúng ta là Đức Chúa Trời đáng kính sợ
> Ngài cai trị trên trời
> Bằng sự khôn ngoan, quyền năng và tình yêu
> Đức Chúa Trời chúng ta là một Đức Chúa Trời đáng kính sợ.

Cơ Đốc nhân nói các thứ tiếng khác cũng có những bài thánh ca và linh khúc của riêng mình. Ca từ cao quý cùng với giai điệu mang nỗi buồn sâu thẳm có thể khiến sự hiện diện của Đức Chúa Trời có vẻ thật. Tại sao không? "Ngài chẳng ở xa mỗi người trong chúng ta" (Công 17:27). Những bài hát thờ phượng được yêu thích bởi vì qua thông điệp và sức mạnh cảm xúc của chúng, với sự vùa giúp của Đức Thánh Linh, chúng chuyển tải sự hiện diện của Đức Chúa Trời.

Tân Ước cũng được yêu mến vì lý do đó. Đức Chúa Trời hiện diện trong và qua Tân Ước. Lời Kinh Thánh là lời của Đức Chúa Trời. Cuốn sách gần đây nhấn mạnh điều này là *Words of Life: Scripture as the Living and Active Word of God* (Tạm dịch: Lời Sự sống: Kinh Thánh là Lời Sống và Linh nghiệm của Đức Chúa Trời).⁶

Bởi sự hiện diện của chính Ngài, Đức Chúa Trời sử dụng những tác giả khác nhau để quan sát các sự kiện, ghi lại những ấn tượng và chuyển tải chân lý. Như một môn đồ của Chúa Giê-xu đã viết: "Không có lời tiên tri nào trong Kinh Thánh được giải thích theo ý riêng của một người nào, vì không có lời tiên tri nào đến bởi

---

⁵Đối với những khảo cứu gần đây, xin xem Larry R. Helyer, *Exploring Jewish Literature of the Second Temple Period* (Downers Grove, IL: InterVarsity, 2002); David A. deSilva, *Introducing the Apocrypha* (Grand Rapids: Baker Academic, 2004).

⁶Timothy Ward, *Words of Life: Scripture as the Living and Active Word of God* (Downers Grove, IL: IVP Academic, 2009).

ý người, nhưng người ta được Đức Thánh Linh cảm thúc nói ra từ Đức Chúa Trời" (2 Phi 1:20–21). Điều này có nghĩa là Tân Ước đáng để nghiên cứu bởi vì nó là Lời Chúa. Trong thế giới đầy bối rối trước những biến chuyển của xã hội, sự bế tắc về chính trị, sự đi xuống về kinh tế, sự hỗn loạn về đạo đức và thiên tai (sóng thần) lẫn nhân tai (hiện tượng rò rỉ phóng xạ hạt nhân), vẫn còn có gì đó vững vàng để ta nắm lấy. Có ánh sáng cho con đường phía trước. Có một kịch bản, một câu chuyện về công tác cứu chuộc của Đức Chúa Trời mà chúng ta dự phần trong đó. Vở kịch này định hướng chúng ta, chỉ cho chúng ta chỗ đứng của mình, đặt để những trách nhiệm và những công tác trên chúng ta và đảm bảo chúng ta về đến đích.

Tân Ước mang tầm quan trọng cá nhân tối thượng

Lý do thứ hai đáng để nghiên cứu Tân Ước tiếp nối lý do đầu tiên. Mặc dù Kinh Thánh có nguồn gốc thiên thượng, nhưng cũng quan trọng về mặt cá nhân. Kinh Thánh quan trọng đối với cá nhân bạn và tôi. Hướng đi của cả cuộc đời chúng ta tuỳ thuộc vào việc chúng ta trân trọng hay thờ ơ, hoặc thậm chí bóp méo Lời Chúa. Mặc dù bây giờ có thể chúng ta còn trẻ và không nghĩ nhiều về cái chết, nhưng Tân Ước cũng chứa đựng những điều quan trọng cần nói về hồi kết của cuộc đời chúng ta: "Theo như đã định cho loài người phải chết một lần, rồi chịu phán xét" (Hê 9:27). Không một cuốn sách nào có thể địch lại Tân Ước khi nói về sự sống và sự chết.

Tân Ước cũng chứa đựng giá trị cá nhân vì là phương tiện Đức Chúa Trời sử dụng để rịt lành những linh hồn kiếm tìm. Chúng ta đều biết tìm kiếm là như thế nào. Chúng ta kinh nghiệm những thời điểm dường như không thể chịu nổi trong cuộc đời. Tương lai thì bất định, hiện tại thì không lấy gì làm hấp dẫn. Chúng ta bị đè nặng bởi nỗi lo lắng. Chúng ta bị dày vò bởi những câu hỏi: Tôi là ai? Tôi sống để làm gì? Hầu hết chúng ta đều biết những người cùng tuổi với mình đã kết thúc cuộc đời bằng cách tự tử. Ý nghĩa của cuộc sống là gì? Tại sao lại có quá nhiều khổ đau và điều ác? Điều gì sẽ xảy ra cho trái đất khi nó chao đảo từ khủng hoảng môi trường này đến khủng hoảng nọ? Số phận của loài người là gì? Số phận của chính tôi là gì? Vì sao tôi lại làm những việc tôi biết là sai? Có cách nào sắp đặt lại cuộc đời để tôi có thể dự phần xây dựng một thế giới tốt đẹp hơn không?

> **Có phải mọi thứ đều mang tính tương đối không?**
>
> Trong cuốn sách bán chạy nhất của mình có tựa đề *The Closing of the American Mind*, Allan Bloom đã viết: "Có một điều mà một giáo sư có thể hoàn toàn biết chắc: Gần như mọi sinh viên bước vào đại học đều tin, hay nói rằng mình tin, rằng chân lý là tương đối". Ấy là vào thập niên 1980. Kể từ đó, một số người đã từ bỏ tất cả chân lý. Chỉ còn lại điều gì hiệu quả với

mỗi cá nhân mà thôi. Chúng ta suy nghĩ bất cứ điều gì chúng ta chọn để nghĩ.

Chỉ Đức Chúa Trời mới sở hữu sự hiểu biết đầy đủ về tất cả các chân lý (Rô 11:33–34). Nhưng dù có nhiều chân lý người phàm không thể nào nhận biết hết được, thì cũng có nhiều chân lý Đức Chúa Trời đã khải thị (Phục 29:29). Lời Chúa ban cho người thuộc về Ngài một chỗ đứng vững chắc khi họ xê dịch trong một thế giới dường như người ta đã có đủ mọi thứ.

Giống như Phao-lô (2 Ti 3:16), Phi-e-rơ và những trước giả Kinh Thánh khác đều rất xem trọng Kinh Thánh. Điều này không có nghĩa là họ nghĩ họ biết mọi thứ. Nhưng họ tin chắc rằng, bởi vì Đức Chúa Trời đã khải thị Lời Ngài, nên người thuộc về Chúa có một xuất phát điểm vững chắc. Như Phi-e-rơ nói, Kinh Thánh đến với chúng ta nhờ những người được Đức Chúa Trời chỉ định "được Đức Thánh Linh cảm thúc nói ra từ Đức Chúa Trời" (2 Phi 1:21).

Nếu Đức Chúa Trời phán một cách đáng tin cậy và có thẩm quyền – và Chúa Giê-xu dạy rằng Đức Chúa Trời thật như thế (Giăng 10:35; 17:17) – thì không phải tất cả đều mơ hồ, khó hiểu. Có một tiêu chuẩn cuối cùng. Chúng ta có thể biết chắc chắn một số điều, vì Đức Chúa Trời của chúng ta đã bước vào thế giới này thông qua Con Ngài và Thánh Linh Ngài. Ngài đã ban cho chúng ta sự hướng dẫn qua lời thành văn của Ngài.

Đúng là có những chỗ trong Kinh Thánh còn tối nghĩa đối với chúng ta. Nhưng điều đó không có nghĩa là mọi thứ chúng ta đọc trong Kinh Thánh đều đáng nghi ngờ. Từ thời Tân Ước trở đi, chúng ta có thể truy lại được cốt lõi của sứ điệp trung tâm của Kinh Thánh. Chỉ trong những thế hệ gần đây thì quan điểm cho rằng chúng ta vẫn được xem là Cơ Đốc nhân dù chúng ta có thể gạt bỏ những gì Kinh Thánh dạy mới nổi lên (xem chương 10).

Có người nói rằng chúng ta thờ phượng Chúa chứ không thờ những trang giấy của một quyển sách. Thế nhưng Đức Chúa Trời lại sử dụng Kinh Thánh để khiến chúng ta "khôn ngoan để được cứu bởi đức tin trong Đấng Christ Jêsus" (2 Ti 3:15). Chúa Giê-xu hỏi những kẻ nghi ngờ: "Nhưng nếu các ngươi không tin những lời Môi-se viết thì làm thế nào các ngươi tin lời Ta được?" (Giăng 5:47). Chúa Giê-xu dạy về lòng trung thành với Kinh Thánh.

Ngay trong thời đại đầy bất định, các môn đồ của Chúa Giê-xu vẫn có thể xây trên nền tảng lời dạy của Thầy họ, là Đấng đã phán "Trời đất sẽ qua đi, nhưng lời Ta nói sẽ không bao giờ qua đâu" (Mat 24:35). Ngài ở với họ luôn (Mat 28:20) để hướng dẫn họ trong việc đọc, hiểu, thờ phượng và sống phục vụ.

Nguồn thông tin gốc về Chúa Giê-xu là Tân Ước.

Đây là những câu hỏi mang tính chất tìm kiếm Chúa. Tân Ước mời gọi họ. Một đêm khuya nọ, một viên cai ngục khốn khổ tí nữa thì lấy đi mạng sống của chính mình đã la lên: "Tôi phải là gì để được cứu?" (Công 16:30). Anh ta đã tìm ra câu trả lời mà anh đang tìm kiếm. Đó không phải là một câu trả lời quá giản đơn hay một câu dạng vỗ về, an ủi – Tân Ước là Lời Chúa, không phải là một quyển sách nhỏ dạy bước 1-2-3 để tự cứu mình. Nhưng Kinh Thánh đầy năng quyền. Kinh Thánh kéo chúng ta ra khỏi sự lười nhác, nghi ngờ và khốn khổ - hay có thể là cả những thờ ơ và tự mãn của chúng ta – và đặt chúng ta trước Đấng lắng nghe, thấu hiểu, cáo trách và chữa lành.

Tân Ước đáng được nghiên cứu bởi vì Kinh Thánh có thể được gọi là phương tiện của ân điển. Đọc Kinh Thánh với thái độ tò mò đói khát của tội nhân cần được giúp đỡ - không phải với thái độ hợm hĩnh kiêu căng của những kẻ hoài nghi chảnh chọe – là cởi mở chính mình trước những chiều sâu phong phú của lòng thương xót, sự thánh khiết, niềm vui và thách thức. Đó là việc bắt đầu bước vào con đường biến đổi cá nhân sâu sắc và đầy hấp dẫn. Đó là việc trở thành một phần của dân sự Đức Chúa Trời, với tất cả những đặc ân và trách nhiệm đi kèm. Đó là sự chuẩn bị đúng đắn để sống một cuộc đời sung mãn nhất trong đời này – cũng như trong đời sau.

Tân Ước là nền tảng để xóa mù văn hóa

Giáo sư quá cố của Đại học Chicago Allan Bloom không phải là người tin Chúa, nhưng ông lại phát biểu vô cùng sinh động về tầm quan trọng của Kinh Thánh trong cuộc đời ông bà của ông:

> Ông bà của tôi là những người dốt nát theo tiêu chuẩn của chúng ta. Ông tôi làm một công việc thấp kém. Nhưng gia đình ông bà tôi lại rất giàu có về thuộc linh bởi tất cả những việc được thực hiện trong căn nhà ấy... đều bắt nguồn từ những điều răn trong Kinh Thánh, những cách ông bà tôi giải thích và áp dụng những chuyện tích Kinh Thánh,

từ việc ông bà tôi tưởng tượng đến những việc mà những anh hùng đức tin đã làm.[7]

Giáo sư Bloom tiếp tục nói nhiều hơn về tầm quan trọng của Kinh Thánh đối với hoạt động trí tuệ.

Ý tôi là... cuộc đời đặt nền tảng trên Kinh Thánh là cuộc đời gần gũi với chân lý, nó cung cấp chất liệu để nghiên cứu sâu hơn cũng như chất liệu để tiếp cận với bản chất thật của vấn đề. Nếu nhãn quan tự nhiên của chúng ta không có những sự khải thị, những sử thi và những triết lý, thì ngoài kia chẳng còn gì để xem, và cuối cùng trong chúng ta cũng chẳng còn được là bao. Kinh Thánh không chỉ là phương tiện để trang bị cho tâm trí, nhưng nếu không có một quyển sách nào có sức hấp dẫn bằng, thì hãy đọc với sự say mê của một tín hữu tiềm năng, khi ấy ta vẫn cứ khát mãi.[8]

Chúng ta đã đụng đến tầm quan trọng của Kinh Thánh trong lĩnh vực chúng ta gọi là những vấn đề tâm linh. Bloom nhắc chúng ta nhớ về tầm quan trọng của Kinh Thánh trong đời sống tâm trí. Kể từ khi xuất hiện, Tân Ước (cũng giống như Cựu Ước) đã làm cho những nhà tư tưởng vĩ đại của thế giới suy nghĩ. Bất cứ ai muốn suy nghĩ nghiêm túc về thế giới đương đại thì đều được khuyên cần đối thoại với Kinh Thánh.

Tuy nhiên, các nghiên cứu cho thấy rằng xã hội Tây phương "mù tịt" Kinh Thánh. Ngay cả ở những nơi người ta hay nói về tầm quan trọng của Kinh Thánh, vẫn còn nhiều người chưa từng đọc qua Kinh Thánh bao giờ và hầu hết đều hiểu rất ít về những dữ kiện cơ bản của Kinh Thánh. Nếu một phần lý do cho sự đi xuống của văn minh Tây phương trong những thập kỷ gần đây là bởi sự thất bại trong việc biến những thành tựu văn hóa của những thế hệ trước trở thành của mình, thì việc không biết Kinh Thánh lại là một trong những **tội** chính của chúng ta. Để xây dựng một tương lai tốt đẹp hơn, chúng ta cần có một nền tảng kiến thức Tân Ước tốt hơn nền tảng mà chúng ta hiện có.

Vấn đề chính ở đây là vấn đề "mông muội" về mặt văn hóa. Khi dùng cụm từ này, chúng ta muốn nói đến việc cảm thấy thân thuộc với chí ít là những khía cạnh chung chung như khoa học, nhân loại học và nghệ thuật. Chúng ta cũng có ý nói đến việc quen thuộc với các bài tín điều, cách thức tổ chức xã hội và các đặc điểm đạo đức của xã hội. Sự hiểu biết chung của bất cứ xã hội nào cũng đều sẽ ảnh hưởng trên diện mạo của xã hội đó. Người ta có thể biện luận rằng vào một thời điểm nào đó, xã hội của chúng ta chịu ảnh hưởng nhiều hơn bởi những lời dạy dỗ của Tân Ước, chẳng hạn như yêu người lân cận (thay vì bạo lực), thành thật (thay

---

[7] Allan Bloom, *The Closing of the American Mind* (New York: Simon & Schuster, 1987), 60.
[8] Ibid.

vì lừa gạt và trộm cắp), thánh khiết trong tình dục và tôn trọng hôn nhân (thay vì dễ dãi về tình dục và dễ dàng ly hôn), nếp sống hy sinh (thay vì giết hại trẻ còn trong bụng và thờ ơ với con trẻ vì chỉ quan tâm đến việc thỏa mãn lòng ham muốn của người lớn). Thật ra không có ngày hôm qua vàng son để chúng ta quay trở lại đâu. Nhưng nhiều người cảm thấy rằng dù tình trạng văn hóa của chúng ta trước cuộc cách mạng văn hóa của những thập kỷ gần đây có thấp kém đến đâu đi nữa, thì bây giờ nó lại càng thấp kém hơn. Mối quan tâm mới mẻ dành cho Tân Ước ắt hẳn sẽ là một phần quan trọng cho một ngày mai tốt đẹp hơn.

Rõ ràng, những Cơ Đốc nhân nhận biết Chúa qua các trang Kinh Thánh và cuộc đời được biến đổi bởi sự dạy dỗ của Kinh Thánh sẽ hào hứng để biết càng nhiều thêm về Kinh Thánh càng tốt. Nhưng ai cũng cần có được sự hào hứng này, dựa trên tác động rộng rãi của Kinh Thánh trên các thế hệ đã qua trong các nền văn hóa trên khắp thế giới. Không một người nào có văn hóa có thể chịu nổi sự bất kính đối với hiểu biết sâu sắc mà Tân Ước hứa hẹn mang đến cho tình trạng của con người. Không hiểu biết ý muốn của một Đức Chúa Trời toàn tri, tể trị và cá nhân trong việc biến đổi tình trạng đó từ tối tăm ra sáng láng thì lại càng không nên.

"Dù ai nghĩ hoặc tin như thế nào về Chúa Giê-xu người Na-xa-rét đi nữa thì Ngài vẫn là nhân vật chi phối lịch sử văn hóa Tây phương suốt gần hai mươi thế kỷ."[9] Nguồn thông tin gốc về nhân vật đầy ảnh hưởng này chính là Tân Ước.

Vì sao nghiên cứu hai mươi bảy sách này?

Tân Ước bao gồm bốn sách được gọi là sách phúc âm, một sách (Công Vụ Các Sứ Đồ) phác họa sự hình thành và lan rộng của hội thánh đầu tiên, hai mươi mốt thư tín và một sách tiên tri. Điều gì làm cho hai mươi bảy tài liệu này đặc biệt đến vậy?

Lòng Yêu Mến Thuở Xưa Dành Cho Kinh Thánh Cựu Ước

Gần hai thế kỷ trước khi hội thánh xuất hiện, các cộng đồng người Do Thái cũng thể hiện lòng nhiệt thành đối với sự dạy dỗ và điều răn của Cựu Ước như Chúa Giê-xu và hội thánh đầu tiên đã có. Những phần trích dẫn từ Ngoại Kinh Cựu Ước dưới đây sẽ càng làm cho lòng nhiệt thành ấy trở nên kịch tính hơn. Vị "vua" thù địch này là Antiochus IV Epiphanes, lãnh chúa người Sy-ri cai trị trên Giê-ru-sa-lem từ năm 175 đến năm 163 T.C.

Nhà vua cử một tổng trấn người A-then [tới Giê-ru-sa-lem] để thúc ép những người Do Thái phải từ bỏ luật pháp của tổ tiên họ và để họ không còn muốn sống theo luật pháp của Chúa nữa, đồng thời cũng để làm ô uế đền thờ tại Giê-ru-sa-lem, gọi nó là đền thờ thần Dớt của Olympia... Cuộc công kích

---

[9]Jaroslav Pelikan, *Jesus through the Centuries: His Place in the History of Culture* (New York: Harper & Row, 1987), 1.

> gian ác ấy rất ác liệt và vô cùng đáng ghê tởm. Đền thờ toàn dân ngoại, toàn những kẻ lăng nhăng với phường điếm đĩ. Người ta quan hệ với những người nữ ngay trong chính khuôn viên đền thánh…
>
> Cũng xảy ra chuyện bảy anh em [người Do Thái] và mẹ của họ bị bắt và bị nhà vua trục xuất, dưới sự tra tấn của những chiếc roi da và dây thừng, để buộc họ phải dự phần vào những việc làm xác thịt vô luân. Một người trong số họ trong vai trò phát ngôn viên đã hỏi vua: "Vua muốn hỏi hay muốn biết gì từ chúng tôi? Vì chúng tôi sẵn sàng chết thay vì phạm luật pháp của cha ông chúng tôi."
>
> Nhà vua vô cùng tức giận, ra lệnh đốt nóng chảo và vạc. Lập tức chúng được nung nóng lên. Ông ta ra lệnh cắt đứt lưỡi người phát ngôn của họ, lột da mặt anh, cắt lìa tay và chân của anh trước sự chứng kiến của các anh em và mẹ của anh. Khi anh hoàn toàn bất lực, vị vua ấy ra lệnh cho họ khiêng anh lên chảo, khi vẫn còn thở, để rang anh trong chảo. Khói từ chảo bay ra, nhưng các anh của anh và mẹ của anh khích lệ nhau hãy chết một cách cao quý. Họ nói: "Đức Chúa Trời đang dõi theo chúng ta và thật sự Ngài thương xót chúng ta, như Môi-se đã công bố."
>
> 2 Mạc-ca-bê 6:1

Tiền lệ Cựu Ước ủng hộ Kinh điển

Chí ít là trong thời Chúa Giê-xu (thế kỷ thứ nhất S.C), Cựu Ước bao gồm các sách mà chúng ta quen thuộc ngày nay. Không ai biết tất cả chi tiết hay trình tự của tiến trình công nhận các sách này, các học giả vẫn còn tranh cãi về những chi tiết này. Nhưng các nguồn tài liệu thế kỷ thứ nhất như Tân Ước cũng như các nguồn tài liệu ngoại kinh Tân Ước như Các Cuộn Biển Chết và tác giả Do Thái Josephus (xem chương tiếp theo) đều xác nhận rằng đã tồn tại một tập hợp các sách thống nhất và được công nhận. Giữa vòng những người Do Thái có thẩm quyền tồn tại một sự thống nhất rộng rãi rằng trong một số sách nhất định, Đức Chúa Trời đã khải thị ý muốn của Ngài cho dân sự Ngài và cho cả thế giới. Sự **khải thị** này được lưu giữ trong các tư liệu mà chúng ta đã đề cập: Tô-ra, các sách Tiên tri và Thánh văn.

Những sách này trở thành tiêu chuẩn cho đức tin và lối sống giữa vòng một dân tộc yêu mến và kính sợ Đức Chúa Trời. Chúng trở thành **kinh điển**, một tuyển tập các tài liệu có thẩm quyền. Người Do Thái sử dụng kinh điển này làm nền tảng cho đời sống cá nhân và cộng đồng. Có một sách của người Do Thái được gọi là 2 Mạc-ca-bê nói về việc tra tấn bảy người con trai và giết chết người mẹ vì họ từ chối vi phạm luật pháp Môi-se trong suốt đời trị vì đầy tàn bạo của ANTIOCHUS EPIPHANES (khoảng năm 170 T.C). Điểm mấu chốt khi họ không chịu phản bội niềm tin của mình là vì họ tin rằng trong luật pháp Môi-se, Đức Chúa Trời đã bày tỏ ý muốn đời đời của Ngài. Lòng tin can trường vào Kinh Thánh tượng trưng cho đánh giá cao của họ đối với khải thị thành văn của Chúa mà người Do Thái đều cùng nắm giữ, ngay cả khi họ không giải nghĩa Kinh Thánh theo cùng một cách.[10]

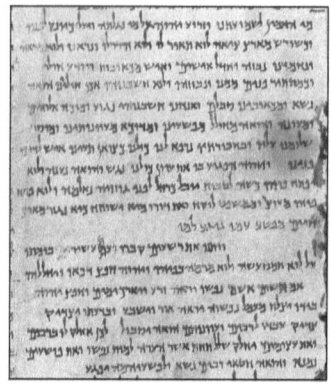

Bản văn Kinh Thánh một phần Cuộn Ê-sai, một trong Các Cuộn Biển Chết bản sao hoàn chỉnh và lâu đời nhất của sách Ê-sai.

Trong tư cách một người Do Thái, Chúa Giê-xu phán: "Các ngươi thờ phượng Đấng các ngươi không biết, còn chúng ta thờ phượng Đấng chúng ta biết, vì sự cứu rỗi đến từ người Do Thái" (Giăng 4:22). Cộng đồng mà Ngài thiết lập, tức là hội thánh, đã công nhận Kinh Thánh Do Thái, tức Cựu Ước, là nền tảng cho sự tồn tại của chính họ. Nhưng, chính Chúa Giê-xu đã làm trọn Cựu Ước thế nào, thì cộng đồng mà Ngài thiết lập đã đưa ra thêm hơn hai mươi sách khác ngang hàng với Cựu Ước về tầm quan trọng và thẩm quyền thế ấy. Những sách được các môn đồ thân cận của Chúa Giê-xu viết ra về sau được gọi là Tân Ước.

Nói cách khác, kinh điển Cựu Ước là khuôn mẫu đi trước và tương tự với kinh điển Tân Ước.[11] Người ta cũng mong đợi rằng nếu dân sự Chúa tìm được sự sống và nguồn dinh dưỡng qua những sách được soi dẫn chỉ về Đấng Cứu Thế, thì khi Chúa Cứu Thế đến, họ cũng có thể được ban cho những sách được soi dẫn để giải thích về Ngài cho họ và cho cả thế giới. Đó chính là những gì đã xảy ra. Học giả và dịch giả Tân Ước Bruce M. Metzger đã viết: "Đức tin đặt nơi kim chỉ nam thành văn là đức tin nguyên thủy [nghĩa là tồn tại từ những ngày đầu tiên của hội thánh] và đức tin của các sứ đồ."[12] Vì thế chúng ta đã đúng khi dành cho các sách Tân Ước sự cẩn trọng và tôn kính đặc biệt.

Chúa là tác giả của Tân Ước: Tính soi dẫn

---

[10] Để có được mô tả sơ lược về Do Thái giáo và cách các nhánh của nó kết nối với Cơ Đốc giáo ban đầu, xin xem Oskar Skarsaune, *In the Shadow of the Temple: Jewish Influences on Early Christianity* (Downers Grove, IL: InterVarsity, 2002).

[11] Để biết thêm chi tiết, xin xem Andreas Köstenberger và Michael Kruger, *The Heresy of Orthodoxy* (Wheaton: Crossway, 2010), chương 4 và 5.

[12] *The New Testament: Its Background, Growth, and Content*, 2nd ed. (Nashville: Abingdon, 1983), 276.

Chúng ta dành sự quan tâm đặc biệt cho bộ sưu tập hai mươi bảy sách được gọi là Tân Ước vì lý do thứ hai: Nó bao gồm những sách được soi dẫn (được Đức Chúa Trời hà hơi).

Khi mới bắt đầu chức vụ, Chúa Giê-xu đã chọn ra mười hai người, những học trò được tuyển chọn một cách cẩn thận để tiếp nối di sản của Ngài sau khi Ngài thăng thiên về trời (trừ một người). Vào đêm Giu-đa Ích-ca-ri-ốt phản bội Ngài, Ngài đã ban cho mười một người còn lại những thông tin quan trọng về vai trò tương lai của họ. Sau khi Chúa Giê-xu chết và sống lại, Thánh Linh của Ngài, được Chúa Cha sai phái, sẽ đến trên họ để ban cho họ sự hiểu biết thấu đáo. Chúa Giê-xu nói:

> Nhưng Đấng An Ủi, tức là Đức Thánh Linh mà Cha sẽ nhân danh Ta sai đến, Ngài sẽ dạy dỗ các con mọi điều, và nhắc các con nhớ tất cả những gì Ta đã phán với các con. (Giăng 14:26)

> Nhưng khi Đấng An Ủi đến, là Đấng mà Ta sẽ từ Cha sai đến với các con, tức là Thần Chân Lý ra từ Cha, chính Ngài sẽ làm chứng về Ta. Các con cũng làm chứng về Ta, vì các con đã ở với Ta từ lúc ban đầu. (Giăng 15:26–27)

> Ta còn nhiều điều để nói với các con, nhưng bây giờ các con không thể hiểu nổi. Khi Thần Chân lý đến, Ngài sẽ dẫn các con vào mọi chân lý; vì Ngài không tự mình nói, nhưng sẽ nói những gì mình nghe, và công bố cho các con những gì sẽ đến. Ngài sẽ tôn vinh Ta, vì Ngài sẽ lấy những gì thuộc về Ta mà công bố cho các con. (Giăng 16:12–14)

Có hai điều cần lưu ý về những câu nói trên của Chúa Giê-xu. Thứ nhất, sau khi Chúa Giê-xu đi, Đức Thánh Linh sẽ dạy **các môn đồ** và nhắc họ về những gì Chúa

---

> **Hai mươi bảy sách Tân Ước**
>
> Một lần nữa, không hề buồn tẻ khi nói về [các sách] của Tân Ước. Chúng bao gồm bốn sách phúc âm, theo Ma-thi-ơ, Mác, Lu-ca và Giăng. Sau đó, Công Vụ Các Sứ Đồ và các thư tín (được gọi là Tổng quan): bảy, tức là Gia-cơ: một; Phi-e-rơ: hai; Giăng: ba; sau đó là một thư tín Giu-đe. Ngoài ra, có mười bốn thư tín của Phao-lô, được viết theo thứ tự như sau: Thứ nhất là Rô-ma; hai thư tín gửi cho người Cô-rinh-tô; sau đó tới Ga-la-ti, rồi tới Ê-phê-sô rồi tới Phi-líp rồi tới Cô-lô-se; sau đó là hai thư tín gửi đến người Tê-sa-lô-ni-ca và thư tín gửi cho người Hê-bơ-rơ; lại hai thư gửi cho Ti-mô-thê; một cho Tít và cuối cùng là thư gửi cho Phi-lê-môn. Ngoài ra còn sách Khải Huyền của Giăng.
>
> Ba mươi chín thư tín lễ hội của Athanasius (*NPNF*² 4:552; 367 S.C)

Giê-xu đã nói với họ. Trên cơ sở đó, họ sẽ làm chứng về Đấng Christ. Thánh Linh sẽ giúp họ bằng cách dẫn họ "vào mọi lẽ thật" và nói cho họ biết "những sự chưa đến". Những lời này thiết lập một sự kết nối độc nhất giữa Chúa Giê-xu và nhóm những môn đồ đầu tiên được Ngài chọn. Qua họ, Ngài tiết lộ những thông tin về chính Ngài cho các thế hệ tiếp nối. Sau khi Chúa Giê-xu chết, Đức Thánh Linh sẽ xác nhận chân lý về việc Chúa Giê-xu là ai và những điều Ngài đã làm cho họ biết. Các môn đồ của Chúa Giê-xu đã được đặt nền tảng trong lời dạy của Chúa Giê-xu và đã chứng kiến những việc diệu kỳ Ngài làm. Nhưng bởi Thánh Linh và trong ánh sáng của sự sống lại và thăng thiên của Đấng Christ, họ được thêm năng lực để viết ra những ký thuật độc nhất và có thẩm quyền về tin lành của Chúa Giê-xu Christ –tức là **Phúc âm**. Chúng ta có thể phỏng đoán rằng Chúa muốn câu chuyện về Ngài và những mạng lệnh của Ngài sẽ được lưu giữ qua lời làm chứng và sau đó là qua các ghi chép của những môn đồ thân thiết nhất này. Ngày nay, kết quả trực tiếp của lời hứa của Chúa Giê-xu có thể được nhìn thấy trong những sách mà chúng ta gọi là Tân Ước.[13]

Thứ nhì, chúng ta cũng cần lưu ý lời Chúa Giê-xu chỉ về điều mà các nhà thần học gọi là **sự soi dẫn**. Đức Thánh Linh hợp tác với tâm trí và tấm lòng của người theo Chúa Giê-xu để sản sinh ra sự hiểu biết, những hồi tưởng đáng tin cậy và những ghi chép căn bản. Sự kết hợp giữa yếu tố thiên thượng và con người đôi khi được gọi là **sự hộ trợ** (concursus), ảnh hưởng bổ sung lẫn nhau giữa Chúa và các trước giả trong việc biên soạn Kinh Thánh. Như Gerhard Maier đã viết:

> Sự khải thị, được hình thành bởi Thánh Linh, được con người viết thành văn tự, đến với chúng ta như một điều gì đó thống nhất và toàn diện... Khi Kinh Thánh mang lấy dáng dấp hình hài, lời của Chúa và lời của con người quyện lại với nhau từ trong bản chất: Đức Chúa Trời muốn phán theo cách này thông qua trung gian là con người (2 Phi 1:21). Như Chúa Giê-xu Christ thật sự là thần và thật sự là nhân mà không bị chia thành hai thân vị nhưng vẫn là Con Trời thế nào, thì Kinh Thánh cũng vừa là Lời Chúa vừa là lời của con người mà vẫn không chia ra làm hai "lời" thế ấy. Cuối cùng và tối hậu, đó vẫn là Lời Chúa.[14]

Tất cả điều này đều chỉ ra lý do chính yếu thứ hai tại sao chúng ta thể hiện sự tôn trọng dành cho các sách Tân Ước hay cho kinh điển Tân Ước. Tân Ước được Đức

---

[13] Để đọc phần phân tích chi tiết quan điểm này, xin xem Herman N. Ridderbos, *Redemptive History and the New Testament Scriptures*, trans. H. De Jongste, rev. Richard B. Gaffin Jr. (Phillipsburg, NJ: Presbyterian & Reformed, 1988).

[14] Gerhard Maier, *Biblical Hermeneutics*, trans. Robert W. Yarbrough (Wheaton: Crossway, 1994), 130–31.

Chúa Trời soi dẫn. Theo nghĩa này, câu nói của Phao-lô áp dụng cho cả Tân Ước lẫn Cựu Ước: "Cả Kinh Thánh đều được Đức Chúa Trời soi dẫn" (2 Ti 3:16).[15]

Việc công nhận Kinh điển Tân Ước trong Hội thánh

Lý do thứ ba chúng ta công nhận tầm quan trọng của các sách Tân Ước nằm ở vai trò nổi bật mà chúng dần có được trong hội thánh cổ đại. Từ thế kỷ thứ hai cho đến thế kỷ thứ chín S.C, nhiều sách nổi lên tự nhận là được các môn đồ của các sứ đồ của Chúa Giê-xu viết ra. Những tác phẩm ấy bao gồm những sách tự nhận là phúc âm, công vụ,

Bản viết tay tiếng Hy Lạp của một phần hay toàn bộ Tân Ước (*)	
Bản bằng giấy cói có danh mục	127
Bản bằng chữ Ông-xi-ăng có danh mục	318
Bản chữ thường có danh mục	2,880
Tập kinh có danh mục	2,436
Tổng cộng	5,761

(Số lượng tất cả các loại sách tính theo niên đại mới được phát hiện)

(*) Các con số trong bảng này được tìm thấy tại http://www.uni-muenster.de/NTTextforschung/KgLSGII06_12_12.pdf; accessed August 2011. Các lập luận về tài liệu này trong Kurt Aland et al., ***Kurzgefasste Liste der greichischen Handschriften des Neuen Testaments***, 2nd ed. (Berlin: Walter de Gruyter, 1994).

thư tín và thậm chí có những sách giống với Khải Huyền trên một số phương diện. Những sách này còn nhiều tranh cãi. Các Cơ Đốc nhân có thể bị bắt bớ vì giấu Kinh Thánh Cơ Đốc muốn biết sách nào là sách mà họ cần sẵn sàng hy sinh tính mạng. Mục sư và các nhà thần học tìm kiếm những tư liệu đáng tin cậy nhất để có được thông tin về đức tin mà họ trân trọng nắm giữ. Qua vài thế hệ, kinh điển như chúng ta biết ngày nay đã xuất hiện. Nó chứa đựng tiêu chuẩn để từ đó đánh giá tất cả các sách khác. Các sách trong Kinh Thánh chứa đựng những chứng cớ về quyền tác giả của các sứ đồ (nghĩa là được viết bởi các môn đồ do chính Chúa tuyển chọn kỹ càng, các **sứ đồ**, hay những phụ tá thân cận của họ). Chúng mang trong mình bằng chứng về nguồn gốc thuộc thế kỷ thứ nhất. (Một ít sách không thuộc kinh điển được viết sớm như thế. Chỉ một ít sách không thuộc kinh điển có niên đại ở thế kỷ thứ hai và có lẽ không sách nào được viết vào thế kỷ thứ nhất cả). Chúng cũng chứa đựng sứ điệp Phúc âm thật của Chúa Giê-xu Christ mà các sứ đồ rao giảng.

Hai mươi bảy sách Tân Ước là những sách các Cơ Đốc nhân đầu tiên công nhận là đã được Đức Chúa Trời soi dẫn và được ban cho hội thánh để "dạy dỗ, khiển

---

[15] Để đọc phần thảo luận rộng hơn giáo lý về sự soi dẫn, xin xem René Pache, *The Inspiration and Authority of Scripture*, trans. Helen I. Needham (Salem, WI: Sheffield, 1992).

trách, sửa trị và huấn luyện trong sự công chính" (2 Ti 3:16). Vì thế, ngày nay, trân trọng kinh điển này không phải là ngây thơ mà là sự công nhận nghiêm túc công tác của Thánh Linh cũng như khiêm nhường chấp nhận sự dự bị của Chúa để biết về ý muốn của Ngài giữa vòng các Cơ Đốc nhân thuộc mọi thời đại.[16]

Cách đây vài năm, một học giả phản đối vị trí đặc biệt của kinh điển Tân Ước đã nhận xét rằng chấp nhận nó đồng nghĩa với việc đặt chính bạn ở dưới thẩm quyền của những giám mục thế kỷ thứ hai đến thế kỷ thứ tư.[17] Nhận xét này sai về mặt lịch sử. "Những tranh cãi về kinh điển quá gay gắt đến độ không một giáo hội nghị nào đưa ra được quyết định trước Công đồng Trent vào thế kỷ thứ mười sáu". Hội thánh đầu tiên không áp đặt kinh điển trên những thành viên của mình. "Theo nghĩa căn bản nhất, không cá nhân hay giáo hội nghị nào tạo ra bộ kinh điển; thay vào đó, họ thừa nhận hay công nhận tính chất tự xác chứng của những sách này, điều đó khiến chính các sách ấy trở thành kinh điển đối với hội thánh.[18] Có thể hợp lý khi cho rằng phản đối kinh điển ấy là đặt chính mình dưới thẩm quyền của tinh thần không tin vào Chúa Giê-xu Christ của thời hiện đại, cũng như không tin vào thẩm quyền của Ngài trên hội thánh qua Kinh Thánh.

Tính chân thật của bản văn Tân Ước

Mãi đến thế kỷ mười lăm thì máy in mới được sáng chế. Trước đó, sách báo đều được sao chép bằng tay. Bản sao chép bằng tay được gọi là bản viết tay (manuscript). Tất cả các tư liệu Tân Ước đều được truyền lại qua các thế kỷ ở dạng viết tay. Những bản dịch hiện đại của chúng ta được các học giả nghiên cứu từ những bản viết tay này rồi dịch lại, chẳng hạn như bản dịch tiếng Anh.

Nhưng, bất cứ ai khi cố gắng sao chép cái gì đó (chẳng hạn như một lời trích dẫn từ báo chí hay một công thức nấu ăn) bằng tay đều phát hiện ra rằng rất dễ chép sai. Nếu các sách Tân Ước được truyền lại trong suốt một ngàn năm với chỉ một bản sao được thực hiện từ một bản khác, thì chúng ta có thể đảm bảo rằng các bản dịch tiếng Anh phản ánh điều mà Phao-lô hay Phi-e-rơ hay Lu-ca đã viết bằng tiếng Hy Lạp từ ban đầu không?

Sự phong phú về mặt bằng chứng

Điều đáng mừng là câu trả lời là một tiếng "có" chắc nịch. Lý do chính yếu là sự phong phú về mặt bằng chứng mà chúng ta có được. *Cho đến bây giờ, Tân Ước là sách được chứng nhận là đáng tin cậy nhất*. Gần sáu ngàn bản viết tay chứa đựng ít

---

[16] Xin xem Peter Balla, "Evidence for an Early Christian Canon (Second and Third Century)," trong *The Canon Debate*, ed. L. M. McDonald and James A. Sanders (Peabody, MA: Hendrickson, 2002), 372–85.

[17] William Wrede, "The Task and Methods of 'New Testament Theology,'" trong *The Nature of New Testament Theology*, ed. and trans. Robert Morgan (London: SCM, 1973), 71.

[18] Bruce M. Metzger, *The New Testament* (Nashville: Abingdon, 1983), 276.

nhất một mảnh vụn Tân Ước đã được ghi vào mục lục. Mảnh vụn sớm nhất được viết trên giấy cói, một loại giấy được làm từ cỏ sậy. Hơn ba trăm bản khác được gọi là các **bản viết tay bằng chữ ông-xi-an;** điều này có nghĩa là chúng ký thuật Tân Ước bằng các mẫu tự in hoa, thường là trên các bề mặt bằng da nào đó. Nhóm bằng chứng nhiều nhất bao gồm **bản viết bằng chữ thường**. Những bản này trình bày một kiểu chữ thảo được phát triển tại BYZNATIUM khoảng thế kỷ thứ chín. Cuối cùng, có những **sách kinh**, là những sách được sử dụng trong việc thờ phượng của hội thánh trong đó có cả những phân đoạn Kinh Thánh. Chúng là những lời chứng vô cùng quan trọng đối với bản văn Tân Ước khi chúng được lưu truyền qua các thế kỷ.

Khoảng thời gian ngắn

Một lý do khác để chúng ta tin chắc vào sự hiểu biết của mình về những gì Ma-thi-ơ, Phao-lô và các tác giả khác đã viết từ ban đầu là khoảng cách thời gian rất ngắn giữa niên đại khi các tài liệu ấy được viết ra và niên đại của những bản sao sớm nhất mà chúng ta có. Việc một tác phẩm cổ xưa và bản sao sớm nhất được biết đến cách nhau cả một ngàn năm hay hơn thế nữa không phải là chuyện không phổ biến. Nhưng với Tân Ước, nơi "một số bản chép tay bằng giấy cói... hiện có, được sao chép trong khoảng một thế kỷ sau khi các tư liệu gốc được viết ra"[19] thì khác. Một mảnh vụn bằng giấy cói của phúc âm Giăng được tìm thấy tại AI CẬP thường được định niên đại là năm 125 S.C. Đây có lẽ khoảng một thế hệ sau thập niên 90 S.C, là năm mà nhiều học giả nghĩ rằng phúc âm Giăng được viết ra. Những bằng chứng về bản văn đều nhất quán với quan điểm rằng tất cả bốn sách phúc âm đều được viết vào thế kỷ thứ nhất.

Các bản dịch và các giáo phụ

Một cơ sở khác nữa để chúng ta lạc quan với hiểu biết của mình về bản văn gốc của Tân Ước đến từ việc Tân Ước được lưu hành rộng rãi từ rất sớm. Ở đây chúng ta nói đến điều mà các học giả gọi là các bản dịch cổ. Khi Phúc âm lan đến những xứ sở không nói tiếng Hy Lạp, thì Tân Ước đã được dịch ra các thứ tiếng như tiếng Sy-ri cổ, tiếng La-tinh và tiếng Ai Cập cổ. Chỉ tiếng La-tinh thôi đã có hơn tám ngàn bản viết tay rồi! Những bản dịch này thường ít quan trọng đối với sự hiểu biết của chúng ta về bản văn cổ tiếng Hy Lạp hơn chính các bản chép tay tiếng Hy Lạp. Nhưng ở một số góc độ nào đó thì chúng cũng khá có ý nghĩa. Và tựu trung, chúng cho thấy rằng Tân Ước đã được gìn giữ một cách trung thành khi được truyền từ người sao chép bản thảo này sang người sao chép bản thảo khác, và thậm chí từ ngôn ngữ này sang ngôn ngữ khác. Truyền lại thì không hoàn hảo, nhưng nó đáng

---

[19] Bruce M. Metzger và Bart Ehrman, *The Text of the New Testament: Its Transmission, Corruption, and Restoration*, 4th ed. (New York: Oxford University Press, 2005), 35.

tin cậy trên mức cần thiết để chúng ta có thể không nghi ngờ về những gì các tác giả Tân Ước viết từ ban đầu.

Những ghi chép của các giáo phụ hội thánh đầu tiên cũng là một lời chứng quan trọng khác đối với việc hình thành bản văn Hy Lạp ban đầu. Rất nhiều lãnh đạo hội thánh như CLEMENT Ở RÔ-MA (95 S.C), JUSTIN MARTYR (150 S.C), IRENAEUS (170 SC) và Origen (250 S.C) đã trích dẫn Tân Ước trong các ghi chép vẫn còn đến tận bây giờ.[20]

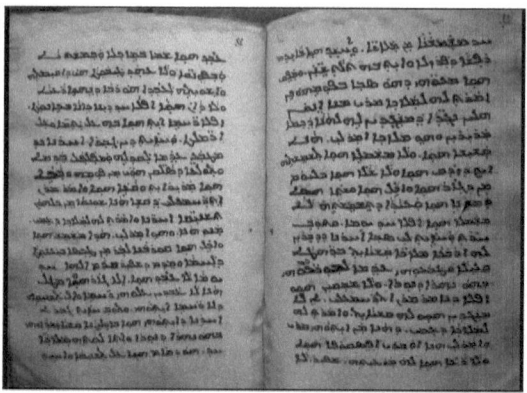

Bản thảo tiếng Sy-ri về Ngày tận thế của Phao-lô

Vì thế, chúng ta có thể kết luận rằng không có cơ sở để nghi ngờ sự hiểu biết của chúng ta về những bản thảo gốc của các sách Tân Ước khác nhau. Đúng là, ở cấp độ tiểu tiết, các học giả vẫn còn tranh cãi với nhau về chuyện bản gốc chính xác đã nói gì. Chúa Giê-xu đã sai phái bảy mươi hai người hay chỉ bảy mươi người vào cánh đồng (Lu-ca 10:1). Một số rối rắm tồn tại giữa vòng các bản chép tay khác nhau ở điểm này. Liệu bản gốc của Ma-thi-ơ 12:47 không? Một số bản chép tay cổ và quan trọng không có câu này. Còn chuyện người đàn bà bị kết tội ngoại tình thì sao (Giăng 7:53; 8:11)? Các bản dịch hiện đại để câu chuyện này trong ngoặc đơn, hay đánh dấu tách ra khỏi phần còn lại của phúc âm Giăng bằng cách nào đó. Phần kết nguyên thủy của Mác cũng còn tranh cãi, như hầu hết các bản Kinh Thánh hiện đại đã ghi nhận. Tất cả những điều này là một lời nhắc rằng có những điểm vẫn còn tiếp tục cần nghiên cứu để biết chính xác từ ngữ được dùng trong nguyên văn Tân Ước. (Việc nghiên cứu về mặt học thuật này được gọi là **phê bình bản văn**; những sách bàn về phương thức và những khám phá của nó được liệt kê ở cuối chương này.)

Nhưng những dự đoán về mức độ đảm bảo trong hiểu biết của chúng ta về bản văn Tân Ước lúc nào cũng đạt gần 100%. Và các chuyên gia đồng ý rằng không

---

[20] Để có phần thảo luận phong phú về cách hiểu và sử dụng Kinh Thánh thời đầu các giáo phụ, xin xem C. E. Hill, *Who Chose the Gospels? Probing the Great Gospel Conspiracy* (Oxford: Oxford University Press, 2010).

một điểm nào còn đang được thảo luận tác động đến sứ điệp Phúc âm hay thậm chí đến bất cứ giáo lý Cơ Đốc riêng lẻ nào. Mặc dù chúng ta có thể vật lộn với cách giải nghĩa Tân Ước và thấy thật thách thức khi áp dụng những điều chúng ta giải nghĩa, nhưng chúng ta không còn những nghi ngờ nghiêm trọng về tính chân thật của bản văn.

Quá nhiều bản dịch!

Trong những thập kỷ gần đây, các bản dịch tiếng Anh ngày càng tăng lên nhanh chóng. Suốt nhiều thế kỷ, bản King James (1611) là trội hơn cả. Nhưng khoảng năm 1950, bản Revised Standard Version (RSV) xuất hiện, phần lớn là kết quả của nền học thuật Tin lành dòng chính. Người Công Giáo xuất bản hai bản dịch mới: bản Kinh Thánh Giê-ru-sa-lem vào năm 1966 và bản Kinh Thánh New American vào năm 1970. Các học giả Tin lành đã xuất bản bản New American Standard (NAS) vào năm 1960 và New International Version (NIV) vào năm 1978. Bản NIV trở thành bản dịch Kinh Thánh được sử dụng rộng rãi nhất đối với nhiều người, và một bản cập nhật của NIV ra đời vào năm 2011 với những sự điều chỉnh tốt hơn về mặt ngôn ngữ.

Bản Revised English Bible (REB, 1989) và bản English Standard Version (ESV, 2001), một bản hiệu đính của bản Revised Standard, là những ví dụ gần đây về những nỗ lực không ngừng nhằm cho ra đời những bản dịch Kinh Thánh chính xác nhất và dễ đọc nhất. Bản RSV đã xuất hiện một ấn bản ngôn ngữ mang tính bao quát, bản NRSV (1989). Vào năm 2000, một đội ngũ các học giả khác đã xuất bản một bản dịch Tân Ước mới, bản Holman Christian Standard Bible. Vào năm 2010, phần Tân Ước của dự án dịch trọn bộ Kinh Thánh đã xuất hiện, bản Common English Bible.

Cũng đáng để đề cập là những bản diễn giải, những bản dịch tự do hơn so với bản dịch sát nghĩa nhưng vẫn cố gắng trung thành với nguyên ngữ của những bản viết tay cổ. Đơn cử là bản New Living Translation (1996), chính là bản hiệu chỉnh của bản Living Bible cũ (1791) và bản Contemporary English (1995).

Tình hình có vẻ rối rắm, nhưng những nỗ lực này cho thấy người ta đánh giá cao ý nghĩa của Kinh Thánh và tầm quan trọng của bản dịch tiếng Anh tốt nhất có thể. Những bản dịch này khác nhau, tùy thuộc vào đối tượng độc giả mà họ nhắm đến và những cam kết của các học giả sản sinh ra chúng.[21] Nghiên cứu những bản dịch khác nhau cho thấy rằng chúng chủ yếu khác ở điểm nhấn, văn phong và sắc thái. Một số bản tốt cho việc đọc Kinh Thánh cá nhân, có bản lại thích hợp để dùng cách trang trọng, như khi đọc trước hội chúng. Không có những sự khác biệt lớn

---

[21] Để thảo luận, xin xem Ron Rhodes, *The Complete Guide to Bible Translations* (Eugene, OR: Harvest House, 2009); Gordon Fee và Mark Strauss, *How to Choose a Translation for All Its Worth* (Grand Rapids: Zondervan, 2007); Leland Ryken, *Choosing a Bible: Understanding Bible Translation Differences* (Wheaton: Crossway, 2005).

lao trong cách phác họa về Đức Chúa Trời, về Chúa Giê-xu hay giáo lý Cơ Đốc. Đúng hơn, các bản dịch đem đến nhiều khả năng khác nhau để những người học Kinh Thánh cách nghiêm túc tìm tòi ý nghĩa đầy đủ của Kinh Thánh cho chính mình. Điều này chính thức dẫn chúng ta đến toàn bộ vấn đề *nghiên cứu* Tân Ước.

Vì Sao phải nghiên cứu Tân Ước?

Chúng ta đã bàn đến những lý do hợp lý khi dành sự quan tâm nghiêm túc và mở rộng cho Tân Ước và các vấn đề liên quan. Nhưng việc *nghiên cứu* những gì Kinh Thánh nói có thật sự cần thiết không? Nếu Kinh Thánh được Đức Chúa Trời soi dẫn và bản văn của nó được bảo đảm một cách hợp lý, thì tại sao cần phải bỏ hết sức ra để suy ngẫm điều Kinh Thánh nói; học những tên gọi và ngày tháng từ xa xưa, tóm tắt những sự dạy dỗ khác nhau của Tân Ước, khám phá những sách và nội dung khác nhau của chúng? Tại sao không chỉ tuyên xưng mình tin vào Tân Ước, học vài câu chìa khóa rồi lo mà làm theo những gì Tân Ước nói là được rồi?

Để tránh áp đặt quan điểm cá nhân đã có từ trước

Một lý do hiển nhiên cho việc nghiên cứu Tân Ước liên quan đến điều mà chúng ta đã nói: Tân Ước là một cuốn sách vô cùng quan trọng, với quá nhiều điều để cung cấp cho những độc giả chịu tiếp thu. Để gặt hái đầy đủ ích lợi của nó, ta phải trả giá để nắm vững những phần khác nhau. Nhưng bây giờ chúng ta sẽ đi thêm một bước nữa nhé!

Tân Ước là một quyển sách với nội dung thuộc linh, được đọc bởi những người có bản chất thuộc linh. Đây có thể là một sự kết hợp tuyệt vời: Độc giả thì khao khát thuộc linh; còn Tân Ước làm thỏa mãn cơn khát ấy. Có gì sai chứ?

Câu trả lời là "Đầy!" Chúng ta đều đứng trước nguy cơ của việc chỉ thấy trong Kinh Thánh những điều mà kinh nghiệm trước đó hay nhận thức trước đó của chúng ta dọn đường cho chúng ta thấy. Và với một số người, đây là lý do khiến việc nghiên cứu Tân Ước trở nên gần như là không thể. Họ đã có những quyết định về những cam kết thuộc linh–và về cả Tân Ước luôn rồi. Có lẽ họ sẽ đọc Tân Ước để củng cố thêm cho những gì họ đã nghĩ. Nhưng họ không cởi mở về chiều sâu và cách thức nghiên cứu có thể chất vấn quan điểm vốn đã được thiết lập trong họ. Dù việc chúng ta tiếp cận với bất cứ cuốn sách nào, trong đó có cả Kinh Thánh, với những niềm xác tín sẵn có là điều tốt (và không thể tránh khỏi), nhưng thật nguy hiểm khi để những xác tín ấy đóng vai trò kiểm duyệt thông điệp mà bản văn ấy dành cho chúng ta.

Một mục sư nọ có lần giảng trong Công Vụ 17:26: "Từ một người, Ngài đã làm nên mọi dân tộc và khiến họ sống trên khắp mặt đất. Ngài ấn định thời kỳ và ranh giới cho họ cư trú". Trước sự kinh ngạc của một số người nghe, ông giận dữ nhấn mạnh rằng ông không hài lòng khi thấy những người ở vùng Caucasia (vùng đất ở miền Đông Nam châu Âu và Tây Nam châu Á – ND) và người Mỹ gốc Phi hẹn hò và lấy nhau, bởi vì họ khác chủng tộc. "Nó làm tôi điên máu lên!" Ông tuyên bố. Ông giải thích rằng Công Vụ 17:26 ngăn cấm điều này – Đức Chúa Trời "ấn định… ranh giới nơi họ cư trú." Đối với ông, điều này có nghĩa là người da trắng và da đen nên tránh xa nhau ra và người nào ở khu vực của người đó. Nhưng ông chỉ có thể đi đến kết luận này khi làm ngơ những lời mở đầu của chính câu ấy: "Từ một người Ngài đã làm nên mọi dân tộc." Như Kinh Thánh dạy, bởi vì A-đam và Ê-va là cha mẹ đầu tiên của mọi người, nên chúng ta cùng có sự tương đồng, và chúng ta phải loại trừ thái độ phân biệt chủng tộc.

Rõ ràng, vị mục sư này không nghiên cứu Kinh Thánh đủ ở điểm này nên chỉ đơn giản là áp đặt lên nó những định kiến mà ông đã có từ trước khi đến với bản văn cụ thể này. Đáng buồn thay, chúng ta ai cũng có khuynh hướng làm điều đó với Kinh Thánh, trừ khi chúng ta có được sự khôn ngoan và tiết chế trong cách chúng ta hiểu Kinh Thánh. "Sự khôn ngoan đứng trên các đỉnh cao, bên đường phố, tại các giao lộ" (Châm 18:2). Việc nghiên cứu cẩn thận có thể giúp chúng ta tránh giải nghĩa sai và nhìn thấy điều Chúa thật sự muốn nói, thay vì ôm khư khư những gì chúng ta đã nghĩ từ trước.

Để tránh lệ thuộc vào Đức Thánh Linh sai cách

Một nguy cơ liên quan và là kẻ thù của việc nghiên cứu là ý niệm cho rằng bởi Đức Thánh Linh tác động lên đời sống chúng ta, nên bằng cách nào đó Ngài sẽ đổ đầy trong chúng ta sự hiểu biết về chân lý của Tân Ước mà chúng ta không cần phải nỗ lực để tự nắm vững. Mặc dù chúng ta không nên xem nhẹ sự lệ thuộc vào Thánh Linh Đức Chúa Trời trong việc hiểu biết Kinh Thánh một cách đúng đắn, nhưng sẽ sai lầm khi lấy tác động thuộc linh đơn thuần để thay thế cho phương tiện của ân điển chính mà Đức Chúa Trời ban cho chúng ta dưới hình thức Kinh Thánh. Nếu không có hiểu biết vững vàng về sự khải thị của Đức Chúa Trời về chính Ngài qua Kinh Thánh, thì làm sao chúng ta có thể biết chắc rằng ảnh hưởng thuộc linh mà chúng ta cảm nhận thật sự đến từ Chúa? Tiêu chuẩn quan trọng nhất để đưa ra quyết định đó cuối cùng phải là Kinh Thánh!

> ### Tiêu điểm 1: Ngoại Kinh Cựu Ước
>
> Ngoại Kinh bao gồm những tài liệu không được hội thánh Tin lành công nhận là một phần của kinh điển. Ngoại kinh bao gồm các sách hoặc những phần của sách xuất hiện ở thế kỷ thứ hai trước thời Đấng Christ và thế kỷ thứ nhất sau sự giáng sinh của Ngài. Dù nhiều tài liệu trong số đó cung cấp sự hiểu biết sâu sắc về tình hình tôn giáo, chính trị và xã hội suốt giai đoạn này, nhưng chúng không đáp ứng được các tiêu chí đặt ra đối với Kinh Thánh được soi dẫn như các tài liệu Kinh Thánh khác.

Câu chuyện sau đây nằm trong một bản văn ngoại kinh ngắn nhan đề "Lịch sử về Sự hủy diệt của thần Bên và con Rồng" mà một số người xem là phần phụ thêm vào sách Đa-ni-ên. Phân đoạn này minh họa các câu chuyện trong Ngoại kinh được pha trộn với những câu chuyện và những ý tưởng được tìm thấy trong kinh điển Cựu Ước ra sao.

> [Bấy giờ ở đó] cũng có một con rồng lớn, mà người Ba-by-lôn tôn kính. Và đức vua nói với Đa-ni-ên: "Ngươi không thể phủ nhận rằng đây là một vị thần sống; vì thế hãy thờ phượng người." Đa-ni-ên đáp: "Tôi sẽ thờ phượng Giê-hô-va Đức Chúa Trời tôi, bởi vì Ngài là Đức Chúa Trời hằng sống. Nhưng nếu vua cho phép, tôi sẽ giết chết con rồng ấy mà không cần gươm hoặc gậy." Vua nói: "Ta cho phép."
>
> Rồi Đa-ni-ên lấy dầu hắc ín, mỡ và dầu rồi nấu chúng lên để làm bánh, sau đó ông cho con rồng ăn. Con rồng ăn bánh, rồi miệng mở toang ra. Sau đó Đa-ni-ên nói: "Hãy xem điều mà các ngươi vẫn thờ phượng!"
>
> Khi người Ba-by-lôn nghe điều đó, họ rất phẫn nộ và hiệp nhau chống lại đức vua. Họ nói: "Nhà vua đã trở thành một người Do Thái rồi; người đã phá hủy thần Bên và giết chết con rồng, đánh hạ các thầy tế lễ." Đến diện kiến đức vua, họ bảo: "Hãy giao Đa-ni-ên cho chúng tôi, nếu không chúng tôi sẽ giết vua và nhà của vua." Nhà vua thấy họ đang ép mình và dưới áp lực đó ông giao nộp Đa-ni-ên cho họ.
>
> Họ quăng Đa-ni-ên vào trong hang sư tử, ông ở đó trong sáu ngày. Có bảy con sư tử trong hang, và mỗi ngày chúng đều được nuôi bằng hai mạng người và hai con chiên, nhưng bây giờ họ không cho chúng ăn thế nữa, để chúng xé xác Đa-ni-ên.
>
> Thần Bên và con rồng 23–32 (RSV)

Martin Niemöller, một lãnh đạo Cơ Đốc vĩ đại và là tù binh chiến tranh của Đức Quốc Xã, thuật lại câu chuyện một mục sư trẻ tuổi người Đức, người đã nói với ông rằng thay vì phải nghiên cứu Kinh Thánh, ông chỉ cần nhờ cậy Thánh Linh Chúa hướng dẫn ông điều ông phải nói trong các bài giảng của mình. Một đồng nghiệp lớn tuổi hơn đã nhận xét: "Còn tôi, Đức Thánh Linh chẳng bao giờ nói gì với tôi lúc tôi đứng trên bục giảng. À, tôi nhớ Ngài có phán với tôi một lần. Khi tôi đang từ bục giảng đi xuống bậc tam cấp sau một bài giảng tồi, Đức Thánh Linh có phán với tôi. Ngài chỉ nói bốn chữ, đó là: "Con lười nhác quá!" Nói cách khác, "Đức Thánh Linh có nhiều công việc quan trọng để làm hơn là làm người thế thân cho sự lười nhác của con người."[22]

Dựa trên Phúc âm, chúng ta có thể thấy rằng Chúa Giê-xu đã học, nắm vững và thuận phục Kinh Thánh. Các môn đồ của Chúa Giê-xu cũng là những người học Kinh Thánh nghiêm túc y như vậy – bất chấp việc họ đã được hưởng sự dạy dỗ cá nhân khi ngồi dưới chân Chúa. Phao-lô đã được đào tạo chính quy chuyên sâu về cách giải nghĩa của các ra-bi (rabbinic interpretation) và tiếp tục mở rộng hiểu biết của mình về Cựu Ước sau khi quy đạo. Vâng, tất cả những người này đều tin cậy Chúa và đều được Đức Thánh Linh thêm sức. Nhưng Đức Thánh Linh làm cho trái của sự cầu nguyện và học hỏi của họ thành hình; Ngài không thay thế chúng. Nếu học Kinh Thánh là trọng tâm đối với đời sống họ, thì hẳn nó cũng là trọng tâm trong đời sống chúng ta nữa.

Để hỗ trợ cho cách giải nghĩa lịch sử - thần học

Lý do cuối cùng cho việc nghiên cứu Tân Ước là nó cung cấp chiều kích lịch sử cho sự hiểu biết và áp dụng thần học.

Đức Chúa Trời lấy làm vui mà khải thị chính Ngài và thực hiện công tác cứu chuộc của Ngài bằng cách sử dụng phương tiện lịch sử. Phúc âm không phải là sự công bố về một kinh nghiệm huyền bí thuộc thế giới khác. Đó không phải là sự hiểu biết mơ hồ hay học thuyết triết học có được thông qua suy ngẫm thuần thục hoặc tư duy tài tình. Đó là sứ điệp rằng qua Đấng Christ Đức Chúa Trời đã hành động bằng tình yêu và lòng thương xót trong mối quan hệ với thế giới mà Ngài là chủ. Đó là lời tốt lành về hoạt động và sự bày tỏ chính mình của Đức Chúa Trời qua toàn bộ sự sống con người theo nghĩa rộng nhất của nó. Chính Đức Chúa Trời đang làm mới lại sự sống con người, ban cho họ phẩm tính và hy vọng thiên đàng, qua lịch sử - đây là lời bao hàm toàn bộ quang phổ của cả thế giới tự nhiên và nền văn minh nhân loại.

Chúng ta đã chứng minh rằng về cơ bản, Kinh Thánh mang đặc điểm thiên thượng. Kinh Thánh là Lời của Đức Chúa Trời. Nhưng Kinh Thánh đến với chúng ta bằng kiểu phục trang của con người và thông qua trung gian là con người. Hiểu được yếu tố trần tục và con người (lịch sử) là điều cần thiết cho việc nhận ra ý nghĩa thần học của nó. Những yếu tố cấu thành này bao gồm yếu tố địa lý, lịch sử, chính trị và văn hóa (Y-sơ-ra-ên, Ai cập, A-si-ri, Ba-by-lôn, Ba Tư, Hy Lạp, La Mã,...), văn học và những ngôn ngữ khác nhau. Việc giải nghĩa Tân Ước dựa trên sự hiểu biết đầy đủ có thể bao hàm cả những lĩnh vực nghiên cứu hiện đại rất đa dạng như khảo cổ học, khoa học xã hội, kinh tế học, ngôn ngữ học, âm nhạc học, thiên văn học và các ngành khoa học khác nữa.

---

[22]Dewitt Matthews, *Capers of the Clergy: The Human Side of Ministry* (Grand Rapids: Baker Academic, 1976), 34–35.

Tất cả những điều này đều cho thấy rằng về lâu về dài, nghiên cứu Tân Ước là cần thiết cho kiểu giải nghĩa căn bản nhất và có trách nhiệm nhiệm nhất. Phải thừa nhận rằng những kiểu giải nghĩa khác vẫn khả dĩ. Giải nghĩa *theo hướng bồi linh* đọc Tân Ước mà ít quan tâm đến khía cạnh lịch sử, nhưng tìm kiếm lời khích lệ hoặc sự chỉ dẫn huyền nhiệm nào đó. Giải nghĩa *kiểu văn chương* có thể xem xét những đặc điểm tiêu biểu về hình thức như cốt truyện hoặc cấu trúc, giúp chúng ta hiểu sứ điệp của sách. Cách giải nghĩa *theo hướng chính trị* có thể tìm kiếm những bất công mà Kinh Thánh có vẻ ủng hộ hoặc những hiểu biết sâu sắc về chính quyền hiệu quả có thể có trong Kinh Thánh.

Nhưng điều căn bản trong tất cả các cách giải nghĩa trên là sự hiểu biết về Kinh Thánh giống với mục đích mà Chúa soi dẫn để Kinh Thánh được viết ra nhất. Các mối quan tâm về bồi linh, văn chương, chính trị và các mối quan tâm khác đều có giá trị của nó, nhưng chúng chỉ là thứ yếu so với (bởi vì chúng lệ thuộc vào) ý muốn của Chúa và trước hết là việc tạo ra Kinh Thánh. Cách giải nghĩa theo hướng lịch sử–thần học – nắm bắt sứ điệp cứu chuộc của Kinh Thánh và chia sẻ sứ điệp đó *ngay bây giờ*—có lẽ là cách tiếp cận Tân Ước căn bản và đòi hỏi phải nỗ lực nhất, nhưng cũng là cách kết quả nhất mà chúng ta cần phải cố gắng hướng đến. Điều này bao hàm việc học tập và xử lý một lượng thông tin rất lớn mà ban đầu có vẻ như lạ lẫm và hơi không cần thiết. Nó đòi hỏi phải làm việc. Nó thường đòi hỏi đáp ứng cá nhân (đôi lúc khiêm tốn), vì sự hiểu biết gia tăng tạo lòng tin chắc về nhu cầu cá nhân và nỗi kinh sợ trước sự vĩ đại của Chúa. Trong bối cảnh thù địch, vâng theo Lời Chúa có thể đặt chúng ta vào con đường đầy hiểm nguy, như những người tuận đạo xưa và nay đã nhắc nhở chúng ta. Tất cả điều này đòi hỏi, đôi lúc theo nghĩa đầy nhụt chí của từ này, sự nghiên cứu.

Nhưng vì yêu mến Chúa và yêu mến quyển sách của Ngài thêm một chút qua việc nghiên cứu, các tác giả của cuốn sách này hy vọng sẽ giúp độc giả trên hành trình gắn kết với Lời Chúa. Nhìn chung, con đường phía trước vừa tốn thời gian vừa dễ chịu. Nhưng ngay cả khi con đường ấy đôi lúc có dốc cao, mù mịt bụi và đẫm mồ hôi, thì chúng tôi tin rằng bạn cũng sẽ được ích lợi khi tiến bước trên con đường của mình.

Tóm lược

1. Kinh Thánh đã định hình thế giới mà chúng ta sống, không ai là không ở dưới ảnh hưởng của Kinh Thánh.

2. Cựu Ước nói về việc Chúa dựng nên con người, nhân loại sa ngã vào tội lỗi và công tác cứu chuộc của Đức Chúa Trời nhằm xóa bỏ những hậu quả của tội lỗi. Cựu Ước được chia ra làm ba phần: Tô-ra, các sách Tiên tri và Thánh văn.

3. Tân Ước là giao ước về công tác cứu chuộc của Đức Chúa Trời trong thời điểm gần hơn và công bố Đấng Cứu Thế (Đấng Mê-si-a) mà Cựu Ước trông đợi.

4. Việc nghiên cứu Tân Ước quan trọng bởi vì đó là trung gian mang đến sự hiện diện của Chúa, có tầm quan trọng tối hậu về mặt cá nhân và là nền tảng cho sự hiểu biết văn hóa.

5. Hai mươi bảy sách của Tân Ước bao gồm bốn sách được gọi là phúc âm, một sách truy nguyên sự dấy lên của hội thánh đầu tiên (Công Vụ), hai mươi mốt thư tín và một sách tiên tri.

6. Các sách Tân Ước được Đức Chúa Trời soi dẫn. Đức Thánh Linh hợp tác với tấm lòng và tâm trí của những môn đồ Chúa Giê-xu để viết những sách đáng tin cậy này.

7. Kinh điển Tân Ước là bộ sưu tập những sách được kết hợp lại với nhau từ những thế hệ ban đầu của hội thánh. Giống như cả Kinh Thánh, kinh điển Tân Ước được ban cho hội thánh để dạy dỗ, bẻ trách, sửa trị và huấn luyện trong sự công bình (2 Ti 3:16).

8. Các bản viết tay Tân Ước ban đầu được viết trên giấy cói và sau này trên giấy da. Các bản viết tay có nhiều loại: loại giấy cói, loại chữ viết hoa ăng-xi-ông, loại chữ viết thường và loại trên các kinh sách.

9. Bản văn Tân Ước mà chúng ta có đảm bảo tính chính xác bởi vì có rất nhiều bằng chứng ủng hộ chúng: các tác giả của các sách ấy viết lại chúng khi ký ức của họ về cuộc đời Chúa Giê-xu còn mới mẻ. Các bản cổ của những bản văn ấy được lưu hành rộng rãi.

10. Cơ Đốc nhân nên học Tân Ước để tránh việc giải nghĩa sai dựa trên những ý tưởng đã có từ trước đó hoặc tránh lệ thuộc vào Đức Thánh Linh theo cách sai lầm, hầu cho họ có được nền tảng lịch sử phù hợp để hiểu và áp dụng sự dạy dỗ của Tân Ước.

Câu hỏi ôn tập

1. Từ "ước" có nghĩa là gì trong tựa đề "Cựu Ước" và "Tân Ước"?
2. Mối quan hệ giữa Cựu và Tân Ước là gì?
3. Sự hiểu biết hay kiến thức văn hóa (cultural literacy) là gì? Tân Ước đóng vai trò gì trong việc có được sự hiểu biết văn hóa?

4. Kinh điển là gì? Kinh điển Cựu Ước ngày xưa được chia ra thành những phần nào?
5. Xin trình bày ba lý do ủng hộ việc đặc biệt nghiên cứu kinh điển Tân Ước.
6. Những cơ sở nào giúp chúng ta hoàn toàn yên tâm về Tân Ước?
7. Những chủ đề nào khác bạn thấy cần nghiên cứu để nắm vững hơn? Có những khác biệt nào, nếu có, giữa việc nghiên cứu những chủ đề này và nghiên cứu Tân Ước?

Các thuật ngữ then chốt

2 Mạc-ca-bê	Kinh Thánh	sự cứu rỗi
bản viết tay	môn đồ	sứ đồ
các Cuộn Biển Chết	phê bình bản văn	sự hỗ trợ (concursus)
các sách Tiên tri	Phúc âm	sự khải thị
Chữ ăng-xi-ông	Qur'an	sự phục sinh
chữ viết thường	ra-bi	sự sụp đổ
Đấng Christ	S.C	T.C
giấy cói	sách kinh	Thánh văn
hội thánh	soi dẫn	tiên tri
kinh điển	sự công bình	Tô-ra
Kinh Thánh	sự cứu chuộc	tội lỗi

Con người/Địa điểm chính

Ai Cập	Cleme thành Rô-ma	Josephus
Antiochus Epiphanes	Irenaeus	Justin Martyr
Byzantine		

Sách đọc thêm

Bruce, F. F. *The New Testament Documents: Are They Reliable?* 6th ed. Grand Rapids: Eerdmans; Downers Grove, IL: InterVarsity, 2003.

Tổng hợp các bằng chứng cách súc tích.

Doriani, Daniel. *Putting the Truth to Work: The Theory and Practice of Biblical Application.* Phillipsburg, NJ: P&R, 2001.

Phát triển cách tiếp cận có hệ thống từ việc *biết* Lời Chúa sang *làm theo* lời ấy.

Evans, Craig A. *Ancient Texts for New Testament Studies: A Guide to the Background Literature.* Peabody, MA: Henderickson, 2005.

Liệt kê đầy đủ những sách ngoại kinh. Nguồn sách tham khảo giá trị.

Hill, C. E. *Who Chose the Gospels? Probing the Great Gospel Conspiracy.* Oxford: Oxford University Press, 2010.

Phần khảo cứu ở cấp độ nâng cao những thuyết âm mưu liên quan đến nguồn gốc của Tân Ước.

Jones, Timothy Paul. *Misquoting Truth: A Guide to the Fallacies of Bart Ehrman's Misquoting Jesus.* Downers Grove, IL: IVP Books, 2007.

Bài phân tích ở cấp độ bình dân cuộc tấn công đầy ảnh hưởng sự hiểu biết của chúng ta đối với bản văn Tân Ước.

Kruger, Michael J. *Canon Revisited: Establishing the Origins and Authority of the New Testament Books.* Wheaton: Crossway, 2012.

Cập nhật và thanh lọc những lập luận quan trọng liên quan đến các sách Tân Ước trong vai trò kinh "thánh" thật sự, một phần bởi vì Kinh Thánh có tính tự xác thực.

McDonald, L. M., and James Sanders, eds. *The Canon Debate.* Peabody, MA: Hendrickson, 2002.

Gần ba chục bài tiểu luận mang tính học thuật trình bày nhiều quan điểm khác nhau.

Metzger, Bruce, and Bart Ehrman. *The Text of the New Testament: Its Transmission, Corruption, and Restoration.* 4th ed. New York: Oxford University Press, 2005.

Tác phẩm tiêu chuẩn đề cập đến tất cả các lĩnh vực quan trọng trong phê bình bản văn Tân Ước ở chiều sâu đáng kể. Có những chỗ dùng thuật ngữ chuyên môn nhưng nhìn chung khá dễ đọc.

Noss, Philip, ed. *A History of Bible Translation.* Rome: Edizioni di storia e letteratura, 2007.

Những bài viết mang tính học thuật nhưng dễ đọc về lịch sử và học thuyết. Xem xét việc dịch thuật không chỉ sang tiếng Anh mà còn sang nhiều thứ tiếng khác, và ở nhiều châu lục khác nhau (chẳng hạn như châu Phi).

Sproul, R. C. *Scripture Alone: The Evangelical Doctrine.* Phillipsburg, NJ: P&R, 2005.

Bộ sưu tập các bài viết bảo vệ cho tính không sai lầm và thẩm quyền của Kinh Thánh.

Thompson, Mark. *A Clear and Present Word: The Clarity of Scripture.* Nottingham, UK: Apollos; Downers Grove, IL: InterVarsity, 2006.

Khảo sát và giải thích định đề cho rằng bản văn Kinh Thánh, trong vai trò là hành động truyền thông của Đức Chúa Trời, có ý nghĩa đối với tất cả những người đến với Kinh Thánh bằng đức tin.

Wegner, P. D. *The Journey from Texts to Translations: The Origin and Development of the Bible*. Grand Rapids: Baker Academic, 2004.

> Lịch sử về cách Kinh Thánh được hình thành như hiện có ngày nay.

Wenham, John W. *Christ and the Bible*. 3rd ed. Grand Rapids: Baker Academic, 1994.

> Bản tóm tắt ngắn gọn lý do tại sao, dựa trên thẩm quyền của Chúa Giê-xu Christ, việc Cơ Đốc nhân dành sự tôn trọng rất lớn dành cho bản văn và kinh điển Kinh Thánh là việc đúng đắn.

Phần 1
KHÁM PHÁ CHÚA GIÊ-XU VÀ CÁC SÁCH PHÚC ÂM

Chương 2

Trung Đông Trong Thời Chúa Giê-xu

Bố cục

- **Xứ Pa-lét-tin**
- **Lịch sử Pa-lét-tin từ biến cố hồi hương đến biến cố Giê-ru-sa-lem bị phá hủy**

    – Giai đoạn Mạc-ca-bê/Hasmonea (166–63 T.C)
    – La Mã đô hộ (36 T.C-70 S.C)
    * Thời trị vì của Hê-rốt Đại Đế (37–4 T.C)
    * Thời trị vì của các hậu tự của Hê-rốt (4 T.C – 66 S.C)
    – A-chê-la-u (4 T.C – 6 S.C)
    – Phi-líp (4 T.C-34 S.C)
    – An-ti-pa (4 T.C – 39 S.C)
    – Hê-rốt Ạc-ríp-pa I và II (37 S.C – 66)
    – Chiến tranh Do Thái và sự phá hủy thành Giê-ru-sa-lem (66– 70 S.C)

- **Do Thái giáo trong thời Chúa Giê-xu**
    Những yếu tố hợp nhất trong các nhóm phái tôn giáo Giu-đa
    Các nhóm phái tôn giáo

    – Phái Pha-ri-si
    – Phái Sa-đu-sê
    – Phái Essene
    – Phái Xê-lốt
    – Phong trào mặc khải
    – Các phái khác tại Pa-lét-tin

- **Người Sa-ma-ri**

- **Văn phẩm của người Do Thái**
    - Cựu Ước
    - Ngoại kinh Cựu Ước
    - Ngụy kinh Cựu Ước
    - Các Cuộn Biển Chết
    - Sách của các Ra-bi
    - Các sách khác
- **Kết luận**

Mục tiêu

Sau khi đọc xong chương này, bạn có thể:

- Mô tả những đặc điểm địa lý chủ yếu của xứ Pa-lét-tin
- Phác họa những sự kiện lịch sử chính diễn ra ở Pa-lét-tin từ năm 539 T.C đến năm 70 S.C
- Giải thích những yếu tố khác nhau góp phần hiệp nhất Do Thái giáo như thế nào
- Nhận diện những khác biệt giữa các nhóm phái tôn giáo chính trong giai đoạn lịch sử này
- So sánh các sách của Cựu Ước, ngoại kinh và ngụy kinh với nhau
- Liệt kê những tài liệu ra-bi khác nhau và sự dạy dỗ của chúng

Chúng ta tìm kiếm ý nghĩa *cá nhân* trong một thế giới đôi lúc dường như có khuynh hướng phủ nhận nó. Vũ trụ học cho thấy rằng vũ trụ này thì bao la và chúng ta chỉ là một vệt nhỏ bé. Dân số thế giới gần được bảy tỉ người, thì một người là gì cơ chứ? Theo nhiều thước đo khác nhau, tên của chúng ta là Thống Kê: một con số An Sinh Xã Hội, số thẻ tín dụng, số điện thoại cầm tay, số thẻ sinh viên, số tài khoản vay để trả học phí. Đó là nếu chúng ta may mắn đủ để được chấp nhận vào trong thế giới này: với sự phát triển của y khoa, hàng trăm triệu thai nhi đã bị phá bỏ trên khắp thế giới suốt một thế kỷ qua (và đặc biệt kể từ thập niên 1970). Cái tôi vật lộn đi tìm danh tính, tìm một tiếng nói, một lý do để đứng dậy và đối mặt với nhiều vấn đề mỗi ngày. Không lạ gì khi một trong những tuyên ngôn hóc búa nhất xuất hiện từ Thế Chiến Thứ Hai và cuộc tàn sát thời Đức quốc xã lại là *Đi Tìm Lẽ Sống* của Vicktor Frankl (tựa đề gốc trong tiếng Đức: *Ein Psycholog erlebt das Konzentrationslager* [Một nhà tâm lý học từng sống trong trại tập trung]). Ngày nay, đây vẫn là cuốn sách đáng đọc. Con người đi tìm giá trị cá nhân là vấn đề hóc búa ở mọi thế hệ.

Ý thức về ý nghĩa cuộc đời của chính mỗi cá nhân có thể bắt nguồn từ việc học Kinh Thánh không? Có thể, nhưng ta cũng dễ bị cám dỗ cầm Kinh Thánh lên, đặc biệt khi nó được khéo léo gói ghém với những trợ cụ học tập mới nhất và hay nhất, và chịu thua trước mối ngờ vực đó là cuốn sách này chỉ là sự thổi phồng của hội thánh mà thôi. Cuốn sách cổ lỗ sĩ nào đó có liên hệ gì đến tôi? Nhưng những tư liệu thánh kinh, cũng như chính Đức Chúa Trời, lại hấp dẫn "với mọi nước, mọi dân tộc, mọi thứ tiếng, mọi dân" (Khải 14:6). Về bản chất, chúng rất cụ thể chứ không hề bâng quơ. Chúng chứa đựng tiềm năng kéo những tâm hồn ngụp lặn trong sự vô nhân rồi trao tặng cho họ nhân phẩm và tính người.

Tân Ước đặc biệt nổi bật ở tính cá nhân. Trong hai mươi bảy sách thì hai mươi bốn sách là những lá thư cá nhân[1] và ba Phúc âm còn lại là những ký thuật được cá nhân hóa về cuộc đời và công tác của Chúa Giê-xu Christ.

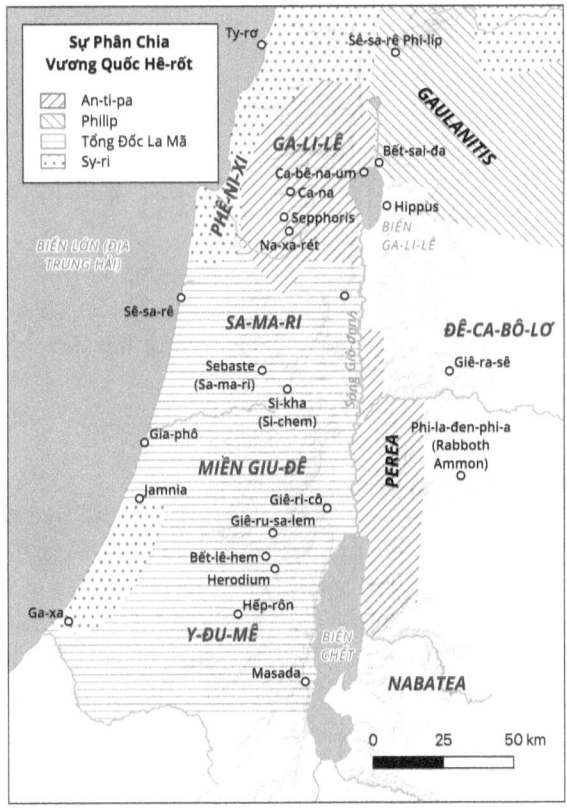

Bản đồ xứ Pa-lét-tin trong thời Chúa Giê-xu, 6–44 SC

Sứ đồ Giăng bắt đầu Phúc âm của mình bằng cách cho chúng ta biết rằng Lời đời đời của Đức Chúa Trời, tức Chúa Giê-xu Christ, "trở nên xác thể, sống giữa chúng ta" (Giăng 1:14); trong lá thư đầu tiên của mình, Giăng nói rằng ông và các

---

[1] Có đúng 21 thư tín (13 thư của Phao-lô và tám thư của những người khác). Lu-ca, Công Vụ Các Sứ Đồ và Khải Huyền đúng ra không phải là thư tín nhưng giống thư tín trong cách chúng đề gửi cho người nhận.

sứ đồ khác đã tận mắt thấy và tận tay đụng đến Chúa Giê-xu (1 Giăng 1:1–2). Giáo lý nhập thể của Cơ Đốc giáo xác nhận rằng Con Trời trở thành người và mang lấy cuộc sống con người với chúng ta. Dĩ nhiên, điều này có nghĩa là Ngài phải xuất hiện vào một thời điểm nhất định, ở một nơi nhất định. Bước vào lịch sử có nghĩa là Đấng Christ trở thành một con người cụ thể (Chúa Giê-xu ở Na-xa-rét), vào một thời điểm cụ thể (trong suốt thời trị vị của Au-gút-tơ [27 T.C-14 S.C] và SÊ-SA TI-BE-RƠ [14 -37 S.C]; và ở một nơi chốn cụ thể (Pa-lét-tin, ở khu vực BIỂN ĐỊA TRUNG HẢI). Khi sứ đồ Phao-lô nói với các triết gia tại A-then, ông mô tả lịch sử như là màn dạo đầu dẫn đến sự giáng sinh của Chúa Giê-xu, Đấng mà một ngày nào đó tất cả chúng ta đều sẽ phải đứng chầu trước mặt (Công 17:22–31). Ý tưởng này khiến một số giáo phụ hội thánh đầu tiên nói về lịch sử trước thời Chúa Giê-xu là **praeparatio evangelium** (sửa soạn cho Phúc âm). Các nhà thần học đương thời nói về "vụ tai tiếng của tính cụ thể" – việc Chúa Giê-xu sẵn sàng cho mọi người nhưng lại chỉ có thể tìm thấy Ngài ở một nơi mà thôi. Tất cả những điều này đều quan trọng đối với những người nghiên cứu Tân Ước bởi vì nó nói về tầm quan trọng của lịch sử cụ thể mà Chúa Giê-xu là một phần trong đó và của vị trí Ngài lấp đầy.

Vì lý do đó, bất cứ nghiên cứu Tân Ước nào cũng phải bắt đầu với việc xem xét, dù ngắn gọn, hoàn cảnh dẫn đến và bao quanh những sự kiện chính cấu thành khởi đầu của niềm tin Cơ Đốc. Nếu không, sẽ rất khó để có được một bức tranh rõ ràng về Chúa Giê-xu và về ý nghĩa cá nhân mà khoảng thời gian Ngài sống trên đất mang đến cho chúng ta ngày nay.

Xứ Pa-lét-tin

Xứ Pa-lét-tin luôn rất quan trọng đối với người Do Thái và người ở vùng Trung Đông nói chung.[2] Bằng khoảng một phần ba diện tích của bang Illinois, Pa-lét-tin rộng khoảng 72 km (Đông-Tây) và dài 233 km (Nam-Bắc). Toàn bộ khu vực này về căn bản chia ra làm năm khu vực theo chiều dọc,[3] với một số tiểu khu có tầm quan trọng khác nhau. Các khu vực chính, đi từ Tây sang Đông, là đồng bằng duyên hải, vùng chân đồi, rặng núi trung tâm, khu hoang mạc và thung lũng sông Giô-đanh và rặng núi phía Tây. Tính chất gồ ghề đặc biệt của lãnh thổ này sản sinh ra những thay đổi về khí hậu rõ rệt từ nơi này sang nơi khác, để rồi có thể thấy tuyết ở nơi này trong khi chỉ cách đó vài dặm đường thì lại có cây cọ và nắng vàng rực. Bản đồ "Tây-Đông" (trang 24) cho thấy chút đối lập này bằng việc chia nhỏ khoảnh đất từ Tây qua Đông đại khái là xuyên qua GIÊ-RU-SA-LEM. Khi bạn xem bản đồ này, hãy

---

[2] Để đọc phần thảo luận và tham khảo bản đồ, xin xem Yohanan Aharoni và Michael Avi-Yonah, *The Carta Biblical Atlas*, 3rd ed. (New York: Macmillan, 1993); Thomas V. Briscoe, *The Holman Bible Atlas* (Nashville: Broadman & Holman, 1998); Barry Beitzel, *The New Moody Atlas of the Bible* (Chicago: Moody, 2009).

[3] Một số người thích nói bảy khu vực, thêm vào Đồng bằng Esdraelon ở phía Bắc và Negev ở phía Nam.

tưởng tượng chính mình đang đứng trong sa mạc miền Nam Giê-ru-sa-lem, nhìn sang miền Bắc.

Nhìn vào vùng đất này theo hướng từ Bắc đến Nam cũng khám phá ra được nhiều thứ, cho thấy nó gần như không thể băng ngang được, trừ ĐỒNG BẰNG ESDRAELON cắt từ Đông sang Tây giữa SA-MA-RI và GA-LI-LÊ. Trong bản đồ "Nam-Bắc" (trang 25) bạn đang đứng ở phía Đông của SÔNG GIÔ-ĐANH nhìn sang phía Tây. Mực nước biển là một đường thẳng đứng cắt ngang qua xứ này.

Trong thời của Chúa Giê-xu, xứ này bao gồm một số quận hành chính được người La Mã cai trị. Ba quận nằm ở phía Tây của sông Giô-đanh: Ga-li-lê, Sa-ma-ri và GIU-ĐÊ. Phía Đông của Giô-đanh qua phía Bắc là tập hợp các quận nhỏ hơn, được con trai của Hê-rốt là Phi-líp cai trị. Một khu vực khác, được gọi là ĐÊ-CA-PÔ-LƠ, là khu vực ngổn ngang bao quanh mười thành với mức độ tự trị khá lớn. Phía Nam là BÊ-RÊ, khu vực được cai trị bởi HÊ-RỐT AN-TI-PA, cùng với Ga-li-lê. Chúng ta hãy xem xét một chút các quận này.

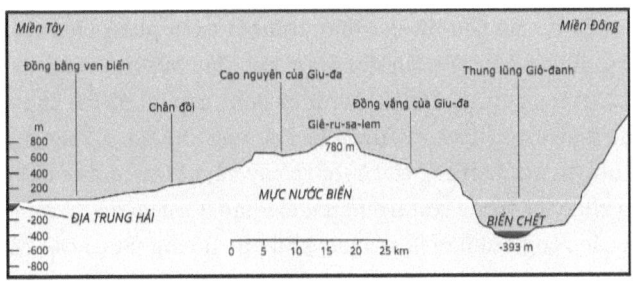

Đồ thị: khu vực cắt ngang Đông-Tây của Pa-lét-tin

Quận Ga-li-lê ở phía Bắc, nơi Chúa Giê-xu lớn lên, có đặc điểm tự nhiên hết sức đa dạng, một khu vực khoảng 53 km chiều rộng và 96 km chiều dài (Bắc –Nam), bao bọc bởi Phê-ni-xi ở Tây Bắc, SY-RI ở phía Bắc, sông Giô-đanh với BIỂN HỒ GA-LI-LÊ ở phía Đông, và đồng bằng Esdraelon ở phía Nam – Ga-li-lê, bao quanh bởi **dân ngoại** (Mat 4:13–16).[4] Biển Ga-li-lê, mà Chúa Giê-xu biết rất rõ, không thật sự là biển mà đúng hơn là một cái hồ cỡ trung bình với chiều dài khoảng 20 km và chiều rộng 12km. Biển Ga-li-lê cung cấp cho cả khu vực lượng cá dồi dào. Ở rìa phía Tây Bắc quận Ga-li-lê là ĐỒNG BẰNG GHÊ-NÊ-SA-RẾT tuyệt diệu, rau quả cây trái được trồng gần như quanh năm, ngay cả vào mùa đông lạnh giá. Được như vậy là bởi vì đồng bằng thấp hơn mực nước biển khoảng 182 mét nên không bị ảnh hưởng bởi nhiệt độ khắc nghiệt của vùng cao hơn.

Sa-ma-ri nằm giữa Ga-li-lê và Giu-đê. Ranh giới phía Bắc của nó là đồng bằng Esdraelon, phía Tây là biển Địa Trung Hải, và phía Đông là sông Giô-đanh. Về hướng

---

[4] Để đọc phần thảo luận đầy đủ, xin xem Seán Freyne, "Galilee (Hellenistic/ Roman)," trong *Anchor Bible Dictionary*, ed. David Noel Freedman, 6 vols. (New York: Doubleday, 1992), 2:895–99.

Nam, nó hòa mình vào với Giu-đê. Biên giới chính xác thì liên tục thay đổi, vì thế rất khó để định vị nó một cách chính xác. Sa-ma-ri là vùng núi với những ngọn đồi tròn và đồng bằng màu mỡ, nơi có nông nghiệp phát triển, cây trái và thóc gạo phong phú đủ chủng loại. Đồng cỏ xanh tươi cho những đàn cừu và dê đông đảo cũng nằm giữa những ngọn đồi này. Đến thời hiện đại thì nó vẫn rất thấp sâu bên dưới. William Thomson từ lâu đã quan sát: "Người ta có thể được miễn thứ khi trở nên quá hào hứng với thung lũng Nablus xinh đẹp này, thấp thoáng những ngọn núi và những dòng kênh, xanh mơn mởn với những lùm cây ô-liu và vườn cây vả, lác đác những cây hạnh nhân, cây táo, cây mơ, cây cam, cây mộc qua, cây lê, cây lựu và những bụi cây khác nữa."[5]

Giu-đê nằm trực diện ở phía Nam của Sa-ma-ri. Giu-đê trải dài từ biển Địa Trung Hải ở phía Tây đến sông Giô-đanh và BIỂN CHẾT ở phía Đông, men xuống vùng sa mạc phía Nam, bao gồm khu vực cổ xưa của Ê-ĐÔM, hay Y-ĐU-MÊ như cách nó được gọi trong thời Tân Ước. Thành chính của nó dĩ nhiên là Giê-ru-sa-lem, nhưng nó cũng bao gồm nhiều khu vực thiêng liêng cổ xưa khác.

Đặc điểm địa lý của Giu-đê cho thấy rõ nhất cách phân chia căn bản của cả xứ. Đồng bằng duyên hải và chân đồi được biết đến với hoa màu và những thảo nguyên xanh. Những cơn gió Tây thổi ra biển cung cấp đủ độ ẩm cho mọi loài sinh sôi phát triển, và suốt lịch sử, những khu vực này cho năng suất tuyệt vời. Trên những ngọn đồi, người ta trồng cây ô-liu và cây vả, nhưng mảnh đất gồ ghề và đá sỏi này khiến cho việc trồng trọt trở nên khó khăn. Cừu và dê thì nhiều vô khối. Ở phía Tây của các rặng núi này là sa mạc, khu vực hoang vu và cằn cỗi, hoàn toàn bị bỏ hoang, nơi người ta ít khi tìm thấy gì khác ngoài bò cạp, chó rừng và kẻ cướp. Đây chính là nơi Chúa Giê-xu chịu ma quỷ cám dỗ.

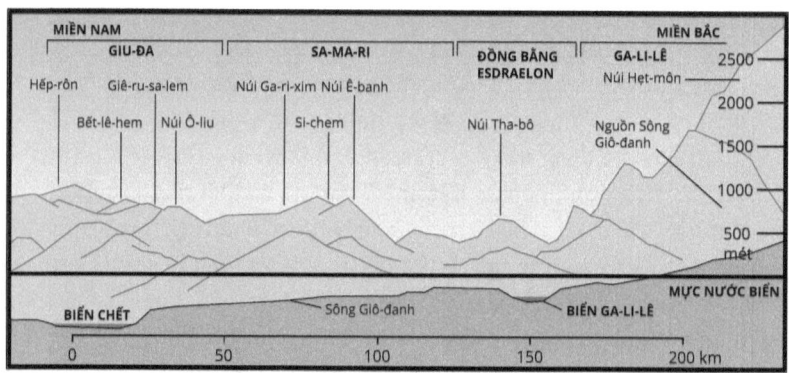

Đồ thị: Khu vực cắt ngang Nam-Bắc của Pa-lét-tin

---

[5] 2:895–99. 5. William M. Thomson, *The Land and The Book*, 3 vols. (New York: Harper & Bros., 1882), 2:110.

Ranh giới phía Đông của cả Sa-ma-ri và Giu-đê là sông Giô-đanh. Tự thân nó tạo thành một khu vực bằng nhiều cách. Khu vực nhô cao ở các rặng núi hướng về phía Bắc, chảy qua biển hồ Ga-li-lê và lăng đăng trôi qua những bụi rậm chằng chịt suốt khoảng 104 km. Nó dừng lại ở Biển Chết, được gọi như thế bởi vì nó quá mặn sau khi nước bốc hơi, đến độ không loài vật nào có thể sinh sôi ở đó. GIÊ-RI-CÔ và vùng đồng bằng phì nhiêu của nó sát bên đối lập hoàn toàn với sự khô hạn xung quanh. Biển Chết là khu vực tự nhiên thấp nhất trên trái đất (thấp hơn mực nước biển khoảng 393 m) và được bao bọc bởi sa mạc. Một nhóm tu sĩ được gọi là phái Essene đã xây dựng một cộng đồng ở đây để lánh khỏi nền văn minh và che giấu thư viện quý giá của họ trong các hang động khi người La Mã tấn công vào năm 66 S.C. Những tài liệu này được tìm thấy vào giữa thế kỷ thứ hai mươi và được gọi là Các Cuộn Biển Chết.

Khu vực kéo dài đến Đông Bắc của Biển Ga-li-lê được Hê-rốt Phi-líp cai trị (4 T.C – 34 S.C). Vùng này gồm có một số quận nhỏ hơn, bao gồm Batanaea, Tra-cô-nít, Auranitis, Gaulanitis và lãnh thổ xung quanh Panias, thành Phi-líp được tái thiết và được đặt tên là SÊ-SA-RÊ PHI-LÍP. Toàn bộ khu vực này rất thích hợp để trồng trọt và chăn nuôi. Chúa Giê-xu hiếm khi đến khu vực này nhưng Ngài có băng qua đây hơn một lần. Dịp dễ nhớ nhất là lần Ngài tự bày tỏ mình là Con Đức Chúa Trời, bày tỏ sứ mạng chịu khổ và chết của Đấng Mê-si-a tại Sê-sa-rê Phi-líp (Mat 16:13–28). BẾT-SAI-ĐA cũng thuộc lãnh thổ của Phi-líp, và chính ở đây Chúa Giê-xu đã thực hiện một số công việc đầy quyền năng (Mat 11:21–22).

Đê-ca-bô-lơ là một khu vực mở rộng, đa phần nằm ở phía Đông của sông Giô-đanh, bao gồm mười thành Hy Lạp và những khu vực lân cận. Chúng có lẽ được thành lập vào thời POMPEY xâm lược Pa-lét-tin (66–64 T.C). Khu vực này màu mỡ để trồng trọt và chăn nuôi, nổi tiếng từ xưa nhờ những sản phẩm từ sữa. Chúa Giê-xu không thường xuyên đến đây nhưng Ngài có đi ngang qua đó một lần (Mác 7:31). Dân từ Đê-ca-bô-lơ đến nghe Chúa Giê-xu giảng ở Ga-li-lê (Mat 4:25). Sự kiện đáng nhớ là Chúa Giê-xu chữa lành cho người bị quỷ ám sống lang thang vô gia cư ở Đê-ca-bô-lơ, phía Đông biển Ga-li-lê. Những con lợn chạy ào xuống biển là bằng chứng cho thấy khu vực này là nơi cư trú của dân ngoại (Mác 5:1–20).

Bê-rê là khu vực khá lớn ở phía Đông sông Giô-đanh và Biển Chết, cùng với Ga-li-lê, được cai trị bởi Hê-rốt An-ti-pa. JOSEPHUS, tác giả Do Thái thế kỷ thứ nhất, người mà chúng ta sẽ nói nhiều hơn vào cuối chương này, đã mô tả nó như sau:

Phần lớn đất tại Bê-rê là hoang mạc, gồ ghề và không phù hợp cho việc trồng những loại trái cây chịu khí hậu ôn hoà; thế nhưng đất ẩm ướt [ở những khu vực khác] trồng được tất cả các loại cây ăn quả và đồng bằng trồng được nhiều cây cối đủ loại, nhưng chủ yếu là cây ô-liu, cây nho và cây cọ. Nó cũng được tưới tiêu đầy đủ bằng những cơn lũ chảy xuống từ các ngọn núi, và những dòng kênh không bao giờ cạn, ngay cả khi không có thác lũ thì chúng vẫn ẩm ướt trong những năm hạn hán. (Josephus, J. W. 3.3.3 [Whiston])[6]

Khu vực đồng vắng xứ Giu-đê

Số người Do Thái sống ở Bê-rê rất đông, và nhiều người Do Thái từ Ga-li-lê thích đi đường vòng qua đó khi đến Giê-ru-sa-lem, thay vì đi ngang qua Sa-ma-ri. Giăng Báp-tít giảng và làm báp tem tại Bê-rê (Giăng 1:28; 10:40), còn Chúa Giê-xu đi khắp vùng đó trong sáu tháng trước khi Ngài chết và sống lại. Chúa Giê-xu có lẽ đã cử bảy mươi hai môn đồ đến Bê-rê để giảng về sự đến của nước Trời (Lu-ca 10:1–17). MACHAERUS là thành pháo đài chính của Bê-rê. Đây chính là nơi An-ti-pa xây cung điện địa phương cho mình và là nơi Giăng Báp-tít bị cầm tù và, cũng theo Josephus, bị hành quyết vì phản đối cuộc hôn nhân không hợp pháp của Hê-rốt (Josephus, *Ant.* 18.5.2; cũng xem Mác 6:17–29.

Nhìn chung, Pa-lét-tin là vùng đất nhỏ bé, nhưng chứa đựng nhiều giá trị lịch sử bởi địa hình chiến lược của nó như một vùng đất nối các dân tộc hùng mạnh xung quanh lại với nhau. Suốt dòng lịch sử, nó luôn luôn bị tranh giành. Nhưng tầm quan trọng của nó không chỉ ở khía cạnh địa lý. Đối với Cơ Đốc nhân, đây là mảnh đất được Chúa hứa ban cho Áp-ra-ham và mảnh đất của sự ứng nghiệm đối với Chúa Giê-xu Christ. Chính nơi đây Đức Chúa Trời đã chọn để thực thi kế hoạch cứu rỗi vĩ đại của Ngài thông qua **sự nhập thể**, chịu chết, phục sinh của Con Độc Sinh của Ngài.

Lịch sử Pa-lét-tin từ cuộc hồi hương cho đến khi Giê-ru-sa-lem bị phá hủy

Khi SI-RU làm vua xứ Ba Tư (nước I-ran hiện đại) vào năm 559 T.C, cả vương quốc rộng lớn của ông trải dài từ Hy Lạp cho tới Ấn Độ và từ Caucasus cho tới Ai Cập. Chính sách khai sáng của ông cho phép những dân tộc bị chinh phục đang ở chốn lưu đày được trở về mảnh đất tổ tiên họ và tái lập trở thành những lãnh thổ bán tự trị dưới sự lãnh đạo đầy nhân từ của ông. Rất nhiều người Do Thái sống lưu

---

[6]William Whiston, trans., *The Works of Josephus* (Peabody, MA: Hendrickson, 1987).

vong ở Ba-by-lôn kể từ khi Giê-ru-sa-lem sụp đổ vào năm 587 T.C đã hăm hở trở về quê hương của họ. Một loạt những cuộc di cư đã mang nhiều người trong số họ trở về xứ Pa-lét-tin để có một khởi đầu mới. Đây là "thời điểm phục hồi", như nó thường được gọi trong các sách khảo sát Cựu Ước. Cuộc sống đối với những người hồi hương này không hề dễ dàng, và khi nhiều thập kỷ qua đi, thì thật khó mà không có chút gì nản lòng. Tuy nhiên, đến thời điểm, tường thành Giê-ru-sa-lem được tái thiết, đền thờ được tái cung hiến, nhà cửa được mọc lên và cuộc sống đầy phiền toái bắt đầu. Người Do Thái đã nhận ra rằng họ không còn được định đoạt số phận của chính mình nữa nhưng bây giờ họ là một phần của bức tranh thế giới rộng lớn hơn, bị chi phối bởi số phận hay thay đổi của các dân tộc lớn quanh họ.

Trong suốt thế kỷ thứ 4 T.C, Vương quốc Ba Tư của Si-ru bắt đầu sụp đổ và sức mạnh của châu Âu lần đầu được cảm nhận trong lịch sử Trung Đông. Sức mạnh này đến qua ALEXANDER ĐẠI ĐẾ. Một thế kỷ trước, người Ba Tư nỗ lực mở rộng bờ cõi của mình sang Hy Lạp. Với một lực lượng dường như không thể đánh bại được, họ đã khai hỏa và cướp bóc A-then. Tuy nhiên, sự thất bại của hải quân tại biển Salamis vào năm 480 T.C đã buộc họ phải rút lui về Tiểu Á. Để trả thù cho sự báng bổ đền thờ Athena, Alexander đưa quân về phía Đông để thiết lập nền cai trị của văn minh Hy Lạp, nơi ngày xưa thuộc lãnh địa Ba Tư. Ông mất vào năm 323 T.C và những người kế vị ông về quân sự, được gọi là các **Diadochi**, đánh nhau khốc liệt khi chia cắt vương quốc của ông. Antigonus Cyclops chiếm lấy cả vùng Tiểu Á, trong đó có Sy-ri và Pa-lét-tin; PTOLEMY chiếm Ai Cập và Bắc Phi, SELEUCUS NICATOR chiếm lấy lãnh thổ rộng lớn trải dài từ Đông Mê-sô-bô-ta-mi đến Ấn Độ; còn những người khác chiếm những phần nhỏ hơn, ít quan trọng hơn. Vào năm 301 T.C, tại Chiến Trường Ipsus, Antigonus bị đánh bại và lãnh thổ của ông về căn bản được thêm vào lãnh thổ của Seleucus, người đã lập ra thành AN-TI-ỐT ở Sy-ri vào năm 300 T.C và biến nó thành thủ phủ của ông. Trong khi đó, Ptolemy đã kiểm soát Đất Thánh cho đến phía Nam của Sy-ri. Điều này tạo nên bối cảnh cho những cuộc chiến ác liệt ở Pa-lét-tin, là những cuộc chiến vẫn diễn ra khốc liệt cho tới khi quân đội La Mã khiến người ta cảm nhận sự hiện diện của nó ở đó vào khoảng một trăm năm sau.

Đồng xu khắc Antiochus IV, Epiphanes

Vào năm 198 T.C, ANTIOCHUS III, ĐẠI ĐẾ, người cai trị cả đế quốc Sy-ri (Seleucid) đánh bại phe Ptolemy tại Chiến Trường Panias và sáp nhập Pa-lét-tin vào lãnh thổ của ông. Sau này tại Magnesia ở Thổ Nhĩ Kỳ, Antiochus đã bị Scipio xứ La Mã đánh bại. Số phận của khu vực này nằm trong tay của người La Mã suốt năm trăm năm tiếp theo. ANTIOCHUS IV, EPIPHANES, được La Mã đưa lên làm người cai trị VƯƠNG QUỐC SELEUCID vào năm 175 T.C. Ông bắt đầu Hy Lạp hóa (ép buộc theo đường lối của Hy Lạp) trên khắp lãnh thổ của ông. Kế hoạch này bao gồm cả việc thờ phượng thần của người Hy Lạp là thần Dớt (Zeus - thần Giu-pi-tơ của người La Mã). Một loạt những sự vi phạm xảy ra suốt hai năm – trong đó có việc giết người, tạo phản, cướp bóc Giê-ru-sa-lem và thành lập thành trì ngoại giáo ở Giê-ru-sa-lem gọi là ACRA – cuối cùng lên đến đỉnh điểm trong việc lập bàn thờ thần Dớt trong chính đền thờ Giê-ru-sa-lem. Thịt lợn được dâng lên tại đó vào tháng Mười Hai năm 167 T.C (1 Mac 1:54, 59, 2 Mac 6:5). Trước đây Đa-ni-ên có đề cập sự báng bổ bất kính này trong lời tiên tri của ông (Đa 11:31; xem thêm Mat 24:15).

Giai đoạn Mạc-ca-bê/Hasmonean (166–63 T.C)

Tại một thị trấn nhỏ ở MODEIN, cách Giê-ru-sa-lem khoảng 43 km về phía Tây Bắc, một **thầy tế lễ** già tên là MATTATHIAS đã chống lại nỗ lực nhằm buộc việc thờ phượng ngoại giáo phải được thực hiện trên khắp Y-sơ-ra-ên của Antiochus bằng cách giết chết đại diện của vị vua này (1 Mac 2:19–26). Sau đó ông cùng năm con trai của mình, Giăng SI-MÔN, GIU-ĐA, Ê-LÊ-A-SA và GIÔ-NA-THAN chạy trốn lên các ngọn đồi. Từ đó, với sự giúp đỡ của người Hasidim, một nhóm những chiến binh sùng đạo, họ tuyên chiến chống lại người Sy-ri. Vai trò lãnh đạo nằm trong tay của gia đình này, được gọi là nhà Hasmoneus, suốt 103 năm tiếp theo cho tới khi Pompey chinh phục Giê-ru-sa-lem vào năm 63 T.C.

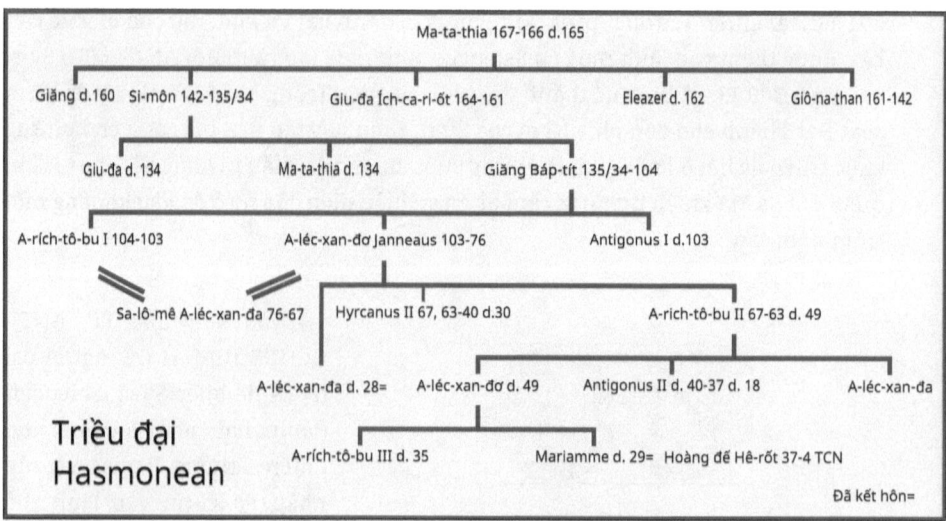

Mattathias qua đời không lâu sau khi cuộc nổi dậy bắt đầu. Con trai ông là Giu-đa (biệt danh "Mạc-ca-bê", có lẽ có nghĩa là "Búa đinh") đứng lên lãnh đạo cuộc nổi dậy. Sau khi đánh bại người Sy-ri tại Em-ma-út (166–165 T.C) và BETH-ZUR (165/164

T.C), núi đền thờ được thanh tẩy và tái cung hiến vào ngày 25 tháng Kít-lơ, năm 164 T.C, ba năm sau khi nó được Antiochus cung hiến. Lễ cung hiến ấy kéo dài tám ngày và được biết đến là Lễ hội Cung Hiến hay Lễ hội Ánh Sáng (ngày nay gọi là ngày Hanukkah) bởi vì những ngọn đèn trong đền thờ được thắp sáng lên lại (xin xem Giăng 10:22). Giu-đa lại có được một chiến thắng quyết định khác trước tướng Sy-ri, Nicanor, vào năm 161 T.C, nhưng sau đó bị nhà Bacchides người Sy-ri giết trong khi giao chiến gần Elasa vào chính năm đó.

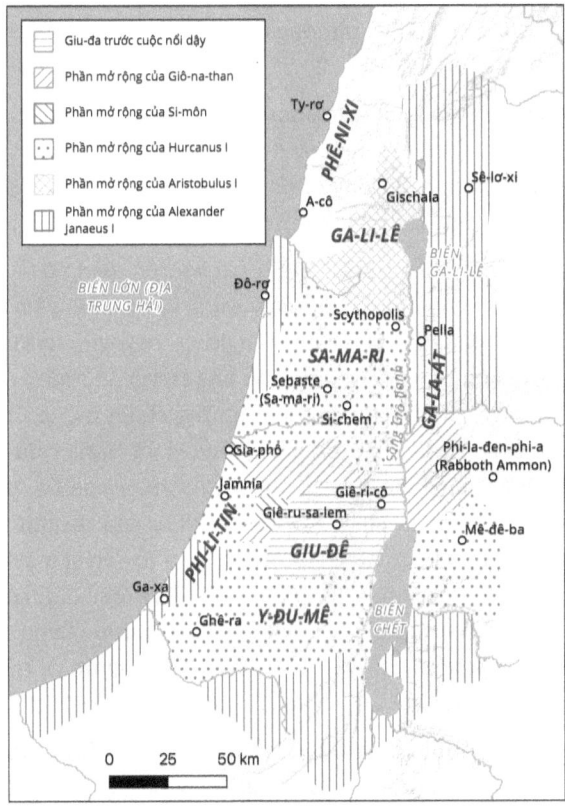

Bản đồ Pa-lét-tin dưới thời gia đình Mạc-ca-bê

Bacchides trở về Sy-ri, và một nền hòa bình đầy bất ổn chiếm ưu thế, bất chấp những cuộc bạo động lác đác diễn ra bên trong. Giô-na-than, em trai của Giu-đa, lên lãnh đạo và mở rộng thẩm quyền của mình ra vô số khu vực của Pa-lét-tin. Giô-na-than đủ khôn ngoan để tái thiết lập bang giao với La Mã nhưng cuối cùng cũng đủ dại dột khi tin vào vị tướng người Sy-ri tên là Trypho, người đã ám sát hàng nghìn đạo binh không hề ngờ vực gì ông cả và cuối cùng là ám sát cả Giô-na-than vào năm 142 T.C (1 Mac 12:46–48; 13:20–24).

Si-môn nối tiếp Giô-na-than làm lãnh đạo, và từ năm 142 T.C cho tới khi ông qua đời vào năm 135/134 T.C, mọi thứ khá bình yên.

Ông kiến tạo hoà bình cho xứ sở
và Ít-ra-ên đầy hoan hỷ mừng vui.
Ai cũng được ngồi dưới cây nho, cây vả của mình
không còn ai làm họ phải sợ hãi khiếp kinh.
Quân xâm lăng, ông đánh bạt khỏi xứ vào thời ấy,
vua chúa bị đánh tơi bời.
Ông nâng dậy kẻ nghèo hèn trong dân,
và tuân giữ Lề Luật
cùng tiêu diệt hết quân vô đạo và phường gian ác.
(1 Mac 14:11–14, Bản NPDCGKPV)

Dân chúng biết ơn Si-môn đến độ phong tặng cho ông và gia đình ông địa vị tế lễ trọn đời. Triều đại tế lễ của Hasmoneus đã được thiết lập như vậy. Si-môn cũng làm mới lại liên minh với La Mã, đây rõ ràng đã làm cho lập trường chống lại cuộc tấn công Sy-ri của ông càng trở nên mạnh mẽ hơn.

Con trai của Si-môn, JOHN HYRCANUS I, cai trị trên toàn xứ từ 135/134 tới 104 T.C. Ông bảo toàn địa vị của mình bằng cách thỉnh cầu La Mã yểm trợ, nhưng ông cũng thuê đội quân lính đánh thuê chuyên nghiệp thay vì lệ thuộc vào lực lượng nông dân và người buôn bán tình nguyện. Vì ông là một vị tướng tài và sức mạnh của Sy-ri đang giảm sút, nên bằng một loạt những chiến thắng, Hyrcanus có thể mở rộng lãnh thổ của mình qua phía Bắc Sa-ma-ri và Nam Y-đu-mê cho tới khi ông cai trị trên một vương quốc lớn tựa như vương quốc của Đa-vít và Sa-lô-môn. Hyrcarnus có mối bất hòa với người Pha-ri-si (hậu tự của Hasidim được đề cập ở phần trước). Nhưng sự cai trị của ông thường được nhớ đến là một thời kỳ của hòa bình và thịnh vượng. Josephus nói: "Ông sống vui vẻ và điều hành chính phủ mình theo cách tốt nhất có thể suốt ba mươi mốt năm... Ông được Chúa tôn trọng, xứng đáng với ba đặc ân – được cai trị dân mình, được nhận chức vụ thầy tế lễ thượng phẩm và nhận được lời tiên tri, vì Chúa ở cùng ông" (Ant. 13.10.7 [Whiston]).

Sự cai trị đầy thất bại của con trai Hyrcanus chỉ kéo dài đúng một năm (104–103 T.C), và theo sau bởi bảy mươi năm bạo loạn của ALEXANDER JANAEUS, em trai ông. Alexander thường bị lôi kéo vào chiến tranh, bạo loạn và bất đồng chính trị nội bộ. Ông là người bất lương và độc ác. Người ta nói rằng ông ra lệnh đóng đinh hàng trăm tù binh tại trung tâm thành phố để mua vui cho mình và cho những cung tần mỹ nữ của mình trong một bữa tiệc say sưa. Mối bất hòa giữa cha của Alexander, là Hyrcanus, với người Pha-ri-si trở thành sự tuyệt giao hoàn toàn trong thời trị vì của Alexander. Họ xem ông hoàn toàn không xứng đáng để làm thầy tế lễ cả vì đường lối gian ác của ông. Có lần Alexander bắt sáu ngàn người Do Thái đưa đi thảm sát bởi vì họ chế giễu ông khi ông cử hành lễ trong tư cách thầy tế lễ thượng phẩm (Josephus, *Ant.* 13.13.5).

Khi Alexander qua đời vào năm 76 T.C, vợ góa của ông, Alexandra, lên làm nữ hoàng. Bà được người dân rất yêu mến, nhưng người Pha-ri-si lúc này về căn bản đang chi phối cả đất nước. Sau khi Alexandra qua đời vào năm 67 T.C, một cuộc chiến đã nổ ra giữa hai con trai bà, HYRCANUS II và Aristobulus II. ARISTOBULUS II đã ngồi ở vị trí cao nhất cho tới năm 63 T.C, khi tướng Pompey của La Mã, người lúc này đã chinh phạt gần như toàn lãnh thổ của Tiểu Á cho tới Sy-ri, đã đến và chinh phục Giê-ru-sa-lem. Theo đó, cường quốc mới cai trị trên khu vực suốt nhiều thế kỷ này thiết lập vị trí thống trị của mình, và một kỷ nguyên mới đã bắt đầu.

La Mã đô hộ (63 T.C – 70 S.C)

Sau khi chinh phục Giê-ru-sa-lem, Pompey chỉ định Hyrcanus II làm thầy tế lễ thượng phẩm, nhưng không cho bất cứ tước hiệu hoàng gia nào, và đưa Aristobulus đến La Mã làm tù binh. Những năm cai trị với chính sách giới hạn tôn giáo của Hyrcanus II chứa đầy những mưu đồ và những thăng trầm chính trị, cuối cùng ông phải chịu nhục nhã. Ông bị nhà Parthia đưa đi làm tù binh, ông càng bị sỉ nhục thêm khi bị cắt hai tai để ông không còn đủ tiêu chuẩn làm thầy tế lễ nữa và bị thay thế bằng người con bất tài của Aristobulus II là ANTIGONUS II vào năm 40 T.C. Antigonus tiếp tục cai trị ba năm đầy bất ổn cho tới khi người La Mã xác nhận Hê-rốt là người cai trị vào năm 37 T.C, sau một loạt những chiến thắng quân sự, thậm chí ông còn được gọi là vua.

Thời trị vì Của Hê-rốt Đại Đế (37 – 4 T.C)

Như chúng ta đã thấy, khi Pompey chiếm lấy Giê-ru-sa-lem vào năm 63 T.C, vận mệnh của Pa-lét-tin gắn chặt với số phận của La Mã. Trong suốt những năm đầy bất ổn ấy, một triều đại mới nổi lên thông qua ANTIPATER, một người Y-đu-mê (xuất thân từ vương quốc Ê-đôm cổ, ở phía Nam của Giu-đê), người tinh quái đủ để ủng hộ JULIUS SÊ-SA, khi ông cần được giúp đỡ tại A-léc-xan-đơ, Ai Cập, vào năm 48 T.C. Vì lý do đó, Antipater được ban thưởng bằng cách được cất nhắc lên làm **tổng đốc** (tổng đốc địa phương hoặc chư hầu) của Pa-lét-tin. Vào năm 47 T.C, Antipater chỉ định con trai mình là Phasael làm tổng đốc của Ga-li-lê. Sự kiện ám sát Sê-sa vào ngày 15 tháng Ba năm 44 T.C đẩy cả Trung Đông vào hỗn loạn. Hai phe đang cạnh tranh nhau để giành quyền lực: Cassius và Brutus chống lại Anthony và Octavian (sau này là Sê-sa Au-gút-tơ).

Bảng niên đại thời Hê-rốt Đại Đế cai trị

T.C	Sự kiện
37	Hê-rốt chinh phục Giê-ru-sa-lem
	Các cuộc hành quyết
31	Động đất tại Pa-lét-tin
	Hê-rốt đánh bại người Na-ba-tin (người Ai Cập cổ)
30	Hyrcanus II bị hành quyết
	Hê-rốt được người Octavan thừa nhận là vua
29	Mariamme bị hành quyết
Khoảng 29	Alaxandra bị hành quyết
Khoảng 25	Hê-rốt tái thiết Sa-ma-ri và đặt tên là Sebaste
	Nạn đói và dịch hạch
Khoảng 22	Hê-rốt bắt đầu xây Sê-sa-rê
19	Hê-rốt bắt đầu xây dựng đền thờ
14	Con trai của Hê-rốt, Alexander và Aristobulus, mâu thuẫn
12	Au-gút-tơ giải quyết tranh cãi giữa hai con trai của Hê-rốt
10	Khánh thành Sê-sa-rê
	Bất hòa trong gia đình Hê-rốt gia tăng
Khoảng 7	Alexander và Aristobulus bị hành quyết tại Sebaste
	Antipater nắm mọi quyền lực tại cung Hê-rốt
5	Antipater cố gắng tạo phản
	Hê-rốt bị bệnh
4	Hê-rốt đàn áp cuộc nổi dậy được nhiều người đi theo do ra-bi Giu-đa và Ma-thi-át lãnh đạo
	Sức khỏe của Hê-rốt xấu đi
	Antipater bị hành quyết
	Hê-rốt chọn A-chê-la-u làm vua, An-ti-pa và Phi-lip làm người đồng trị.
	Hê-rốt chết năm ngày sau khi Antipater bị hành quyết

Sau khi Cassius và Brutus bị đánh bại, Anthony và Octavian đánh nhau giành uy thế và cuối cùng Octavian đã thắng. Nhà Parthia đưa Antigonus II lên cai trị Pa-lét-tin vào năm 40 T.C, nhưng cũng trong năm đó Thượng viện La Mã đã đưa Hê-rốt lên làm vua Giu-đa. Sau đó chiến tranh nổ ra, và sau thời gian phòng thủ kiên cường, Giê-ru-sa-lem đã rơi vào tay người La Mã năm 37 T.C; Hê-rốt giờ đây là người cai trị duy nhất trên lãnh thổ. Khi Octavian trở thành người cai trị cao nhất trong thế giới La Mã (Sê-sa) sau khi đánh bại Anthony trong trận chiến tại Actium vào ngày 2 tháng 9 năm 31 T.C, thì Hê-rốt chuyển hướng sang trung thành với Octavian; ông được Octavian chấp nhận là thần dân trung thành vào năm 30 T.C và xác nhận ông là vua của Giu-đa.

Hê-rốt cưới MARIAMME, cháu gái của Hyrcaunus II, để hợp thức hóa lời tự xưng là vua của mình, nhưng ông cũng vô cùng yêu thương bà. Tính hay ghen khiến ông nghe những lời xì xào bàn tán trong triều do chị gái của ông khởi sự. Cuối cùng, ông hành quyết Miriamme và mẹ cô, Alexandra. Ông cũng ra lệnh giết chết Aristobulus II và Hyrcanus II. Sau cuộc mưu sát Mariamme một cách khờ dại (bà vô tội), tình trạng tâm trí bất ổn của Hê-rốt ngày càng tồi tệ. Sự cai trị của ông đầy những mưu đồ chính trị, những giết chóc, chiến tranh và hung bạo cho tới khi ông mất vào tháng 4 năm 4 T.C.

Mặc dù có nhiều thiếu sót mà ai cũng thấy, nhưng Hê-rốt đã mang đến một số điều tốt đẹp cho lãnh thổ của ông. Ông cũng khá hào phóng khi cần. Ông cũng thường nhạy bén với những cảm nhận tôn giáo của người Do Thái và là bậc thầy kiến tạo các thành phố. Ông tái xây cất đền thờ Giê-ru-sa-lem, xây một thành hải cảng tại Sê-sa-rê, trang hoàng và củng cố lại các thành quan trọng khác, làm cho La Mã hài lòng, qua đó mang đến sự ổn định mà nếu không có nó thì Y-sơ-ra-ên đã không được biết đến như vậy.

Hê-rốt chết một cái chết đau đớn, có lẽ vì bị ung thư ruột, cả thế giới chẳng ai khóc thương "một con người tàn bạo đồng đều với tất cả mọi người và một người làm nô lệ cho chính những khát vọng của bản thân" (Josephus, *Ant.* 17.8.1 [Whiston]). Nghịch lý là trong suốt thời trị vì của vị lãnh đạo độc ác, tàn bạo này, Chúa Bình An đã được sinh ra.

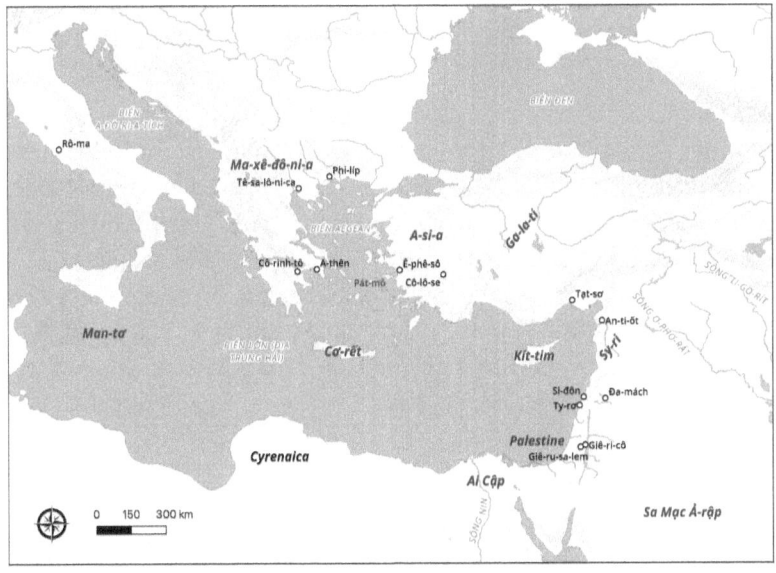

Các vùng đất trong Kinh Thánh

Thời trị vì của các hậu tự của Hê-rốt (4 T.C – 66 S.C)

Ngay sau khi Hê-rốt qua đời, các cuộc nổi loạn nổ ra ở Giê-ru-sa-lem mà chúng cần phải được dập tắt bằng vũ lực. Những cuộc dấy loạn này tiếp diễn trong khi ba người con của Hê-rốt, A-CHÊ-LA-U, Phi-líp và An-ti-pa, lên đường đi tới La Mã để trình bày nguyên cớ của mình trước Sê-sa Au-gút-tơ. Mỗi người đều muốn là người cai trị duy nhất. Sau nhiều kế hoạch và thủ đoạn, Au-gút-tơ chia xứ ra làm ba. Ông giao cho A-chê-la-u xứ Y-đu-mê, Giu-đê và Sa-ma-ri và tước hiệu tổng đốc, hay tỉnh trưởng, thay vì tước hiệu vua (Josephus, *Ant.* 17.13.5). An-ti-pa được giao Ga-li-lê và Bê-rê và nhận tước hiệu tổng đốc, hay tỉnh trưởng (người cai trị địa phương). Phi-líp nhận Batenaea, Tra-cô-ni và Auranitis, cũng như những lãnh thổ khác kéo dài đến Đông Bắc, và cũng được đặt tước hiệu là tỉnh trưởng hay tổng đốc. Những cuộc dấy loạn đang diễn ra trên khắp đất nước bị dập tắt một cách tàn bạo; Sephoris ở Ga-li-lê bị phá hủy, đền thờ tại Giê-ru-sa-lem bị đốt và cướp phá, và hàng ngàn người đã người La Mã đóng đinh.

A-chê-la-u (4 T.C – 6 S.C)

Sự cai trị của A-chê-la-u "tàn bạo và độc tài" (*Ant.* 17.13.2) và bị phản đối kịch liệt ngay từ ban đầu. Tiếng xấu của ông buộc Giô-sép và Ma-ri phải đem Chúa Giê-xu trở về Na-xa-rét, thay vì trở lại BẾT-LÊ-HEM, là lãnh địa của A-chê-la-u (Mat 2:22–23). Ông luôn nhúng tay vào chuyện tế lễ, gây ra sự sỉ nhục rất lớn bởi cuộc hôn nhân bất hợp pháp với vợ góa của anh trai ông và đối xử cay nghiệt với thần dân mình. Khi người Do Thái không còn chịu nổi nữa, họ gửi một đoàn đại biểu đến La Mã, ở đó họ phàn nàn dữ dội về sự cai trị tồi tệ của A-chê-la-u. Ông được triệu tập đến La Mã và vào năm 6 S.C ông bị đày đến Vienne ở Gaul, nơi ông sống phần đời còn lại.

Lãnh thổ của A-chê-la-u được đặt dưới sự cai trị trực tiếp của La Mã kéo dài từ năm 6 S.C đến năm 41, khi cả La Mã được hiệp nhất dưới sự cai trị của Agrippa I. Có sáu, bảy tổng đốc La Mã, phần lớn được gọi là người đại diện, trong suốt khoảng thời gian này, nhưng người thứ năm rất quan trọng đối với việc nghiên cứu Tân Ước: BÔN-XƠ PHI-LÁT, cai trị từ năm 26 đến 36 S.C. Là người đại diện, ông sống ở Sê-sa-rê. Thế nhưng, ông viếng thăm Giê-ru-sa-lem vào những dịp lễ hội và những sự kiện quan trọng. Ông là một người lãnh đạo hà khắc và thiếu tế nhị, ít khi suy nghĩ cho thần dân của mình. Thái độ quá quắt và tàn bạo của ông cuối cùng đã phải lãnh hậu quả. Ông bị phế truất và sau đó bị Sê-sa Ti-be-rơ đưa đi lưu đày vào năm 36 S.C.

Phi-líp (4 T.C – 34 S.C)

Chúng ta biết rất ít về sự cai trị của Phi-líp ngoại trừ việc ông được ca ngợi khắp thế giới. Ông giới hạn tham vọng cá nhân, giữ cho việc xây dựng đền đài xa hoa ở mức tối thiểu. Ông tái xây cất thành cổ Panias, phía Bắc của biển Ga-li-lê, đặt tên lại cho nó là Sê-sa-rê Phi-líp để tôn kính Sê-sa và chính mình. Đây chính là nơi Phi-e-rơ đưa ra lời tuyên xưng vĩ đại rằng Chúa Giê-xu là Đấng Mê-si-a. Cũng tại đây, Chúa Giê-xu giải thích Ngài sẽ phải vào thành Giê-ru-sa-lem, chịu chết và sống lại ra sao (Mat 16:13–27). Bết-sai-đa, nằm ở miền duyên hải Đông Bắc của biển Ga-li-lê, cũng được tái xây dựng và đặt tên lại là Julias để tôn kính con gái của Sê-sa Au-gút-tơ. Phi-líp qua đời theo cách tự nhiên (bất thường đối với thành viên trong gia đình của Hê-rốt) vào năm 34 S.C sau khi cai trị ba mươi bảy năm. Josephus mô tả sự cai trị của ông như sau:

> Ông thể hiện mình là người biết tiết chế và kiệm lời trong cách sống và cách cai trị: ông luôn sống tại đất nước mà ông cai trị; ông thường làm việc với một vài người bạn được chọn; tòa án của ông, nơi ông ngồi xét xử, cũng đi theo cách thức làm việc của ông; và khi một người nào đó gặp ông để nhờ ông giúp đỡ, ông sẽ không chậm trễ mà sẽ để cho tòa án xử lý ngay lập tức. Bất cứ khi nào ông tình cờ có mặt, xem xét vấn đề và lắng nghe dân phàn nàn: Ông lệnh cho người có tội đã bị kết án phải thi hành, và tha tội cho những người bị kết án oan (*Ant.* 18.4.6 [Whiston]).

An-ti-pa (4 T.C – 39 S.C)

Hê-rốt An-ti-pa tiếp nhận lãnh thổ Ga-li-lê và Bê-rê, vì thế là người cai trị trên hai khu vực này, là hai khu vực Chúa Giê-xu dành phần lớn thời gian để thi hành chức vụ. Ông là lãnh đạo kiêu căng, tự phụ, và đôi lúc lại yếu đuối khi đối diện với khủng hoảng về đạo đức. Ông cưới con gái của Aretas, vua Nabatea, nhưng lại mê HÊ-RÔ-ĐIA, cháu của ông, lúc ấy đang là vợ của anh trai ông, Phi-líp. Ông lên kế hoạch cưới nàng làm vợ.

Aretas điên tiết lên, gây chiến và đánh bại An-ti-pa. Chính Hê-rô-đia là người sắp đặt việc chặt đầu Giăng Báp-tít vì Giăng Báp-tít lên án cuộc hôn nhân bất hợp pháp này (Mác 6:17–29). Giăng bị bỏ tù tại Machaerus xứ Bê-rê, phía Đông Biển Chết (*Ant.* 18.5.2). Người Do Thái cho rằng Hê-rốt bị lụn bại vì bị Đức Chúa Trời

Những tàn tích được khai quật của pháo đài – cung điện Hê-rốt tại Herodium

đoán phạt, do Hê-rốt ra lệnh hành quyết Giăng, người họ xem là một nhà tiên tri.

Chính Hê-rốt này là người mà Phi-lát sai đem Chúa Giê-xu đến trước khi Ngài bị đóng đinh, khi Hê-rốt ở tại Giê-ru-sa-lem dự lễ Vượt Qua (Lu 23:6–12). Hê-rốt dường như có sự quan tâm về vấn đề thuộc linh (Mat 14:9; Mác 6:20), nhưng thay vì quan tâm đến lẽ thật tâm linh, ông lại quan tâm nhiều đến những dấu kỳ phép lạ ngoạn mục, ấn tượng. Mối bất hòa giữa Hê-rốt và Phi-lát, có lẽ do Phi-lát giết chết một số dân Ga-li-lê (Lu 13:1), lại được hàn gắn một cách lạ lùng qua việc họ cùng nhau kết tội Chúa Giê-xu (Lu 23:12).

Hê-rô-đia cho thấy bà là người làm hại thanh danh của Hê-rốt khi xúi giục chồng đi lên La Mã đòi hoàng đế CALIGULA phải lập ông lên làm vua thay vì chỉ làm một tổng trấn mà thôi. Vì lý do đó, ông bị đày qua Tây Ban Nha, nơi ông và Hê-rô-đia qua đời (*J.W.2.9.6;* cũng xem *Ant.* 18.7.2)

Hê-rốt Ạc-ríp-pa I và II (37–66 S.C)

HÊ-RỐT ẠC-RÍP-PA I là con trai của Aristobulus và Bernice, là cháu của HÊ-RỐT ĐẠI ĐẾ và Mariamme. Ông sống ở La Mã và được Sê-sa Ti-be-rơ, con trai ông là Drusus và Caligula, biết đến. Khi Ti-be-rơ qua đời vào năm 37 S.C và Caligula lên làm hoàng đế, ông ban lãnh thổ Philip và Lysanias cho Ạc-ríp-pa, sau khi thả tự do cho Ạc-ríp-pa khỏi vòng tù tội. Ạc-ríp-pa được ban tước hiệu vua (Công 12:1). Như chúng ta đã thấy, An-ti-pa và tính ghen ăn tức ở của Hê-rô-đia đã thúc đẩy họ đến La Mã vào năm 39 S.C để xin tước hiệu vua. Nhưng thay vì được ban tước vua thì họ bị đi đày, vì thế vùng Ga-li-lê và Bê-rê cũng được giao luôn cho Ạc-ríp-pa (*Ant.* 18.7.2). Vào năm 41 S.C, sau một chiến công đặc biệt tiến dâng vị hoàng đế mới là CLAUDIUS, Ạc-ríp-pa được ban thưởng khu vực Giu-đê và Sa-ma-ri, vì thế làm cho lãnh thổ của ông lớn gần bằng lãnh thổ của ông nội ông là Hê-rốt Đại Đế. Ạc-ríp-pa rất nhạy bén với tình cảm của người Do Thái (*Ant.* 19.7.3), đến mức ông xử tử Gia-cơ con trai của Xê-bê-đê, một trong những sứ đồ của Chúa Giê-xu và bỏ Phi-e-rơ vào tù (Công 12:1–4). Ông chết một cách bất ngờ vào năm 44 S.C, trong khi đang tham dự một lễ hội tại Sê-sa-rê và để người ta tung hô mình như một vị thần (Công 12:21–23; xem *Ant.* 19.8.2).

Đến thời điểm, con trai của Ạc-ríp-pa, HÊ-RỐT ẠC-RÍP-PA II, được đưa lên làm người cai trị trên danh nghĩa cho phần lớn lãnh thổ cũ của cha mình. Ông không được cai trị ngay lập tức vì ông chưa đủ tuổi. Ông giống với ông nội hơn là cha mình và ít quan tâm đến cảm giác của người Do Thái (*Ant.* 20.7.11; 20.8.4). Khi bị bỏ tù ở Sê-sa-rê (khoảng năm 60 S.C), Phao-lô đã đứng trước Ạc-ríp-pa II này, nhưng Ạc-ríp-pa đã kiêu căng bác bỏ lời của vị sứ đồ ấy (Công 25:13–26:32). Khi Chiến tranh Do Thái nổ ra vào năm 55 S.C, Ạc-ríp-pa nghiêng về phía người La Mã và sau khi Giê-ru-sa-lem bị phá hủy ông rút về La Mã, ông chết ở đó vào năm 100 S.C

Chiến Tranh Do Thái Và Sự Sụp Đổ Của Thành Giê-ru-sa-lem (66–70 S.C)

Trong suốt giai đoạn 44–66 S.C, những kẻ kế nhiệm tồi đã cai trị trên lãnh thổ Giu-đê và Sa-ma-ri. Điều này cùng với các hoàn cảnh khác nữa cuối cùng đã dẫn đến cuộc nổi dậy tai hại chống lại La Mã. Những tên cai trị này lần lượt là Fadus (44–46), Ti-be-rơ Julius Exander (46–48), Ventidius Cumanus (48–52), Phê-lít (52–60; xem Công Vụ 24:1–27), Phê-tu (60–62; xem Công Vụ 25:1–22), Albinus (62–64) và GESSIUS FLORUS (64–66). Trong số này, hai người cuối cùng vô cùng xấu xa, tham lam và độc ác. Khi đó, cả nước đang hỗn loạn, đang hướng tới một thảm họa bắt đầu vào mùa xuân năm 66. Có sự náo loạn rất lớn về tôn giáo mà người La Mã không bao giờ thật sự hiểu vì **thuyết hỗ lốn đa thần** của họ không chứa đựng những xác tín không thể nào lay chuyển được kiểu như vậy. Tuy nhiên, người Do Thái lại không chịu nhượng bộ vì tin rằng chỉ luật pháp của họ mới đến từ Đức Chúa Trời, rằng các tôn giáo chung quy chỉ là báng bổ. Ngoài sự bách hại về tôn giáo còn có khó khăn về kinh tế, việc đánh thuế bất công, những băng nhóm trộm cướp đầy khắp cả nước, lãi suất tiền nợ quá cao, những cuộc ám sát chính trị, việc đối xử tàn nhẫn với công dân vô tội và vấn đề đút lót, hối lộ trong chính phủ. Nói tóm lại, đó là một đất nước sẵn sàng nổ tung. Giới chức tế lễ lẽ ra phải là tầng lớp lãnh đạo đất nước về mặt thuộc linh lại cũng thối nát chẳng kém gì các lĩnh vực khác. Thầy tế lễ thì "dùng bạo lực với người dân, và sẵn sàng bóc lột những người yếu thế hơn họ. Từ đó trở đi, phần lớn thành của chúng ta [Giê-ru-sa-lem] vô cùng hỗn loạn, mọi thứ ngày càng tồi tệ hơn" (*Ant.* 20.9.4 [Whiston]).

Tia lửa làm ngọn lửa ấy bùng cháy bắt đầu tại Sê-sa-rê, nơi một **nhà hội** bị một số người Hy Lạp làm ô uế vào tháng Iyyar (tháng Tư – Năm 66). Một cuộc nổi dậy đã nổ ra, lan tới Giê-ru-sa-lem, ở đó nó bị Gesius Florus dập tắt một cách tàn bạo; hơn 3.600 người bị giết. Đối với người Do Thái, sự tuyệt giao có vẻ như đã được thực hiện, **tế lễ** hàng ngày trong đền thờ để tôn kính hoàng đế chấm dứt, điều đó có nghĩa là cuộc chiến bắt đầu cách nghiêm túc. Josephus đã đưa ra phần ký thuật sau:

> Lúc ấy chính một số người trong đó làm cho người dân cảm thấy hừng hừng khí thế ra trận đã tấn công vào một đồn lũy được gọi là Masada. Họ chiếm lấy nó bằng cách mưu phản và giết chết những người La Mã ở đó và đưa những người thuộc về phe của mình lên bảo vệ nó. Đồng thời, Ê-lê-a-sa, con trai của thầy tế lễ cả An-ne, một người trẻ tuổi dạn dĩ, lúc ấy là người cai quản đền thờ, thuyết phục những người có nhiệm vụ trong công tác phục vụ Chúa không nhận quà cáp hay tế lễ từ bất cứ người nước ngoài nào. Và đây là khởi đầu thật sự cho cuộc chiến của chúng ta với người La Mã: họ chối bỏ tế lễ dành cho Sê-sa vì lý do sau: khi nhiều người trong số các thầy tế lễ cả và những người có chức quyền khẩn cầu họ đừng bỏ qua tế lễ đó, mà theo lệ thường của họ là dâng cho vua chúa của họ, thì họ không chịu. (J.W. 2.17.2 [Whiston])

Suốt ba năm tiếp theo, người La Mã phá hủy Do Thái một cách có hệ thống, người Do Thái thi thoảng có được một chiến thắng lẻ tẻ nào đó trong cuộc chiến chống lại bè lũ La Mã thiện chiến nhưng cuối cùng họ không cân sức, phần lớn bởi giữa vòng người Do Thái cũng đang mâu thuẫn và tự gây chiến với nhau. Đến hè năm 69 thì người Do Thái chỉ còn lại Giê-ru-sa-lem, Hê-rô-đi-um, MASADA và Machaerus. Một cuộc nội chiến tại La Mã và biến cố Nê-rô tự tử vào năm 69 làm cho VESPASIAN, tướng của La Mã, rút lui khỏi cuộc chinh phạt Giê-ru-sa-lem. Vào tháng Bảy năm 69, ông được xưng đế khi ông lên đường đến La Mã. Nhưng mùa xuân năm 70, ông cử con trai mình là TITUS đi hoàn tất việc phá hủy thành Giê-ru-sa-lem. Với bốn quân đoàn lính chiến, Titus đã hoàn tất nhiệm vụ. Phải mất bốn tháng thì họ mới xuyên thủng các bức tường từng cái một và cuối cùng đánh bại thành. Giê-ru-sa-lem hoàn toàn bị san bằng, chỉ còn một vài tòa tháp và bức tường để cho thấy thành ấy một thời từng hùng mạnh ra sao và người La Mã là bất khả chiến bại thế nào. Cuộc bao vây thành rất kinh khủng, gần như không lời nào diễn tả được, và việc giết chóc người dân khi thành sụp đổ là vô cùng tàn ác. Hàng hàng người bị tra tấn, bị đóng đinh hoặc bị bán làm nô lệ, thành Giê-ru-sa-lem bị tàn phá hoàn toàn.

Quang cảnh Masada nhìn từ trên cao

Để kết thúc câu chuyện, sự tàn phá tiếp diễn. Masada sụp đổ vào năm 73 S.C, do đó cuộc nổi dậy đầu tiên của người Do Thái kết thúc. Cuộc nổi dậy thứ hai diễn ra vào năm 132–135 S.C, được dẫn dắt bởi một cứu tinh dởm tên là BAR KOCHBA, người đã hứa rằng Chúa sẽ can thiệp vào cuộc chiến ấy, nhưng điều đó đã không bao giờ xảy ra. Sự tàn phá thành vào thời điểm đó là sự tàn phá hoàn toàn, và một đạo luật đã được thông qua nhằm ngăn cấm người Do Thái đặt chân lên nó một lần nữa.

Lời tiên tri đáng sợ của Chúa Giê-xu (Lu 21:20–24) đã thành hiện thực. Người Do Thái không biết thời điểm mình được Chúa viếng thăm. Đa số đều chối từ lời mời cứu rỗi của Ngài. Bởi sự cứng lòng của họ nên chỉ còn sự đoán phạt kinh khiếp mà thôi, và họ buộc phải uống cạn chén đắng.

Tầm quan trọng của sự sụp đổ của thành Giê-ru-sa-lem đối với Cơ Đốc nhân và đối với người Do Thái vào thời điểm đó khó có thể được đánh giá hết. Từ quan điểm của người Do Thái, cuộc ly khai với Cơ Đốc giáo đã chấm dứt. Nhiều Cơ Đốc nhân người Do Thái đã trốn chạy khỏi Giê-ru-sa-lem, đúng theo lời tiên tri của Chúa Giê-xu. Những người Do Thái khác xem Cơ Đốc nhân là những kẻ bội phản, và các ra-bi sau này thậm chí còn đổ lỗi cho họ về sự sụp đổ của thành Giê-ru-sa-lem. Đối với Cơ

Đốc nhân, họ nhận ra rằng giờ đây họ phải đi ra khỏi Giê-ru-sa-lem, trung tâm của Cơ Đốc giáo phải là ở một nơi khác, thật ra là ở khắp mọi nơi, như Chúa Giê-xu đã nói với người đàn bà Sa-ma-ri, rằng Đức Chúa Trời phải được thờ phượng, không phải ở thành Giê-ru-sa-lem hay tại Sa-ma-ri nhưng bằng tâm thần và lẽ thật (Giăng 4:21–24). Phao-lô cũng nhấn mạnh điều này ở A-then khi ông lưu ý rằng Đức Chúa Trời không ngự trong các đền thờ do tay con người làm ra nhưng ở khắp mọi nơi (Công 17:24–28). Sự sụp đổ của thành Giê-ru-sa-lem cũng góp phần vào việc Cơ Đốc nhân phát triển từ vựng thần học và cách thờ phượng mới, được thiết kế để với tới dân ngoại, những người giờ đây đã trở thành sứ mạng chính của họ. Từ đây xuất hiện kinh điển Tân Ước, là kinh điển giữ vị trí song song với Cựu Ước, qua đó hình thành nên Kinh Thánh mà chúng ta có ngày nay.

Việc nhiều người Do Thái không công nhận Chúa Giê-xu là Đấng Cứu Thế được hứa ban là một bi kịch, nhưng sứ đồ Phao-lô đã xem xét tình trạng này với một lưu ý đầy hy vọng. Sự chối từ của người Do Thái là cơ hội phục hòa cho cả thế giới. Đức Chúa Trời đã có dự định cho Y-sơ-ra-ên (Rô 11:25–29). Trong huyền nhiệm lớn lao của cách Đức Chúa Trời đối với chúng ta, Ngài gặp sự không vâng phục khắp nơi để Ngài có thể thương xót tất cả chúng ta (Rô 11:32).

Do Thái Giáo Trong Thời Chúa Giê-xu

Phần lướt qua lịch sử dẫn tới kỷ nguyên Tân Ước đầy phức tạp của người Do Thái mà chúng ta đã thực hiện sẽ chuẩn bị để chúng ta hiểu sự đa dạng đầy màu sắc của tư tưởng tôn giáo Do Thái như cách nó diễn ra trong thời của Chúa Giê-xu. Không có một quan điểm đơn nhất, quy chuẩn nào nhưng đúng hơn có những sự tổng hợp các ý tưởng và các tập tục đối lập và giao thoa nhau tạo thành cái mà chúng ta gọi là **Do Thái giáo giai đoạn Đền thờ thứ Hai.** Josephus đề cập cụ thể đến bốn sự tổng hợp quan trọng, nhưng cũng có những sự tổng hợp khác nữa, một vài trong số đó bản thân chúng cũng khá đa dạng. Tuy nhiên, chúng thật sự không nắm giữ những tín lý hay ít nhất là thái độ chung cụ thể nào đặc trưng so với các nhóm tôn giáo khác giữa vòng người La Mã và người Hy Lạp.

Những yếu tố hiệp nhất trong Do Thái giáo

Điều cần phải được nhấn mạnh từ ban đầu đó là về căn bản **Do Thái giáo** là một lối sống chứ không phải là một loạt những tín lý được công nhận. Không phải vì các ý niệm thần học không quan trọng, nhưng đúng hơn người ta không đòi hỏi nơi chúng một cách giải nghĩa duy nhất nào. Thông thường, một nhóm nắm giữ một số ý niệm về một điểm nào đó, nhưng những quan điểm này không nhất thiết được xem là quy chuẩn đối với tất cả các thành viên của các nhóm khác. Tuy nhiên, sự chệch hướng về một vấn đề nào đó trong cuộc sống hoặc trong lối sống, như chuyện ăn uống, tắm giặt hay thánh khiết về mặt nghi lễ, có thể dẫn đến việc người vi phạm bị khai trừ ngay lập tức khỏi nhóm phái đó. Người ta có thể sống chung với một số giáo lý đa dạng nhất định nhưng trong cách sống lại không có nhiều biến thể. Đây là một lý do khiến những người lãnh đạo tôn giáo xem Chúa Giê-xu là mối đe dọa: Ngài coi những chuyện họ cho là tự do là nghiêm túc.

Bức chạm trổ Cung Titus ở La Mã cho thấy những vật dụng bị cướp khỏi đền thờ tại Giê-ru-sa-lem sau khi thành bị Titus phá hủy vào năm 70 S.C. Lưu ý những chiếc kèn bằng bạc, bàn đựng bánh thánh và chân đèn nhiều nhánh.

Ý niệm quan trọng bậc nhất và duy nhất đoàn kết người Do Thái lại là ý niệm liên hệ đến Đức Chúa Trời và cảm nhận mình độc nhất trong lịch sử thế giới. Họ đã được một Đức Chúa Trời duy nhất chọn để làm trọn một số phận đặc biệt. Ngài đã lập giao ước với họ. Dĩ nhiên, kinh nghiệm lưu đày (587 T.C) đã làm họ bị sốc, nhưng cuối cùng họ hiểu đó là sự trừng phạt cho tội lỗi của họ, đặc biệt là tội đặt những thần khác lên trước Chúa (2 Mạc 6:12–16). Việc lưu đày buộc họ phải thấy họ thật sự nhỏ bé thế nào khi so với các đế quốc mênh mông của thế giới, như Ba-by-lôn và Ba Tư. Họ tỉnh dậy từ cú sốc ban đầu với một ý thức về sự huyền nhiệm sâu xa hơn – Đức Chúa Trời chọn họ thay vì các dân tộc lớn khác của thế giới để làm những người mang lấy chân lý. Điều này khơi gợi một cam kết sâu xa đó là họ phải thực hiện nhiệm vụ của mình. Trước đây họ đã thất bại, nhưng không điều gì có thể làm họ rúng động một lần nữa. Chính *Đức Chúa Trời* là Đấng chọn lựa họ, Đức Chúa Trời *duy nhất*. Tất cả các thần của các dân tộc khác chỉ là thần tượng và phải bị xem thường. Người Do Thái là độc nhất bởi vì họ thờ phượng Đức Chúa Trời chân thần duy nhất của cõi hoàn vũ, Đấng đã khải thị chính mình cách đặc biệt cho họ khi chọn họ làm dân thuộc riêng về Ngài. Họ sẽ không bao giờ chấp nhận sự thờ thần tượng một lần nữa, ngay cả khi họ phải trả giá cho điều đó bằng chính mạng sống mình.

Gắn liền với xác tín liên hệ đến tính độc nhất về mặt lịch sử và chủ nghĩa độc thần nghiêm khắc của họ là ý niệm cho rằng Đức Chúa Trời đã đặt họ vào một nơi cụ thể. Đức Chúa Trời là Chúa của cả cõi vũ trụ này và của tất cả các dân tộc, nhưng Ngài đã đặt người Do Thái vào đất Pa-lét-tin, mảnh đất mãi mãi thuộc về họ. Đức Chúa Trời đã chọn Giê-ru-sa-lem làm nơi duy nhất cho sự thờ phượng thật, thành đó và xứ của Y-sơ-ra-ên cần được bảo vệ và phòng thủ bằng mọi giá. Điều tạo ra vấn đề trong thời của Chúa Giê-xu dĩ nhiên là việc toàn bộ lãnh thổ ấy ở dưới sự đô hộ của người La Mã. Sao vậy được? Khi nào thì Chúa mới làm gì đó để xử lý việc này? Người Do Thái đồng ý rằng Đức Chúa Trời sẽ làm gì đó và nó sẽ liên hệ đến xứ mà Ngài đã chọn, nhưng họ không thống nhất với nhau về thời điểm và cách thức thực hiện điều này. Chúa Giê-xu nhìn vượt trên chủ nghĩa dân tộc chật hẹp để tập trung vào sự thật đó là Đức Chúa Trời đang tìm kiếm những người thờ phượng đúng tinh thần, chứ không chỉ là thờ phượng đúng nơi đúng chỗ (Giăng 4:23–24). Thật ra, sẽ đến ngày tất cả những "nơi chốn thờ phượng đúng đắn" này sẽ bị phá hủy (Lu 21:5–6; 20–24; Giăng 4:21). Giăng Báp-tít nói với người Do Thái rằng những đặc ân xưa kia của họ chẳng mang ích lợi gì cho họ nếu họ chỉ lợi dụng những đặc ân đó mà thôi. Tuy nhiên, nếu muốn, Đức Chúa Trời sẽ dấy lên con cái Áp-ra-ham từ đá trong sa mạc (Lu 3:7–8).

Lòng nhiệt thành trông đợi Đấng Mê-si-a khi ấy cũng là thái độ rất phổ biến. Có một niềm tin phổ biến đó là Đức Chúa Trời sẽ cử một người được chọn, một vị cứu tinh, người sẽ đến để đánh bại người La Mã và đưa họ vào một thời kỳ bình an và trung tâm của thế giới đó nằm ở Giê-ru-sa-lem. Có nhiều quan điểm khác nhau về việc vị cứu tinh ấy là ai và cách Ngài sẽ lật đổ người La Mã. Có người nghĩ rằng nó sẽ bao hàm cả vũ lực; có người lại nghĩ rằng nó đến theo cách thuộc linh hơn. Những lãnh tụ giả xuất hiện giữa sự bối rối ấy. Có người thậm chí còn dẫn người ta đi vào đồng vắng, ở đó họ chờ đợi sự can thiệp mang tính quyết định của Chúa, chỉ để rồi bị người La Mã giết chết (xin xem Công 5:35–37; 21:37–38). Nhưng niềm hy vọng vẫn còn đó. Đức Chúa Trời sẽ cử vị cứu tinh của Ngài đến để giải cứu dân sự Ngài.

Tàn tích của nhà hội tại Ca-bê-na-um

Nhà hội cũng là một yếu tố hiệp nhất đối với người Do Thái, đặc biệt những người Do Thái sống ở Pa-lét-tin, những người Do Thái tản lạc, hay **Diaspora** theo cách người ta gọi họ. Nhưng ngay cả ở Pa-lét-tin thì cũng có vô số nhà hội – mỗi thị trấn có ít nhất một nhà hội, nếu một số nguồn tài liệu là đáng tin cậy. Giê-ru-sa-lem được cho là có 394 (b.Ketub. 105a) hoặc 480 (y.Meg. 73b) nhà hội, với một cái nằm trong chính đền thờ. Người ta không biết rõ nguồn gốc của nhà hội, nhưng chúng rõ ràng xuất hiện vào một thời điểm nào đó trong hoặc sau thời kỳ lưu đày Ba-by-lôn. Với quá nhiều người Do Thái rải rác ở những khu vực ấy trên thế giới, nhà hội trở thành trung tâm đời sống của họ. Đến thời Chúa Giê-xu, nhà hội có bốn chức năng cơ bản. Về căn bản nhà hội là một trường học, nơi trẻ em được dạy luật pháp và các **truyền thống** tôn giáo Do Thái. Đối với một số người, như tác giả người Do Thái PHI-LÔ xứ A-léc-xan-đơ (20 T.C – 45 S.C), đây là chức năng chính của nhà hội. Nhà hội cũng là nơi thờ phượng, nơi đó các bản tín điều được nhắc lại, Kinh Thánh được đọc lên, một bài giảng ngắn hay bài giải kinh được giảng và những lời cầu nguyện được dâng lên. Nhà hội cũng đóng vai trò như một tòa án nơi những vấn đề về tôn giáo và dân sự được giải quyết bởi hội đồng địa phương. Cuối cùng, nhà hội là nơi tương tác xã hội, nơi đó các lễ tang và những kỳ hội họp đặc biệt diễn ra và thậm chí những vấn đề chính trị được bàn thảo (xin xem Josephus, *Life* 54). Đối với các Cơ Đốc nhân thời Tân Ước, nhà hội đóng vai trò như một địa điểm hợp lý để bắt đầu rao giảng Phúc âm ("trước nhất là cho người Do Thái, và cũng cho người Hy Lạp") cho tới thời kỳ Cơ Đốc nhân không còn được phép bước vào đó để chia sẻ sứ điệp của mình nữa.

Luật pháp (Tô-ra) và truyền thống của các trưởng lão cũng là những yếu tố gắn kết hầu hết mọi người lại với nhau. Chiếm vị trí quan trọng nhất là những quy định liên hệ đến việc cắt bì và giữ ngày **Sa-bát**. Người Do Thái sống theo Luật pháp mà họ tin rằng Đức Chúa Trời đã ban cho họ - không chỉ là 613 điều răn họ tìm thấy trong Ngũ Kinh mà còn cả những quy định phụ bao quanh những điều răn ấy, cũng đến hàng ngàn quy định.

Cuối cùng, đền thờ, chức vụ tế lễ và lễ hội cũng cho người Do Thái ý thức về nhân thân của mình. Đền thờ là một kiến trúc uy nghi và người Do Thái vô cùng tự hào về nó (Mác 13:1). Ngay cả người La Mã cũng khâm phục lòng tận hiến của người Do Thái dành cho đền thờ. Đôi lúc người La Mã còn giúp đỡ cho việc thực thi các quy định cấm người ngoại làm ô uế đền thờ và bảo vệ người Do Thái bước vào đền thờ. Nói nghịch lại đền thờ là nói nghịch lại Đức Chúa Trời, ít nhất là về phía người Do Thái. Tất cả những điều này góp phần lý giải tại sao việc Chúa Giê-xu dọn dẹp đền thờ lại làm cho những người đồng hương với Ngài tức giận đến vậy. Ngài phán: "Hãy phá đền thờ này đi, trong ba ngày Ta sẽ dựng lại" (Giăng 2:19). Chúa Giê-xu chỉ đang tuyên bố rằng Ngài sẽ minh chứng Ngài là đền thờ thật nơi ý muốn của Đức Chúa Trời được thực hiện. Ý muốn của Chúa không chỉ giới hạn trong cấu trúc vật lý nào đó, nơi việc mua bán thiếu tôn kính diễn ra, dù nó có nguy nga tráng lệ đến đâu. Một số học giả đã cho rằng chính thái độ chống lại đền thờ của Chúa Giê-xu cuối cùng đã dẫn đến việc Ngài bị người Do Thái chối từ và đóng đinh.

Các nhóm phái tôn giáo

Người Pha-ri-si

Người Pha-ri-si được biết đến nhiều nhất trong số các nhóm phái tôn giáo trong thời của Chúa Giê-xu.[7] Mặc dù họ là một nhóm người tương đối nhỏ (có lẽ tổng số chỉ khoảng sáu ngàn), nhưng họ cực kỳ có ảnh hưởng. Quan điểm của họ về nhiều

---

[7]Josephus tóm tắt các quan điểm của họ trong *Ant.* 18.1.3. Để đọc phần tóm tắt học thuật về người Pha-ri-si, xin xem Stephen Westerholm, "Pharisees," trong *Dictionary of Jesus and the Gospels*, ed. Joel B. Green, Scot McKnight và I. H. Marshall (Downers Grove, IL: InterVarsity, 1992), 609–14. Cũng xem John P. Meier, A Marginal Jew, vol. 3, *Companions and Competitors* (New York: Doubleday,

vấn đề có thể được xem là quan điểm tiêu biểu cho đa số người Do Thái thời bấy giờ. Tên gọi "Pha-ri-si" có lẽ bắt nguồn từ từ liệu **A-ram** có nghĩa là "phân rẽ"; vì thế, người Pha-ri-si nghĩa là "những người được phân rẽ". Họ xuất hiện như một nhóm người có những đặc trưng có thể nhận diện được vào khoảng thời gian nào đó trước kỷ nguyên Tân Ước. Theo Josephus, họ giữ vị trí nổi bật trong suốt giai đoạn cai trị của John Hyrcanus I (135/134–104 T.C) và Alexandra (76–67 T.C).

Đến thời Chúa Giê-xu, có hai trường phái tư tưởng Pha-ri-si khác nhau – những người theo HI-LÊN và những người theo SHAM-MAI. Hi-lên đã cách mạng hóa tư tưởng ra-bi bằng một phương pháp giải kinh mới cho phép giải nghĩa luật pháp cách tự do hơn. GA-MA-LI-ÊN I (con trai của Hi-lên và thầy của sứ đồ Phao-lô; Công 22:3) là người lãnh đạo người Pha-ri-si từ năm 25 đến 40 S.C. Sau khi Giê-ru-sa-lem bị phá hủy vào năm 70 S.C, Johanan ben Zakkai đảm nhiệm việc tái định hình phái Pha-ri-si tại JAMNIA vào năm 90 S.C; nhờ đó nền tảng cho Do Thái giáo dòng chính trải dài đến thời hiện đại đã được thiết lập. Về mặt thần học, người Pha-ri-si phát triển một loạt những quan điểm dựa trên Cựu Ước và **truyền thống truyền miệng** của riêng họ, họ xem cả Cựu Ước và truyền thống ấy đều có thẩm quyền. Josephus nói rằng họ "bắt người dân phải tuân giữ nhiều truyền thống không được chép trong luật Môi-se" (*Ant.* 13.10.06 [Whiston]). Họ tin vào Đức Chúa Trời (theo kiểu rất giống với tự nhiên thần giáo), thiên sứ và các linh, sự quan phòng, sự cầu nguyện, sự cần thiết của đức tin và việc lành, sự phán xét cuối cùng, một vị cứu tinh sẽ đến, tính bất diệt của linh hồn. Phần nhiều trong những gì người Pha-ri-si tin cũng được những Cơ Đốc nhân đầu tiên chấp nhận; Chúa Giê-xu nói về họ: "Vậy, hãy làm theo và tuân giữ những gì họ bảo các ngươi; nhưng đừng bắt chước những gì họ làm, vì họ chỉ nói mà không làm" (Mat 23:3). Phao-lô nói với người trong Tòa Công Luận (Sanherin): "Thưa các anh em, tôi là người Pha-ri-si, con của người Pha-ri-si. Chính vì niềm hi vọng về sự sống lại từ cõi chết mà tôi bị đưa ra xét xử" (Công 23:6). Mặc dù không hoàn toàn chối bỏ ân điển của Đức Chúa Trời, nhưng nhiều người Pha-ri-si có khuynh hướng đi theo chủ nghĩa duy luật, đến mức mà Chúa Giê-xu buộc tội họ vô hiệu hóa các điều răn của Đức Chúa Trời bằng cách giữ theo cách truyền thống của loài người (Mác 7:8). Những truyền thống này được tổng hợp lại với nhau từ đầu thế kỷ thứ ba S.C bởi RA-BI JUDAH ÔNG TỔ trong một cuốn sách được gọi là **Mishnah,** là sách lần lượt hình thành nên một phần của **Talmud.** (Những sách này sẽ sớm được thảo luận ở phần sau).

Người Pha-ri-si thù ghét Chúa Giê-xu vì họ cảm thấy Ngài không tôn trọng luật pháp của họ cho lắm, Ngài quá bao dung với những người tội lỗi và quá cởi mở khi giao thiệp với người ngoại. Ngài cũng đưa ra những lời xưng nhận phạm thượng về bản thân và về mối liên hệ của mình với Đức Chúa Trời. Về phần mình, Chúa Giê-xu chống lại người Pha-ri-si bởi vì họ theo chủ nghĩ duy luật, giả hình và không sẵn sàng đón nhận nước Trời như đã được trình bày qua chính Ngài.

2001), 311–40, mặc dù Meier quá hoài nghi lời chứng của các sách phúc âm về mối quan hệ giữa Chúa Giê-xu và người Pha-ri-si.

Người Sa-đu-sê

Nhóm Do Thái chính yếu thứ hai trong thời Chúa Giê-xu là người Sa-đu-sê.[8] Thật khó xác định cả xuất xứ lẫn bản chất chính xác của nhóm này vì họ bị rơi vào quên lãng sau khi Giê-ru-sa-lem bị phá hủy vào năm 70 S.C, khi quan điểm của phái Pha-ri-si về căn bản đã trở thành niềm tin Do Thái giáo chính thức. Họ trở nên nổi bật trong suốt thời Mạc-ca-bê bởi việc ủng hộ các mục tiêu chính trị của gia đình Hasmonea dưới sự cai trị của John Hyrcanus I (135/134–104 T.C), nhưng dưới thời Alexandra (76–67 T.C) và Hê-rốt Đại Đế (37–4 T.C) quyền lực và số lượng của họ giảm sút đáng kể. Tuy nhiên, với việc những người đại diện La Mã xuất hiện vào năm 6 S.C, thì họ gặp thời, và họ đóng vai trò quan trọng trong Tòa Công Luận và trong chức tế lễ cho đến khi cuộc cách mạng Do Thái vào năm 66–67 S.C nổ ra, khi những yếu tố cấp tiến thắng thế. Sau đó, người Sa-đu-sê biến mất khỏi lịch sử.

Về căn bản, người Sa-đu-sê là giới quý tộc trong khía cạnh tế lễ, có được quyền lực thông qua việc liên kết với các gia đình quý tộc hoặc những người cao trọng trong hàng tế lễ. Về mặt thần học, họ chối bỏ gần như mọi thứ người Pha-ri-si (và hầu hết những người Do Thái sùng kính) tin theo. Họ không tin vào thiên sứ và các linh, sự sống lại, sự phán xét sau cùng, sự sống sau khi chết, sự quan phòng của Chúa hay một đấng cứu tinh đang đến. Người Sa-đu-sê tìm cách làm mất uy tín Chúa Giê-xu bằng cách tấn công vào niềm tin nơi sự sống lại của Ngài (Mat 22:23–32). Việc họ chống đối Chúa Giê-xu về căn bản bắt nguồn từ khao khát duy trì địa vị đặc quyền của mình, điều mà Chúa Giê-xu đã cảnh báo (Giăng 11:48). Kết quả là, họ lại có chung mục tiêu với kẻ thù chính trị của họ, người Pha-ri-si, trong việc kết án tử hình Chúa Giê-xu (mặc dù người Pha-ri-si muốn loại bỏ Chúa Giê-xu vì những nguyên do khác).

Phái Essene

Essene là một phái quan trọng khác, với con số tổng cộng khoảng bốn ngàn người.[9] Chúng ta biết về họ từ một số nguồn thông tin, trong đó bao gồm từ Josephus, Phi-lô, tác giả người La Mã là Pliny, giáo phụ Hippolytus và Các Cuộn Biển Chết. Từ những nguồn này, chúng ta không thể đưa ra một bức tranh hoàn toàn nhất quán. Kết hợp lại với nhau, chúng cho thấy rằng thuật ngữ "phái Essene", có lẽ mang nghĩa là "những người sùng kính" trong ngôn ngữ Đông A-ram, mô tả một phổ quan điểm ở dưới cùng một tên gọi chứ không phải là một phong trào đơn nhất, gắn bó với nhau.

---

[8] Josephus tóm tắt quan điểm của họ trong *Ant.* 18.1.4. Để đọc phần đánh giá gần đây, xin xem Meier, *Marginal Jew*, 3:389–487.

[9] Josephus đưa ra phần tóm tắt về phái Essenes trong *Ant.* 18.1.5. Cũng xem Allen H. Jones, *Essenes: The Elect of Israel and the Priests of Artemis* (Lanham, MD: University Press of America, 1985); Meier, Marginal Jew, 3:488–532, 569–94.

Phái Essene có vẻ như xuất hiện sau cuộc cách mạng Mạc-ca-bê vào năm 167–160 T.C, với một số lượng đáng kể định cư ở phía Đông Giê-ru-sa-lem gần Biển Chết giữa 150 đến 140 T.C. Họ bỏ khu vực này, có lẽ sau một trận động đất vào khoảng năm 31 T.C, nhưng một số người sau đó lại trở về sau khi Hê-rốt Đại đế qua đời vào năm 4 T.C. Họ là một bộ phận của cuộc cách mạng chống lại La Mã vào năm 66–70 S.C và cũng thất thủ chung với cả nước vào thời điểm đó. Một số tư liệu của họ được giấu trong các hang động gần cộng đồng của họ, các tư liệu này bắt đầu được tìm thấy vào năm 1947 và được gọi là Các Cuộn Biển Chết. Những tàn tích của khu vực mà người Essene sinh sống đã được khai quật kể từ thời điểm đó.

Các hố khai quật tại Qumran

Người theo phái Essene tại QUMRAN là một cộng đồng vô cùng nghiêm ngặt và kỷ luật, sống chung với nhau, nghĩa là họ giữ mọi tài sản làm của chung. Họ tuân thủ những nguyên tắc khổ hạnh nghiêm khắc. Họ chối từ tất cả những gì xa hoa và thực hành sống độc thân, mặc dù Josephus có đề cập đến việc một số người Essene có lập gia đình. Họ tận hiến cuộc đời mình cho việc học Kinh Thánh, sao chép những tư liệu của mình, cầu nguyện và nghi lễ thanh tẩy thường xuyên. Thành viên mới được kết nạp sau một khoảng thời gian tu tập kéo dài (hai hoặc ba năm; các nguồn tư liệu không thống nhất với nhau ở điểm này) và một loạt những lời khấn nguyện trọng thể.

Về mặt thần học, họ là những người theo thần học tiền định nghiêm khắc, tin vào kiếp trước và tính chất trường tồn của linh hồn. Họ là những người chống đối đền thờ (có lẽ bởi việc họ phản đối vai trò tế lễ thượng phẩm của nhà Hasmoneus) và vô cùng duy luật trong những vấn đề về sự thanh tẩy theo nghi lễ. Họ xem chính mình là những người công chính còn sót lại sống trong những ngày cuối cùng và trông đợi một vị cứu tinh hay những vị cứu tinh về mặt chính trị và sự kết thúc thời đại này. Một số nhà thần học đã cố gắng tìm mối liên hệ giữa Giăng Báp-tít, hay thậm chí là Chúa Giê-xu, và người Essene tại Qumran. Điều này khó có thể xảy ra, đặc biệt là trong trường hợp Chúa Giê-xu. Nếu có một mối liên hệ giữa Giăng hoặc Chúa Giê-xu với Qumran, thì đó chắc hẳn không phải là một mối liên hệ quan trọng. Không có bằng chứng rõ ràng nào cho thấy rằng Giăng hay Chúa Giê-xu từng sống trong hay đến thăm cộng đồng này. Dù thế nào, trong Tân Ước, người theo phái Essene không bao giờ được đề cập đến bằng tên gọi.

Phái Xê-lốt

Josephus nói **người theo phái Xê-lốt** là một nhóm phái chính ở thế kỷ thứ tư giữa vòng người Do Thái.[10] Ông cho rằng GIU-ĐA NGƯỜI GA-LI-LÊ là người sáng lập nên phái này. Nhưng gốc rễ của phong trào này có lẽ trở lại thời kỳ Mạc-ca-bê, khi những người nhiệt huyết đối với luật pháp tự giải quyết vấn đề và tìm mọi cách, trong đó có cả phương cách bạo lực, để thúc đẩy chính nghĩa của Đức Chúa Trời. Josephus nói về họ: "Những người này đồng ý với tất cả những ý niệm khác của phái Pha-ri-si; nhưng họ có một sự gắn kết bất khả xâm phạm với sự tự do; họ nói rằng Đức Chúa Trời là Đấng Cai Trị và là Chúa duy nhất của họ. Họ cũng không đánh giá cao bất cứ kiểu chết nào, và thật ra họ cũng không lưu tâm đến cái chết của những họ hàng và bạn bè họ, nỗi sợ như thế cũng không có thể khiến họ gọi bất cứ con người nào là Chúa" (*Ant.* 18.1.6).

Dù thừa nhận tinh thần cao cả của họ, chí ít là trên mặt lý thuyết, nhưng Josephus cũng chỉ ra rằng "tất cả mọi run rủi, tai họa cũng đều bắt nguồn từ những con người này, và nước Do Thái bị ảnh hưởng bởi giáo lý của họ ở mức độ không thể tin được; hết cuộc chiến tranh bạo lực này đến cuộc chiến tranh khác xảy đến trên chúng ta. Nổi loạn, giết chóc, mà đôi khi rơi vào chính những người trong phái của họ và đôi khi rơi vào kẻ thù của họ, việc chiếm lấy và phá hủy các thành, và cuối cùng, chính đền thờ Đức Chúa Trời cũng bị thiêu rụi bởi ngọn lửa của kẻ thù của họ" (*Ant.* 18.1.1). Mặc dù họ xem mình là những người yêu nước, nhưng nhiều người trong số họ không khác những kẻ mà họ gọi là khủng bố là mấy. Một trong mười hai sứ đồ của Chúa Giê-xu từng là người theo phái Xê-lốt (Lu 6:15).

Phong trào mặc khải

Hiện tượng cụ thể này không phải là một nhóm phái nhưng đúng hơn là một quan điểm đặc trưng của nhiều nhóm phái.[11] Phong trào này sản sinh ra một số lượng lớn những tác phẩm văn chương hấp dẫn, một vài tác phẩm trong số đó vẫn còn lại cho đến ngày nay. Điểm nhấn của **phong trào mặc khải** có thể được tìm thấy trong những phần của Cựu Ước, cùng với những văn phẩm nằm trong giai đoạn giữa hai giao ước, Tân Ước và các tác phẩm Cơ Đốc giáo thời kỳ đầu.

---

[10] Để đọc phần nghiên cứu đầy đủ về nhóm người này, xin xem Martin Hengel, *The Zealots: Investigations into the Jewish Freedom Movement in the Period from Herod I until 70 A.D.*, trans. David Smith (Edinburgh: T&T Clark, 1989); Meier, *Marginal Jew*, 3:565–68 và 257n20.

[11] Để đọc phần thảo luận và nguồn sách tham khảo mở rộng, xin xem Larry Kreitzer, "Apocalyptic, Apocalypticism," trong *Dictionary of the Later New Testament and Its Developments*, ed. R. P. Martin and P. H. Davids (Downers Grove, IL: InterVarsity, 1997), 55–68; cũng như Frederick Murphy, *Apocalypticism in the Bible and Its World* (Grand Rapids: Baker Academic, 2012).

Từ "mặc khải" xuất phát từ chữ Hy Lạp có nghĩa là "khải thị". Thông tin chuyển tải trong những văn phẩm như thế được cho là sự khải thị đặc biệt từ Đức Chúa Trời, tiết lộ những bí mật kín giấu của vũ trụ, đặc biệt là những sự kiện xung quanh việc kết thúc đời này. Những tác phẩm về sự mặc khải thường mang lấy hình thức của một khải tượng khuếch đại nào đó, về mặt bản chất mang tính biểu tượng cao, phác họa những sự kiện sẽ đến. Người nhận được khải tượng thường bối rối và cần một thông ngôn là thiên sứ để giải thích. Tác giả ấy thường viết trên danh nghĩa của một **vị thánh** cổ xưa, như Hê-nóc và Ê-li chẳng hạn. Bởi lý do đó, tư liệu ấy thường được gọi là **ngụy kinh**, có nghĩa là "sai tên". Sách 4 Ê-xơ-ra là một ví dụ hay cho văn chương mặc khải:

> Xảy khi tôi nằm trên cỏ, lòng tôi một lần nữa trĩu nặng như trước. Và tôi nhướng mắt lên thấy một người phụ nữ ở bên hữu và kìa! Nàng đang khóc, than van, quần áo nàng rách rưới và đầu nàng phủ tro. Và tôi nói: "Tại sao cô khóc?" Nàng nói với tôi: "Tôi đã son sẻ suốt 30 năm nhưng Đức Chúa Trời đã đoái xem nỗi thống khổ tôi và đã ban cho tôi một đứa con trai, nhưng khi nó lớn và bước vào khuê phòng, nó ngã vật xuống và chết. Bây giờ tôi đang đau đớn và chỉ muốn chết thôi." Tôi nói: "Không, thưa cô, đừng làm vậy; mong cô được yên ủi bởi nỗi đau của Giê-ru-sa-lem." Xảy khi tôi đang nói với cô ấy, sắc mặt cô ấy tươi lên quá đỗi và diện mạo cô sáng như chớp, tôi sợ hãi. Rồi kìa! Một thiên sứ đến với tôi và tôi ngã xuống đất như chết. Thiên sứ nói: "Chuyện ấy như sau: Người nữ mà ngươi thấy là Si-ôn và con trai nàng là thành mà Đa-vít xây sau 3000 năm son sẻ. Sự sụp đổ của thành Giê-ru-sa-lem là cái chết của cậu con trai ấy trong chốn khuê phòng, nhưng vinh hiển của nó vẫn chưa đến." (9:26–10:54, phần tuyển chọn)

Đặc điểm thần học chính của tư tưởng mặc khải là:

- Nhấn mạnh sự tể trị và tính siêu việt của Đức Chúa Trời.
- Mô tả cuộc chiến dữ dội giữa cái thiện và cái ác, Đức Chúa Trời và Sa-tan, thiên sứ và ma quỷ.
- Chiếm ưu thế là tâm trạng căng thẳng, với chủ nghĩa bi quan khi nói về hiện tại.
- Mong đợi chiến thắng tối thượng của Đức Chúa Trời, được xem là sắp xảy ra, trong tương lai và hoàn toàn siêu nhiên.
- Bớt chú trọng vào sự khôn ngoan và sức mạnh của con người trong tình hình thế giới ngày càng đi xuống – thời đại này đang qua đi. Thời đại tương lai sẽ đến thông qua sự can thiệp của Chúa và theo kế hoạch của Chúa. Không điều gì có thể ngăn chặn thời đại ấy đến.

Rõ ràng trong tư tưởng mặc khải có nhiều điều đúng với Kinh Thánh. Ta nghe vang vọng các sách Cựu Ước như Đa-ni-ên, Ê-xê-chi-ên, Xa-cha-ri, Ê-sai và những lời của Chúa Giê-xu trong Ma-thi-ơ 24, chưa nói đến sách Khải Huyền, sách "Khải Thị" đích thực. Văn chương như thế có lẽ đã ban cho những người Do Thái bị áp bức trong thời của Chúa Giê-xu niềm hy vọng cho tương lai. Không nghi ngờ gì, nó cung cấp bối cảnh nền cho những gì Chúa Giê-xu và các Cơ Đốc nhân đầu tiên nói. Phi-e-rơ đã rút ra điểm cụ thể này từ nhãn quan khải huyền của riêng mình: "Bấy giờ các tầng trời sẽ biến đi trong tiếng vang rền, các nguyên tố sẽ bị tan chảy trong lửa, đất và mọi công trình trên đó đều sẽ bị thiêu hủy. Vì mọi vật đều phải bị tiêu tan như thế, nên anh em càng phải sống cuộc đời thánh khiết và tin kính trong lúc nóng lòng trông đợi ngày của Đức Chúa Trời mau đến. Đó là Ngày mà các tầng trời sẽ bị thiêu đốt và hủy diệt, các nguyên tố sẽ bị tan chảy trong lửa!" (2 Phi 3:10–12).

Các phái khác ở Pa-lét-tin

Ngoài những nhóm phái đã được đề cập ở trên, còn có những nhóm khác, hoặc ít nhất là những điểm nhấn khác, tạo nên bối cảnh để hiểu sự xuất hiện của Cơ Đốc giáo. Người theo phe Hê-rốt được đề cập ba lần trong các sách phúc âm (Mat 22:16; Mác 3:6; 12:13).[12] Có lẽ họ đại diện cho một đảng phái chính trị hơn là một nhóm phái tôn giáo, nhưng vào thời điểm ấy hai điều đó không dễ để tách bạch. Josephus đề cập đến đảng Hê-rốt Đại đế (*Ant.* 14.15.10; J.W.1.16.6), và nếu hai nhóm này là một, thì nguồn gốc của họ bắt đầu từ thời kỳ này. Trong trường hợp ấy, người theo phe Hê-rốt kết hợp với người Pha-ri-si để tìm cách trừ khử Chúa Giê-xu sẽ là những người vẫn trung thành với triều đại Hê-rốt qua con của Hê-rốt, An-ti-pa. Một số người tìm cách đồng nhất những người theo phe Hê-rốt với người theo phái Sa-đu-sê, nhưng sự liên kết này không có gì là chắc chắn cả. Có thể họ không phải là một nhóm đông người.

Cuốn *On the Contemplative Life* của Phi-lô có nói về một nhóm người được gọi là người Therapeutae, những người theo kiểu huyền bí suy tư thiền định nổi bật tại Ai Cập nhưng rõ ràng không phân tán rộng rãi. Họ có lẽ được đồng nhất với người theo phái Essene theo cách không khắt khe và đại diện cho truyền thống thần bí cũng được tìm thấy ở mức độ khác nhau giữa vòng Do Thái giáo.

Ảnh hưởng của tư tưởng Hy Lạp trên Do Thái giáo Pa-lét-tin cũng được thiết lập ở một mức độ mà trước đây người ta không nhận ra. Mặc dù không một đảng phái đơn nhất nào đại diện cho nó một cách rõ ràng trong thời Chúa Giê-xu, nhưng nó thâm nhập rộng khắp. Người ta có thể tìm thấy nó ở mọi cấp độ xã hội, nhưng rõ ràng nhất là giữa vòng những người có học ở những khu vực nội ô. Một số học giả

---

[12]Thảo luận quan trọng gần đây được đánh giá bởi David J. Bryan, "The Herodians: A Case of Disputed Identity. A Review Article," *Tyndale Bulletin* 53, no. 2 (2002): 223–38.

tranh luận rằng ảnh hưởng Hy Lạp quá rộng đến nỗi Chúa Giê-xu dạy bằng tiếng Hy Lạp cũng như tiếng A-ram.[13]

Người Do Thái vẫn viết những điều răn của Chúa lên trên khung cửa nhà mình (Phục 6:9) bằng cách treo mezuzah.

Am ha-Aretz (dân của xứ) hay những người bình dân, là nhóm người đông nhất về số lượng nhưng lại ít có tiếng nói nhất về mặt ảnh hưởng chính trị. Họ hình thành nên phần đông dân số không nhập vào bất cứ một nhóm cụ thể nào nhưng chỉ đơn giản là cố gắng sống mỗi ngày theo ý muốn của Chúa hết sức có thể. Quan điểm của họ gần với quan điểm của người Pha-ri-si, nhưng họ bị người Pha-ri-si khinh miệt như những tiện dân chẳng biết gì về luật pháp (Giăng 7:49). Văn chương ra-bi thời kỳ sau mô tả họ là những người không thường xuyên dâng **phần mười**, không đọc **Shema** (Phục 6:4–9) buổi sáng và buổi chiều, không đeo **tephillin** (một cái túi bằng da nhỏ có chứa Kinh Thánh) và không có **mezuzah** (một phần Kinh Thánh đựng trong một cái hộp) treo trên khung cửa (Phục 11:13–21; Dân 15:37–41), không dạy luật pháp cho con cái mình, không giao thiệp với những học giả luật pháp.[14] Với Chúa Giê-xu, họ là những con chiên đi lạc của nhà Y-sơ-ra-ên (Mat 10:6), con chiên không có người chăn mà Ngài động lòng thương xót (Mác 6:34). Họ là những người bình dân lắng nghe Ngài dạy với sự vui mừng (Mác 12:37), đối lập với những người lãnh đạo tôn giáo, những người tức giận về sự dạy dỗ của Ngài và tìm cách giết Ngài. Cuối cùng, họ là tiêu điểm của chức vụ Ngài. Từ trong vòng họ mà ra những sứ đồ và môn đồ Ngài, những nhân chứng chính cho lẽ thật của Phúc âm.

Người Sa-ma-ri

Cuối cùng, cần phải xem người **Sa-ma-ri** như một phần của bối cảnh để hiểu Tân Ước. Sa-ma-ri đại khái là khu vực cư ngụ của vương quốc Y-sơ-ra-ên thời Cựu Ước. Nó bị người A-SI-RI phá hủy vào năm 722 T.C, nhưng vua của A-si-ri sau này lại cho những dân tộc ngoại giáo tái định cư tại đó để thay thế người Y-sơ-ra-ên. "Mỗi nhóm sắc tộc lập các vị thần riêng của mình ở một số thị trấn nơi họ định cư, và đặt các vị thần ấy vào các điện thờ mà người Sa-ma-ri đã lập tại các nơi cao... Họ

---

[13] Stanley E. Porter, "Did Jesus Ever Teach in Greek?" *Tyndale Bulletin 44*, no. 2 (1993): 199–235. Để đọc phần sách tham khảo thêm, xin xem Daniel B. Wallace, *Greek Grammar beyond the Basics* (Grand Rapids: Zondervan, 1996), 13.

[14] G. Gordon Stott, "Am Ha'arez," trong *A Dictionary of Christ and the Gospels*, ed. James Hastings, John Selbie, and John Lambert, 2 vols. (Edinburgh: T&T Clark, 1906), 1:52.

thờ phượng ĐỨC GIÊ-HÔ-VA, nhưng họ cũng phục vụ các thần khác theo phong tục của các dân tộc quê hương của họ" (2 Các Vua 17:29, 33).

Sa-ma-ri là dân hỗn tạp cả về mặt chủng tộc lẫn tôn giáo. Trong suốt thời của E-xơ-ra, dân cư ngụ ở đây bị cấm góp phần xây dựng đền thờ tại Giê-ru-sa-lem (Era 4:3–4), điều này khiến họ dựng đền thờ của riêng họ trên NÚI GÊ-RA-XIM, họ không bao giờ tha thứ cho người Do Thái vì sự sỉ nhục ấy. Cảm giác tồi tệ ấy kéo dài nhiều năm, và vào khoảng năm 128 T.C, John Hyrcanus xâm lược Sa-ma-ri, tàn phá xứ và phá hủy đền thờ của họ (Josephus, *Ant.* 13.9.1). Sau khi A-chê-la-u rút lui vào năm 6 S.C, người Sa-ma-ri lẻn vào đền thờ tại Giê-ru-sa-lem và làm ô uế đền thờ bằng cách rải các thi thể người chết ở đó (Josephus, *Ant.* 18.2.2). Sau này, người Sa-ma-ri giết một số người hành hương Do Thái tại GINAE, điều này khởi sự một cuộc nội chiến chỉ kết thúc khi La Mã can thiệp vào năm 51 S.C (Josephus, *Ant.* 20.6.1–3). Sự thù địch mà mỗi bên đều cảm nhận về bên kia rất dai dẳng và sâu sắc, và trong thời của Chúa Giê-xu, người Do Thái không giao thiệp gì với người Sa-ma-ri cả (Giăng 4:9). Về mặt tôn giáo, người Sa-ma-ri xem mình là người Do Thái nhưng thờ phượng theo cách riêng của họ. Họ là **người theo độc thần**, giữ các ngày lễ hội, tận hiến cho Luật pháp, thực hành phép cắt bì và trông đợi một vị cứu tinh sắp đến. Tuy nhiên, họ không công nhận đền thờ Giê-ru-sa-lem mà lại thờ phượng trên núi Gê-ra-xim (Giăng 4:20), sử dụng bản Ngũ Kinh riêng của họ làm Kinh Thánh. Người ta nói rằng họ không tin vào sự sống lại của người chết (*b. Sanh.* 50b). Hầu hết những gì chúng ta biết về người Sa-ma-ri đều từ giai đoạn sau này, vì thế, nhiều chi tiết về đức tin của họ vẫn rất mù mờ đối với chúng ta.

Đáng chú ý là việc Chúa Giê-xu quá cởi mở với người Sa-ma-ri, đi qua lãnh thổ của họ và thậm chí còn thảo luận về thần học với một người phụ nữ Sa-ma-ri, tiết lộ chân lý sâu sắc cho bà rằng Đức Chúa Trời tìm kiếm những người thờ phượng đúng tinh thần, không phải đúng nơi chốn (Giăng 4:1–42). Sau này Ngài kể một ngụ ngôn về "người Sa-ma-ri nhân lành" (Lu 10:25–37) – đối với nhiều người Do Thái, không có chuyện như thế - và lúc Ngài thăng thiên về trời, Ngài tuyên bố rằng Phúc âm từ Giê-ru-sa-lem phải được truyền đến Giu-đê, đến Sa-ma-ri và sau đó là đến các đầu cùng đất (Công 1:8).[15]

---

[15] Alan D. Crown, ed., *The Samaritans* (Tübingen: Mohr Siebeck, 1989). Để đọc những nghiên cứu khác, xin xem Meier, *Marginal Jew*, 3:594–95.

Kinh Thánh Hê-bơ-rơ: Cách phân chia và nội dung

Tô-ra (Luật pháp)	Nevi'im (Các tiên tri)	Kethubim (Thánh văn)
Sáng Thế Ký	Giô-suê	Thi Thiên
Xuất Ê-díp-tô Ký	Các Quan Xét	Gióp
Lê-vi Ký	Sa-mu-ên	Châm Ngôn
Dân số Ký	Các Vua	Ru-tơ
Phục Truyền	Ê-sai	Nhã Ca
	Giê-rê-mi	Truyền đạo
	Ê-xê-chi-ên	Ca Thương
	Các Tiểu tiên tri	Ê-xơ-tê
		Đa-ni-ên
		E-xơ-ra – Nê-hê-mi
		Sử Ký

Văn phẩm của người Do Thái

Cựu Ước

Ấn phẩm văn chương đầu tiên và trước nhất hình thành nên nền tảng cho việc hiểu Tân Ước là Kinh Thánh Cựu Ước.[16] Tân và Cựu Ước tạo thành một quyển Kinh Thánh như ngày nay, nhưng trong thời Chúa Giê-xu thì chỉ có Cựu Ước thôi. Chúa Giê-xu (và các tác giả Tân Ước) sử dụng công thức "có lời chép rằng" (có nghĩa là "điều này đến trực tiếp từ Đức Chúa Trời") chỉ khi trích dẫn Kinh Thánh Cựu Ước mà thôi. Chúa Giê-xu không bao giờ trích dẫn từ các nguồn khác, dù đó là của các ra-bi, các nhà văn Hy Lạp, **Ngoại Kinh**, hay những nguồn tư liệu nổi tiếng khác trong thời của Ngài. Đối với Ngài, chỉ Kinh Thánh Cựu Ước mới là Lời Chúa. Cho tới khi trời và đất qua đi thì một chấm một nét của Cựu Ước cũng không thể nào bị xem thường – tất cả đều sẽ được làm trọn (Mat 5:18). Sự tôn kính của người Do Thái đối với Kinh Thánh ít nhất là có từ thời E-xơ-ra (Hê 8–10). Một ngàn năm trước đó, Môi-se kêu gọi dân sự Chúa yêu mến Chúa bằng cách yêu mến các mệnh lệnh của Ngài (Phục 6:4–6). Trung thành với luật pháp quan trọng đến nỗi các ra-bi sau này nói: "Ai nói rằng Tô-ra (Luật pháp) không từ trời đến, thì người ấy không có phần gì trong thế giới sẽ đến" (*m. Sanh.* 10:1). Đến thời của Chúa Giê-xu, ba phần cấu thành nên Cựu Ước đã được công nhận là Kinh Thánh (Lu-ca 24:44; cũng xem

---

[16] Để đọc phần thảo luận đầy đủ, xin xem R. T. France, *Jesus and the Old Testament: His Application of Old Testament Passages to Himself and His Mission* (Downers Grove, IL: InterVarsity; London: Tyndale, 1971); John W. Wenham, *Christ and the Bible*, 3rd ed. (Grand Rapids: Baker Academic, 1994); R. V. G. Tasker, *The Old Testament in the New Testament* (Grand Rapids: Eerdmans, 1963); E. Earle Ellis, *The Old Testament in Early Christianity: Canon and Interpretation in the Light of Modern Research* (Grand Rapids: Baker Academic, 1992).

phần mở đầu của Truyền Đạo). Việc nó được viết bằng tiếng Hê-bơ-rơ (với một phần nhỏ bằng tiếng A-ram) tạo nên một số khó khăn đối với người Do Thái sống ngoài Pa-lét-tin, cũng như với một số người ở Pa-lét-tin không còn đọc được tiếng Hê-bơ-rơ nữa. Một bản dịch tiếng Hy Lạp, được gọi là **Bản Bảy Mươi** (Viết tắt LXX), được thực hiện một thế kỷ trước thời Chúa Giê-xu và có lẽ phải mất một thời gian mới hoàn tất, phán đoán này dựa trên những Bản Bảy Mươi khác nhau còn tồn tại. Các Cơ Đốc nhân đầu tiên trích dẫn từ Bản Bảy Mươi thường xuyên y như họ trích dẫn từ Cựu Ước tiếng Hê-bơ-rơ.

Ngoại Kinh Cựu Ước

Ngoại Kinh là một nhóm các sách, tồn tại trong tiếng Hy Lạp, xuất hiện khoảng giữa năm 200 T.C và năm 100 S.C. Chúng được liệt kê trong phần phụ thêm "Ngoại Kinh Cựu Ước" ở chương 1. Chúng chủ yếu nói về những ý niệm tôn giáo và lịch sử Do Thái.[17] Chúng không bao giờ được trích dẫn trong Tân Ước và bị người Do Thái ở Giu-đê loại ra khỏi kinh điển Kinh Thánh của mình. Vì một vài sách trong số đó nằm trong một phần của Bản Bảy Mươi, cho nên một số Cơ Đốc nhân thế kỷ thứ hai và thứ ba đã sử dụng chúng cùng với Cựu Ước. Nhưng khi ấy không có bất cứ một cuộc thảo luận nào về việc liệu chúng có phải là một phần của Kinh Thánh hay không, cũng không có bất cứ một sự thống nhất nào về việc phần nào trong số các sách ấy nên được sử dụng. Khi Jerome dịch Kinh Thánh sang tiếng La-tinh, vào khoảng năm 400 S.C (được gọi là bản Vulgate), ông đã phân biệt giữa những sách là kinh điển (nghĩa là Kinh Thánh) và những sách không thuộc kinh điển. Ông kết luận, ngoại kinh không thuộc kinh điển. Chúng tiếp tục được sử dụng bởi các Cơ Đốc nhân thời Trung Cổ ở những mức độ khác nhau cho tới thời kỳ Cải Chính, khi người Tin Lành không công nhận chúng là Kinh Thánh. Công đồng Trent của Công giáo La Mã, ở phiên họp thứ 4 vào năm 1546, chấp nhận chúng là Kinh Thánh, cùng với Cựu Ước và Tân Ước. Ba mươi chín điều lệ (1562) của Hội thánh Anh giáo phát biểu: "Hội thánh Anh giáo đọc [chúng] để tìm những gương mẫu về đời sống và sự hướng dẫn trong cách sống; nhưng ngoại kinh không được dùng để thiết lập bất cứ một giáo lý nào." Vào năm 1566, Sixtus xứ Siena đã tạo ra từ "thứ kinh" để gọi những sách này. Ngày nay, người Tin lành vẫn tôn trọng các sách ngoại kinh như nguồn thông tin giá trị về đời sống và tư tưởng Do Thái, nhưng không xem chúng là Kinh Thánh, trong khi người Công giáo và những người khác lại coi chúng như một phần Kinh Thánh của họ.

Ngụy kinh Cựu Ước

Những sách này là một bộ sưu tập lớn và đa dạng các sách xuất hiện từ khoảng giữa năm 200 T.C tới 200 S.C. Chúng được quy gán cách sai trật cho cổ nhân nổi

---

[17] Một cuốn dẫn nhập gần đây về chủ đề này là David deSilva, *Introducing the Apocrypha: Message, Context, and Significance* (Grand Rapids: Baker Academic, 2002).

tiếng nào đó, như Hê-nóc, Sa-lô-môn hay E-xơ-ra. Vì thế, chúng được gọi là ngụy kinh.[18] Bộ sưu tập ấy gồm nhiều sách, hầu hết đã bị mất, nhưng chúng ta vẫn giữ được một số phần hay ít nhất là hơn 50 phần. 4 E-xơ-ra, bản thân nó cũng là một trong những ngụy kinh có niên đại từ khoảng năm 120 S.C, ghi nhận sự tồn tại của bảy mươi sách như thế vào thời điểm đó (Era 14:45–46). Tổ chức và phân chia tài liệu này là việc khó bởi vì phần lớn trong số đó đã trải qua những giai đoạn biên tập đầy phức tạp, một số quá trình biên tập trong số đó đã biến các sách ấy từ Do Thái giáo thành gần như là các sách Cơ Đốc giáo.

Cách phân chia dựa trên tính văn chương của J. H. Charleswworth có lẽ là cách chia thỏa đáng nhất. Ông thấy có năm nhóm chính: văn học khải thị và các tác phẩm liên quan; các giao ước; phần mở rộng Cựu Ước và các truyền thuyết; văn chương về sự khôn ngoan và triết lý; những lời cầu nguyện, thi thiên và những lời tán tụng. Cũng có những di cảo dạng mảnh vụn trong đó có chứa các bài thơ, những lời sấm truyền, các vở kịch, lịch sử và văn chương lãng mạn. Tư liệu này được viết dưới tên một người nào đó từ thời xa xưa, có lẽ để đảm bảo nó được công nhận trong một thời kỳ khi tiếng nói tiên tri bị câm lặng, thậm chí không xuất hiện. Các chủ đề được nói đến thì rất đa dạng nhưng thường quan tâm đến các vấn đề thần học căn bản như Đức Chúa Trời và thế giới; nhân loại, tội lỗi và sự đoán phạt; nước Trời và tương lai; thiên đàng và **địa ngục**. Vì lý do đó, chúng cung cấp một góc nhìn vô giá về tư tưởng Do Thái thời bấy giờ cũng như, trong những sách sau này, những gì mà một số Cơ Đốc nhân đang suy nghĩ. Thế nhưng, các sách ngụy kinh không bao giờ được xem là Kinh Thánh bởi bất cứ ai, dù là người theo Do Thái giáo hay Cơ Đốc nhân.

Các Cuộn Biển Chết

Thuật ngữ "Các Cuộn Biển Chết" nói đến những tác phẩm văn chương được tìm thấy ở khoảng 11 địa điểm gần cộng đồng Qumran, khu vực Biển Chết, bắt đầu từ năm 1947.[19] Hàng chục ngàn mảnh vụn được tìm thấy. Chỉ Hang số 4 thôi đã tìm thấy gần năm trăm tập. Từ năm 1953 đến năm 1956, một khu phức hợp các tòa nhà đã được khai quật gần các hang nhiều khả năng được cộng đồng này sinh

---

[18] Để đọc phần thảo luận và chính các bản văn, xin xem G. W. E. Nickelsburg, *Jewish Literature between the Bible and the Mishnah* (Philadelphia: Fortress, 1981); James H. Charlesworth, *The Old Testament Pseudepigrapha and the New Testament* (Cambridge: Cambridge University Press, 1998); James H. Charlesworth, ed., *The Old Testament Pseudepigrapha*, 2 vols. (Garden City, NY: Doubleday, 1983–85); Michael E. Stone, ed., *Jewish Writings of the Second Temple Period: Apocrypha, Pseudepigrapha, Qumran Sectarian Writings, Philo, Josephus* (Assen, Netherlands: Van Gorcum; Philadelphia: Fortress, 1984).

[19] Để đọc bản văn, xin xem Florentino García Martínez, The Dead Sea Scrolls Translated, 2nd ed. (Grand Rapids: Eerdmans, 1996). Xem phần dẫn nhập và tham khảo, xin xem James C. VanderKam, The Dead Sea Scrolls Today (Grand Rapids: Eerdmans, 1994); Lawrence H. Shiffman và James C. VanderKam, eds., Encyclopedia of the Dead Sea Scrolls, 2 vols. (Oxford: Oxford University Press, 2000).

sống nhất, cũng là nơi các cuộn sách ấy xuất hiện. Các cuộn sách này có lẽ được sao chép hoặc được viết vào khoảng từ năm 250 T.C và 68 S.C, khi cộng đồng này bị người La Mã phá hủy. Các cuộn sách, đại diện cho thư viện của hơn tám trăm tập sách thuộc về cộng đồng này, được giấu trong các hang để giữ cho chúng không bị phá hủy.

Như chúng ta đã ghi nhận trước đó, người Do Thái sống ở đây có lẽ là người Essene, những người tin rằng họ đang sống trong những này sau rốt.

Các cuộn sách này dĩ nhiên phản ánh những mối quan tâm của cộng đồng ấy. Trong các cuộn này có những phần Kinh Thánh đại diện cho mọi sách trong Cựu Ước, trừ sách Ê-xơ-tê. Chúng cũng bao gồm các tư liệu ngoại kinh và ngụy kinh như đã đề cập bên trên; những tài liệu bồi linh như Thi Thiên, những lời cầu nguyện, những lời chúc phước và các bài thánh ca; các sách giải nghĩa và diễn giải Kinh Thánh (Targum); và vô khối tư liệu được viết ra để chi phối nếp sống cộng đồng, Manual of Discipline (Cẩm Nang Kỷ Luật) là nổi tiếng nhất trong số ấy. Gộp tám trăm tập này lại với nhau cho thấy sự phong phú và đa dạng của văn chương và thần học của người Do Thái trong suốt thời kỳ Chúa Giê-xu.

Sách của các Ra-bi

Tư liệu này được phát triển trong thời gian khoảng sáu trăm năm, hình thức cuối cùng của nó là hai bộ sưu tập lớn được gọi là Giê-ru-sa-lem Talmud (được tổng hợp vào cuối thế kỷ thứ tư đầu thế kỷ thứ năm S.C), và Ba-by-lôn Talmud (được tổng hợp vào cuối thế kỷ thứ năm S.C).[20]. Tác phẩm đồ sộ, phức tạp này (Ba-by-lôn Talmud dài tới khoảng sáu ngàn trang) trình bày sự dạy dỗ của người Pha-ri-si được tổng hợp lại hàng nhiều thế kỷ. Cốt lõi của Talmud là Mishnah,[21] một bộ sưu tập các câu nói của các ra-bi được ra-bi Judah Ông Tổ ghi chép lại vào đầu thế kỷ thứ ba sau Chúa. Nó chứa đựng sáu phần chính, được chia ra làm sáu mươi ba luận văn, chủ yếu giải quyết những vấn đề pháp lý liên hệ đến luật nghi lễ, luật dân sự và luật hình sự, hôn nhân, ngày sa-bát và những điều tương tự. Một phần khá lớn các ghi chép này bắt nguồn từ thời Chúa Giê-xu và trước đó, nhưng việc định niên đại chính xác cho tài liệu này thường không dễ bởi vì sau này nó đã được biên tập lại. Đối với Mishnah, sau này nó được thêm vào các câu nói, những lời nhận xét, mở rộng, tổng hợp được gọi là Gemara, và chúng kết hợp với nhau để trở thành Talmud.

---

[20] Xin xem Hermann Strack và Günther Stemberger, *Introduction to the Talmud and Midrash*, trans. and ed. Markus Bockmuehl, 2nd ed. (Philadelphia: Fortress, 1996); Abraham Cohen, *Everyman's Talmud* (New York: Dutton, 1949); C. G. Montefiore và H. Loewe, *A Rabbinic Anthology* (New York: Schocken, 1974); Jacob B. Neusner, *Introduction to Rabbinic Literature* (New York: Doubleday, 1994)

[21] Herbert Danby, *The Mishnah* (London: Oxford University Press, 1933); David W. Halivini, *Midrash, Mishnah, and Gemara: The Jewish Predilection for Justified Law* (Cambridge, MA: Harvard University Press, 1986).

Tất cả tài liệu này đều rất hữu ích trong việc hiểu được nội dung của Tân Ước, mặc dù chúng ta cũng cần phải cẩn trọng khi sử dụng chúng.[22] Trên nhiều phương diện, chúng rất hữu ích trong việc cho chúng ta thấy Tân Ước *không phải* là gì, nghĩa là Tân Ước không phải một bộ sưu tập hoành tráng của những nguyên tắc vụn vặt và thường mâu thuẫn với nhau. Điểm nhấn mà Chúa Giê-xu và Phao-lô nói đến là ân điển của Đức Chúa Trời, Đấng tha thứ tội lỗi, Đấng không chất gánh nặng là những quy định mà người ta không tài nào mang nổi. Chúng là những nguyên tắc như những nguyên tắc được tìm thấy trong Mishnah mà sau này Chúa Giê-xu nói là gánh nặng quá sức (Mat 23:4), đối lập với "gánh nặng" mà Ngài hứa dành cho, tức là gánh nặng nhẹ nhàng và dễ mang (Mat 11:28–30). Nhưng chúng ta cũng phải nhớ rằng Chúa Giê-xu nói Luật pháp chứa đựng những vấn đề quan trọng – công lý, lòng thương xót và sự trung tín – và những điều này cần phải được thực hiện (Mat 23:3, 23). Chúa Giê-xu dạy nhiều điều giống với các ra-bi, bởi vì giống như họ, Ngài cũng đang xây dựng trên khải thị của Đức Chúa Trời qua Cựu Ước. Đáng buồn là, nhiều ra-bi đã chôn vùi khải thị đó dưới một núi những nguyên tắc nặng nề đến nỗi chân lý không còn được tìm thấy nữa. Đó là vấn đề mà Chúa Giê-xu phản đối.

Tiêu điểm 2: Truyền thống!

Nếu bạn đã xem bộ phim hoặc vở kịch *Con cáy trên mái nhà*, hẳn bạn đã có một sự hiểu biết nào đó về ý nghĩa của "truyền thống" trong Do Thái giáo như được nhấn mạnh bởi nhân vật chính là Tevye. Từ thuở xưa, Do Thái giáo chủ yếu là một lối sống. Điều này không có nghĩa là các ý niệm thần học không quan trọng, nhưng những sự sai lệch trong ý niệm thần học dễ được dung thứ hơn những sự sai lệch trong lối sống.

Lối sống truyền thống có thể chi phối các vấn đề ăn uống và thanh tẩy cũng như việc tổ chức vô số những kỳ lễ. Trong Do Thái giáo có nhiều luật lệ và truyền thống. Những ví dụ sau đây được trích từ Mishnah:

Các luật liên quan đến nông nghiệp	Những ngày lễ hội	Các luật lệ liên quan đến phụ nữ
Những bài chúc phước khác nhau khi ăn trái cây	Ngày sa-bát	Giao kết hôn nhân
Những lời cầu nguyện thông dụng sau bữa ăn	Lễ Vượt Qua	Chị em chồng/vợ
Góc nào trên đồng ruộng nên để dành cho người nghèo	Ngày lễ Chuộc tội	Cách người vợ hủy bỏ giao ước
	Lễ lều trại	Giấy chứng nhận ly dị
	Lễ Năm mới	
	Lễ Phu-rim	

---

[22] Xin xem Jaco B. Neusner, *Rabbinic Literature and the New Testament: What We Cannot Show, We Do Not Know* (Valley Forge, PA: Trinity Press International, 1994).

Các sách khác

Đến thời Chúa Giê-xu và Phao-lô, tiếng Hê-bơ-rơ không còn là ngôn ngữ thông dụng của người Do Thái nữa. Như chúng ta đã thấy, yếu tố này làm cho việc phải có Cựu Ước bằng tiếng Hy Lạp (Bản Bảy Mươi) cho người Do Thái sống ngoài Pa-lét-tin trở thành điều bắt buộc. Nó cũng tạo ra nhu cầu cần Kinh Thánh tiếng A-ram ở Pa-lét-tin, bởi vì khi ấy A-ram là thứ tiếng thông dụng nhất ở đó. Những bản dịch Kinh Thánh ra tiếng A-ram này được gọi là Targum. Chúng phát triển trong các nhà hội và các trường học để đào tạo người Do Thái trong các vấn đề về nghi lễ tôn giáo và nếp sống đạo đức. Truyền thống cho rằng tài liệu này bắt nguồn từ tít thời E-xơ-ra (thế kỷ thứ năm T.C), nhưng ngay cả khi nó không lâu đời như thế, thì nó cũng đã xuất hiện trước thời của Chúa Giê-xu và trở thành một phần quan trọng trong đời sống Do Thái. Targum cho cả Cựu Ước, trừ sách Đa-ni-ên, E-xơ-ra và Nê-hê-mi, vẫn còn đến ngày nay. Targum không chỉ cung cấp bản dịch cho Cựu Ước. Chúng cũng bao gồm các phần diễn giải, thảo luận về từ ngữ, các điểm ngữ pháp và giải nghĩa những phân đoạn khác nhau. Targum giúp chúng ta hiểu sâu về tư tưởng Do Thái giáo thời bấy giờ, nhưng ta cũng cần phải nhớ rằng vì chúng phát triển qua một khoảng thời gian dài (suốt hơn năm trăm năm), nên thường khó để định niên đại của chúng một cách chính xác. Chúng được sử dụng khá rộng rãi; các mảnh vụn Targum của sách Gióp và Lê-vi Ký cũng được tìm thấy ngay cả tại Qumran.[23]

Hang số 4 tại Qumran nơi các Cuộn Biển Chết được tìm thấy

Một tập hợp khá lớn các tư liệu khác, được gọi là **midrash**, cũng tìm cách giải thích Kinh Thánh Cựu Ước. Tư liệu này bao gồm các sách giải kinh, các bài giảng ngắn, những ghi chú bình giải, những nhận xét giải kinh và những lời hô hào, cổ vũ. Tất cả đều có niên đại muộn hơn Tân Ước, thật ra là sau khi Mishnah được tổng hợp vào đầu thế kỷ thứ ba S.C, và một số xuất hiện từ đầu thời Trung Cổ. Tuy nhiên, truy nguyên nguồn gốc một số ý tưởng và tư liệu từ thời Tân Ước là điều có thể. Nếu được sử dụng cách cẩn trọng thì tư liệu này có thể mang lại ích lợi chân thực cho những người học Tân Ước.[24]

---

[23] Để có thông tin về Targum, xin xem Bruce Chilton, "Targums," trong *Dictionary of Jesus and the Gospels*, ed. Joel B. Green, Scot McKnight, I. H. Marshall, 800–804. Để đọc bản văn đã được dịch ra, xin xem Kevin Cathcart, Michael Maher, và Martin McNamara, eds., *The Aramaic Bible: The Targums*, 19 vols. (Collegeville, MN: Liturgical Press, 1987–).

[24] Xin xem Jaco B. Neusner, *What Is Midrash?* (Philadelphia: Fortress, 1987); Gary G. Porton, *Understanding Rabbinic Midrash: Texts and Commentary* (Hoboken, NJ: Ktav, 1985); R. Travers Herford, *Christianity in Talmud and Midrash* (Hoboken, NJ: Ktav, 1975).

Tosefta (có nghĩa là "bổ sung") là một bộ sưu tập các tư liệu lớn khác xuất hiện khoảng cùng thời điểm với Mishnah. Giống với Mishnah, nó được sắp xếp theo trật tự những bài luận và hầu như mọi lĩnh vực đều được bàn luận. Vào thời điểm ấy, tư liệu này không được xem là có thẩm quyền như Mishnah, vì thế bị loại ra khỏi Mishnah, nhưng đối với người học Kinh Thánh hiện đại, những ý tưởng được tìm thấy giúp ích cho việc hiểu Do Thái giáo thế kỷ thứ nhất và thứ hai sau Chúa.

Cuối cùng, chúng ta đề cập đến hai tác giả Do Thái nổi tiếng, Phi-lô (khoảng năm 20 T.C – 50 S.C)[25] và Josephus (khoảng năm 37–100).[26]

Phi-lô xứ A-léc-xan-đơ (Ai Cập) là một triết gia và nhà thần học mà mục tiêu của ông là hòa giải tư tưởng Hy Lạp và Hê-bơ-rơ. Ông viết rất nhiều, và hầu hết những ghi chép của ông vẫn còn đến ngày nay. Ông phát triển phương pháp giải nghĩa Kinh Thánh Cựu Ước theo kiểu ẩn dụ (allegorical method), là phương pháp cho phép ông tìm thấy những ý tưởng Hy Lạp ẩn sâu trong Kinh Thánh Hê-bơ-rơ. Những nhà tư tưởng Cơ Đốc giáo sau này như Clement xứ A-léc-xan-đơ và Origen rất hay sử dụng phương pháp ẩn dụ của Phi-lô, nhưng không rõ liệu có sách Tân Ước nào chịu ảnh hưởng bởi tư tưởng của ông hay không. Có người thấy những dấu vết của tư tưởng ấy trong ý niệm **Logos** (Ngôi Lời) trong Giăng 1:1–14 và trong sách Hê-bơ-rơ, nhưng điều này không hề được công nhận rộng rãi. Nếu không bàn đến phần đó thì Phi-lô cung cấp sự hiểu biết hiếm hoi để hiểu tư tưởng huyền bí của Do Thái suốt thời của Chúa Giê-xu và Phao-lô.

Josephus là một vị tướng chỉ huy quân đội Do Thái, người sống qua những ngày gian khó dẫn đến sự phá hủy thành Giê-ru-sa-lem vào năm 70 S.C. Ông sống sót bằng cách đầu hàng người La Mã từ đầu cuộc nổi dậy. Để đáp lại việc ông hợp tác với những kẻ xâm lăng La Mã, sau này ông được ban cho một dinh thự tại La Mã, nơi ông viết một số tác phẩm nổi tiếng. Quyển *Lịch sử Chiến tranh Do Thái*, xuất bản vào năm 77–78 S.C, là nguồn thông tin gốc về những ngày tồi tệ cũng như những sự kiện dẫn đến những ngày ấy. Josephus đề cập đến Gia-cơ, Giăng Báp-tít và cả Chúa Giê-xu, nói rằng Ngài là "một người khôn ngoan, nếu việc gọi Ngài là một con người là điều được phép, bởi vì Ngài là người làm những việc kỳ dấu lạ - một người thầy của những người đón nhận chân lý ấy với niềm vui như thế" (*Ant.* 18.3.3).

---

[25] Samuel Sandmel, *Philo of Alexandria: An Introduction* (New York: Oxford University Press, 1979); Ronald Williamson, *Jews in the Hellenistic World: Philo* (Cambridge: Cambridge University Press, 1989); Kenneth Schenck, *A Brief Guide to Philo* (Louisville: Westminster John Knox, 2005); C. D. Yonge, trans., *The Works of Philo*, rev. ed. (Peabody, MA: Hendrickson, 1993).

[26] Tessa Rajak, *Josephus: The Historian and His Society* (Philadelphia: Fortress, 1984); Shayne J. D. Cohen, *Josephus in Galilee and Rome: His Vita and Development as a Historian* (Leiden: Brill, 1979); Steve Mason, *Josephus and the New Testament*, 2nd ed. (Grand Rapids: Baker Academic, 2002); William Whiston, trans., *The Works of Josephus* (Peabody, MA: Hendrickson, 1987).

Kết luận

Vậy thì, tất cả những ý tưởng rối rắm này, các tác phẩm văn chương khổng lồ này và lịch sử phức tạp này thêm cho ta điều gì? Có ba điều nổi bật.

Trước nhất, kế hoạch bao quát của Đức Chúa Trời đang được thành tựu trong thế giới. Lịch sử không phải là sự tác động qua lại vô nghĩa của những lực lượng chỉ thuộc về thế giới này – sự tham lam và bạo lực của con người, những biến cố thiên nhiên như động đất, những yếu tố kinh tế, những biến động chính trị. Đúng hơn, đan dệt qua tất cả điều đó là một mục đích cao hơn, thường có thể được người biết Chúa nhận ra (chí ít là thông qua việc hồi tưởng). Họ có thể thấy Chúa hành động, hoàn thành các mục đích của Ngài. Phao-lô nhìn toàn bộ lịch sử theo cách này (Công 17:24–28), và sách Khải Huyền cho thấy theo cách đầy kịch tính thế nào thế giới thuộc linh rất thật đứng sau những sự kiện của thế giới vật chất ít thật hơn, nơi "lịch sử" đang diễn ra.

Thứ hai và quan trọng không kém là quan sát cho rằng con người không hề bị gạt ra ngoài bức tranh ấy. Những chọn lựa của con người, và những hậu quả tốt hay xấu, đều luôn được cảm nhận. Đôi lúc chúng ta ước gì Chúa can thiệp một cách trực tiếp hơn, nhưng thông thường Ngài không làm vậy. Ngài cho phép chúng ta chọn lựa. Chúng ta chịu trách nhiệm về những chọn lựa và kết quả của những chọn lựa ấy. Và đôi khi lòng can đảm của một con người hay một gia đình duy nhất, như gia đình **Mạc-ca-bê**, lại có thể thay đổi tiến trình lịch sử.

Thứ ba, các Cơ Đốc nhân của kỷ nguyên Tân Ước đều thấy toàn bộ lịch sử đã qua chỉ về sự ra đời của Đấng Christ là sự ứng nghiệm của lịch sử quá khứ. Những lời tiên tri của Cựu Ước, sự hiệp nhất của thế giới dưới tay La Mã, một ngôn ngữ phổ biến toàn cầu nối kết các dân tộc lại với nhau, một thời điểm khá bình yên cho phép đi lại và trao đổi suy nghĩ, sự đói khát, bồn chồn thuộc linh về một điều gì đó hơn thế nữa của con người – tất cả những điều này hội tụ lại trong sự ra đời của Đấng Christ và lời hứa ban Phúc âm của Ngài. Sự đến của Đấng Christ mang đến hồi kết cho tất cả những thời đại trước đó và khởi đầu cho một kỷ nguyên cứu rỗi mới mẻ. Thời kỳ chuẩn bị giờ đây đã xong và thời kỳ ứng nghiệm đã đến.

Các thuật ngữ then chốt

Am ha-Aretz	Mezuzah [a]	Ra-bi
A-ram	Midrash	Sa-bát
Bản Bảy Mươi	Mishnah	Sinh tế
Các bài luận	Ngoại kinh	Sự nhập thể
Dân ngoại	Ngôi Lời	Talmud
Dâng phần mười	Người Do Thái tản lạc	Targum
Đế quốc Seleucid	Người Pha-ri-si	Tephillin [b]

Địa ngục	Người Sa-đu-sê	Thầy tế lễ
Do Thái giáo	Người Sa-ma-ri	Thuyết hổ lốn đa thần giáo
Do Thái giáo giai đoạn đền thờ thứ hai	Người theo phái Xê-lốt	Tòa Công Luận
Độc thần	Ngụy kinh	Tổng trấn
Gamara	Nhà Hasmonea	Tosefta
Hasidim	Nhà hội	Truyền thống
Lễ Cung Hiến	Những người kế vị Alexander Đại đế	Truyền thống truyền miệng
Logos	Phái Essene	Vị thánh
Luật pháp	Phe đảng Hê-rốt	Vulgate
Mặc khải	Mạc-ca-bê	Praeparatio evangelium

[a]Những câu Kinh Thánh được viết trên mảnh giấy da bỏ vào hộp
[b]hộp nhỏ bằng da bên trong có đựng Kinh Thánh

Con người/Địa điểm chính

A-chê-la-u	Ga-li-lê	Masada
Acra	Ga-ma-li-ên I	Mattathias
Alexander Đại đế	Gessius Florus	Modein
Alexander Jannaeus	Giê-ri-cô	Nê-rô
Antigonus II	Giê-ru-sa-lem	Người A-si-ri-cô
Antiochus II, Đại đế	núi Gê-ra-xim	
Antiochus IV	Ginea	Phê-ni-xi
An-ti-ốt (Sy-ri)	Giu-đa Mạc-ca-bê	
Antipater	Giu-đê	Phi-lô
Aristobulus II	Hê-rô-đia	Pompey
Bar Kochba	Hê-rốt Ạc-ríp-pa I	Ptolemy
Bê-rê	Hê-rốt Ạc-ríp-pa II	Qumran
Beth-Zur	Hê-rốt An-ti-pa	Ra-bi Giu-đa Tộc trưởng
Bết-lê-hem	Hê-rốt Đại đế	Sa-ma-ri
Bết-sai-đa	Hê-rốt Phi-líp	Seleucus Nicator
Biển Chết	Hillel	Sê-sa Au-gút-tơ
Biển Địa Trung Hải	Hyrcanus II	Sê-sa-rê Phi-líp
Biển Ga-li-lê	Jamnia	Shammai
Caligula	John Hyrcanus I	Si-ru
Claudius	Jonathan	Si-môn
Đê-ca-bô-lơ	Josephus	Sông Giô-đanh

Đồng bằng Esdraelon	Judas người Ga-li-lê	Sy-ri
Đồng bằng Ghê-nê-xa-rết	Julius Caesar	Tít
Ê-đôm	La Mã	Ti-be-rơ Caesar
Em-ma-út	Machaerus	Vespasian
Epiphanes	Mariamme	Y-đu-mê

Tóm lược

1. Có thể nhìn thấy mục tiêu cá nhân của Tân Ước qua việc hai mươi bốn trong hai mươi bảy sách là những lá thư cá nhân và ba ký thuật cá nhân hóa về cuộc đời và công tác của Đấng Christ.

2. Nhìn từ Bắc sang Nam, Pa-lét-tin bao gồm năm khu vực: đồng bằng duyên hải, vùng sườn đồi, rặng núi trung tâm, hoang mạc và thung lũng Giô-đanh và rặng núi phía Đông.

3. Trong thời Chúa Giê-xu, Pa-lét-tin bao gồm một số quận hành chính: Ga-li-lê, Sa-ma-ri, Giu-đê, lãnh thổ của Phi-líp, Đê-ca-bô-lơ và Bê-rê.

4. Hậu tự của Hê-rốt cai trị Pa-lét-tin từ năm 4 T.C đến năm 66 S.C là A-chê-la-u, Phi-líp, An-ti-pa, Hê-rốt Ạc-ríp-pa I và Hê-rốt Ạc-ríp-pa 2.

5. Giê-ru-sa-lem bị người La Mã phá hủy một cách có hệ thống từ năm 66 đến năm 70 S.C.

6. Người Do Thái xem Chúa Giê-xu là mối đe dọa bởi vì Ngài đưa ra những lời tuyên xưng gây tranh cãi về chính mình nhưng lại tự do, xuề xòa với các tập tục Do Thái.

7. Những yếu tố mang tính hiệp nhất quan trọng nhất đối với người Do Thái là mối quan hệ của họ với Đức Chúa Trời và tính độc nhất của họ trong lịch sử thế giới.

8. Các yếu tố khác hiệp nhất người Do Thái là (a) ý niệm cho rằng Đức Chúa Trời đặt họ ở Pa-lét-tin mãi mãi; (b) nhiệt thành trông đợi vị cứu tinh của thời bấy giờ; (c) nhà hội; (d) Tô-ra và truyền thống, trong đó bao gồm việc giữ ngày Sa-bát và phép cắt bì; (e) đền thờ; (f) chức tế lễ; và (g) các lễ hội.

9. Nhóm phái tôn giáo nổi tiếng nhất trong thời Chúa Giê-xu là phái Pha-ri-si, nhóm có hai trường phái tư tưởng chính: những người theo Hillel và những người theo Shammai.

10. Các nhóm phái khác của thời kỳ này bao gồm phái Sa-đu-sê, phái Essene, đảng Xê-lốt; người Sa-ma-ri, đảng Hê-rốt và nhóm *Am ha Aretz*.

11. Ngoại kinh bao gồm hơn chục sách không thuộc kinh điển được viết từ khoảng năm 200 T.C đến năm 100 S.C.

12. Các tài liệu ra-bi được phát triển qua một khoảng thời gian dài sáu trăm năm và được sưu tập lại dưới hình thức Talmud, trong Talmud thì Mishnah là cốt lõi.

Câu hỏi ôn tập

1. Những tín lý thần học chính của người Pha-ri-si là những tín lý nào?
2. Những yếu tố nào hợp nhất Do Thái giáo trong thời của Chúa Giê-xu?
3. Ngoại kinh là gì?
4. Tại sao Chiến Tranh Do Thái năm 66–70 S.C lại nổ ra?
5. Tại sao sự phá hủy thành Giê-ru-sa-lem vào năm 70 S.C lại quan trọng đối với Cơ Đốc giáo?
6. Những khu vực địa lý chính của xứ Pa-lét-tin là gì?
7. Gia đình Hasmonea là ai? Tại sao họ lại quan trọng?
8. Điểm mạnh và điểm yếu của Hê-rốt Đại đế là gì?
9. Xứ Pa-lét-tin bị chia ra như thế nào sau thời Hê-rốt Đại đế, và sự cai trị của các con trai ông như thế nào?
10. Những đặc điểm riêng biệt của các sách "mặc khải" là gì?

Sách đọc thêm

Arnold, Clinton E., ed. *Zondervan Illustrated Bible Backgrounds Commentary*. 4 vols. Grand Rapids: Zondervan, 2002.

> Nhìn mỗi sách Tân Ước bằng con mắt tập chú vào nguồn gốc lịch sử, bối cảnh xã hội, văn chương và niềm tin thời kỳ ấy. Nhiều màu sắc và không mang tính chuyên môn.

Barnett, Paul. *Jesus and the Rise of Early Christianity*. Downers Grove, IL: InterVarsity, 1999.

> Một nhà sử học phê bình các nguồn tài liệu và sự phát triển dẫn đến sự tồn tại của Cơ Đốc giáo sơ khai. Mang tính cảm thụ và tính trân trọng trong cách tiếp cận và khám phá của nó.

Burge, Gary, Lynn Cohick, and Gene Green. *The New Testament in Antiquity: A Survey of the New Testament within Its Cultural Contexts.* Grand Rapids: Zondervan, 2009.

> Sách giáo khoa quan trọng tập trung vào bối cảnh.

Cohick, Lynn. *Women in the World of the Earliest Christians: Illuminating Ancient Ways of Life.* Grand Rapids: Baker Academic, 2009.

> Góc nhìn chuyên sâu về chủ đề và lịch sử.

Davies, William D., and Louis Finkelstein, eds. *The Cambridge History of Judaism, vol. 2, The Hellenistic Age.* Cambridge: Cambridge University Press, 1989.

> Một lịch sử chuẩn xác về Do Thái giáo trong thời Chúa Giê-xu và hội thánh đầu tiên.

Ferguson, Everett. *Backgrounds of Early Christianity.* 3rd ed. Grand Rapids: Eerdmans, 2003.

> Dẫn nhập khái quát về lịch sử Hy Lạp lẫn Do Thái. Nói về những tập tục xã hội trong thời Chúa Giê-xu.

García-Martínez, Florentino. *The Dead Sea Scrolls Translated.* 2nd ed. Grand Rapids: Eerdmans, 1996.

> Bản dịch tiếng Anh của Các Cuộn Biển Chết

Helyer, Larry R. *Exploring Jewish Literature of the Second Temple Period.* Downers Grove, IL: InterVarsity, 2002.

> Những chỉ dẫn giá trị về niềm tin và những ghi chép hiện có về các nhóm phái Do Thái dẫn đến thời kỳ Chúa Giê-xu. Cho thấy sự kết nối giữa sự phát triển của Tân Ước và Do Thái giáo giai đoạn Đền Thờ Thứ Hai.

Neusner, Jacob. *Rabbinic Literature: An Essential Guide.* Nashville: Abingdon, 2005.

> Giới thiệu và tóm tắt văn chương ra-bi chính yếu dựa trên thể loại và cung cấp bản tóm tắt về "thần học ra-bi".

Nickelsburg, George W. E. *Jewish Literature between the Bible and the Mishnah: A Historical and Literary Introduction.* 2nd ed. Minneapolis: Fortress, 2005.

> Giới thiệu văn chương Do Thái cổ.

Rasmussen, Carl. *Zondervan Atlas of the Bible.* Rev. ed. Grand Rapids: Zondervan, 2010.

> Trang 172–252 nói về thời kỳ và nơi chốn được bàn đến trong chương này.

Reed, Jonathan. *The HarperCollins Visual Guide to the New Testament: What Archaeology Reveals about the First Christians.* New York: HarperOne, 2007.

> Với nhiều tranh vẽ và bản đồ, giới thiệu cho người học lĩnh vực và những phát hiện khảo cổ học về những địa danh Tân Ước.

Richardson, Peter. *Herod.* Columbia: University of South Carolina Press, 1996.

> Tác phẩm đáng tin cậy về Hê-rốt Đại đế và thời ông sống.

Shanks, Hershel. Freeing the Dead Sea Scrolls: And Other Adventures of an Archaeology Outsider. London: Continuum, 2010.

> Chiếu ánh sáng thú vị trên lĩnh vực nghiên cứu bối cảnh Kinh Thánh trong những thập kỷ gần đây.

Skarsaune, Oskar. In the Shadow of the Temple: Jewish Influences on Early Christianity. Downers Grove, IL: InterVarsity, 2002.

> Một nghiên cứu thấu đáo về bối cảnh Do Thái của Tân Ước và những hàm ý của nó đối với sự phát triển lịch sử và giáo lý trong hội thánh đầu tiên. Tốt cho những ai còn mới mẻ với ngành nghiên cứu này.

VanderKam, James C. *The Dead Sea Scrolls Today.* Grand Rapids: Eerdmans, 1994.

> Một giới thiệu toàn diện.

Chương 3

Phúc Âm Và Bốn Sách Phúc Âm

Bố cục

- Nội dung của sứ điệp
- Bộ sưu tập các tư liệu ngày càng nhiều thêm
- Hình thức phúc âm riêng biệt
- Mục đích các sách phúc âm được viết ra
- Tính đáng tin cậy của các sách phúc âm

Mục tiêu

Sau khi đọc xong chương này, bạn có thể:

- Giải thích rao giảng Phúc âm (kerygma) là hiện thân cho sứ điệp Phúc âm như thế nào
- Nhận diện nguồn tài liệu được sử dụng để mô tả các sách phúc âm
- Đưa ra ví dụ về một bài giảng dạng tiểu sử
- Thảo luận mục đích viết các sách phúc âm
- Liệt kê lý do các sách phúc âm được xem là đáng tin cậy

Một ngày hè nọ, một cậu bé mười tuổi trông thấy một con rùa thật to có vẻ như bị bỏ rơi bên một lạch sông cạn nước ở miền Tây. Cậu bé thoáng nghe tiếng "oạp oạp". Có khi nào là tiếng con rùa không nhỉ? Cậu bé nhử nhử một cành sung khô trước hàm của con rùa xem sao. Ngoạp! Tí nữa thì cậu mất một miếng thịt ở tay. Nếu trước đó cậu biết cậu đang đùa với con gì, thì có lẽ cậu đã không bị giật mình.

Đôi khi người ta tiếp cận bốn sách đầu tiên của Tân Ước, được gọi là các sách phúc âm, với sự hiếu kỳ vẫn vơ và con trẻ như thế. Họ đã nghe từ "Phúc âm" và có lẽ đã thuộc một câu Kinh Thánh trong các sách phúc âm ấy (như Giăng 3:16 chẳng hạn). Nhưng họ thực sự không biết mình đang đối diện với điều gì. Họ không biết các sách phúc âm là gì, chúng chứa đựng thông điệp gì, cách thức và mục tiêu chúng được viết ra là gì, hay liệu chúng có đáng được tin cậy hoàn toàn hay không.

Các sách phúc âm (vốn tuyệt vời) gần như không giống với con rùa ngoạm một nhát (vốn không mấy dễ chịu). Nhưng cả hai có cùng một đặc điểm: cả hai đều đáng được tôn trọng. Để xem xét cả hai một cách thích đáng, chúng ta không chỉ cần những ấn tượng và nhận thức phổ biến. Trong chương này, chúng ta sẽ xem xét thông tin về bốn tư liệu đầu tiên của Tân Ước, là điều sẽ giúp việc khám phá của chúng ta có đầy đủ thông tin hơn và trưởng thành hơn thái độ trẻ con và tùy tiện.

Nội dung của sứ điệp

Sứ điệp Giê-xu là Chúa, Đấng chịu chết và sống lại vì sự cứu rỗi của chúng ta là trọng tâm của **Phúc âm** nhưng không phải là tất cả Phúc âm. Phân tích sứ điệp được giảng dạy ấy, các thần học gia gọi là **kerygma**, cho thấy rằng những dữ liệu và tín lý khác nữa cũng được bao hàm trong đó.[1] Bài giảng của Phi-e-rơ cho Cọt-nây và các bạn của ông (Công 10:34–43) là một ví dụ hay (xin xem khung bên dưới). Sứ điệp Phúc âm được phác họa ở đó bao hàm vai trò chủ tể của Chúa Giê-xu, chức vụ của Giăng Báp-tít, cuộc sống của Chúa Giê-xu tại Ga-li-lê, năng quyền, phép lạ, những sự chữa lành và đuổi quỷ của Chúa Giê-xu, sự chết bằng cách chịu đóng đinh và sự sống lại của Chúa Giê-xu, việc Ngài hiện ra cho các môn đồ bằng thân xác hoàn toàn của con người sau khi Ngài chết; mạng lệnh giảng về sự tha thứ tội lỗi thông qua đức tin nơi Chúa Giê-xu Christ và lời xác nhận rằng các lời tiên tri Cựu Ước chỉ về tất cả những điều này. Các bài giảng khác trong Công 2:14–36; 3:17–26; 4:8–12; 5:29–32; 7:2–53; 13:16–41) thêm thắt các yếu tố vào phần tóm lược này, nhưng bài giảng dành cho Cọt-nây là tiêu biểu cho cốt lõi của Phúc âm như đã được rao giảng: lời hứa ban sự cứu rỗi của Đức Chúa Trời; cuộc đời, sự chết và sự sống lại của Chúa Giê-xu; và lời kêu gọi đến với đức tin trong ánh sáng của sự đoán xét hầu đến.

Bài giảng của Phi-e-rơ trong Công Vụ 10:34–43

Phi-e-rơ bắt đầu nói:

"Thật, tôi nhận biết Đức Chúa Trời chẳng thiên vị ai, nhưng trong tất cả các dân tộc, hễ ai kính sợ Chúa và làm điều công chính thì được Ngài chấp nhận. Đức Chúa Trời đã gửi sứ điệp đến con cái Y-sơ-ra-ên, rao giảng Tin Lành bình an bởi Đức Chúa Jêsus Christ, tức là Chúa của mọi người. Các ông biết rõ sự kiện xảy ra bắt đầu từ Ga-li-lê rồi tràn ra trong cả miền Giu-

---

[1] Về tầm quan trọng của dữ kiện đối với đức tin cứu rỗi, xin xem Gordon R. Lewis, "Is Propositional Revelation Essential to Evangelical Spiritual Formation?" *Journal of the Evangelical Theological Society* 46, no. 2 (June 2003): 269–98.

> đê, sau khi Giăng rao giảng về báp-têm; thế nào Đức Chúa Trời đã xức dầu cho Đức Chúa Jêsus người Na-xa-rét bằng Đức Thánh Linh và quyền năng, rồi Ngài đi khắp nơi làm việc nhân đức và chữa lành tất cả những người bị ma quỷ áp chế, vì Đức Chúa Trời ở cùng Ngài. Chúng tôi là những nhân chứng về mọi điều Ngài đã làm ở Giu-đê và Giê-ru-sa-lem. Người ta đã treo Ngài trên cây gỗ mà giết đi. Nhưng ngày thứ ba, Đức Chúa Trời đã khiến Ngài sống lại và hiện ra, không phải cho cả dân chúng, mà cho chúng tôi là những nhân chứng Đức Chúa Trời đã chọn trước, tức là những người đã ăn uống với Ngài sau khi Ngài từ cõi chết sống lại. Ngài đã truyền dạy chúng tôi phải rao giảng cho dân chúng, và minh chứng Ngài là Đấng Đức Chúa Trời đã lập lên để phán xét người sống và kẻ chết. Tất cả các nhà tiên tri đều làm chứng rằng ai tin Ngài thì nhờ danh Ngài được tha tội."

Tập hợp các tư liệu ngày càng nhiều lên

Khi Phi-e-rơ giảng bài giảng của mình cho Cọt-nây, ông nói: "Các ông biết rõ sự kiện xảy ra bắt đầu từ Ga-li-lê rồi tràn ra trong cả miền Giu-đê" (Công 10:37) và "Chúng tôi là những nhân chứng về mọi điều Ngài đã làm ở Giu-đê và Giê-ru-sa-lem" (10:39). Nhưng còn những người **không** thấy những sự việc này hoặc không được nghe Chúa Giê-xu giảng thì sao? Họ cũng cần phải biết bởi vì đó là một phần Phúc âm mà họ phải tin. Rõ ràng ban đầu Phúc âm ấy được chia sẻ bằng cách đơn giản là thuật lại chi tiết; những người nghe thuật lại sẽ ghi nhớ. Nhưng thời gian trôi qua và tin mừng ấy lan ra bên ngoài biên giới của Pa-lét-tin, tới Síp, tới Sy-ri và Tiểu Á, cần phải làm thêm điều gì đó. Cơ Đốc nhân bắt đầu tổng hợp các bộ sưu tập tư liệu liên quan đến Chúa Giê-xu.

> ### Các sứ đồ và Phúc âm
> Chúng tôi tuyên bố lập trường đầu tiên của chúng tôi đó là giao ước tin mừng (Tân Ước - ND) có các sứ đồ, những người mà chính Chúa đã giao phó công tác công bố Phúc âm này ra, làm tác giả. Tuy nhiên, cũng có những người sống cùng thời các sứ đồ, họ không làm mục vụ một mình, nhưng họ xuất hiện với các sứ đồ và theo sau các sứ đồ, vì việc giảng dạy của các môn đồ này có thể tạo ra sự ngờ vực là họ ham mê tiếng tăm nếu nó không đi kèm với thẩm quyền của những vị thầy của họ, nghĩa là với thẩm quyền của Đấng Christ, bởi vì đó là điều làm cho các sứ đồ trở thành thầy của họ. Vì thế, trong số các sứ đồ, Giăng và Ma-thi-ơ trước hết truyền lại đức tin cho chúng ta; rồi những người gần gũi với các sứ đồ, là Lu-ca và Mác, sau này cũng nhắc lại đức tin ấy. Tất cả những người này đều bắt đầu với cùng một nguyên tắc của đức tin, là nguyên tắc liên hệ đến một Đức Chúa Trời Tạo

> Hóa duy nhất và Đấng Christ của Ngài, cách Ngài được sinh ra bởi Trinh nữ, cách Ngài làm trọn luật pháp và các lời tiên tri.
>
> Tertullian, Marc. 4.2 (ANF 3:347); khoảng năm 155–222 S.C

Rất có thể, nhưng không có gì đảm bảo, rằng một trong những điều đầu tiên được thực hiện là thu thập một bộ sưu tập các lời tiên tri từ Cựu Ước vừa liên hệ đến cuộc đời Chúa Giê-xu vừa liên hệ đến các Cơ Đốc nhân, là những người kế thừa chức vụ của Chúa Giê-xu. Bộ sưu tập này được sử dụng để người Do Thái thấy rằng Chúa Giê-xu không phải là một nhà cải cách nhưng là

Cảnh Sê-sa-rê Maritina nhìn từ trên cao, nơi Phi-e-rơ đến để rao giảng Phúc âm cho Cọt-nây

một phần trong kế hoạch của Đức Chúa Trời, được hứa từ thuở xưa. Nó cũng cung cấp cho người ngoại, những người ít có thông tin đáng tin cậy về Y-sơ-ra-ên và người Do Thái, một ít bối cảnh để họ hiểu về Chúa Giê-xu, Vị Cứu Tinh của dân Do Thái.[2] Trong tất cả, khoảng tám mươi lời tiên tri như vậy đã được ký thuật trong Tân Ước. Chúng đề cập mọi điều từ sự tiền nhập thể của Chúa Giê-xu cho tới sự giáng sinh, cuộc đời, sự chết, sự sống lại và sự tuôn đổ Đức Thánh Linh. Những bộ sưu tập khác chắc chắn cũng bao gồm những điều mà Chúa Giê-xu đã nói và làm, và những bộ sưu tập này đặc biệt được trân trọng. Đúng thời điểm, chúng có thể đã mang lấy một hình hài cụ thể hơn như "Chúa Giê-xu và câu chuyện của Ngài", khi nhiều dữ kiện về cuộc đời Chúa Giê-xu được đan kết lại thành sự hiểu biết đã được lưu truyền. Đến khi Lu-ca viết sách của ông thì đã có một số nỗ lực như thế được thực hiện bởi vì ông bắt đầu phúc âm của mình bằng cách nói với Thi-ô-phi-lơ rằng "Có nhiều người đã cố gắng biên soạn một bản tường thuật về những việc đã được thực hiện giữa chúng ta" (1:1). Lu-ca không có ý nói rằng tất cả những ký thuật này đều sai nên ông phải viết lại phúc âm này. Đúng hơn, những ký thuật ấy bắt nguồn từ những người là nhân chứng mắt thấy tai nghe và là tôi tớ của Lời Chúa từ lúc ban đầu. Nhưng Lu-ca có một tư liệu đặc biệt mà ông thu thập được, một số tư liệu trong đó là từ Ma-ri, mẹ của Chúa Giê-xu, và ông muốn đưa vào phúc âm của mình. Ông cũng muốn viết một ký thuật "theo thứ tự" (Lu-ca 1:3) để Thi-ô-phi-lơ có thể hiểu vì sao các Cơ Đốc nhân có thể chắc chắn về điều họ tin.

---

[2] Kiến thức về những điều thuộc Do Thái giáo được biết đến rộng rãi trong thời La Mã. Nhưng nó thường bị bóp méo hay bị hiểu theo cách không mấy thân thiện. Xin xem Peter Schäfer, *Judeophobia: Attitudes toward the Jews in the Ancient World* (Cambridge, MA: Harvard University Press, 1998).

> ### Tiêu điểm 3: Lời kêu gọi can đảm
>
> Hội thánh đầu tiên cần sự bền bỉ, dẻo dai để sống còn. Thông tin được tìm thấy trong các sách phúc âm tự bản thân nó không thể sản sinh lòng can đảm. Tuy nhiên, nếu không có những thông tin như thế thì hẳn các Cơ Đốc nhân đầu tiên đã không tôi luyện chính mình để đối diện với sự sỉ nhục họ thường gặp. Phúc âm không chỉ để cung cấp thông tin mà phúc âm còn lên tinh thần cho những tín hữu đầu tiên nữa. Đối với các độc giả hiện đại, những người dám vác thập tự giá của Chúa, thì ngày nay các sách phúc âm vẫn đóng vai trò tương tự.
>
> Vào năm 2011, khi miền Bắc và Nam Xu-đăng bị chia cắt, lực lượng miền Bắc (Ả-rập) tấn công các dân tộc phía Nam, trong số đó có nhiều cộng đồng Cơ Đốc. Một người đã viết lời thỉnh cầu khẩn cấp như sau:
>
>> CHÚNG TÔI VẪN Ở TẠI KHU VỰC CỦA LIÊN HỢP QUỐC TẠI KADULI, XIN THÔNG BÁO RẰNG TÌNH HÌNH Ở ĐÂY RẤT TỒI TỆ, MỌI NGƯỜI KHÔNG TIẾP CẬN ĐƯỢC NGUỒN NƯỚC, CŨNG KHÔNG CÓ LƯƠNG THỰC. TÔI KHÔNG CÓ CÁCH NÀO LIÊN HỆ VỚI CÁC ANH EM TÔI DO BỊ PHÁ SÓNG, NHIỀU TƯỚNG CHỈ HUY CỦA CHÚNG TA BỊ GIẾT MỘT CÁCH TÙY TIỆN, ĐẶC BIỆT LÀ THƯỜNG DÂN, QUÂN ĐỘI NHÀ NƯỚC ĐANG KIỂM SOÁT ĐƯỜNG XÁ..., TẤT CẢ NGƯỜI XU-ĐĂNG ĐỀU BỊ TRUY NÃ, KHÔNG ĐIỀU TRA TRUY TỐ GÌ CẢ, CHỈ GIẾT BÊN VỆ ĐƯỜNG MÀ THÔI. CÁC NGÀI CÓ THỂ THẤY MỘT SỐ THI THỂ BÊN VỆ ĐƯỜNG TOÀN LÀ NGƯỜI XU-ĐĂNG... XIN HÃY CHUYỂN THƯ NÀY ĐẾN CÀNG NHIỀU NGƯỜI CÀNG TỐT ĐỂ HỌ BIẾT VỀ TÌNH HÌNH Ở ĐÂY.
>
> Những thế hệ Cơ Đốc nhân đầu tiên cũng phải tìm đường giữa tình thế vô cùng khó khăn như thế. Các sách phúc âm được viết ra góp phần hướng dẫn họ. Đơn cử, một người tuận đạo của hội thánh đầu tiên tên là Ignatius (mất vào khoảng năm 107 S.C) trong những ngày cuối đời đã nhận thấy phúc âm Ma-thi-ơ vô cùng cuốn hút.

Hình thức phúc âm riêng biệt

Lời mô tả sớm nhất về các sách phúc âm mà chúng ta có được từ sách vở đến từ JUSTIN MARTYR vào năm 155 S.C, khi ông gọi các sách phúc âm là "những hồi ký" (*1. Apol.*66). Độc giả của ông có lẽ đã hiểu cách gọi đó có nghĩa là: các sách phúc âm về bản chất là những ký thuật tiểu sử về Chúa Giê-xu, tương tự như *Memorabilia* mà XENOPHON đã viết về Socrates. Các sách phúc âm từ thời của Justin cho đến đầu thế kỷ hai mươi đã được hiểu như thế, dù độc giả có đang tiếp cận với chúng từ góc nhìn rất bảo thủ hay góc nhìn rất thoáng đi nữa. Nhưng sự chối dậy của chủ nghĩa phê bình hình thức (form criticism) thập niên 1920 (xin xem chương 11 bên dưới) đã lấy mất đi niềm tin rằng về căn bản các sách phúc âm mang tính tiểu sử. Chủ nghĩa phê bình hình thức xem các sách phúc âm được sản sinh từ truyền thống truyền miệng đầy lộn xộn để rồi có được một hình hài mới mà trước đây không hề có. Rồi quan điểm này cũng trở nên lỗi thời,[3] dẫn đến tình huống hiện thời trong đó, mặc dù không có được một sự thống nhất hoàn toàn, nhưng tiểu sử lại một lần nữa được đề xuất như là cách tốt nhất để mô tả thể loại văn chương của phúc âm. Trong thế giới cổ xưa, tiểu sử bao hàm một tập hợp rất rộng các tác phẩm khá phù hợp với các sách phúc âm Tân Ước, chí ít là phù hợp hơn bất cứ thể loại nào khác.[4]

Nhưng các sách phúc âm không chỉ là những tiểu sử, theo ý niệm máy móc nào đó về tiểu sử, dù là theo khái niệm xa xưa hay hiện đại. Chỉ đọc sơ qua các sách phúc âm cũng thấy rằng chúng thậm chí còn khác nhau nữa. Mỗi tác giả có một ý riêng biệt, hay một loạt những ý riêng biệt mà người ấy đang nỗ lực trình bày.[5] Có lẽ cách tốt nhất để mô tả chúng là gọi chúng là những bài giảng dạng tiểu sử mở rộng.[6] Chúng kể câu chuyện về cuộc đời và sự dạy dỗ của Chúa Giê-xu, vì thế chúng là tiểu sử, nhưng chúng cũng chứa đựng những yếu tố được tìm thấy trong các bài giảng Cơ Đốc ban đầu. Mục đích chính của chúng là trình bày sứ điệp Phúc âm và kêu gọi mọi người tin Chúa. Vì lý do đó, nhiều điều lẽ ra có thể được nói lại bị loại bỏ. Thông thường hoạt động của Chúa Giê-xu được tóm tắt bằng cách nói đơn giản rằng Ngài chữa lành cho tất cả hoặc Ngài đi đây đi đó qua các thành các làng của họ để giảng dạy (Mác 1:38, 39; Lu-ca 4:40). Giăng viết như sau: "Đức Chúa Jêsus còn làm nhiều dấu lạ khác trước mặt các môn đồ mà không ghi chép trong sách này. Nhưng các việc này được ghi chép để anh em tin rằng Đức Chúa Jêsus là Đấng Christ, Con Đức Chúa Trời, và để khi anh em tin thì nhờ danh Ngài mà được sự sống" (Giăng 20:30–31). Sau này ông viết thêm: "Đức Chúa Jêsus còn làm nhiều việc khác nữa. Nếu cứ ghi chép hết từng việc, thì thiết nghĩ rằng cả thế gian cũng không thể chứa hết những sách được viết ra" (Giăng 21:25).

---

[3]Xin xem Charles H. Talbert, *What Is a Gospel? The Genre of the Canonical Gospels* (Macon, GA: Mercer University Press, 1985).

[4]Xin xem Richard Burridge, *Four Gospels, One Jesus?* 2nd ed. (Grand Rapids: Eerdmans, 2005). Cũng xem Paul Barnett, *Jesus and the Logic of History* (Grand Rapids: Eerdmans, 1997), 159–61.

[5]David E. Aune, *The New Testament in Its Literary Environment* (Philadelphia: Westminster, 1987), 17–76.

[6]Đi đến một kết luận rất tương đồng là Udo Schnelle, *The History and Theology of the New Testament Writings*, trans. M. Eugene Boring (Minneapolis: Fortress, 1998), 160–61.

Mục đích viết các sách phúc âm

Về bản chất, các sách phúc âm là sự kết hợp của sứ điệp Phúc âm với các tư liệu quan trọng khác liên quan đến cuộc đời và sự dạy dỗ của Chúa Giê-xu. Chúng được gọi là "các sách phúc âm" bởi vì chúng là hiện thân của Phúc âm – câu chuyện Chúa Giê-xu là ai và Ngài đã làm gì. Nhưng tại sao chúng lại xuất hiện vào thời điểm cụ thể này? Tại sao việc lưu truyền lời ấy lại theo phương cách truyền miệng từ thế hệ này sang thế hệ khác hay từ nơi này sang nơi khác thôi thì chưa đủ?

Đường Egnatia ngoài thành Phi-líp. Hệ thống đường xá của La Mã làm cho việc lan truyền Phúc âm trở nên dễ dàng hơn.

Một trong những lý do chính cần phải có các sách phúc âm là tốc độ và phạm vi mở rộng của sứ điệp Phúc âm, khiến cho hội thánh không thể lan truyền lời ấy chỉ bằng miệng. Trong vòng bốn mươi năm–và đến lúc này có ít nhất ba trong bốn phúc âm đã được viết ra–Lời Chúa đã được lan truyền khắp đế quốc La Mã rộng lớn và nhiều ngàn người đã tin Chúa. Việc để các sứ đồ hay các giáo sư đã được công nhận đi khắp khu vực ấy, đến mọi ngõ ngách xa xôi nơi có thể tìm thấy các tín hữu và ở đó giảng lời Chúa cách cá nhân là điều không thể. Câu chuyện *thành văn* về Chúa Giê-xu có thể được gửi đi để được các nhóm người hay các cá nhân đọc. Nó có thể được đọc đi đọc lại nhiều lần, được học và ghi nhớ hầu cho việc Đấng Christ là ai có thể trở thành một phần trong những Cơ Đốc nhân mới mẻ này.

Một lý do khác cần viết các sách phúc âm đó là khi thời gian trôi qua, các sứ đồ già đi và dần biến mất khỏi sân khấu. Chúng ta không có nhiều dữ kiện cụ thể ở đây, nhưng trước năm 70 S.C, hầu hết các sứ đồ đã bị giết vì niềm tin. Người ta cảm nhận sự cần kíp phải ký thuật lại các tư liệu này trước khi những người biết về nó rõ nhất qua đời.

Một lý do khác có thể là các tín hữu đầu tiên đang hướng về tương lai. Họ chân thành tin rằng Đấng Christ sẽ sớm trở lại, nhưng ai biết khi nào điều đó mới xảy ra? Nếu nó diễn ra gần như là ngay lập tức, thì sẽ không cần phải viết gì xuống cả. Nhưng ai dám nói khi nào điều đó thật sự sẽ diễn ra? Thời gian trôi qua, việc ký thuật lại những gì người ta biết về Chúa Giê-xu để rồi nó có thể được ghi nhớ cho đến cuối cùng, dù thời điểm cuối cùng ấy có đến rất sớm hay lâu hơn nhiều so với hy vọng đi nữa, cũng đều là điều hợp lý.

Cũng rất có thể là những bản ký thuật không đúng sự thật, hay bóp méo sự thật, đã bắt đầu xuất hiện. Mặc dù chúng ta không biết chắc liệu những ký thuật như thế đã xuất hiện hay chưa, nhưng đây có thể là một lý do nữa cho việc ký thuật chân lý ấy khi nó vẫn còn có thể được xác minh.

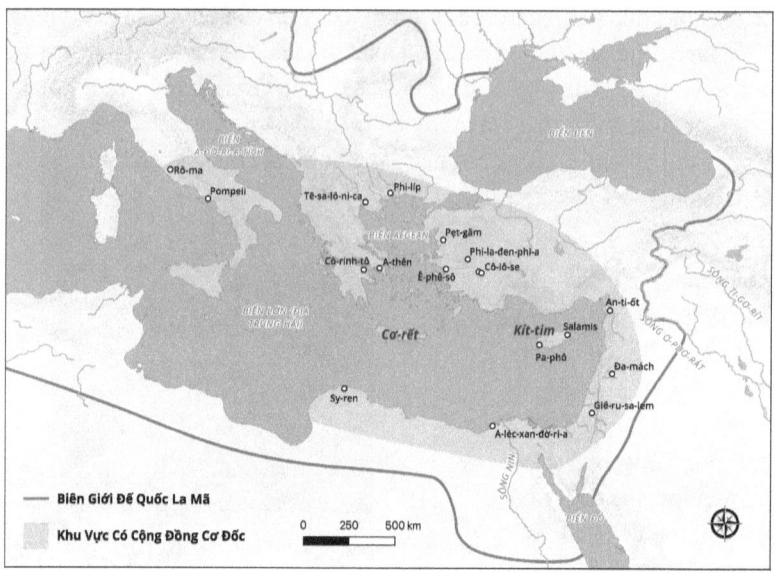

Bản đồ Sự lan truyền Phúc âm đến năm 100 S.C

Nhưng có lẽ lý do chính cho việc ký thuật các sách phúc âm là nhu cầu cần tư liệu thực sự để sử dụng trong việc dạy đạo cho tân tín hữu. Chuyện tất cả những người đã được cải đạo sang đức tin mới mẻ này có thể chẳng biết gì về Chúa Giê-xu là ai là điều sẽ sớm diễn ra. Họ cần phải được dạy những dữ kiện căn bản về cuộc đời Đấng Christ. Họ cần phải biết lịch sử và các lời tiên tri Cựu Ước, sự giáng sinh, lời giảng, các phép lạ, những sự chữa lành, những lời dạy của Chúa Giê-xu, việc Ngài chiến thắng ma quỷ, điều gì đó về những hành trình của Ngài, những dữ kiện liên quan đến việc Ngài bị xét xử, sự chết và sự sống lại của Ngài. Những tân tín hữu này đang trở thành "Christ-nhân" hay "Cơ Đốc nhân", những người theo Đấng Christ. Việc họ được dạy cho biết Đấng Christ là ai để rồi họ có thể trở thành những môn đệ giống như những người đã theo Ngài ở Ga-li-lê là điều bắt buộc.

Tính đáng tin cậy của các sách phúc âm

Vì những lý do đó, và rõ ràng là cả những lý do khác nữa, bốn sách phúc âm đã được viết ra. Nhiều người ngày nay nhấn mạnh yếu tố con người trong việc viết các sách này đến mức chúng dường như chỉ như những câu chuyện hư cấu nhằm dạy người ta về lòng tin kính mà thôi. Nhưng có ba điều cần phải nhớ về quá trình này.

Thứ nhất, quá trình ký thuật diễn ra trong khi những người biết về Chúa Giê-xu vẫn còn sống và thông tin có thể được truy nguyên trở lại từ họ, bởi vì họ hoặc là người kể lại hoặc là người đã ghi chép lại. Thứ hai, theo bằng chứng tốt nhất có được về những năm đầu của hội thánh, ba trong số bốn sách phúc âm có liên hệ trực tiếp đến các sứ đồ. Phúc âm thứ tư, Lu-ca, theo chính lời chứng của ông (1:1–4), dựa vào những nhân chứng mắt thấy tai nghe và những người đã biết Chúa Giê-xu từ ban đầu. Ma-thi-ơ và Giăng cũng chính là các sứ đồ, còn Mác dựa vào những hồi tưởng của sứ đồ Phi-e-rơ. Vì thế, bốn sách phúc âm bắt nguồn từ chính cuộc đời của Chúa Giê-xu.[7]

Thứ ba, ta không bao giờ được quên rằng Đức Chúa Trời cũng đã dự phần vào việc viết tất cả các sách phúc âm ấy. Một phần của đức tin Cơ Đốc là tin rằng Đức Chúa Trời chủ động trong những vấn đề của con người và khải thị ý muốn của Ngài cho con người. Chúa Giê-xu và các sứ đồ công nhận Cựu Ước là lời được soi dẫn của Đức Chúa Trời, và hội thánh đầu tiên cũng kể Chúa Giê-xu là Đấng soi dẫn như thế. Điều Chúa Giê-xu nói cũng đúng y như Cựu Ước vậy, bởi vì Ngài *là* Lời Đức Chúa Trời, như Cựu Ước cũng là lời phán của Đức Chúa Trời. Việc các Cơ Đốc nhân đầu tiên nhận ra rằng điều được các sứ đồ và những người đồng lao thân cận của họ viết về Chúa Giê-xu cũng thật như thế chỉ là vấn đề thời gian. Không lâu sau, các sách của Phao-lô (một sứ đồ) cũng được công nhận là Kinh Thánh và được đặt ngang hàng với Cựu Ước cũng như các ký thuật khác về cuộc đời và lời dạy của Chúa Giê-xu (2 Phi 3:15–16). Cơ Đốc nhân tin rằng các ký thuật trong các sách phúc âm về cuộc đời của Chúa Giê-xu là chân thật, không chỉ bởi vì chúng có thể được các nhà sử học đánh giá là chân thật, nhưng cũng bởi vì bàn tay hướng dẫn của Đức Chúa Trời đứng đằng sau chúng, đảm bảo chúng đáng tin cậy.

Những thánh nhân thuở xưa "được Đức Thánh Linh cảm thúc nói ra từ Đức Chúa Trời" (2 Phi 1:21; xem thêm 2 Ti 3:16), vì thế những môn đồ tận hiến của Chúa Giê-xu, những người viết Tân Ước, cũng vậy.

> ### Tóm lược
>
> 1. Bản chất của Phúc âm như được rao giảng bao hàm lời hứa ban sự cứu rỗi của Đức Chúa Trời, cuộc đời, sự chết, sự sống lại của Chúa Giê-xu, lời kêu gọi tin Chúa dưới ánh sáng của sự phán xét sẽ đến.
> 2. Tư liệu để viết cách sách phúc âm trước hết được gìn giữ bởi những nhân chứng mắt thấy tai nghe.
> 3. Các Cơ Đốc nhân đầu tiên thu thập thông tin về Chúa Giê-xu, bao gồm các lời tiên tri Cựu Ước về Đấng Mê-si-a và những điều Ngài đã nói và làm.

---

[7] Xin xem Richard Bauckham, *Jesus and the Eyewitnesses: The Gospels as Eyewitness Testimony* (Grand Rapids: Eerdmans, 2008).

4. Lời mô tả rất sớm về các sách phúc âm đến từ những ghi chép của Justin Martyr vào năm 155 S.C.
5. Mục đích chính của các sách phúc âm là kêu gọi mọi người đến với đức tin nơi Chúa.
6. Thể loại văn chương của các sách phúc âm có thể được mô tả cách chính xác nhất là thể văn tiểu sử.
7. Các sách phúc âm thành văn cần thiết bởi vì không thể truyền bá sứ điệp Phúc âm một cách nhanh chóng, rộng rãi và đáng tin cậy chỉ bằng lời nói.
8. Các sách phúc âm đáng tin cậy bởi vì chúng được viết ra khi những người biết về Chúa Giê-xu vẫn còn sống, các sách phúc âm trực tiếp liên hệ đến các sứ đồ và Đức Chúa Trời hướng dẫn các tác giả ấy.

Câu hỏi ôn tập

1. Các yếu tố nào trong cuộc đời Chúa Giê-xu được đưa vào trong sứ điệp Phúc âm đã được hội thánh đầu tiên rao giảng?
2. "Hình thức Phúc âm" là gì?
3. Xin kể lại năm lý do các sách phúc âm được viết ra.
4. Vì sao các sách phúc âm đáng tin cậy?

Các thuật ngữ then chốt **Con người/Địa điểm chính**
Phúc âm   Justin Martyr
Kerygma   Xenophon

Sách đọc thêm

Bauckham, Richard, ed. *The Gospels for All Christians: Rethinking the Gospel Audiences*. Grand Rapids: Eerdmans, 1998.

> Những đề xuất quan trọng cho việc đọc các sách phúc âm một cách tươi mới và đúng đắn hơn cách đọc mà nhiều học giả gần đây đã đưa ra.

Blomberg, Craig L. *The Historical Reliability of John's Gospel*. Downers Grove, IL: InterVarsity, 2001.

> Trình bày tính đáng tin cậy về mặt lịch sử để ủng hộ Giăng là tác giả của sách phúc âm thứ tư. Cho thấy tính hợp lý của việc xem những lời tuyên xưng của Phúc âm này là chân thật.

———. *The Historical Reliability of the Gospels*. 2nd ed. Downers Grove, IL: IVP Academic, 2007.

Giải đáp cách xuất sắc những câu hỏi xung quanh tính chân thật của các sách phúc âm, cho thấy rằng chúng thật sự đáng tin cậy.

Bockmuehl, Markus và Donald Hagner, eds. *The Written Gospel.* Cambridge: Cambridge University Press, 2005.

Mười sáu học giả đã khảo sát nguồn gốc, việc viết xuống và thái độ tiếp nhận của mọi người đối với bốn sách phúc âm trong thời hội thánh đầu tiên.

Burridge, Richard A. "*Gospel, Genre, Christological Controversy and the Absence of Rabbinic Biography: Some Implications of the Biographical Hypothesis.*" Trong *Christology, Controversy and Community,* được biên tập bởi David G. Horrell and Christopher M. Tuckett, 137–56. Leiden: Brill, 2000.

Nghiên cứu lời tuyên xưng mang tính Đấng Christ học trong tiểu sử phúc âm.

———. *What Are the Gospels? A Comparison with Graeco-Roman Biography.* 2nd ed. Grand Rapids: Eerdmans, 2004.

Minh họa cho việc các sách phúc âm là một hình thức tiểu sử thời xưa.

Capes, David B. "*Imitatio Christi* and the Gospel Genre." *Bulletin for Biblical Research* 12, số 1 (2003): 1–19.

Bài nghiên cứu ngắn gọn, thú vị về cách các sách phúc âm giúp các tín hữu đầu tiên đi theo Chúa Giê-xu. Nói cách khác, chúng là những chỉ dẫn cụ thể cho việc môn đệ hóa. (*Imitatio Christi* có nghĩa là "bắt chước Đấng Christ").

Hurtado, Larry W. "Gospel (Genre)." trong *Dictionary of Jesus and the Gospels,* được biên tập bởi Joel B. Green, Scot McKnight và I. Howard Marshall, 276–82. Downers Grove, IL: InterVarsity, 1992.

Một tóm lược dễ hiểu về phần thảo luận này.

Keener, Craig S. "The Gospels as Biographies." Chương 5 trong *The Historical Jesus of the Gospels.* Grand Rapids: Eerdmans, 2009.

Biện luận rằng các sách phúc âm là các bản tiểu sử và các tư liệu căn bản.

Komoszewski, J. Ed, M. James Sawyer và Daniel B. Wallace. *Reinventing Jesus.* Grand Rapids: Kregel, 2006.

Nêu lên các lý thuyết theo thuyết âm mưu về nguồn gốc của Tân Ước.

McIver, Robert. *Memory, Jesus, and the Synoptic Gospels.* Willston, VT: Society of Biblical Literature, 2011.

Áp dụng những hiểu biết từ nghiên cứu tâm lý về ký ức nhằm chiếu ánh sáng lên truyền thống Phúc âm.

Millard, Alan. *Reading and Writing in the Time of Jesus.* Sheffield: Sheffield Academic Press, 2000.

Thách thức quan điểm cho rằng các sách phúc âm được truyền miệng ở một mức độ mà tính đáng tin cậy của các hình thức thành văn của nó không còn đáng tin cậy nữa.

Wright, N. T. *The Resurrection of the Son of God.* Minneapolis: Fortress, 2003.

Xem xét các sách phúc âm và các sách khác để đi đến một đánh giá tích cực về bằng chứng ủng hộ cho niềm tin của các Cơ Đốc nhân đầu tiên rằng Chúa Giê-xu thật sự đã sống lại từ cõi chết.

Chương 4

Phúc Âm Ma-thi-ơ

Đấng Cứu Thế Đã Đến!

Bố cục

- Tác giả
- Niên đại
- Nơi viết
- Bố cục
- Mục đích và Đặc điểm
- Chúa Giê-xu - sự làm trọn ý định của Đức Chúa Trời
- Chúa Giê-xu - Cứu Chúa của người Do Thái và Thế giới
- Chúa Giê-xu - Thẩm quyền Tối thượng
- Chúa Giê-xu - Thầy giáo, Người giảng đạo và Đấng Chữa Lành
- Môn đồ của Chúa Giê-xu và Hội thánh
- Những vấn đề Then chốt
- Kết luận

Mục tiêu

Sau khi đọc chương này, quý vị có thể:

- Liệt kê những lập luận tán thành và phản đối quyền tác giả của sách Ma-thi-ơ
- Thảo luận về niên đại của Ma-thi-ơ
- Phác thảo nội dung sách Ma-thi-ơ
- Sử dụng các câu Kinh Thánh để ủng hộ cho ý tưởng Đức Chúa Trời can thiệp vào các sự kiện liên quan đến cuộc đời Chúa Giê-xu
- Liệt kê các lĩnh vực Chúa Giê-xu có thẩm quyền tối thượng

- Minh chứng bằng Kinh Thánh rằng Chúa Giê-xu là một người thầy
- Mô tả cách Chúa Giê-xu vừa là một diễn giả vừa là một người chữa lành

Hầu như ai trong chúng ta cũng đều là chuyên gia trong chuyện nghe tai này lọt tai kia. "Chuyên môn" ấy với người này là chuyện bình thường nhưng lại không bình thường với một người viết tốc ký trong tòa án. Bằng cách nào đó người ấy phải học cách "rót" những lời ấy vào đầu ngón tay mình. Điều đó dường như là bất khả thi. Làm thế nào một người ngồi bên máy vi tính với bàn phím nhỏ và lưu giữ từng lời chứng mà quan tòa cho phép nói? Trên một số phương diện, công việc này tựa như cái máy thu âm.

Bức tranh thánh Ma-thi-ơ từ một bức lớn hơn có tiêu đề "Đấng Christ và mười hai sứ đồ" (Antalya, Thổ Nhĩ Nhì, thế kỷ 19 S.C)

Ma-thi-ơ, tác giả của phúc âm đầu tiên, không phải là một cái máy thu âm bằng xương thịt. Nhiệm vụ của ông phức tạp hơn nhân viên tốc ký trong tòa án. Điều đó không có nghĩa là ký thuật của ông không chính xác. Đúng hơn, tính chính xác chỉ là bước đầu. Là một môn đồ của Chúa Giê-xu, Ma-thi-ơ nhấn mạnh một số khía cạnh nhất định trong chức vụ của thầy mình mà ông được đặc biệt trang bị để thấy. Ma-thi-ơ sắp xếp dữ kiện của mình để chứng minh rằng Chúa Giê-xu thật sự đã làm trọn ý định của Đức Chúa Trời là cung cấp cho Y-sơ-ra-ên, và cả thế giới, một vị cứu tinh. Ngoài ra, Đấng Christ được thể hiện ở khắp mọi nơi là Đấng đứng đầu, nhưng không bao giờ đánh đổi lòng thương xót và sự quan tâm, dạy dỗ và cứu chuộc những người theo Ngài. Ma-thi-ơ không phải là một người viết tốc ký trong tòa án. Ông đã để lại cho hội thánh một điều lớn hơn nhiều so với một bản ghi chép thuần túy về cuộc đời và lời phán của Chúa Giê-xu.

Tác giả

Người duy nhất luôn được cho là tác giả của phúc âm đầu tiên cho đến thời điểm gần đây là sứ đồ Ma-thi-ơ. Trong số các giáo phụ, IRENAEUS, ORIGEN và EUSEBIUS, đều xác nhận điều này khi trích dẫn từ những nguồn tài liệu trước đó. Những tác giả thời kỳ đầu này đã thảo luận về độ chính xác của những điều mà Ma-thi-ơ đã viết và ngôn ngữ mà ông sử dụng (A-ram, Hê-bơ-rơ hay Hy Lạp), nhưng họ chưa bao giờ tranh cãi liệu Ma-thi-ơ có phải là tác giả của phúc âm này hay không. Tiêu đề "Theo Ma-thi-ơ" được tìm thấy trong một bản chép tay tiếng Hy Lạp, nhưng chúng ta không hoàn toàn biết chắc liệu cụm từ này có trong tài liệu gốc hay không. Các nghiên cứu của Martin Hengel cho thấy khá thuyết phục rằng tựa đề có gắn tên của mỗi tác giả các sách phúc âm đã được sử dụng từ ban đầu.[1] Các tựa đề như chúng ta biết, hay các chữ được viết phía trên tựa sách, trong bất cứ trường hợp nào cũng đã xuất hiện trước năm 125 S.C. Tên Ma-thi-ơ có lẽ đã được gắn vào phúc âm đầu tiên từ rất sớm.

Tuy nhiên, kể từ khi các nghiên cứu phê bình xuất hiện (xin xem chương 10–12 bên dưới), vấn đề Ma-thi-ơ là tác giả của phúc âm này đã bị phủ nhận bởi rất nhiều học giả Tân Ước. Trong số những lý do họ đưa ra là: Không chỗ nào Ma-thi-ơ nói rõ ông là tác giả, vì thế về chuyên môn sách này phải là sách của tác giả vô danh; vì nó phản ánh giai đoạn sau này trong lịch sử hội thánh, nên *có thể* nó *đã không được* Ma-thi-ơ viết ra; nó sử dụng một phúc âm được viết bởi một người không phải là sứ đồ (Mác), nên khả năng nó được viết bởi một vị sứ đồ là rất thấp; nó không có "mùi" hay "hơi hướng" mà một ký thuật mắt thấy tai nghe thường có. Không một cái tên cụ thể nào khác được cho là tác giả của sách, nhưng người ta có cho rằng sách được viết bởi một ra-bi đã cải đạo, một Cơ Đốc nhân người Do Thái, một thầy giáo tỉnh lẻ, một Cơ Đốc nhân chịu ảnh hưởng của Hy Lạp hay thậm chí một "trường phái" của một nhóm người hay một hội thánh. Trên một phương diện nào đó, sứ điệp của phúc âm này không bị thay đổi nếu Ma-thi-ơ không phải là tác giả. Thế nhưng tất cả những chọn lựa thay thế hoàn toàn mang tính phỏng đoán. Những người gần gũi nhất và biết rõ nhất đều cho rằng Ma-thi-ơ là tác giả. Không có lý do thuyết phục nào để bác bỏ lời chứng của họ cả.[2]

Niên đại

Đối với những ai bác bỏ quyền tác giả của Ma-thi-ơ, thì niên đại của phúc âm này phần lớn là vấn đề tiến trình biên tập phát triển như thế nào và những ý niệm thần học tiến bộ ra sao. Bởi vì Ma-thi-ơ được xem là dựa vào Mác, và Mác được cho là được viết vào khoảng thời gian nào đó giữa năm 65 đến 70 S.C, nên Ma-thi-ơ được đặt ở khoảng giữa năm 80 và năm 100 S.C. Paul Minear định niên đại của sách mãi tận năm 110.[3] Những người khác định niên đại cho Ma-thi-ơ sớm hơn nhiều, có người còn xếp vào đầu thập niên 50. John Wenham[4] và John A. T. Robinson[5] đều

---

[1] Martin Hengel, *Studies in the Gospel of Mark*, trans. John Bowden (London: SCM, 1985), 64–84.

[2] Để đọc phần thảo luận chi tiết, xin xem D. A. Carson và Douglas J. Moo, *An Introduction to the New Testament*, 2nd ed. (Grand Rapids: Zondervan, 2005), 140–50; ngắn gọn hơn là Andreas Köstenberger, L. Scott Kellum, và Charles Quarles, *The Cradle, the Cross, and the Crown: An Introduction to the New Testament* (Nashville: Broadman & Holman Academic, 2009), 180–84, especially n. 15.

[3] Paul S. Minear, *Matthew, the Teacher's Gospel* (London: Darton, Longman & Todd, 1984), 23–24.

[4] John W. Wenham, *Redating Matthew, Mark, and Luke* (London: Hodder & Stoughton, 1991).

[5] John A. T. Robinson, *Redating the New Testament* (Philadelphia: Westminster, 1976).

nỗ lực tái cấu trúc ý tưởng một cách toàn diện, lập luận ủng hộ một niên đại sớm hơn cho tất cả các sách Tân Ước. Wenham định niên đại của Ma-thi-ơ là năm 40 S.C.[6] Không có lý do thuyết phục nào chứng tỏ niên đại này không đúng, nhưng không cần thiết phải có niên đại sớm như thế. Việc Ma-thi-ơ được viết ra trước sự sụp đổ của thành Giê-ru-sa-lem vào năm 70 S.C là đúng nhất, bởi vì nó tiên báo về sự kiện đó.[7]

Nơi viết

Có hai địa điểm đủ điều kiện là nơi viết phúc âm này (hay nơi nhận; có thể nơi viết và nơi nhận đều là một nếu Ma-thi-ơ viết cho các tín hữu địa phương). SY-RI, hay cụ thể An-ti-ốt xứ Sy-ri, là một và Pa-lét-tin là hai. Đa phần các học giả nghiêng về một trong hai địa điểm này. Địa điểm thứ nhất được đề xuất vì những điều được cho là thân thuộc với một số tác phẩm sau này, như các thư tín của IGNATIUS và *Didache*, cả hai đều được đồng nhất với An-ti-ốt xứ Sy-ri. Với vai trò là trung tâm của Cơ Đốc giáo sơ khai, An-ti-ốt khiến nhiều người cho rằng đó là nơi bắt nguồn một tư liệu quan trọng như thế của hội thánh.[8] Địa điểm thứ hai, Pa-lét-tin, được đề xuất bởi tinh thần Do Thái bao trùm toàn bộ phúc âm này và bởi vì có vẻ như sách được viết với hình ảnh người Do Thái trong đầu. Sê-sa-rê, Phê-ni-xi, và A-léc-xan-đơ cũng đã được đề xuất, nhưng ít người ủng hộ những giả thuyết này. Khi xem xét tất cả địa điểm trên, thì An-ti-ốt có vẻ là lựa chọn hợp lý, mặc dù Pa-lét-tin khó mà có thể bị loại trừ.

Bố cục

Bố cục của một sách cần phải xem xét đến vấn đề tác giả, niên đại, nơi viết và mục đích viết sách. Vì có quá nhiều quan điểm khác nhau về những chủ đề này, nên không ngạc nhiên khi ta thấy có rất nhiều bố cục khác nhau được đề xuất.

Bố cục được đưa ra ở đây dựa trên giả thiết Ma-thi-ơ là tác giả và một trong những mục tiêu chính của ông là trình bày về cuộc đời của Chúa Giê-xu – không nhất thiết phải là tiểu sử theo đúng nghĩa của từ ấy, nhưng là cuộc đời Chúa Giê-xu theo như ông nhớ. Vì lý do đó, các dữ kiện căn bản về cuộc đời Chúa Giê-xu hình thành nên chất liệu cho bố cục này, là bố cục dựa vào đặc điểm địa lý, với việc nhấn mạnh Chúa Giê-xu là thầy giáo và người giảng đạo.

    I. Sự giáng sinh và chuẩn bị của Chúa Giê-xu (1:1–4:16)

        A. Sự giáng sinh và thời thơ ấu của Chúa Giê-xu (1:1–2:23)

---

[6] Wenham, *Redating Matthew, Mark, and Luke*, 243.
[7] Xin xem Grant Osborne, *Matthew* (Grand Rapids: Zondervan, 2010), 35.
[8] Để đọc về chọn lựa này và các chọn lựa khác, xin xem Udo Schnelle, *The History and Theology of the New Testament Writings*, trans. M. Eugene Boring (Minneapolis: Fortress, 1998), 223.

B. Chuẩn bị cho chức vụ (3:1–4:16)

II. **Chức vụ công khai của Chúa Giê-xu tại Ga-li-lê (4:17–16:20)**

A. Chúa Giê-xu bắt đầu chức vụ công khai (4:17–25)
B. Chúa Giê-xu dạy về môn đồ hóa (5:1–7:29)
C. Thẩm quyền của Chúa Giê-xu được bày tỏ (8:1–9:34)
D. Chức vụ của các môn đồ (9:35–11:1)
E. Chức vụ của Chúa Giê-xu nhận được những đáp ứng khác nhau (11:2–12:50)
F. Các ngụ ngôn về nước Trời của Chúa Giê-xu (13:1–53)
G. Sự dạy dỗ và các ngụ ngôn của Chúa Giê-xu nhận được những đáp ứng khác nhau (13:54–16:20)

III. **Chức vụ cá nhân của Chúa Giê-xu tại Ga-li-lê (16:21–18:35)**

A. Dạy về sứ mạng của Chúa Giê-xu (16:21–17:27)
B. Dạy về các mối quan hệ giữa vòng những người theo Chúa (18:1–35)

IV. **Chức vụ của Chúa Giê-xu ở Giu-đê (19:1–25:46)**

A. Dạy dỗ trên đường lên Giê-ru-sa-lem (19:1–20:34)
B. Vào Giê-ru-sa-lem (21:1–22)
C. Những cuộc chạm trán tại Giê-ru-sa-lem (21:23–23:39)
D. Chúa Giê-xu dạy về tương lai (24:1–25:46)

V. **Sự thương khó và sống lại của Chúa Giê-xu (26:1–28:20)**

A. Chuẩn bị cho sự thương khó (26:1–46)
B. Chúa Giê-xu bị bắt và bị xử án (26:47–27:26)
C. Chúa Giê-xu bị đóng đinh (27:27–56)
D. Chúa Giê-xu được chôn và sống lại (27:57–28:20)

Mục đích và đặc điểm

Khác với Lu-ca và Giăng, không chỗ nào Ma-thi-ơ chính thức nói về mục đích của ông, vì thế độc giả tự quyết định mục đích cơ bản của sách là gì. Cách duy nhất để làm điều này là đọc thật kỹ sách và ghi nhận những đặc trưng nổi bật. Một số điểm đặc trưng rất rõ ràng và được hầu hết các

Đồng xu cổ La Mã từ thế kỷ 1 TC đến đầu thế kỷ 4 SC. Ma-thi-ơ là một nhân viên thuế vụ

nhà giải kinh đồng ý; nhưng có những đặc điểm không rõ ràng, đặc biệt khi chúng dựa trên một giả thuyết rất riêng biệt nào đó liên quan đến cấu trúc của sách Ma-thi-ơ. Một số giả thuyết mang tính chuyên môn cao xem Phúc âm Ma-thi-ơ là một tập giải kinh Cơ Đốc giáo (phần Kinh Thánh để đọc trong giáo lịch), một midrash (sách giải kinh mở rộng), một cẩm nang chỉ dẫn cho hội thánh, hoặc có thể là một tiểu sử Hy-La được hiệu chỉnh. Một số ý tưởng trong số đó có giá trị, nhưng chúng đều nằm trong lãnh địa của sự ước đoán. Sử dụng chúng một cách cứng ngắc quá mức có thể lấy đi những gì Ma-thi-ơ thật sự đang muốn nói. Về căn bản, Ma-thi-ơ viết phúc âm của mình để lưu giữ những gì ông biết về cuộc đời và lời phán của Chúa Giê-xu. Đó chính là mục đích căn bản của ông, cũng như là mục đích ẩn sau mỗi tác giả phúc âm. Ông muốn đảm bảo rằng chân lý về Chúa Giê-xu sẽ không bao giờ bị mất đi. Để đạt được mục tiêu này, ông tập trung vào những điều cụ thể nhất định mà với ông chính là cốt lõi của cuộc đời và sự dạy dỗ của Chúa Giê-xu.

Chúa Giê-xu
- Sự Làm Trọn Ý Định
Của Đức Chúa Trời

Ma-thi-ơ nhấn mạnh rằng sự đến của Chúa Giê-xu không thể chỉ được hiểu như một sự kiện khác nữa trong lịch sử. Đó là sự kiện *quan trọng bậc nhất* trong lịch sử, được Đức Chúa Trời hoạch định và nói tiên tri hàng nhiều thế kỷ trước khi xảy ra. Gần như mọi hoàn cảnh xung quanh sự giáng sinh, cuộc đời, sự dạy dỗ, sự chết và sự sống lại của Chúa Giê-xu đều được xem là sự ứng nghiệm các lời tiên tri (ví dụ 1:22; 2:15, 17, 23; 4:14–16; 8:17; 12:17; 13:35; 21:4; 26:53–54; 27:9). Chúa Giê-xu đến để làm trọn số phận đã được Đức Chúa Trời vạch ra từ trước cho Ngài.

Gia đình thánh trốn sang Ai Cập và sống ở đó cho tới khi vua Hê-rốt băng hà

Cuộc đời Chúa Giê-xu không chỉ được vạch ra từ trước qua các lời tiên tri, mà cả khi thời điểm Chúa Giê-xu đến, Đức Chúa Trời đã tích cực can thiệp vào các sự kiện hình thành cuộc đời Chúa Giê-xu. Đức Chúa Trời thường xuyên can thiệp để đảm bảo rằng mọi thứ sẽ diễn ra đúng như dự định. Bắt đầu với sự giáng sinh của Chúa Giê-xu bởi trinh nữ Ma-ri (1:18). Rồi Đức Chúa Trời phán bảo với Giô-sép qua một thiên sứ trong giấc mơ (1:20); Ngài cảnh báo **các nhà thông thái** đừng trở lại với vua Hê-rốt (2:12), Ngài sai gia đình này đến AI CẬP để trốn cơn giận của vua

Hê-rốt (2:13) và sau đó đến GA-LI-LÊ (2:22); tại **lễ báp-têm** của Chúa Giê-xu, Đức Chúa Trời xác nhận địa vị làm con Đức Chúa Trời của Chúa Giê-xu bằng một tiếng nói từ trời (3:17); Đức Thánh Linh đã dẫn Chúa Giê-xu vào đồng vắng để chịu ma quỷ cám dỗ (4:1) và sau đó được các thiên sứ hầu việc (4:11); Chúa Giê-xu gọi lời Phi-e-rơ tuyên xưng Ngài là Con Đức Chúa Trời là một khải thị trực tiếp từ Đức Chúa Trời (16:17) và, tại sự kiện **hóa hình** của Chúa Giê-xu, tiếng nói của Đức Chúa Trời một lần nữa xác nhận Chúa Giê-xu là Con (17:5); những sự kiện siêu nhiên diễn ra khi Chúa Giê-xu chịu chết (27:51–53), và Đức Chúa Trời khiến Chúa Giê-xu sống lại từ kẻ chết (28:2–7). Đức Chúa Trời không chỉ ở với Chúa Giê-xu qua tất cả những cách đặc biệt này, mà thật vậy, Chúa Giê-xu là Đức Chúa Trời ở với chúng ta (1:22–23).

Chúa Giê-xu - Cứu Chúa của Do Thái và cả Thế giới

Chúa Giê-xu đến như sự ứng nghiệm lời tiên tri trong Kinh Thánh, nhưng cũng là sự ứng nghiệm cho chính Y-sơ-ra-ên, cho tất cả những niềm hy vọng và mơ ước của Y-sơ-ra-ên. Ma-thi-ơ giới thiệu Chúa Giê-xu cho độc giả của mình là "Gia phả của Đức Chúa Jêsus Christ, con cháu Đa-vít, con cháu Áp-ra-ham" (1:1). Áp-ra-ham đã bắt đầu một dân tộc của Đức Chúa Trời thế nào, thì Chúa Giê-xu cũng hoàn tất dân tộc đó thế ấy. Đa-vít đã cai trị cả dân đó thế nào, thì Chúa Giê-xu cũng sẽ cai trị trên cả Y-sơ-ra-ên thế ấy (2:6; 19:28). Đối với Ma-thi-ơ, Đức Chúa Trời của Y-sơ-ra-ên là Đức Chúa Trời chân thật, và khi Chúa Giê-xu làm những dấu kỳ, thì dân chúng bật lên lời ngợi ca (15:31). Sứ mạng của Chúa Giê-xu là dành cho Y-sơ-ra-ên (10:6; 15:24) và Ngài phải cứu dân Ngài ra khỏi tội (1:21), chăm sóc họ trong tư cách Người Đầy Tớ Được Chọn của Đức Chúa Trời (12:15–21), làm trọn toàn bộ luật pháp của họ (5:17) và là Đấng mà Y-sơ-ra-ên chưa bao giờ được thấy trước kia (9:33). Đối với Ma-thi-ơ, danh hiệu "Đấng Mê-si-a" (hay "Đấng Christ") đã tóm lược điều đó (1:17; 26:63–64). Chúa Giê-xu là Đấng phải đến; sẽ không có Đấng nào khác. Ngài là Lời cuối cùng của Đức Chúa Trời dành cho dân sự Ngài.

Ma-thi-ơ cũng nhấn mạnh sự thật đó là Chúa Giê-xu đến để săn sóc cả người ngoại nữa, dân ngoại đứng ở vị trí trung tâm trong nước Trời. Vì thế, trong phúc âm của Ma-thi-ơ, dân ngoại (các nhà thông thái) là những người đầu tiên nhận biết Chúa Giê-xu (2:1–12). Khi Hê-rốt đe dọa mạng sống của Chúa Giê-xu, Chúa Giê-xu và gia đình của Ngài đã trốn qua lãnh thổ của người ngoại (Ai Cập; 2:13–15). Một thầy đội người ngoại đã được khen ngợi vì đức tin lớn chưa từng thấy ở Y-sơ-ra-ên (8:10). Nhiều người (người ngoại) sẽ từ phương Đông và phương Tây đến ngồi xuống với các tổ phụ khi xưa (của người Hê-bơ-rơ; 8:11–12). Đức tin lạ thường của người phụ nữ Ca-na-an (dân ngoại) được đền đáp bằng sự chữa lành dành cho con gái bà (15:21–28). Ẩn dụ về các tá điền và chủ vườn nho rõ ràng chỉ về một dân tộc mới, những người sẽ mang lại kết quả, trong khi những tá điền ban đầu (tượng trưng cho dân Y-sơ-ra-ên cứng đầu) lại bị loại bỏ (21:33–45). Ma-thi-ơ kết thúc phúc âm của mình bằng mạng lệnh mà Chúa Giê-xu nói với các môn đồ là hãy đi đến tất cả các dân tộc – từ "dân tộc" cũng có thể được dịch là "dân ngoại" – nhân danh Đức Cha, Đức Con, và Đức Thánh Linh mà làm phép báp-têm cho họ (28:18–20). Một chủ đề chính của Ma-thi-ơ là việc ghép người ngoại vào trong dân tộc duy nhất của Đức Chúa Trời.

> ### Lời dạy của các sứ đồ trong Ma-thi-ơ và các sách phúc âm khác
>
> Ma-thi-ơ viết một phúc âm thành văn giữa vòng người Hê-bơ-rơ bằng thứ tiếng của họ, trong khi Phi-e-rơ và Phao-lô đang giảng dạy tại Ma Lã và đặt nền móng cho Hội thánh. Sau khi họ ra đi, Mác, môn đồ và người thông ngôn cho Phi-e-rơ, cũng đã truyền lại cho chúng ta những điều Phi-e-rơ dạy dỗ bằng hình thức thành văn. Lu-ca, đồng lao của Phao-lô, cũng đã ghi lại thành một sách Phúc âm mà Phao-lô rao giảng. Sau này, Giăng, môn đồ của Chúa, cũng là người đã dựa vào ngực Chúa, chính ông cũng viết một phúc âm trong suốt thời kỳ ông sống tại Ê-phê-sô, thuộc vùng A-si.
>
> Tất cả đều công bố cho chúng ta rằng có một Đức Chúa Trời duy nhất, Đấng Tạo Dựng nên trời và đất, được luật pháp và các tiên tri công bố; và một Đấng Christ Con Đức Chúa Trời. Nếu bất cứ ai không đồng ý với những chân lý này, thì người ấy xem thường những người đồng hành của Chúa; hơn thế nữa, người ấy còn khinh thường chính Đấng Christ; thật ra, người ấy khinh thường cả Chúa Cha nữa, và người ấy sẽ tự bị lên án vì kháng cự và chống lại sự cứu rỗi của chính mình, giống như tất cả những kẻ theo dị giáo vậy.
>
> *Irenaeus, Adv. Haer. 3.1.1–2 (ANF 1:414–15); khoảng năm 125/140–200 S.C*

Chúa Giê-xu - thẩm quyền tối thượng

Xuyên suốt toàn bộ phúc âm Ma-thi-ơ, điểm nhấn thường xuyên chính là quyền năng và thẩm quyền tối thượng vốn có của Chúa Giê-xu (28:18. Không điều gì có thể ngăn cản Ngài, những hành động và lời nói của Ngài luôn mang đến sự phục tùng từ bất cứ điều gì liên hệ với Ngài. Thẩm quyền của Ngài là tối thượng trên:

- Con người (4:20, 22)
- Bệnh bại và đau khổ (8:6, 13)
- Tật bệnh (9:22; 14:35, 36)
- Đui mù (9:30)
- Phong hủi (8:3)
- Gió và nước (8:23)

- Đền thờ (12:3–6)
- Tội lỗi (9:2)
- Các quỷ (8:31–32; 15:28)
- Thiên nhiên (21:18–19)
- Lịch sử (26:64)
- Số phận của từng cá nhân trong cả nhân loại (7:21–23; 11:27; 13:40–43)
- Số phận của chính Ngài (16:21; 20:17–19; 26:45–46)
- Sứ mạng của Ngài trên đất (10:1)
- Không gian, thời gian và tương lai (18:19–20; 28:20)

Tiêu điểm 4: Đối diện với cám dỗ - Bài học giải kinh

Ma-thi-ơ ký thuật Chúa Giê-xu bị cám dỗ nghiêm trọng (4:1–11). Làm thế nào Ngài giữ mình khỏi phạm tội? Dường như Ngài đã dựa vào chân lý của Kinh Thánh Cựu Ước mà Ngài ghi nhớ. Ngài cũng ý thức rõ mình là đầy tớ Đức Chúa Trời, không phải đầy tớ của Sa-tan.

Một vị thầy Cơ Đốc nổi tiếng người Hy Lạp tên là Origen (185–254 S.C) đã từng có một giải pháp khác. Vì Chúa Giê-xu dạy (chỉ được tìm thấy trong phúc âm Ma-thi-ơ 19:12) rằng một số người bị thiến vì nước Trời, nên ông đã chịu thiến. Ông cảm thấy điều này sẽ giúp ông ít nhạy cảm trước cám dỗ quan hệ tình dục với những người phụ nữ ùn ùn kéo nhau tới nghe những bài giảng xuất chúng của ông.

Thật không thể không sững sờ trước cam kết và lòng quả cảm của Origen. Nhưng hành động của ông có đúng với tinh thần câu nói của Chúa Giê-xu không? Chúa Giê-xu hay bất cứ một tín hữu đầu tiên nào được mọi người biết đến đều không hề thực hiện động thái quyết liệt như thế. Nhìn chung, Chúa và các tín hữu đầu tiên xác nhận quan hệ tình dục hợp pháp trong giao ước hôn nhân. Chúa và các tín hữu đầu tiên không xem cám dỗ tình dục là điều xấu xa cần phải tránh bằng cách tùng xẻo.

Dù chúng ta không nên ngồi đoán xét phương thức cực đoan của Origen, nhưng chúng ta cũng có thể chọn giải pháp tích cực hơn của Chúa Giê-xu. Bám chặt lấy Cha Thiên Thượng, Lời Ngài và mục đích mà Ngài dành cho dân sự Ngài là hướng tự vệ chính khi cám dỗ không mời mà đến.

Phản ứng tự nhiên của con người trước thẩm quyền thiên thượng của Chúa Giê-xu, cả trước và sau khi Ngài phục sinh, là sấp mình xuống mà thờ lạy Ngài (8:1; 14:33; 28:9, 17). Thế nhưng trong tất cả những điều này, Ma-thi-ơ cũng nhấn mạnh lòng thương xót mà Chúa Giê-xu cảm nhận khi đối diện với nhu cầu của con người (9:36; 14:14; 15:32; 20:34). Thẩm quyền của Chúa Giê-xu không phải là thẩm quyền của sức mạnh chuyên chế nhưng là thẩm quyền của tình yêu thiên thượng;

nó được dùng để làm dịu bớt những khổ đau của con người, chứ không phải áp đặt một ý muốn vô cảm và tùy tiện.

Ma-thi-ơ cũng tận dụng các danh xưng hoặc những lời nhận xét mà Chúa Giê-xu sử dụng hoặc người ta dùng để gọi Ngài khi muốn nhấn mạnh thẩm quyền tối thượng của Ngài. Ngài là Chúa của ngày Sa-bát (12:1–8); là Con Người phải đến, Đấng cai trị và đoán xét (24:29–31); Đấng tối thượng khải thị về Đức Chúa Trời (11:27); Con Đức Chúa Trời (3:17; 14:33; 16:16; 17:5); Đấng ban sự an nghỉ cho những kẻ mệt nhọc trong thế gian này (11:28–30) và một người khôn ngoan và đầy năng quyền (13:54).

Chúa Giê-xu – Người Thầy, Người Giảng Đạo và Đấng Chữa lành

Đối với Ma-thi-ơ, Chúa Giê-xu là Người Thầy, được chính Ngài (10:24–25; 23:10) và người khác (8:19; 19:16; 22:16, 24, 36; 26:18) gọi như thế. Toàn bộ mục vụ công khai của Ngài hướng về việc dạy dỗ mọi người. Ngài tận dụng mọi cơ hội để giúp họ hiểu biết sâu sắc hơn về Đức Chúa Trời. Ngài dạy dỗ tại các khu vườn và trong các làng mạc ở Ga-li-lê (9:35; 11:1); tại GIU-ĐỂ và khắp miền Giô-đanh (19:1–3; xem thêm Mác 10:1); trên đường đến Giê-ru-sa-lem (20:17–19); trên NÚI Ô-LI-VE (24:3–25:46); trong hành lang đền thờ (21:23); tại nhà hội (4:23; 13:54) và trong các ngôi nhà (13:36–52); trên cánh đồng lúa (12:1–8); trên vùng đồi núi (5:1–2); trên một chiếc thuyền (13:1–3); vào các ngày trong tuần cũng như vào ngày Sa-bát (26:55). Chúa Giê-xu đầy lòng thương xót dành cho những con người không được dạy dỗ đến nơi đến chốn và Ngài thấy họ như chiên không có người chăn, lo lắng và bất lực, như mùa gặt bội thu nhưng không đủ con gặt (9:36–38). Đám đông thường xuyên kinh ngạc và sửng sốt trước sự dạy dỗ của Ngài (7:28; 13:54; 22:33); những người lãnh đạo tôn giáo thì tức giận (26:1–4) vì Ngài dạy với thẩm quyền vượt trội (7:28–29). Ma-thi-ơ kết thúc phúc âm của mình với việc Chúa Giê-xu bảo các môn đồ Ngài hãy đến với tất cả các dân tộc và dạy họ giữ hết mọi điều Ngài đã truyền dạy (28:19–20). Chức vụ dạy dỗ của Chúa Giê-xu không bao giờ kết thúc.

Là một người giảng đạo, Chúa Giê-xu có chức vụ giảng giải Lời Chúa, kêu gọi mọi người ăn năn, cảnh báo về sự đoán xét sắp đến của Đức Chúa Trời trên tội lỗi, công bố sự đến của nước Trời (4:17) và công bố kỳ tận chung với sự đến lần hai đầy vinh hiển của Ngài (24–25).

Là Đấng chữa lành, Chúa Giê-xu giải phóng con người khỏi gông cùm thể chất và tâm linh bằng cách phục hồi sức lực cho họ và đuổi quỷ. Một số bản tóm tắt các hoạt động chữa lành của Chúa Giê-xu có nói đến quyền năng vô hạn này của Ngài trên nỗi đau, sự khốn khổ, tật bệnh, động kinh, bại liệt, quỷ ám, bại xuội, đui mù, câm điếc và tàn tật (4:23–25; 9:35; 14:34–36; 15:29–31; 21:14). Cũng có vô số những ví dụ về những sự chữa lành cá nhân, minh họa cho những cách phân loại ở trên và cho thấy mối quan tâm sâu sắc của Chúa Giê-xu dành cho những người mà Ngài chữa lành. Đến thời điểm khi công tác ấy quá sức đối với một người, Chúa Giê-xu đã sai phái các môn đệ Ngài đi, cho họ thẩm quyền của Ngài "để đuổi các uế linh, và chữa lành mọi bệnh tật, yếu đau" (10:1). Ma-thi-ơ thấy tất cả điều này đều là sự ứng nghiệm lời tiên tri trong Ê-sai (8:16–17; 53:4) và những lời tiên tri ở những chỗ khác nữa.

Môn đồ của Chúa Giê-xu và Hội thánh

Ma-thi-ơ là phúc âm duy nhất đề cập đến từ "hội thánh". Tại SÊ-SA-RÊ PHI-LÍP, sau lời xưng nhận Chúa Giê-xu là Đấng Mê-si-a của Phi-e-rơ, Chúa Giê-xu nói rằng Ngài sẽ xây hội thánh Ngài trên lẽ thật vững chắc như đá, là thẩm quyền Đấng Mê-si-a của Ngài, rằng các cửa của **âm phủ** sẽ không thắng được nó. Ngài cũng giao cho Phi-e-rơ, đại diện cho tất cả các môn đồ, chìa khóa biểu tượng về thẩm quyền trên nước Trời để phê chuẩn việc được phép vào hay không được vào đó (16:17–19), một thẩm quyền rõ ràng được trao phó cho tất cả các sứ đồ cả ở phân đoạn này và trong 18:18. Sau này Chúa Giê-xu đã đưa ra chỉ dẫn cho việc giải quyết những xung đột giữa vòng hội thánh, trong đó có việc trục xuất ra khỏi hội thánh nếu người vi phạm không chịu tuân theo những lời cảnh cáo của cộng đồng (18:15–17).

Ma-thi-ơ cũng ký thuật những phần dạy dỗ rất dài của Chúa Giê-xu dành cho các môn đồ Ngài. Một số nhà giải kinh đã cho rằng Ma-thi-ơ xem Chúa Giê-xu là Môi-se mới, ban "luật pháp" mới cho dân sự của Ngài, bởi vì những sự chỉ dẫn đó có thể được nhóm lại thành năm phần lớn, tất cả đều kết thúc bằng công thức có cùng một kiểu "Khi Đức Chúa Jêsus phán những lời ấy xong" (7:28; 11:1; 13:53; 19:1; 26:1). Năm phần này giống với một "ngũ kinh" mới (5–7; 10; 13; 18; 24–25). Dù cách nhìn này đúng hay không, thì Ma-thi-ơ chắc chắn cũng trình bày Chúa Giê-xu là người thành lập hội thánh, được hiểu như là người Y-sơ-ra-ên chân thật (16:18). Những lời của Ngài nhắm hướng dẫn tất cả con cái Chúa khi họ sống trong nước Trời.

Những vấn đề mang tính phê bình

Ngoài những vấn đề về tác giả, niên đại, nơi viết (xin xem phần mở đầu của chương này), các học giả cũng tranh cãi liệu phúc âm này được viết ra từ quan điểm của người Do Thái hay của Cơ Đốc nhân người ngoại – thậm chí là liệu cách phân biệt vốn được dùng từ lâu này ngày nay có còn ý nghĩa không. Dữ kiện lại ủng hộ cho nhiều khả năng khác nhau. Có một cuộc tranh luận vẫn còn tiếp diễn về cách Ma-thi-ơ có lẽ đã (và có lẽ đã không) sử dụng các nguồn tư liệu thành văn, chẳng hạn như Mác (hay là một phiên bản của Mác) hoặc Những Câu Nói Trong Nguồn Tư Liệu Q (về vấn đề này, xin xem chương 11 bên dưới.)

Những nghiên cứu gần đây tiếp tục xem xét kỹ lưỡng động cơ thần học của tác giả sách Ma-thi-ơ và tính đáng tin cậy về mặt lịch sử của những gì ông viết.[9] Những phần riêng biệt của phúc âm này liên hệ tới sứ điệp chung của nó như thế nào? Ở đây ông tập trung vào các vấn đề như đạo đức của Bài giảng trên núi, xung đột giữa Chúa Giê-xu và những người lãnh đạo Y-sơ-ra-ên (khi Ma-thi-ơ bị đem ra phân tích phê bình văn chương) và vai trò của các yếu tố Cựu Ước trong sự hiểu biết của Ma-thi-ơ. Các chủ đề khác của Ma-thi-ơ nhận được sự quan tâm là Đấng Christ học, truyền giáo cho dân ngoại, lai thế học, hội thánh và môn đồ hóa.[10]

Kết luận

Ma-thi-ơ viết phúc âm của mình để cho độc giả thấy rằng Chúa Giê-xu là sự ứng nghiệm những lời hứa của Đức Chúa Trời dành cho Y-sơ-ra-ên, Ngài đến trong cương vị Đấng Mê-si-a của Y-sơ-ra-ên và là Đấng Cứu Chuộc. Vì lời hứa ban đầu dành cho Áp-ra-ham bao hàm lời hứa rằng hậu tự của Áp-ra-ham (Y-sơ-ra-ên) sẽ là nguồn phước cho các dân tộc hay cho dân ngoại, nên Ma-thi-ơ cũng chỉ ra rằng Chúa Giê-xu đến để trở thành Cứu Chúa của thế giới cũng như của Y-sơ-ra-ên. Trong cương vị Đấng làm trọn ý định tối thượng của Đức Chúa Trời dành cho tất cả những ai tin cậy nơi Ngài, Chúa Giê-xu được phác họa là thẩm quyền tối thượng duy nhất, là người thầy, là người giảng đạo, là người chữa lành. Kinh Thánh Cựu Ước đã nói tiên tri về điều đó còn Chúa Giê-xu làm cho ứng nghiệm. Nhưng Ma-thi-ơ sống trong thời kỳ hội thánh, sau sự chết chuộc tội và sự sống lại của Chúa Giê-xu, vì thế ông ghi nhận rằng hội thánh cũng là một phần ý định của Đức Chúa Trời. Chúa Giê-xu đã nói rằng hội thánh Ngài sẽ được thiết lập và âm phủ sẽ không thể nào chiến thắng được nó. Chúng ta sống trong thời của hội thánh, là thời mà sự hiện diện cá nhân của Chúa Giê-xu thêm sức cho chúng ta, đang khi chúng ta trông đợi thời kỳ chung kết khi Đức Chúa Trời kết thúc những gì Ngài bắt đầu với Áp-ra-ham từ xa xưa.

Tóm lược

1. Ma-thi-ơ sắp xếp phúc âm của mình để nhấn mạnh phương cách Chúa Giê-xu mang đến cho Y-sơ-ra-ên và thế giới một Cứu Chúa.
2. Mãi đến gần đây, Ma-thi-ơ vẫn được xem là tác giả duy nhất của phúc âm mang tên ông.
3. Niên đại truyền thống của Ma-thi-ơ là khoảng trước năm 70 S.C.
4. Dù yếu tố Do Thái trong phúc âm Ma-thi-ơ cho thấy rằng nó đã được viết ở Pa-lét-tin, nhưng hầu hết các học giả đều nghiêng về giả thiết nơi viết là An-ti-ốt xứ Sy-ri.

---

[9]Xin xem Osborne, *Matthew*, 27–30.
[10]Như trên, 1086–1107.

5. Mục đích cơ bản của Ma-thi-ơ khi viết phúc âm này là để lưu giữ những điều ông biết về cuộc đời và lời dạy của Chúa Giê-xu.
6. Ma-thi-ơ chứng minh rằng sự đến của Chúa Giê-xu là sự kiện lịch sử quan trọng nhất, rằng mọi biến cố như sự giáng sinh, cuộc đời, sự dạy dỗ, sự chết và sự sống lại của Ngài đều là sự ứng nghiệm lời tiên tri.
7. Ma-thi-ơ nhấn mạnh rằng Chúa Giê-xu là Lời cuối cùng của Đức Chúa Trời dành cho dân sự Ngài.
8. Ma-thi-ơ tập trung vào sức mạnh vốn có và thẩm quyền tối thượng của Chúa Giê-xu.
9. Ma-thi-ơ nhấn mạnh rằng trước hết Chúa Giê-xu là người thầy nhưng Ngài cũng là Đấng chữa lành và là người giảng đạo.
10. Ma-thi-ơ là sách phúc âm duy nhất đề cập đến danh xưng hội thánh.

Câu hỏi ôn tập

1. Mục đích căn bản của Ma-thi-ơ khi viết phúc âm của mình là gì?
2. Chúa Giê-xu làm trọn ý định của Đức Chúa Trời theo những phương cách nào?
3. Ma-thi-ơ nhấn mạnh Chúa Giê-xu là Cứu Chúa của cả người Do Thái lẫn dân ngoại bằng cách nào?
4. Chúa Giê-xu là thẩm quyền tối thượng theo những cách nào?
5. Ma-thi-ơ phác họa Chúa Giê-xu là người Thầy như thế nào?

Các thuật ngữ then chốt

Âm phủ   Đấng Mê-si-a   Hóa hình   Báp-têm   Các nhà thông thái

Con người/Địa điểm chính

Ai Cập	Ga-li-lê	Ignatius	Sê-sa-rê Phi-líp
An-ti-ốt xứ Sy-ri	Giu-đê	núi Ô-li-ve	Sy-ri
Eusebius	Irenaeus	Origen	

Sách đọc thêm

Allison, Dale, Jr. *Studies in Matthew: Interpretation Past and Present*. Grand Rapids: Baker Academic, 2005.

> Viện dẫn lịch sử giải nghĩa để soi rọi ánh sáng tươi mới trên cách nhìn.

Carson, D. A. "Matthew." In vol. 9 of *Expositor's Bible Commentary*, rev. ed. Grand Rapids: Zondervan, 2010.

> Một giải kinh sâu sắc bởi một học giả nổi tiếng.

France, R. T. *The Gospel of Matthew*. Grand Rapids: Eerdmans, 2007.

> Một giải kinh thấu đáo bao quát hầu hết những khía cạnh quan trọng của vấn đề thảo luận ngày nay.

Gurtner, Daniel M., and John Nolland, eds. *Built upon the Rock*. Grand Rapids: Eerdmans, 2008.

> Xử lý những vấn đề khác nhau trong việc giải nghĩa và bối cảnh của Ma-thi-ơ. Là đóng góp của nhiều tác giả khác nhau.

Hagner, Donald A. *"Matthew: Christian Judaism or Jewish Christianity."* In The Face of New Testament Study, 263–82. Grand Rapids: Baker Academic, 2004.

> Giới thiệu phần thảo luận về sách Ma-thi-ơ và mối liên hệ với Do Thái giáo.

Keener, Craig S. *A Commentary on the Gospel of Matthew*. Grand Rapids: Eerdmans, 1999.

> Phần thảo luận dài nhưng khá gần gũi. Trình bày rõ ràng bối cảnh văn hóa và lịch sử.

Luz, Ulrich. *The Theology of the Gospel of Matthew*. Cambridge: Cambridge University Press, 1995.

> Rút ra từ Ma-thi-ơ một quan điểm và mục tiêu thần học hoàn chỉnh. Dành cho người học nâng cao.

Osborne, Grant R. *Matthew*. Grand Rapids: Zondervan, 2010.

> Phần giải kinh tập trung minh họa mạch lý luận của Ma-thi-ơ.

Pennington, Jonathan. *Heaven and Earth in the Gospel of Matthew*. Grand Rapids: Baker Academic, 2009.

> Ví dụ hay về những nghiên cứu học thuật gần đây về sách Ma-thi-ơ. Trọng tâm trình bày là ý nghĩa của "nước Đức Chúa Trời" và "nước Trời"

Stanton, Graham N. *A Gospel for a New People: Studies in Matthew*. Edinburgh: T&T Clark, 1992.

> Phần lý giải khá tốt những ý tưởng được tìm thấy trong sách phúc âm Ma-thi-ơ.

Turner, David L. *Matthew*. Grand Rapids: Baker Academic, 2008.

> Tổng hợp những vấn đề giải kinh và thần học.

Chương 5

Phúc Âm Mác

Con Đức Chúa Trời, Đầy Tớ Của Mọi Người

Bố cục

- Tác giả
- Niên đại
- Nơi viết
- Bố cục
- Mục đích và đặc điểm
- Bản chất siêu nhiên của Chúa Giê-xu
    – Lần mở bí mật về địa vị Con Trời của Chúa Giê-xu
    – Những đáp ứng mang tính xác nhận từ những người khác nhau
- Sự chết và sự sống lại của Chúa Giê-xu
- Chức vụ của Chúa Giê-xu trong vai trò Đầy tớ
- Hãy giữ kín!
- Những vấn đề mang tính phê bình
- Kết luận

Mục tiêu

Sau khi đọc chương này, bạn sẽ có thể

- Trình bày quan điểm của hội thánh đầu tiên về tác giả của sách Mác
- Nhận diện địa điểm sách Mác được viết ra và giải thích tại sao địa điểm này lại được xem là nơi viết phúc âm Mác
- Lập bố cục nội dung sách Mác
- Phác họa các hoạt động truyền giáo được nhấn mạnh trong phúc âm này

- Đưa ra những ví dụ cho thấy địa vị Con Trời của Chúa Giê-xu được minh họa trong sách Mác như thế nào
- Nhận diện những công tác chính của Chúa Giê-xu như được ký thuật trong sách Mác
- Liệt kê ba tình huống trong đó Chúa Giê-xu bảo phải yên lặng và lý do cho mỗi tình huống ấy

Tiểu thuyết là một hình thức văn chương nổi tiếng, nhưng đọc tiểu thuyết sẽ rất tốn thời gian. Để thay thế, người ta nghĩ ra hình thức truyện ngắn. Truyện ngắn cũng để lại trong chúng ta nhiều tác động giống như ta đọc một quyển sách dày nhưng lại không đòi hỏi nhiều thời gian của độc giả. Vì có thể được đọc xong cách nhanh hơn, mau chóng đi đến phần kết hơn, nên truyện ngắn dễ thu hút được sự chú ý của người đọc từ đầu đến cuối. Với một tiểu thuyết dài, nguy cơ người đọc bị rối và mất hứng đọc tiếp là rất cao.

Nếu chúng ta nghĩ Ma-thi-ơ (28 chương) và Lu-ca (24 chương) là những tiểu thuyết lịch sử ngắn về cuộc đời Chúa Giê-xu, thì Mác (vừa đủ 16 chương) có thể được xem là một truyện ngắn vừa phải. Sách phúc âm súc tích, sinh động, và ở một số phương diện nào đó, thú vị nhất trong các sách phúc âm này lại bị quên lãng suốt chiều dài lịch sử hội thánh. Đó một phần là bởi quan điểm, khá phổ biến cho tới thế kỷ 19, cho rằng Ma-thi-ơ được viết trước nhất, rồi tới Lu-ca và cuối cùng mới tới Mác. Nói cách khác, người ta cho rằng Mác cô đọng và đôi lúc mở rộng những phần vốn đã được viết trước đó rồi mà thôi. Thái độ ấy dường như đã làm nảy sinh hàm ý: Tại sao lại phải đọc Mác trong khi ta đã có đầy đủ Ma-thi-ơ và Lu-ca rồi?

Nhưng với sự dấy lên của ngành học thuật Kinh Thánh hiện đại, Mác đã trở thành sách phúc âm được yêu thích và một trong hai nguồn chính của truyền thống phúc âm (Mác và Q) được công nhận bởi thuyết phê bình (critical theory). Vì thế, tầm quan trọng của Mác đã được công nhận đầy đủ. Trên một số phương diện, đây là một sự phát triển tích cực, vì Mác là một nguồn tư liệu rất dễ đọc và có giá trị về cuộc đời của Chúa Giê-xu.

Tác giả

Tên duy nhất trước giờ gắn với sách phúc âm thứ hai là Mác. Có lời chứng chắc chắn từ PAPIAS, IRENAEUS, Kinh điển Muratoria, CLEMENT xứ A-léc-xan-đơ, TERTULLIAN, ORIGEN, JEROME và EUSEBIUS sử gia hội thánh, người đã cung cấp khá nhiều bằng chứng. Tất cả những nguồn hỗ trợ này đều có thể có niên đại trước năm 325 S.C. Một nguồn tham khảo nổi tiếng và cực kỳ quan trọng là câu nói của Papias, **giám mục** xứ HIERAPOLIS tại PHRYGIA trong suốt những năm đầu của thế kỷ thứ hai. Ông đã trích dẫn lời của Eusebius khi nói:

> Và vị trưởng lão [sứ đồ Giăng; xem bên dưới] từng nói điều này: "Mác trở thành người thông ngôn cho Phi-e-rơ và viết chính xác tất cả

những gì ông nhớ được, không hẳn theo trình tự những gì Chúa nói và làm. Vì ông không nghe từ Chúa, ông cũng không trực tiếp đi theo Ngài, nhưng sau này, như tôi đã nói, thì ông có theo Phi-e-rơ, người thường dạy dỗ bởi nhu cầu nhưng lại không sắp xếp những lời phán của Chúa, vì thế Mác không sai gì cả khi viết xuống từng điểm riêng lẻ mà ông nhớ. Thứ nhất là vì ông để ý, để không bỏ sót bất cứ điều gì ông đã nghe và không đưa ra những lời nói sai về chúng."[1]

Có sáu điều quan sát được từ phần phát biểu của Papias bên trên:[2]

1. Ông đang trích dẫn một nguồn tài liệu có niên đại khá sớm, "**vị trưởng lão**", người có nhiều đặc điểm giống với sứ đồ Giăng nhất. Nếu vậy, thì câu phát biểu của Papias có khả năng chứa đựng thẩm quyền cao nhất.
2. Mác được kể là tác giả của phúc âm này.
3. Mác dựa vào thông tin từ sứ đồ Phi-e-rơ, vì cá nhân Mác không phải là nhân chứng trực tiếp.
4. Mác viết điều ông nhớ một cách toàn diện, không bỏ sót gì cả và không đưa ra những câu nói sai trật.
5. Sách của Mác mang tính rời rạc - "viết lại từng điểm riêng lẻ".
6. Mác không cố gắng viết theo đúng "trình tự" nhưng là viết cho chính xác.

Chúng ta có thể tóm lược lập trường của hội thánh đầu tiên một cách đơn giản: Mác ký thuật những hồi ức của Phi-e-rơ và ông nỗ lực sao cho những gì mình viết chính xác chứ không phải kết nối chặt chẽ hay theo đúng trình tự thời gian.

Thắc mắc được nêu ra là Mác này là ai. Một lần nữa, các tín hữu đầu tiên chỉ đưa ra một đề xuất duy nhất, và đó là Giăng Mác, người đồng hành thân cận với Phi-e-rơ, vì ông được gọi là "con trai' của Phi-e-rơ (1 Phi 5:13). Ông là anh em họ của Ba-na-ba (Côl 4:10), người đồng hành với Phao-lô và Ba-na-ba (Công 13:5), là con trai của một gia đình giàu có ở GIÊ-RU-SA-LEM (Công 12:12–14). Mặc dù ông đã làm Phao-lô thất vọng khi ông thối lui, quay trở lại Giê-ru-sa-lem trong hành trình truyền giáo thứ nhất (Công 13:13), nhưng sau này ông đã chứng tỏ là người rất có giá trị đến nỗi mà Phao-lô nói với Ti-mô-thê "Hãy đem Mác đi theo với con, vì Mác rất hữu ích cho chức vụ của ta" (2 Ti 4:11).

Giới cứu học thuật gần đây có khuynh hướng phủ nhận Mác là tác giả của phúc âm thứ hai này. Tuy nhiên, không một bằng chứng mới mẻ nào được tìm thấy, cũng không có bất cứ tên người nào khác được đề xuất thay thế. Một lý do cho sự thay đổi trong thời gian vừa qua là đòi hỏi mang tính giả định của **chủ nghĩa phê bình hình thức,** theo đó nó cho rằng những câu chuyện trôi nổi tự do trong các cộng

---

[1] Kirsopp Lake, *Eusebius: Ecclesiastical History*, 2 vols. (London: Heinemann, 1953), 1:297
[2] Về Papias, xin xem C. E. Hill, *Who Chose the Gospels? Probing the Great Gospel Conspiracy* (Oxford: Oxford University Press, 2010), 208–25.

đồng suốt một thời gian thì sẽ bị nhào nặn một vài lần để cuối cùng câu chuyện trở thành sản phẩm của vô khối những bàn tay vô danh. Giả định này không thật sự cho phép một nhân chứng tai nghe mắt thấy hay một bàn tay duy nhất nào trở thành nguồn của hầu hết, nếu không nói là tất cả, tài liệu được tìm thấy trong một sách phúc âm. Vì thế, dựa trên nền tảng giáo điều, chứ không phải nền tảng lịch sử hay dữ liệu, Mác bị phủ nhận là tác giả của sách phúc âm thứ hai.[3] Nghiên cứu gần đây xác nhận khả năng cho rằng hồi tưởng của nhân chứng mắt thấy tai nghe là cách giải thích tốt cho những ký thuật của phúc âm, trong đó có Mác, hơn cách giải thích theo kiểu quá trình hình thành vô danh từ cộng đồng.[4]

Niên đại

Hai lời chứng dường như trái ngược nhau xuất phát từ những ngày đầu của hội thánh. Cả hai lời chứng ấy đều được lưu truyền trong *Historia Ecclesiastica* (H.E.) của Eusebius, hay lịch sử hội thánh, trong đó Irenaeus nói rằng: "Sau khi [Phi-e-rơ và Phao-lô] đi, Mác... viết xuống cho chúng ta những điều Phi-e-rơ đã giảng" (*H.E.* 5.8.2–4). Nhưng Eusebius cũng ký thuật lời của Clement xứ A-léc-xan-đơ rằng Mác viết trong khi Phi-e-rơ vẫn còn sống (*H.E.* 6.14.6–7). Những lời chứng này chỉ mâu thuẫn nhau khi chữ "đi" có nghĩa là chết, mà nghĩa này là có thể. Tuy nhiên, trong tất cả các khả năng, thì nó chỉ có nghĩa là "rời đi" thôi, và Mác viết trong khi Phi-e-rơ vẫn còn sống, nghĩa là niên đại của nó sẽ là trước những năm đầu của thập niên 60.[5] Ở kỷ nguyên trước, W. C. Allen xác định niên đại của sách là vào khoảng năm 50.[6] Gần đây hơn, J. A. T. Robinson tranh luận rằng bản thảo đầu tiên được viết là vào khoảng năm 45.[7] John Wenham cũng nghiêng về năm 45, nhưng ông nói rằng bất cứ niên đại nào từ năm 44 đến đầu những năm 50 đều khả dĩ.[8] Ở đâu đó trong phổ thời gian này (nghĩa là từ những năm 40 đến những năm 60) đều phù hợp với những bằng chứng mà chúng ta có được.

Những người định niên đại của phúc âm này muộn hơn, như B. W. Bacon[9] hay S. G. F. Brandon,[10] thường làm vậy bằng cách tìm những ám chỉ về những sự kiện

---

[3]Về toàn bộ thắc mắc này, xin xem Martin Hengel, *Studies in the Gospel of Mark* (London: SCM, 1985).

[4]Richard Bauckham, "The Eyewitnesses and the Gospel Traditions," *Journal for the Study of the Historical Jesus 1*, no. 1 (2003): 28–60.

[5]Tương tự Adolf von Harnack, *The Date of the Acts and the Synoptic Gospels*, trans. J. R. Wilkinson (New York: Putnam; London: Williams & Norgate, 1911), 126.

[6]Willoughby C. Allen, *The Gospel according to St. Mark* (London: Rivingtons, 1915), 5–8.

[7]John A. T. Robinson, *Redating the New Testament* (Philadelphia: Westminster, 1976), 116.

[8]John W. Wenham, *Redating Matthew, Mark, and Luke* (London: Hodder & Stoughton, 1991), 238.

[9]Benjamin W. Bacon, *The Gospel of Mark: Its Composition and Date* (New Haven: Yale University Press, 1925), 73.

[10]S. G. F. Brandon, *The Fall of Jerusalem and the Christian Church: A Study of the Effects of the Jewish Overthrow of a.d. 70* (London: SPCK, 1957), 185–86.

sau này ở trong sách Mác, như sự sụp đổ của thành Giê-ru-sa-lem vào năm 70 S.C chẳng hạn. Khi xem xét thì những ám chỉ này luôn được coi là không chắc chắn.

Nơi viết

Bằng chứng ngoại tại cho thấy La Mã có lẽ là nơi viết khả dĩ nhất. Bằng chứng nội tại cũng cho thấy điều tương tự. Rõ ràng sách Mác được viết hướng về đối tượng độc giả người ngoại. Vì thế, ông giải thích các cụm từ tiếng A-ram mà ông sử dụng (3:17; 5:41; 7:11, 34; 14:36; 15:34). Ông cũng sử dụng các cụm từ phản ánh tiếng La-tinh, hay "những đặc ngữ La-tinh" (ví dụ 12:42; 15:16). Một số người cho rằng Mác xuất thân từ Ga-li-lê, nhưng bằng chứng dường như không đảm bảo cho kết luận này. "Tính Do Thái" của sách Mác phản ánh tác giả và nguồn thông tin của ông (Phi-e-rơ) hơn là phản ánh nơi bắt nguồn.

Bố cục

Người ta đưa ra nhiều bố cục cho phúc âm Mác. Bố cục ở đây xem Mác chủ yếu tập trung vào hoạt động giảng dạy của Chúa Giê-xu. Ông đang "tạo ra một cẩm nang ngắn gọn, súc tích nhưng rất mạnh mẽ cho công tác truyền giáo cũng như cho việc giảng dạy của người Cơ Đốc, để kêu gọi một cam kết hoàn toàn dành cho Đấng Christ và cho việc rao giảng Phúc âm, bất chấp cái giá phải trả có thể là khổ đau như thế nào đi nữa."[11] Mác nhấn mạnh một cách đầy kịch tính những chương chính trong cuộc đời Chúa Giê-xu, chứng minh Ngài là Con Đức Chúa Trời, người giảng đạo-người đầy tớ vĩ đại, Đấng mở ra sự cai trị cứu chuộc của Đức Chúa Trời, nước Trời.

I. **Phần mở đầu xác định chủ đề: Phúc âm về Chúa Giê-xu Christ, Con Đức Chúa Trời (1:1–15)**

   A. Khởi đầu của Phúc âm (1:1)
   B. Sự giảng dạy của Giăng Báp-tít trong đồng vắng (1:2–8)
   C. Báp-têm của Chúa Giê-xu (1:9–11)
   D. Chúa Giê-xu chịu cám dỗ trong đồng vắng (1:12–13)
   E. Khởi đầu sự công bố của Chúa Giê-xu (1:14–15)

II. **Chúa Giê-xu mang Tin Mừng thâm nhập vào đồng vắng và thành thị (1:16–8:26)**

   A. Khởi đầu chức vụ của Chúa Giê-xu tại Ga-li-lê (1:16–3:6)
   B. Chức vụ lưu động của Chúa Giê-xu tại Ga-li-lê (3:7–6:29)
   C. Chúa Giê-xu rút lui vào đồng vắng bên ngoài Ga-li-lê (6:30–7:23)

---

[11] Royce G. Gruenler, "Mark," trong *Baker Commentary on the Bible*, ed. Walter A. Elwell (Grand Rapids: Baker Books, 1989), 765.

D. Sứ mạng cho dân ngoại (7:24–8:10)
  E. Thắc mắc về các dấu lạ và việc làm cho sáng mắt (8:11–26)
III. **Chúa Giê-xu thâm nhập thành Giê-ru-sa-lem thù địch (8:27–15:47)**
  A. Đi lên Giê-ru-sa-lem (8:27–10:52)
  B. Chúa Giê-xu thẳng thắn cảnh báo Giê-ru-sa-lem (11:1–13:37)
  C. Giê-ru-sa-lem chống đối Chúa Giê-xu (14:1–15:47)
IV. **Phần kết còn dang dở** (16:1–8)

Chốn công cộng tại La Mã. Các bằng chứng có được cho thấy phúc âm Mác được viết tại La Mã.

Mục đích và đặc điểm

Cũng giống như tất các các sách phúc âm, chủ đề trọng tâm của sách Mác là câu chuyện về Chúa Giê-xu người Na-xa-rét. Mác quan tâm đến việc ghi lại một bản mô tả Chúa Giê-xu là ai và tác động mà Ngài để lại trên những người tiếp xúc với Ngài. Mác nhận ra Chúa Giê-xu là ai – Ngài là Con Đức Chúa Trời – và ông muốn thể hiện rõ điểm này khi câu chuyện về Chúa Giê-xu được hé mở. Bản chất siêu nhiên của Chúa Giê-xu là chủ đề trọng tâm của phúc âm Mác, vì thế, chúng ta sẽ bắt đầu với chủ đề này và sau đó sẽ xem xét các chủ đề khác nữa.

Bản chất siêu nhiên của Chúa Giê-xu

Mác bắt đầu phúc âm của mình (1:1) bằng lời xưng nhận của chính ông và khép lại bằng lời xưng nhận của viên đội trưởng (15:39). Chúa Giê-xu không phải là một con người bình thường; Ngài là Con Đức Chúa Trời. Chúng ta hãy xem xét lời xưng nhận khi nó được bày tỏ trong phúc âm này và sau đó quan sát xem những người xung quanh Chúa Giê-xu làm chứng về điều này như thế nào.

Lần mở bí mật về địa vị Con Trời của Chúa Giê-xu

Mác bắt đầu sách phúc âm của mình bằng một trích dẫn từ các tiên tri: "Hãy dọn đường cho *Chúa*" (Ê-sai 40:3; phần nhấn mạnh được thêm vào). Chúa sắp đến, và Ngài sẽ đem Đức Thánh Linh theo với mình (1:8). Tất cả những bước chuẩn bị cho sự giáng sinh của Chúa Giê-xu và những năm đầu đời của Ngài đều bị bỏ qua, nhanh chóng chuyển sang sự kiện Giăng làm báp-tem cho Chúa Giê-xu, trong đó chính Đức Chúa Trời nói cho chúng ta biết Chúa Giê-xu là ai: "Con là Con yêu dấu của Ta, đẹp lòng Ta hoàn toàn" (1:11). Thế lực gian ác siêu nhiên, là ma quỷ, luôn biết Chúa Giê-xu là ai: là Đấng sẽ hủy diệt chúng, bởi vì Ngài là Đấng Thánh của Đức Chúa Trời (1:24). Tại Ca-bê-na-um, Chúa Giê-xu đã phán với người bại cách đầy quyền uy: "Tội lỗi ngươi đã được tha" (2:5), sau đó Ngài đọc được cả lòng của những kẻ phê phán Ngài và phơi bày những suy nghĩ của họ (2:8–10). Sau này, người Pha-ri-si phàn nàn với Chúa Giê-xu về việc Ngài làm trong ngày Sa-bát để rồi phải nghe Ngài nói lại rằng: "Vậy Con Người cũng là Chúa của ngày Sa-bát" (2:28). Chúa Giê-xu đi đâu thì các tà linh cũng la lên: "Thầy là Con Đức Chúa Trời" (3:11), nhưng Chúa Giê-xu bắt chúng im lặng.

Bức khảm bánh và cá từ thời Byzantine tại một hội thánh ở Tabgha, khu vực nơi phép lạ này của Chúa Giê-xu diễn ra.

Trong trận bão giữa biển, Chúa Giê-xu quở gió rít và sóng biển đang ào ào xô. "Người này là ai mà ngay cả gió và biển cũng phải vâng lệnh người?" (4:41) là tất cả những gì mà các môn đồ có thể nói. Trong khu vực Ghê-sa-rê của dân ngoại, Chúa Giê-xu được xưng là "Con Đức Chúa Trời Chí Cao" (5:7). Khi trở lại lãnh thổ Do Thái, một cái chạm thôi cũng đã lấy đi sức mạnh từ Chúa Giê-xu để rồi ngay lập tức một người đàn bà được chữa lành (5:27–30). Chúa Giê-xu kêu con gái của Giai-ru sống lại (5:40–42), cho năm ngàn người ăn với năm cái bánh và hai con cá (6:39–44) và bước đi trên mặt nước vào ban đêm (6:47–50). Đám đông sau này đã xưng nhận "Ngài làm mọi việc thật tốt đẹp" (7:37), nhưng lời tuyên xưng của Phi-e-rơ còn rõ ràng hơn: "Thầy là Đấng Christ" (8:29). Lời xưng nhận đó theo sau bởi lời tiết lộ đặc biệt của Chúa Giê-xu về thần tính vốn có của Ngài tại sự kiện hóa hình. Đức Chúa Trời một lần nữa nói rằng: "Đây là Con yêu dấu của Ta" (9:2–7. Trong suốt tuần lễ cuối trong cuộc đời Chúa Giê-xu, khi được hỏi về nguồn gốc thẩm quyền của Ngài, Chúa Giê-xu đã xác nhận thẩm quyền ấy từ trời đến (11:27–33). Trong một lần thẳng thắn đối đầu với những người lãnh đạo tôn giáo đầy ganh ghét, Chúa Giê-xu bảo rằng Ngài là Con Đức Vua, là Hòn Đá của Kinh Thánh (12:1–12).

Trong một lần đối đầu khác, Chúa Giê-xu khiến những kẻ chống đối Ngài sửng sốt khi tranh luận rằng Chúa của vua Đa-vít là Con Trai vua Đa-vít, Đấng Mê-si-a (12:35–37) – và Chúa Giê-xu nhận Ngài là Đấng Mê-si-a ấy. Khi bị đem ra xét xử và được hỏi thẳng: "Ngươi có phải là Đấng Christ, Con của Đấng Đáng Chúc Tụng không?" (14:60), Chúa Giê-xu trả lời: "Chính Ta. Rồi đây các ngươi sẽ thấy Con Người ngồi bên phải Đấng Quyền Năng, và hiện đến giữa mây trời" (14:62). Khi Phi-lát hỏi: "Ngươi có phải là vua dân Do Thái không?" Chúa Giê-xu trả lời: "Chính ngươi đã nói thế" (15:2). Rồi lúc Chúa bị đóng đinh thì câu chuyện kết thúc chỗ nó bắt đầu, với lời xưng nhận của viên đội trưởng: "Thật người nầy là Con Đức Chúa Trời!" (15:39).

Những đáp ứng mang tính xác nhận từ những người khác nhau

Thực tại về thần tính của Chúa Giê-xu được xác nhận bởi tất cả những người mà Ngài tiếp xúc – trừ ngoại lệ đáng chú ý là từ các lãnh đạo tôn giáo. Giăng Báp-tít nói ông không đáng cúi xuống cởi dây giày cho Chúa Giê-xu (1:7). Sau khi chiến thắng Sa-tan trong đồng vắng, Chúa Giê-xu sống không hề hấn gì giữa các dã thú và được các thiên sứ hầu việc (1:13). Lời kêu gọi của Chúa Giê-xu được Phi-e-rơ, Gia-cơ, Giăng và Lê-vi lập tức đáp ứng (1:16–20; 2:14). Người ta kinh ngạc khi Chúa Giê-xu đuổi quỷ bằng lời phán với thẩm quyền tối thượng (1:27). Sau này, khi một người bại được chữa lành, "ai nấy đều kinh ngạc và tôn vinh Đức Chúa Trời rằng: "Chúng ta chưa từng thấy việc như vậy bao giờ!"" (2:12). Năng quyền của Chúa Giê-xu trên bão tố làm các môn đồ kinh hãi (4:41) và việc kêu con gái Giai-ru sống lại khiến người ta sửng sốt hoàn toàn (5:42), và việc Ngài chữa lành cho người bị câm điếc cũng vậy (7:37). Hết lần này đến lần khác, đáp ứng duy nhất là hoàn toàn kinh ngạc (6:2, 51; 9:15; 10:24, 26; 11:18; 12:17). Khi Chúa Giê-xu hóa hình, quần áo Ngài trở nên trắng lóa, Ngài nói chuyện với Môi-se và Ê-li, những người đã chết từ lâu. Các môn đồ quá khiếp sợ đến độ họ không thể nói năng cho mạch lạc được (9:5–6). Trên đường Chúa Giê-xu lên Giê-ru-sa-lem, các môn đồ luống cuống cách lạ lùng vì sự hiện diện của Ngài, trong khi đám đông thì sợ hãi (10:32); ý định của Chúa Giê-xu quá khó hiểu đối với họ. Lời của Chúa Giê-xu nói làm đám đông vui mừng (12:37), nhưng lời ấy cũng làm cho những kẻ chỉ trích Ngài im miệng, để rồi không một chuyên gia nào dám hỏi Ngài thêm câu nào nữa (12:34).

Mọi người và mọi vật đều nhận ra rằng Chúa Giê-xu là thần – Giăng Báp-tít, ma quỷ, tật bệnh, gió và sóng biển, các môn đồ, thậm chí chính Đức Chúa Trời – trừ các lãnh đạo tôn giáo. Thật là một nghịch lý khi những người lẽ ra phải là người đầu tiên nhìn thấy bản chất siêu nhiên của Chúa Giê-xu lại không sẵn lòng nhận ra nó. Họ nhận biết quyền năng ấy, nhưng họ nói đó là nhờ quỷ sứ (3:22). Mác bảo sự mù lòa thuộc linh của họ là mục tiêu huyền nhiệm của Đức Chúa Trời được các tiên tri tiên báo từ nhiều thế kỷ trước (4:11–12; 7:6–7).

> ## Tiêu điểm 5: Nhà Chúa:
> ## Phòng trao đổi ngoại tệ hay đền thờ?
>
> Chúa Giê-xu đã hết sức tức giận khi đến Giê-ru-sa-lem, vào đền thờ, để rồi thấy Hành lang Dân ngoại, phần hành lang bên ngoài mà dân ngoại được phép vào, trở thành một trung tâm thương mại xô bồ. Cai-phe đã chấp thuận cho mở một cái chợ ở đó để người ta bán những vật thánh làm sinh tế cho đền thờ. Điều này là không cần thiết bởi vì đã có sẵn những khu chợ được công nhận ở nơi khác trong thành ấy.
>
> Ngoài ra, tất cả mọi người nam Do Thái trên hai mươi tuổi đều phải đóng thuế đền thờ là nửa siếc-lơ hàng năm. Ba đồng tiền được lưu hành tại Pa-lét-tin: Tiền La Mã (đồng tiền của toàn đế quốc), tiền Hy Lạp (tiền của từng tỉnh) và tiền Ty-rơ (đồng tiền địa phương). Vì trên đồng xu La Mã và Hy Lạp có chân dung của người mà người Do Thái xem là thần tượng, nên những đồng xu này không được sử dụng cho việc đóng thuế đền thờ và phải được đổi sang đồng xu Ty-rơ. Kết quả là, Cai-phe biến đền thờ thành một ngân hàng. Tệ hơn, gian lận và ăn chặn hiện diện trong những sự trao đổi này, mặc dù những người đổi tiền được cho phép lãi một số tiền nhỏ.
>
> Hành lang Dân Ngoại cũng tạo nên một con đường lớn đi từ phía này của thành Giê-ru-sa-lem sang phía khác vì những người khiêng vác hàng hóa đi tắt qua nó.
>
> Chúa Giê-xu lật đổ bàn của những người đổi tiền và ghế của những người bán bồ câu; Ngài cũng chấm dứt việc sử dụng hành lang làm đường tắt.
>
> Suy Ngẫm
>
> Những nơi chốn thờ phượng đương đại học được gì từ điều này? Những suy luận thần học nào có thể được rút ra từ việc Chúa Giê-xu cảm thấy cần phải thách thức thẩm quyền của đền thờ?

Sự chết và sự sống lại của Chúa Giê-xu

Ngoài việc nhấn mạnh địa vị Con Trời của Chúa Giê-xu, thì Mác cũng nhấn mạnh đến sự chết và sự sống lại của Ngài. Về khía cạnh này, Mác tập trung vào hành động của Chúa Giê-xu chứ không phải vào lời phán của Ngài. Chính bố cục của phúc âm này cho ta thấy điều đó. Mác dành mười chương để nói về toàn bộ cuộc đời Chúa Giê-xu (trong khoảng ba mươi năm) và sáu chương chỉ để nói về tuần cuối cùng của Ngài. Sách Mác là phúc âm hành động. Chúa Giê-xu hành động để đem nước Trời đến, mà đỉnh điểm là qua sự chết và sự phục sinh của Ngài. Sau gợi ý về điều này trong 2:20, thì sự việc trở nên rõ ràng khi Chúa Giê-xu tuyên bố một cách rất cụ thể tại SÊ-SA-RÊ PHI-LÍP điều gì đang chờ đợi Ngài tại Giê-ru-sa-lem (8:31, 32). Chúa Giê-xu lặp lại điều này ít nhất ba lần (9:9–12, 30–31; 10:32–34) và thêm phần giải thích: "Vì Con Người đã đến không phải để được phục vụ nhưng để phục vụ, và hiến dâng mạng sống mình làm giá chuộc cho nhiều người" (10:45). Tại **Bữa ăn cuối cùng**, Chúa Giê-xu ý thức rất rõ số phận của Ngài trên đất khi Ngài nói về thân thể và huyết của Ngài đổ ra: "Vì Con Người đi như lời đã chép về Ngài" (14:21). Những lời cuối cùng của thiên sứ trước những người nữ đang run rẩy sợ sệt là: "Ngài sống lại rồi, không còn ở đây nữa... Ngài đang đến Ga-li-lê trước các ngươi. Tại đó, các ngươi sẽ thấy Ngài như Ngài đã phán với các ngươi" (16:6–7). Sự chết của Chúa Giê-xu không phải là việc tình cờ; đó là kế hoạch của Đức Chúa Trời. Mác muốn nhấn mạnh điều đó bằng cách viết phúc âm của mình.

Chức vụ của Chúa Giê-xu trong vai trò Đầy tớ

Con Người đã chọn làm người đầy tớ (10:45). Mác nhấn mạnh hai khía cạnh trong chức vụ đầy tớ của Chúa Giê-xu. Thứ nhất, ông phác họa Ngài là một người thầy – một người giảng đạo. Trong Mác không có chỗ nào giống với Bài giảng trên Núi (Mat 5–7) hay phần bài giảng cuối cùng của Chúa Giê-xu (Giăng 14–17), nhưng từ những gì Mác nói, rõ ràng Chúa Giê-xu là một người công bố - Ngài đã đến để dạy những gì con người cần phải biết về Đức Chúa Trời (1:14–15, 21–27, 38; 2:2; 3:13–14; 4:1; 6:2, 6, 34; 8:31, vv). Chúa Giê-xu được các môn đồ (4:38; 9:38; 13:1), những người trong đám đông (5:35; 9:17) và thậm chí là kẻ thù của Ngài (12:13–14) gọi là "Thầy".

Thứ nhì, Chúa Giê-xu được phác họa như người làm phép lạ với năng quyền trên tật bệnh và ma quỷ. Ngài đầy lòng thương xót khi thấy sự đau đớn của những người quanh Ngài. Ngài dành nhiều giờ để chữa lành tật bệnh cho họ. Mác đưa ra nhiều ví dụ về điều này nhưng cũng thường thỏa lòng với việc tóm lược một khối lượng lượng lớn thời gian dành cho việc chữa lành hoặc đuổi quỷ theo cách như sau: "Chiều tối, khi mặt trời vừa lặn, người ta đem tất cả những người bệnh tật và bị quỷ ám đến với Đức Chúa Jêsus... Ngài chữa lành nhiều người đau yếu mắc đủ các chứng bệnh khác nhau, và đuổi nhiều quỷ" (1:32–34; cũng xem 3:10–11; 6:54–56). Khi nhiệm vụ này trở nên quá tải, Chúa Giê-xu giao cho các sứ đồ thẩm quyền chữa bệnh và đuổi quỷ rồi sai phái họ đi ra. Họ cũng đuổi nhiều quỷ và chữa lành người bệnh (6:12–13) khi họ giảng. Khả năng kỳ diệu của Chúa Giê-xu cũng mở rộng ra trên chính cõi thọ tạo nữa. Điều này làm cho các môn đồ kinh sợ (6:35–51). Sau khi Ngài sống lại, khi họ hiểu Chúa Giê-xu là ai, thì sự sợ hãi nhường chỗ cho niềm vui.

Hãy giữ kín!

Một trong những điều đặc biệt về phúc âm của Mác là việc ông nhấn mạnh rất nhiều vào mệnh lệnh của Chúa Giê-xu dành cho những người đã được chữa lành hay bảo người ta đừng tiết lộ một chân lý sâu sắc nào đó mà phải giữ yên lặng. Điểm nhấn này, đôi khi được gọi là "bí mật về Đấng Mê-si-a", đã làm say mê cũng như làm rối trí những người giải nghĩa sách Mác thời hiện đại. Một số nhà giải kinh còn xem đó là nút thắt cho việc họ hiểu Mác và chìa khóa để họ hiểu phúc âm của ông.[12] Việc cẩn thận đọc sách Mác sẽ cho thấy rằng Chúa Giê-xu đã đưa ra mệnh lệnh giữ im lặng trong ba kiểu tình huống khác nhau. Mỗi tình huống có một lý do khác nhau.

Sê-sa-rê Phi-líp, nơi Phi-e-rơ tuyên bố rằng Chúa Giê-xu là Con Đức Chúa Trời.

Đầu tiên, trong những lần đuổi quỷ, ma quỷ được lệnh phải im lặng bởi vì Chúa Giê-xu không muốn ác linh la lên làm chứng cho chân lý, ngay cả khi điều chúng nói là thật. Chúa Giê-xu không muốn liên lụy với chúng theo bất cứ cách nào (1:32–34; 3:11–12). Tuy nhiên, sau khi Ngài chữa lành cho một người bị quỷ ám, thì Chúa Giê-xu bảo anh hãy về nhà nói cho mọi người những gì Chúa đã làm cho anh (5:19).

Thứ hai, trong một số trường hợp, chứ không phải tất cả, người được lành bệnh được bảo phải im lặng. Trong trường hợp này, thì mệnh lệnh đó nhằm giảm áp lực của đám đông trên toàn bộ chức vụ của Chúa Giê-xu. Sau một ca chữa lành, quá nhiều người tìm Chúa Giê-xu đến độ Ngài thường bị buộc phải dành nhiều giờ vào mỗi khía cạnh chữa lành mà thôi. Đôi khi Chúa Giê-xu gần như không có thời gian để cầu nguyện. Vì thế, khi di chuyển đến những khu vực khác, Ngài tìm cách dành thời gian cho việc giảng dạy trước khi những đám đông rất lớn và có nhu cầu biết rằng họ có thể nhận được sự chữa lành về thể xác. Vì thế, Chúa Giê-xu bảo những người đã được chữa lành phải giữ im lặng (1:44; 5:43; 7:36). Mác quan sát thấy rằng thông thường người ta vẫn cứ nói, "đến nỗi Đức Chúa Jêsus không thể công khai vào thành được mà phải ở những nơi hoang vắng bên ngoài thành. Dân chúng từ khắp nơi kéo đến với Ngài" (1:45).

Ở trường hợp thứ ba, Chúa Giê-xu bảo các môn đồ Ngài giữ kín chuyện Ngài là Đấng Mê-si-a bởi vì đơn giản là họ chưa hiểu về nó và sẽ không hiểu cho đến

---

[12] William Wrede, *The Messianic Secret*, trans. J. C. G. Greig (Greenwood, SC: Attic Press, 1971). Quan điểm quân bình hơn là Robert Stein, *Mark* (Grand Rapids: Baker Academic, 2008), 23–26.

khi Ngài sống lại (8:29–30; 9:9–10; 31–32). Sẽ thiếu khôn ngoan khi họ đi ra công bố điều mà họ chỉ hiểu một phần hoặc hiểu rất sơ sài như thế. Chỉ khi Chúa Giê-xu dạy bảo họ và cầu nguyện cho họ (xem Giăng 14–17) thì họ mới giảng dạy công khai về vương quyền của Ngài, khi đã được trang bị hiểu biết về sự phục sinh và năng quyền của Thánh Linh mà Ngài sẽ ban cho họ.

Những vấn đề mang tính phê bình

Ngoài những thắc mắc về tác giả, niên đại và nơi viết (xin xem phần đầu của chương này), các học giả đã nghiên cứu cấu trúc tường thuật của Mác theo những cách mới mẻ, sử dụng công cụ là phương pháp phê bình văn chương. Mô tả của Mác về phương pháp môn đồ hoá của Chúa Giê-xu đã được đặc biệt quan tâm. Niềm hy vọng về tương lai (lai thế học) là điều tối cần đối với khái niệm đào tạo các môn đệ của Chúa Giê-xu. Các học giả cũng tập trung vào sự hiểu biết của Mác về đức tin, kết hợp giữa việc công nhận lời tuyên xưng Cơ Đốc với cam kết và sự tín thác cá nhân.

Mối quan tâm gần đây dành cho những chủ đề này và các chủ đề khác nữa cho thấy rằng mối bận tâm từ hàng nhiều thập kỷ về "bí mật Đấng Mê-si-a" trong Mác (xem phần phía trước) đang tan biến. Nó không còn được xem là yếu tố duy nhất hay yếu tố trọng tâm cho ý định của Mác nữa. Điều trở nên rõ ràng đó là Mác đưa ra một ký thuật mời gọi độc giả đến với một đời sống môn đệ hóa chịu khổ dựa trên con đường Chúa Giê-xu đi từ biến cố báp-tem cho đến thập tự giá.

Kết luận

Phúc âm Mác là một mô tả sống động về cách Chúa Giê-xu Christ, Con Đức Chúa Trời, hoàn tất việc thiết lập vương quốc Đức Chúa Trời. Ngài đến làm hiện thân cho vương quốc ấy qua tất cả những điều tuyệt vời Ngài đã làm và dạy. Vương quốc ấy ở đó cho mọi người đều thấy. Điều khiến vương quốc ấy bị giấu kín khỏi mắt của con người là sự cứng cỏi của lòng họ. Hành động tối thượng thiết lập nên vương quốc Đức Chúa Trời là sự chết và sự sống lại của Chúa Giê-xu. Vì thế, kẻ thù cuối cùng của nhân loại – tội lỗi và sự chết – đã bị đánh bại mãi mãi. Phúc âm Mác mời gọi độc giả chia sẻ kết quả của chiến thắng đó bằng đức tin nơi Con phục sinh của Đức Chúa Trời.

> **Tóm lược**
>
> 1. Tác giả phúc âm Mác là Giăng Mác, đồng lao của Phi-e-rơ. Giăng Mác ghi lại những hồi tưởng của Phi-e-rơ về cuộc đời và công tác của Chúa Giê-xu.

2. Phúc âm Mác chắc hẳn được viết tại La Mã cho đối tượng độc giả là người ngoại.
3. Chuyện về Chúa Giê-xu là chủ đề trọng tâm của phúc âm Mác.
4. Mác tập trung vào huyền nhiệm Chúa Giê-xu là Con Đức Chúa Trời; bắt đầu với sự kiện Chúa Giê-xu chịu báp-tem.
5. Trong phúc âm Mác, thực tại về thần tính của Chúa Giê-xu trở nên rõ ràng với mọi người và mọi vật, ngoại trừ các lãnh đạo tôn giáo.
6. Mác nhấn mạnh hành động của Chúa Giê-xu thay vì sự dạy dỗ của Ngài.
7. Chúa Giê-xu ra lệnh cho nhiều người mà Ngài đã giúp đỡ hoặc đã nói điều gì đó quan trọng phải giữ kín điều đó.

Câu hỏi ôn tập

1. Mác là ai?
2. Thời điểm khả dĩ nhất cho việc viết phúc âm Mác là khi nào?
3. Xin mô tả địa vị Con Trời của Chúa Giê-xu được phát triển trong Mác như thế nào.
4. "Dân chúng" xác nhận Chúa Giê-xu là Con Đức Chúa Trời bằng cách nào?
5. Chúa Giê-xu là một đầy tớ theo nghĩa nào?
6. Tại sao Chúa Giê-xu bảo mọi người phải giữ kín danh tính của Ngài?

Các thuật ngữ then chốt

Bữa ăn cuối cùng   Phương pháp phê bình hình thức
Trưởng lão   Giám mục

Con người/Địa điểm chính

Clement xứ A-léc-xan-đơ   Hierapolis   Origen   Sê-sa-rê Phi-líp
Eusebius   Irenaeus   Papias   Tertulian
Giê-ru-sa-lem   Jerome   Phrygia

Sách đọc thêm

Bayer, Hans. *A Theology of Mark: The Dynamic between Christology and Authentic Discipleship*. Phillipsburg, NJ: P&R, 2012.

> Nghiên cứu mới mẻ và thấu suốt bởi một chuyên gia Âu châu về Mác học.

Black, David Alan. *Perspectives on the Ending of Mark: Four Views*. Nashville: Broadman & Holman Academic, 2008.

> Phần thảo luận mang tính cách tân về một lỗi bản văn nổi tiếng.

Bolt, Peter. *Jesus' Defeat of Death: Persuading Mark's Early Readers*. Cambridge: Cambridge University Press, 2003.

> Một nghiên cứu phức tạp xem xét phần mô tả về Chúa Giê-xu của Mác và tác động của nó trên người đọc.

Donahue, John R., and Daniel J. Harrington. *The Gospel of Mark*. Collegeville, MN: Liturgical Press, 2002.

> Một nghiên cứu dễ đọc tận dụng những phương pháp hiện đại.

Edwards, James R. *The Gospel according to Mark*. Grand Rapids: Eerdmans, 2002.

> Có nhiều thông tin hữu ích nhờ vào những trao đổi về mặt học thuật nhưng ở dạng thành văn ở cấp độ có thể tiếp cận được.

France, R. T. *The Gospel of Mark*. Grand Rapids: Eerdmans, 2002.

> Một phân tích mang tính học giả về bản văn tiếng Hy Lạp quan tâm đến bối cảnh lịch sử và văn hóa.

Geddert, Timothy J. *Mark*. Scottdale, PA: Herald, 2001.

> Nghiên cứu theo hướng mục vụ, sử dụng những phương pháp văn chương và lịch sử.

Harrington, Daniel J. *What Are They Saying about Mark?* New York: Paulist Press, 2004.

> Khảo sát những phương pháp nghiên cứu sách Mác mới đây.

Moloney, Francis J. *Mark: Storyteller, Interpreter, Evangelist*. Peabody, MA: Hendrickson, 2004.

> Giải kinh Công giáo ở cấp độ đại chúng, hiểu sách Mác theo kiểu chuyện kể và trên phương diện thần học.

Stein, Robert H. *Mark*. Grand Rapids: Baker Academic, 2008.

> Một giải kinh thấu đáo và dễ tiếp cận về Mác bởi một học giả Tin lành đương đại.

———. Review of *The Gospel of Mark*, by John R. Donahue and Daniel J. Harrington; *The Gospel according to Mark*, by James R. Edwards; and *The Gospel of Mark*, by R. T. France. *Journal of the Evangelical Theological Society* 46, no. 2 (June 2003): 342–48.

> Soi sáng trên phần thảo luận những kết quả nghiên cứu của sách Mác nền học thuật đương đại.

Telford, W. R. *The Theology of the Gospel of Mark*. Cambridge: Cambridge University Press, 1999.

> Nỗ lực định vị thần học Mác trong một số bối cảnh lịch sử: Cộng đồng của Mác và thế giới Hy-La của nó; hội thánh thế kỷ đầu tiên; lịch sử giải nghĩa; và bối cảnh đương đại. Phản ánh những điểm mạnh và điểm yếu của các phương cách hiện thời.

Witherington, Ben, III. *The Gospel of Mark: A Socio-Rhetorical Commentary*. Grand Rapids: Eerdmans, 2001.

> Kết hợp khéo léo mối quan tâm về lịch sử, văn chương, xã hội và thần học.

Chương 6

Phúc Âm Lu-ca

Đấng Cứu Rỗi Cho Nhân Loại

Bố cục

- Tác giả
- Niên đại
- Nơi viết
- Bố cục
- Mục đích và đặc điểm
- Chúa Giê-xu là Đấng Cứu Thế
- Các sự kiện trong những năm đầu của cuộc đời Chúa Giê-xu
- Vị trí của nữ giới trong chức vụ của Chúa Giê-xu
- Công tác của Đức Thánh Linh
- Những vấn đề mang tính phê bình
- Kết luận

Mục tiêu

Sau khi đọc hết chương này, quý vị có thể

- Nhận ra các hoạt động của Lu-ca trong tư cách một nhân vật trong chính phúc âm của mình
- Phác thảo nội dung sách Lu-ca
- Trình bày phổ quát cách Đức Chúa Trời liên hệ với thế giới
- Liệt kê những sự kiện từ giai đoạn đầu trong cuộc đời Chúa Giê-xu như được trình bày trong phúc âm này
- Giải thích cách Chúa Giê-xu cho nữ giới được góp phần trong chức vụ của Ngài

"Thấy mới tin." Đó là câu nói quen thuộc, và chúng ta đôi lúc cũng bị cám dỗ cho rằng thời đại khoa học hiện đại của chúng ta là thời đại đòi hỏi khắt khe nhất khi nói đến yêu cầu phải có bằng chứng ủng hộ cho niềm tin. Vì thế, chúng ta có thể ngạc nhiên khi phát hiện ra rằng thế giới cổ đại cũng đòi hỏi khắt khe không kém. Khi một sự dạy dỗ mới xuất hiện, mọi cá nhân có lý trí đều muốn biết điều đó thật sự đòi hỏi ở mình điều gì. Lu-ca, tác giả của sách phúc âm mang tên ông, đã dành khá nhiều thời gian và nỗ lực đào tìm bằng chứng như thế để trình bày cho THÊ-Ô-PHI-LƠ, một viên chức chính quyền La Mã muốn biết về Cơ Đốc giáo. Dòng mở đầu trong phúc âm của ông đã cho thấy điều này rất rõ:

> Thưa ngài Thê-ô-phi-lơ khả kính, có nhiều người đã cố gắng biên soạn một bản tường thuật về những việc đã được thực hiện giữa chúng ta, đúng như những người đã từng chứng kiến và phục vụ đạo Chúa từ ban đầu truyền lại cho chúng ta. Vì thế, sau khi cẩn thận tra cứu mọi việc từ đầu, tôi thiết tưởng cũng nên theo thứ tự mà viết cho ngài để ngài biết những điều mình đã học là chắc chắn (Lu 1:1–4).

Thay vì khó chịu với Thê-ô-phi-lơ vì ông ấy muốn biết dữ kiện, thì Lu-ca lại làm công tác nghiên cứu cần thiết để khẳng định với Thê-ô-phi-lơ về tính chắc chắn, tính đáng tin cậy của những điều mà ông đã được dạy. Ông không chỉ làm điều này với cuộc đời Chúa Giê-xu, mà ông cũng tiếp tục công tác nghiên cứu ấy trong tập sách thứ hai nói về hội thánh đầu tiên mà chúng ta biết đến với tên gọi là sách Công Vụ Các Sứ Đồ (xem thêm Công 1:1–2).

Nhìn vào Lu-ca 1:1–4, chúng ta thấy rằng tiến trình này của Lu-ca bao gồm những yếu tố sau:

- Thu thập thông tin
- Kiểm tra chứng cứ
- Xác minh các nguồn thông tin – trong trường hợp này là với những nhân chứng mắt thấy tai nghe và những tôi tớ rao giảng Lời Chúa được công nhận
- Lượng giá với tinh thần phản biện, phê bình
- Sắp xếp tư liệu theo trình tự

Lu-ca có thể mô tả tiến trình thu thập dữ liệu này một cách chi tiết hơn, nhưng ông đã cung cấp đủ thông tin về phương pháp ông sử dụng để tổng hợp ký thuật đặc biệt về nguồn gốc Cơ Đốc giáo của ông.

Tác giả

Tất cả những bằng chứng sớm nhất, trong đó bao gồm IRENAEUS, CLEMENT XỨ A-léc-xan-đơ, TERTULLIAN, ORIGEN, EUSIBIUS, và JEROME, đều nói rằng Lu-ca, bạn đồng hành với sứ đồ Phao-lô, là tác giả của tác phẩm bao gồm hai tập này (Lu-ca -

Công Vụ). Ngay cả kẻ chống đối hội thánh đầu tiên, MARCION, cũng xác nhận điều này, đúng như phần mở đầu mang tính chất chống lại phái Marcion của sách Lu-ca đã cho chúng ta thấy. Những người phản đối lời chứng đồng nhất này đưa ra phản đối dựa trên những gì mà họ cho là bằng chứng nội tại, chứ không phải ngoại tại. Họ thấy những dấu chỉ về niên đại muộn trong chính phúc âm Lu-ca, lập luận rằng nó phản ánh một thời điểm sau khi Lu-ca đã chết, trong đó có những mâu thuẫn gay gắt diễn ra cả về mặt thần học và lịch sử giữa Công Vụ Các Sứ Đồ và các thư tín của Phao-lô. Nếu Lu-ca thật sự là người đồng lao của Phao-lô, thì những mâu thuẫn này hẳn đã không xảy ra. Mặc dù một số tư liệu trong Lu-ca - Công Vụ có chứa đựng vài thông tin khá giới hạn ủng hộ cho những lập luận này, nhưng chúng không đủ để kết luận và rõ ràng không phải là lập luận đủ mạnh để đánh bại lời chứng rất rõ ràng là ba thế kỷ dạy dỗ của hội thánh đầu tiên.[1]

Vậy thì Lu-ca là ai? Thông tin đáng tin cậy duy nhất đến từ chính Tân Ước. Lu-ca là một người ngoại bang có học thức, một bác sĩ và một người bạn thân cận của Phao-lô (Côl 4:14), người đi rất nhiều nơi với Phao-lô và vẫn còn tiếp tục bên cạnh Phao-lô đến gần cuối cuộc đời của Phao-lô, rõ ràng là nếu không có ông thì Phao-lô rất cô đơn (2 Ti 4:11). Những phần trong sách Công Vụ mà ở đó Lu-ca là một phần trong chính câu chuyện kể của mình có thể dễ dàng được nhận ra, bởi vì Lu-ca chuyển từ "họ" sang "chúng ta", bao gồm cả ông trong nhóm đó (16:10–17; 20:5–21:18; 27:1–28:16). Chương 14–16 thảo luận chi tiết hơn về điều này.

Lu-ca được đề cập đến ở hai trong bốn Thư Tín Trong Tù, là những bức thư có lẽ được viết tại LA MÃ (Côl 4:14; Philm 24). Chúng ta không biết gì về nơi Lu-ca sống suốt khoảng ba năm giữa lần ở tù thứ nhất và thứ hai của Phao-lô tại La Mã, nhưng ông đã ở với Phao-lô cho đến cuối cùng, đến trước khi Phao-lô chết. Việc sách Công Vụ kết thúc với lần ở tù thứ nhất của Phao-lô cho một số học giả thấy rằng Lu-ca định viết một tập sách thứ ba nói về giai đoạn từ lúc đó đến lúc Phao-lô qua đời. Dù giả định ấy là khả dĩ, nhưng cũng không có bằng chứng rõ ràng nào cho điều này cả.

> ### Lu-ca và hai sách của ông
>
> Nhưng Lu-ca, có cha mẹ là người An-ti-ốt và cá nhân ông là một bác sĩ, người đặc biệt gần gũi với Phao-lô và rất quen thuộc với tất cả các sứ đồ khác, đã để lại cho chúng ta hai quyển sách được soi dẫn, những bằng chứng về nghệ thuật chữa lành tâm linh mà ông học được từ họ. Một trong hai sách của ông là phúc âm, là sách mà ông chứng nhận rằng ông viết vì những người là nhân chứng từ đầu và những người rao giảng lời Chúa đã truyền lại cho ông, tất cả những người đó, như ông nói, ông đã theo họ cách chính xác từ

---

[1] Để đọc phần thảo luận chi tiết, xin xem Donald Guthrie, *New Testament Introduction*, 4th ed. (Leicester, UK: Apollos; Downers Grove, IL: InterVarsity, 1990), 113–31.

> đầu. Sách còn lại là Công Vụ Các Sứ Đồ mà ông viết không phải từ ghi chép của người khác, nhưng từ những gì chính ông đã chứng kiến.
>
> Và người ta nói rằng Phao-lô đề cập đến phúc âm Lu-ca bất cứ nơi nào ông đi đến, như thể nói về một phúc âm nào đó của chính ông, ông sử dụng cụm từ "theo sách phúc âm của tôi."
>
> *Eusebius, H. E. 3.4.7–8 (NPNF1:136–37); khoảng năm 265–339 S.C*

Niên đại

Để xác định thời điểm viết sách Lu-ca, cũng cần phải xác định thời điểm của sách Công Vụ nữa, bởi vì chúng được viết như một dự án chung, và Lu-ca được viết trước Công Vụ (Công 1:1). Rất có thể Công Vụ được viết không muộn hơn năm 62 hoặc 63 S.C, bởi vì không phần nào trong Công Vụ phản ánh giai đoạn sau thời điểm ấy cả. Sách kết thúc với lần đầu Phao-lô ở tù, với việc không có ấn định ngày nào ông bị ra tòa và La Mã vẫn bình yên, điều đó có thể giúp ta thấy sách có trước những cuộc bách hại của NÊ-RÔ vào cuối năm 64 S.C. Nếu những sự kiện này đã xảy ra thì Lu-ca hẳn đã đề cập đến chúng. Vì phúc âm Lu-ca được viết sớm hơn, nên hẳn nó đã được hoàn tất ở một thời điểm nào đó trong khoảng cuối những năm 50 và đầu những năm 60.

Nhà tù lính đánh thuê, địa điểm theo truyền thuyết là nơi giam giữ Phao-lô tại La Mã. Thời điểm Phao-lô ở tù giúp chúng ta định niên đại sách Lu-ca.

Những người định niên đại muộn cho sách Lu-ca, trong đó một số người thậm chí còn đặt nó vào thế kỷ thứ hai, dựa trên sự phỏng đoán hơn là trên những cơ sở vững chắc. Lập luận họ đưa ra là những lời tiên báo của Chúa Giê-xu về sự sụp đổ của thành GIÊ-RU-SA-LEM (Lu 19:43, 44; 21:20–24) quá cụ thể đến đỗi hẳn chúng phải được viết ra sau sự kiện vào năm 70 S.C ấy. Lập luận này mặc định Chúa Giê-xu không thể đưa ra một dự đoán cụ thể như thế. Nếu Chúa Giê-xu có thể tiên đoán chính xác về tương lai, thì lập luận này sẽ biến mất. Một lập luận khác đó là sách Lu-ca dựa vào sách Mác và được viết ra đồng thời với Ma-thi-ơ. Điều này có nghĩa là sách Mác có niên đại muộn hơn sẽ kéo theo sách Lu-ca cũng phải có niên đại muộn hơn thế. Nhưng không có lý do gì để Mác phải có niên đại muộn hơn cả. Cũng không đủ bằng chứng để chứng minh Lu-ca đã sử dụng Mác. Cuối cùng, người ta lập luận rằng thần học của sách Lu-ca là thần học muộn, phản ánh cái gọi là tính phổ thông thời kỳ đầu (early catholicism) của niềm tin Cơ Đốc,[2] và cần phải có thời gian cho hội thánh tiến triển qua giai đoạn Do Thái và dân ngoại rồi mới đến giai đoạn phát triển ấy. Nhưng một lần nữa ta đặt câu hỏi tại sao người ta lại phải đưa ra mặc định này? Đó là một ý tưởng rất không đáng tin cậy và chỉ có thể được chấp nhận khi tính lịch sử của Công Vụ hoàn toàn bị bỏ qua một bên. Nếu người ta không cảm thấy bị buộc phải làm thế, thì không có lý do gì để định niên đại cho Lu-ca muộn hơn đầu thập niên 60.[3]

Nơi viết

Các học giả không có sự thống nhất về địa điểm viết sách Lu-ca. HY LẠP, SÊ-SA-RÊ, A-léc-xan-đơ và La Mã đều được đề xuất. Phần mở đầu mang tính chất chống lại phái Marcion cho thấy rằng phúc âm này được viết ở đâu đó trong khu vực A-CHAI. Những khả năng này đều mang tính ước đoán, và cuối cùng thì việc Lu-ca viết phúc âm của mình ở đâu cũng không ảnh hưởng gì mấy đến nội dung. Tuy nhiên, khá rõ là dù ông viết phúc âm này ở đâu đi nữa, thì nó cũng nhắm đến các Cơ Đốc nhân xuất thân từ dân ngoại. Nếu ông có nghĩ đến độc giả người Do Thái, thì có vẻ như ông nhắm đến những người sống ở ngoài khu vực Pa-lét-tin.

Bố cục

Các học giả nhìn chung đều đồng ý rằng Lu-ca có một mục đích thần học khi viết phúc âm của mình, điều đó được phản ánh trong cách ông kết hợp tài liệu của mình lại với nhau. Phúc âm này có bố cục như sau: phần mở đầu (1:1–4), thời thơ ấu của Chúa Giê-xu (1:5–2:52), Chúa Giê-xu ở Ga-li-lê (3:1–9:50), Chúa Giê-xu trên đường đến Giê-ru-sa-lem (9:51–19:27) và Chúa Giê-xu tại Giê-ru-sa-lem (19:28–24:53). Cấu trúc này nhấn mạnh công tác của Chúa Giê-xu khi Ngài rao giảng về sự cứu rỗi, kêu gọi môn đồ và làm ứng nghiệm số phận của Ngài tại Giê-ru-sa-lem.

I. **Phần mở đầu: Ký thuật đáng tin cậy về lịch sử cứu rỗi (1:1–4)**
II. **Chuẩn bị cho chức vụ của Chúa Giê-xu (1:5–4:13)**

   A. Lời tiên báo về sự sinh ra của hai đứa trẻ (1:5–56)
   B. Hai đứa trẻ được sinh ra (1:57–2:52)
   C. Chức vụ của Giăng Báp-tít: Dọn đường cho Chúa (3:1–20)
   D. Chúa Giê-xu: Được Thánh Linh thêm sức để thi hành chức vụ (3:21–4:13)

---

[2] Xin xem "Early Church (The)," trong *Handbook of Biblical Criticism*, ed. Richard N. Soulen và R. Kendall Soulen, 3rd ed. (Louisville: Westminster John Knox, 2001), 51.
[3] Để đọc phần thảo luận, xin xem Andreas Köstenberger, L. Scott Kellum, và Charles Quarles, *The Cradle, the Cross, and the Crown: An Introduction to the New Testament* (Nashville: Broadman & Holman Academic, 2009), 261–64.

III. Chúa Giê-xu rao giảng về sự cứu rỗi tại Ga-li-lê bằng quyền năng của Thánh Linh (4:14–9:50)

    A. Rao giảng Tin lành tại Ga-li-lê
    B. Xung đột với người Pha-ri-si (5:17–6:11)
    C. Tin lành cho người nghèo (6:12–8:3)
    D. Khải thị và thuận phục (8:4–21)
    E. Khải thị về danh tính của Chúa Giê-xu (8:22–9:50)

IV. Từ Ga-li-lê đến Giê-ru-sa-lem: Môn đồ hóa (9:51–19:27)

    A. Hành trình bắt đầu (9:51–19:27)
    B. Hành trình tiếp tục (13:22–17:10)
    C. Chặng cuối của hành trình (17:11–19:27)

V. Kết cuộc: Chết và Sống lại tại Giê-ru-sa-lem (19:28–24:53)

    A. Vào thành Giê-ru-sa-lem (19:28–48)
    B. Tranh cãi giữa Chúa Giê-xu và những người lãnh đạo dâng cao (20:1–21:4)
    C. Thuyết giảng về những sự cuối cùng (21:5–38)
    D. Các sự kiện lễ Vượt Qua (22:1–38)
    E. Bị bắt và xét xử (22:39–23:25)
    F. Bị đóng đinh và chịu chôn (23:26–56a)
    G. Sống lại: Lời Kinh Thánh được ứng nghiệm (23:56b–24:53)

Mục đích và đặc điểm

Như chúng ta đã thấy, Lu-ca nói cho chúng ta mục đích căn bản của ông khi viết phúc âm này. Ông muốn Thê-ô-phi-lơ biết niềm tin nơi Chúa Giê-xu dựa trên những dữ kiện lịch sử đứng vững dưới sự khảo cứu gắt gao nhất, dựa trên lời chứng trực tiếp. Lu-ca phát triển phần ký thuật về cuộc đời Chúa Giê-xu nhằm chứng minh điều này, và ông sử dụng nhiều chi tiết cũng như chủ đề khác nhau. Dưới đây chúng ta sẽ kể lại chi tiết năm lĩnh vực mà sách Lu-ca cực kỳ quan tâm.[4]

Công tác phổ quát của Đức Chúa Trời

Điểm đặc trưng đầu tiên của Lu-ca là nhấn mạnh vào bản chất toàn diện và phổ quát trong cách Đức Chúa Trời liên hệ với thế giới này. Ma-thi-ơ truy nguyên tổ tiên của Chúa Giê-xu tít từ thời Đa-vít và Áp-ra-ham (Mat 1:1), những người lập nên dân tộc Do Thái. Lu-ca truy nguyên tổ tiên của Chúa Giê-xu mãi từ khi bắt đầu nhân loại, từ chính A-đam, tạo vật trực tiếp của Đức Chúa Trời (3:38).

---

[4] Để đọc phần tóm lược thần học Lu-ca, xin xem I. Howard Marshall, *New Testament Theology* (Downers Grove, IL: InterVarsity, 2004), 140–52.

Sê-sa Au-gút-tơ

Lu-ca đặt sự giáng sinh của Chúa Giê-xu vào thời cai trị của hoàng đế SÊ-SA AU-GÚT-TƠ, khi QUI-RI-NI-U là quan tổng trấn xứ Sy-ri (2:1–2). Khởi đầu chức vụ công khai của Chúa Giê-xu được đặc biệt định vị bởi bảy dữ kiện có thể xác chứng được: thời trị vì của SÊ-SA TI-BE-RƠ, năm thứ mười lăm thời trị vì ấy, thời vua chư hầu HÊ-RỐT cai trị trên GA-LI-LÊ, PHI-LÍP vua chư hầu của Y-TU-RÊ và TRA-CÔ-NI, LY-SA-NI-A làm vua chư hầu xứ A-BY-LEN, thầy tế lễ cả An-ne và Cai-phe cũng như sự giảng đạo của Giăng Báp-tít trong đồng vắng. Chúa Giê-xu là một phần của lịch sử rõ ràng của nhân loại. Sự xuất hiện của Chúa Giê-xu là để mọi người đều thấy và mọi người đều được nghe sứ điệp của Ngài, kể cả dân ngoại.

Điều này rất rõ ràng ngay từ đầu, khi các thiên sứ công bố rằng bình an cho tất cả những ai mà ân huệ của Chúa tuôn đổ (2:14). Không lâu sau, cụ Si-mê-ôn nói Chúa Giê-xu là "ánh sáng soi đường cho các dân ngoại" (2:32). Chỉ một mình Lu-ca ký thuật việc Chúa Giê-xu nhắc đến người ngoại trong Cựu Ước kinh nghiệm ân điển của Chúa: góa phụ Sa-rép-ta và Na-a-man người Sy-ri (4:25–27; xem 1 Vua 17:8–24 và 2 Vua 5:1–14). Nữ hoàng Nam phương và những người ở Ni-ni-ve, tất cả đều là dân ngoại, sẽ khiến Y-sơ-ra-ên phải hổ thẹn bởi việc nhìn biết nhu cầu thuộc linh của họ (11:31–32). Người Sa-ma-ri vốn bị ghét bỏ, chứ không phải là một người Do Thái nào, lại là người nhân lành theo cách đánh giá của Chúa Giê-xu trong ngụ ngôn được đưa ra để định nghĩa người lân cận là ai (10:25–37).

Không điều nào trong những điều trên loại bỏ tầm quan trọng của Y-sơ-ra-ên (1:30–33), nhưng nó thật sự có mở rộng ý niệm phước hạnh của Y-sơ-ra-ên bằng cách trình bày đó là phương cách để sự thương xót của Đức Chúa Trời đến với tới tất cả các dân tộc, không chỉ với con cháu của Áp-ra-ham.

Chúa Giê-xu là Đấng Cứu Thế

Lu-ca cũng tập trung vào Chúa Giê-xu trong tư cách Cứu Chúa của toàn thế giới. Từ khi thiên sứ loan báo (2:11) cho đến lần Ngài xuất hiện cuối cùng trên đất (24:46–47), Chúa Giê-xu được xem là Đấng duy nhất có thể mang lại sự tha thứ tội lỗi và sự sống mới (xem Công 4:12). Khi Chúa Giê-xu bắt đầu chức vụ, Ngài mở cuộn sách Ê-sai ra tại nhà hội ở quê nhà NA-XA-RÉT và đọc: "Thánh Linh của Chúa ngự trên Ta... để truyền giảng Tin Lành cho người nghèo... và công bố năm thi ân của Chúa"

(4:16–19). Đây là chủ đề cho chức vụ của Chúa Giê-xu. Ngài phải rao giảng tin mừng và ân huệ của Đức Chúa Trời, hai điều sẽ trở thành hiện thực thông qua sự chết và sự sống lại của Ngài. Chúa Giê-xu vào Giê-ru-sa-lem vì mục đích cụ thể đó, sau khi tiên báo một số lần rằng Ngài sẽ chết và sống lại (9:22, 44; 13:32–33; 18:31–33). Chính sự chết và sự sống lại của Chúa Giê-xu sẽ mang đến sự cứu rỗi cho toàn thế giới.

Các sự kiện trong những năm đầu của cuộc đời Chúa Giê-xu

Lu-ca cũng đặc biệt quan tâm đến những sự kiện trong những năm đầu đời của Chúa Giê-xu và những sự kiện về bà Ma-ri, mẹ Chúa Giê-xu. Rất có thể Lu-ca đã có được những thông tin này trực tiếp từ chính bà Ma-ri. Ông có thể có được những thông tin đó khi ông ở Pa-lét-tin với Phao-lô. Rất có thể ông đã tìm gặp bà Ma-ri và nói chuyện với bà về những điều này. Chỉ có Lu-ca ghi lại những sự kiện xung quanh việc công bố tin tức về sự ra đời của Giăng Báp-tít và việc bà Ê-li-sa-bét, mẹ của Giăng, là họ hàng với Ma-ri (1:36). Chỉ Lu-ca mới ký thuật việc thiên sứ báo tin cho Ma-ri (1:26–38), chuyến viếng thăm Ê-li-sa-bét của bà (1:39–45), bài ca tụng của Ma-ri (1:46–55), sự ra đời và tuổi thơ của Giăng (1:57–80), sự giáng sinh của Chúa Giê-xu, sự viếng thăm Chúa của các mục đồng và lời công bố của các thiên sứ (2:8–20), sự kiện Chúa Giê-xu chịu phép cắt bì (2:21), sự kiện Chúa Giê-xu được dâng trong đền thờ (2:22–24), bài ca tụng của cụ Si-mê-ôn và bà An-ne trong đền thờ (2:25–38), những lời nhận xét về tuổi thơ của Chúa Giê-xu (2:40; 51–52) và chuyến đi lên Giê-ru-sa-lem khi Chúa Giê-xu được 12 tuổi (2:41–50). Những dữ kiện này được giải thích một cách hợp lý bởi giả thuyết cho rằng Lu-ca đã liên hệ với Ma-ri khi ông tổng hợp những thông tin trở thành phúc âm của ông.

Vị trí của nữ giới trong chức vụ của Chúa Giê-xu

Điểm nhấn thứ tư trong phúc âm Lu-ca là vị trí của nữ giới trong chức vụ của Chúa Giê-xu.[5] Chúa Giê-xu là ngoại lệ trong thời của Ngài trong cách Ngài đối xử với phụ nữ. Ngài cho họ giá trị và sự tôn trọng, điều không hề thấy giữa vòng các ra-bi tại Pa-lét-tin. Tất cả các sách phúc âm đều ký thuật Chúa Giê-xu hoan nghênh sự hiện diện của nữ giới giữa vòng các môn đồ Ngài như thế nào, nhưng Lu-ca đặc biệt nhấn mạnh điều này. Ông ký thuật lời ca ngợi của bà An-ne khi Chúa Giê-xu được dâng tại đền thờ (2:36–38) và kêu con trai của một người đàn bà góa tại thành Na-in sống lại (7:11–17). Sự khinh khỉnh của người Pha-ri-si đối với Chúa Giê-xu và cách

---

[5] Về phần thảo luận chi tiết, xin xem Ben Witherington III, *Women in the Earliest Churches* (Cambridge: Cambridge University Press, 1988), 128–57; súc tích hơn, xin xem Thomas Schreiner, *New Testament Theology* (Grand Rapids: Baker Academic, 2008), 768–71 (cũng nói đến Công Vụ Các Sứ Đồ).

mà họ đối xử với một người đàn bà tội lỗi đối lập với sự ăn năn và tình thương mà chính người đàn bà này thể hiện (7:36–50). Phụ nữ đóng vai trò tích cực trong chức vụ của Chúa Giê-xu. Lu-ca mô tả nó theo cách như sau: "Sau đó, Đức Chúa Jêsus đi từ thành nầy đến thành kia, làng nầy đến làng khác, công bố và rao truyền Tin Lành của nước Trời. Mười hai sứ đồ cùng đi với Ngài. Cũng có vài phụ nữ đi theo Ngài, là những người đã được chữa lành khỏi tà linh và bệnh tật: Ma-ri gọi là Ma-đơ-len, là người được Chúa giải cứu khỏi bảy quỷ dữ; Gian-nơ vợ Chu-xa, quản gia của vua Hê-rốt; Su-xan-nơ và nhiều người nữ khác nữa đã dùng của cải mình để giúp cho Chúa và các môn đồ Ngài" (8:1–3).

> **Tiêu điểm 6: Chúa Giê-xu Chọn Những Người Nữ**
>
> Một trong những thực tế nổi bật trong tâm trí của nữ giới khi họ học về cuộc đời của Chúa Giê-xu là việc chính Chúa Giê-xu đã làm gương trong cách đối xử với họ và trân trọng vai trò của họ. Ở nhiều chỗ, Chúa Giê-xu không chỉ cho phép phụ nữ tiếp nhận sứ điệp của Ngài mà còn nhận họ làm những người đồng lao trong chức vụ của Ngài. Phúc âm Lu-ca đầy những ví dụ như thế.
>
> Hãy xem Gian-nơ. Trong Lu-ca 8:3 chúng ta biết rằng Gian-nơ đã được năng quyền chữa lành của Chúa Giê-xu đụng chạm. Bà bị bệnh và bệnh tật đó đã chi phối cả cuộc đời bà; sau khi được chữa lành, bà quyết định theo Chúa Giê-xu và hầu việc Ngài.
>
> Gian-nơ là một người phụ nữ giàu có. Chồng bà, ông Chu-xa, là quản gia của vua Hê-rốt An-ti-pa – một vị trí quyền lực và cao trọng. Chắc chắn ông có thể cung cấp cho bà nhiều thứ xa hoa. Vì những người nữ hầu việc Chúa Giê-xu đều sống nghèo khó, nên Gian-nơ chắc hẳn đã phải từ bỏ rất nhiều quyền lợi vật chất đó. Bà làm điều ấy cách vui mừng, sẵn sàng dành thì giờ, sức lực và của cải vật chất để hỗ trợ cho công tác của Chúa Giê-xu.
>
> Gian-nơ đã có mặt với những người phụ nữ dưới chân thập tự giá và là một trong những người đầu tiên chứng kiến ngôi mộ trống. Vì sự trung tín của bà và vì bà sẵn sàng hy sinh cuộc sống thoải mái tiện nghi của mình vì công tác của Chúa, nên công tác phục vụ của Gian-nơ được Chúa Giê-xu đánh giá rất cao. Nữ giới đóng vai trò quan trọng trong cuộc đời của Chúa Giê-xu như Lu-ca đã ký thuật.

Chúa Giê-xu khen ngợi Ma-ri vì bà khao khát hiểu biết những điều thuộc linh, và để cho bà "ngồi dưới chân Ngài" mà học, giống như bất cứ môn đồ nào (10:38–42). Ngài chữa lành một người đàn bà bị còng lưng (13:10–17). Chỉ Lu-ca và Mác ký thuật phần nói về người đàn bà góa đặt món tiền bé nhỏ của bà vào trong hộp tiền dâng trong đền thờ, mà trong mắt Chúa là lớn hơn nhiều so với những phần dâng rời rộng hơn của người Pha-ri-si (21:1–4; cũng xem Mác 12:41–44). Chúa Giê-xu cũng đem người nữ vào những ngụ ngôn của Ngài với ánh mắt thiện cảm (13:20–21; 15:8–10; 18:1–8).

Công tác của Đức Thánh Linh

Cuối cùng, Lu-ca thể hiện mối quan tâm đặc biệt dành cho công tác của Đức Thánh Linh. Chính Đức Thánh Linh là Đấng che phủ Ma-ri khi bà hoài thai Chúa Giê-xu (1:35). Giăng Báp-tít được đầy dẫy Đức Thánh Linh (1:15), và mẹ ông, bà Ê-li-sa-bét (1:11), và cha ông, ông Xa-cha-ri (1:67) cũng thế. Cụ Si-mê-ôn trong đền thờ được Thánh Linh dẫn dắt khi cụ nhận ra hài nhi Giê-xu chính là Đấng Mê-si-a của Đức Chúa Trời (2:25–27). Chúa Giê-xu là Đấng trung bảo tối cao của Đức Thánh Linh dành cho thế giới (3:16) và được Đức Thánh Linh thêm sức cách đặc biệt tại lễ báp-tem của Ngài (3:22). Từ đó trở đi, cuộc đời Chúa Giê-xu đầy năng quyền và sự hiện diện của Thánh Linh hành động trong Ngài.

Vương cung thánh đường Loan Báo ở Na-xa-rét, theo truyền thống được cho là nơi thiên sứ Gáp-ri-ên báo tin cho Ma-ri.

- Chúa Giê-xu đầy dẫy Đức Thánh Linh rời khỏi quang cảnh báp-tem (4:1)
- Thánh Linh dẫn Ngài vào đồng vắng (4:1)
- Chúa Giê-xu trở lại Ga-li-lê bằng năng quyền của Thánh Linh (4:14).
- Chúa Giê-xu bắt đầu chức vụ, làm ứng nghiệm lời tiên tri của Ê-sai về việc Thần của Chúa sẽ xức dầu cho Đầy Tớ đặc biệt của Đức Chúa Trời (4:18; xem Ê-sai 61:1–2)
- Chúa Giê-xu sống cuộc đời "vui mừng trong Đức Thánh Linh" (10:21).
- Chúa Giê-xu hứa ban món quà tối thượng của Đức Chúa Trời là Đức Thánh Linh, Đấng sẽ chu cấp những nhu cầu sâu xa nhất của chúng ta (11:13; 12:12)

- Chúa Giê-xu cảnh báo hậu quả thảm khốc nếu phạm thượng với Đức Thánh Linh (12:10)

Sách Công Vụ, cũng do Lu-ca viết, tiếp tục nhấn mạnh về Đức Thánh Linh, cho thấy Thánh Linh hướng dẫn đời sống người tin Chúa và ban năng quyền cho họ phục vụ ra sao (1:2, 5, 8, 16; 2:4, 17, 18, 33, 38, v.v.).

Những vấn đề mang tính phê bình

Ngoài những vấn đề về tác giả, niên đại và các chi tiết về việc viết sách (xem phần đầu của chương này), các học giả nhận thấy sách Lu-ca nổi bật với các ý niệm thần học như lịch sử cứu rỗi, Nhóm Mười Hai và địa vị sứ đồ của họ, Đức Thánh Linh và việc rao giảng về nước Trời. Nghiên cứu cho thấy rằng từ đầu đến cuối, Lu-ca nhấn mạnh vào danh tính và nhiệm vụ của Chúa Giê-xu trong tư cách tiên tri và Con Người (cụm từ xuất hiện 25 lần trong Lu-ca) và Con Đức Chúa Trời (xem 1:35; 22:70). Mối quan tâm mang tính phê bình nguồn được tìm thấy trong nghiên cứu về Ma-thi-ơ học cũng có trong nghiên cứu về Lu-ca (xem chương 11 bên dưới). So với các sách phúc âm khác, Lu-ca nhấn mạnh tính trọng tâm của sự cầu nguyện trong cuộc đời của Chúa Giê-xu, một sức mạnh và tấm gương tạo nên tác động rất lớn trên hội thánh đầu tiên.

Nhiều học giả nhấn mạnh rằng những lời xác nhận của Lu-ca đặt căn cứ vững vàng trên nghiên cứu lịch sử và lời chứng trực tiếp mà phần mở đầu của phúc âm của ông đã nói đến. Trong vài thập kỷ gần đây, Lu-ca đã được đọc với sự nhấn mạnh vào đặc điểm như một chuyện kể chứ không phải lịch sử hay thần học.[6]

Kết luận

Phúc âm Lu-ca tập trung vào ý niệm lịch sử là nơi sự cứu rỗi của Đức Chúa Trời được thực hiện và tập trung vào Chúa Giê-xu trong tư cách Đấng Cứu Thế của Đức Chúa Trời. Từ A-đam trở đi, có một nhân loại và một dòng thời gian, ở đó mọi dân tộc, dân Do Thái và dân ngoại, và mọi người, nam và nữ, đều được Đức Chúa Trời yêu thương và là đối tượng hưởng nhận sự cứu rỗi trong tương lai. Điều này không có nghĩa là mọi người và mọi vật đều giống nhau trong tất cả các khía cạnh, nhưng nó chỉ ra một sự hiệp nhất cao hơn của những người được chuộc mà ở đó những khác biệt nhất định không còn khiến người ta chia rẽ nữa. Để kinh nghiệm sự cứu rỗi lạ thường này ngay bây giờ, Đức Chúa Trời sai Đức Thánh Linh Ngài đến. Nếu không có Thánh Linh thì sự cứu rỗi ấy sẽ không bao giờ được hoàn tất.

---

[6] Xin xem, chẳng hạn, Joel Green, *The Gospel of Luke* (Grand Rapids: Eerdmans, 1997).

Tóm lược

1. Tiến trình viết phúc âm của Lu-ca bao gồm thu thập thông tin, kiểm tra chứng cứ, xác minh nguồn tư liệu, đánh giá với tinh thần phản biện và sắp xếp tư liệu một cách trình tự.
2. Tất cả bằng chứng ban đầu đều cho thấy rằng Lu-ca là tác giả của phúc âm mang tên ông.
3. Thời điểm viết sách Lu-ca hẳn có liên hệ gần gũi với thời điểm viết sách Công Vụ.
4. Lu-ca viết phúc âm của mình với mục đích thần học và sắp xếp câu chuyện theo mục đích ấy, bắt đầu với phần mở đầu và sau đó trình bày những năm tháng đầu đời của Chúa Giê-xu, những năm tháng Ngài ở tại Ga-li-lê, chuyến đi lên thành Giê-ru-sa-lem và thời điểm Ngài ở Giê-ru-sa-lem.
5. Lu-ca nhấn mạnh bản chất toàn diện trong những cách Đức Chúa Trời liên hệ với thế giới, từ khởi đầu của nhân loại cho đến khi Chúa Giê-xu phục sinh.
6. Chúa Giê-xu được xem là Cứu Chúa của nhân loại trong Lu-ca.
7. Lu-ca nhấn mạnh những năm đầu đời của Chúa Giê-xu.
8. Lu-ca cho thấy Chúa Giê-xu đối xử với phụ nữ khác với văn hóa chi phối thời đó như thế nào.
9. Đức Thánh Linh đóng vai trò trọng tâm trong phúc âm Lu-ca và tiếp tục được nhấn mạnh trong sách Công Vụ.

Câu hỏi ôn tập

1. Lu-ca mô tả việc viết sách phúc âm của mình như thế nào?
2. Lu-ca là ai?
3. Phúc âm Lu-ca được viết ra khi nào?
4. Lu-ca nhấn mạnh bản chất phổ quát trong công tác Chúa Giê-xu như thế nào?
5. Nữ giới đóng vai trò đặc biệt nào trong chức vụ của Chúa Giê-xu?
6. Đức Thánh Linh được nhấn mạnh trong phúc âm Lu-ca như thế nào?

Con người/Địa điểm chính

A-chai	Hê-rốt	Na-xa-rét	Sê-sa-rê
A-léc-xan-đơ	Hy Lạp	Nê-rô	Sy-ri
Abilene	Irenaeus	Origen	Tertullian

Clement xứ A-léc-xan-đơ	Jerome	Phi-líp	Thê-ô-phi-lơ
Eusebius	La Mã	Qui-ri-ni-u	Tra-cô-nít
Ga-li-lê	Ly-sa-ni-a	Sê-sa Au-gút-tơ	Y-tu-rê
Giê-ru-sa-lem	Marcion	Sê-sa Ti-be-rơ	

Sách đọc thêm

Bock, Darrell L. *Luke*. 2 vols. Grand Rapids: Baker Academic, 1994, 1996.

Một giải kinh hàng đầu về phúc âm Lu-ca của giới Tin lành với những phần vừa đi sâu vào giải kinh nguyên nghĩa vừa thực tiễn

Bovon, François. *Luke the Theologian: FiftyFive Years of Research (1950–2005)*. 2nd rev. ed. Waco: Baylor University Press, 2006.

Khảo sát những nghiên cứu trước đây về thần học của Lu-ca.

Evans, Craig A. *Luke*. Peabody, MA: Hendrickson, 1990.

Một phần luận bàn dễ đọc về bản dịch NIV.

Fitzmyer, Joseph A. *The Gospel according to Luke*. 2 vols. New York: Doubleday, 1981, 1985.

Một tác phẩm chuẩn của một học giả Công Giáo La Mã xuất chúng.

Gooding, David. *According to Luke: A New Exposition of the Third Gospel*. Leicester, UK: Inter-Varsity; Grand Rapids: Eerdmans, 1987.

Một bài đọc sâu sắc nhấn mạnh vào nội dung và mạch văn.

Green, Joel B. *The Theology of the Gospel of Luke*. Cambridge: Cambridge University Press, 1995.

Nhấn mạnh vào cấu trúc và nhịp điệu chuyện kể cùng với những mối quan tâm và động cơ thần học chính của Lu-ca.

Green, Joel B., and Michael C. McKeever. *Luke-Acts and New Testament Historiography*. Grand Rapids: Baker Academic, 1994.

Liệt kê hơn năm trăm bài viết và sách nói về Lu-ca và Công Vụ. Mỗi danh sách bao gồm một chú giải ngắn gọn nhưng có nhiều thông tin hữu ích.

Hughes, R. Kent. *Luke: That You May Know the Truth*. 2 vols. Wheaton: Crossway Books, 1998.

Một giải kinh theo hướng mục vụ, nhạy cảm thuộc linh về sách Lu-ca.

Kim, Seyoon. *Christ and Caesar: The Gospel and the Roman Empire in the Writings of Paul and Luke*. Grand Rapids: Eerdmans, 2008.

Lập luận rằng thay vì chỉ phê bình đế quốc La Mã ngầm thôi thì Phao-lô và Lu-ca trình bày sự trở lại của Đấng Christ như là phương cách cuối cùng của Đức Chúa Trời trong việc thực thi công lý.

Liefeld, Walter L., and David W. Pao. *"Luke." In Expositor's Bible Commentary*, rev. ed., vol. 10. Grand Rapids: Zondervan, 2007.

Giải nghĩa dễ hiểu nhấn mạnh vào mạch giáo huấn, chủ đề và bối cảnh xã hội.

Marshall, I. Howard. *Luke: Historian and Theologian.* Rev. ed. Downers Grove, IL: InterVarsity, 1988.

Trong khi một số học giả nhấn mạnh vào mục tiêu lịch sử của Lu-ca và số khác nhấn mạnh động cơ thần học của ông, thì Marshall lập luận rằng thần học của Lu-ca xoay quanh "sự cứu rỗi", rằng sự cứu rỗi này đặt trên những sự kiện lịch sử mà phúc âm Lu-ca mô tả.

Stein, Robert H. *Luke.* Rev. ed. Nashville: Broadman & Holman, 1998.

Học giả các sách phúc âm kỳ cựu này xem xét Lu-ca thông qua một cuốn giải kinh nhiều người biết đến hơn. Một khởi điểm tốt để nghiên cứu nâng cao sách Lu-ca.

Twelftree, Graham H. *People of the Spirit: Exploring Luke's View of the Church.* Grand Rapids: Baker Academic, 2009.

Xem xét sự hiểu biết và sự đóng góp của Lu-ca vào giáo lý hội thánh với những phần suy niệm về tính thích hợp của các giáo lý đó với các hội chúng Cơ Đốc ngày nay.

Chương 7

Phúc Âm Giăng

Sự Sống Đời Đời Qua Danh Ngài

Bố cục

- **Tác giả**
- **Niên đại và nơi viết**
- **Bố cục**
- **Mục tiêu và đặc điểm**
- **Ban đầu có Ngôi Lời**
    - Phẩm chất thiên thượng và bản chất của Chúa Giê-xu
    - Chúa Giê-xu trong tư cách sứ giả thiên thượng
    - Chúa Giê-xu làm trọn những niềm hy vọng và nhu cầu của Y-sơ-ra-ên cũng như của cả loài người.
- **Ngôi Lời trở nên xác thịt**
- **Nguyên tắc đức tin**
- **Các chủ đề khác trong Giăng**
- **Những vấn đề mang tính phê bình**
- **Kết luận**

Mục tiêu

Sau khi đọc chương này, quý vị có thể:

- So sánh Giăng với các sách phúc âm khác
- Đưa ra bằng chứng ủng hộ Giăng là tác giả của phúc âm này
- Cho thấy Giăng nhấn mạnh vào vinh quang thiên thượng của Đấng Christ

- Cho thấy thách thức đối với nhân tính của Chúa Giê-xu được thỏa đáp trong phúc âm Giăng
- Liệt kê những tín lý một môn đồ của Chúa Giê-xu cần có
- Nhận diện những cá nhân Giăng ghi nhận là đã nắm vững niềm tin này

Một sinh viên trẻ tuổi đã có gia đình có lần kể tôi nghe cậu gặp vợ lần đầu tại một căn gác. Sau này cậu thay đổi câu chuyện: cậu bảo cậu gặp cô ấy tại một buổi học Kinh Thánh. Lần sau nữa có vẻ cậu lại thay đổi câu chuyện một lần nữa: cậu bảo cậu và vợ lần đầu gặp nhau tại một băng ghế. Nhưng cuối cùng, cả ba dữ kiện ấy đều đúng cả. Buổi học Kinh Thánh được tổ chức tại một căn hộ có gác xép, cậu và vợ tương lai ngồi gần nhau trên cùng một băng ghế. Đôi khi một sự kiện có thể được mô tả theo những cách khác nhau đến nỗi mới nghe thì có vẻ mâu thuẫn nhau nhưng xem xét kỹ hơn thì những khía cạnh khác nhau ấy lại bổ sung cho nhau thay vì trái ngược nhau.

Cách nhìn nhận này rất ích lợi khi chúng ta tiếp tục xem xét phúc âm thứ tư, lần này tập trung vào Giăng. Ba phúc âm đầu tiên được gọi là **phúc âm cộng quan** (có nghĩa là khi đặt theo dạng cột song chiếu thì chúng cho thấy những tương đồng đáng lưu ý). Chúng nhìn cuộc đời Chúa Giê-xu từ cùng một nhãn quan, dựa trên một số lĩnh vực nhất định. Chúng kể những câu chuyện với trình tự sự việc, sự dạy dỗ và điểm nhấn giống nhau. Phúc âm Giăng lại đứng riêng biệt so với ba phúc âm còn lại, ít nhất 90% phúc âm Giăng thiếu đi sự tương đồng về mặt ngôn ngữ so với ba phúc âm cộng quan. Giăng cũng cho thấy một trình tự thời gian đối lập (mô tả chức vụ trong ba năm, trong khi các sách Tin lành cộng quan lại mô tả chức vụ rõ ràng chỉ trong một năm). Giăng cũng nhấn mạnh những khía cạnh khác nhau trong sự dạy dỗ của Chúa Giê-xu, như chúng ta sẽ ghi nhận bên dưới. Trong Giăng, mối quan hệ gần gũi giữa Chúa Giê-xu và Cha Ngài và sự giáng sinh từ trời của Ngài được nhấn mạnh (3:13; 5:18; 10:30; 17:5; nhưng xem Mat 11:27). Giăng cũng nhấn mạnh chức vụ của Chúa Giê-xu tại và quanh Giê-ru-sa-lem theo những cách khác với các sách phúc âm cộng quan. Vì những lý do này, nên một số học giả đã thắc mắc liệu Giăng có biết về các sách phúc âm cộng quan hay không.

Tuy nhiên, không điều nào trong những điều này ở phúc âm Giăng mâu thuẫn với các sách phúc âm cộng quan, trái lại, nó bổ sung cho chúng, cho chúng ta một bức tranh phong phú hơn là chỉ dựa vào các sách phúc âm cộng quan mà thôi. Ta cần nhớ rằng không có sách phúc âm nào có ý định đưa ra cho chúng ta một bức tranh thấu đáo hết mọi khía cạnh về cuộc đời Chúa Giê-xu, mà đúng hơn chỉ tuyển chọn ý (hoặc những ý) mà tác giả nghĩ đến. Những tác giả thế tục ngày xưa cũng viết lách theo cách ấy. Plutarch cho chúng ta biết rằng khi viết, ông chọn những gì cần để có thể đưa ra điều ông muốn nói. Nói về những nhân vật lịch sử vốn là đề tài của mình, ông bảo: "Chúng ta... chọn từ trong những hành động của họ tất cả những gì cao quý và đáng để biết nhất."[1] Giăng cũng tuyển chọn (và các sách phúc âm cộng quan cũng thế) và ông cũng nói rằng nếu mọi điều Chúa Giê-xu làm đều được viết xuống thì thế giới không chứa nổi những sách đã được viết ra (20:30; 21:25).

Tác giả

Các giáo phụ hội thánh đầu tiên đều tin rằng Giăng - con trai Xê-bê-đê, là một trong mười hai sứ đồ ban đầu - viết phúc âm thứ tư, và vì lý do đó, niềm tin này trở thành quan điểm truyền thống trong hội thánh Cơ Đốc cho đến thời hiện đại.[2] Tuy nhiên, ngày nay "quan điểm truyền thống cho rằng phúc âm thứ tư là tác phẩm của Giăng con trai của Xê-bê-đê... ít được ủng hộ giữa vòng những học giả phê bình."[3] Cuốn giải kinh đầy ảnh hưởng của Rudolf Bultmann vào giữa thế kỷ thứ hai mươi thậm chí còn không buồn thảo luận đến chủ đề này. Nó chỉ mặc định rằng Giăng không thể nào là tác giả của phúc âm ấy. Chúng ta sẽ xem xét vắn tắt những gì hội thánh đầu tiên nghĩ và tình hình rất khác hiện nay.

Phúc âm Giăng được biết đến và được sử dụng một cách đầy thẩm quyền ngay từ đầu. Có thể nhận thấy điều này trong những cuộn sách cói có niên đại từ rất sớm, IGNATIUS XỨ AN-TI-ỐT (khoảng năm 110–15), JUSTIN MARTYR (khoảng năm 150), TATIAN và ATHEN AGORAS. Những chỗ trực tiếp đề cập đến việc Giăng là tác giả của phúc âm thứ tư này được tìm thấy trong THEOPHILUS XỨ AN-TI-ỐT (khoảng năm 180) và IRENAEUS (khoảng năm 180). Irenaeus nói: "Giăng, môn đồ của Chúa, người cũng đã tựa vào ngực Ngài [xem Giăng 13:13], chính ông cũng viết một sách phúc âm trong suốt thời gian ông ở tại Ê-PHÊ-SÔ, thuộc vùng A-si."[4] Điều đặc biệt quan trọng về lời chứng của Irenaeus đó là phần nhiều những gì ông nói đều được rút ra từ POLYCARP (mất năm 156, khi được 86 tuổi), một môn đồ của sứ đồ Giăng và môn đồ của các sứ đồ khác.[5] Khi hồi tưởng về tuổi thơ của mình, Irenaeus đã nói:

> Tôi nhớ những sự kiện của thời ấy còn rõ hơn là những sự kiện mới diễn ra gần đây, vì điều ta học khi còn bé sẽ lớn dần lên trong tâm

---

[1] Plutarch, *The Lives of the Noble Grecians and Romans*, trans. John Dryden, rev. Arthur H. Clough (New York: Modern Library, 1932), 293. Cũng xem những bình giải của ông về cuộc đời Alexander (801).

[2] Robert M. Grant đã nói thế này: "Khi kết thúc thế kỷ thứ hai, không một tác giả Cơ Đốc nào nghi ngờ rằng sách phúc âm này được viết bởi một vị sứ đồ" (*A Historical Introduction to the New Testament* [London: Collins, 1963], 148). C. E. Hill đã cho thấy rằng điều này có thể nói về toàn bộ thế kỷ thứ hai; xin xem cuốn *Johannine Corpus in the Early Church* (Oxford: Oxford University Press, 2006) của ông.

[3] D. Moody Smith, "Johannine Studies," trong *The New Testament and Its Modern Interpreters*, ed. Eldon J. Epp và George W. MacRae (Philadelphia: Fortress; Atlanta: Scholars Press, 1989), 273.

[4] Irenaeus, *Adv. Haer.* 3.1.1. Cũng xem 3.16.5; 3.22.2; 5.1.8.2 để đọc những câu phát biểu tương tự.

[5] Irenaeus, *Adv. Haer.* 3.3.4. Về Polycarp, xin xem Charles E. Hill, *From the Lost Teaching of Polycarp and the Author of Ad Diogentum* (Tübingen: Mohr Siebeck, 2006).

linh chúng ta và trở nên hiệp nhất với nó, vì thế tôi thậm chí còn có thể nói về nơi mà thánh Polycarp đầy ơn đã ngồi và tranh luận, cách ông đến và đi, đặc trưng cuộc đời ông, dáng người ông, bài giảng mà ông đã giảng trước nhiều người, cách ông thuật lại cuộc chuyện trò giữa ông với Giăng và với những người khác cũng đã thấy Chúa nữa, cách ông nhớ lại lời của họ và những điều liên hệ đến Chúa mà ông đã nghe từ họ, trong đó bao gồm cả những phép lạ và sự dạy dỗ của Ngài và cách Polycarp tiếp nhận chúng từ những nhân chứng trực tiếp của lời sự sống và tường thuật tất cả mọi việc trong sự hiệp nhất với Kinh Thánh.[6]

Hình minh họa sứ đồ Giăng trên cửa sổ kính màu thứ tư ở lối đi phía Tây tại St. Aidan's Cathedral, Ireland (nằm bên trái nếu đi từ cửa chính ở phía Nam)

B.F.Westcott đã tóm tắt tình huống này như sau: "Chuỗi bằng chứng ủng hộ tính chân thực của phúc âm này thật ra rất đầy đủ và liên tục... Không một nghi vấn lịch sử nào được nêu ra từ bất cứ nguồn nào.[7] Cách đánh giá của Westcott vẫn được nhiều người ngày nay ủng hộ.[8]

Trong những thế hệ gần đây, lời chứng lịch sử này thường không được để ý. Quan điểm của Robert Kysar không phải là không phổ biến:

Người theo phương pháp phê bình phúc âm thứ tư hiện tại có thể truy nguyên nhiều phong trào và khuynh hướng nhất định. Phúc âm thứ tư có nguồn gốc từ một "trường phái Cơ Đốc" liên hệ đến một hình thức Do Thái giáo bị gạt ra bên lề và không có tính quy chuẩn. Nó duy trì truyền thống đặc trưng của riêng mình (bằng cả hình thức truyền

---

[6]Eusebius, *H.E.* 5.20.5–6 (trích dẫn lời Irenaeus).

[7]Brooke F. Westcott, *An Introduction to the Study of the Gospels* (London: Macmillan, 1860), 240.

[8]Xin xem, chẳng hạn, John Lierman, ed., *Challenging Perspectives on the Gospel of John* (Tübingen: Mohr Siebeck, 2006), 70–72.

miệng lẫn thành văn) đồng thời cũng liên hệ theo cách nào đó đến truyền thống của các sách phúc âm cộng quan. Từ truyền thống đó, cộng đồng phát triển một quan điểm thần học độc đáo giữa lúc xung đột với nhà hội. Trong số nhiều đặc điểm, cộng đồng của Giăng nổi bật với mối quan tâm đặc biệt đối với Đấng Christ học Logos và một nhân vật trong quá khứ mà họ xem là người sáng lập ra họ. Qua tư liệu bí ẩn này, có vẻ như chúng ta có được một ví dụ ban sơ về cộng đồng và phúc âm.[9]

Nền tảng cho sự thay đổi thái độ từ quan điểm truyền thống sang việc chối bỏ Giăng là tác giả của phúc âm thứ tư không nằm ở bằng chứng lịch sử hay bất cứ tư liệu nào mới được tìm thấy gieo nghi ngờ trên quan điểm truyền thống. Bằng chứng mới (cuộn sách bằng giấy cói, Các Cuộn Biển Chết) thường cho thấy những quan điểm quá cực đoan hiện đại không hề được bảo đảm. Như L. T. Johnson đã ghi nhận, liên kết sách phúc âm này với thời các sứ đồ không phải là khư khư giữ truyền thống một cách thiếu suy xét.[10] Những lập luận được sử dụng để chống lại quyền tác giả của Giăng đều dựa trên **phương pháp phê bình nội tại** (ví dụ như **Đấng Christ học** của sách phúc âm này quá phát triển, phúc âm này quá thần học và huyền bí, lời Chúa Giê-xu nói không theo cùng trình tự với những lời Ngài nói trong các sách phúc âm cộng quan, tư liệu này phản ánh bối cảnh hội thánh bên ngoài PA-LÉT-TIN). Robert Grant lập luận theo hướng này: "Tác giả có phải là một môn đồ của Chúa Giê-xu không? Nếu các sách phúc âm cộng quan được xem là tiêu chuẩn để ta biết về cuộc đời của Chúa Giê-xu... thì chúng ta có thể tự hỏi làm sao một môn đồ lại có thể viết như cách Giăng viết... Chúng ta kết luận rằng tác giả có thể không phải là con của Xê-bê-đê, nhưng là một môn đồ của Chúa Giê-xu ở Giê-ru-sa-lem, người đã viết phúc âm của mình vào khoảng thời kỳ Chiến tranh La Mã – Do Thái nổ ra vào năm 66–70".[11] Grant thắc mắc tại sao các sách phúc âm cộng quan và Giăng dường như quá khác nhau, còn người khác có thể thắc mắc tại sao vị "môn đồ của Chúa Giê-xu ở Giê-ru-sa-lem" ấy lại không thể là con trai của Xê-bê-đê, điều mà mọi tiếng nói còn sót lại từ thời kỳ Cơ Đốc giáo đầu tiên đều chỉ ra. Dường như không có một lý do thiết yếu nào có thể được đưa ra để phản đối lời chứng đồng nhất nhằm ủng hộ cho những giả thiết mang tính phỏng đoán vốn chẳng có sự thống nhất nào ngay cả giữa vòng những người phản đối quyền tác giả của Giăng.

Niên đại và nơi viết

Quan điểm truyền thống đặt thời điểm viết phúc âm của Giăng tại Ê-phê-sô vào thập niên 90 S.C. Một số nhà phê bình ở thế kỷ 19 đặt thời điểm viết sách Giăng muộn hơn khoảng một trăm năm (khoảng năm 180 S.C) theo võ đoán, nhưng quan

---

[9] Robert Kysar, "Community and Gospel: Vectors in Fourth Gospel Criticism," trong *Interpreting the Gospels*, ed. James L. Mays (Philadelphia: Fortress, 1981), 277

[10] L. T. Johnson, *The Writings of the New Testament* (Minneapolis: Fortress, 1999), 525.

[11] Grant, *Historical Introduction to the New Testament*, 159.

điểm đó dần dần được chuyển sang thời điểm được hội thánh đầu tiên đưa ra từ ban đầu. Như Werner Kümmel nói: "Ngày nay, việc cho rằng Giăng có thể đã viết trong thập niên cuối cùng của thế kỷ thứ nhất gần như được chấp nhận rộng rãi".[12] Thật ra, một số học giả sẽ đẩy sách Giăng về trước đó nữa, tức là vào năm 70 S.C và thậm chí còn sớm hơn.[13] Ê-phê-sô vẫn là địa điểm viết sách khả dĩ nhất, vì cuối đời Giăng sống ở đó. Sự hiểu biết kỹ càng về xứ Pa-lét-tin mà phúc âm này cho ta thấy là nhờ vào kinh nghiệm cá nhân của tác giả về những sự kiện được mô tả.

Bố cục

I. Phần mở đầu (1:1–18)
II. Cuốn sách của các dấu lạ (1:19–12:50)

    A. Lời chứng của Giăng Báp-tít (1:19–51)
    B. Chúa Giê-xu và các định chế Do Thái giáo
    C. Chúa Giê-xu và các lễ hội Do Thái giáo (5:1–10:42)
    D. Báo trước về sự chết và sự sống lại (11:1–12:50)

III. Cuốn sách vinh hiển (13:1–20:31)

    A. Bữa ăn lễ Vượt Qua (13:1–30)
    B. Diễn từ chia tay (13:31–17:26)
    C. Sự thương khó (18:1–19:42)
    D. Sự phục sinh (20:1–29)
    E. Kết luận (20:30–31)

IV. Phần kết (21:1–25)

    A. Phép lạ 153 con cá (21:1–14)
    B. Chúa Giê-xu và Phi-e-rơ (21:15–23)
    C. Phụ lục (21:24–25)

Mục đích và đặc điểm

Cũng như với tất cả các sách phúc âm, mục tiêu của Giăng là phác họa một bức chân dung về Chúa Giê-xu bằng các nét vẽ từ những gì ông và những người khác đã chứng kiến (xem 1 Giăng 1:1–4) và bằng cách định hình những hồi ức này để chuyển tải một thông điệp thích hợp. Trong trường hợp sách Giăng (như trong Lu 1:1–4), chúng ta có lời của chính tác giả để hướng dẫn chúng ta. Giăng đang viết để độc giả có thể tin rằng Chúa Giê-xu là Đấng Christ, Con Đức Chúa Trời, và bởi tin

---

[12] Werner G. Kümmel, *Introduction to the New Testament* (Nashville: Abingdon, 1972), 246.

[13] Xin xem, chẳng hạn, John A. T. Robinson, *Redating the New Testament* (Philadelphia: Westminster, 1976), 254–311. Cũng xem những niên đại sớm hơn ghi nhận trong văn chương bởi Udo Schnelle, *The History and Theology of the New Testament Writings*, trans. M. Eugene Boring (Minneapolis: Fortress, 1998), 477n120.

mà có được sự sống trong danh Ngài (20:31). Tuy nhiên, phúc âm Giăng không chỉ có thế. Trong khi thực hiện những mục đích của mình, Giăng nhấn mạnh một số chân lý về thân vị và công tác của Chúa Giê-xu.

Ban đầu có Ngôi Lời

Đặc trưng đầu tiên và độc đáo nhất của phúc âm Giăng là sự nhấn mạnh vào vinh quang thiên thượng của Đấng Christ – Ngài chính là Đức Chúa Trời, nhập thể trong thân xác con người. Lời tuyên xưng lạ lùng này lan tỏa khắp phúc âm của ông và được khơi mở theo nhiều cách khác nhau. Chúng được đặt ở ba phân nhóm chính: thứ nhất, những phẩm chất thiên thượng và bản chất của Chúa Giê-xu; thứ hai, Chúa Giê-xu là sứ giả thiên thượng duy nhất; thứ ba, Chúa Giê-xu làm trọn những niềm hy vọng và hình ảnh của Y-sơ-ra-ên (và của Cựu Ước), Ngài là câu trả lời cho những nhu cầu sâu xa nhất của con người. Có sự trùng lặp trong những phân loại này. Cuối cùng chúng đều kết hợp thành một trong một thân vị là Chúa Giê-xu Christ, nhưng xem xét chúng theo cách này có thể giúp dồn sự tập trung của chúng ta vào cách Giăng đang cố gắng trình bày về Chúa Giê-xu, Con Đức Chúa Trời có một và duy nhất đối với chúng ta.

Phẩm chất thiên thượng và bản chất của Chúa Giê-xu

Có rất nhiều tên gọi nhấn mạnh thần tính của Chúa Giê-xu. Phần sắp xếp bên dưới đi từ những danh xưng trừu tượng đến cụ thể. Chúa Giê-xu là, hoặc Chúa Giê-xu là hiện thân của, sự sống (1:4; 5:21; 6:57; 11:25; 14:6), sự sáng (1:4, 5, 9; 3:19; 8:12), chân lý (1:14; 14:6; 18:37), vinh hiển (1:14; 2:11; 11:4; 12:41; 17:5, 24), và ân điển (1:14, 17) bởi vì Ngài là Lời Đức Chúa Trời (1:1). Tất cả những ý niệm này có nguồn gốc sâu xa trong Cựu Ước và là những phẩm chất thiên thượng. Nhưng Chúa Giê-xu không chỉ là hiện thân của những điều có thể được gọi là những thuộc tính thiên thượng siêu việt của Đức Chúa Trời; cụ thể hơn, Ngài là sự biểu đạt *cá nhân* của Đức Chúa Trời trong tư cách Con Ngài (1:34, 49; 3:16–18; 3:36); 5:25, 26; 10:36; 17:1; 19:7), hay là Con Trai duy nhất và có một (1:14, 18) của chính Đức Chúa Trời.

Có những hữu thể thấp kém hơn đủ điều kiện ở trong gia đình Đức Chúa Trời; thậm chí con người tội lỗi cũng có thể trở thành con cái Đức Chúa Trời vì tin nơi Đấng Christ (1:12). Nhưng chỉ mình Đấng Christ mới là Con đời đời của Đức Chúa Trời. Trong phúc âm Giăng, Chúa Giê-xu được nói đến như là Con Đức Chúa Trời, rõ ràng hơn nữa, là Đức Chúa Con. Chúa Giê-xu được gọi là Chúa (13:14; 20:28; 21:7) và Đức Chúa Trời (1:1; 5:18; 10:30, 33, 37–38; 14:11; 20:28), là Đấng có trước Áp-ra-ham và khải thị chính Ngài cho Môi-se trong tư cách "Đấng Tự Hữu Hằng Hữu" vĩ đại (8:57–58).

Nhà hát tại Ê-phê-sô. Ê-phê-sô có lẽ là nơi Giăng viết sách phúc âm của mình.

Trong Hữu Thể Thần Linh này vừa có một sự hiệp nhất sâu sắc nhưng cũng có sự đa dạng. Đến đúng thời điểm, điều này làm xuất hiện thần học Ba Ngôi của Cơ Đốc giáo, qua đó chân lý sâu nhiệm này được thể hiện. Sự hiệp nhất và đa dạng này, được xem như một mối quan hệ cá nhân mật thiết, là hình ảnh thu nhỏ của Giăng 1:18: "Chưa ai từng thấy Đức Chúa Trời, chỉ Con Một ở trong lòng Cha là Đấng đã bày tỏ Cha cho chúng ta biết."

Lời không thể diễn tả bằng Lời của Đức Chúa Trời

Nhưng khi Đức Chúa Trời quyết định làm những điều mà Ngài đã định, Ngài sinh ra Lời không thể diễn tả hết bằng lời, con độc sinh của mọi tạo vật: Chính Ngài không trút hết Lời ấy ra nhưng đem chính Lời mà Ngài luôn có đó hiệp nhất với Lời của mình. Vì thế, Kinh Thánh và tất cả những [trước giả] được soi dẫn dạy chúng ta, như một trong những trước giả ấy là Giăng đã nói: "Ban đầu có Ngôi Lời, Ngôi Lời ở cùng Đức Chúa Trời", cho thấy rằng ban đầu Đức Chúa Trời chỉ có một mình và Ngôi Lời ở trong Ngài. Rồi ông nói: "Và Ngôi Lời là Đức Chúa Trời. Muôn vật bởi Ngài làm nên, chẳng vật chi đã làm nên mà không bởi Ngài." Vì thế, bất cứ khi nào Cha của cõi hoàn vũ này định, thì Ngôi Lời, là Đức Chúa Trời và về mặt bản chất ra từ Đức Chúa Trời, Ngài gửi Ngôi Lời đến một nơi chốn nhất định; Khi Ngài đến, người ta đều nhìn thấy và nghe thấy Ngài; được Cha cử đến, nên người ta có thể tìm thấy Ngài ở nơi [đó].

Thiophilus, *Thiophilus gửi cho Autolycus* 2.22 (phỏng theo *ANF* 2:103), khoảng năm 170–180 S.C

Chúa Giê-xu trong tư cách Sứ giả Thiên thượng

Giăng trình bày Chúa Giê-xu là người có nguồn gốc đời đời từ Đức Chúa Trời (3:31; 8:23), từ Đức Chúa Trời mà xuống (3:34; 5:24; 6:38; 8:16, 18, 32; 15:21; 17:18). Như thế, Ngài có đầy đủ tư cách để làm người thầy đến từ Đức Chúa Trời (3:2; 13:13–14), là bánh thật từ trời (6:32–33, 50, 58), là người sở hữu mọi quyền lực (13:3), là người Đức Thánh Linh phán bảo qua (14:26; 15:26), là người cai trị cả thế giới (16:33), là vị quan tòa khiến mọi người sống lại trong ngày sau cùng (5:22, 27–30; 6:39, 54; 11:25), và là người khi sứ mạng trên đất của Ngài hoàn tất thì trở về nhà thật của mình trên trời với Đức Chúa Trời (16:28).

Chúa Giê-xu làm trọn trong niềm hy vọng và nhu cầu của Y-sơ-ra-ên cũng như của cả loài người

Trong vai trò một sách tiên tri, Cựu Ước hướng về thời kỳ ứng nghiệm những lời tiên tri được nói đến. Y-sơ-ra-ên cũng mang tính tiên tri theo nghĩa này; họ cũng trông đợi một sự ứng nghiệm trên phương diện lịch sử cho Y-sơ-ra-ên thật, trong tư cách đại diện toàn nhân loại nói chung. Với ý nghĩ này, Giăng chỉ về Chúa Giê-xu là Đấng Mê-si-a (1:41; 4:25–26; 7:41; 10:24–25; 11:27), vị vua của Y-sơ-ra-ên (1:49; 18:37; 19:19), Chiên Con của Đức Chúa Trời (1:29, 36), Con Người (1:51; 3:13–14; 6:27, 53, 62; 13:31), nhà Tiên tri vĩ đại nhất (4:44; 6:14; 7:40; 9:17) và là Đấng mà Cựu Ước tiên báo (1:45; 5:39, 45–47; 8:56; 12:41; 19:36–37). Ngài làm trọn những công việc toàn năng của Đức Chúa Trời đã được bắt đầu từ thời xa xưa, được hứa và được thực hiện qua dân sự Ngài. Là sự ứng nghiệm tất cả những lời hứa này, Chúa Giê-xu cũng là Đấng thực hiện những giấc mơ của thế giới rộng lớn hơn. Ngài là Cứu Chúa của thế giới (4:42), là Đấng ban sự sống đời đời (6:68; 10:28), Đấng giải phóng con người ra khỏi tội lỗi (8:36), là sự sáng của thế gian (8:12; 9:5; 12:46) và là ánh sáng của sự sống (8:12). Ngài trở thành cửa của chiên (10:7, 9), người chăn hiền lành (10:14), gốc nho thật (15:1, 5), bánh sự sống (6:35), con đường duy nhất (14:6), và sự sống lại (11:25).

Ngôi Lời Trở Nên Xác Thịt

Một số người ngạc nhiên khi nhân tính, chứ không phải thần tính, của Chúa Giê-xu bị nghi ngờ trước nhất. Khuynh hướng này thể hiện rõ từ một tư liệu ở thế kỷ thứ nhất, như 1 Giăng chẳng hạn. Đến giữa thế kỷ thứ hai, những quan điểm ấy đã được phát triển thành một hệ thống lạ thường và phức tạp được gọi là **trí huệ giáo**. Nhưng trong phúc âm của mình, Giăng nói rằng "Ngôi Lời đã trở nên xác thịt ở giữa chúng ta" (1:14), nhấn mạnh rằng "Ngài ở trong thế gian" (1:10). Xuyên suốt phúc âm Giăng là sự nhấn mạnh vào bản chất con người của Chúa Giê-xu. Chúa Giê-xu quê ở **NA-XA-RÉT** (1:45), đi đây đó cùng với mẹ và các em trai Ngài (2:12), xin nước uống tại SA-MA-RI (4:7), băng qua biển Ga-li-lê bằng thuyền (6:1), nhổ nước bọt lên đất để làm bùn chữa lành đôi mắt cho người mù (9:6), rửa chân các môn đồ Ngài (13:5), chết và bị chôn (19:30, 42), và thậm chí sau khi phục sinh tay Ngài vẫn còn những vết đinh đóng (20:20, 27). Sự nhập thế (trở thành người) của Chúa Giê-xu không chỉ là sự hiện ra trên đất đơn thuần mà thật sự bước vào đời sống và xác thể loài người. Đối với Giăng, sự kiện này quan trọng về mặt thần học bởi vì chỉ Đấng thật sự là người mới có thể thật sự là Đấng cứu chuộc nhân loại. Loại bỏ mất nhân tính ra khỏi Chúa Giê-xu – hay thậm chí là gia giảm nhân tính ấy xuống bằng cách nào đó – sẽ đẩy địa vị mà chính Ngài đã tự nhận vào chỗ nguy hiểm.

Những câu phát biểu "Ta là" của Chúa Giê-xu trong Giăng

Ta là bánh của sự sống (6:35–48).

Ta là bánh hằng sống (6:51).

Ta là sự sáng của thế gian (8:12).

Ta đến từ trên... Ta không ra từ thế gian này (8:23).

Ta là cái cửa của chiên (10:7).

Ta là người chăn hiền lành (10:11)

Ta là sự sống lại và sự sống (11:25).

Ta là đường đi, chân lý và sự sống (14:6).

Ta là gốc nho thật (15:1).

Nguyên tắc đức tin

Nguyên tắc của đức tin là vấn đề nền tảng trong phúc âm Giăng. Đức tin là một hoạt động năng động: Từ "tin" xuất hiện ở nhiều hình thức động từ khác nhau, khoảng một trăm lần trong phúc âm này, trong khi danh từ "đức tin" thì lại không hề xuất hiện lần nào cả. Ai tin thì có sự sống đời đời (3:16) và sẽ không bao giờ chết (11:26); người tin sẽ trở thành con cái của Đức Chúa Trời (1:12). Những ai không tin thì bị đoán phạt (3:18) và sẽ không thấy sự sống, nhưng sẽ kinh nghiệm cơn thịnh nộ của Đức Chúa Trời (3:36). Đôi khi Giăng sử dụng từ "tin" chỉ như một cách biểu đạt để xác định điều Đức Chúa Trời mong đợi (4:53; 9:38), còn những người theo Chúa Giê-xu được gọi là "tín nhân" (4:41). Nhưng Giăng thường dành nhiều thời gian để xác định cụ thể điều Đấng Christ kêu gọi mọi người tin hơn. Ấy là một danh sách thật ấn tượng. Độc giả của Giăng phải tin:

- Đức Chúa Trời (14:1)
- Đức Chúa Trời là Đấng đã sai Chúa Giê-xu đến (12:44)
- Điều Cựu Ước dạy (2:22; 5:46–47)
- Chúa Giê-xu là Đấng được Đức Chúa Trời sai đến (6:29)
- Danh Chúa Giê-xu (2:23)
- Chính Chúa Giê-xu (3:18; 4:39; 10:42; 12:42, v.v...)
- Chúa Giê-xu là Con Người (9:35–38)
- Những phép lạ của Chúa Giê-xu (10:38)
- Chúa Giê-xu là Đấng Mê-si-a (11:27; 20:31)
- Điều Chúa Giê-xu đã nói (8:45–46; 14:11)
- Rằng Chúa Giê-xu ở trong Cha và Cha ở trong Chúa Giê-xu (14:10; 17:21)

Bức tượng phác họa Chúa Giê-xu là người chăn hiền lành (thế kỷ thứ tư S.C)

Mặc dù ngày nay "đức tin" thường được hiểu như một kinh nghiệm tôn giáo không định nghĩa được, nhưng đối với Giăng đức tin có nghĩa là một sự tín thác cá nhân vào Đấng Christ dựa trên hiểu biết về những dữ kiện và chân lý nhất định. Giăng cũng muốn chỉ ra rằng nhiều người hoặc nhóm người khác nhau đã thật sự tin theo cách ấy như thế nào, vì thế ông đề cập:

- Giăng Báp-tít (1:34)
- Các môn đồ của Chúa Giê-xu (6:69; 16:27, 31; 17:8)
- Người đàn bà ở Sa-ma-ri (4:28–29)

- Một nhóm người Sa-ma-ri (4:39, 41–42)
- Viên chức trong cung vua và nhà người (4:53)
- Đám đông ở Giê-ru-sa-lem (7:31)
- Nhiều người lãnh đạo Do Thái (12:42)
- Những nhóm người Do Thái (8:31; 12:11)

Thật thú vị khi nhận thấy rằng những người lãnh đạo Giu-đê e sợ *mọi người* đều sẽ tin theo Chúa Giê-xu (11:47–48), cả thế giới sẽ đi theo Ngài (12:19). Trong tương lai, phước hạnh đặc biệt sẽ dành cho những ai không thấy Chúa Giê-xu như các môn đồ đầu tiên của Ngài nhưng vẫn đặt lòng tin nơi Ngài (20:29). Chúa Giê-xu cầu nguyện đặc biệt cho họ (17:20) – qua đó cầu nguyện cho các độc giả của phúc âm Giăng ngày nay.

Tiêu điểm 7: Đức tin phục sinh

Trong phúc âm Giăng, Chúa Giê-xu nói: "ai sống mà tin Ta thì sẽ không bao giờ chết" (11:26). Sau này trong phúc âm của Giăng, Chúa Giê-xu hiện ra sau khi Ngài bị đóng đinh. Sự chết không có quyền tối thượng; Đấng Christ mới có thẩm quyền tối thượng.

Nhưng có phải sự phục sinh thật sự đã xảy ra không?

Một trong hai nghiên cứu ấy là của N. T. Wright: *The Ressurection of the Son of God* (Sự phục sinh của Con Đức Chúa Trời). Nghiên cứu đó dài hơn tám trăm trang. Trong lời giới thiệu ở trang đầu của quyển sách, nhà báo Richard Ostling gọi nghiên cứu này là "phần biện giáo đồ sộ nhất của di sản về Phục sinh trong nhiều thập kỷ qua... [Cuốn sách này] giải quyết một vấn đề được sắp xếp rõ ràng, đáp trả mọi nghi ngờ chính về Phục Sinh, từ xưa đến nay."

Một nghiên cứu khác là cuốn sách của Michael Licona, *The Ressurrection of Jesus: A New Historiographical Approach* (Sự Phục sinh của Chúa Giê-xu: Phương pháp mới theo hướng lịch sử - địa lý). Nghiên cứu này hơn bảy trăm trang. Licona kết luận: "Có một bằng chứng tuyệt vời cho thấy các Cơ Đốc nhân đầu tiên hiểu rằng thân thể của Chúa Giê-xu đã sống lại và được biến hóa" (trang 621).

Việc các học giả giỏi đang xuất bản các sách ủng hộ cho sự dạy dỗ của Kinh Thánh và hội thánh về chủ đề quan trọng này là điều cũng rất quan trọng.

Càng quan trọng hơn khi Chúa hứa ban sự sống mới cho tất cả những người tiếp nhận Ngài qua đức tin đặt nơi Chúa Giê-xu. Nguyên tắc "tin" có mặt ở khắp nơi trong phúc âm Giăng không phải nói đến việc chấp thuận một truyền thống hay thậm chí là chấp nhận điều ngớ ngẩn một cách không có

> căn cứ và thiếu suy xét. Việc cẩn thận tìm kiếm bằng chứng xác nhận rằng lời chứng của phúc âm Giăng về việc Chúa Giê-xu đánh bại sự chết là cần thiết.

Các chủ đề khác trong Giăng

Phúc âm Giăng cũng có nhiều chủ đề khác nữa xuất phát từ ý niệm căn bản đó là Chúa Giê-xu là Đấng Cứu Thế thần-nhân, được Đức Chúa Trời sai đến để người ta có thể tin.[14] Một số chủ đề trong đó là:

Bản chất của sự sống đời đời

- Sự sống lại của kẻ chết trong tương lai
- Công tác của Đức Thánh Linh
- Vị trí đặc biệt của những dấu lạ của Chúa Giê-xu
- Mối quan hệ cá nhân giữa Chúa Giê-xu và người tin Ngài
- Tình yêu thương của Đức Chúa Trời
- Mâu thuẫn giữa tín hữu và thế gian
- Các nguyên tắc thần học căn bản như sự sáng, vinh hiển, chân lý và sự khải thị

Để triển khai tất cả những chủ đề này ở đây là điều không thể, nhưng phúc âm Giăng chứa đầy chân lý sâu sắc và sẽ tưởng thưởng bằng những phần thưởng dồi dào, phong phú cho người cẩn thận đọc nó. Ta có thể dành cả đời người mà vẫn không thể nào đi hết nội dung của phúc âm này.

Những vấn đề mang tính phê bình

Ngoài những vấn đề về tác giả, niên đại và các chi tiết liên quan đến việc viết phúc âm này (xem phần mở đầu của chương), các học giả cũng tranh cãi về những vấn đề như bối cảnh cần biết khi đọc sách Giăng: Bối cảnh Hy Lạp, Do Thái và một số bối cảnh kết hợp với cả Hy Lạp và Do Thái. Ý nghĩa của quá nhiều những mâu thuẫn trong phúc âm Giăng, như mâu thuẫn giữa Chúa Giê-xu với các môn đồ của Giăng Báp-tít cũng như với những nhánh khác nhau của những người lãnh đạo Do Thái giáo dòng chính cũng là vấn đề được quan tâm. Ngay cả các môn đồ của Chúa Giê-xu đôi lúc cũng là những đồng minh dễ dao động (6:64–66). Tính chân thật về mặt văn chương của phúc âm Giăng – đây có phải là một tài liệu được hình thành và chỉnh sửa theo thời gian không? – và các nguồn tư liệu khả dĩ đã dẫn đến

---

[14] Để nghiên cứu thêm về các chủ đề của sách phúc âm này, xin xem John Pryor, *John: Evangelist of the Covenant People* (Downers Grove, IL: InterVarsity, 1992); Andreas Kostenberger, *A Theology of John's Gospel and Letters* (Grand Rapids: Zondervan, 2009).

những bàn luận sâu rộng. Giăng có biết đến các sách phúc âm cộng quan không, và nếu biết, thì ông đã sử dụng chúng như thế nào? Bằng chứng mà ta có nhận được những đánh giá khác nhau. Hiện tại, nhiều người kết luận rằng lời chứng của Giăng có sử dụng truyền thống ban đầu tương đồng với những gì có trong các sách phúc âm cộng quan. Nếu vậy, thì Giăng là một tiếng nói độc lập và có thẩm quyền, chứ không phải là phần tái trình bày các tư liệu phúc âm trước đó.

Ngành học thuật truyền thống tập trung vào vấn đề lịch sử và thần học trong phúc âm Giăng đã nhường chỗ cho cách đọc theo hình thức câu chuyện tường thuật. Cùng với đó là sự mở rộng (và đôi khi là tranh cãi về) các phương pháp và thắc mắc khi nghiên cứu sách Giăng. Thực tế này thể hiện rõ trong một hợp tuyển chứa đựng khoảng 18 bài luận của những học giả hàng đầu từ khắp nơi trên thế giới. Mỗi một bài luận như thế lại có một đáp ứng cẩn thận đi kèm. Rõ ràng trong khi những mối quan tâm truyền thống vẫn còn đó, thì những ngờ vực và sự phân mảnh phổ biến của thế giới hậu hiện đại, hậu 11/9 đã tác động sâu sắc trên suy niệm học thuật về phúc âm thứ tư này.[15]

Kết luận

Phúc âm Giăng là một tư liệu phong phú, đưa ra lời mời cứu rỗi theo một loạt những phương cách đầy ấn tượng. Thật vậy, mục tiêu căn bản của sách là trở thành "phúc âm", tức là tin mừng rằng chúng ta có thể được cứu bởi đức tin nơi Chúa Giê-xu Christ. Điều này được thực hiện bằng cách trình bày Chúa Giê-xu là thân vị thần-nhân duy nhất, Đấng từ Đức Chúa Trời đến để trở nên một với chúng ta, để rồi bởi đức tin nơi Ngài chúng ta có thể được làm nên mới và cùng Ngài trở lại với Đức Chúa Trời. Mục đích cứu chuộc này của Đức Chúa Trời được thể hiện qua cuộc đời Chúa Giê-xu, và sự cứu chuộc loài người được hoàn tất qua sự chết và sự phục sinh của Ngài. Giăng tiếp tục nhấn mạnh rằng sự cứu chuộc cuối cùng trong tương lai – sự sống lại của thân thể, nơi mà ta được ở trong sự hiện diện trực tiếp của Đức Chúa Trời và sự sống đời đời – chờ đợi những ai đáp ứng bằng đức tin. Giăng mời gọi chúng ta không chỉ nhìn vào những gì Đức Chúa Trời đang làm trong cuộc đời một ai đó, nhưng nhìn vào những gì đang xảy ra trong chính cuộc đời chúng ta: "Điều đó thì can hệ gì đến con? Phần con, hãy theo Ta" (Giăng 21:22).

> ### Tóm lược
>
> 1. Phúc âm Giăng khác với Ma-thi-ơ, Mác, và Lu-ca vì 90% sách Giăng không có sự tương đồng trực tiếp với ba sách này: Nó đòi hỏi ba năm chức vụ chứ không phải một, nó tập trung vào những phần khác

---

[15]Tom Thatcher, ed., *What We Have Heard from the Beginning: The Past, Present, and Future of Johannine Studies* (Waco: Baylor University Press, 2007).

nhau trong sự dạy dỗ của Chúa Giê-xu, và nó nhấn mạnh chức vụ của Chúa Giê-xu theo một cách khác.

2. Giăng, con trai của Xê-bê-đê, viết phúc âm Giăng vào thập niên 90 S.C tại Ê-phê-sô.

3. Việc Chúa Giê-xu là Đức Chúa Trời nhập thể trong thân xác con người có trong những phân đoạn (a) nhấn mạnh những phẩm chất thiên thượng của Ngài, (b) tập trung vào Chúa Giê-xu trong tư cách đại diện thiên thượng duy nhất của Đức Chúa Trời và (c) cho thấy Chúa Giê-xu là sự ứng nghiệm của mọi niềm trông đợi của dân Y-sơ-ra-ên và của toàn nhân loại.

4. Giăng nhấn mạnh nhân tính của Chúa Giê-xu qua nhiều sự kiện, trong đó có (a) việc cùng với mẹ và các anh em của Ngài đi đây đó, (b) xin nước uống tại Sa-ma-ri, (c) băng qua biển Ga-li-lê bằng thuyền, (d) nhổ nước miếng lên đất để tạo thành bùn chữa lành cho người mù, (e) khóc trước cái chết của La-xa-rơ, (f) rửa chân cho các môn đồ Ngài và (g) chết và bị chôn.

5. Giăng trình bày các nguyên tắc của đức tin trong phúc âm của mình và nói rõ rằng chỉ những ai tin Đấng Christ thì mới nhận được món quà sự sống đời đời.

6. Giăng ghi nhận nhiều người tin Đấng Christ, bắt đầu từ Giăng Báp-tít.

7. Phúc âm Giăng có nhiều chủ đề nhưng tất cả đều xuất phát từ chân lý căn bản đó là Chúa Giê-xu là vị cứu tinh có thần tính và nhân tính được Đức Chúa Trời ban xuống để chúng ta tin theo.

Câu hỏi ôn tập

1. Phúc âm Giăng khác với các sách phúc âm cộng quan như thế nào?
2. Tại sao những suy ngẫm của Irenaeus về thời thơ ấu của ông lại quan trọng trong việc hiểu về sách Giăng?
3. Giăng nhấn mạnh thần tính của Chúa Giê-xu như thế nào?
4. Chúa Giê-xu làm ứng nghiệm những trông đợi của Y-sơ-ra-ên như thế nào?
5. Nhân tính của Chúa Giê-xu được nhấn mạnh ra sao trong Giăng?
6. Tầm quan trọng của "đức tin" trong phúc âm Giăng là gì?

Các thuật ngữ then chốt

Ba Ngôi
các sách phúc âm cộng quan
Đấng Christ học
phương pháp phê bình nội tại
trí huệ giáo

Con người/Địa điểm chính

Athenagoras
Ê-phê-sô
Ignatiuis xứ An-ti-ốt
Irenaeus
Justin Martyr
Na-xa-rét
Pa-lét-tin
Polycarp
Sa-ma-ri
Tatian
Theophilus xứ An-ti-ốt

Sách đọc thêm

Blomberg, Craig L. *The Historical Reliability of John's Gospel.* Downers Grove, IL: InterVarsity, 2002.

> Thách thức quan điểm cho rằng Giăng không phải là một nguồn tư liệu lịch sử đáng tin cậy. Vì thần học của sách Giăng bắt nguồn từ lịch sử được tường thuật lại, cho nên cuốn sách này là nỗ lực để bảo vệ những lời tuyên xưng về Đấng Christ và lời dạy của Ngài.

Carson, D. A. *The Gospel according to John.* Leicester, UK: Inter-Varsity; Grand Rapids: Eerdmans, 1991.

> Một sách giải kinh xuất sắc, đầy đủ của một học giả hàng đầu với những hiểu biết sâu sắc về ngôn ngữ và cách áp dụng phúc âm này vào thế giới thực.

Keener, Craig S. *The Gospel of John.* 2 vols. Peabody, MA: Hendrickson, 2003.

> Một nghiên cứu đồ sộ về Giăng với mối quan tâm rất lớn dành cho bối cảnh lịch sử và xã hội cùng với những góc nhìn của các học giả khác.

Köstenberger, Andreas J. *John.* Grand Rapids: Baker Academic, 2004.

> Một nghiên cứu học thuật gần đây về bản văn tiếng Hy Lạp.

———. *A Theology of John's Gospel and Letters.* Grand Rapids: Zondervan, 2009.

> Một nghiên cứu bao quát về các chủ đề thần học trong phúc âm Giăng.

Ridderbos, Herman. *The Gospel of John: A Theological Commentary.* Grand Rapids: Eerdmans, 1997.

> Một cuốn sách dài và phức tạp, nhưng mang đến chiều sâu và chất liệu cho những lời tuyên xưng làm người ta sửng sốt của phúc âm thứ tư này.

Thatcher, Tom, ed. *What We Have Heard from the Beginning: The Past, Present, and Future of Johannine Studies.* Waco: Baylor University Press, 2007.

> Những bài luận của các chuyên gia hàng đầu. Cung cấp cho chúng ta hiểu biết đầy đủ về việc giới học thuật trong lĩnh vực này đã đi tới đâu và đang đi về đâu.

Van der Watt, J. G. *An Introduction to the Johannine Gospel and Letters*. New York: T&T Clark, 2007.

> Một điểm khởi đầu đầy đủ thông tin để khám phá những vấn đề trong việc nghiên cứu sách Giăng.

Yarbrough, Robert W. *John*. Eugene, OR: Wipf & Stock, 2011.

> Một cuốn giải kinh căn bản, dễ đọc, giải nghĩa từng câu.

Chương 8

Người Đàn Ông Đến Từ Ga-li-lê

Cuộc Đời Chúa Giê-xu Christ

Bố cục

- **Các sách phúc âm và cuộc đời Chúa Giê-xu**
- **Bố cục cuộc đời Chúa Giê-xu**
- **Sự giáng sinh và tuổi trẻ của Chúa Giê-xu** (6 T.C – 26 S.C)
- **Chúa Giê-xu bắt đầu chức vụ công khai** (26–27 S.C)
- **Chức vụ tại Ga-li-lê** (27–29 S.C)
- **Các chuyến đi ra khỏi Ga-li-lê của Chúa Giê-xu** (29 S.C)
- **Chức vụ tại Bê-rê và Giu-đê** (29–30 S.C)
- **Những ngày cuối cùng trên đất và Chúa Giê-xu bị đóng đinh** (Tháng Tư năm 30 S.C)
- **Sự sống lại và thăng thiên của Chúa Giê-xu** (tháng Tư – tháng Sáu năm 30 S.C)
- **Ý nghĩa thật sự của Giê-xu người Na-xa-rét**

Mục tiêu

Sau khi đọc chương này, quý vị có thể

- Viết một ký thuật về cuộc đời Chúa Giê-xu bằng cách sử dụng nội dung từ các sách phúc âm
- Liệt kê những sự kiện chính trong sự giáng sinh, tuổi thơ và thời trai trẻ của Chúa Giê-xu
- Truy nguyên những địa điểm trong chức vụ của Chúa Giê-xu
- Phác họa những ngày cuối cùng của Chúa Giê-xu trên đất, trong đó có sự kiện Ngài bị đóng đinh

- Thảo luận ý nghĩa thật sự của Chúa Giê-xu

Giả sử bạn muốn viết khái quát về cuộc đời của Martin Luther (1483–1546). Bạn quyết định đọc những ghi chép của ông. Tưởng tượng bạn kinh ngạc khi khám phá ra rằng trong bản dịch tiếng Anh có những gần sáu mươi tập sách do ông viết! Sau khi đọc hết, bạn vẫn phải làm công việc là xâu chuỗi chúng lại với nhau để có được hiểu biết khái quát mà bạn đang tìm kiếm từ ban đầu.

Có được hiểu biết khái quát về cuộc đời Chúa Giê-xu không phải là việc làm ta nản lòng như thế. Thứ nhất, các nguồn tư liệu chính để chúng ta có thể hiểu về cuộc đời của Ngài thì súc tích đủ để chúng khớp với nhau trong một quyển sách, chứ không phải một mớ các tập sách. Thứ hai, điểm nhấn chính của cuộc đời Ngài là giai đoạn ngắn khi Ngài thi hành chức vụ công khai, chết trên thập tự giá và sau đó xuất hiện nhiều lần khi Ngài sống lại. Điều này không có nghĩa là luận ra được tất cả các chi tiết về cuộc đời của Chúa Giê-xu là việc dễ dàng hay thậm chí là việc khả dĩ. Nhưng nó có nghĩa là chúng ta có thể đi đến một sự hiểu biết khái quát căn bản mà không cần nhiều năm đắm mình trong các chương sách buồn tẻ, chán ngắt đầy những chú thích cuối trang và những phần ghi chú nhỏ li ti.

Trong phần thảo luận tiếp theo, chúng ta sẽ chuyển sang nắm bắt khái quát nguồn tài liệu chính, các giai đoạn, các hoạt động trong cuộc đời của Chúa Giê-xu Christ. Chúng ta cũng sẽ cố gắng tóm tắt ý nghĩa cuộc đời Ngài - con người quan trọng nhất từng sống trên đời - đối với chúng ta ngày nay.

Các sách phúc âm và cuộc đời Chúa Giê-xu

Các sách phúc âm Tân Ước là nguồn tư liệu chính cung cấp cho chúng ta thông tin về Chúa Giê-xu. Các nhà sử học thời xưa như Josephus, Suetonius và Tacitus cũng như Talmud người Do Thái cũng đề cập đến Chúa Giê-xu và các Cơ Đốc nhân đầu tiên. Tuy nhiên, dù có giá trị, nhưng chúng cũng chỉ thêm thắt một chút vào những gì chúng ta đã tìm thấy trong Tân Ước.[1]

Thế giới thời đó ít quan tâm đến những sự kiện đang diễn ra ở một khu vực xa xôi như Pa-lét-tin giữa vòng dân tộc bị trị như Do Thái. Tuy nhiên, hai ngàn năm lịch sử đã sửa lại sự thờ ơ này và ngày nay chính những người lãnh đạo La Mã gần như đều đã bị quên lãng trong khi Chúa Giê-xu vẫn nổi bật như là con người lạ thường nhất từng sống trên đời. Thật vậy, người ta viết về Chúa Giê-xu Christ nhiều hơn bất cứ một ai khác trong lịch sử.

---

[1] Xin xem Robert Van Voorst, *Jesus outside the New Testament* (Grand Rapids: Eerdmans, 2000); James H. Charlesworth, *Jesus within Judaism: New Light from Exciting Archaeological Discoveries* (New York: Doubleday, 1988); Gary R. Habermas, *Ancient Evidence for the Life of Jesus* (Nashville: Thomas Nelson, 1984).

Các trước giả phúc âm từ ban đầu đã hoàn toàn ý thức về tầm quan trọng của Chúa Giê-xu. Ma-thi-ơ bắt đầu phúc âm của mình bằng cách truy nguyên tổ tiên của Chúa Giê-xu, "người được gọi là Đấng Christ" (1:16), từ mãi tít thời vị vua vĩ đại của Y-sơ-ra-ên, vua Đa-vít, và từ người sáng lập ra dân tộc đó, ông Áp-ra-ham (1:1). Như chúng ta đã thấy, điều này phù hợp với xác tín của Ma-thi-ơ rằng Chúa Giê-xu là Đấng lập nên một kỷ nguyên mới cho dân của Đức Chúa Trời. Ngài sẽ mang kỷ nguyên cũ đến hồi kết thúc. Lu-ca, nhìn xa hơn những giới hạn của Y-sơ-ra-ên để thấy lịch sử toàn thế giới, đã truy nguyên Chúa Giê-xu từ con người đầu tiên, A-đam, người đã được Đức Chúa Trời trực tiếp tạo nên (3:23–38). Chính Giăng là người nắm bắt được ý nghĩa tối hậu của Chúa Giê-xu khi truy nguyên Ngài từ trước thời điểm được ký thuật đến chính nơi sâu thẳm của Đức Chúa Trời, nơi Ngài xuất hiện trong tư cách Ngôi Lời, Đấng mang sự sống và sự sáng đến cho toàn thể nhân loại (1:1–5).

Mặc dù các sách phúc âm không cung cấp cho chúng ta đủ tư liệu để tái dựng lại tiểu sử đầy đủ về Chúa Giê-xu theo cách hiện đại,[2] nhưng chúng ta có đủ thông tin để tái dựng cuộc đời Chúa Giê-xu đủ để thỏa đáp nhu cầu biết Ngài thật sự là ai.[3] Những bố cục khác nhau đã được đưa ra, nhưng với mục đích của chúng ta, chúng ta sẽ sắp xếp cuộc đời Chúa Giê-xu theo bảy tiêu đề chính.

Bố cục cuộc đời Chúa Giê-xu

I. Sự giáng sinh và tuổi trẻ của Chúa Giê-xu (6 T.C – 26 S.C)
II. Chúa Giê-xu bắt đầu chức vụ công khai (26–27 S.C)
III. Chức vụ tại Ga-li-lê (27–29 S.C)
IV. Các chuyến đi ra khỏi Ga-li-lê của Chúa Giê-xu (29 S.C)
V. Chức vụ tại Bê-rê và Giu-đê (29–30 S.C)
VI. Những ngày cuối cùng của Chúa trên đất và sự kiện Chúa Giê-xu bị đóng đinh (tháng Tư năm 30 S.C)
VII. Sự sống lại và thăng thiên của Chúa Giê-xu (tháng Tư – tháng Sáu năm 30 S.C)

Bạn sẽ để ý thấy rằng trình tự thời gian này đặt sự giáng sinh của Chúa Giê-xu vào năm 6 T.C và sự chết của Ngài vào năm 30 S.C, với chức vụ công khai khoảng ba năm rưỡi.[4] Lý do cho điều này là: Thứ nhất, ngày 14 tháng **Nisan** năm 30 S.C theo

---

[2] Để đọc phương pháp nghiên cứu hiện đại về các sách phúc âm và cuộc tìm kiếm Chúa Giê-xu trong giới học giả, xin xem chương 11 và 12 bên dưới.

[3] Có vô số sách viết về cuộc đời Chúa Giê-xu ở cấp độ căn bản; chúng tôi xin giới thiệu một số sách như sau: Craig Blomberg, *Jesus and the Gospels*, 2nd ed. (Nashville: Broadman & Holman Academic, 2009); Scot McKnight, *The Story of the Christ* (Grand Rapids: Baker Academic, 2006); F. F. Bruce, *Jesus: Lord and Savior* (Downers Grove, IL: InterVarsity, 1986); Donald Guthrie, *A Shorter Life of Christ* (Grand Rapids: Zondervan, 1970).

[4] Nếu bạn tự hỏi sao Chúa Giê-xu có thể được sinh ra "Trước Chúa Giê-xu Christ" (Before Christ), đó là bởi vì một nhà biên niên sử Cơ Đốc tên là Dionysius Exiguus vào đầu thế kỷ thứ sáu sau Chúa đã

lịch Do Thái, ngày mà Chúa Giê-xu chịu chết, rơi vào thứ Sáu, thỏa mãn ký thuật của Giăng. (Các sách phúc âm Cộng quan tính theo lịch khác). Thứ hai, tại lễ **Vượt qua** khi Chúa Giê-xu bắt đầu chức vụ công khai, đền thờ đã được xây dựng suốt bốn mươi sáu năm (Giăng 2:20). Đền thờ đó được Hê-rốt bắt đầu xây vào năm 19 T.C, như vậy lễ Vượt Qua này xảy ra năm 28 S.C, và sự kiện Chúa Giê-xu chịu báp-tem diễn ra một khoảng thời gian nào đó trước đó, có thể là vào năm 26 S.C. Thứ ba, Lu-ca 3:21–23 nói rằng khi chịu báp-tem và bắt đầu chức vụ thì Chúa Giê-xu khoảng ba mươi tuổi. Vậy cho rằng Chúa Giê-xu chịu báp-tem năm 26 S.C sẽ đem chúng ta trở lại với năm 4 T.C. Vì Hê-rốt chết vào tháng Ba hoặc tháng Tư năm 4 T.C, nên sự giáng sinh của Chúa Giê-xu phải diễn ra trước thời điểm đó. Chúa sinh ra trước đó bao lâu tuỳ thuộc vào việc muốn kéo dài "khoảng ba mươi năm" của Lu-ca bao xa. Đặt sự giáng sinh của Chúa Giê-xu vào năm 6 T.C sẽ kéo dài khoảng thời gian ấy ít nhất. Cuối cùng, có ba kỳ lễ Vượt Qua (2:13; 6:4; 12:1) và một kỳ lễ không được kể tên (5:1) được đề cập trong phúc âm của Giăng. Mặc định rằng kỳ lễ không được kể tên ấy là một lễ Vượt Qua, thì thời gian cần thiết cho chức vụ là ba năm rưỡi.

Những hệ thống niên đại khác đã được đề xuất cho cuộc đời Chúa Giê-xu đặt sự giáng sinh của Ngài sớm hơn (mãi năm 7 T.C) và cắt ngắn chức vụ của Ngài (hai năm rưỡi hoặc ít hơn nữa) hoặc đặt sự chết của Ngài vào khoảng thời gian muộn hơn (đến tận năm 33 S.C). Một số hệ thống niên đại này cũng có ưu điểm của nó, nhưng niên đại ta đưa ở trên trả lời cho hầu hết các thắc mắc và gặp ít vấn đề nhất, vì thế ở đây chúng ta đi theo niên đại này như là niên đại chính xác nhất về mặt lịch sử.[5]

> ### Chúa Giê-xu, một người khôn ngoan
>
> Josephus hoàn tất cuốn *Antiquities* vào giữa những năm 90 S.C. Trong đó, ông mô tả Chúa Giê-xu từ góc nhìn của mình. Một số học giả thắc mắc liệu ông có thật sự gọi Chúa Giê-xu là "Đấng Christ" không, nhưng đây là bản văn mà chúng ta có ngày nay.
>
>> Khoảng thời gian này, Giê-xu, một người khôn ngoan – nếu ta được phép gọi Ngài là một người, vì Ngài đã làm nhiều điều kỳ diệu – thầy của những ai vui mừng đón nhận chân lý. Ngài thu hút nhiều người Do Thái lẫn nhiều người ngoại bang đến với mình. Ngài là Đấng Christ; và khi Phi-lát, theo lời đề nghị của

---

tính sai thời điểm Chúa Giê-xu sinh ra theo lịch La Mã, lịch này vẫn là nền tảng cho lịch Tây phương của chúng ta ngày nay.

[5] Về phần thảo luận đầy đủ, xin xem Jack Finegan, *Handbook of Biblical Chronology: Principles of Time Reckoning in the Ancient World and Problems of Chronology in the Bible*, rev. ed. (Peabody, MA: Hendrickson, 1998), 279–369; Harold Hoehner, *Chronological Aspects of the Life of Christ* (Grand Rapids: Zondervan, 1977).

> những người quan trọng giữa vòng chúng ta, kết án đóng đinh Ngài trên thập tự giá, thì những người yêu Ngài từ ban đầu không hề từ bỏ Ngài, vì Ngài lại hiện ra với họ vào ngày thứ ba, như các tiên tri của Chúa đã tiên báo về những điều này và hàng vạn các điều diệu kỳ khác về Ngài; và nhóm những Cơ Đốc nhân, được gọi theo tên của Ngài, không hề bị tuyệt diệt cho đến ngày nay.
>
> *Josephus,* Ant. *18.3.3 (Whiston); khoảng năm 37–100 S.C*

Sự giáng sinh và tuổi trẻ của Chúa Giê-xu (6 T.C – 26 S.C)

Câu chuyện về sự giáng sinh của Chúa Giê-xu là một trong những câu chuyện được biết đến nhiều nhất trên thế giới. Gần cuối thời kỳ cai trị của HÊ-RỐT ĐẠI ĐẾ (37–4 T.C), thiên sứ Gáp-ri-ên hiện ra cho thầy tế lễ Xa-cha-ri thông báo về sự ra đời của Giăng Báp-tít (Lu-ca 1:5–20). Sau này thiên sứ thông báo một người nữ đồng trinh tên là Ma-ri cũng sẽ mang thai một con trai, con trai ấy sẽ là Con của Đấng Rất Cao và vương quốc của Ngài không bao giờ kết thúc (Lu 1:26–38). SÊ-SA AU-GÚT-TƠ công bố một lệnh kiểm tra dân số, và điều này đã khiến Ma-ri và chồng cô, Giô-sép, từ NA-XA-RÉT đến BẾT-LÊ-HEM, nơi Chúa Giê-xu được sinh ra. Những người chăn chiên, không phải các vua chúa, là những người đầu tiên được báo về sự giáng sinh của Đấng Cứu Thế, khi họ đang chăn bầy chiên của mình ở cánh đồng gần bên vào đêm đó. Một đoàn rất đông các thiên sứ đã hiện ra để công bố về sự giáng sinh của Đấng Christ bằng một thứ ánh sáng và vinh hiển chói lòa. Sự sợ hãi ban đầu của những người chăn chiên trở thành niềm vui mừng và lời ca ngợi khi họ nghe được những lời hát "Vinh danh Thiên Chúa trên trời, bình an dưới đất, ân ban cho người!" (Lu 2:14). Những lời tường thuật của họ làm tất cả những người nghe đều kinh ngạc.

Sau khi các nghi lễ cổ xưa là cắt bì và dâng con trên đền thờ được diễn ra, cả gia đình trở lại Bết-lê-hem. Khi ở đó, một vài nhà thông thái, có lẽ là các nhà chiêm tinh từ MÊ-SÔ-BÔ-TA-MI, được một vì sao kỳ diệu, và rõ ràng là nhờ việc họ nghiên cứu Cựu Ước, dẫn dắt họ đến thờ phượng và tặng quà cho Chúa Giê-xu.[6] Họ đã hỏi thăm vua Hê-rốt ở GIÊ-RU-SA-LEM là Đấng Mê-si-a phải sinh tại đâu, và sau khi được Đức Chúa Trời cảnh báo qua một giấc mơ là đừng trở lại nơi vua Hê-rốt, họ đã trở về nhà bằng một đường khác (Mat 2:1–12).

---

[6] Về các nhà thông thái, xin xem Edwin M. Yamauchi, *Persia and the Bible* (Grand Rapids: Baker Academic, 1990), 467–91. Về lịch sử thú vị của việc giải nghĩa phân đoạn Kinh Thánh này, xin xem Ulrich Luz, *Matthew 1–7* (Minneapolis: Fortress, 2007), 106–11. Chính Luz nghĩ "câu chuyện này không chứa đựng cốt lõi lịch sử nào cả" (106). Về ngôi sao tại Bết-lê-hem, xin xem Colin Humphreys, "The Star of Bethlehem, a Comet in 5 BC and the Date of Christ's Birth," *Tyndale Bulletin* 43, no. 1 (May 1992): 31–56.

Khu vực quanh thành Bết-lê-hem ngày nay

Phản ứng của vua Hê-rốt là giết tất cả các bé trai ở Bết-lê-hem từ hai tuổi trở xuống, với hy vọng trừ khử được bất cứ một đối thủ khả dĩ nào. Ma-ri và Giô-sép phải mang Chúa Giê-xu sang AI CẬP theo lời chỉ dẫn mà Đức Chúa Trời đã nói với Giô-sép qua một giấc mơ, vì thế Chúa Giê-xu đã thoát được cơn thịnh nộ của vua Hê-rốt.

Sau khi vua Hê-rốt qua đời vào năm 4 T.C, Giô-sép và Ma-ri được Đức Chúa Trời hướng dẫn đem con trẻ từ Ai Cập trở lại xứ Y-sơ-ra-ên – ắt hẳn trong đầu họ nghĩ là sẽ sống ở Bết-lê-hem trở lại. Nhưng Chúa đã chỉ dẫn họ đến Na-xa-rét, vừa để đem họ tránh xa con trai và người kế vị của Hê-rốt, A-CHÊ-LA-U (người cai trị trên Giu-đê), và để ứng nghiệm lời tiên tri về nơi mà Đấng Mê-si-a sẽ sống (Mat 2:19–23; Lu 2:39).

Chỉ một chi tiết trong thời niên thiếu của Chúa Giê-xu được ký thuật trong các sách phúc âm. Ngài cùng với gia đình lên Giê-ru-sa-lem khi được mười hai tuổi, ở đó Ngài đã khiến các thầy dạy luật kinh ngạc về sự hiểu biết và khôn ngoan của mình. Cha mẹ Ngài không thể hiểu hết ý Ngài muốn nói khi Ngài bảo: "Cha mẹ không biết rằng con phải lo việc Cha con sao?" (Lu 2:41–50). Trong các lĩnh vực khác, Chúa Giê-xu lớn lên như bất cứ một đứa trẻ bình thường nào, vâng phục cha mẹ, phát triển về thể chất, trưởng thành về tâm linh, trí tuệ và mối liên hệ xã hội (Lu 2:52).

Đây là một câu chuyện hoàn toàn lạ lùng. Gần như mọi khía cạnh của nó đều ở dưới sự kiểm soát nghiêm ngặt, thường theo nghĩa tiêu cực. Tuy nhiên, không điều nào là không chắc đã xảy ra, dựa trên tính chất thần học căn bản của các trước giả phúc âm. Họ tin rằng Đức Chúa Trời thực hữu và có khả năng hành động theo ý muốn Ngài trong thế giới mà Ngài đã dựng nên. Những sự kiện được mô tả ấy đã được kể lại chi tiết với sự chân thật, hoàn toàn thiếu vắng yếu tố phóng đại thái quá thường có trong các câu chuyện cổ khác. Việc nó thường gây khó chịu cho nhãn quan thế tục hiện đại là điều hoàn toàn không có gì ngạc nhiên, nhưng đó hoàn toàn không phải là bằng chứng chống lại. Phương cách, dù chậm, vẫn thay đổi và với sự hiểu biết ngày càng tăng về những vấn đề tối quan trọng, thì việc tin vào sự can thiệp diệu kỳ của Đức Chúa Trời vào công việc của chúng ta một lần nữa có thể là điều dễ dàng hơn cho thế giới đại chúng nói chung. Nhưng dù việc tin có dễ hay không, thì sự thật vẫn vậy: các sách Phúc âm trình bày cho chúng ta lời tuyên bố làm ta sửng sốt rằng chính Đức Chúa Trời đã xâm nhập vào lịch sử qua con trai của trinh nữ Ma-ri, được vây quanh bởi cả vinh hiển thiên thượng lẫn sự chống đối của con người.

Chúa Giê-xu bắt đầu chức vụ công khai (26–27 S.C)

Cả bốn sách phúc âm đều liên kết Chúa Giê-xu với chức vụ của Giăng Báp-tít, người xuất hiện trong phân cảnh đồng vắng ở phía Đông Giê-ru-sa-lem để kêu gọi mọi người ăn năn khi đối diện với sự đoán xét sắp đến của Chúa.[7] Giăng là một nhân vật ấn tượng, gợi nhớ về Ê-li (xem 1 Vua 17 – 2 Vua 2:14), mặc áo da và lông lạc đà, sống khắc khổ theo kiểu khổ hạnh. Sứ điệp của ông cũng làm người ta ngạc nhiên như chính con người ông vậy. Như các tiên tri Cựu Ước trước đó, ông giảng rằng hồi tận thế, sự đến của Đấng Mê-si-a và sự đoán xét cuối cùng, đang gần kề. Chỉ tuân giữ hành vi tôn giáo truyền thống thôi thì không thể thay thế cho lòng vâng phục và yêu mến Chúa chân thật. Giăng là người chống đối đền thờ, chống lại chủ nghĩa dân tộc và chống đối chính quyền. Đặc ân từ tổ tiên thôi chẳng có nghĩa lý gì. Điều Đức Chúa Trời đòi hỏi là sự ăn năn, xưng tội, báp-tem và nếp sống đạo đức để minh chứng cho sự chân thành của một người, dù điều đó có bất tiện thế nào đi nữa.

Giăng tự nhận mình là nhân vật chuyển tiếp, là người dọn đường cho Đấng Mê-si-a. Đấng Mê-si-a sẽ nhóm họp những người công chính lại với nhau và sẽ "đốt rơm rạ trong lửa chẳng hề tắt" (Lu 3:17). Giăng thấy phép báp-tem của mình cũng mang tính chuyển tiếp. Ông làm báp-tem bằng nước, nhưng Đấng Mê-si-a sẽ làm báp-tem bằng Đức Thánh Linh và bằng lửa. Giăng gom một nhóm môn đồ quanh mình. Tuy nhiên, rồi sẽ đến lúc nhiều người sẽ chuyển sang trung thành với Chúa Giê-xu theo lời thúc giục của Giăng. Ông là một người giảng về sự công chính cách không sợ hãi và công khai khiển trách HÊ-RỐT AN-TI-PA vì đã cưới Hê-rô-đia, vợ của anh trai mình, một cách bất hợp pháp cũng như vì những hành vi trái đạo đức khác nữa. Vì điều này, Giăng đã bị bắt, bị quăng vào ngục tại MACHAERUS, và sau này bị hành quyết bằng cách chặt đầu vì lời thề của vua Hê-rốt trong lúc say rượu (Mác 6:14–29).

---

[7] Về Giăng Báp-tít, xin xem Ben Witherington III, "John the Baptist," trong *Dictionary of Jesus and the Gospels*, ed. Joel B. Green, Scot McKnight và I. Howard Marshall (Downers Grove, IL: InterVarsity, 1992), 383–91. Để đọc phần thảo luận chi tiết, xin xem John P. Meier, *A Marginal Jew*, vol. 2, *Mentor, Message, and Miracles* (New York: Doubleday, 1994), 1–233.

Vào năm 26 S.C, Chúa Giê-xu đi từ GA-LI-LÊ đến một nơi gọi là BÊ-THA-NI, ở phía Đông của sông Giô-đanh, để được Giăng làm báp-tem để "hoàn tất mọi việc công chính" (Mat 3:15; Giăng 1:19–28). Với những lời nói sâu sắc và những hành động mang tính biểu tượng, Chúa Giê-xu đang đồng nhất với nhân loại hư mất của chúng ta bằng cách trở nên một với tội lỗi của chúng ta và thay chúng ta dâng chính mình cho Đức Chúa Trời. Sau này Ngài nói về sự chết của mình là phép báp-tem Ngài phải chịu (Mác 10:38; Lu 12:49–50). Ngài bắt đầu chức vụ của mình bằng sự xưng nhận những tội lỗi không phải của chính Ngài và kết thúc chức vụ của mình bằng sự chết vì tội lỗi cũng không phải của chính Ngài. Ban đầu Giăng từ chối làm báp-tem cho Chúa Giê-xu nhưng rồi ông lại làm khi Chúa Giê-xu cố nài. Trong kinh nghiệm sâu sắc khi được Đức Chúa Trời xác nhận, Chúa Giê-xu nghe được câu: "Con là Con yêu dấu của Ta, đẹp lòng Ta hoàn toàn!" (Mác 1:10–11).

Chúa Giê-xu được Giăng làm báp-tem tại sông Giô-đanh.

Sau lễ báp-tem, Chúa Giê-xu được Đức Thánh Linh dẫn vào đồng vắng, ở đó Ngài bị ma quỷ thử thách. Chúa Giê-xu kiêng ăn và chịu cám dỗ trong bốn mươi ngày. Ba cám dỗ này có tầm quan trọng đặc biệt. Chúa Giê-xu bị Sa-tan cám dỗ biến đá thành bánh để làm dịu cơn đói của Ngài, cám dỗ gieo mình xuống từ trên nơi cao của đền thờ để chứng minh rằng Đức Chúa Trời sẽ gìn giữ Ngài và cám dỗ tìm quyền kiểm soát trên các vương quốc của thế gian này bằng cách thỏa hiệp cam kết của Ngài qua việc thờ phượng Sa-tan, kẻ cám dỗ. Chúa Giê-xu hiểu ý nghĩa sâu xa của những cám dỗ này. Chúng được đưa ra nhằm khiến Ngài chệch hướng, không hoàn thành ý muốn của Đức Chúa Trời theo phương cách của Ngài mà thay bằng một kế hoạch xa lạ. Trong mỗi trường hợp, Chúa Giê-xu tìm được sự hướng dẫn và sức mạnh từ Kinh Thánh. Sa-tan bị buộc phải rút lui khi đối diện với Lời Chúa. Sau này Chúa Giê-xu dạy các môn đồ Ngài cầu nguyện: "Xin đừng để chúng con bị cám dỗ" (Mat 6:13), vì Ngài đã chịu sự cám dỗ tồi tệ nhất mà Sa-tan đưa ra.

Chúa Giê-xu trở về Ga-li-lê sau khi Giăng Báp-tít bị bắt thông qua lối Sa-ma-ri, nơi Ngài dừng lại tại SI-KHA để trò chuyện với một người đàn bà về sự thờ phượng thuộc linh (Giăng 4:23, 24). Cuối cùng Ngài định cư tại CA-BÊ-NA-UM, biến nó thành trung tâm chức vụ của Ngài tại Ga-li-lê.

Giai đoạn từ khi Chúa Giê-xu làm báp-têm cho đến khi Giăng bị vua Hê-rốt bắt giữ là một khoảng thời gian quan trọng đối với Chúa Giê-xu. Trong suốt thời gian này, kéo dài khoảng một năm, Ngài phát triển hiểu biết căn bản về một chức vụ thánh, đặt nền tảng trên đức tin vào Đức Chúa Trời và bao hàm việc chăm sóc nhu cầu của người khác bằng cách làm việc lành và chữa bệnh cho họ. Sứ điệp mà Chúa Giê-xu triển khai bao gồm việc công bố nước Đức Chúa Trời đã đến. Ngài đưa ra lời kêu gọi ăn năn và tin nhận Ngài là Đấng Mê-si-a. Ngài tập hợp các môn đồ quanh mình nhưng trong giai đoạn đầu của chức vụ, Ngài chưa chính thức gọi bất cứ ai vào chức vụ sứ đồ, Ngài cũng không sai ai đi ra trong chức vụ giảng đạo. Thật ra, đó là khoảng thời gian chuẩn bị cho chức vụ rộng hơn tiếp nối.

Chức vụ tại Ga-li-lê (27–29 S.C)

Việc đề cập hết các sự kiện diễn ra trong suốt một năm rưỡi cấu thành chức vụ của Chúa Giê-xu tại Ga-li-lê ở đây là chuyện không thể.[8] Các sách phúc âm ký thuật hơn bảy mươi sự kiện. Tuy nhiên, chúng ta có thể tóm lược những gì đã diễn ra và đưa ra một số ví dụ tiêu biểu.

Giếng Gia-cốp. Đây là nơi Chúa Giê-xu gặp người đàn bà Sa-ma-ri (văn phòng Giáo hội Chính thống giáo Hy Lạp tại Nablus, Si-chem/Si-kha cổ).

Khi Chúa Giê-xu đến Ga-li-lê sau khi Giăng Báp-tít bị bỏ tù, Ngài lập tức bắt đầu công bố rằng thời điểm ứng nghiệm đã đến. Với sự đến của nước Đức Chúa Trời,

---

[8] Một nguồn tài liệu xuất sắc liệt kê chi tiết các phép lạ và các sự kiện khác trong chức vụ của Chúa Giê-xu có thể được tìm thấy trong sách của William Graham Scroggie, *A Guide to the Gospels* (Grand Rapids: Kregel, 1995). Về các phép lạ cụ thể, xin xem "Signs and Wonders" trong *New Dictionary of Biblical Theology*, ed. T. Desmond Alexander and Brian Rosner (Leicester, UK: Inter-Varsity, 2000), 775–81; Colin Brown, *Miracles and the Critical Mind* (Grand Rapids: Eerdmans, 1984).

người dân phải ăn năn và tin nhận tin mừng (Mác 1:14–15). Ngài bắt đầu dạy dỗ trong các nhà hội ở Ga-li-lê, và khi Ngài đến quê nhà ở Na-xa-rét, thì Ngài đưa ra một lời tuyên bố gây sửng sốt. Khi đọc trong sách Ê-sai, đoạn nói tiên tri về việc Đấng Mê-si-a sẽ đến (61:1–2), Chúa Giê-xu dừng lại ở câu "và công bố năm ân huệ của Chúa" (Lu 1:19). Sau khi giao cuộn sách lại cho người phụ lễ, Ngài nói: "Hôm nay lời Kinh Thánh mà các ngươi vừa nghe đã được ứng nghiệm" (Lu 4:16–21). Chúa Giê-xu giới thiệu mình là sự ứng nghiệm của lời tiên tri Cựu Ước, là Đấng Mê-si-a sẽ đến và là Đấng Cứu Thế của nhân loại.

Sự giảng dạy của Chúa Giê-xu được đón nhận theo những cách khác nhau. Nhiều người lan truyền danh tiếng Ngài ra khắp miền Ga-li-lê, ngợi khen Ngài (Lu 4:14, 15) nhưng cũng có nhiều người khác tức giận vì có vẻ Ngài đang mở cửa nước Trời cho những kẻ tội lỗi, người thu thuế và dân ngoại (Lu 4:24–30).

Trở lại Ca-bê-na-um, Chúa Giê-xu bắt đầu tập hợp các môn đồ (Lu 5:1–11), một số trong đó sau này được lập làm những phái viên đặc biệt được gọi là các sứ đồ.

Một ngày của Chúa Giê-xu đầy những hoạt động khi Ngài đi đây đi đó giảng Tin lành, kêu gọi mọi người ăn năn, chữa lành người bệnh, dạy dỗ và đuổi quỷ. Ma-thi-ơ tóm tắt một ngày của Ngài như sau:

> Đức Chúa Jêsus đi khắp miền Ga-li-lê, dạy dỗ trong các nhà hội, rao giảng Tin Lành của vương quốc thiên đàng, và chữa lành mọi thứ tật bệnh, đau yếu trong dân chúng. Danh tiếng Ngài loan truyền khắp xứ Sy-ri. Người ta đem những người đau ốm, mắc các thứ bệnh tật, bị quỷ ám, động kinh, bại xuội đến cho Ngài, và Ngài chữa lành tất cả. Rất nhiều người từ miền Ga-li-lê, Đê-ca-bô-lơ, thành Giê-ru-sa-lem, miền Giu-đê và vùng bên kia sông Giô-đanh lũ lượt đi theo Ngài. (4:23–25)

Các tác giả sách phúc âm không hề cố gắng ký thuật mọi lần chữa lành mà Chúa Giê-xu thực hiện. Đúng hơn, họ kể lại những ví dụ khác nhau về những tật bệnh mà Chúa Giê-xu đã chữa khỏi: què (Giăng 5:2–47); bại liệt (Lu 5:17–26), phong hủi (Mác 1:40–45), sốt (Mác 1:29–31), dị dạng (Mác 3:1–6), câm (Mat 12:22–30), băng huyết (Mác 5:25–34), mù lòa (Mat 9:27–31) và nhiều bệnh tật khác nữa.

Ngoài năng quyền trên bệnh tật, Chúa Giê-xu cũng cầm quyền trên môi trường xung quanh và có thể thi thố những phép lạ gây sửng sốt, như kêu người chết sống lại (Lu 7:11–17), quở bão yên lặng (Mac 4:36–41), bước đi trên mặt nước (Mat 14:23–33) và cho hơn năm ngàn người ăn với chỉ vài ổ bánh và một hai con cá (Lu 9:10–17).

Một đặc điểm đáng chú ý khác trong chức vụ Chúa Giê-xu là chiến thắng của Ngài trước những thế lực gian ác là Sa-tan và các quỷ sứ của nó. Bất cứ khi nào các quỷ thấy Chúa Giê-xu, chúng đều la lên sợ hãi vì biết sự hủy diệt của chúng đã đến. Nhiều ví dụ đã được đưa ra trong các sách phúc âm, nhưng có lẽ ví dụ ấn tượng nhất diễn ra bên kia bờ hồ Gê-ra-sê (Mác 5:1–20).

Khu vực quanh biển Ga-li-lê nơi Chúa Giê-xu thi hành chức vụ trong một năm rưỡi.

Rõ ràng Chúa Giê-xu thường xuyên đi vòng quanh để giảng dạy. Thi thoảng Ngài đưa ra những phần giáo huấn dài như Bài Giảng Trên Núi chẳng hạn (Mat 5–7). Dường như Ngài có mục tiêu đem tin lành về nước Đức Chúa Trời đến cho tất cả mọi người Ga-li-lê và có lần Ngài còn sai mười hai sứ đồ ra đi tham dự một chuyến giảng dạy truyền giáo để có thể đi hết lãnh thổ mà Ngài có thể không tới được (Mat 10:1, 12). Khi Ngài không đến với dân chúng bằng năng quyền của Đức Chúa Trời, thì người ta cũng tìm cách đến với Ngài. Đôi lúc nhịp độ làm việc căng thẳng đã buộc Chúa Giê-xu phải rút lui để Ngài có thể một mình giao thông với Cha trên trời của mình (Mác 1:35–38). Chúa Giê-xu nhận biết rằng có những lúc các môn đồ đang làm việc quá sức cũng cần nghỉ ngơi nữa (Mác 6:30–32). Tuy nhiên, ngay cả những lúc như thế, thì lòng thương xót của Chúa Giê-xu vẫn được khuấy động, và Ngài lại tìm cách, đôi lúc là những cách kỳ diệu, để đáp ứng những nhu cầu của con người (Mác 6:34–44).

Ta có thể nghĩ rằng tất cả những hành động nhân từ và rộng rãi của Chúa Giê-xu sẽ khiến Ngài chỉ nhận toàn lời khen ngợi thôi chứ không có đáp ứng nào khác nữa – và nhiều người thật sự đã ngợi khen Ngài – nhưng không phải tất cả mọi người đều vui với những gì đang diễn ra. Có điều gì đó đáng ngạc nhiên khi đọc thấy những người lãnh đạo tôn giáo thù địch như thế nào đối với Chúa Giê-xu. Dường như họ không bao giờ mệt khi chỉ trích Ngài. Họ nỗ lực bẫy Ngài bằng một câu nói nào đó, tranh luận với Ngài, tố gian Ngài, cố gắng khuấy động đám đông chống lại Ngài và nhìn chung nỗ lực để làm mất uy tín chức vụ của Ngài. Rõ ràng, có nhiều lý do cho sự thù địch này, từ sự ghen tức thông thường vì Ngài được nhiều người yêu thích đến cảm giác bị đe dọa bởi năng quyền lạ thường của Ngài. Chúa Giê-xu biết rằng làm điều đúng không phải lúc nào cũng mang lại sự khen ngợi và đã tiên báo với các môn đồ về sự bắt bớ khi họ tìm cách sống trong nước Đức Chúa Trời (Mat 5:10–12).

> **Tại sao giới lãnh đạo tôn giáo lại chống đối Chúa Giê-xu**
>
> 1. Ghen tức: Ngài được dân thường nghênh đón.
> 2. Thẩm quyền của Ngài: Ngài dạy với thẩm quyền vượt trội và thay thế thẩm quyền của họ.
> 3. Cảm nhận rủi ro: Chúa Giê-xu đưa ra lời tuyên xưng Ngài là Đấng Mê-si-a, mà những nhà cầm quyền La Mã hiểu là sự phản nghịch.
> 4. Thái độ phóng khoáng của Ngài: Chúa đơn giản hóa luật pháp và chống lại những tập tục theo quy định.
> 5. Cách sống của Ngài: Chúa liên hệ với những người được xem là "xấu xa" trong xã hội.
> 6. Ngài không được đào tạo để làm ra-bi: Ngài không được đào tạo bởi một người thầy được công nhận nào cả.
> 7. Họ bị bẽ mặt: Ngài công khai đối lập với những gì họ dạy.
> 8. Năng quyền của Ngài: Ngài làm những dấu kỳ phép lạ mà họ không thể.
> 9. Những sợ hãi về chính trị của họ: Chúa Giê-xu trung lập đối với sự cai trị của La Mã.
> 10. Chúa Giê-xu kêu gọi ăn năn: Ngài phủ nhận sự công chính của họ.
> 11. Kiến thức của Ngài: Ngài chiến thắng trong các cuộc tranh cãi bằng cách trích dẫn Kinh Thánh.
> 12. Ngài được yêu mến: Rất nhiều người từ khắp nơi đến để nghe Ngài giảng.

Trong suốt thời gian này, Chúa Giê-xu huấn luyện những người theo Ngài để chuẩn bị cho những gì sẽ xảy ra.[9] Sẽ đến lúc Ngài không còn ở với họ nữa. Họ sẽ phải tiếp tục công tác mà không có sự hiện diện vật lý của Ngài. Để hoàn tất công tác này, Chúa Giê-xu đã làm một số việc quan trọng. Thứ nhất, Ngài làm gương cho họ bằng cách hiện thân cho những gì Ngài dạy. Theo đó, họ có thể thấy điều họ sẽ phải làm. Thứ hai, Ngài thiết lập tổ chức bằng cách tập hợp các môn đồ và chỉ định mười hai người làm sứ đồ ở trên họ. Bằng cách chọn mười hai người này, Ngài đang cho thấy sự tương đồng giữa công tác của Đức Chúa Trời trong Cựu Ước (mười hai chi phái Y-sơ-ra-ên được Đức Chúa Trời tuyển chọn) với công tác của chính Ngài trong Tân Ước. Thứ ba, Chúa Giê-xu cử các sứ đồ Ngài đi giảng đạo để họ có thể có được kinh nghiệm họ cần khi đến lúc họ phải tự làm điều đó một mình. Thứ tư, Ngài sai họ đi, ban cho họ sức mạnh và thẩm quyền. Không điều gì có thể địch lại họ miễn là họ lệ thuộc vào sức mạnh mà Ngài cung cấp cho họ. Cuối cùng, Ngài dành nhiều thời gian dạy họ những điều họ cần phải biết cho chức vụ tương lai.

---

[9] Khía cạnh này trong chức vụ của Chúa Giê-xu được nhấn mạnh trong cuộc đời Chúa Giê-xu trong phần bàn luận kinh điển của A. B. Bruce, *The Training of the Twelve* (New Canaan, CT: Keats, 1979).

Thật khó để họ có thể tiếp nhận tất cả những điều này. Đôi khi họ hiểu sai một cách đáng thương những gì Chúa Giê-xu đang nói và làm. Nhưng sau khi Ngài chết và sống lại, thì họ đã nhớ và tiếp tục thành lập được hội thánh kéo dài cho đến ngày nay.

Giai đoạn chức vụ tại Ga-li-lê kết thúc sau lễ Vượt Qua vào năm 29 S.C khi Chúa Giê-xu bị kẹt trong hai xung đột chính: Một với đám đông hay thay đổi muốn lập Ngài lên làm vua bởi vì Ngài cho họ ăn trong đồng vắng, và một là với những lãnh đạo tôn giáo về những vấn đề liên quan đến luật lễ nghi. Xung đột thứ hai nóng dần lên đến độ mà những người cầm quyền Do Thái ở Giu-đê bắt đầu tìm cách đoạt mạng sống của Chúa Giê-xu (Giăng 7:1).

Các chuyến đi ra khỏi Ga-li-lê của Chúa Giê-xu (29 S.C)

Giờ đây Chúa Giê-xu đã rời Ga-li-lê và di chuyển về Tây Bắc hướng tới TY-RƠ, một thành cổ của Phê-ni-xi cách Ca-bê-na-um khoảng 102 km, cố gắng giữ kín nơi ở của Ngài. Tuy nhiên, một người phụ nữ Hy Lạp đã tìm thấy Chúa Giê-xu, và đức tin lạ thường của bà đã cảm động Ngài chữa lành đứa con gái bị quỷ ám của bà. Chúa Giê-xu tiếp tục hành trình qua khu vực đó, trở lại ĐÊ-CA-BÔ-LƠ, gần hồ Ga-li-lê. Sự hiện diện của Ngài không giấu được mọi người lâu. Ma-thi-ơ tóm tắt tình hình như sau: "Bấy giờ có đoàn người rất đông đến với Ngài, đem theo những người què, mù, câm, tàn tật và nhiều người yếu đau khác đặt nơi chân Đức Chúa Jêsus; Ngài chữa lành cho họ. Vì vậy, họ rất kinh ngạc khi thấy người câm nói được, người tàn tật được lành, người què đi được, người mù thấy được; và họ ca ngợi Đức Chúa Trời của Y-sơ-ra-ên" (15:30–31).

Sau khi cho đám đông bốn ngàn người ăn bằng phương cách kỳ diệu tương tự như đám đông năm ngàn người, thì Chúa Giê-xu và các môn đồ rời đó đi về hướng Bắc để tới một thành dân ngoại được gọi là SÊ-SA-RÊ PHI-LÍP, trung tâm thờ phượng cổ của thần Pan. Ở đây, Chúa Giê-xu nói rõ cho các môn đồ Ngài biết Ngài là ai và sứ mạng trên đất của Ngài là gì. Ngài bắt đầu bằng cách hỏi họ người ta nghĩ Ngài là ai. Thay mặt cả nhóm, Phi-e-rơ nói: "Thầy là Đấng Christ, Con Đức Chúa Trời hằng sống" (Mat 16:16). Sau đó Chúa Giê-xu giải thích điều mà Ngài, Đấng Mê-si-a, Con Đức Chúa Trời, phải làm, bằng những lời khiến họ sửng sốt: "Bấy giờ, Ngài bắt đầu dạy các môn đồ rằng Con Người phải chịu nhiều đau khổ, phải bị các trưởng lão, các thầy tế lễ cả và các thầy thông giáo chối bỏ, phải bị giết, và sau ba ngày phải sống lại" (Mác 8:31). Điều này trái ngược với những ý nghĩ của họ về Đấng Mê-si-a đến nỗi Phi-e-rơ đã khiển trách Chúa Giê-xu. Rồi chính Phi-e-rơ lại bị Chúa Giê-xu khiển trách vì đóng vai của Sa-tan; Chúa Giê-xu nói cho các môn đồ biết họ phải hiểu về môn đồ hóa như thế nào:

> Sau đó, Ngài gọi dân chúng và các môn đồ đến và nói: "Nếu ai muốn theo Ta, phải từ bỏ chính mình, vác thập tự giá mình mà theo Ta. Vì

ai muốn cứu mạng sống mình thì sẽ mất, còn ai vì Ta và Tin Lành mà mất mạng sống, thì sẽ cứu được mạng sống mình. Một người nếu được cả thế gian mà mất linh hồn mình thì có ích gì? Người ấy sẽ lấy gì mà đổi lại linh hồn mình? Vì nếu ai hổ thẹn về Ta và đạo Ta giữa thế hệ gian dâm tội lỗi nầy, thì Con Người cũng sẽ hổ thẹn về người ấy khi Ngài cùng với các thiên sứ thánh ngự đến trong vinh quang của Cha Ngài" (Mác 8:34–38).

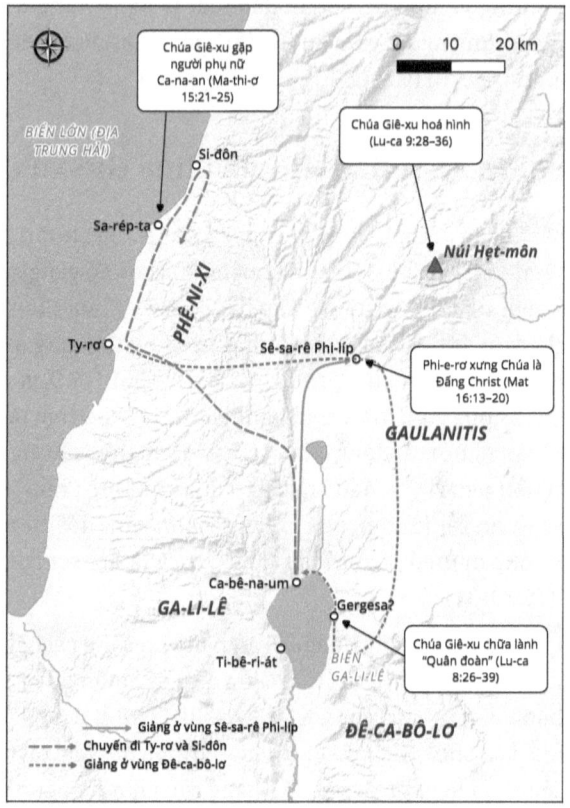

Những chuyến đi ra ngoài vùng Ga-li-lê của Chúa Giê-xu

Một vài ngày sau khải thị sâu nhiệm ấy, Chúa Giê-xu đem những môn đồ thân cận nhất của Ngài lên trên một ngọn núi cao (có lẽ là núi Hẹt-môn). Ở đó, trong khi cầu nguyện, Ngài hóa hình trước mắt họ. Vinh quang thiên thượng bên trong của Chúa Giê-xu chiếu ra ánh sáng chói lòa, và họ thấy Ngài nói với hai vị thánh từ thuở xưa, Môi-se và Ê-li, về việc Ngài sẽ đi khỏi trái đất này. Mọi sự kết thúc khi lần thứ hai chính Đức Chúa Trời từ trong đám mây phán: "Đây là Con Ta, Người mà Ta đã chọn, hãy nghe lời Người" (Lu 9:35).

Khi một lần nữa đi về phía Nam của Ga-li-lê đến miền Ca-bê-na-um, Chúa Giê-xu tiếp tục dạy các môn đồ về sự chết và sự phục sinh của Ngài sắp xảy ra tại

Giê-ru-sa-lem (Mác 9:30–31), nhưng nó quá khả năng "tiêu hóa" của họ. Một tranh cãi nổi lên về việc ai trong số các môn đồ là lớn nhất. Trong căn nhà ở Ca-bê-na-um, Chúa Giê-xu đã khuyên họ hãy trở nên như trẻ con và từ bỏ những lời tự nhận mình là lớn nhất hầu cho họ có thể trở nên đáng trọng trong nước Đức Chúa Trời. Chúa Giê-xu tiếp tục dạy họ về sự khiêm nhường, tha thứ và phục vụ.

Chức vụ tại Bê-rê và Giu-đê (29–30 S.C)

Vào mùa thu năm 29 S.C, Chúa Giê-xu biết rằng đã đến giờ Ngài phải lên Giê-ru-sa-lem để hoàn thành mục đích của cuộc đời Ngài, tức là chết và sống lại vì tội lỗi của thế gian. Ngài khởi hành qua Sa-ma-ri nhưng bị từ chối ngay ở ranh giới. Ngài đi con đường xa hơn, băng qua sông Giô-đanh và sau đó đi về hướng nam qua xứ Bê-rê. Trên đường đi, Chúa Giê-xu nhấn mạnh với sự khẩn nài giá của môn đồ hóa cho những môn đồ của Ngài. Nó có thể bao hàm việc mất đi sự thoải mái, từ bỏ những ham thích của con người tự nhiên và phải chịu trả giá thật nhiều.

Khi Chúa Giê-xu đến Giê-ru-sa-lem dự **Lễ Lều Tạm** vào tháng Mười năm 29 S.C, Ngài đã chữa lành một người bị mù từ khi sinh ra. Thay vì khiến những người cai trị vui mừng, sự chữa lành ấy đã dẫn tới một chuỗi những tranh cãi, vì nó không xảy ra dưới sự ủng hộ của họ. Tuy nhiên, cách đáp lời hợp tình hợp lý của người được chữa lành "Tôi đã mù nhưng nay tôi được sáng" (Giăng 9:25) khiến họ không thể nào chống đối được.

Chúa Giê-xu sau đó vào thành Bê-rê và có lần đã sai bảy mươi hai môn đồ của Ngài ra đi theo nhóm hai người một (Lu 10:1–24), giống như Ngài đã sai mười hai môn đồ đi ngày trước, để rao giảng Phúc âm và đuổi quỷ. Theo cách đó, họ có thể đến với nhiều người hơn và thêm nhiều người được đào tạo vào những tháng còn lại của cuộc sống trên đất của Ngài hơn là khi Ngài nỗ lực làm việc một mình.

Núi Hẹt-môn, địa điểm có thể đã diễn ra sự hóa hình của Chúa Giê-xu.

Chúa Giê-xu trở lại Giê-ru-sa-lem vào tháng Mười Hai để dự Lễ Cung Hiến Đền Thờ. Ngài giới thiệu Ngài là người chăn hiền lành và, để bảo vệ sự nhân cách hóa đó, Ngài viện dẫn những việc lành mà Ngài đã và đang làm. Sau đó, Ngài một lần nữa rút về Bê-tha-ni bên kia sông Giô-đanh nơi Giăng đã làm báp-tem trước đây (Giăng 10:40). Sau khi dạy dỗ mọi người ở đó, Chúa Giê-xu đi khắp xứ Giu-đê suốt mùa đông năm 29–30 S.C.

Một mình sách Lu-ca mô tả chi tiết về giai đoạn này (Lu 11:1–18:17). Khi đang trong chức vụ giảng dạy, Chúa Giê-xu đi từ làng này đến làng khác (Lu 13:22) với những đám đông rất lớn theo sau (Lu 11:29; 12:1; 14:25), dạy dỗ trong các nhà hội (Lu 13:10), ăn với những người Pha-ri-si (Lu 11:37; 14:1), và tiếp đón những người thu thuế, kẻ có tội và thậm chí cả con trẻ (Lu 15:1; 18:15).

Sứ điệp của Chúa Giê-xu lúc đó bao hàm giá phải trả khi trở thành môn đệ của Chúa (Lu 9:57–62; 14:25–33); tầm quan trọng của sự cứu rỗi (Lu 14:15–24; 15:1–32); niềm vui được sống trong nước Trời (Lu 12:22); bản chất của sự cầu nguyện (Lu 11:1–13; 18:1–8); sự khiêm nhường (Lu 14:1–14; 18:9–14); những tội ác của sự giả hình (Lu 11:39–52; 12:1–3); nước trời sẽ đến trong tương lai (Lu 12:54–59; 17:20–37) và nhiều điều nữa.

Chúa Giê-xu tiếp tục chức vụ chữa lành trong suốt thời gian này. Trên nhiều phương diện, nó giống với những ngày tháng tại Ga-li-lê khi những đám đông rất lớn tập hợp lại và được chữa lành (Mat 19:2). Ngài phục hồi thị lực cho người mù (Mat 20:29–34; Giăng 9:1–41), chữa lành cho những người bị phong cùi (Lu 17:11–19), chữa lành cho một người bị bệnh phù (Lu 14:1–4) và chữa lành cho một người phụ nữ bị còng lưng (13:10–17). Sự chống đối dữ dội của người Pha-ri-si chỉ tăng lên khi Chúa Giê-xu không chịu tuân theo nhiều tập tục về nghi lễ của họ (Lu 11:37, 38, 53; 13:14; 14:1, 6; 15:1–2). Chúa Giê-xu biết điều gì đang đợi Ngài tại Giê-ru-sa-lem (Lu 12:49–50; 13:32–35) nhưng vẫn sẵn sàng hướng về đó khi lễ Vượt Qua đến gần hơn.

Trong số những sự kiện đáng nhớ nhất trong giai đoạn này có sự kiện Chúa Giê-xu kêu La-xa-rơ sống lại (Giăng 11:1–44). La-xa-rơ là anh trai của Ma-ri và Ma-thê. Cả ba đều là bạn thân của Chúa Giê-xu. Họ sống tại Bê-tha-ni, phía Đông của Giê-ru-sa-lem, bên ngoài núi Ô-li-ve. Khi La-xa-rơ qua đời thì Chúa Giê-xu không có ở đó, Ngài cố tình không đến trong vòng bốn ngày đầu để

Ngôi mộ có phần cửa làm bằng đá tròn có thể lăn ra được tại Bethpage gần làng Bê-tha-ni. Thi thể của La-xa-rơ đã đặt trong mộ được bốn ngày thì Chúa Giê-xu mới đến và kêu ông sống lại từ cõi chết.

phép lạ ấy sẽ được xem là điều lạ lùng. Chúa Giê-xu dùng cơ hội này để dạy các môn đồ của Ngài rằng Ngài là nguồn của mọi sự sống lại và sự sống, cũng như bày tỏ nhân tính thật của Ngài khi khóc bên phần mộ của La-xa-rơ. Tin tức về sự kiện đáng nhớ này lan khắp Giê-ru-sa-lem, nơi những người lãnh đạo Do Thái càng quyết tâm lên kế hoạch lấy đi mạng sống của Chúa Giê-xu (Giăng 11:53). Họ lý giải rằng nếu Ngài tiếp tục làm những điều lạ thường như thế, thì mọi người sẽ tin theo

Ngài và người La Mã sẽ xem việc Ngài ngày càng được yêu mến nhiều hơn là một cuộc nổi dậy công khai (Giăng 11:47–48).

Sau đó, Chúa Giê-xu rời Bê-tha-ni và rút về phía Bắc đến Ép-ra-im, ở rìa của đồng vắng (Giăng 11:54). Khi ấy Ngài đi một vòng qua Sa-ma-ri, đến biên giới Ga-li-lê, về phía Đông đến Bê-rê, phía Nam đến Giê-ri-cô và trở lại Bê-tha-ni, ở đó Ngài được Ma-ri chào đón bằng việc bày tỏ một sự tận hiến rời rộng trong một bữa tiệc tỏ lòng tôn kính Ngài (Giăng 12:1–8).

Những ngày cuối cùng trên đất và Chúa Giê-xu bị đóng đinh (tháng Tư năm 30 S.C)

Chúa nhật trước lễ Vượt Qua vào tháng Tư năm 30 S.C, Chúa Giê-xu trình diện chính mình trước thành Giê-ru-sa-lem như là Đấng Mê-si-a mà Đức Chúa Trời đã hứa, bằng cách cưỡi lừa vào thành Giê-ru-sa-lem trong khải hoàn trước tiếng reo hò của đám đông. Ngài được chào đón trong tư cách Con Trai của Đa-vít, là Đấng nhân danh Chúa mà đến, là sự ứng nghiệm lời tiên tri (Mat 21:1–11). Khi vào thành, Chúa Giê-xu một lần nữa lên án hoạt động của những người đổi bạc khi biến nhà cầu nguyện của Đức Chúa Trời thành cái chợ (Mác 11:15–18).

Vài ngày tiếp theo xảy ra mâu thuẫn giữa Chúa Giê-xu với những nhà cầm quyền đang cố gắng giăng bẫy Ngài bằng lời nói hầu làm giảm uy tín của Ngài trước đám đông. Chúa Giê-xu cũng tiếp tục chuẩn bị các môn đồ Ngài cho những gì sắp xảy ra (Mác 11:27–12:40).

> ### Bảy câu nói cuối cùng của Chúa Giê-xu trên thập tự giá
>
> 1. "Lạy Cha xin tha cho họ, vì họ không biết mình làm điều gì" (Lu 23:34).
> 2. (Nói với Ma-ri) "Thưa bà, đó là con của bà"; (nói với Giăng) "Nầy là mẹ của con" (Giăng 19:26–27).
> 3. (Nói với phạm nhân trên thập tự giá) "Thật, Ta bảo con, hôm nay con sẽ được ở với ta trong Pa-ra-đi" (Lu 23:43).
> 4. "Ta khát" (Giăng 19:28).
> 5. "Đức Chúa Trời của con! Đức Chúa Trời của con! Sao Ngài lìa bỏ con?" (Mat 27:46; xem Thi 22:1).
> 6. "Mọi việc đã hoàn tất" (Giăng 19:30).
> 7. "Lạy Cha, con xin giao linh hồn lại trong tay Cha" (Lu 23:46).

Các sự kiện diễn ra nhanh chóng. Vào ngày thứ Năm, Chúa lên kế hoạch dùng bữa ăn lễ Vượt Qua cuối cùng với các môn đồ Ngài (Mác 14:12–16). Giu-đa, là người cũng có mặt trong bữa ăn đó, đã sắp xếp với những người lãnh đạo Do Thái sẽ giao nộp Chúa Giê-xu cho họ. Tại bàn ăn, Chúa Giê-xu đã thiết lập điều mà sau này được gọi là "Tiệc Thánh", có lẽ là hoạt động kỷ niệm quan trọng nhất của hội thánh. Chúa Giê-xu trích những lời tiên tri của Giê-rê-mi (31:31–34) nói về giao ước mới mà Đức Chúa Trời sẽ lập với dân sự Ngài và long trọng tuyên bố rằng giờ đã đến. Huyết của Ngài sẽ đổ ra là huyết của **giao ước** đó, tượng trưng bằng rượu, và thân thể sẽ tan nát của Ngài được tượng trưng bởi bánh (Mat 26:26–29). Trong khi dùng bữa, Giu-đa, kẻ phản Chúa, bỏ đi, và Chúa báo trước về thất bại sắp đến của Phi-e-rơ. Chúa Giê-xu cũng dùng cơ hội này để giáo huấn các môn đồ Ngài những vấn đề liên quan đến chính Ngài cũng như những gì sẽ xảy ra trong những phân đoạn đáng nhớ nhất trong Kinh Thánh (Giăng 14–17). Ngài kết thúc bằng lời cầu thay cho họ, sau đó họ rời nơi đó để đi đến vườn **Ghết-sê-ma-nê.**

Khi Chúa Giê-xu bước vào khu vườn ấy, một khu vực giống như công viên, thì đã là tối muộn. Trong khi các môn đồ Ngài ngủ gà ngủ gật, Chúa tranh chiến trong sự cầu nguyện trước cái chết sắp đến của mình. Trong nhân tính, Ngài kêu xin được thoát khỏi sự thử thách sắp đến, vì biết rằng không chỉ cái chết chờ đợi Ngài phía trước mà là một cái chết cô độc khi cơn thịnh nộ của Đức Chúa Trời sẽ đổ trên Ngài. Nhưng trong sự cam kết thuận phục ý muốn Đức Chúa Trời để cứu chuộc người hư mất, Ngài kết thúc lời cầu nguyện của mình bằng ba lần lặp lại "Ý Cha được nên" (Mat 26:36–45).

Khi ấy Giu-đa đến cùng với lính đền thờ và chỉ cho họ biết Chúa Giê-xu là ai bằng cách chào Ngài bằng một nụ hôn (Mác 14:43–46).

Vườn Ghết-sê-ma-nê là nơi Chúa Giê-xu tranh chiến trong sự cầu nguyện
về cái chết sắp đến của Ngài.

Chúa Giê-xu bị dẫn đến một tòa nhà phức hợp được biết đến với tên gọi là dinh thầy tế lễ, nơi Ngài bị An-ne, cựu thầy tế lễ thượng phẩm và là bố vợ của Cai-phe, thầy tế lễ thượng phẩm đương chức, thẩm vấn.[10] An-ne không tra hỏi được gì, vì thế ông ta chuyển Chúa Giê-xu cho Cai-phe. Người ta đưa ra nhiều lời chứng gian,

---

[10] Để có được phần tóm tắt tốt về cuộc xử án Chúa Giê-xu, xin xem Bruce Corley, "The Trial of Jesus," trong *Dictionary of Jesus and the Gospels*, ed. Joel B. Green, Scot McKnight và I. Howard Marshall (Downers Grove, IL: InterVarsity, 1992), 841–54. Về phần thảo luận dài hơn, xin xem David R. Catchpole, *The Trial of Jesus: A Study in the Gospels and Jewish Historiography from 1770 to the Present Day* (Leiden: Brill, 1971). Phần bàn luận được nhiều người biết đến nhưng cũng chứa đựng nhiều thông tin là James Boice và Philip Ryken, *Jesus on Trial* (Wheaton: Crossway, 2002).

nhưng cho tới khi được thầy tế lễ cả hỏi "Ta yêu cầu ngươi chỉ Đức Chúa Trời hằng sống mà thề và nói cho chúng ta biết, ngươi có phải là Đấng Christ, Con Đức Chúa Trời không?" (Mat 26:63) thì Chúa Giê-xu mới phá vỡ sự im lặng. Ngài bảo: "Chính ngươi đã nói thế... Sau nầy các ngươi sẽ thấy Con Người ngồi bên phải Đấng Quyền năng và ngự trên mây trời mà đến" (Mat 26:64). Chúa Giê-xu bị tuyên án tử vì đã phát biểu điều phạm thượng như thế. Trước khi trời sáng, cả Tòa Công Luận đều họp lại với nhau, và Chúa Giê-xu một lần nữa công nhận rằng Ngài là Con Đức Chúa Trời. Trong khi những việc này đang diễn ra, thì Phi-e-rơ, lân la vào sân trong, ít nhất ba lần phủ nhận rằng ông biết Chúa Giê-xu, và khi bắt gặp ánh mắt của Chúa, ông chạy ra khỏi đó, khóc lóc cách đắng cay (Mat 26:69–75).

Tiêu điểm 8: Cuộc Đời Của Một Nhà Giải Phóng

Cuộc đời Chúa Giê-xu là câu chuyện về một người đến để giải phóng loài người ra khỏi bất cứ điều gì ở giữa họ và sự tự do thờ phượng Đức Chúa Trời. Có lẽ bạn chưa bao giờ nghe nói đến Agnes Gonxha Bojaxhiu (1910–97), con gái của một người bán tạp hóa tại Albani – nhưng thật ra bạn đã nghe rồi đấy, nếu như bạn biết đến mẹ Teresa. Sự phục vụ mà một nữ tu sĩ Công Giáo La Mã dành cho những người bị phong hủi, người mù và những đối tượng khác tại Calcutta, Ấn Độ, đã khiến tên tuổi của bà trở thành huyền thoại trong chính thời của bà. Tóm lại, bà được biết đến bởi cuộc đời mà bà đã sống.

Bạn cũng có thể nghĩ bạn chưa bao giờ nghe nói đến Joshua ben Joseph. Nhưng bạn đã nghe rồi, vì đó là một cách dịch tên "Giê-xu" ra tiếng Xê-mít thôi. Giống như mẹ Teresa, cuộc đời Ngài nổi tiếng bởi vì những gì Ngài đã làm được.

Danh sách những gì Ngài đã làm thì dài dẳng dặc. Nhà thần học người châu Phi Malcolm McVeigh chỉ ra một số kết quả từ cuộc đời Chúa Giê-xu. Thứ nhất là giải phóng khỏi tội lỗi. (Từ "Joshua" trong tiếng Hê-bơ-rơ, *Iesous* hay "Giê-xu" trong tiếng Hy Lạp, có nghĩa là "Đức Giê-hô-va cứu rỗi"; xin xem Ma-thi-ơ 1:21). Một kết quả khác nữa là giải phóng con người khỏi tình trạng nô lệ cho điều kiện xã hội. Thứ ba là giải phóng khỏi những thế lực gian ác được cho là đứng đằng sau những thất bại và những bi kịch của đời sống, như bệnh tật và sự chết.

"Thần học giải phóng" có ý phê phán những hình thức Cơ Đốc trước kia và hoàn toàn chấp nhận chủ nghĩa xã hội cực quyền. Nhưng việc chú ý đến vai trò của Chúa Giê-xu là người giải phóng vẫn luôn là việc hữu ích.

Mẹ Teresa góp phần làm giảm nỗi đau cho một số người ở một thành phố của Ấn Độ trong khoảng một vài thập kỷ. Bởi cuộc đời của Ngài, chủ của

> bà, Chúa Giê-xu đã thiết lập một vương quốc giải phóng nhiều cuộc đời và thay đổi hoàn cảnh cả hiện tại lẫn mãi về sau.

Sáng sớm thứ Sáu, Chúa Giê-xu bị điệu đến dinh Phi-lát. Ông được báo trước rằng Chúa Giê-xu là tên tội phạm nguy hiểm, muốn lật đổ chính quyền, phản đối việc đóng thuế cho Sê-sa và tự xưng mình là vua (Lu 23:1–2). Khi chất vấn riêng Chúa Giê-xu, Phi-lát lại chẳng tìm được một căn cứ nào để kết tội Ngài. Khi Phi-lát nói điều này với những người Do Thái đang tụ họp lại, họ nhao nhao lên và khăng khăng cho rằng Chúa Giê-xu đang tạo ra những cuộc nổi dậy suốt từ Ga-li-lê cho tới Giê-ru-sa-lem (Lu 23:5, 14). Nghe được từ "Ga-li-lê", Phi-lát liền chuyển Chúa Giê-xu cho Hê-rốt An-ti-pa, người cai trị trên Ga-li-lê và cũng đang có mặt ở Giê-ru-sa-lem để dự lễ Vượt Qua. Vì không muốn nhúng tay vào chuyện này, nên Hê-rốt chuyển Chúa Giê-xu trở lại cho Phi-lát, người một lần nữa khẳng định rằng ông chẳng thấy cơ sở nào để buộc tội Chúa Giê-xu.

Phi-lát nỗ lực thả tự do cho Chúa Giê-xu bằng cách đề xuất phóng thích một tù binh, nhưng khi được đưa ra chọn lựa giữa Chúa Giê-xu và một tù nhân khác, một kẻ sát nhân tên là Ba-ra-ba, thì người Do Thái lại chọn tha cho Ba-ra-ba (Lu 23:18–19). Khi ấy, Phi-lát ra lệnh đánh đòn Chúa Giê-xu một cách tàn nhẫn, có lẽ với hy vọng sẽ khơi gợi lòng thương cảm từ phía đám đông, nhưng họ tiếp tục la lên: "Hãy đóng đinh hắn trên cây thập tự!" (Lu 23:21). Khi những lãnh đạo Do Thái khăng khăng đòi án tử cho Chúa Giê-xu vì Ngài tự xưng mình là Con Đức Chúa Trời, Phi-lát trở nên sợ hãi, có lẽ ông nghĩ điều Chúa Giê-xu nói có thể đúng. Vì thế, Phi-lát càng nỗ lực để thả tự do cho Chúa Giê-xu (Giăng 19:8–12). Khi người Do Thái đe dọa sẽ vạch trần Phi-lát vì không làm bạn với Sê-sa nếu ông thả tự do cho Chúa Giê-xu, thì ông dịu lại, rửa tay chứng minh mình trong sạch về chuyện này, và ông giao Chúa Giê-xu cho họ đóng đinh (Mat 27:24; Giăng 19:12–16).

Chúa Giê-xu bị dẫn đến khu vực hành quyết được gọi là **Gô-gô-tha,** nơi Ngài bị đóng đinh vào một cây thập tự giá. Hai tên tội phạm đã bị kết án cũng bị đóng đinh với Ngài. Một tấm biển được đóng bên trên đầu Chúa Giê-xu có dòng chữ "Giê-xu người Xa-ra-rét, vua của dân Do Thái", và áo xống Ngài bị các tên lính chia nhau. Khi Chúa Giê-xu bị đóng đinh, lúc đó là chín giờ sáng.

Gô-gô-tha-Nhà thờ Mộ Thánh được xây dựng quanh khu vực theo truyền thống là nơi Chúa Giê-xu chịu chết, chôn và sống lại.

Lời đầu tiên Ngài nói khi ở trên thập tự giá là lời cầu nguyện xin Đức Chúa Trời tha tội cho những kẻ tra tấn Ngài (Lu 23:34). Chúa Giê-xu chịu đựng sự thống khổ của sự chết suốt sáu tiếng đồng hồ. Đến chiều, một bóng tối bí ẩn bao trùm khắp đất cho tới khi Chúa Giê-xu chết một cách đột ngột và đầy kịch tính vào lúc ba giờ chiều, sau khi lần lượt kêu lên: "Đức Chúa Trời tôi ôi, Đức Chúa Trời tôi ôi, sao Ngài lìa bỏ tôi?" (Mat 27:46); "Mọi sự đã được trọn" (Giăng 19:30); và "Hỡi Cha, tôi giao linh hồn lại trong tay Cha!" (Lu 23:46). Khi ấy, một trận động đất rung chuyển cả đất, chẻ đá ra làm hai và xé bức màn trong đền thờ vốn phân rẽ nơi chí thánh và những chỗ còn lại trong đền thờ ra làm hai từ trên xuống dưới (Mat 27:51). Rồi Chúa Giê-xu chết, phó mạng sống Ngài để trả món nợ tội lỗi của chúng ta, như Ngài đã nói.

Vì ngày Sa-bát gần đến (ngày tiếp theo của người Do Thái bắt đầu từ sáu giờ chiều), nên người ta đánh cho gãy chân hai kẻ tội phạm để làm cho họ chết nhanh hơn. Hông của Chúa Giê-xu bị đâm bằng một thanh gươm để đảm bảo rằng Ngài đã chết thật sự. Giô-sép người A-ri-ma-thê đã đến với Phi-lát xin xác Chúa Giê-xu, và ông, cùng với ông Ni-cô-đem, đã sửa soạn thi thể Chúa Giê-xu cho việc chôn cất và đặt thi thể vào trong một ngôi mộ chưa sử dụng trong một khu vườn gần đó (Giăng 19:31–42). Một dấu niêm phong của La Mã đã được đặt trên mộ, và lính canh gác được cắt đặt để bảo vệ thi thể đó (Mat 27:62–66).

Sự sống lại và thăng thiên của Chúa Giê-xu (tháng Tư – tháng Sáu năm 30 S.C)

Sáng sớm Chúa nhật, những người phụ nữ là môn đồ của Chúa Giê-xu đến mộ để xức xác Ngài nhưng họ rất ngạc nhiên khi thấy ngôi mộ trống và một thiên sứ sáng láng bảo họ: "Đừng kinh hoảng! Các ngươi tìm Đức Chúa Jêsus người Na-xa-rét, là Đấng đã chịu đóng đinh trên thập tự giá. Ngài sống lại rồi, không còn ở đây nữa. Hãy xem nơi đã an táng Ngài" (Mác 16:6). Họ chạy đi để nói cho các sứ đồ biết. Phi-e-rơ và Giăng nhanh chóng xác nhận rằng ngôi mộ thật sự đã trống.

Chúa nhật Phục Sinh đầu tiên đó, Chúa Giê-xu xuất hiện một vài lần với các môn đồ của Ngài, bắt đầu với Ma-ri Ma-đơ-len (Giăng 20:10–18) và những người phụ nữ khác (Mat 28:8–10). Trên con đường đến EM-MA-ÚT, phía Tây Giê-ru-sa-lem, hai môn đồ của Chúa Giê-xu chán nản trở về quê thì Chúa Giê-xu đến với họ, giảng giải Kinh Thánh và giải thích tại sao Ngài phải chết (Lu 24:13–24). Họ vội trở về Giê-ru-sa-lem để kể cho các môn đồ đang nhóm lại rằng họ đã thấy Chúa phục sinh và để xác nhận rằng Ngài cũng đã hiện ra cho Phi-e-rơ (Lu 24:33–35). Sau đó, Chúa Giê-xu hiện ra cho chính nhóm người đó, trừ Thô-ma, vì lúc đó Thô-ma không có mặt, và chúc bình an cho họ (Lu 24:36–43). Thô-ma không tin Chúa Giê-xu đã sống lại từ cõi chết cho tới khi Chúa Giê-xu hiện ra cho nhóm người này lần thứ hai vào một tuần sau đó (Giăng 20:26–31).

Suốt những tuần sau đó, Chúa Giê-xu tiếp tục hiện ra, cả ở Ga-li-lê và tại Giê-ru-sa-lem, cho những nhóm người, có nhóm nhỏ có nhóm lớn (Mat 28:16–20; Giăng 21:1–24; Công 1:3–8); 1 Côr 15:6–7).[11]

Khi giờ Chúa Giê-xu trở về trời đã đến, Ngài chúc phước cho các môn đồ và được cất lên trước mắt họ, để họ ở lại với một lời hứa rằng Ngài sẽ trở lại (Lu 24:50–53; Công Vụ 1:9–11).

Ý nghĩa thật sự của Giê-xu người Na-xa-rét

Đây là câu chuyện về Chúa Giê-xu như được ký thuật trong bốn sách phúc âm trong Tân Ước mà từ đó, các tín hữu Cơ Đốc đã tìm thấy sức mạnh suốt hai ngàn năm qua. Không ai giả vờ hiểu hết về nó, nhưng có những điều nhất định nổi bật lên như những điều mang tầm quan trọng tối thượng nếu chúng ta muốn lĩnh hội nó. Đầu tiên là tính độc nhất của Chúa Giê-xu. Ngài không chỉ là một người lãnh đạo tôn giáo, ngang hàng hay thậm chí là giỏi hơn Mô-ha-mét, Phật hay Môi-se. Bản thân Ngài ở một đẳng cấp khác. Những tín hữu đầu tiên không thể tìm được một cách nào để mô tả về Ngài hay hơn là gọi Ngài là "Vua các vua và Chúa các chúa" và là chính Đức Chúa Trời. Mặc dù là những người theo độc thần, nhưng họ cảm thấy có lý do chính đáng để mô tả Ngài như thế bởi vì Chúa Giê-xu đã đưa ra những lời tuyên bố như vậy về chính Ngài, và Chúa Giê-xu duy nhất mà họ nhớ là Chúa Giê-xu dạy họ bằng thẩm quyền tuyệt đối, không như một con người bình thường mà thôi.

Thứ hai, câu chuyện về Chúa Giê-xu là câu chuyện siêu nhiên từ đầu đến cuối. Bất cứ nỗ lực nào lấy đi yếu tố này khỏi những ký thuật ấy đều làm hỏng hoàn toàn những ký thuật ấy. Câu chuyện đầy những chỗ đề cập đến Đức Chúa Trời, thiên sứ, ma quỷ, Sa-tan, những phép lạ, những sự chữa lành siêu nhiên, Đức Thánh Linh và chiều kích đời đời xâm nhập vào thời gian. Chất liệu của cả bốn sách phúc âm bao gồm nhiều biến cố khác thường trong cuộc đời Chúa Giê-xu, như sự **sinh ra bởi nữ đồng trinh,** sự hóa hình của Ngài, sự sống lại từ cõi chết của Ngài, sự thăng thiên về trời. Những sự kiện này không phải là những chuyện hoang đường cổ xưa nhưng là những thực tế lịch sử, nền tảng xây dựng nên đức tin Cơ Đốc giáo. Nếu không có chúng thì cũng không thể nào giải thích được những ảnh hưởng không thể phủ nhận của Chúa Giê-xu trong lịch sử tại thời điểm đó cũng như từ đó trở đi.

Thứ ba, thách thức cho chúng ta là tin Chúa Giê-xu và theo Ngài. Với chúng ta ngày nay, cũng như với các môn đồ ban đầu của Chúa Giê-xu, đáp ứng với những

---

[11] Đôi khi người ta cho rằng các ký thuật về sự phục sinh của Chúa Giê-xu rất rối rắm. Cách giải quyết những khó khăn một cách hợp lý được tìm thấy trong *Easter Enigma: Are the Resurrection Accounts in Conflict?*, 2nd ed. (Grand Rapids: Baker Academic, 1992) của John W. Wenham. Cũng xem Michael Green, *The Empty Cross of Jesus* (Downers Grove, IL: InterVarsity, 1984). Cũng xem những chương liên quan trong Craig Keener, *The Historical Jesus of the Gospels* (Grand Rapids: Eerdmans, 2009).

lời tuyên bố này là chuyện không hề dễ. Họ chỉ nhận ra chân lý về con người của Chúa Giê-xu và những điều Ngài dạy bảo khi họ chịu đáp ứng một cách tích cực. Với những người đã có thì sẽ được cho thêm. Đáp ứng tiêu cực chỉ mang lại thêm những nghi ngờ và mờ mịt mà thôi. Nhưng dù theo cách nào, thì lời kêu gọi theo Chúa và thách thức tin nhận Ngài vẫn vậy. Nếu chúng ta bước đi bằng đức tin, thì chúng ta sẽ trở thành những con người mới như cách những người biết Chúa Giê-xu khi Ngài còn tại thế đã được biến đổi khi đầu phục Ngài. Không có cách nào khác để nhận biết Ngài là ai.

Thứ tư, câu chuyện về Chúa Giê-xu cho chúng ta biết rằng sự chết không phải là kết thúc của mọi chuyện, nhưng đối với người theo Chúa đó là khởi đầu của một thực tại mới mẻ đầy vinh hiển. Chúa Giê-xu bẻ gãy quyền lực của mộ phần thế nào, thì năng quyền của sự chết trên chúng ta cũng sẽ bị bẻ gãy thế ấy khi chúng ta tin Ngài. Chúa Giê-xu thách thức Ma-thê bằng câu hỏi: "Ta là sự sống lại và sự sống. Người nào tin Ta thì sẽ sống, mặc dù đã chết rồi. Còn ai sống mà tin Ta thì sẽ không bao giờ chết. Con tin điều đó không?" (Giăng 11:25–26). Đó là những lời kỳ lạ, nhưng đó là một lời hứa. Vì Chúa Giê-xu sống, nên những ai tin cậy Ngài sẽ sống mãi với Ngài.

Cuối cùng, tất cả những điều trên đều đúng bởi vì điều cuối cùng này đúng: rằng Chúa Giê-xu hiện đang sống và hứa sẽ ở với chúng ta từ bây giờ cho đến hồi tận chung. Ta còn đòi hỏi gì hơn nữa? Chính Chúa Giê-xu đã bước đi trên bờ biển Ga-li-lê, chữa lành những người bệnh tật, tha thứ cho tội nhân về những vi phạm của họ và thi hành những phép lạ lạ thường là Chúa Giê-xu ở với chúng ta ngày nay.

Tóm lược

1. Các sách phúc âm Tân Ước cung cấp nguồn thông tín chính về Chúa Giê-xu.
2. Câu chuyện về sự giáng sinh của Chúa Giê-xu được trình bày trong các sách phúc âm, nhưng chỉ một sự kiện về thời thơ ấu của Ngài được ghi chép lại mà thôi.
3. Trong tất cả các sách phúc âm, Chúa Giê-xu đều được liên kết với chức vụ của Giăng Báp-tít.
4. Chức vụ của Chúa Giê-xu ở Ga-li-lê kéo dài một năm rưỡi, và có hơn bảy mươi sự kiện đã được ký thuật lại trong các sách phúc âm.
5. Chúa Giê-xu huấn luyện các môn đồ Ngài cho tương lai bằng cách làm gương cho họ, bằng cách tập hợp các môn đồ dưới sự lãnh đạo của mười hai sứ đồ, bằng cách cử họ lo công tác giảng dạy để có kinh nghiệm, bằng cách gửi họ đi ra bằng năng quyền của Ngài và bằng cách dạy họ những điều họ cần phải biết.

6. Chúa Giê-xu giới thiệu mình với thành Giê-ru-sa-lem vào Chúa Nhật trước lễ Vượt Qua tháng Tư năm 30 S.C. Ngài là Đấng Mê-si-a.
7. Chúa Giê-xu được dẫn đến cho Phi-lát, Hê-rốt An-ti-pa và quay trở lại với Phi-lát trước khi Ngài bị đến Gô-gô-tha để chịu đóng đinh.
8. Sau khi sống lại, vào ngày Phục sinh đầu tiên, Chúa Giê-xu hiện ra cho Ma-ri Ma-đơ-len, cho những người phụ nữ khác, cho hai người trên đường đến Em-ma-út, cho Phi-e-rơ và các sứ đồ đang tập trung tại Giê-ru-sa-lem.
9. Câu chuyện của Chúa Giê-xu siêu nhiên khác thường; thách thức chúng ta tin và khiến chúng ta đi theo Ngài, dạy chúng ta rằng chết không phải là hết nhưng là bắt đầu của một thực tại mới.

Câu hỏi ôn tập

1. Hãy tra cứu những câu Kinh Thánh liên quan đến trình tự thời gian trong cuộc đời Chúa Giê-xu và tự mình lý giải xem bạn nghĩ nó nói về giai đoạn nào.
2. Hãy tái dựng lại những sự kiện xảy ra trước và xung quanh sự giáng sinh cùng những năm tháng đầu đời của Chúa Giê-xu.
3. Hãy thảo luận về chức vụ của Giăng Báp-tít trong tư cách người dọn đường cho Chúa Giê-xu.
4. Chúa Giê-xu chuẩn bị cho các môn đồ như thế nào để họ tiếp tục sau khi Ngài không còn ở với họ?
5. Những yếu tố chính trong chức vụ của Chúa Giê-xu ở miền Bắc (Ga-li-lê và bên ngoài Ga-li-lê) là gì?
6. Xin thảo luận về chức vụ của Chúa Giê-xu tại Bê-rê và Giu-đê.
7. Xin thuật lại chi tiết các sự kiện trong ba mươi sáu giờ cuối cùng của Chúa Giê-xu trên đất.
8. Hãy trình bày chuỗi các sự kiện từ khi Chúa Giê-xu bị chôn cho đến khi Ngài thăng thiên.
9. Hãy viết một bài luận ngắn nói về những sự kiện siêu nhiên trong cuộc đời Chúa Giê-xu (các phép lạ, những sự chữa lành, đuổi quỷ).
10. Theo bạn, ý nghĩa thật sự của Chúa Giê-xu là gì?

Các thuật ngữ then chốt

Ghết-sê-ma-nê	Gô-gô-tha	lễ Lều Tạm	tháng Ni-san
giao ước	lễ Vượt Qua	thăng thiên	sinh bởi nữ đồng trinh

Con người/Địa điểm chính			
A-chê-la-u	Em-ma-út	Hê-rốt Đại Đế	Sa-ma-ri
Ai Cập	Ga-li-lê	Machaerus	Sê-sa Au-gút-tơ
Bê-tha-ni	Giê-ri-cô	Mê-sô-bô-ta-mi	Sê-sa-rê Phi-líp
Bết-lê-hem	Giê-ru-sa-lem	Na-xa-rét	Si-kha
Ca-bê-na-um	Hê-rốt An-ti-pa	pê-rê	Ty-rơ
Đê-ca-bô-lơ			

Sách đọc thêm

Beilby, James K., and Paul Rhodes Eddy, eds. *The Historical Jesus: Five Views.* Downers Grove, IL: IVP Academic, 2009.

> Năm kết luận khả dĩ về Chúa Giê-xu trong lịch sử cùng với những phản hồi.

Blomberg, Craig L. *Jesus and the Gospels.* 2nd ed. Nashville: Broadman & Holman Academic, 2009.

> Một cuốn sách giáo khoa tuyệt vời cho việc nghiên cứu nâng cao về Chúa Giê-xu và những sự dạy dỗ của Ngài.

Bock, D., and R. Webb, eds. *Key Events in the Life of the Historical Jesus.* Tübingen: Mohr Siebeck, 2009.

> Nghiên cứu đầy đủ mười một sự kiện chính.

Bockmuehl, Markus. *This Jesus: Martyr, Lord, Messiah.* Edinburgh: T&T Clark, 1994.

> Một cuốn sách hữu ích trả lời cho câu hỏi "Giê-xu là ai?" với câu trả lời "Là Chúa và Đấng Mê-si-a."

Bruce, F. F. *Jesus and Christian Origins outside the New Testament.* Grand Rapids: Eerdmans, 1974.

> Một bài nghiên cứu cẩn thận về Chúa Giê-xu ngoài những điều Tân Ước đã nói đến.

———. *Jesus: Lord and Savior.* Downers Grove, IL: InterVarsity, 1986.

> Một quyển sách rất hữu ích và dễ đọc về cuộc đời Chúa Giê-xu và phân giải nghĩa Ngài là ai.

Green, Joel B., Scot McKnight, and I. Howard Marshall, eds. *Dictionary of Jesus and the Gospels.* Downers Grove, IL: InterVarsity, 1992.

> Một từ điển học thuật tiêu chuẩn về tất cả các lĩnh vực của cuộc đời Chúa Giê-xu và thời của Ngài.

Green, Michael. *The Empty Cross of Jesus.* Downers Grove, IL: InterVarsity, 1984.

Một nghiên cứu cẩn thận về sự chết và sự sống lại của Chúa Giê-xu.

Keener, Craig S. *The Historical Jesus of the Gospels.* Grand Rapids: Eerdmans, 2009.

Bài phê bình thấu đáo về những phương pháp trước kia và những chọn lựa tốt nhất hiện tại. Nói về sự thay đổi của tác giả từ chủ nghĩa vô thần sang đức tin cá nhân nơi Đấng Christ.

Marshall, I. Howard. *The Origins of New Testament Christology.* 2nd ed. Downers Grove, IL: InterVarsity, 1990.

Phần nghiên cứu tuyệt vời về giáo lý Cơ Đốc ban đầu liên quan điến danh tính và công tác cứu chuộc của Chúa Giê-xu.

McKnight, Scot. *The Story of the Christ.* Grand Rapids: Baker Academic, 2006.

Phần dẫn nhập cho nghiên cứu về Chúa Giê-xu từ các sách phúc âm.

Meyer, Ben F. *The Aims of Jesus.* San Jose, CA: Pickwick, 2002.

Một cuốn sách khó đọc nhưng xuất sắc về Chúa Giê-xu là ai và điều Ngài muốn thực hiện là gì.

Neufeld, Thomas R. *Recovering Jesus.* Grand Rapids: Brazos, 2007.

Lời giới thiệu cho phần thảo luận về Chúa Giê-xu lịch sử với sự cân nhắc thái độ tin tưởng vào các sách phúc âm.

Stewart, James S. *The Life and Teaching of Jesus.* Nashville: Abingdon, 1978.

Cuốn sách dễ đọc, phù hợp và xuất sắc về cuộc đời Chúa Giê-xu dành cho những người bắt đầu.

Strobel, Lee. *The Case for the Real Jesus.* Grand Rapids: Zondervan, 2007.

Phần dẫn nhập dễ đọc về những vấn đề chính về biện giáo khi nghiên cứu về Chúa Giê-xu. Dựa trên những bài phỏng vấn với các học giả đã xuất bản sách về lĩnh vực này.

Theissen, Gerd, và Dagmar Winter. *The Quest for the Plausible Jesus.* Louisville: Westminster John Knox, 2002.

Một bài nghiên cứu mang tính chuyên môn lập luận ủng hộ phương cách thực tế trong việc xác nhận giá trị của những sự kiện trong cuộc đời Chúa Giê-xu hơn những cách các học giả thường sử dụng. Sách đặc biệt đề cập tiêu chí về tính dị biệt, thúc đẩy việc thay thế tiêu chí đó bằng một tiêu chí đáng tin cậy về mặt lịch sử.

Wenham, John W. *Easter Enigma: Are the Resurrection Accounts in Conflict?* 2nd ed. Grand Rapids: Baker Academic, 1992.

Một nghiên cứu tuyệt vời về một chủ đề khó, cho thấy rằng những ký thuật ấy không mâu thuẫn với nhau.

Chương 9

Lạy Chúa, Xin Dạy Chúng Con

Chức Vụ Dạy Dỗ Của Chúa Giê-xu Christ

Bố cục

- **Để hiểu Chúa Giê-xu**

- **Chúa Giê-xu – Người giảng đạo**

    – Cách sử dụng ngôn từ của Chúa Giê-xu
    – Hình thức chuyển tải sứ điệp của Chúa Giê-xu
    – Chúa Giê-xu và sứ điệp của Ngài

- **Sự dạy dỗ của Chúa Giê-xu**

    – Đức Chúa Trời, nước Trời và mối liên hệ giữa Chúa Giê-xu với vương quốc ấy
    – Tính độc nhất của Chúa Giê-xu
    – Mối liên hệ đặc biệt giữa Chúa Giê-xu với Đức Chúa Trời
    – Mối liên hệ đặc biệt giữa Chúa Giê-xu với những người khác
    – Nhận thức về sứ mạng của Chúa Giê-xu

- **Cuộc sống con người, tình trạng tội lỗi của con người và Đức Chúa Trời**

- **Hồi chung kết, sự đến lần hai và đời sau**

Mục tiêu

Sau khi đọc chương này, bạn có thể:

- Thảo luận Chúa Giê-xu đã truyền đạt thông điệp của Ngài hiệu quả ra sao
- Nhận diện những lý do tại sao phong cách giảng dạy Chúa Giê-xu lại hiệu quả
- Liệt kê bốn lĩnh vực thần học chính mà Chúa Giê-xu đụng đến trong sự dạy dỗ của Ngài
- Giải thích mối quan hệ của Chúa Giê-xu với nước Trời
- Nhìn nhận Chúa Giê-xu đặc biệt như thế nào
- Mô tả Chúa Giê-xu hiểu biết tâm tính con người và cách Ngài đối xử với họ ra sao
- Sử dụng những đoạn Kinh Thánh khác nhau để mô tả sự đến lần hai của Chúa Giê-xu.

Một người phụ nữ nọ quyết định xây dựng căn nhà mơ ước của mình. Cô thuê một kiến trúc sư thiết kế căn nhà và trong vòng vài tuần cô có được bản thiết kế chứa đựng tất cả những thông tin cần để bắt đầu xây cất. Nhưng trước khi động thổ, cô cẩn thận dựng nhà mẫu bằng ván ép dựa trên bản thiết kế đó. Cô mong tránh được những bất ngờ không đáng có.

Một người bạn thương quý hỏi sao lại phải dựng nhà mẫu làm gì, vì dường như bản thiết kế đã cho thấy rõ là mọi thứ đâu vào đó hết rồi. Kiến trúc sư là chuyên gia mà! Nhưng trong vấn đề này cô đành đi ngược lại ý kiến của bạn mình. Một vài tuần sau, cô gọi rủ cô bạn ấy đến xem căn nhà mẫu. Cô đã phát hiện ra một vấn đề trong bản thiết kế! Dầm kết cấu ngay phía trước dãy cửa sổ bị lộ ra. Đây sẽ là một lỗi không thể tha thứ được trong phòng khách hoàn thiện. Mặc dù lỗi thiết kế được ghi nhận trong phần bản vẽ hai chiều của kiến trúc sư, nhưng rất khó thể nhìn thấy. Chỉ khi cô làm nhà mẫu ba chiều thì lỗi thiết kế ấy mới trở nên rõ ràng.

Chúng ta có thể kinh nghiệm khó khăn giống vậy khi nghiên cứu những sự dạy dỗ của Chúa Giê-xu từ góc nhìn đương đại. Ngay cả khi những thông tin cần thiết nhất đều được chứa đựng trong Kinh Thánh, nhưng bối cảnh của chúng ta khiến một số điều trong sự dạy dỗ của Chúa trở nên khó thấy. Việc cẩn thận xem xét các yếu tố liên hệ đến tình huống của Chúa Giê-xu sẽ giúp ta đi được một đoạn đường dài hướng tới việc làm sáng tỏ bất cứ sự hiểu lầm nào có thể có.

Để hiểu Chúa Giê-xu

Để nắm rõ được sự dạy dỗ của Chúa Giê-xu, có bốn điểm chúng ta cần phải ghi nhớ. Thứ nhất, Chúa Giê-xu trước hết đến trong tư cách người giảng đạo - người thầy ban phát sứ điệp của mình cho người nghe bằng ngôn từ. Ngài không phải là một nhà nghiên cứu hay một tác giả ngồi xuống viết những chuyên luận hệ thống về thần học. Chúng ta không có cuốn sách nào do Chúa Giê-xu viết ra, như Plato, Aristole và Philo đã làm. Vì thế, điều chúng ta có về sự dạy dỗ của Chúa Giê-xu đều được lấy từ những tình huống sống mà ở đó nhu cầu của độc giả, tâm trạng và hoàn cảnh thời bấy giờ và những ý định cụ thể của Chúa Giê-xu hình thành nên sứ điệp của Ngài. Vì hồi đó những nhân tố này luôn luôn thay đổi, nên đôi lúc thậm chí ngay trong cùng một cuộc đối thoại, Chúa Giê-xu cũng thường xuyên chuyển trọng tâm của Ngài để truyền thông một cách hiệu quả nhất. Là độc giả của các sách Phúc âm, chúng ta có thể đặt mình trở vào hoàn cảnh thời đó để có thể bước vào những gì Chúa Giê-xu thật sự đang nói với khán giả của mình.

Thứ hai, Chúa Giê-xu thường chia sẻ những giả định căn bản với thính giả của Ngài. Ngài và họ cùng biết những nguyên tắc thần học mà Ngài muốn trình bày. Ngài và họ có sự hiểu biết chung giống nhau về những vấn đề như sự thực hữu của Đức Chúa Trời, các thiên sứ, sự quan phòng, tội lỗi, sự khải thị, sự cứu rỗi và các phép lạ. Điều đó không có nghĩa là tất cả mọi người đều tin chính xác cùng một điều, nhưng họ thống nhất với nhau về một số khái niệm căn bản. Chúa Giê-xu không nói chuyện với một nhóm người theo Hin-đu hay những người Phật giáo, trong những trường hợp như thế thì ý tưởng của Ngài có lẽ rất lạ lẫm đến mức mỗi ý đều cần phải được định nghĩa và lý giải một cách chi tiết. Cả Chúa Giê-xu và hầu hết những người nghe Ngài giảng dạy đều quen thuộc với Cựu Ước, và ít nhất về mặt lý thuyết cũng gắn bó với Cựu Ước. Đó chính là nền tảng chung mà Chúa Giê-xu giảng dạy. Nhiệm vụ của Chúa Giê-xu nhìn chung không phải là truyền đạt thông tin hoàn toàn mới mẻ nhưng là nhắc nhở người nghe về những gì họ đã biết và sửa lại nhiều sự hiểu biết sai trật nảy sinh qua thời gian.

Thứ ba, một trong những thách thức khó khăn nhất của Chúa Giê-xu là cách chuyển tải sứ điệp (ở một vài cách nói chung khá quen thuộc) của Ngài. Nhiều lúc, dân chúng đã biết *quá nhiều* và trở nên quá tự mãn với sự hiểu biết ấy của mình. Họ không cần được dạy từng li từng tí về những gì Chúa Giê-xu muối nói nữa bởi vì họ đã biết rồi. Vấn đề là nó không mấy hoặc không có tác động gì trên đời sống họ cả. Vì thế, Chúa Giê-xu phải nghĩ ra những cách để thức tỉnh họ trước chân lý một lần nữa. Chúa Giê-xu nỗ lực tìm những cách khác nhau để xuyên thủng bức tường "biết quá hóa lờn" và tự mãn này sao cho họ có thể một lần nữa nhìn thấy chân lý một cách cá nhân và sống động. Đối với một số người, điều này đồng nghĩa với sự tái sinh đời sống họ, với người khác là lần đầu được hiểu đúng về sự việc. Trên nhiều phương diện, Chúa Giê-xu phải đối mặt với chính vấn đề mà các diễn giả ngày nay phải đối diện vào sáng Chúa nhật: Làm thế nào để giảng cho mọi người về điều mà họ đã có chút quen thuộc nhưng theo cách mà họ sẽ thấy mới mẻ và sẽ được thay đổi bởi nó.

Thứ tư, nhiệm vụ của Chúa Giê-xu không chỉ là truyền đạt tư tưởng. Ngài có một mục tiêu quan trọng hơn nhiều. Ngài đang nỗ lực thách thức người nghe để họ đưa ra quyết định bước vào **nước Trời** và thiết lập một mối liên hệ cá nhân với Chúa. Kết quả là, lời Chúa Giê-xu nhắm đến mục đích đối đầu và thuyết phục người nghe. Ngài không màng đến việc nhận được vô số những lời khen từ người khác rằng Ngài là người giảng dạy tuyệt vời ra sao. Trái lại, Ngài muốn thính giả thấy sự vĩ đại của Đức Chúa Trời, thấy tính nghiêm trọng trong tình trạng của họ và thấy sự sống mới được Ngài hứa ban cho họ nếu họ ăn năn và tin theo Tin Lành. Chúa Giê-xu đến để ban cho họ sự sống, chứ không chỉ cho họ những ý tưởng tốt đẹp, hay ho.

Tóm lại, Chúa Giê-xu có nhiệm vụ quyết định cách xây dựng trên những gì người ta đã biết để họ được thách thức đi xa hơn chỗ họ hiện đứng và áp dụng cho chính họ, bên cạnh những hiểu biết mới mẻ của riêng Ngài. Cách Ngài làm điều đó cho thấy Ngài là một trong những người có khả năng truyền thông tốt nhất mà người ta từng biết.[1]

Chúa Giê-xu – Người giảng đạo

Cách sử dụng ngôn từ của Chúa Giê-xu

Chúa Giê-xu là bậc thầy trong việc sử dụng ngôn từ cách sáng tạo. Ngài biết cách chọn những từ thường nhật và sử dụng chúng theo những cách khiến người nghe phải kinh ngạc. Vốn từ vựng của Ngài trong hầu hết các bối cảnh đều là ngôn từ của những khán giả của Ngài, những người dân thường, và Ngài tránh sử dụng những biệt ngữ thần học, chuyên môn của các ra-bi. Tuy vậy, Ngài hiểu khá rõ cả những vấn đề chuyên môn của các học giả Do Thái giáo, và khi cần, Ngài vẫn có thể đưa ra ý mình muốn nói cách sinh động bằng thuật ngữ của họ (xin xem phần tranh luận về "cô-ban" trong Mác 7:1–13 chẳng hạn). Tuy nhiên, thông thường Ngài tránh những tình tiết tối nghĩa mà nói thẳng bằng ngôn từ mà đa phần những khán giả của Ngài có thể hiểu được.

Để chuyển tải sứ điệp của mình, Chúa Giê-xu đôi lúc sẽ chôn giấu ý Ngài muốn nói để buộc người nghe phải suy nghĩ về điều Ngài đã nói. Ví dụ trong Lu-ca 9:60, Chúa Giê-xu bảo: "Hãy để kẻ chết chôn kẻ chết." Ở một số tình huống, Chúa Giê-xu tiếp tục giải thích ý Ngài muốn nói là gì, nhưng trong hầu hết các trường hợp, Ngài để những lời Ngài đã nói làm phần việc của mình.[2]

Đôi lúc Chúa Giê-xu sử dụng ngôn từ rất mang tính hình ảnh để đưa ra một điểm nào đó. Một ví dụ nổi tiếng cho điều này là khi Ngài bảo: "Sao con thấy cái dăm trong mắt anh em, mà lại không thấy cây đà trong mắt mình?" (Mat 7:3–5).

---

[1] Về phần dẫn nhập chung, xin xem Robert H. Stein, *The Method and Message of Jesus' Teachings*, rev. ed. (Louisville: Westminster John Knox, 1994); La Verne Tolbert, *Teaching Like Jesus* (Grand Rapids: Zondervan, 2000); Christopher Morgan và Robert Peterson, eds., *The Deity of Christ* (Wheaton: Crossway, 2011); Robert H. Stein, *A Basic Guide to Interpreting the Bible: Playing by the Rules*, 2nd ed. (Grand Rapids: Baker Academic, 2011); George Beasley-Murray, *Preaching the Gospel from the Gospels* (Peabody, MA: Hendrickson, 1996).

[2] Người ta vẫn luôn quan tâm đến những câu nói khó hiểu của Chúa Giê-xu. Đặc biệt xin xem Robert H. Stein, *Interpreting Puzzling Texts in the New Testament* (Grand Rapids: Baker Academic, 1996); F. F. Bruce, *The Hard Sayings of Jesus* (Downers Grove, IL: InterVarsity, 1983); William Neil và Stephen H. Travis, *More Difficult Sayings of Jesus* (Grand Rapids: Eerdmans, 1979); Victor Kuligin, *Ten Things I Wish Jesus Had Never Said* (Wheaton: Crossway, 2006).

Lần khác, Chúa Giê-xu sử dụng từ ngữ có vẻ như nghịch lý hay tự mâu thuẫn nhau để buộc người nghe phải suy nghĩ và đưa ra quyết định khi Ngài bảo: "Vì bất cứ ai muốn cứu mạng sống mình thì sẽ mất, còn ai vì Ta mà mất mạng sống thì sẽ tìm lại được" (Mat 16:25) và "Nhưng có nhiều người đầu sẽ trở nên cuối, và người cuối sẽ trở nên đầu" (Mác 10:31).

Truyền thống cho rằng Chúa Giê-xu đã giảng Bài giảng trên núi tại địa điểm dọc bờ phía Bắc của biển Ga-li-lê.

Chúa Giê-xu có thể chủ ý sử dụng ngôn ngữ cường điệu để thu hút sự chú ý, hay thậm chí làm cho người nghe phải sốc. Một ví dụ là trong Mác 9:42–48, Chúa Giê-xu nói về việc hãy chặt một tay hoặc một chân hoặc móc mắt đi hầu cho có thể bước vào nước Trời.

Trong tất cả, Chúa Giê-xu đang vận dụng tính sáng tạo lạ thường bằng cách dùng ngôn ngữ thông dụng trong thời của Ngài và khiến nó làm những điều mà trước giờ nó hiếm khi thực hiện.

Hình thức chuyển tải sứ điệp của Chúa Giê-xu

Hình thức mà Chúa Giê-xu sử dụng để chuyển tải sứ điệp của Ngài rất giống với hình thức của bất cứ ra-bi nào trong thời của Ngài. Ngài biết rằng nếu Ngài chọn phương cách trình bày xa lạ hoàn toàn, thì dân chúng sẽ không thể nào nắm bắt được. Vì thế, Ngài chọn một phong cách hay khuôn mẫu quen thuộc đối với họ. Ngài thích dạy bằng **ngụ ngôn**, là phương pháp được ký thuật rất nhiều trong các sách phúc âm.[3] Phương pháp này cũng được tìm thấy trong Cựu Ước cũng như trong các ghi chép của các ra-bi. Về định nghĩa, ngụ ngôn có thể bao gồm từ những câu châm ngôn ngắn gọn, cô đọng đến một câu chuyện hoàn chỉnh, theo kiểu phúng dụ. Mục đích không chỉ là để tiết lộ chân lý vừa đủ để kích thích sự hiếu kỳ, hứa hẹn nếu người nghe đi theo thì sẽ được biết thêm nữa, mà còn giấu kín chân lý đủ để sự tự mãn biến mất. Trên một vài phương diện, ngụ ngôn là một ví dụ cụ thể về một trong những câu châm ngôn của Chúa Giê-xu: "Vậy, hãy cẩn thận về cách các con nghe. Vì ai đã có sẽ được cho thêm, còn ai không có sẽ bị cất luôn điều họ nghĩ

---

[3] Về các ngụ ngôn, xin xem Klyne Snodgrass, *Stories with Intent* (Grand Rapids: Eerdmans, 2008); Craig L. Blomberg, *Interpreting the Parables*, 2nd ed. (Downers Grove, IL: InterVarsity, 2012); David Wenham, *The Parables of Jesus* (Downers Grove, IL: InterVarsity, 1989); Arland J. Hultgren, *The Parables of Jesus: A Commentary* (Grand Rapids: Eerdmans, 2002); David B. Gowler, *What Are They Saying about the Parables?* (New York: Paulist, 2000); Richard N. Longenecker, ed., *The Challenge of Jesus' Parables* (Grand Rapids: Eerdmans, 2000).

là mình có" (Lu 18:18). Trong một số trường hợp, Chúa Giê-xu giải thích ý nghĩa của ngụ ngôn ấy cho các môn đồ (Mat 13:18–23; 36–43), nhưng không phải lúc nào Ngài cũng làm thế (Mat 13:44, 45).

Chúa Giê-xu thích sử dụng minh họa, những ví dụ gần gũi thực tế với cuộc sống thường nhật. Chẳng hạn, Ngài nhắc đến các loài thú, loài chim, nhà cửa, công việc, vườn tược, người nông dân, phụ nữ, trẻ em, tiền bạc, cây cối, gốc nho, thức ăn, quần áo, thuế, âm nhạc, chế độ nô lệ, giáo dục, thời tiết, bác sĩ và bệnh tật. Bằng cách sử dụng những minh họa từ cuộc sống thường nhật, Chúa Giê-xu coi mình giống như người dân và khiến cho ý Ngài muốn nói trở nên dễ tiếp cận với tất cả mọi người.

Đôi khi Chúa Giê-xu sử dụng chính vật thể để dạy, như khi Ngài đặt một đứa trẻ trước mặt họ (Lu 9:46–48), hoặc chỉ vào hình của Ti-be-rơ trên một đồng xu (Mat 22:18–22). Đôi khi Chúa Giê-xu bảo người ta phải làm việc gì đó để làm bài học dạy họ (Lu 6:4; 14), hay Ngài sẽ làm việc gì đó như một bài học, chẳng hạn như khi Ngài rửa chân cho các môn đồ (Giăng 13:2–17).

Chúa Giê-xu sử dụng một đồng xu của La Mã, giống như đồng đơ-ni-ê hình của Ti-be-rơ, làm bài học trực quan.

Đôi khi Chúa Giê-xu sử dụng các câu châm ngôn, là những câu nói hiện hành giữa vòng dân chúng (Lu 5:31). Nhưng thông thường nhất, Ngài sẽ trích dẫn Cựu Ước khi Ngài muốn đưa ra một luận điểm nào đó. Cựu Ước là Lời Chúa, và thẩm quyền của nó không có gì phải bàn cãi.

Trong tất cả điều này chúng ta thấy sự sáng tạo của Chúa Giê-xu được thể hiện qua những cách quen thuộc với người nghe. Nhưng Ngài lấy cái quen thuộc và biến đổi nó bằng cả nội dung và hình thức chuyển tải.

Chúa Giê-xu và sứ điệp của Ngài

Đặc điểm ấn tượng nhất trong sự dạy dỗ của Chúa Giê-xu là cách Ngài liên hệ chính mình với sự dạy dỗ ấy. Các ra-bi trong thời Chúa Giê-xu có thói quen trích dẫn lời dạy của nhau hay từ những người thầy theo dòng ra-bi nổi tiếng trước đây. Chúa Giê-xu cũng làm điều này. Tuy nhiên, Ngài thường nói dựa trên Kinh Thánh hoặc dựa trên thẩm quyền vốn có của Ngài, bắt đầu câu nói bằng *"Ta bảo các ngươi"* hay *"Quả thật, quả thật, ta nói cùng các ngươi."* Ngài ý thức rằng Ngài mang trong mình lời chứng về Đức Chúa Trời, và việc Ngài phán những lời ấy thôi cũng đủ để bày tỏ sự dứt khoát và thẩm quyền của những lời ấy rồi. Tính độc nhất của lời Ngài phản ánh tính độc nhất của chính Ngài, và người ta nhận ra điều ấy. Không một người nào dạy như Ngài đã dạy (Mat 7:28–29; Giăng 7:46).

Về căn bản, bởi lời của mình, đúng như Ngài đã nói, Chúa Giê-xu đang phó *chính mình* cho mọi người, không chỉ qua những gì Ngài nói. Vì thế Ngài có thể nói: "Vì nếu ai hổ thẹn về Ta và đạo Ta giữa thế hệ gian dâm tội lỗi nầy, thì **Con Người** cũng sẽ hổ thẹn về người ấy khi Ngài cùng với các thiên sứ thánh ngự đến trong vinh quang của Cha Ngài" (Mác 8:38). Lời Chúa Giê-xu không chỉ được ban ra như những châm ngôn đạo đức phổ thông hay những chân lý đời đời mở ra sự hiểu biết cho tâm trí con người, nhưng một phần của sứ điệp Phúc âm đòi hỏi phải có đức tin, sự vâng phục và tiếp nhận nước Trời mà Ngài cung ứng. Trên hết, để hiểu những điều Chúa Giê-xu phán, chúng ta phải lưu ý đến lời Chúa Giê-xu kêu gọi chúng ta ăn năn tội lỗi, tin vào sự chết và sự phục sinh của Ngài vì sự cứu rỗi của chúng ta và đặt cuộc đời chúng ta dưới sự điều hướng của Ngài. Ngài có xứng đáng với sự tận hiến này không? Đây là câu hỏi được đặt ra cho người nghe trong thời Chúa Giê-xu và là câu hỏi mà chúng ta cũng phải trả lời.

Sự dạy dỗ của Chúa Giê-xu[4]

Dưới ánh sáng của những phần trước, chúng ta không nên mong đợi Chúa Giê-xu trình bày một thần học hệ thống, cũng không mong đợi chúng ta sẽ có được điều đó. Tuy nhiên, những điểm thần học cơ bản đều sẽ được nói đến trong quá trình giảng dạy của Ngài. Những điểm này có thể được tóm tắt như sau:

- Đức Chúa Trời, nước Đức Chúa Trời và mối quan hệ giữa Chúa Giê-xu với nước Trời
- Tính độc nhất của Chúa Giê-xu – mối quan hệ đặc biệt giữa Ngài với Đức Chúa Trời, mối quan hệ đặc biệt giữa Ngài với những người khác và ý thức về sứ mạng của Ngài.
- Cuộc sống con người, tính chất tội lỗi của con người, và Đức Chúa Trời
- Hồi kết thúc, sự đến lần hai và đời sau

Chúng ta sẽ xem xét lần lượt từng chủ đề ở bên dưới

---

[4]Nhiều sách viết về sự dạy dỗ của Chúa Giê-xu đang sẵn có. Ngoài những tác phẩm được liên kê trong phần sách đọc thêm ở cuối chương này, xin xem Craig Blomberg, *Jesus and the Gospels*, 2nd ed. (Nashville: Broadman & Holman Academic, 2009); Thomas Walker, *The Teaching of Jesus* (London: George Allen & Unwin, 1923); Donald Guthrie, *New Testament Theology* (Downers Grove, IL: InterVarsity, 1981); Leonhard Goppelt, *Theology of the New Testament,* trans. John E. Alsup, ed. Jürgen Roloff, 2 vols. (Grand Rapids: Eerdmans, 1981–82); Leon Morris, *New Testament Theology* (Grand Rapids: Zondervan, 1986), 91–286.

Đức Chúa Trời, vương quốc Đức Chúa Trời và mối liên hệ giữa Chúa Giê-xu với vương quốc ấy[5]

Điều đầu tiên cần ghi nhận về sự dạy dỗ của Chúa Giê-xu về vương quốc Đức Chúa Trời là đó là vương quốc *của Đức Chúa Trời*, chứ không phải của con người. Kết quả là, để hiểu điều Chúa Giê-xu nói về vương quốc ấy, chúng ta cần hiểu Chúa Giê-xu nói gì về Đức Chúa Trời. Với Chúa Giê-xu, việc Đức Chúa Trời thực hữu được xem là hiển nhiên. Rõ ràng, Ngài không bao giờ hỏi người ta có tin Đức Chúa Trời hay không, Ngài cũng không nỗ lực xác nhận rằng Đức Chúa Trời thực hữu. Chúng ta không xác nhận sự thực hữu của Đức Chúa Trời bằng suy nghĩ con người; Đức Chúa Trời xác nhận sự hiện hữu của con người bằng việc Ngài là Đấng Tạo Hóa, Đấng gìn giữ và Đấng Cứu Chuộc. Suy nghĩ của Chúa Giê-xu là từ trên xuống, không phải từ dưới lên. Đức Chúa Trời phải ở vị trí chính yếu; chúng ta ở vị trí thứ yếu. Nếu trời và đất qua đi, thì Đức Chúa Trời vẫn cứ ở trong vinh hiển đời đời bất biến của Ngài. Chúa Giê-xu cũng mặc định rằng Đức Chúa Trời hiện diện với chúng ta khi chúng ta sống động trên đời này. Ngài không hề xa xôi hay thờ ơ, nhưng gần với chúng ta trong tư cách Đấng giúp đỡ và gìn giữ. Tâm tính của Đức Chúa Trời cũng là điều hiển nhiên. Là một thân vị (a person), Đức Chúa Trời có thể hiểu nhu cầu của chúng ta, hiểu được những suy nghĩ của chúng ta, lắng nghe lời cầu nguyện của chúng ta, chấp nhận sự ngợi khen của chúng ta, giải cứu chúng ta khỏi tội lỗi, cung ứng cho chúng ta những gì chúng ta cần, dẫn dắt cuộc đời chúng ta và tha thứ tội lỗi chúng ta. Sâu xa trong thân vị Ngài, Đức Chúa Trời trên hết là Cha, là Cha thiên thượng và là mọi điều mà một người cha cần có trong sự thương xót và quan tâm dành cho con cái của Ngài trên đất.

Xuyên suốt sự dạy dỗ của Chúa Giê-xu, Ngài thường xuyên nói đến việc Đức Chúa Trời là ai và Ngài là Đấng như thế nào. Chúa Giê-xu bảo chúng ta rằng Đức Chúa Trời là thần (Giăng 4:24), là Đấng tốt lành (Mat 19:17); vinh hiển (Giăng 11:40); chân thật (Giăng 17:3); yêu thương (Lu 11:42); thánh khiết (Giăng 17:11); công bình (Mat 6:33); toàn hảo (Mat 5:48); toàn năng (Mác 10:27); toàn tri (Lu 12:6–7; 16:15); khôn ngoan (Lu 11:49) và tể trị (Mat 11:25). Theo Chúa Giê-xu, điều Đức Chúa Trời làm đều ấn tượng. Đức Chúa Trời tạo nên thế giới (Mác 13:19) và nhân loại (Mác 10:6); chăm sóc cõi trật tự vô tri và cõi thọ tạo có sự sống (Mat 6:30; Lu 12:24, 28); can dự vào chuyện của con người (Mat 19:6; Giăng 4:10); hành động theo hoạch định (Lu 4:19) và đang thiết lập vương quốc của Ngài (Lu 17:20–21).

Đây chỉ là một vài trong số những điều Chúa Giê-xu nói về Đức Chúa Trời. Trong thực tế, còn rất nhiều điều nữa, cũng như còn nhiều điều mà Chúa Giê-xu

---

[5] Xin xem G. R. Beasley-Murray, *Jesus and the Kingdom of God* (Grand Rapids: Eerdmans, 1986); Bruce Chilton và J. I. H. McDonald, *Jesus and the Ethics of the Kingdom* (Grand Rapids: Eerdmans, 1987); John Gray, *The Biblical Doctrine of the Reign of God* (Edinburgh: T&T Clark, 1979); John Bright, *The Kingdom of God: The Biblical Concept and Its Meaning for the Church* (Nashville: Abingdon, 1953); Christopher Morgan và Robert Peterson, eds. *The Kingdom of God* (Wheaton: Crossway, 2012).

không cần phải nói, bởi vì Ngài đang dựa trên một hiểu biết chung về điều Tân Ước đã dạy.

Chính Đức Chúa Trời là Đấng đang thiết lập nước Trời trên đất này. Ý niệm Đức Chúa Trời có một vương quốc và thực thi quyền tể trị của Ngài trên vương quốc ấy được dạy dỗ xuyên suốt Cựu Ước. Chúa Giê-xu có thể đã dựa trên ý niệm đó. Như Chúa Giê-xu đã nói, nước Trời được thiết lập bởi Đức Chúa Trời chứ không phải bởi nỗ lực của con người. Và vương quốc ấy cũng không bị lẫn lộn với những ý niệm về địa lý của thế gian. Nó không chỉ về một "vương quốc" (một lãnh địa được cai trị bởi một quốc chủ) có vương quyền (thực thi quyền cai trị tối cao). "Vương quốc" không gì khác hơn là thực thi sự cai trị thiên thượng trong những sự việc của loài người. Phạm vi của nó là không giới hạn. Trên một số phương diện, sự cai trị của vị vua Trời này gần như đồng nghĩa với sự quan phòng của Đức Chúa Trời vì Đức Chúa Trời sẽ làm trọn ý muốn Ngài trên khắp cõi thọ tạo. Tuy nhiên, theo nghĩa hẹp, vương quốc Đức Chúa Trời được hiểu như một lãnh địa nơi ý muốn *cứu chuộc* của Đức Chúa Trời được làm thành và vì thế được đồng nhất với sự cứu rỗi.

Có phải Chúa Giê-xu là một nhà cách mạng?

Ngày nay chúng ta thường xuyên đọc được những tin tức chém giết và bạo lực nhân danh Đức Chúa Trời. Điều này cũng tồn tại trong thời Chúa Giê-xu, và một số học giả đương thời cho rằng Chúa Giê-xu cũng là một nhà cách mạng. Họ tin rằng Chúa Giê-xu có một mục tiêu xã hội/chính trị bao hàm việc lật đổ chính quyền La Mã. Kẻ thù chính của Ngài không phải là Sa-tan và tội lỗi mà là đế quốc La Mã. Ngài bị đóng đinh hầu cho "vương quốc chính trị Đức Chúa Trời" được thiết lập.

Quan điểm này hoàn toàn hiểu sai về Chúa Giê-xu và, trớ trêu là, cũng không đủ triệt để. Chúa Giê-xu không bắt đầu thay đổi xã hội về mặt chính trị; Ngài muốn thay đổi con người. Xã hội sẽ chỉ thay đổi khi con người trong đó được thay đổi và đưa những nguyên tắc sống mới vào hành động. Khi lòng người được làm mới lại thông qua việc liên kết vào trong vương quốc thật sự của Đức Chúa Trời thì mọi hàng rào đều được phá bỏ và người Pha-ri-si, những người thu thuế, dân ngoại và những người tội lỗi đều hiệp một về mặt thuộc linh.

Chúa Giê-xu là một nhà cách mạng – một nhà cách mạng thuộc linh đem đến cho con người một sự sống mới trọn vẹn, cho cả hiện thời lẫn cõi đời đời. Ngài bị đóng đinh như một vị vua, và dù là Vua, nhưng như Ngài đã nói với Phi-lát: "Vương quốc của Ta không thuộc về thế gian nầy" (Giăng 18:36). Đó là một trật tự hoàn toàn khác, và một ngày nào đó cả thế giới sẽ nhận biết rằng Ngài "Vua của các vua, Chúa của các chúa" (Khải 19:16).

Chúa Giê-xu đến và ban vương quốc này cho những ai sẵn sàng đón nhận nó. Ngài nói nhiều điều về việc bước vào vương quốc ấy, chúng được tóm gọn trong những điều sau: để bước vào vương quốc Đức Chúa Trời, chúng ta phải là những cá nhân được thay đổi. Chúng ta không thể cứ như vậy, cả về bản chất lẫn hành động, và mong đợi trở thành một phần trong cộng đồng những người được cứu chuộc. Chúa Giê-xu mô tả việc bước vào vương quốc ấy theo những cách như sau: Chúng ta phải ăn năn và tin nhận Tin lành (Mác 1:14–15); chúng ta phải được thay đổi và trở nên như những đứa trẻ (Mat 18:3–4); chúng ta phải được tái sinh (Giăng 3:3, 5); chúng ta phải cố gắng hết sức, thoát ra khỏi quá khứ của mình (Mat 11:12); chúng ta phải nhận biết Chúa Giê-xu là Chúa bằng sự chân thành chứ không phải bằng sự vờ vịt (Mat 7:21–23); chúng ta phải hy sinh bất cứ điều gì khi cần (Mat 18:8–9); và chúng ta phải trở nên công bình từ trong tâm bằng hành động thiên thượng, chứ không dựa vào hành vi bên ngoài của chúng ta (Mat 5:20). Kết hợp tất cả những điều này lại với nhau, Chúa Giê-xu nói rằng Đức Chúa Trời đang thiết lập vương quốc cứu chuộc của Ngài và đã mời gọi chúng ta trở thành một phần của vương quốc ấy bằng cách để cho Đức Chúa Trời thực thi công tác cứu chuộc của Ngài trong chúng ta. Bằng cách này, chúng ta có thể được biến cải một cách diệu kỳ thành những cá nhân đủ tiêu chuẩn để bước vào vương quốc ấy, những cá nhân tận trong sâu thẳm tấm lòng lấy làm vui thích làm theo ý muốn của Đức Chúa Trời.

Đời sống mới phải được kinh nghiệm như một sự thay đổi trong lòng và như một cách liên hệ với những người quanh chúng ta khác hơn trước. Sự thay đổi bên trong sản sinh ra con người mới, trong người ấy đức tin, sự khiêm nhường, nhu mì, công chính, thánh khiết, lệ thuộc vào Đức Chúa Trời, bình an và yêu thương cai trị (Mat 5:3–9; 22:37). Chúng ta là những người không còn nuôi dưỡng dục vọng trong lòng, nói gì đến chuyện phạm tội ngoại tình (Mat 5:27–28). Chúng ta không ganh ghét, nói gì đến chuyện giết kẻ thù mình (Mat 5:21–24). Chúng ta được thay đổi trong cách liên hệ với những người quanh chúng ta: Giờ đây chúng ta yêu kẻ thù và cầu nguyện cho những người bắt bớ chúng ta (Mat 5:43–45). Chúng ta tha thứ người khác về những tội lỗi của họ (Mat 6:12; 14–15); chúng ta không còn những sự đoán xét chỉ trích nữa (Mat 7:1); chúng ta làm theo ý muốn Cha của chúng ta ở trên trời (Mat 7:21; 24–27); chúng ta cho người đói thức ăn, người khát nước uống, người vô gia cư có mái nhà che nắng che mưa; quần áo cho người cần nhu, chăm sóc người bệnh và thăm viếng người thất vọng (Mat 25:31–46). Chúng ta nỗ lực hướng tới sự hoàn hảo cả bên trong và bên ngoài như Cha của chúng ta ở trên trời là Đấng hoàn hảo (Mat 5:48).

Chúa Giê-xu bảo chúng ta rằng vương quốc này hiện diện với chúng ta bây giờ khi chúng ta kinh nghiệm ân điển cứu rỗi của Chúa và một ngày kia vương quốc sẽ đến khi lời hứa của Đức Chúa Trời dành cho chúng ta được ứng nghiệm. Vì thế, trước hết chúng ta tìm kiếm vương quốc Đức Chúa Trời và sự công bình của Ngài để kinh nghiệm việc Chúa làm trong đời sống chúng ta ngay bây giờ (Mat 6:33). Nhưng chúng ta cũng cầu nguyện: "Nước Cha được đến" (Mat 6:10), trông mong đến ngày khi sự hiểu biết Chúa sẽ bao phủ khắp đất như nước phủ khắp biển cả vậy (Xem Ha-ba-cúc 2:14).

Việc làm của lòng thương xót của Pierre Montalier (1634–1697)

Chúa Giê-xu tin chắc rằng qua thân vị và công tác của Ngài, vương quốc của Đức Chúa Trời đã đến. Ngài là Đấng công bố và là hiện thân duy nhất của vương quốc ấy. Ngài bảo Phi-lát rằng vương quốc của Ngài không thuộc về đời này. Ngài bảo những người theo Ngài rằng vì Ngài đang lật đổ Sa-tan bằng cách đuổi quỷ, nên vương quốc của Đức Chúa Trời đã đến (Mat 12:28), và Ngài vui khi thấy Sa-tan từ trời sa xuống (Lu 10:18). Sau này, các môn đồ của Chúa Giê-xu cũng nói vương quốc của Đức Chúa Trời là vương quốc của Đấng Christ, bởi vì Đấng Christ là bản chất của vương quốc ấy và là con đường để họ bước vào vương quốc ấy. Bởi vì Chúa Giê-xu mang vương quốc này đến, và vương quốc này là vương quốc cứu rỗi, nên giảng rằng Chúa Giê-xu là Đấng Cứu Thế là điều đúng đắn. Qua sự chết và sự sống lại, Chúa Giê-xu là hành động cứu chuộc của Đức Chúa Trời. Trong khi còn trên đất, Ngài hứa ban sự cứu rỗi của Đức Chúa Trời bằng cách mời gọi mọi người bước vào vương quốc của Đức Chúa Trời. Bởi vậy, việc Ngài còn trên đất giảng tin lành về vương quốc ấy hay đã sống lại phó dâng chính mình trong việc rao giảng Phúc âm, thì Chúa Giê-xu vẫn là bản chất độc nhất của sự cứu chuộc và vương quốc của Đức Chúa Trời

Tính độc nhất của Chúa Giê-xu[6]

Chúa Giê-xu không giống như những người khác từng sống trên đất. Việc Ngài hoàn toàn là người là thật. Chỉ cần đọc qua các sách phúc âm có thể thấy rất rõ điều đó. Ngài biết mệt và ngủ (Lu 8:23), biết đói biết khát (Mat 21:18; Giăng 19:28), cảm nhận tình yêu và sự thương xót (Mác 8:2; 10:21) và có lúc cũng biết tức giận (Mác 3:5; 8:12). Đôi khi Ngài cần chỗ yên tĩnh, cũng có lúc lại cần người đồng hành

---

[6] Xin xem B. B. Warfield, *The Lord of Glory: A Study of the Designations of Our Lord in the New Testament with Especial Reference to His Deity* (Grand Rapids: Zondervan, n.d.), 1–173; Oscar Cullmann, *The Christology of the New Testament*, trans. Shirley C. Guthrie và Charles A. M. Hall, rev. ed. (Philadelphia: Westminster, 1963); Murray J. Harris, *Jesus as God: The New Testament Use of Theos in Reference to Jesus* (Grand Rapids: Baker Academic, 1992); Murray J. Harris, *Three Crucial Questions about Jesus* (Grand Rapids: Baker Academic, 1994), 65–103; Vincent Taylor, *The Person of Christ in New Testament Teaching* (London: Macmillan; New York: St. Martin's, 1958); Robert L. Reymond, *Jesus, Divine Messiah: The New Testament Witness* (Phillipsburg, NJ: Presbyterian & Reformed, 1990); Morgan và Peterson, *Deity of Christ*.

(Mat 26:38; Lu 4:42), và đôi khi Ngài cảm động đến khóc (Giăng 11:35). Lu-ca mô tả Chúa Giê-xu lớn lên với sự phát triển bình thường của con người, bao gồm cả trí tuệ, thân thể, tâm linh và đời sống xã hội (2:52). Con người thế nào thì Chúa Giê-xu cũng như thế ấy. Dĩ nhiên, đó không phải là *tất cả* về Chúa Giê-xu, nhưng nhấn mạnh sự thật này là việc quan trọng. Nhiều thế kỷ sau, hội thánh được kêu gọi tiếp tục định nghĩa bản chất của Chúa Giê-xu, họ đã thêm cụm từ này vào trong **Bản tín điều Nicene** "Ngài đã nhập thể... và trở nên con người." Bất cứ thuyết nào chối bỏ nhân tính trọn vẹn của Chúa Giê-xu thì đều được xếp vào hàng **tà giáo**.

Nhưng Chúa Giê-xu được trình bày trong các sách phúc âm cho chúng ta thì không chỉ là một con người mà thôi. Ngài là độc nhất theo đúng nghĩa của từ này, độc nhất vô nhị. Sự độc nhất này thể hiện trong ba phương diện: trong mối quan hệ của Chúa Giê-xu với Đức Chúa Trời, trong mối quan hệ của Ngài với toàn thể nhân loại, và trong sứ mạng đặc biệt của Ngài khi Ngài còn trên đất.

Mối liên hệ đặc biệt giữa Chúa Giê-xu và Đức Chúa Trời

Chúa Giê-xu có một mối quan hệ được mô tả là bình đẳng với Đức Chúa Trời. Đây là cách mà hội thánh đầu tiên sau này đã mô tả (Phil 2:5–11), và các tín hữu không cảm thấy bối rối hay xấu hổ khi gọi Chúa Giê-xu vừa là Chúa (Rô 10:9; 1 Cô 12:3; Phil 2:11) vừa là Đức Chúa Trời (Giăng 1:1; Rô 9:5; Tít 2:13). Bất cứ điều gì có thể được dùng để nói về Đức Chúa Trời thì đều có thể được dùng để nói về Chúa Giê-xu.

Cả Đức Chúa Trời và Đấng Christ đều được vinh hiển (Rô 5:2; 1 Phi 4:13); Thánh Linh từ Đức Chúa Trời và Đấng Christ mà đến (Rô 8:9; Phil 1:19); năng quyền thiên thượng đến từ Đức Chúa Trời và Đấng Christ, và Đấng Christ là năng quyền của Đức Chúa Trời (1 Cô 1:24; 2 Cô 6:7; 12:9); ân điển đến từ Đức Chúa Trời và Đấng Christ (Ga 1:6; Cô 1:2); sự bình an đến từ Đức Chúa Trời và Đấng Christ (Êph 2:14; Phil 1:2); Đức Chúa Trời và Đấng Christ đều có quyền tha tội cho chúng ta (Cô 1:13; 2:13); Đức Chúa Trời và Đấng Christ đều yêu thương chúng ta (Rô 5:8; Gal 2:20); Đức Chúa Trời và Đấng Christ thánh hóa chúng ta (Công 20:32; 1 Cô 1:2). Chúng ta phải sống theo ý muốn Đức Chúa Trời và Đấng Christ (Êph 1:11; 5:17); chúng ta phải vâng lời Đức Chúa Trời và Đấng Christ (Công 5:29; 2 Cô 10:5); chúng ta phải hãnh diện trong Đức Chúa Trời và Đấng Christ (Rô 15:17; Phil 2:11); chúng ta phải sống trong sự hiện diện của Đức Chúa Trời và Đấng Christ (Công 10:33; 2 Ti 4:1); và cuối cùng chúng ta sẽ xuất hiện trước ngôi phán xét của Đức Chúa Trời và Đấng Christ (Rô 14:10–12; 2 Cô 5:10).

Nhiều điều khác nữa được diễn đạt giống y như vậy bởi vì khi còn trên đất, Chúa Giê-xu bày tỏ chính mình hoàn toàn là một với Đức Chúa Trời. Những tín hữu ban đầu không đơn thuần tự nghĩ ra những điều này trong đầu hoặc trong kinh nghiệm tưởng tượng của họ. Họ có ký ức về Chúa Giê-xu để dựa vào đó và chỉ đang nhớ lại những gì họ biết về Ngài mà thôi.

Họ nhớ lại không lần nào Chúa Giê-xu đặt mình đồng hạng với những người khác. Ngài ý thức *sự vô tội* của mình và *tình trạng tội lỗi* của những người theo Ngài. Ngài không bao giờ nói về mối quan hệ chung với Đức Chúa Trời, tức mối quan hệ gồm có chính Ngài và họ. Ngài luôn nói "Cha ta" và "Cha các ngươi"; Đức Chúa Trời không phải là Cha đối với Ngài và cha đối với các môn đồ theo cùng một cách. Có lần lời tuyên xưng của Chúa Giê-xu đã cho thấy rõ rằng không ai trên đời này biết Cha, trừ chính Ngài, rằng không ai biết Ngài ngoài Cha (Mat 11:27). Mối quan hệ đó quá sâu đậm và vẹn tròn đến nỗi Chúa Giê-xu có thể nói: "Ta và Cha là một" (Giăng 10:30), và "Trước khi Áp-ra-ham hiện hữu, Ta hằng hữu" (Giăng 8:58), sử dụng lời Đức Chúa Trời nói với Môi-se tại bụi gai cháy (Xuất 3:14).

Chúa Giê-xu mang lấy thẩm quyền của Đức Chúa Trời và tha thứ tội lỗi cho con người (Mác 2:1–12; Lu 7:44–50). Ngài chấp nhận sự thờ phượng, điều mà chỉ dành cho Đức Chúa Trời mà thôi (Mat 14:33; 28:17). Mọi người đều biết rằng Kinh Thánh là Lời Chúa, thế nhưng Chúa Giê-xu tuyên bố Ngài phán bằng thẩm quyền tối thượng còn cao hơn cả Kinh Thánh; Ngài tự nhận Kinh Thánh viết về Ngài (Lu 4:20–21; Giăng 5:46), rằng Ngài đến để làm trọn lời Kinh Thánh (Mat 5:17). Chân lý của Kinh Thánh còn lại đời đời bởi vì Kinh Thánh là Lời của Đức Chúa Trời, nhưng lời của Chúa Giê-xu cũng vậy. Thật vậy, trời và đất sẽ qua đi, nhưng lời Đức Chúa Trời sẽ không qua đi (Mat 24:35).

Sau này, các tín hữu đầu tiên đã hồi tưởng lại mối quan hệ thân thiết tồn tại giữa Lời của Đức Chúa Trời và Chúa Giê-xu, và không tìm được cách nào để mô tả về Chúa Giê-xu tốt hơn là (Ngôi) Lời của Đức Chúa Trời (Giăng 1:1–14; Khải 19:13). Họ cũng có thể thấy gần như cả cuộc đời Ngài được tiên báo trong lời tiên tri và được nhắc đến trong không dưới tám mươi đoạn Kinh Thánh nói tiên tri về Ngài. Một trong những lời tiên tri đáng chú ý nhất là Ê-sai 9:6–7, ở đó lời hứa được đưa ra đó là: Một con trẻ sẽ được sinh ra, một con trai được ban cho, Đấng ấy sẽ là "Đức Chúa Trời quyền năng, là Cha đời đời." Huyền nhiệm không thể dò thấu về Con, Đấng cũng là Cha đời đời, là **huyền nhiệm** không thể dò thấu của Chúa Giê-xu Christ.

Mối liên hệ đặc biệt giữa Chúa Giê-xu và những người khác

Bởi mối quan hệ mà Chúa Giê-xu có với Cha, Ngài cũng mang lấy một mối quan hệ đặc biệt với toàn thể nhân loại. Phúc âm Giăng gợi nhớ đến mối quan hệ này cách tốt nhất bằng những câu nói "Ta là" của Chúa Giê-xu (Giăng 6:35; 8:12; 10:7, 11; 11:25; 14:6; 15:1).[7] Trong những câu "Ta là" này, Ngài cho thấy Ngài là câu trả lời xác thực cho mọi nhu cầu của con người.

---

[7] Xin xem George B. Stevens, *The Theology of the New Testament* (New York: Scribner, 1907), 187–98; Thomas W. Manson, *The Teaching of Jesus* (Cambridge: Cambridge University Press, 1963), 116–70, 285–312.

Chúa Giê-xu tin rằng số phận cuối cùng của chúng ta lệ thuộc vào mối quan hệ của chúng ta với Ngài và cách Ngài đánh giá về chúng ta. Chỉ gọi Ngài là Chúa thôi thì chưa đủ; chúng ta phải chân thành, thực lòng gọi vậy và đi theo lời tuyên xưng ấy bằng đời sống thuận phục ý muốn của Cha Ngài (Mat 7:21–23). Vào ngày trọng đại khi Chúa Giê-xu **trở lại lần hai**, những người xấu hổ về Ngài và việc Ngài làm, người từ chối vác thập tự giá mình theo Ngài, đều sẽ bị Chúa Giê-xu chối từ và đều phải trả giá bằng linh hồn của họ (Mác 8:34–38).

Không điều gì có thể ngăn trở mối quan hệ của Chúa Giê-xu với những người thuộc về Ngài; nơi nào có đôi ba người nhóm lại với nhau nhân danh Ngài, Ngài hứa sẽ ở với họ (Mat 18:20). Ngài vẫn ở với họ luôn cho đến tận thế (Mat 28:20). Không gian hay thời gian đều không thể giới hạn Ngài.

Nhận thức về sứ mạng của Chúa Giê-xu

Từ những ngày đầu tiên của cuộc đời, Chúa Giê-xu đã ý thức rằng Đức Chúa Trời có một sứ mạng đặc biệt cho Ngài. Khi Ngài chỉ mới mười hai tuổi, Ngài đã mải mê trong sự kêu gọi của Đức Chúa Trời đến nỗi Ngài không thể rời đền thờ. Khi bị cha mẹ hỏi sao Ngài lại không theo họ về nhà, Ngài trả lời rằng Ngài phải ở trong nhà Cha Ngài (Lu 2:49). Vài năm sau khi Chúa Giê-xu bắt đầu chức vụ, Ngài bảo Giăng rằng việc Ngài làm báp-têm để làm trọn sứ mạng của mình là việc phải lẽ (Mat 3:15). Không lâu sau, Chúa Giê-xu đuổi những người buôn bán khỏi "nhà Cha" Ngài (Giăng 2:16).

Tóm tắt đạo đức của Chúa Giê-xu

Chúng tôi đã viết đủ cho anh em về những điều gắn liền với đức tin của chúng ta, những điều đặc biệt hữu ích để có được một đời sống đức hạnh, ít nhất là cho những người ao ước được dẫn lối bước đi trong sự thánh khiết và công bình. Vì chúng ta đã đụng đến mọi chủ đề - đức tin, sự ăn năn, tình yêu thương chân thật, tiết độ, nhã nhặn và kiên nhẫn – và đã nhắc nhở anh em rằng anh em phải cung kính mà làm vui lòng Đức Chúa Trời toàn năng bằng sự công chính, chân thật và kiên định, sống trong hòa hợp mà không mang trong mình sự hiểm ác, bằng tình yêu, sự thuận hòa, hiền lành luôn luôn, y như tổ tiên chúng ta, là những người chúng ta đã nói trước đó, đã làm vui lòng Ngài, bằng việc khiêm nhường trước mặt Cha, Đức Chúa Trời, Đấng Tạo Hoá và trước mặt mọi người. Chúng ta cũng đã nhắc nhở anh em về những điều này cách càng vui mừng hơn nữa, bởi vì chúng ta biết khá rõ chúng ta đang viết cho những người trung tín, cao quý và cần mẫn học hỏi những lời sấm truyền của Đức Chúa Trời.

> 1 Clement 62:1–3; khoảng năm 95 S.C: *The Apostolic Fathers: Greek Texts and English Translation*, biên tập và phiên dịch Michael W. Holmes. 3rd ed. (Grand Rapids: Baker Academic, 2007).

Trong suốt cuộc đời, Ngài đặc biệt ý thức về thời gian và truyền đạt điều này cho các môn đồ Ngài. Ngài biết khi nào thì giờ Ngài đã đến, khi nào chưa (Giăng 2:4; 7:30; 8:20; 12:23, 27; 13:1; 17:1). Trong tất cả điều này, Chúa Giê-xu được thúc đẩy bởi một khao khát quan trọng nhất là làm theo ý muốn của Cha Ngài (Mat 26:42; Giăng 5:30; 6:38). Chúa Giê-xu tóm gọn ước muốn ấy như sau: "Đức Chúa Jêsus nói với họ: Lương thực của Ta là làm theo ý muốn của Đấng đã sai Ta, và hoàn tất công việc của Ngài" (Giăng 4:34). Khi Chúa Giê-xu sắp bị đóng đinh, Phi-lát suy nghĩ sai lầm rằng ông có quyền định đoạt sự sống và cái chết của Chúa Giê-xu, nhưng Chúa Giê-xu bảo ông: "Nếu không do trên ban cho thì ngươi chẳng có quyền gì trên Ta; vì thế, kẻ nộp Ta cho ngươi còn nặng tội hơn" (Giăng 19:11). Không ai có quyền trên Chúa Giê-xu trừ ra Cha Thiên Thượng, và đến cuối cùng Chúa Giê-xu vẫn nhận biết điều đó.

Chúa Giê-xu nhận thức rằng Kinh Thánh từ rất lâu đã tiên báo cuộc đời Ngài cuối cùng sẽ ra sao. Ngài ý thức suốt cuộc đời rằng lời tiên tri đang được ứng nghiệm bởi những gì Ngài đang làm. Ngài đã cẩn thận đọc sách Ê-sai và biết rõ về Người Đầy Tớ được nói tiên tri sẽ đến (Ê-sai 42:1–4; 49:1–7; 52:13–53:12; 3:12). Trong số nhiều điều nói về việc Người Đầy Tớ ấy sẽ làm, điều đọng lại trong đầu Chúa Giê-xu là Ngài sẽ bị vết vì tội lỗi của chúng ta và bị thương vì sự gian ác của chúng ta (Ê-sai 53:5), rằng Đức Chúa Trời sẽ chất tất cả những tội lỗi của chúng ta trên Ngài (Ê-sai 53:6), rằng Ngài sẽ bị cất khỏi đất kẻ sống (Ê-sai 53:8–9). Chúa Giê-xu rất đau đớn khi giải thích cho các môn đồ Ngài rằng sứ mạng của Ngài là chịu khổ và chịu chết vì tội lỗi của cả thế gian (Mat 16:21; 20:17–19, 28; 26:27–29).

Một số tước hiệu hoặc là được chính Chúa Giê-xu sử dụng hoặc được Ngài chấp nhận trong các sách phúc âm phản ánh bằng cách này hay cách khác rằng sứ mạng của cuộc đời Ngài là: làm Thầy (Mat 8:19; 19:16; 26:18; Mác 4:38), Ra-bi (Mác 9:5; Giăng 1:49; 3:2; 6:25) và Con Trai của Đa-vít (Mat 15:22; 20:30–31; 21:9, 15).

Tuy nhiên tước hiệu tự xưng mà Chúa Giê-xu yêu thích là "Con Người". Thuật ngữ này được tìm thấy cả ở Cựu Ước (Êxê 2:1–3; 3:1, 3, 4, 17; Đa 7:13–14) và trong văn chương thuộc **thời kỳ giữa hai giao ước**. Có lẽ trong thời của Chúa Giê-xu, nó hàm ý chỉ về Đấng Mê-si-a. Thuật ngữ này cũng đủ mập mờ để Chúa Giê-xu sử dụng nhằm xác nhận vai trò là Đấng Mê-si-a của Ngài trong khi đó cũng đưa vào ý Ngài muốn nói. Ngài cần phải làm điều này bởi vì mong đợi hiện tại của người Do Thái là một Đấng Mê-si-a sẽ đến và nghiền nát những kẻ áp bức La Mã, trong khi đó Ngài lại đến để làm Người Đầy Tớ - Đấng Cứu Thế cho cả thế gian, Đấng sẽ cai trị khắp đất bằng vinh quang, nhưng chỉ trong sự đến lần thứ hai của Ngài thôi. Có ít nhất ba điều mà Chúa Giê-xu muốn nhấn mạnh khi Ngài sử dụng thuật ngữ này: thẩm quyền của Ngài (Mat 12:8; Mác 2:10; Lu 5:24), sự chết và sự sống lại sắp tới của Ngài (Mác 8:31–32; 9:12, 31; 10:33–34), và sự đến trong vinh hiển lần thứ hai của Ngài (Mat 16:27; 24:26–31; 26:64; Mác 8:38). Có thể Chúa Giê-xu cũng đang nhấn mạnh nhân tính và chức vụ tiên tri của Ngài.

Cuộc sống con người, tình trạng tội lỗi của con người và Đức Chúa Trời

Như chúng ta đã thấy, một trong những mối quan tâm chính của Chúa Giê-xu là làm cho Đức Chúa Trời trở nên thật trở lại trong đời sống của những người thuộc về Ngài. Trái ngược với những quan điểm hiện hành trong thời của Ngài nhấn mạnh vào sự phán xét, trách nhiệm, những đòi hỏi của pháp luật và việc nghiêm ngặt tuân thủ luật pháp, Chúa Giê-xu muốn nhấn mạnh sự gần gũi, tình yêu và sự quan tâm của Đức Chúa Trời. Để làm điều này, Ngài gần như lúc nào cũng nói về Đức Chúa Trời là "Cha trên trời". Thật đáng ngạc nhiên là khi nói về công tác của Đức Chúa Trời trên đất, cụm từ Chúa Giê-xu yêu thích là "vương quốc Đức Chúa Trời", nhưng không chỗ nào Ngài gọi Đức Chúa Trời là vua hay là Đấng đoán xét. Chúa Giê-xu biết rất rõ rằng Đức Chúa Trời vừa là vua vừa là quan tòa, nhưng đó không phải là điều Ngài muốn nhấn mạnh. Vương quốc Đức Chúa Trời được cai trị bởi một người Cha thiên thượng, không phải bởi một vị quan tòa chuyên quyền hay một vị vua tàn ác. Chúa Giê-xu bảo rằng Cha trên trời của Ngài biết những nhu cầu của chúng ta, vô cùng quan tâm đến chúng ta, thậm chí số tóc trên đầu chúng ta cũng đã được Ngài đếm rồi (Mat 10:30). Bức tranh đẹp đẽ về người cha chờ đợi đứa con lạc mất của mình trở về tóm tắt những gì Chúa Giê-xu muốn nói về Đức Chúa Trời (Lu 15:11–24). Việc Đức Chúa Trời quan tâm đến chúng ta mang đến cho sự sống con người ý nghĩa cao nhất của nó.

Chúa Giê-xu ý thức rõ sự phức tạp của cuộc sống con người. Chúng ta là những hữu thể thọ tạo (Mác 10:6) rất có giá trị đối với Đức Chúa Trời (Mat 6:25–26; 10:30; 12:12). Chúng ta có khả năng trân quý cái đẹp (Mat 6:28–29). Bản chất bên trong của chúng ta bao gồm tâm hồn, tâm trí, linh hồn, sức lực, tinh thần và ý chí trong một tổng thể phức tạp (Mat 22:37; Mác 8:35–36; 12:30). Chúng ta là những hữu thể xã hội và đạo đức (Mat 12:33–37), ngập tràn cảm xúc (Mat 5:4, 12). Mặc dù lệ thuộc vào những giới hạn của thể xác, nhưng chúng ta được định để sống đời đời (Lu 16:19–31; Giăng 6:38–40).

Chúa Giê-xu cũng ý thức tình trạng tội lỗi của con người và sự bất năng của chúng ta trong việc làm theo những gì Đức Chúa Trời đòi hỏi (Mat 7:11). Nói đơn giản, con người là tội nhân (Lu 5:32). Thế nhưng tội lỗi của chúng ta có thể được tha thứ (Mat 9:2, 5; 12:31). Những người được xem là tội nhân tệ bạc nhất lại cảm thấy thoải mái khi ở trong sự hiện diện của Chúa Giê-xu (Mác 2:15). Ngài nổi tiếng là "Bạn của người thu thuế và kẻ có tội" (Mat 11:19). Chúa Giê-xu không bao giờ sử dụng tình trạng tội lỗi của con người làm cây gậy để đánh họ hay để làm họ nản chí.

Nếu họ bị bắt quả tang phạm tội, thì họ được tha thứ và được bảo đừng phạm tội nữa (Giăng 7:53–8:11). Tuy nhiên, Ngài cũng dành những lời lên án nghiêm khắc cho những kẻ tự cho mình là công chính và không sẵn lòng nhận biết tội lỗi của mình (Mat 23:13–32; Lu 18:9–14). Ngài cũng dùng những lời lẽ rất nặng đề nói về những người chối bỏ công việc của Đức Chúa Trời được thực hiện qua chính Ngài (Mat 11:21–24; 12:39–42).

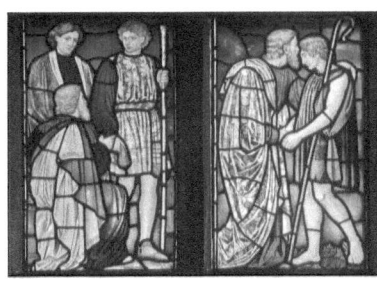

Hình bằng đá nhiều màu: Câu chuyện đáng nhớ về người cha và đứa con lạc mất là hình ảnh thu nhỏ những gì Chúa Giê-xu muốn nói về Đức Chúa Trời. Cửa sổ bằng kính màu ở Hội thánh Nikolai ở Orebro, Thụy Điển, được thiết kế bởi Carl Almquist vào cuối những năm 1800.

Để tìm được ý nghĩa thật sự của cuộc sống, con người phải đến với Chúa Giê-xu, ở đó họ sẽ tìm được sự yên nghỉ cho linh hồn khi trở thành môn đồ hay người theo Ngài (Mat 11:28–30). Mặc dù một người có thể phải hy sinh rất nhiều để trở nên môn đồ của Chúa Giê-xu (Lu 14:25–35), nhưng cái ách của môn đệ Chúa Giê-xu thì dễ chịu, và cuối cùng Đức Chúa Trời sẽ ban sự sống đời đời cho những người thuộc về Ngài. Môn đồ của Chúa Giê-xu biết rằng sự sống con người theo như cách Chúa định cho nó không bao gồm của cải chồng chất (Mat 6:19–21; Lu 12:15–21), có được địa vị đặc quyền nào đó (Mat 21:43), có vẻ ngoài yêu mến Chúa (Mat 6:16), có được tất cả những thứ mà lòng chúng ta ao ước (được cả thiên hạ) hay được thể hiện tất cả những tiềm năng mà chúng ta có (cứu sự sống) (Mác 8:35–37). Đúng hơn, sự sống ấy bao hàm việc từ bỏ chính mình vì danh Chúa (Lu 9:23–25), sống trong vương quốc của Đức Chúa Trời (Mat 6:33) và làm trọn hai mạng lệnh lớn của Chúa Giê-xu, là hai mạng lệnh bao hàm ý nghĩa đầy đủ của sự tồn tại: yêu Chúa (Mác 12:30) và yêu người lân cận (Mác 12:31)

Các sự kiện xảy ra trước sự đến lần thứ hai của Chúa Giê-xu

- Bội đạo (Mat 24:10)
- Anti-Christ nổi lên (Mat 24:5, 23, 26)
- Bội phản (Mác 13:12; Lu 21:16)
- Động đất (Mat 24:7; Mác 13:8)
- Các Christ giả (Mat 24:24; Mác 13:6, 21–23)
- Các tiên tri giả (Mat 24:11, 24; Mác 13:21–23)
- Những dấu kỳ phép lạ giả (Mat 24:24; Mác 13:22)

- Đói kém (Mat 24:7)
- Tội ác gia tăng (Mat 24:12)
- Xung đột mang tầm quốc tế (Mat 24:7)
- Người tin Chúa bị bắt bớ (Mat 24:9; Mác 13:9–13)
- Dịch bệnh (Lu 21:11)
- Những tai họa chưa từng có (Mác 13:17–19)
- Chiến tranh và những lời đồn đại về chiến tranh (Mat 24:6; Mác 13:7)
- Phúc âm được công bố trên khắp thế giới (Mat 24:14; Mác 13:10)

Nếu chúng ta thật sự yêu mến Chúa, chúng ta sẽ làm mọi điều Ngài muốn, và nếu chúng ta thật sự yêu thương người lân cận mình, chúng ta sẽ là người mà người ấy cần ở chúng ta. Chúa Giê-xu thu nhỏ nguyên tắc này trong câu chuyện yến tiệc, nơi sự tử tế được thể hiện cho những người không có khả năng đáp trả (Lu 14:12–14). Khi được hỏi định nghĩa người lân cận là ai mà chúng ta phải yêu thương, Chúa Giê-xu đáp lại bằng ngụ ngôn về người Sa-ma-ri nhân lành, trong đó nói rằng người lân cận là bất cứ ai đang có nhu cần (Lu 10:29–37).

Môn đồ thật là người đi theo dấu chân của Thầy mình. Chúa Giê-xu hứa ban sự sống dư dật, sự sống duy nhất thật sự đáng sống, cho những người ấy (Giăng 10:10).

Hồi chung kết, sự đến lần hai và sự sống sẽ đến[8]

Mặc dù người Sa-đu-sê trong thời Chúa Giê-xu phản đối ý niệm về đời sau, nhưng Chúa Giê-xu xác nhận rằng cuộc sống không kết thúc tại mộ phần. Lịch sử như chúng ta biết sẽ không kéo dài mãi mãi. Cõi thọ tạo ban đầu có một khởi đầu như thế nào thì cũng sẽ có hồi chung kết thế ấy.

Chúa Giê-xu nói rất nhiều về những gì sẽ xảy ra trong tương lai. Khi Ngài nhìn xa hơn thời của Ngài, Ngài thấy sự hủy phá Giê-ru-sa-lem trong tương lai rất gần (Lu 21:5, 6, 20, 24), đã xảy ra vào năm 70 S.C – nhưng Ngài cũng thấy cách thế giới một ngày nào đó cũng sẽ kết thúc. Trong suy nghĩ của Chúa Giê-xu, hồi chung cuộc sẽ khởi đầu bằng sự đến lần thứ hai của Ngài (Mat 13:39–40, 49, 24:3). Tuy nhiên, trước khi điều đó xảy ra, một số việc phải được diễn ra trước. Chúa Giê-xu cẩn thận hướng dẫn các môn đồ Ngài để họ không bị dẫn đi sai lạc trong vấn đề sự trở lại của Ngài.

Không ai biết đích xác khi nào thì sự đến lần thứ hai sẽ xảy ra, vì thế phỏng đoán về điều đó chỉ vô ích mà thôi (Mat 24:36; 42; 25:13). Chỉ một mình Đức Chúa Trời mới biết sự đến lần hai của Đấng Christ là khi nào (Mat 24:36). Con người chắc

---

[8]Xin xem T. F. Glasson, *The Second Advent: The Origin of the New Testament Doctrine*, 2nd ed. (London: Epworth, 1947); Bruce Milne, *The Message of Heaven and Hell* (Downers Grove, IL: InterVarsity, 2003); Leon Morris, *The Biblical Doctrine of Judgment* (Grand Rapids: Eerdmans, 1960); những bài luận có liên quan là Joel B. Green, Scot McKnight và I. Howard Marshall, eds., *Dictionary of Jesus and the Gospels* (Downers Grove, IL: InterVarsity, 1992).

chắn sẽ sai lầm khi phán đoán về thời điểm Ngài trở lại. Sự kiện đó sẽ bất ngờ (Mat 24:44; Lu 12:35–40), đột ngột (Mác 13:33–36), giống như trộm đến vào ban đêm (Mat 24:42–44).

Bản thân sự kiện ấy sẽ có tác động rất lớn (Mat 24:30), đầy vinh hiển (Mat 16:27), mang tính cá nhân (Mác 8:38) và có thể thấy được (Mác 13:26). Khi Chúa Giê-xu trở lại trái đất, các thiên sứ sẽ tháp tùng Ngài (Mác 8:38), từ mây trời ngự xuống (Mat 24:30) giữa những tai họa của toàn cõi vũ trụ và của trái đất (Mat 24:29; Lu 21:25–26), và tụ họp tất cả các thánh nhân của mọi thời đại lại với Ngài (Mat 24:31; Mác 13:27; xin xem 1 Cô 15:50–54; 1 Tê 4:13–17).

Tiêu điểm 9: Sự dạy dỗ của Đấng Christ trong Bản tín điều Nicene

Hội thánh đầu tiên rất trân trọng sự dạy dỗ của Chúa Giê-xu, là nền tảng của giáo lý Cơ Đốc. Các lãnh đạo hội thánh nhận ra việc các tín hữu biết điều họ tin và tại sao họ tin là việc tối quan trọng, đặc biệt khi đối diện với những giáo sư giả và những môn phái dị giáo đang mở rộng những phiên bản sai lệch về sự dạy dỗ của Đấng Christ. Dựa trên sự tăng trưởng theo lũy thừa của hội thánh, thì việc các tân tín hữu được dạy dỗ cách nhanh chóng và cẩn trọng về giáo lý Cơ Đốc cũng là điều quan trọng. Vì những lý do đó, lãnh đạo hội thánh đã quyết định kết hợp những sự dạy dỗ của Đấng Christ vào trong các bài tín điều, hay là các bài tóm tắt ngắn gọn về niềm tin Cơ Đốc (Từ "tín điều" có nghĩa là "tôi tin").

Do có tiền lệ tốt từ trong Kinh Thánh để thực hiện việc này; một số phân đoạn tín điều ngắn được tìm thấy xuyên suốt Tân Ước, trong đó có phân đoạn trong 1 Ti-mô-thê 3:16; là phân đoạn tập trung vào cuộc đời và bản chất của Chúa Giê-xu: "Mọi người đều cho sự mầu nhiệm của sự tin kính là lớn lắm: Đấng đã được tỏ ra trong xác thịt, thì đã được Đức Thánh Linh xưng là công bình, được thiên sứ trông thấy, được giảng ra cho dân ngoại, được thiên hạ tin cậy, được cất lên trong sự vinh hiển."

Nổi bật trong các bản tín điều là những sự dạy dỗ của Chúa Giê-xu về vương quốc Đức Chúa Trời, về Đức Chúa Trời Sáng Tạo, mối quan hệ giữa Ngài với Đức Chúa Cha, sự sống lại của người chết, sự phán xét nhân loại và sự sống đời sau. Những sự dạy dỗ này được tìm thấy trong Bản tín điều Nicence, được đặt tên theo Giáo hội nghị Nicea vào năm 325 S.C, khi các lãnh đạo hội thánh phê chuẩn sự dạy dỗ trong Kinh Thánh liên quan đến bản chất thần – nhân của Chúa Giê-xu. Hãy lưu ý Tín điều này phản chiếu trực tiếp nhiều sự dạy dỗ của Chúa Giê-xu như được ký thuật trong các sách phúc âm ra sao – khoảng 50% hoặc hơn thế nữa.

> Chúng tôi tin một Đức Chúa Trời duy nhất, là Đức Chúa Cha Toàn năng, Đấng dựng nên trời và đất, cùng muôn vật, hữu hình cũng như vô hình.
>
> Chúng tôi tin một Chúa duy nhất, là Chúa Giê-xu Christ, Con độc sinh của Đức Chúa Trời, được sinh ra ở thế đời đời từ Đức Chúa Cha, là Đức Chúa Trời ra từ Đức Chúa Trời, là sự sáng ra từ sự sáng, là Đức Chúa Trời thật ra từ Đức Chúa Trời thật, được sinh ra, không phải được dựng nên, đồng một bản thể với Đức Chúa Cha. Qua Ngài, muôn vật đã được dựng nên. Vì chúng ta và sự cứu rỗi của chúng ta, Ngài đã từ trời xuống thế, bởi quyền năng của Thánh Linh, Ngài đã nhập thể qua trinh nữ Ma-ri, và trở nên con người. Vì cớ chúng ta, Ngài đã chịu đóng đinh dưới tay Bôn-xơ Phi-lát; Ngài đã chịu chết và chôn. Đến ngày thứ ba, Ngài sống lại, theo như lời Kinh Thánh; Ngài thăng thiên trở về trời, ngồi bên hữu Đức Chúa Cha, Ngài sẽ trở lại trong vinh quang để phán xét kẻ sống và kẻ chết và vương quốc Ngài sẽ không bao giờ kết thúc.
>
> Chúng tôi tin Thánh Linh, là Chúa, là Đấng ban sự sống, bắt nguồn từ Đức Chúa Cha và Đức Chúa Con. Cùng với Đức Chúa Cha và Đức Chúa Con, Ngài được thờ phượng và tôn vinh. Ngài đã phán dạy qua tiên tri. Chúng tôi tin một Hội thánh duy nhất, thánh khiết, công đồng và truyền tiếp từ các sứ đồ. Chúng tôi tin nhận một báp-têm duy nhất để được tha thứ tội lỗi. Chúng tôi trông đợi sự sống lại của người chết, và sự sống ở thế giới hầu đến.
>
> A-men.

Chúa Giê-xu cũng nói về sự phục sinh sẽ xảy ra của toàn nhân loại, theo cả cách chung (Mác 12:26–27; Lu 20:37–38) và cách cụ thể (sự phục sinh của những người công bình và không công bình; Giăng 5:21, 25, 28–29; 6:39–40; 11:21–25). Chúa Giê-xu nói về hồi chung kết và những sự phán xét cuối cùng cặp theo trong một số ngụ ngôn nổi tiếng, như ngụ ngôn về việc thả lưới (Mat 13:47–50); ngụ ngôn về chiên và dê (Mat 25:31–46) và ngụ ngôn về lúa mì và cỏ lùng (Mat 13:24–30).

Những người được chuộc sẽ tụ họp lại với nhau trên thiên đàng (Mat 6:19–21; Lu 10:20), tức là vương quốc tối thượng của Đức Chúa Trời (Mat 25:34; Lu 22:29–30). Họ sẽ có được sự sống đời đời (Giăng 3:15–16; 10:28–29) trong nhà Cha họ (Giăng 14:1–4), dự yến tiệc với các thánh thuở xưa (Mat 8:10–11) và thông công với Chúa Giê-xu Christ (Giăng 12:26; 17:24). Đó là nơi vui mừng, phước hạnh tột bậc và là nơi ban thưởng (Mat 5:12; 25:34; Mác 10:21; Lu 18:22).

Người hư mất sẽ bị quăng ra ngoài bóng tối (Mat 8:10–12; 22:13), nơi đó sẽ có đau khổ (Mat 25:29–30) và hủy diệt (Mat 7:13). Đó là nơi của quỷ dữ và các thiên sứ của hắn (Mat 25:41). Đó sẽ là nơi của sự gian ác (Mat 13:38–42) và sự vô tín (Lu 8:11–12; Giăng 3:18, 36), giống như hồ lửa hực (Mat 13:42). Đó sẽ là sự đoán phạt cuối cùng (Mat 10:28; Giăng 5:29).

Trong ánh sáng của tất cả những gì sẽ đến, Chúa Giê-xu thách thức người nghe (và cả chúng ta nữa!) phải đưa ra quyết định. Chúng ta không thể hầu việc hai chủ; chúng ta không thể bước đi trên hai con đường; chúng ta không thể vừa là cây tốt vừa là cây xấu cùng một lúc; chúng ta không thể vừa yêu Chúa vừa yêu những thứ thuộc về vật chất. Chúng ta phải quyết định sẽ xây nhà của mình trên cát, chỉ để thấy cuối cùng nó sụp đổ tan hoang, hay xây nhà mình trên nền vững chắc là Chúa Giê-xu Christ và được sống đời đời trong vinh hiển và phước hạnh của Chúa (Mat 7:24–27; 13:43; 25:34).

Tóm lược

1. Chúa Giê-xu trước nhất đến như một người thầy – người giảng đạo, truyền đạt sứ điệp của mình để mọi người có thể xây dựng sự hiểu biết của mình dựa trên sự dạy dỗ của Ngài và cũng sẽ được thách thức để áp dụng những sự dạy dỗ ấy vào trong đời sống.
2. Chúa Giê-xu truyền đạt sứ điệp của Ngài qua hình thức tương tự như hình thức của các ra-bi trong thời của Ngài và sử dụng ngụ ngôn, minh họa, bài học trực quan, những câu châm ngôn đương đại và những trích dẫn từ Cựu Ước.
3. Chúa Giê-xu dạy rất nhiều về vương quốc Đức Chúa Trời và mối quan hệ giữa Ngài với vương quốc ấy trong tư cách người công bố, hiện thân và người làm ứng nghiệm vương quốc ấy.
4. Chúa Giê-xu là độc nhất bởi vì Ngài có mối quan hệ đặc biệt với Đức Chúa Trời, với nhân loại và nhận thức đặc biệt về sứ mạng của Ngài trên đất.
5. Chúa Giê-xu tin và dạy rằng số phận cuối cùng của chúng ta lệ thuộc vào mối liên hệ của chúng ta với Đức Chúa Trời qua Chúa Giê-xu và qua cách Ngài đánh giá về chúng ta.
6. Từ khi còn nhỏ, chí ít là từ khi 12 tuổi, Chúa Giê-xu đã ý thức sứ mạng đặc biệt của mình.
7. Chúa Giê-xu sử dụng và/hoặc chấp nhận những danh xưng Thầy, Ra-bi, Con trai vua Đa-vít và Con Người.
8. Mục tiêu chính của Chúa Giê-xu là làm cho Đức Chúa Trời trở nên thực hữu trong đời sống của những người thuộc về Ngài bằng cách

nhấn mạnh vào tình yêu thương và sự quan tâm của Đức Chúa Trời thay vì vào những đòi hỏi của luật pháp.
9. Chúa Giê-xu nói rõ rằng môn đồ thật là người đi theo dấu chân Ngài.
10. Chúa Giê-xu nhấn mạnh rằng sự sống không kết thúc khi chết; một ngày nào đó khi Ngài trở lại lần thứ hai, là sự trở lại có ảnh hưởng lớn, bất ngờ, vinh hiển, mang tính cá nhân và có thể thấy được, thì thế giới sẽ kết thúc.

Câu hỏi ôn tập

1. Một số điều giúp chúng ta hiểu Chúa Giê-xu trong vai trò người truyền thông là gì?
2. Chúa Giê-xu sử dụng ngôn ngữ theo cách nào khi Ngài giảng dạy?
3. Công cụ giảng dạy Chúa Giê-xu yêu thích là gì? Mô tả cách Chúa Giê-xu dùng công cụ này để truyền đạt sứ điệp của Ngài.
4. Bằng cách nào và tại sao Chúa Giê-xu trực tiếp liên kết mình với sứ điệp của Ngài?
5. Trình bày lời dạy của Chúa Giê-xu về vương quốc và cách Ngài liên kết mình với vương quốc đó.
6. Chúa Giê-xu độc nhất vô nhị ở những phương diện nào?
7. Chúa Giê-xu dạy gì về đời sống con người và tình trạng tội lỗi?
8. Theo Chúa Giê-xu, kỳ tận chung sẽ như thế nào?

Các thuật ngữ then chốt

Châm ngôn	Mang tính ẩn dụ	Thời kỳ giữa hai giao ước
Cô-ban	Ngụ ngôn	Tín điều Nicene
Con Người	Sự đến lần hai	Vương quốc của Đức Chúa Trời
Huyền nhiệm	Tà giáo	

Sách đọc thêm

Bruce, F. F. *The Hard Sayings of Jesus*. Downers Grove, IL: InterVarsity, 1983.

Xem xét những câu nói khó hiểu của Chúa Giê-xu, với những gợi ý hữu ích để hiểu được chúng.

Carson, D. A. *Scandalous: The Cross and Resurrection of Jesus*. Wheaton: Crossway, 2010.

Một lời nhắc nhở về công tác trọng tâm của Chúa Giê-xu, theo đó những sự dạy dỗ của Chúa Giê-xu sẽ được giải nghĩa.

Gempf, Conrad. *Jesus Asked: What He Wanted to Know*. Grand Rapids: Zondervan, 2003.

> Phần phân tích tươi mới và đầy thú vị về sự dạy dỗ của Chúa Giê-xu nhìn từ những câu hỏi Ngài nêu lên cho người nghe.

Hess, Richard S., và M. Daniel Carroll R., eds. *Israel's Messiah in the Bible and the Dead Sea Scrolls*. Grand Rapids: Baker Academic, 2003.

> Những bài luận làm sáng tỏ những mong đợi và thực tế trong thời Kinh Thánh và kể từ đó trở đi.

Kuligin, Victor. *Ten Things I Wish Jesus Had Never Said*. Wheaton: Crossway, 2006.

> Những hồi tưởng đầy thách thức từ một giáo sĩ tại châu Phi.

Morgan, Christopher và Robert Peterson, eds. *The Kingdom of God*. Wheaton: Crossway, 2012. Fresh treatments.

> Những nghiên cứu mới mẻ về chủ đề trọng tâm của Phúc âm từ nhiều góc nhìn, nhưng có sự nhất quán về tầm quan trọng của vương quốc Đức Chúa Trời và vai trò của Chúa Giê-xu.

Schreiner, Thomas R. *New Testament Theology*. Grand Rapids: Baker Academic, 2008.

> Lập luận rằng cuộc đời Chúa Giê-xu làm ứng nghiệm nhưng chưa hoàn tất những lời hứa của Đức Chúa Trời. Ở nhiều phần khác nhau, Schreimer khảo sát lời chứng của các sách phúc âm về những khía cạnh khác nhau trong việc ứng nghiệm lời hứa của Đức Chúa Trời.

Smith, Gordon T. *The Voice of Jesus: Discernment, Prayer, and the Witness of the Spirit*. Downers Grove, IL: InterVarsity, 2003.

> Hữu ích trong việc hiểu cách lãnh đạo của Chúa Giê-xu giữa những rối rắm của cuộc sống đương đại.

Stassen, Glen H. và David P. Gushee. *Kingdom Ethics: Following Jesus in Contemporary Context*. Downers Grove, IL: InterVarsity, 2003.

> Những suy ngẫm về cách để sống nếp sống Cơ Đốc mỗi ngày, đặc biệt dựa trên Bài giảng trên Núi.

Stein, Robert H. *Difficult Passages in the New Testament*. Grand Rapids: Baker Academic, 1990.

> Phần đầu nói về các sách phúc âm.

———. *The Method and Message of Jesus' Teachings*. Rev. ed. Louisville: Westminster John Knox, 1994.

> Phần dẫn nhập rất hữu ích nói về cách giảng dạy của Chúa Giê-xu và những gì Ngài đã phán bảo.

Stott, John R. W. *The Message of the Sermon on the Mount.* Downers Grove, IL: InterVarsity, 1978.

> Phần giải kinh rất hay về một trong những phần giáo huấn vĩ đại nhất từ Chúa Giê-xu mà chúng ta có được.

Strauss, Mark. Four Portraits, *One Jesus: An Introduction to Jesus and the Gospels.* Grand Rapids: Zondervan, 2007.

> Nói đến tất cả những vấn đề cần phải được xem xét để hiểu và áp dụng những gì Chúa Giê-xu đã dạy.

Chương 10

Những Phương Pháp Nghiên Cứu Tân Ước Thời Hiện Đại

Phương Pháp Phê Bình Lịch Sử Và Phương Pháp Giải Kinh

Bố cục

- Hai cách đọc Tân Ước
- Sự cần thiết của phương pháp phê bình
- Nguồn gốc của phương pháp phê bình lịch sử
- Những đóng góp và những giới hạn của phương pháp phê bình lịch sử
- Triển vọng của phương pháp giải kinh
    - Điều kiện
    - Phương pháp
    - Mục tiêu
- Lời mời nghiên cứu thêm về phương pháp giải kinh

Mục tiêu

Sau khi đọc chương này, bạn có thể:

- Truy nguyên những điểm nổi bật trong sự phát triển của thượng phê bình (higher criticism)
- Đưa ra những ví dụ về những thách thức mà các phần Tân Ước trình bày cho độc giả

- Kể tên những giả định phi Cơ Đốc về Kinh Thánh mà một số nhà phê bình đưa ra
- Nêu tên và định nghĩa các phương pháp phê bình lịch sử
- Nhận diện các học giả thuộc truyền thống phê bình lịch sử và truyền thống thần học lịch sử
- Giải thích lĩnh vực giải kinh học
- Thảo luận những mục tiêu của việc giải nghĩa Tân Ước

Hai cách đọc Tân Ước

Suốt Thế Chiến II, một mục sư và cũng là giáo sư học cao hiểu rộng tên là Martin Albertz (1882–1956) đã bị chính quyền Đức quốc xã bỏ tù vì hoạt động nhà thờ. Sau chiến tranh, ông bắt đầu viết một cuốn sách tựa như cuốn sách mà bạn đang đọc – cuốn khảo cứu Tân Ước. Cuối cùng, nghiên cứu của ông lên đến bốn tập. Ông dành tặng tập thứ ba cho hai sinh viên của mình.

Người đầu tiên, Erich Klapproth, là một mục sư trẻ có tài được liệt vào hàng những người bị mất tích ngoài mặt trận ở Nga vào năm 1943. Người còn lại là một nữ mục sư phụ tá can đảm, một thiếu nữ trẻ tên là Ilse Fredrichsdorff. Cô đã phục vụ một cách quên mình đến nỗi cô chết vì đói bên ngoài Berlin bên cạnh những người mà cô phục vụ vào tháng Mười Một năm 1945, sau khi cuộc chiến kết thúc khá lâu. Điều giữ cho cả hai tín hữu trẻ này vẫn sống sót qua những năm tháng đầy tàn phá ấy là đức tin không lay chuyển nơi Chúa và sự tin quyết rằng Phúc âm là chân thật.

Dẫn nhập Tân Ước của Albertz là một trong những sách thần học đầu tiên được in tại Đông Đức sau thế chiến. Một vài năm sau, một học giả Tân Ước tên là Werner Kümmel đã viết bài phê bình sách. Ông viết: Sinh viên được khuyên không nên đọc các sách của Albertz, bởi vì những cuốn sách này mặc định rằng ta có thể biết chắc nhiều điều về sự ra đời và có được sự hiểu biết đúng đắn về lời chứng của các sứ đồ.[1]

Lời phàn nàn của nhà phê bình ấy đã dấy lên một thắc mắc quan trọng vẫn còn được bàn thảo cho đến ngày nay. Những tài liệu được phát hiện ngày nay có khiến cho việc nói về nguồn gốc và ý nghĩa của sứ điệp Phúc âm một cách tự tin trở nên không thể không? Phần dẫn nhập Tân Ước có nên tập trung vào những giả thuyết hiện đại về Tân Ước và có lẽ cả những lập luận ủng hộ những giả thuyết hiện hành đang trở thành trào lưu không? (Giả thuyết thì thay đổi nhanh chóng). Giải thích Tân Ước "theo kiểu hiện đại" có cần phải tập trung vào những nghi ngờ

---

[1] Martin Albertz, *Die Botschaft des Neuen Testaments*, vol. II/2 (Zollikon-Zürich: Evangelischer Verlag, 1957), 14. Vị mục sư trẻ sa ngã và Ilse Friedrichsdorff được tán dương trong những trang đầu của tập II/1.

hiện tại về sứ điệp của Kinh Thánh không?² Nói cách khác, giải thích Tân Ước theo hướng học thuật có nhất thiết phải khăng khăng không tin vào những lời tuyên bố và sứ điệp trọng tâm của Tân Ước không?³

Cùng với hàng trăm triệu Cơ Đốc nhân trên thế giới hiện nay, các tác giả của sách mà bạn đang đọc xác nhận rằng việc một cuốn khảo sát Tân Ước nhìn thấy trong các sách Kinh Thánh sứ điệp cứu rỗi thông qua đức tin đặt nơi Chúa Giê-xu Christ mà các tín hữu từ lâu đã tìm thấy trong đó vẫn là đúng đắn. Chúng ta có lý do chính đáng để quan tâm chủ yếu đến điều Tân Ước nói rõ khi chúng ta cầm quyển Kinh Thánh lên và đọc.⁴ Rõ ràng chúng ta phải ghi nhớ những điều cần cân nhắc khi **giải kinh** và các yếu tố về bối cảnh của nó, nhưng trong ánh sáng của những tư liệu đáng tin cậy về mặt lịch sử của Kinh Thánh, nó cần phải được xem như một người bạn đáng tin cậy thay vì là một kẻ thù dối trá.

Không phải mọi người đều tiếp cận với Kinh Thánh theo cách đó. Những độc giả khác nhau đưa ra những giả định khác nhau và giả định đó ảnh hưởng trên cách họ hiểu Tân Ước, và điều đó ảnh hưởng trên cách họ giới thiệu về Tân Ước cho người khác. Những chương trước trong cuốn sách này đã nói rõ rằng chúng ta tin Tân Ước đáng tin cậy. Chúng ta nghĩ rằng thật rất hợp lý khi đọc Kinh Thánh dựa trên bối cảnh của những giáo lý Cơ Đốc cổ xưa, chẳng hạn như giáo lý về sự soi dẫn của Kinh Thánh, về thần tính của Chúa Giê-xu Christ, sự tể trị của một Đức Chúa Trời cá nhân trong thế giới, Đấng làm các phép lạ như khiến Con Một đã bị đóng đinh của Ngài sống lại và giáo lý về ngày phán xét sẽ đến.⁵

Nhưng nhiều nhà giải kinh Tân Ước sẽ không đồng ý. Ở những thế hệ gần đây, và cho tới tận bây giờ, nhiều tác giả cho rằng họ có sự ủng hộ từ giới học thuật đã tranh cãi về những ý niệm như: Các ghi chép của Tân Ước không khác với, hay

---

²Helmut Koester, *Introduction to the New Testament*, 2 vols. (Philadelphia: Fortress; Berlin: Walter de Gruyter, 1982), xviii, cảnh báo sinh viên về việc mong đợi "những kết quả phần nhiều là mang tính an toàn". Cũng xem bài tuyên bố của Russel Pregeant, *Engaging the New Testament: An Interdisciplinary Approach* (Minneapolis: Fortress, 1995), 36. Phần dẫn nhập Tân Ước này đem người học đến với bản văn, cuối cùng, trang 174. Trước đó, người học được tắm mình trong phần lý thuyết, các phương pháp và các giả thuyết.

³Đây là xác tín thấm nhuần những ghi chép của Bart Ehrman, trong đó có quyển *New Testament: A Historical Introduction to the Early Christian Writings*, 5th ed. (Oxford: Oxford University Press, 2011).

⁴Về nguy cơ chỉ viện dẫn "bề mặt của bản văn" một cách đơn giản thái quá, xin xem Grant R. Osborne, *The Hermeneutical Spiral: A Comprehensive Introduction to Biblical Interpretation* (Downers Grove, IL: InterVarsity, 1991), 9.

⁵Để ủng hộ cho cách nghiên cứu này, xin xem Gerald Bray, "Scripture and Confession: Doctrine as Hermeneutic," trong *A Pathway into the Holy Scripture*, ed. Philip E. Satterthwaite and David F. Wright (Grand Rapids: Eerdmans, 1994), 221–35. Gần đây hơn, bước chuyển của nhiều người hướng về "giải nghĩa Kinh Thánh theo hướng thần học" đã xác nhận phương pháp nghiên cứu này. Xin xem, chẳng hạn như, Kevin Vanhoozer, ed., *Theological Interpretation of the New Testament: A Book-by-Book Survey* (Grand Rapids: Baker Academic, 2008).

cũng không tốt gì hơn so với, hàng tá những sách khác mà chúng ta có; Chúa Giê-xu chưa bao giờ thành lập hội thánh (đúng hơn Phao-lô mới là người thành lập hội thánh) và Chúa Giê-xu chưa bao giờ xưng mình là Chúa cả; Chúa Giê-xu không hề sống lại. Thậm chí có một quan điểm cực đoan hơn nữa: Có lẽ Ngài là một thuộc viên của phái QUMRAN, Ngài đã cưới hai bà vợ và có ba người con. Mẹ Ngài không phải là một nữ đồng trinh nhưng bị cưỡng hiếp; Chúa Giê-xu là kết quả của mối quan hệ ngoài giá thú. Và cứ thế các giả thiết cứ thêm lên.

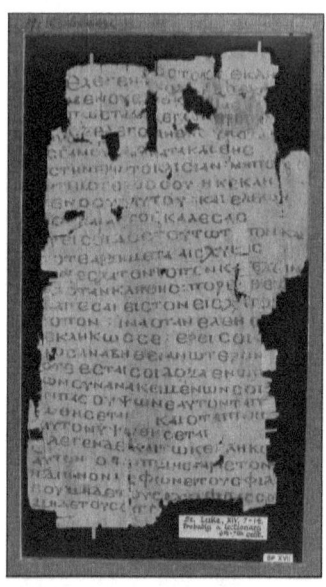

Một phần bản viết tay của Phúc âm Lu-ca. Tân Ước được viết ra từ thời xa xưa và được viết bằng một ngôn ngữ khác.

Một phần trong cách giải nghĩa Tân Ước đúng đắn là hiểu được những phương pháp nghiên cứu Tân Ước theo kiểu hiện đại. Trong phần thảo luận tiếp theo, chúng ta sẽ khảo sát điểm đặc trưng của những phương pháp nghiên cứu hiện đại này. Chúng ta cũng sẽ phác họa vắn tắt tiến trình phát triển, giá trị và những rủi ro của cái được gọi là **phương pháp phê bình lịch sử**. Trong chương này, chúng ta sẽ nói đến phương pháp phê bình lịch sử nói chung. (Chương 11 và 12 sẽ nói cách cụ thể hơn vì nó liên quan đến việc nghiên cứu về Chúa Giê-xu và ba sách phúc âm đầu tiên). Sau phần đề cập khái quát về phương pháp phê bình lịch sử, chúng ta sẽ tiếp tục khám phá Tân Ước được hiểu cách đúng đắn nhất dựa trên bối cảnh đương đại như thế nào. Nghĩa là, chúng ta thảo luận về ý nghĩa và giá trị của một ngành nghiên cứu được gọi là giải kinh.

> ### Những khía cạnh còn tranh cãi trong nghiên cứu Tân Ước
>
> Một số người đã đặt nghi vấn về tính đáng tin cậy về mặt lịch sử của Tân Ước. Học giả I. Howard Marshall đã liệt kê những khía cạnh còn tranh cãi sau đây. Ông là một trong nhiều người tin rằng trong từng lĩnh vực này ta đều có câu trả lời thỏa đáng.

> 1. Sự bất nhất giữa các ký thuật song chiếu
>
> 2. So sánh với tư liệu ngoại kinh
>
> 3. Tính không thật về mặt lịch sử
>
> 4. Những sự kiện siêu nhiên
>
> 5. Việc tạo ra và chỉnh sửa tư liệu trong hội thánh đầu tiên
>
> 6. Thể loại văn chương
>
> 7. Không đủ bằng chứng

Sự cần thiết của phương pháp phê bình

Trong chương 1, chúng ta đã nói về nhu cầu cần *nghiên cứu* Tân Ước. Tân Ước được viết từ thời xa xưa bằng một ngôn ngữ khác. Tân Ước phản ánh tập tục khác với chúng ta. Sứ điệp của nó có thể xa lạ so với sự hiểu biết mà chúng ta mang đến cho nó. Bởi nhiều lý do, chúng ta cần phải nghiên cứu Tân Ước với sự cần mẫn, cẩn trọng và nghiêm túc nếu chúng ta muốn "gặt" từ Tân Ước sứ điệp mà tác giả của nó muốn chuyển tải. Nếu không chúng ta sẽ liều lĩnh áp đặt quan điểm của mình thay vì tìm được lời Tân Ước khẳng định dành cho chúng ta.

Vì thế, việc giải nghĩa Tân Ước theo kiểu "phê bình" có lý của nó và cần phải được hoan nghênh. Cách đây vài năm, George E. Ladd đã định nghĩa phương pháp phê bình là "đưa ra những phán xét thông minh về những câu hỏi mang tính lịch sử, văn chương, về bản văn và triết lý mà một người gặp khi đọc Kinh Thánh, trong ánh sáng của tất cả những bằng chứng sẵn có, khi một người nhận ra rằng Lời Chúa đến với con người thông qua lời của con người trong những tình huống lịch sử nhất định."[6]

Gần đây hơn, I. Howard Marshall đã kêu gọi mọi người quan tâm đến "những khía cạnh còn tranh cãi" xuất hiện khi những độc giả kỹ tính tìm hiểu Tân Ước (xem khung bên trên).[7] Những thách thức này đòi hỏi phải xem xét một cách cẩn thận, hợp lý để tìm ra được giải pháp cho chúng.

Marshall tiếp tục lưu ý rằng dù chúng ta có thích hay không, thì "Kinh Thánh cũng cần được giải nghĩa", và điều này bao hàm công tác phê bình. Trong khi những người đang tìm hiểu về đạo có thể tìm thấy sứ điệp căn bản của Tân Ước qua một cụm từ hay một câu duy nhất, như Giăng 3:16, thì sẽ là khôn ngoan khi các tín hữu

---

[6] George E. Ladd, *The New Testament and Criticism* (Grand Rapids: Eerdmans, 1967), 37.

[7] "Historical Criticism," trong I. Howard Marshall, ed., *New Testament Interpretation: Essays on Principles and Methods* (Grand Rapids: Eerdmans, 1977), 127–32.

trưởng thành tiếp tục hướng tới một sự hiểu biết cao hơn về Tân Ước dựa trên việc nghiên cứu kỹ lưỡng, phân tích cẩn thận và giải thích một cách hợp lý dựa trên rất nhiều bằng chứng liên quan.

Dĩ nhiên, sự hiểu biết này không hề mới đối với Marshall. Thậm chí từ ban đầu, các học giả đã phải vật lộn với nghĩa của Kinh Thánh theo cách tương tự, dù không giống y chang. Augustine và John Chrysostom ở thế kỷ thứ tư và năm, Calvin và Luther trong giai đoạn Cải chính, Bengel và Wesley ở thế kỷ 18, tất cả đều nỗ lực giải nghĩa Tân Ước một cách hợp lý và có trách nhiệm về mặt lý trí. Vì lý do đó, những bình giải của họ thường vẫn vô cùng hữu ích khi chúng ta tìm tất cả những bằng chứng thích đáng có thể.

Nhưng bằng chứng thích đáng ấy là gì? Đối với các học giả như Marshall và Ladd, cũng như những nhân vật trong lịch sử hội thánh được trích dẫn bên trên, tính độc nhất của Chúa Giê-xu Christ, vị trí của Kinh Thánh và sự hiện diện rất thực của Đức Chúa Trời trong những vấn đề của con người là vô cùng thích hợp đối với cách chúng ta phải đọc Kinh Thánh. Nhưng đây chính là chỗ mà nhiều nghiên cứu gần đây bất đồng với nhau. Điều này mang chúng ta đến một loại "phương pháp phê bình" khác – không chỉ là phân tích khắt khe mà là phân tích dựa trên những xác tín nhất định khá khác với những gì mà Ladd, Marshall và các tiền bối Cơ Đốc kinh điển của họ cùng chia sẻ.

Nguồn gốc của phương pháp phê bình lịch sử

Trong suốt thời kỳ lịch sử châu Âu thế kỷ 17 và 18 được gọi là thời kỳ Khai Sáng, "những tín lý Cơ Đốc giáo nền tảng" lại trở nên "có vấn đề". Kinh Thánh bắt đầu được giải nghĩa trong ánh sáng của những giả định khác, những giả định phi Cơ Đốc.[8] Những giả định này bao gồm:

Hội thánh đã đọc sai Kinh Thánh. Độc giả thông thái, độc lập cần phải giải phóng mình khỏi giáo lý của hội thánh và giải nghĩa Kinh Thánh dưới ánh sáng của lý trí con người mà thôi.

- Chúa Giê-xu Christ không phải là Con Đức Chúa Trời. Ngài là một gương mẫu thuộc linh và đạo đức kiệt xuất. Ngài dạy về luật đạo đức của Đức Chúa Trời, chứ không dạy về sự cứu rỗi qua sự chết của Ngài vì tội chúng ta hay qua sự sống lại của Ngài. Ý niệm cứu rỗi và sống lại chỉ là những điều do hội thánh đầu tiên bịa đặt ra mà thôi.

---

[8]Phần tóm tắt phương pháp phê bình lịch sử thời Khai Sáng này được rút ra từ Francis Watson, "Enlightenment," trong *A Dictionary of Biblical Interpretation*, ed. R. J. Coggins and J. L. Houlden (London: SCM; Valley Forge, PA: Trinity Press International, 1990), 191–94.

- Các phép lạ trong Tân Ước, bao gồm cả sự phục sinh của Chúa Giê-xu, không còn là nền tảng cho niềm tin Cơ Đốc nữa, bởi vì lý trí hiện đại nghi ngờ liệu chúng có xảy ra như Kinh Thánh tường thuật hay không.
- Kinh Thánh thích giễu cợt chứ không thích sự nghiêm túc, bởi vì đa phần Kinh Thánh rất chướng tai gai mắt đối với tư tưởng hiện đại. Để thúc đẩy quan điểm này, những tác giả như Voltaire, Tom Paine và Thomas Woolston đã gieo những hạt giống góp phần phá hủy vị trí đặc quyền của Kinh Thánh trong xã hội Tây phương bằng cách khuyến khích thái độ nghi ngờ Kinh Thánh.
- Cách giải nghĩa Kinh Thánh đúng đắn duy nhất là cách giải nghĩa "lịch sử". Đây là "lịch sử" không phải theo nghĩa mà Lead và Marshall hiểu (ở trên) nhưng đúng hơn là theo nghĩa của những giả định phi Cơ Đốc vừa được liệt kê. Giải thích Kinh Thánh "theo hướng lịch sử" như thế mặc định rằng các giáo lý Cơ Đốc cốt yếu không thể chấp nhận được về mặt lý trí, rằng Chúa Giê-xu cũng chỉ là người phàm mà thôi, rằng các phép lạ cần phải bị bác bỏ hoặc chí ít là tái giải nghĩa một cách triệt để, rằng không một cách giải nghĩa Kinh Thánh khác nào ngoại trừ cách này xứng đáng được từng cá nhân lẫn cộng đồng chấp nhận.

Vì thế vào thế kỷ mười chín, nhiều học giả tại châu Âu, đặc biệt là tại Đức, lập luận ủng hộ một cách hiểu Tân Ước trái ngược hoàn toàn với niềm tin Cơ Đốc của tất cả các thế kỷ trước đó. "Phương pháp phê bình lịch sử" theo nghĩa Khai Sáng đã được khai sinh. Và "nó đặt nền móng cho các nghiên cứu Thánh Kinh hiện đại".[9]

Sự nổi lên của phương pháp phê bình lịch sử là một chủ đề rất rộng. Trong thực tế, không chỉ có một kiểu phê bình lịch sử duy nhất.[10] Từ ban đầu, nó tồn tại ở vô số những dạng thức khác nhau. Các học giả khắp thế giới không ngừng nỗ lực để hiểu được những sự phát triển và tác động của nó. Đó là một lĩnh vực nghiên cứu rất thú vị, trong đó có các nhân vật như Galileo, Descartes, Locke, Semler, Lessing, Kant, Baur, Strauss và nhiều người khác nữa. Nắm được những ý niệm đặc trưng của nó thường đòi hỏi không chỉ hiểu biết về thời đại của họ mà còn phải hiểu cả thời đại của chúng ta nữa.[11]

Ở hình thức này hay hình thức khác, phương pháp phê bình lịch sử vẫn tiếp diễn trong thời của chúng ta. Các sách viết về Tân Ước khăng khăng hiểu Tân Ước

---

[9] Ibid., 194.

[10] Xin xem Richard N. Soulen và R. Kendall Soulen, *Handbook of Biblical Criticism*, 3rd ed. (Louisville: Westminster John Knox, 2001), 79.

[11] Xin tham khảo chẳng hạn như trong Donald McKim, ed., *Dictionary of Major Biblical Interpreters* (Downers Grove, IL: InterVarsity, 2008); John H. Hayes, ed., *Dictionary of Biblical Interpretation*, 2 vols. (Nashville: Abingdon, 1999).

theo hướng lịch sử thường có nghĩa là "phê bình lịch sử" và đòi hỏi Kinh Thánh phải được xem như bất cứ cuốn sách nào. Những lời tuyên bố trọng tâm của Tân Ước – như cách mà nhiều Cơ Đốc nhân suốt nhiều thế kỷ đã hiểu về chúng – đều bị nghi ngờ. Rồi những nghĩa mới, hay chí ít là nghĩa khác, được đưa ra. Một ví dụ được công chúng biết đến là cuốn sách tựa đề *The Five Gospels* (Năm Sách Phúc Âm), được viết vào năm 1993.[12] Cuốn sách trích dẫn nhiều nhân vật của thời Khai Sáng để ủng hộ cho các quan điểm của nó và đặt độc giả trước một sự phân rẽ rõ ràng: hoặc ngờ nghệch tin vào một vị cứu tinh thần-nhân như được Kinh Thánh công bố, hoặc tái giải nghĩa các phúc âm kinh điển bằng cách sử dụng những tư liệu Trí huệ giáo sau này để dẫn đến một Chúa Giê-xu theo chủ nghĩa quân bình, phản chính thống, người cung cấp sự khôn ngoan mang tính triết học bằng lối hài hước dù cũng khó hiểu.

Vì ảnh hưởng rất rộng của phương pháp phê bình lịch sử, chúng ta cần phải quan tâm đến nó, hiểu nó dạy chúng ta điều gì và ý thức tại sao chúng ta không chấp nhận giáo lý của nó nếu chúng ta thấy nó không thỏa đáng.

Một trong những tác giả của thời kỳ Khai Sáng, Thomas Paine (1737–1809) khuyến khích nghi ngờ Kinh Thánh.

Những đóng góp và những giới hạn của phương pháp phê bình lịch sử

Phương pháp phê bình lịch sử đôi khi bị lên án kịch liệt vì người ta sợ những tác hại mà nó có thể gây ra – đây không phải là mối quan tâm không căn cứ. "Ta không chỉ gạt nỗi sợ này qua một bên vì nó không kích thích sự phát

---

[12] Robert W. Funk và Roy W. Hoover, eds., *The Five Gospels: The Search for the Authentic Words of Jesus* (New York: Macmillan, 1993). Chính các quan điểm này trong hình thức triệt để hơn được tìm thấy trong Robert W. Funk, *Honest to Jesus: Jesus for a New Millennium* (San Francisco: HarperSanFrancisco, 1996). Gần đây hơn, xin xem S. Patterson, J. M. Robinson và H. Bethge, *The Fifth Gospel* (Philadelphia: Trinity Press International, 1999). Để đọc phần phân tích, xin xem Philip Jenkins, *Hidden Gospels: How the Search for Jesus Lost Its Way* (Oxford: Oxford University Press, 2001).

triển. Một số học giả có tầm ảnh hưởng trong giai đoạn hiện đại, được nói đến như là 'những nhà sử học của Cơ Đốc giáo sơ khai' đã đề xuất việc xét lại cách triệt để những quan điểm truyền thống về buổi đầu của Cơ Đốc giáo."[13] Chẳng hạn, Cơ Đốc giáo ban đầu đã được xem là một phong trào xã hội giành tự do cho mọi người của những nhóm phái đối lập.[14] Hội thánh cổ xưa thời các sứ đồ ủng hộ điểm trọng tâm cốt lõi trong sự dạy dỗ của Kinh Thánh giờ đây bị nhiều người xem là hoang tưởng. Thật vậy, "những ký thuật hiện đại mô tả hội thánh dòng chính là đáng ngờ và lươn lẹo, mô tả các sách phúc âm kinh điển là những thứ vũ khí dành do những kẻ quyền thế.[15]

Các quan điểm cấp tiến này đã tạo nên nhiều hướng đi sai lạc không cần thiết trong tư tưởng của giới học thuật. Như Marshall đã chỉ ra, nền học thuật cẩn trọng thường phải giải quyết "những vấn đề" mà chủ nghĩa phê bình bất cẩn tưởng rằng nó đã phát hiện ra.[16] Vì thế thận trọng đối với chủ nghĩa phê bình lịch sử và thái độ hoài nghi đối với những sự thái quá của nó là hợp lý, mặc dù ta phải cẩn thận để luôn đưa ra một tiếng nói ôn hòa và công bằng cho tất cả các bên liên quan. Một phương pháp như thế thường hiệu quả hơn nhiều so với những lời buộc tội và phàn nàn ầm ĩ.[17]

Sẽ chỉ công bằng khi cho chủ nghĩa phê bình lịch sử - hay như một số người gọi, là phương pháp phê bình lịch sử - sự tín nhiệm mà nó đáng được nhận. Trên phương diện bao quát nhất, nó đã nuôi dưỡng nhiều khám phá thú vị suốt hai thế kỷ vừa qua. Trong suốt thời gian đó, vô số những bản chép tay cổ đã được đưa ra ánh sáng. Trong thế kỷ hai mươi, những bản chép tay này bao gồm Các Cuộn Biển Chết và các tác phẩm cổ xưa quan trọng khác. Hiểu biết của chúng ta về ngôn ngữ và văn hóa cổ đã tăng lên rõ rệt. Các học giả có thể bảo vệ công chúng khỏi những sự dối gạt hiển nhiên, chẳng hạn như các bộ tiểu (hộp đựng xương người chết) "được phát hiện" tại Y-sơ-ra-ên vào năm 2002. Bộ tiểu này được báo cáo là chứa đựng những di vật của Gia-cơ, em cùng mẹ khác cha của Chúa Giê-xu, nhưng xem xét cẩn thận hơn dường như cho thấy rằng đó chỉ là trò lừa bịp. Những lĩnh vực nghiên cứu mới, như ngữ nghĩa học chẳng hạn, đã xác nhận cách chúng ta định nghĩa các từ trong Kinh Thánh. Cuộc đời và bối cảnh của Chúa Giê-xu đã được hiểu rõ hơn khi bằng chứng mới được đưa ra ánh sáng và những phương pháp mới được áp dụng. Tân Ước được nhìn một cách chi tiết và sinh động hơn thông qua việc áp dụng các phương pháp như phân tích nguồn, phân tích hình thức, biên tập và văn chương.

---

[13] James L. Price, *The New Testament: Its History and Theology* (New York: Macmillan; London: Collier Macmillan, 1987), 4.

[14] Nền tảng cho phong trào này cũng như lịch sử của nó được nói đến trong Andreas Köstenberger và Michael Kruger, *The Heresy of Orthodoxy* (Wheaton: Crossway, 2010).

[15] 15. Jenkins, Hidden Gospels, 8.

[16] "Phương pháp phê bình lịch sử" trong Marshall, New Testament Interpretation, 133.

[17] Để đọc phần nghiên cứu chừng mực (và hóm hỉnh) về tiến trình phê bình lịch sử sai lầm, xin xem David R. Hall, *The Seven Pillories of Wisdom* (Macon, GA: Mercer University Press, 1990).

Hiện giờ các học giả quan tâm đến tính Do Thái của Chúa Giê-xu và tầm quan trọng của điều đó nhiều hơn so với trước kia. Thông qua phương pháp phê bình lịch sử, bản chất và những hàm ý của những hệ thống triết học khác nhau đã được kịch tính hóa, khi Tân Ước được giải nghĩa trong ánh sáng của các triết gia như Kant, Hegel, Heidegger, Gadamer, Ricoeur và Derrida hay các phong trào triết học như **chủ nghĩa tân Kant, hiện tượng học, chủ nghĩa hiện sinh** và chủ nghĩa hậu hiện đại.[18] Người nghiêm túc học

Chiếc vò trong đó người ta tìm thấy một số Cuộn Biển Chết

Lời Chúa sẽ thấy rằng giới học giả theo phương pháp phê bình lịch sử đã sản sinh ra con số đáng kinh ngạc những chuyên khảo, những tác phẩm tham khảo và các sách giải kinh. Nhiều sách trong số đó là vô giá ngay cả khi quan điểm thần học của chúng không hề lý tưởng.[19]

Cũng cần lưu ý rằng nhiều người sử dụng các phương pháp phê bình lịch sử nhưng không có cùng niềm xác tín về Chúa Giê-xu Christ, về các phép lạ và về giáo lý của hội thánh giống như thời Khai Sáng. Phương pháp phê bình lịch sử đã tìm ra các phương pháp được chứng thực là hữu ích khi nó được đặt nền tảng trên một thế giới quan dành chỗ cho lẽ thật là giáo lý trọng tâm của Cơ Đốc giáo. Bất cứ con số nghiên cứu phê bình quan trọng nào ngày nay cũng đều được viết ra bởi các học giả Cơ Đốc, những người sử dụng các phương pháp phê bình lịch sử ở những mức độ khác nhau.

---

[18] Xin xem, chẳng hạn như, Gary Dorrien, *Kantian Reason and Hegelian Spirit: The Idealistic Logic of Modern Theology* (Chichester, West Sussex, UK: WileyBlackwell, 2012).

[19] "Không hề lý tưởng" là một câu nói giảm. Nhiều người nghĩ rằng nó liên hệ rất nhiều đến sự quay lưng một cách đầy kịch tính của các quốc gia Tây phương khỏi niềm tin Cơ Đốc trong những thế hệ gần đây. Nó cho thấy rằng phương pháp phê bình lịch sử đã góp phần mở đường cho Đệ Tam Quốc Xã ở Đức (xin xem William R. Farmer, The Gospel of Jesus: The Pastoral Relevance of the Synoptic Problem [Louisville: Westminster John Knox, 1994], 8). Nó đã làm nản lòng hàng triệu người, khiến họ không xem trọng Phúc âm của Chúa Giê-xu Christ như có lẽ họ đã làm nếu không có nó. Nó nêu lên những câu hỏi đầy khiêu khích, thậm chí là rất xuất sắc – nhưng lại ít hiệu quả hơn trong việc thay thế thứ mà nó đã phá sập.

Nhưng ở đây cũng cần cẩn trọng. Một bộ phận ý kiến nổi bật cho rằng sử dụng các phương pháp phê bình lịch sử mà không có những xác tín mang tính phê bình lịch sử về tiến trình lịch sử thì thật là vớ vẩn. James Barr quả quyết rằng "lịch sử chỉ chứa đựng nghĩa chúng ta muốn nhắm đến khi sử dụng từ 'lịch sử'... Chúng ta không áp dụng thuật ngữ 'lịch sử' cho một hình thức tìm hiểu trong đó phải viện đến Chúa như một phương thức giải thích."[20] Có thể nào loại trừ ảnh hưởng thật sự của Chúa mà vẫn công bằng với Tân Ước không? Chúng ta có thể thật sự bác bỏ sự nhập thể, sự giáng sinh bởi một trinh nữ và thần tính, sự sống lại và sự thăng thiên của Chúa Giê-xu – tất cả những điều hàm chứa trong "trung gian thiên thượng" – và vẫn có thể đưa ra một ký thuật đầy đủ về điều các trước giả Tân Ước viết và nguyên do họ viết không? Nhiều người đã đúng khi trả lời không. Kết quả là, một số người thậm chí còn bác bỏ hoàn toàn chủ nghĩa phê bình lịch sử. Đây là chiến thuật của Eta Linnemann (1926–2009), một nhà phê bình lịch sử, người đã từ bỏ tác phẩm trước đó của mình và kêu gọi một sự cải cách triệt để trong ngành học thuật thánh kinh.[21]

Thế nhưng những người khác lại thấy kết quả khi sử dụng phương pháp phê bình lịch sử được sửa đổi. "Một trong những thách thức lớn mà nền học thuật Kinh Thánh Tin lành hiện đang đối diện chính là thách thức của việc hiệu chỉnh phương pháp phê bình lịch sử sao cho nó trở nên hiệu quả và mang tính xây dựng."[22] Việc khen ngợi phương pháp phê bình lịch sử, được sử dụng bởi những người vận dụng nó một cách có trách nhiệm, một cách thích đáng vì sự thanh lọc nó có thể đem tới cho tiến trình giải nghĩa, không phải là không thích hợp.

Bất chấp mặt tốt tiềm tàng của phương pháp phê bình lịch sử, nó vẫn gợi lên những khó khăn chính yếu. "Nói về sự khủng hoảng của phương pháp phê bình lịch sử ngày nay là một sự thật quá hiển nhiên."[23] Nhiều người tin chắc rằng trong các hình thức kinh điển của nó, phương pháp phê bình lịch sử đã chứng kiến những ngày tươi đẹp nhất của mình và đòi hỏi phải được đại tu.[24] Maier liệt kê mười ba lời phê bình do chính các nhà phê bình đưa ra.[25] Erich Heller cung cấp sự hiểu biết từ một hướng khác. Là một nhà phê bình văn chương, ông nói về "sự tín nhiệm" và

[20] James Barr, *The Scope and Authority of the Bible* (London: SCM, 1980), 8–9.

[21] Eta Linnemann, *Historical Criticism of the Bible*, trans. Robert Yarbrough (Grand Rapids: Kregel, 1990); idem, Biblical Criticism on Trial, trans. Robert Yarbrough (Grand Rapids: Kregel, 2001).

[22] Donald A. Hagner, "The New Testament, History, and the Historical-Critical Method," trong *New Testament Criticism and Interpretation*, ed. David Alan Black và David S. Dockery (Grand Rapids: Zondervan, 1991), 88.

[23] Joseph Cardinal Ratzinger, "Biblical Interpretation in Crisis: On the Question of the Foundations and Approaches of Exegesis Today," trong *Biblical Interpretation in Crisis: The Ratzinger Conference on Bible and Church*, ed. Richard John Neuhaus (Grand Rapids: Eerdmans, 1989), 1.

[24] David S. Dockery, "New Testament Interpretation: A Historical Survey," trong *Interpreting the New Testament*, ed. David Alan Black và David S. Dockery (Nashville: Broadman & Holman, 2001), 37.

[25] Gerhard Maier, *Biblical Hermeneutics*, trans. Robert W. Yarbrough (Wheaton: Crossway, 1994), 256–60.

"tính anh hùng" của cuộc tìm kiếm "tính khách quan" của Tây phương hậu Trung Cổ.[26] Sự tín nhiệm của nó là "nhận thức rằng lập luận từ việc điều tra mang tính phê bình sẽ dẫn tới một điều gì đó không chỉ hữu ích mà còn có giá trị thực thụ." Tính anh hùng của nó là "sự sẵn sàng không chùn bước." Nhưng Heller tiếp tục chẩn đoán một sai lầm chết người, đó là "giả định rằng các giá trị, vốn bị cấm đoán trong phương pháp thẩm tra, vẫn chưa dẫn đến câu trả lời; không quan tâm gì đến các giá trị, phương pháp đó có thể dẫn đến một kết thúc hay mục đích được minh chứng không chỉ bằng 'tính đúng đắn' hay tính hữu dụng của nó, nhưng bằng giá trị thực chất của nó… [Điều này là sai lầm, bởi] sự việc mất đi giá trị của nó đối với con người nếu con người được xúi giục ngăn cản giá trị đó."[27]

Áp dụng hiểu biết rộng của Heller vào chủ đề của chúng ta, chắc chắn chúng ta có thể nhận diện độ tin cậy và chủ nghĩa anh hùng ẩn dưới công tác phê bình lịch sử. Nhưng cũng có một sự dối trá đang hiện diện. Vì điều mà tiến trình ấy thường cấm lúc đầu – một sinh tế chuộc tội thần - nhân, Chúa phục sinh, chính Phúc âm cứu chuộc được hiểu theo cách cổ điển – thì khó có thể làm cho nó trở thành kết quả ở một giai đoạn nào đó sau này.

Những phê bình về phương pháp phê bình lịch sử

Gerhard Maier trích dẫn nhiều vấn đề của phương pháp phê bình lịch sử mà chính các nhà phê bình đã nêu lên. Chúng bao gồm:

- Làm mất đi tính ổn định của đức tin
- Không thể cung cấp bất cứ nền tảng phù hợp nào cho đức tin
- Tin rằng phương pháp của nó là phương pháp duy nhất
- Tính chất nhiều vô số của các giả thuyết
- Đầu hàng trước tinh thần của thời đại
- Đưa lý trí lên ngôi vị thẩm quyền duy nhất
- Loại bỏ cái siêu nhiên
- Xem trọng thần học gia hơn Kinh Thánh

Gerhard Maier, *Biblical Hermeneutics*, trans. Robert W. Yarbrough (Wheaton: Crossway, 1994), 256–60.

Điều kiện

Nếu chúng ta học được điều gì từ tiến trình của Trường phái Tübingen, thì đó là: *không thể giải kinh nguyên ngữ và giải thích Kinh Thánh nếu không có những giả định giáo điều một cách ý thức và vô thức*. Giải nghĩa Kinh Thánh

---

[26] Erich Heller, "The Hazard of Modern Poetry," trong *The Disinherited Mind: Essays in Modern German Literature and Thought,* 4th ed. (London: Bowes & Bowes, 1975), 261–300.

[27] Như trên, 273.

> và lịch sử Kinh Thánh đòi hỏi một câu phát biểu cởi mở, không giấu diếm, và chân thành về các nguyên tắc lịch sử nền tảng mà nhờ đó nó phải được giải nghĩa. Tính hợp lệ của tất cả những cách giải kinh nguyên ngữ và giải thích Kinh Thánh nằm ở sự sẵn sàng trình bày rõ ràng và không e sợ những tiền giả định giáo điều mà nó dựa trên.
>
> Horton Harris, *The Tübingen School: A Historical and Theological Investigation of the School of F. C. Baur* (Grand Rapids: Baker Academic, 1990), 262. Phần nhấn mạnh ở trong bản gốc.

Phương pháp phê bình lịch sử đã không sản sinh ra những kết quả mà nó hứa hẹn suốt hai trăm năm qua, như mọi người, kể cả những người ủng hộ nó, thừa nhận. Nhưng điều đó không có nghĩa là nó không tạo ra sự tiến bộ nào. Vẫn còn một phương pháp khác để nghiên cứu các ghi chép Tân Ước. Trong chương 1 chúng ta đã nói về nó với tên gọi phương pháp thần học lịch sử. Từ chương 2 tới chương 9 chúng ta đã giải thích về các sách phúc âm và Chúa Giê-xu theo hướng thần học lịch sử này. Bây giờ chúng ta quay sang một lĩnh vực nghiên cứu sẽ hỗ trợ chúng ta trong việc suy nghĩ sâu hơn và rõ ràng hơn về bản chất của quan điểm thần học lịch sử: đó là giải kinh.

Triển vọng của phương pháp giải kinh (Hermeneutics)

Từ "giải kinh học" (Hermeneutics) nói đến lý thuyết và việc thực hành giải nghĩa. Chúng ta có thể chia giải kinh áp dụng (hermeneutics) ra làm ba khía cạnh căn bản. Khi tiếp cận bản văn Kinh Thánh, chúng ta phải hỏi: đâu là *những điều kiện* cần để hiểu rõ và bước vào cuộc đối thoại hiệu quả với sứ điệp của nó? Đâu là *phương pháp* phù hợp nhất để phân tích dữ liệu mà chúng ta gặp? Đâu là *những mục tiêu* định hướng cho phần quan sát và áp dụng cho những gì chúng ta tìm được?

Có một số câu hỏi căn bản mà giải kinh áp dụng (hermeneutics) nhấn mạnh. Nếu chúng ta không xem xét những câu hỏi này, thì sẽ dẫn đến những cách giải nghĩa không đem lại kết quả. Giá phải trả khi giải nghĩa cách vô ích có thể rất đắt nếu người giải nghĩa muốn đặt nền tảng cho những quyết định trong cuộc sống của mình trên phần giải nghĩa ấy, như các độc giả của Tân Ước thường làm. Bây giờ chúng ta hãy xem xét sơ qua ba yếu tố chính tác động đến chúng ta khi giải nghĩa Kinh Thánh hầu cho chúng ta có thể nỗ lực để đi đến những lời giải thích đúng đắn và hữu ích.

Điều kiện

Giải nghĩa Tân Ước sẽ hiệu quả nhất khi ở dưới những điều kiện nhất định. Một số điều kiện liên hệ đến cá nhân người giải nghĩa. Người ấy có sẵn sàng tiếp nhận sứ điệp mà bản văn chuyển tải không? Nếu không, thì rất có thể sứ điệp ấy sẽ không hiển hiện rõ lên đâu. Người giải nghĩa có được trang bị đầy đủ về tình cảm và trí tuệ không? Một đứa trẻ sáu tuổi có thể đọc nhưng thiếu sự trưởng thành về tình cảm để dò thấu bề sâu lời ca ngợi về tình yêu trong hôn nhân của Phao-lô trong Ê-phê-sô 5. Nếu không có kiến thức nền tảng đủ, thì rất khó để hiểu được sách Khải Huyền.[28] Người giải nghĩa có được tái sinh chưa? Nghĩa là người ấy có sống lệ thuộc vào Chúa hầu cho Thánh Linh Chúa vùa giúp người ấy trong nỗ lực giải nghĩa của người ấy không? "Giải kinh khi được sử dụng để giải nghĩa Kinh Thánh là một hành động thuộc linh, lệ thuộc vào sự hướng dẫn của Đức Thánh Linh."[29] Đó mới chỉ là một vài trong nhiều điều kiện tác động trên tiến trình giải kinh học ở cấp độ cá nhân. Những điều kiện khác bao gồm phẩm chất cá nhân như lòng can đảm, nghị lực và tính đáng tin cậy.[30]

Những điều kiện khác bao gồm những giả định về dữ kiện được giải nghĩa. Tân Ước được nhìn cách đúng đắn nhất là sự khải thị tối hậu của Chúa chứ không hoàn toàn là bộ sưu tập các ý niệm con người. Dù rất quan trọng, nhưng cách giải nghĩa "theo lịch sử" phải không được phép làm lu mờ hay che mất các loại hay các tầng nghĩa khác. Maier nói về tầm quan trọng của điều mà ông gọi là sự hiểu biết năng động và hợp với luân thường đạo lý, ông làm cho "sự hiểu biết về mặt lịch sử" chỉ là một trong năm loại "hiểu biết liên quan đến nhận thức (cognitive understanding)".[31] Bốn loại kia là hiểu biết về giáo lý, hình bóng, phúng dụ và tiên tri.

Có lẽ điều kiện chính tác động trên việc giải nghĩa là quan điểm của người giải nghĩa đối với bản chất và thẩm quyền của Kinh Thánh. Kinh Thánh có *thật sự* là Lời Đức Chúa Trời và chúng ta, dân sự của Chúa, có *thật sự* phải lưu tâm không? Nhưng một vấn đề quan trọng khác là tính hiệp nhất của Kinh Thánh. Mặc dù một số học giả bảo họ phát hiện ra những bất đồng và mâu thuẫn trong Kinh Thánh, nhưng việc đánh giá cao nguồn gốc thiên thượng và thẩm quyền của Kinh Thánh lại chứng minh việc xem các phần khác nhau dưới ánh sáng của một tổng thể thống nhất. Ở đây nguyên tắc khải thị tiệm tiến trở nên quan trọng. Nguyên tắc này dạy rằng sự khải thị về chính mình của Chúa qua Kinh Thánh càng đầy đủ và rõ ràng hơn qua cách Ngài đối với nhân loại nhiều thế kỷ trôi qua. Nhiều khi những phần trong Kinh Thánh được viết trước đó trở nên rõ ràng hơn trong ánh sáng của những gì được viết ra sau này. Một khía cạnh quan trọng khác khiến cho những giả định tạo nên một khác biệt quan trọng đó là **thể văn** (hình thức văn chương) của phần sách đang được giải nghĩa. Khi chúng ta mở Kinh Thánh ra, chúng ta cần ý thức về thể loại văn chương mà mình đang đọc. Đây có phải là thể văn lịch sử không?

---

[28] Ghi nhận ánh sáng mà Colin Hemer, *The Letters to the Seven Churches in Asia in Their Local Setting* (Grand Rapids: Eerdmans, 2000) chiếu trên Khải Huyền 2–3.

[29] Osborne, *Hermeneutical Spiral*, 5.

[30] Dan Doriani, *Putting the Truth to Work* (Phillipsburg, NJ: Presbyterian & Reformed, 2001), 59–80.

[31] Maier, *Biblical Hermeneutics*, chương 6.

Thơ ca? Hay cả hai? Hay không phải thơ ca cũng không phải lịch sử? Những cách giải thích khác nhau sẽ được áp dụng, tuỳ thuộc vào việc chúng ta đang đọc một ngụ ngôn, một câu chuyện kể, một bài giảng hay một câu châm ngôn.[32] Quyết định đúng ở đây có thể rất quan trọng đối với việc giải nghĩa đúng.

Tóm lại, giải nghĩa Tân Ước bao hàm vô số *những điều kiện* định hình cách giải nghĩa từ đầu. Biết rõ điều kiện sẽ ảnh hưởng trên những gì chúng ta thấy và cách chúng ta hiểu và cần mẫn điều chỉnh cho phù hợp với mỗi tình huống giải nghĩa tương ứng là bước quan trọng đầu tiên – đồng thời cũng là một tiến trình suốt đời - hướng tới phương pháp nghiên cứu thần học-lịch sử.

Phương pháp

Một sinh viên thần học bậc sau đại học có lần được mời nói chuyện với một nhóm những người trẻ ở độ tuổi đại học về phương pháp giải nghĩa Kinh Thánh. Sau phần trình bày, ông hỏi có ai thắc mắc gì không. Một sinh viên ngành mỹ thuật người xứ Wales tên là Vyvyan đã phản hồi như sau: "Tôi nghĩ phương pháp giải kinh đã bị hiểu sai. Phương pháp của tôi là: Tôi tìm một cây liễu trên bờ sông có bóng mát. Tôi ngồi xuống, để gió thổi trên các trang Kinh Thánh. Và khi gió ngừng thổi, tôi nhìn xuống và đọc. Đó chính là lời Chúa phán với tôi."

Các văn thể trong Kinh Thánh

Những thể loại văn chương khác nhau, được gọi là văn thể, có thể đòi hỏi những cách giải nghĩa khác nhau.

Các thể loại văn chương tiêu biểu trong Kinh Thánh bao gồm:

1. Tường thuật
2. Thi ca
3. Thư tín
4. Tiên tri
5. Luật pháp
6. Khôn ngoan
7. Lịch sử
8. Khải huyền

Phương pháp ấy cũng không giúp ích cho Vyvyan được bao nhiêu. Cậu rời khỏi nhóm cầu nguyện trong trường mà cậu đã tham gia, rơi vào sự vô luân và cuối cùng lấy đi chính mạng sống của mình. Về lâu dài, hầu hết các độc giả đều khôn ngoan

---

[32] Để đọc phần thảo luận giá trị này, xin xem Craig L. Blomberg, "The Diversity of Literary Genres in the New Testament," trong *Interpreting the New Testament*, ed. David Alan Black và David S. Dockery (Nashville: Broadman & Holman, 2001), 272-95.

tìm những phương pháp giải nghĩa Kinh Thánh đáng tin cậy hơn. Điểm mạnh của phương pháp phê bình lịch sử đó là nó cố gắng trình bày những phương pháp đúng đắn cách có hệ thống. Nhưng điểm mạnh đó trở thành một điểm yếu khi các phương pháp ấy bị thống trị bởi những giả định không phù hợp với dữ liệu được giải nghĩa. Khi chúng ta lọc *điều kiện* mà chúng ta dùng để giải nghĩa, thì chúng ta cũng cần đồng thời tìm *các phương pháp* đúng đắn và hiệu quả.

Ở cấp độ căn bản, chúng ta có thể nghĩ đến các phương pháp như tham khảo Thánh Kinh tham chiếu hay những tham khảo chéo trong Kinh Thánh khi chúng ta tìm kiếm thêm thông tin về một câu hay ý nghĩa của một từ trong Kinh Thánh. Hay chúng ta có thể để quyển cẩm nang Kinh Thánh bên cạnh khi chúng ta đọc Tân Ước, tham khảo cuốn cẩm nang đó để có thông tin chúng ta thiếu. Tra một câu Kinh Thánh từ các bản dịch khác nhau có thể sẽ làm sáng tỏ điều gì đó. Rõ ràng chúng ta cần ý thức nhu cầu cầu nguyện, không phải để thay thế cho sự hiểu biết lý trí nhưng như một phương cách trải toàn bộ con người chúng ta trước Đức Chúa Trời hằng sống, Đấng qua Kinh Thánh có thể làm cho chúng ta "khôn ngoan để được cứu" (2 Ti 3:15). Dù khó để xác định mức độ, nhưng vai trò của Đức Thánh Linh trong việc giải nghĩa đúng đắn là có thật và quan trọng.

Những gợi ý về cách đọc Kinh Thánh ý nghĩa

Những gợi ý hữu ích để nhận được ích lợi khi đọc Tân Ước

1. Đọc Kinh Thánh như đọc bất cứ quyển sách nào – Kinh Thánh không chỉ là một quyển sách thông thường, giá trị của nó vượt xa hơn nhiều.
2. Đọc Kinh Thánh với mối quan tâm cá nhân.
3. Giải nghĩa các câu chuyện kể dưới ánh sáng các phân đoạn trình bày tín lý.
4. Giải nghĩa những đoạn Kinh Thánh không rõ ràng bằng cách tham khảo những phân đoạn Kinh Thánh rõ ràng hơn.
5. Quyết định nghĩa của từ với sự trợ giúp của một quyển Thánh Kinh Từ Điển tốt.
6. Cẩn thận chú ý thể loại văn chương.
7. Sử dụng những thực tại là sự cầu nguyện và sự dẫn dắt của Đức Thánh Linh.

Trong cuốn sách cực kỳ hữu ích và dễ đọc, R. C. Sproul đã đưa ra một số "nguyên tắc thực tiễn" tương ứng với phương pháp nghiên cứu bất cứ bản văn Kinh Thánh nào.[33] Ở cấp độ nâng cao hơn, các học giả và những người học Kinh Thánh nghiêm túc sử dụng một số phương pháp phê bình được thiết kế để đi đến cách giải nghĩa phù hợp: **phương pháp phê bình bản văn, phương pháp phê**

---

[33] *Knowing Scripture* (Downers Grove, IL: InterVarsity, 1977), 63–99. Giá trị tương đương và chi tiết hơn là Daniel Doriani, *Getting the Message* (Phillipsburg, NJ: Presbyterian & Reformed, 1996).

bình nguồn, phương pháp phê bình hình thức, phương pháp phê bình biên tập, phương pháp phê bình văn chương, phương pháp phê bình kinh điển, phương pháp phê bình xã hội học, nghiên cứu bối cảnh, phương pháp phân tích cụm đoạn văn (discourse analysis), phương pháp cấu trúc,[34] và **cách giải nghĩa Kinh Thánh trên phương diện thần học.**[35] Những phương pháp phân tích này thường chỉ là một bước trong một tiến trình lớn hơn để đi đến sự hiểu biết đúng đắn hoặc tốt nhất về một bản văn.

Giống như điều kiện, phương pháp tác động đến việc giải nghĩa theo những cách mang tính quyết định. Phương pháp không phù hợp hoặc phương pháp được sử dụng không đúng có thể làm cho người giải nghĩa khó mà hiểu đúng về bản văn. Một khía cạnh quan trọng để ngày càng hiểu *điều* Kinh Thánh dạy là sử dụng *phương pháp* giải nghĩa một cách khôn ngoan. Sử dụng sai phương pháp rõ ràng là điều nguy hiểm, nhưng không có phương pháp thấu đáo nào cả thì cũng chẳng khá hơn mấy đâu. Hầu hết các độc giả Kinh Thánh đều thấy rằng việc đọc Kinh Thánh càng ích lợi khi phương pháp đọc của họ càng hoàn thiện. Chẳng hạn, những ai đọc tất cả các sách trong Kinh Thánh một cách liên tục mỗi ngày sẽ có khả năng đi đến sự hiểu biết đúng đắn hơn những ai sử dụng phương pháp "rút thăm may rủi" – chỉ đọc vào những ngày họ nghĩ mình phải đọc Kinh Thánh.

Mục tiêu

Điều thứ ba cần cân nhắc trong giải kinh học là *mục tiêu* của chúng ta trong việc giải nghĩa Tân Ước. Đọc Kinh Thánh có thể trở nên vô ích, thậm chí trở thành dị giáo, nếu mục tiêu không đúng. Nhiều mục tiêu có thể phù hợp, tùy thuộc vào lý do chúng ta nghiên cứu Kinh Thánh. Chúng ta có thể ao ước trưởng thành về thuộc linh. Mục tiêu của chúng ta có thể là đọc Kinh Thánh như một đòn bẩy để thờ phượng Chúa cách thành tâm. Hoặc có thể chúng ta làm bài tập về phần nào đó trong Tân Ước. Bây giờ, mục tiêu thay đổi, không còn đơn thuần là thờ phượng cách thành tâm nữa. Hay chúng ta có thể đang phải dạy hoặc phải giảng gì đó. Mục tiêu lại thay đổi. Không mục tiêu nào tốt hơn mục tiêu nào. Cũng không mục tiêu nào loại trừ nhau. Nhưng mỗi mục tiêu đều quan trọng về khía cạnh giải kinh học bởi vì nó có thể khiến chúng ta thấy những chiều kích khác nhau của bản văn. Ý thức mục tiêu, hay các mục tiêu của mình, có thể giúp chúng ta tránh được cách giải nghĩa sai lầm, mà thay vào đó vui hưởng trái ngọt của việc hiểu và áp dụng đúng đắn.

---

[34] Mỗi phương pháp nghiên cứu được bàn đến trong các chương sách trong ***Interpreting the New Testament***, ed. David Alan Black và David S. Dockery (Nashville: Broadman & Holman, 2001).

[35] Xem J. Todd Billings, ***The Word of God for the People of God: An Entryway to the Theological Interpretation of Scripture*** (Grand Rapids: Eerdmans, 2010).

Không khó để kể tên những mục tiêu không đúng đắn. Đọc Tân Ước để tìm ra những câu Kinh Thánh chứng minh cha mẹ hoặc bạn cùng phòng của chúng ta đã sai có thể dễ dàng dẫn tới việc áp đặt ý nghĩa sai lầm trên bản văn bởi vì chúng ta quá mong muốn chứng tỏ mình đúng. Suy ngẫm về một câu Kinh Thánh hứa ban sự tha tội (như 1 Giăng 1:9) trong khi chúng ta đang dính líu vào một mối quan hệ vô luân chắc chắn sẽ dẫn đến việc chúng ta bóp méo hay làm ngơ sứ điệp chung của Kinh Thánh (là sứ điệp không hề tha thứ cho việc cố ý chống nghịch; xin xem 1 Giăng 2:4). Giải nghĩa Tân Ước mà không hề nghĩ đến đáp ứng cá nhân trước Lời Chúa có thể cản trở sự hiểu biết của chúng ta. Cách giải nghĩa quá tập trung vào chính mình đến nỗi đối tượng thật sự của Tân Ước – Chúa Giê-xu Christ – trở thành trang sức đơn thuần tô điểm cho "phước hạnh" mà tôi nghĩ tôi cần có hoặc lời cầu nguyện tôi muốn được nhậm rõ ràng có thể dẫn đến những kết quả lệch lạc. Cách giải nghĩa mà mục tiêu nhằm chứng minh đức tin Cơ Đốc trong lịch sử là sai lầm sẽ dẫn đến những khám phá không thỏa lòng mà thôi.[36]

Maier nói về nhu cầu "giải nghĩa theo hướng đối thoại" (communicative interpretation). Mục tiêu của chúng ta phải là áp dụng Tân Ước vào đời sống mình.[37] Theo lời của J. A. Bengel: "Đặt chính mình hoàn toàn vào bản văn. Áp dụng bản văn hoàn toàn vào chính mình." Nhưng, Maier tiếp tục, mục tiêu của chúng ta cần phải đi xa hơn chuyện áp dụng vào chính mình, nếu việc áp dụng cho chính mình này chỉ đơn thuần có nghĩa là sự chỉ dẫn về mặt đạo đức hoặc thực tiễn. Nó cần có mục tiêu **tôn vinh Chúa** – nghĩa là, nó cần dẫn tới việc thờ phượng Chúa, tới sự hiệp thông cá nhân với Ngài. Và nó cần phải bao hàm cả mục tiêu *truyền giáo* – ý định truyền lại cho người khác điều gì đó mà Kinh Thánh đã tiết lộ cho chúng ta.

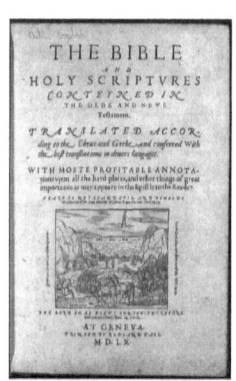

Tìm sự trợ giúp từ một quyển Thánh Kinh chú giải hay các công cụ như Thánh Kinh phù dẫn và các cuốn cẩm nang là các phương pháp đáng tin cậy để giải nghĩa Kinh Thánh. Đây là trang đề tựa được chụp từ quyển Kinh Thánh Geneva, năm 1560, trang đề tựa này chứa đựng phần tham khảo chéo, phần dẫn nhập của các sách, bản đồ và những trợ cụ khác giống như những cuốn Thánh Kinh chú giải hiện đại mà chúng ta thường có ngày nay.

Grant R. Osborne cũng phát biểu tương tự. Phương pháp giải kinh quan trọng vì mục tiêu cao nhất của nó: "cho phép ý nghĩa mà Chúa muốn soi dẫn tiếp tục phán dạy trong thời hiện tại". Osbone

---

[36]Xem Jenkins, *Hidden Gospels*; và Thomas C. Oden, *The Rebirth of Orthodoxy* (San Francisco: Harper SanFrancisco, 2003), 99–100.

[37]Maier, *Biblical Hermeneutics*, 402–9; Doriani, *Putting the Truth to Work*.

phát biểu rằng mục tiêu tối hậu của giải kinh "không phải là thần học hệ thống mà là bài giảng."[38] Điều này không có nghĩa là ý nghĩa nguyên thủy của bản văn (**exegesis**) hay áp dụng cá nhân không quan trọng. Nhưng nó công nhận rằng Tân Ước được viết ra trong và vì một cộng đồng (hội thánh) mà đời sống của cộng đồng ấy tập chú vào việc sống bày tỏ và lan tỏa Phúc âm. Chỉ khi nào đây là mục tiêu của chúng ta thì chúng ta mới có thể hy vọng đi đến một điều gì đó tiệm cận với tất cả bề rộng và bề sâu trong ý nghĩa của Tân Ước. Theo nghĩa đó, chúng ta có thể một lần nữa thấy thêm rằng *mục tiêu* của người giải nghĩa là tối quan trọng trong việc định hình cách giải nghĩa của người ấy.

Lời mời nghiên cứu thêm về phương pháp giải kinh

"Chỉ phương pháp giải kinh được xác định rõ ràng mới có thể giúp ta luôn trung thành với bản văn."[39] Giải nghĩa Tân Ước đòi hỏi phải quan tâm đến việc hiểu ý nghĩa của bản văn và áp dụng nó một cách đúng đắn.

> Đặt chính mình hoàn toàn vào bản văn
> Áp dụng bản văn hoàn toàn cho chính mình
> Johann Albrecht Bengel
> (1687–1752)

Trong chương này, chúng ta đã nói về những lý lẽ nghịch và thuận của phương pháp phê bình lịch sử. Chúng ta đã kết luận rằng có những lý do đúng đắn cho việc không quá đắm chìm vào những thái cực của phương pháp phê bình lịch sử. Ở đầu chương, chúng ta có ghi nhận một bất đồng giữa hai học giả, Albertz và Kümmel, và một vấn đề họ nêu lên: Khảo sát Tân Ước nên tập trung vào sứ điệp của Tân Ước hay nên tập trung vào các vấn đề mang tính phê bình và những điều không rõ ràng? Đồng ý rằng một kiểu phương pháp phê bình nhất định có thể hữu ích, nhưng nhìn chung chúng ta nghiêng về phía Albetz. Chúng ta cũng đã khảo sát tầm quan trọng của phương pháp giải kinh, đặc biệt về mặt điều kiện, phương pháp và các mục tiêu ảnh hưởng đến cách chúng ta hiểu và áp dụng Kinh Thánh.

Một phần trong pano từ quan tài bằng đá Marcus Claudianus (ca. 330–335, Palazzo Massimo, Rome): của Sự chữa lành người mù (Mác 8:22–26)

---

[38] Osborne, *Hermeneutical Spiral*, 6, 12.
[39] Như trên, 6

Chúng ta đã nói về nhu cầu cần phương pháp giải kinh đúng đắn nhằm ủng hộ ý kiến cần có một phương pháp giải nghĩa Tân Ước theo hướng thần học–lịch sử. Một phương pháp như vậy công nhận rằng Tân Ước kể lại câu chuyện về Chúa Giê-xu Christ như cách mà Kinh Thánh thời xưa (Cựu Ước) đã báo trước, như những nhân chứng khác nhau đã phác họa câu chuyện này (các sách phúc âm), như cách câu chuyện ấy được lan truyền (Công Vụ), như cách câu chuyện ấy được áp dụng cho những bối cảnh khác nhau (các thư tín), và như cách câu chuyện ấy một ngày nào đó sẽ lên đến đỉnh điểm qua sự phán xét và cứu chuộc thế giới (Khải Huyền). Tân Ước không phải là "lịch sử" theo dạng thuần quan hệ nhân quả tự nhiên. Đây là sai lầm của phương pháp phê bình lịch sử. Tân Ước cũng không phải là "thần học" theo nghĩa dạy dỗ về thuộc linh hay giáo lý tách biệt khỏi bối cảnh và ý nghĩa nguyên thủy của nó. Đây là cách hiểu sai lầm của những người giải nghĩa Tân Ước chỉ để áp dụng cho việc tĩnh nguyện hoặc cho vấn đề tín lý. Tân Ước vừa là lịch sử vừa là thần học. Phương pháp giải nghĩa được sử dụng để giải thích Tân Ước là vô cùng quan trọng để hiểu và áp dụng cho đúng.

Vì thế, trong chương này chúng ta tìm cách đặt nền tảng cho việc suy ngẫm cách hữu ích về việc trình bày một phương pháp giải kinh đúng đắn – một tiến trình suốt đời mà mọi độc giả có trách nhiệm của Tân Ước đều được khuyên hãy bắt đầu. Những chương tiếp theo của sách này, giống như những chương trước đó, được viết ra để hỗ trợ trong việc nêu vấn đề và, khi có thể, đề xuất những giải pháp giúp mở rộng nền tảng giải kinh mà các độc giả có thể đã có.

F.C. Baur (1792–1860) và phương pháp giải kinh phê bình lịch sử

F. C. Baur là một giáo sư ở Tübingen, Đức. Quan điểm của ông đã ảnh hưởng rất lớn đến cách đọc Kinh Thánh của nhiều học giả và hội thánh ở phương Tây. Baur theo phương pháp giải kinh phê bình lịch sử hơn là phương pháp giải kinh thần học lịch sử. Người viết tiểu sử cho Baur là Horton Harris đã nhận xét về chương trình học thuật, về thành tựu và sai lầm của Baur. Xem xét "toàn bộ ký thuật về những tiền đề giáo điều của nó" (xem bên dưới) chính là điều mà phương pháp giải kinh thần học lịch sử nỗ lực thực hiện.

Điều mà Baur mong muốn là có một quan điểm toàn diện về lịch sử, cụ thể là lịch sử của hội thánh Cơ Đốc. Trong ước muốn này thì ông đã đúng. Bất cứ quan điểm nào về lịch sử hội thánh đầu tiên đều phải là một quan điểm toàn diện dựa trên những dữ kiện lịch sử rõ ràng mà trong đó các phần lịch sử chưa rõ ràng được làm cho khớp. Bi kịch đó là Baur chọn sai quan điểm về lịch sử toàn diện và sau đó dành cả phần đời còn lại của mình bóp méo bằng chứng để duy trì quan điểm đó. Vấn đề mà việc xác minh những nguồn tài liệu lịch sử của Cơ Đốc giáo vẫn còn phải đối diện đó là trình bày

> một quan điểm toàn diện về lịch sử, xem xét toàn bộ ký thuật về những tiền đề giáo điều của nó.
>
> Horton Harris, *The Tübingen School: A Historical and Theological Investigation of the School of F. C. Baur* (Grand Rapids: Baker Academic, 1990), 262.

Thật khó đánh giá đủ tính phức tạp và tầm quan trọng của cuộc thảo luận mà các câu hỏi về phương pháp giải kinh đã nêu lên trong những thập kỷ gần đây. Và cuộc tranh luận vẫn tiếp tục. Gần đây, những người theo Tin lành thuần tuý đã rất xuất sắc trong việc tương tác khéo léo trong cuộc tranh cãi này và trình bày các chiến lược giải kinh một cách gây dựng. Khi phương pháp phê bình lịch sử ở nhiều giới đã sụp đổ, chí ít là với vai trò làm nền tảng cho thần học,[40] thì rất nhiều nghiên cứu đã xuất hiện, chỉ ra những phương cách để phân tích Tân Ước một cách nghiêm ngặt mà không sử dụng một phương pháp tấn công vào những tuyên bố căn bản. Suy ngẫm giải kinh là một trong lĩnh vực năng động và sáng tạo nhất, nhận được sự quan tâm của giới học giả thánh kinh khi thế kỷ hai mươi mốt bước sang thập kỷ thứ hai.

> ## Tiêu điểm 10: Ấy là phép lạ!
> ## (Hay ấy có phải là phép lạ không?)
>
> Trong số nhiều điều khác, phép lạ là nét đặt trưng trong chức vụ của Chúa Giê-xu. Ngài hoá nước thành rượu tại buổi tiệc cưới tại Ca-na; Ngài kêu La-xa-rơ từ kẻ chết sống lại; Ngài chữa lành cho người mù, người bị què quặt và rất nhiều bệnh tật khác. Và thì giờ trên đất của Ngài lên đến đỉnh điểm với phép lạ về chính sự sống lại và thăng thiên trở về với Cha trên trời của Ngài.
>
> Từ ban đầu, hội thánh đã công nhận tính chất lịch sử của những phép lạ này. Nhưng vào thế kỷ mười tám, ngờ vực lên vào như một ý niệm của chủ nghĩa hoài nghi thời kỳ Khai Sáng về mọi điều không thể chứng minh "về mặt khoa học" đã có được chỗ đứng vững chắc giữa vòng các học giả. Triết gia John Locke đã nói: "Bất cứ điều gì Đức Chúa Trời đã khải thị thì đều chắc chắn đúng; không thể nghi ngờ điều gì cả. Mục tiêu đúng đắn của đức tin là đây: Nhưng liệu nó có phải là một sự khải thị thiên thượng hay không, thì lý trí phải đánh giá." (*An Essay Concerning Human Understanding* [London: T. Tegg and Son, 1836], 531). Nói cách khác, việc Kinh Thánh có thật sự là Lời Chúa cho chúng ta hay không là tùy quyết định của chúng ta.

---

[40] Robert Morgan với John Barton, *Biblical Interpretation* (New York: Oxford University Press, 1988), 196.

Cái gọi là lập luận từ phép lạ là một cách để quyết định liệu một sự khải thị có phải đến từ Chúa hay không. Nếu chúng ta công nhận rằng chỉ Chúa mới có thể ban năng lực cho người ta để họ thi hành các phép lạ, rằng Đức Chúa Trời chỉ ban năng lực này cho những đại diện thật sự của Ngài, thì khi ấy một người thi hành một phép lạ cho chúng ta bằng chứng rằng bất cứ sự khải thị nào người ấy nói ra cũng đều đến từ Chúa. Lập luận này cũng được chấp nhận rộng rãi mãi cho đến năm 1705, khi Samuel Clarke tuyên bố rằng "Khải thị Cơ Đốc được minh chứng một cách tích cực là thật sự và trực tiếp được Chúa gửi đến thông qua nhiều *dấu kỳ và sự lạ* vô ngộ mà Tác giả của nó đã thi thố một cách công khai như là bằng chứng cho sự sai phái thiên thượng của Ngài" (*Discourse Concerning the Being and Attributes of God, the Obligations of Natural Religion and the Truth and Certainty of the Christian Revelation*, 10th ed. [London: printed for H. Woodfall, 1767, 217).

Tuy nhiên, chỉ qua hai mươi năm thì lập luận này đã bị tấn công nghiêm trọng. Một trong những người chống đối nó là Thomas Woolston. Ông phân tích 14 phép lạ của Chúa Giê-xu, trong đó có cả phép lạ phục sinh. Kết luận của ông đó là "Lịch sử có thật của nhiều phép lạ của Chúa Giê-xu, như được ký thuật bởi *các tác giả sách phúc âm*, thật sự có chứa đựng những điều vô lý, tính không xác thực và tính chất khó tin; kết quả là chúng không bao giờ thật sự xảy ra, dù là một phần hay tất cả các phép lạ" (*A Discourse on the Miracles of Our Savior*, 6th ed. [London: Thomas Woolston, 1729), 4).

Woolston mất trong tù vào năm 1733, nơi ông đã bị giam giữ vì tội hình sự là báng bổ. Nhưng chủ nghĩa hoài nghi của ông thì không mất đi. Nó là hạt giống mà từ đó các nhà phê bình thời Khai Sáng ngờ vực và cuối cùng chối bỏ, không chỉ các phép lạ mà thôi, nhưng bất cứ phần nào của Kinh Thánh không trụ được trước những giáo điều của phương pháp phê bình lịch sử.

Tóm lược

1. Giải nghĩa Tân Ước là cần thiết và cần phải được thực hiện trong khuôn khổ nhận thức được tính độc nhất của Chúa Giê-xu, công nhận Kinh Thánh là Lời Chúa và nhận thức sự hiện diện thật sự của Đức Chúa Trời trong những chuyện của con người.
2. Các nhà phê bình thời Khai Sáng, những người giải nghĩa Tân Ước, thường có các giả định sau: (1) hội thánh đã đọc Kinh Thánh theo cách không đúng; (b) Chúa Giê-xu không phải là Con Đức Chúa Trời; (c) các phép lạ trong Tân Ước có lẽ không có thật và không thể là nền tảng cho niềm tin Cơ Đốc; (d) cần phải chế giễu Kinh Thánh bởi vì nó

xúc phạm tư tưởng hiện đại; và (e) cách hiểu Kinh Thánh đúng đắn duy nhất là sử dụng phương pháp phê bình lịch sử.
3. Những phong trào triết học như chủ nghĩa Tân Kant, hiện tượng học và chủ nghĩa hiện sinh đã ảnh hưởng đến các phương pháp phê bình hiện đại.
4. Giải kinh là lý thuyết và việc thực hành giải nghĩa Kinh Thánh.
5. Trong việc giải nghĩa bản văn Kinh Thánh, cần phải xem xét những điều kiện nào cần đưa vào bản văn, phương pháp nào phù hợp để phân tích bản văn và những mục tiêu nào định hình phần quan sát và áp dụng cho những điều chúng ta tìm được.
6. Phương pháp phê bình lịch sử bao gồm phương pháp phê bình bản văn, phương pháp phê bình nguồn, phương pháp phê bình hình thức, phương pháp phê bình biên tập, phương pháp phê bình văn chương, phương pháp phê bình kinh điển Kinh Thánh, phương pháp phê bình xã hội học, thuyết cấu trúc học.
7. Mục đích của việc giải nghĩa Tân Ước phải là để áp dụng Tân Ước vào cuộc sống của chúng ta, để dẫn chúng ta đến việc thờ phượng Chúa trong bối cảnh hội thánh và để trang bị hầu cho chúng ta có cùng sự hiểu biết này với những người khác.
8. Tân Ước vừa là lịch sử đồng thời cũng là thần học.
9. Cách giải nghĩa đúng đắn nhận thức rằng Tân Ước kể câu chuyện về Đấng Christ như Cựu Ước đã tiên báo, rằng nhiều nhân chứng đã phác họa câu chuyện này, rằng trong Công Vụ câu chuyện này đã được lan truyền, rằng câu chuyện này được áp dụng vào những bối cảnh khác nhau trong các thư tín, rằng một ngày nào đó câu chuyện này sẽ kết thúc bằng sự đoán xét toàn cõi vũ trụ, như được nói tiên tri trong Khải Huyền.

Câu hỏi ôn tập

1. Phần phê bình của Kümme về dẫn nhập Tân Ước của Albertz nêu lên vấn đề gì?
2. Tại sao Kinh Thánh cần được giải nghĩa?
3. Hãy trích dẫn một vài đóng góp của phương pháp phê bình lịch sử.
4. Phương pháp nghiên cứu thần học – lịch sử khác với phương pháp phê bình lịch sử như thế nào?
5. Nghĩa của từ "giải kinh học/phương pháp giải thích Kinh Thánh" là gì?
6. Hãy đưa ra năm đặc điểm của phương pháp giải kinh đúng đắn.

Các thuật ngữ then chốt

Cách giải nghĩa Kinh Thánh theo hướng thần học	Phương pháp phê bình bản văn
Chủ nghĩa cấu trúc	Phương pháp phê bình biên tập
Chủ nghĩa hiện sinh	Phương pháp phê bình hình thức
Chủ thuyết Tân Kant	Phương pháp phê bình kinh điển
Giải kinh nguyên nghĩa	Phương pháp phê bình lịch sử
Hiện tượng học	Phương pháp phê bình nguồn
Mang tính tôn thờ và ca tụng Chúa	Phương pháp phê bình văn chương
Nơi chốn chính	Phương pháp phê bình xã hội học
(Phân tích diễn ngôn (discourse analysis)	Qumran
(Phương pháp giải thích Kinh Thánh	Văn thể

Sách đọc thêm

Billings, J. Todd. *The Word of God for the People of God*. Grand Rapids: Eerdmans, 2010.

> Lời nhắc nhở và những ví dụ về việc đọc Kinh Thánh để biết Chúa thông qua "cách giải nghĩa thần học."

Bray, Gerald. *Biblical Interpretation: Past and Present*. Downers Grove, IL: InterVarsity, 1996.

> Một lịch sử và khảo sát xuất sắc về cách Kinh Thánh được giải nghĩa qua nhiều thế kỷ.

Doriani, Daniel M. *Getting the Message: A Plan for Interpreting and Applying the Bible*. Phillipsburg, NJ: Presbyterian & Reformed, 1996.

> Bàn luận ở mức độ nền tảng về cách nghiên cứu Kinh Thánh hiệu quả. Đầy những hiểu biết thực tế sâu sắc nhưng cũng đầy đủ thông tin học thuật.

Elwell, Walter A., and J. D. Weaver, eds. *Bible Interpreters of the Twentieth Century*. Grand Rapids: Baker Academic, 1999.

> Khảo sát cuộc đời và công việc của 36 học giả Cơ Đốc. Cho thấy khía cạnh con người trong việc giải nghĩa Kinh Thánh và dạy những phương pháp giải nghĩa đúng đắn thông qua ví dụ.

Fee, Gordon D., and Douglas Stuart. *How to Read the Bible for All Its Worth*. 3rd ed. Grand Rapids: Zondervan, 2003.

> Một cẩm nang thực tiễn được tra cứu nhiều, gồm cả Cựu Ước lẫn Tân Ước.

Hayes, John H., ed. *Dictionary of Biblical Interpretation*. 2 vols. Nashville: Abingdon, 1999.

> Một công trình tham khảo nâng cao gồm nhiều chủ đề được đề cập trong chương này.

Kaiser, Walter C., và Moisés Silva. *Introduction to Biblical Hermeneutics: The Search for Meaning*. Rev. ed. Grand Rapids: Zondervan, 2007.

> Vật lộn với tính thích hợp của Kinh Thánh trong một thế giới mà ý nghĩa theo bản văn có khả năng bị tranh cãi. Phạm vi vừa thực tế vừa mang tính lý thuyết.

Maier, Gerhard. *Biblical Hermeneutics*. Translated by Robert W. Yarbrough. Wheaton: Crossway, 1994.

> Một nhà giải kinh hàng đầu người Đức, phân tích các điều kiện cần có để giải nghĩa và áp dụng Kinh Thánh. Những chương rất giá trị về phương pháp phê bình và nhu cầu cần phương pháp giải nghĩa.

McKim, Donald K., ed. *Dictionary of Major Biblical Interpreters*. 2nd ed. Downers Grove, IL: IVP Academic, 2007.

> Tập sách tham khảo vô giá này tóm lược các giai đoạn và các học giả khác nhau đã đeo đuổi công tác giải kinh như thế nào.

O'Collins, Gerald và Daniel Kendall. *The Bible for Theology: Ten Principles for the Theological Use of Scripture*. New York: Paulist Press, 1997.

> Nỗ lực của Công Giáo La Mã nhằm đi đến những nguyên tắc thông thường để sử dụng Kinh Thánh theo kiểu thần học.

Oden, Thomas C. *The Rebirth of Orthodoxy*. San Francisco: HarperSanFranciso, 2003.

> Thảo luận sự trở lại với Cơ Đốc giáo kinh điển gần đây trong các giới ngày xưa đã từng từ bỏ Cơ Đốc giáo. Cho thấy tầm quan trọng của những xác tín thần học phù hợp và các cam kết cá nhân đối với Chúa nhằm hiểu Lời Chúa.

Osborne, Grant R. *The Hermeneutical Spiral: A Comprehensive Introduction to Biblical Interpretation*. 2nd ed. Downers Grove, IL: InterVarsity, 2006.

> Như phần tiêu đề đã cho ta thấy, không một lĩnh vực tranh luận nào về giải kinh không được đề cập đến. Có giá trị bởi phạm vi và tính nhất quán của nó.

Soulen, Richard N., và R. Kendall Soulen. *Handbook of Biblical Criticism*. 4th ed. Louisville: Westminster John Knox, 2011.

> Sách hướng dẫn tham khảo có giá trị, đề cập đến rất nhiều lĩnh vực vốn là mối quan tâm chính của giải kinh học, bao gồm các phương pháp, những thuật ngữ chuyên môn, những tóm lược và những tên chính trong lĩnh vực này.

Thiselton, Anthony C. *Hermeneutics: An Introduction*. Grand Rapids: Eerdmans, 2009.

Giới thiệu một vài phương pháp giải kinh học. Bao gồm phần đánh giá các phương pháp với trọng tâm là đọc và giải nghĩa Kinh Thánh.

Vanhoozer, Kevin. *Is There a Meaning in This Text?* Grand Rapids: Zondervan, 1998.

Phần thảo luận nâng cao về các khuynh hướng hậu hiện đại và cách chúng tác động trên lý thuyết và thực tế của giải kinh học. Bảo vệ cho khái niệm mục đích của tác giả.

Chương 11

Nghiên Cứu Giai Đoạn Hiện Đại Về Các Sách Phúc Âm

Bố cục

- Sự xuất hiện của chủ nghĩa phê bình nguồn
- Sự xuất hiện của chủ nghĩa phê bình hình thức
- Sự xuất hiện của chủ nghĩa phê bình biên tập
- Tình hình hiện tại

Mục tiêu

Sau khi đọc xong chương này, bạn có thể:

- Phác họa một số phương pháp chính trong nghiên cứu Tân Ước
- Nhận diện các học giả chính gắn liền với từng phương pháp
- Định nghĩa và so sánh các phương pháp phê bình nguồn, phê bình hình thức, phê bình biên tập
- Thảo luận các phương pháp nghiên cứu các sách phúc âm hiện hành
- Trình bày đáp ứng Cơ Đốc đối với các phương pháp mang tinh thần hoài nghi cách không cần thiết.

    R. M. Ogilvie đã viết rằng "những ý tưởng quyết định một nền văn minh luôn là đặc quyền của số ít."[1] Ý ông nói rằng cách xã hội nhìn thế giới chịu ảnh hưởng nặng bởi những ý tưởng chính mà những nhà tư tưởng và các lãnh đạo được người ta kính trọng của mỗi thế hệ nắm giữ. Ogilvie cho thấy thế nào tầng lớp lãnh đạo tại Anh từ thế kỷ mười bảy đến đầu thế kỷ hai mươi hay viện dẫn những tác giả

---

[1] R. M. Ogilvie, *Latin and Greek: A History of the Influence of the Classics on English Life from 1600 to 1918* (Hamden, CT: Archon, 1964), xiv.

cổ nào đó nhằm chấn hưng tâm trí của họ và định hình suy nghĩ của cả dân tộc. Những ý tưởng của một tinh hoa trí thức, am hiểu những tác giả kinh điển như Ovid, Horace, Plato và Homer, định hình cách nhìn của xã hội rộng lớn hơn.

Câu chuyện tương tự có thể được tìm thấy trong cách các sách phúc âm đã được đọc và hiểu suốt hai thế kỷ rưỡi qua. Trước thời gian đó, như chúng ta sẽ thấy bên dưới, quan điểm thịnh hành đó là bốn sách phúc âm là bốn sách được Chúa soi dẫn, do đó chân thật và áp dụng cho tất cả mọi người. Nhưng với sự nổi lên của cái được gọi là tư tưởng "hiện đại" vào thế kỷ mười bảy, Kinh Thánh bắt đầu được nhìn nhận từ một nhãn quan khác.[2] Quan điểm hiện đại này thay đổi đáng kể cách hiểu các sách phúc âm. Ảnh hưởng của quan điểm này vẫn còn cho đến ngày nay.

John Calvin viết sách giải nghĩa phúc âm Giăng và các phúc âm khác trong ba tập sách về các sách phúc âm cộng quan là Ma-thi-ơ, Mác và Lu-ca. Bức tượng này là một phần của một công trình kỷ niệm do Konrad Knoll thực hiện (1883).

Phương pháp nghiên cứu hiện đại các sách phúc âm có thể có niên đại từ thời Khai Sáng vào thế kỷ 18.[3] Ngay cả trước đó, các sách phúc âm cũng đã được nghiên cứu, và nhiều sách cũng như sách giải nghĩa đã được viết. Cả bốn sách phúc âm đều được xem là có giá trị ngang nhau về mặt lịch sử và thần học, được viết ra bởi các tác giả là con người thông qua sự soi dẫn của Chúa. Quan điểm phổ biến liên quan đến mối quan hệ qua lại giữa chúng chủ yếu là quan điểm của AUGUSTINE (354–430). Ông tin rằng Ma-thi-ơ là phúc âm đầu tiên được viết ra, rằng sứ đồ Ma-thi-ơ là người viết phúc âm này. Giăng Mác lấy thông tin tư liệu từ sứ đồ Phi-e-rơ và Ma-

---

[2] Klaus Scholder, *The Birth of Modern Critical Theology: Origins and Problems of Biblical Criticism in the Seventeenth Century*, trans. John Bowden (London: SCM; Philadelphia: Trinity Press International, 1990); Gary Dorrien, *Kantian Reason and Hegelian Spirit* (Chichester, UK: Wiley-Blackwell, 2012).

[3] Những tác phẩm chuẩn nói về chủ đề này bao gồm William Baird, *History of New Testament Research*, 2 vols. (Minneapolis: Fortress, 1992–2003); Stephen Neill và Tom Wright, *The Interpretation of the New Testament 1861–1986* (New York: Oxford University Press, 1988); Roy Harrisville và Walter Sundberg, *The Bible in Modern Culture*, 2nd ed. (Grand Rapids: Eerdmans, 2002); Henning Graf Reventlof, *History of Biblical Interpretation*, vol. 4. *From the Enlightenment to the Twentieth Century* (Atlanta: Society of Biblical Literature, 2010).

thi-ơ, rút gọn sách Ma-thi-ơ. Lu-ca và Giăng viết phúc âm của mình một cách độc lập, hoặc có lẽ với một sự hiểu biết nào đó về Ma-thi-ơ và Mác. Quan điểm này, hay một quan điểm tương tự quan điểm này, thống trị hơn một ngàn năm.

Mọi người đều biết rõ rằng có những khác biệt tồn tại giữa vòng bốn sách phúc âm, rằng có một số khác biệt quan trọng. Những người chống đối Cơ Đốc giáo cũng biết điều này. Chẳng hạn, CELSUS từ thế kỷ thứ hai đã sử dụng điều này làm một trong những lập luận để chống lại niềm tin Cơ Đốc. Từ khi ấy đã có nhiều phản ứng với những thách thức kiểu như thế. ORIGEN phản hồi trực tiếp lại với Celsus. Ông cũng viết một tác phẩm rất đồ sộ được gọi là *Hexapla*, là một phiên bản có sự so sánh và nghiên cứu kỹ lưỡng về Cựu Ước để cho thấy tính đáng tin cậy của nó.

> **Augustine nói về các sách phúc âm**
>
> Mặc dù các nhà truyền giảng Phúc âm mỗi người tường thuật một vài vấn đề vốn không được những người khác ghi lại, thì cũng khó chứng minh rằng bất cứ vấn đề nào liên quan đến sự bất nhất thật sự đều bắt nguồn từ đó.
>
> Augustine, *Harmony of the Evangelists* 4.10.11 (*NPNF 6:231*)

Sau này Augustine viết một tác phẩm có tựa đề *The Harmony of the Gospels* (Sự hòa hợp của các sách phúc âm), trong đó ông cẩn thận đi qua hàng loạt những phân đoạn có vấn đề trong các sách phúc âm với quan điểm là giải thích chúng. Trong suốt thời kỳ Cải Chính, John Calvin đã viết một cuốn sách tương tự cuốn của Augustine và cũng tương tự những người khác sau thời của ông. Vì thế, suốt những thế kỷ đó, các sách phúc âm không phải là không được tiếp nhận cách thiếu phê bình. Tín hữu khi đó ý thức rõ những khó khăn tồn tại trong các câu chuyện kể của các sách phúc âm. Nhưng niềm tin rằng năng quyền của Đức Chúa Trời lớn hơn bất cứ khuynh hướng sai sót của con người nào đã giúp họ tin rằng về căn bản, các sách phúc âm không hề mâu thuẫn nhau.

Sự xuất hiện của chủ nghĩa phê bình nguồn

Cùng năm đó, nước Mỹ tuyên bố độc lập (1776), học giả người Đức là J. J. Griesbach đã viết *Synopsis of the Gospels of Mathew, Mark and Luke* (Tính cộng quan của các sách phúc âm Ma-thi-ơ, Mác và Lu-ca). Trong cuốn sách ấy, ông sắp xếp ba sách phúc âm đầu tiên theo cột song chiếu để dễ nghiên cứu. Phúc âm Giăng là sách duy nhất được đưa vào một cách ngẫu nhiên. Vì thế, cụm từ mới xuất hiện ("sách Phúc âm Cộng quan") và phương pháp mới trong nghiên cứu phúc âm (so sánh ba sách phúc âm đầu tiên với nhau, trong khi bỏ sách Giăng ra vì là một sách quá khác nên không thể so sánh với nhau được). Thoạt tiên, điều này không hề làm mất uy tín của phúc âm Giăng. Nhưng đến thế kỷ hai mươi, các nhà phê bình lại xem sách Giăng là quá thần học nên không có bất cứ giá trị lịch sử thật sự nào. Bằng cách xây dựng bản tóm tắt của mình, Griesbach không cố gắng đưa ra một lý thuyết hoàn toàn mới nào về vấn đề tác giả của các sách phúc âm. Ông chấp nhận quan điểm của Augustine cho rằng Mác là rút gọn Ma-thi-ơ, thêm vào những sự thay đổi mà Mác có được từ phúc âm Lu-ca.

Trong ba mươi năm sau đó, nhiều quan điểm mới mẻ xuất hiện, nhưng cụ thể là một quan điểm đã trở thành lý thuyết thống trị khi đề cập đến mối quan hệ giữa các sách phúc âm. Quan điểm này cho rằng Mác là phúc âm đầu tiên trong các sác phúc âm thành văn, rằng cả Ma-thi-ơ và Lu-ca đều sử dụng Mác làm nguồn tư liệu chính. Vì thế mới xuất hiện "Giả thuyết về Mác", hay "Tính ưu tiên của Mác" như cách sách đôi khi được gọi. Có nhiều biến thể khác nhau của quan điểm này. Vào năm 1863, H. J. Holtzmann đã thêm một nguồn tư liệu khác mà cuối cùng được gán cho cái tên đơn giản là "Nguồn Q". Nguồn tư liệu này bao gồm khoảng 230 câu xuất hiện trong cả Ma-thi-ơ và Lu-ca nhưng không có trong sách Mác. Vì thế, giả thuyết về Mác mang dáng dấp của một giả thuyết hai nguồn, hai nguồn ấy là Mác và Q. Xung quanh quan điểm này là vô số những lý thuyết giải quyết những câu hỏi chẳng hạn như nội dung của nguồn Q là gì, liệu kinh điển Mác mà ta có có phải là sách Mác nguyên thủy hay không (một số lý thuyết cho rằng trước khi có kinh điển Mác thì có đến bốn sách Mác khác nhau), mà nhiều phần hiệu chỉnh của sách Mác đã được Ma-thi-ơ và Lu-ca sử dụng, liệu Ma-thi-ơ và Lu-ca có sử dụng cùng một sách Mác hay không, vân vân. Tất cả những vấn đề liên hệ đến cách ba sách phúc âm đầu tiên này liên hệ với nhau đều được cách học giả gọi chung là "Vấn đề của các sách Phúc âm Cộng quan".

Bình minh của thế kỷ hai mươi đem đến những nghiên cứu vi mô về các sách phúc âm qua những tác phẩm nổi tiếng như *Horae Synopticae* (1898) và *Oxford Studies in the Synoptic Problem* (1911) của Sir John Hawkin. Vào năm 1924, phương pháp nghiên cứu các sách phúc âm đã có được kết luận hợp lý của nó, khi B. H. Streeter viết cuốn sách bất hủ *The Four Gospels: A Study in Origins*. Ông đề xuất giả thuyết về bốn nguồn tư liệu, các tư liệu ấy bao gồm Mác, Q, L (tư liệu đặc biệt để viết Lu-ca), và M (tư liệu đặc biệt để viết Ma-thi-ơ). Từ bốn nguồn này, ba sách phúc âm kinh điển được viết ra. Dĩ nhiên, sách của Streeter không phải là quyết định cuối cùng. Nhiều người khác cũng nỗ lực để thanh lọc tiến trình xác định nguồn các sách phúc âm, bỏ đi các nguồn tư liệu thành văn đơn lẻ, bất kể đó là hai hay bốn nguồn, để đến với nhiều nguồn tài liệu viết ra các sách phúc âm. Một ví dụ điển hình cho sự phát triển này là tác phẩm của F. C. Grant.[4]

---

[4]Frederick C. Grant, *The Gospels: Their Origin and Growth* (New York: Harper & Bros., 1957), 51.

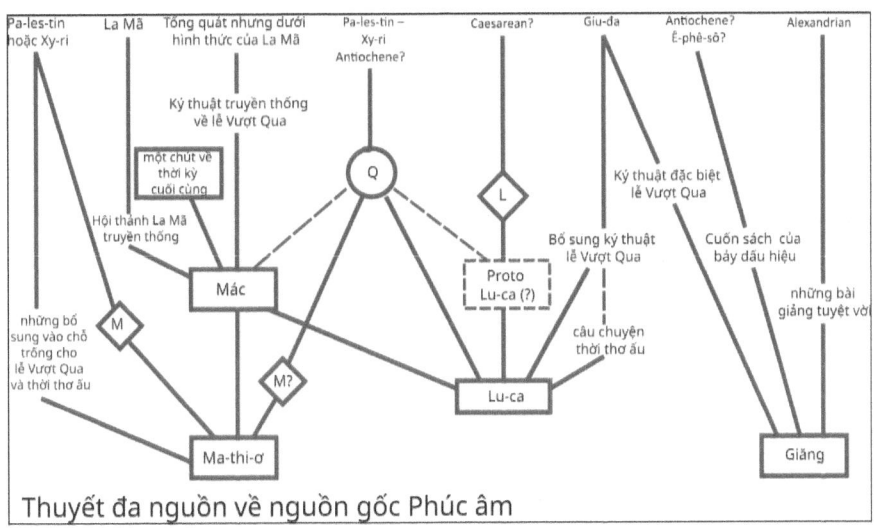

Thuyết đa nguồn về nguồn gốc Phúc âm

Sự xuất hiện của chủ nghĩa phê bình hình thức

Khi thời của nó sắp qua đi thì Streeter vẫn chưa viết *The Four Gospels*. Một phương pháp mới xuất hiện – *Formgeschichte* (lịch sử hình thức), hay phương pháp phê bình hình thức như cách người ta gọi.[5] Những người phát triển phương pháp phê bình hình thức để nghiên cứu các sách phúc âm không chỉ quan tâm đến giai đoạn thành văn cuối cùng của truyền thống phúc âm (nghĩa là chính các sách phúc âm). Họ cũng thích tìm hiểu những vấn đề khác ngoài các nguồn văn chương. Họ chủ yếu quan tâm đến các giai đoạn mà qua đó tư liệu ban đầu được truyền lại theo hình thức truyền miệng trước khi nó đi đến giai đoạn thành văn cuối cùng. Để truy nguyên sự phát triển đó, cần phải bắt đầu với tư liệu phúc âm thành văn, nhưng sau đó, vì mục đích phân tích, chia nó ra thành những đơn vị độc lập, riêng biệt (được gọi là **pericopae**) và để nhận diện hình thức mà truyền thống đó mang lấy. Rồi các pericopae độc lập này được định vị trong bối cảnh sống ban đầu của chúng, hay **Sitz im Leben**, như cách người ta gọi. Đối với phần lớn các pericopae phúc âm, *Sitz im Leben* là cuộc sống của hội thánh đầu tiên, chứ không phải cuộc đời Chúa Giê-xu.

Điều kiện căn bản ẩn dưới giả thuyết này là ý niệm cho rằng các sách phúc âm không tương tự như các tác phẩm văn chương kinh điển. Chúng giống với văn chương dân gian cổ xưa hơn, và các tác giả phúc âm chỉ ký thuật những câu chuyện hay những câu nói súc tích được lưu hành theo kiểu truyền miệng giữa vòng những Cơ Đốc nhân đầu tiên. Vì thế, tác giả các sách phúc âm không thật sự là tác giả mà đúng hơn là những người biên soạn các truyền thống mà cộng đồng của họ tiếp nhận.

---

[5] Để đọc tổng quan, xin xem Edgar V. McKnight, *What Is Form Criticism?* (Philadelphia: Fortress, 1969).

Tác phẩm thành văn quan trọng đầu tiên áp dụng phương pháp này cho các sách phúc âm là *Formgeschichte des Evangeliums* (1919) của Martin Dibelius, là cuốn sách được hiệu đính vào năm 1934 và có trong tiếng Anh với tên gọi *From Tradition to Gospel* (Từ Truyền thống đến Phúc âm). Dibelius lập luận rằng việc giảng dạy của hội thánh đầu tiên là một ma trận từ đó xuất hiện các truyền thống ấy. Ông xem "các hình thức" truyền thống như thế là bài giảng, mô hình (một ký thuật ngắn về một sự kiện), câu chuyện kể, truyền thuyết và lời khuyên bảo, cổ vũ. Tác phẩm *Die Geschichte der synoptischen Tradition* của Rudlf BULTMANN nối tiếp vào năm 1921 (năm 1963 được dịch là *The History of the Synoptic Tradition*). Tác phẩm của Bultmann triệt để hơn tác phẩm của Dibelius, thêm vào rất nhiều cải tiến về hình thức; nó cũng mang tính quyết liệt hơn. Trong tay của Bultmann, còn lại rất ít phần của tư liệu phúc âm là lời Chúa Giê-xu. Phần lớn có thể truy nguyên từ khả năng "bịa ra những chuyện hoang đường", ly kỳ của các tín hữu đầu tiên.

> **Các nhà phê bình hình thức có đúng không?**
>
> Nếu các nhà phê bình hình thức đúng, thì các môn đồ hẳn đã phải dời lên thiên đàng ngay lập tức sau sự kiện Chúa Giê-xu phục sinh.
>
> Vincent Taylor, *The Formation of the Gospel Tradition* (London: Macmillan, 1933), 41.

Các nhà phê bình phương pháp mới này, như Erich Fascher và Martin Albertz, phê phán "chủ nghĩa hoài nghi đầy trơ tráo" của Bultmann, nhưng phương pháp này sớm trở thành một phần trong nghiên cứu Tân Ước. Phương pháp phê bình hình thức được làm dịu bởi nhiều học giả ôn hòa, tiết chế hơn, như Vincent Taylor trong quyển *The Formation of the Gospel Tradition* (Sự Hình thành Truyền thống Phúc âm - 1933). Mặc dù nhận biết giá trị có hạn của phương pháp phê bình hình thức, nhưng ông cũng không đồng ý với những câu phát biểu cấp tiến của nó và thậm chí tranh luận rằng nhiều câu nói của phúc âm có nguồn gốc từ những nhân chứng tai nghe mắt thấy ban đầu.[6]

Trong tay của các nhà phê bình hình thức, tiêu điểm chuyển từ các sách phúc âm thành văn (chúng là những thành phẩm của một tiến trình trước đó) và từ Chúa Giê-xu tại thế (các hồi ức phúc âm về Ngài đều không đáng tin cậy) sang cộng đồng giữ cho ký ức về Chúa Giê-xu sống động bằng cách thay đổi và hư cấu ra tài liệu liên quan đến Ngài mà sau này trở thành các phúc âm thành văn. Bởi vì có nhiều cộng đồng như thế, nên có nhiều bộ sưu tập các câu chuyện và cuối cùng là một loạt những "hồi ức" trái ngược nhau về Chúa Giê-xu. Vì thế, cuộc tìm kiếm những hội thánh ban đầu này bắt đầu. Rõ ràng, nếu chúng ta muốn biết những ký ức sáng tạo ấy là gì, thì chúng ta phải biết điều gì đó về những người bắt đầu chúng.

---

[6] Vincent Taylor, *The Formation of the Gospel Tradition* (London: Macmillan, 1933), 51.

Nhưng ở đây vấn đề căn bản nổi lên. Chúng ta hầu như chẳng biết gì về chúng cả, và điều mà chúng ta biết lại đến từ các sách phúc âm. Các sách phúc âm tự nhận là kể cho chúng ta về Chúa Giê-xu, chứ không phải là hội thánh đầu tiên. Cũng vậy, khi chúng ta biết gì đó về các hội thánh ấy, thì bức tranh rất khác so với hội thánh mà các nhà phê bình hình thức tưởng tượng ra. Như Hengel đã nói:

> Thật kinh ngạc khi các sách phúc âm cộng quan cho thấy một ít dấu hiệu về "nhu cầu" cần những cộng đồng như chúng ta biết về chúng từ các thư tín Tân Ước. Thông thường, chúng ta gần như bị buộc phải gán những nhu cầu này vào những bản văn của các sách phúc âm cộng quan. Thuật ngữ "cấu trúc cộng đồng", mà ngày nay được dùng cách dễ dàng và thường không được giải thích gì thêm, có thể khó làm sáng tỏ hoàn cảnh lịch sử thật sự; mà thường có khuynh hướng làm cho chúng trở nên khó hiểu hơn.[7]

Nhiều lời phê bình khác cũng đã chĩa mũi dùi vào phương pháp phê bình hình thức. Đến thập niên 1950, một phương pháp mới xuất hiện để đưa nó đi một bước xa hơn, và ở một số tình huống, để thách thức hay thậm chí thay thế nó.

Sự xuất hiện của chủ nghĩa phê bình biên tập

Trong tay của các nhà phê bình hình thức, ngoài việc Chúa Giê-xu gần như biến mất, thì các sách phúc âm cũng thế. Nhưng chúng không dễ dàng biến mất (và Chúa Giê-xu cũng vậy); rút cục, chúng *đều ở* trong Kinh Thánh. Các nhà phê bình trước hết phải lý giải sự tồn tại của chúng. Những sách phúc âm này rõ ràng có sự hiệp nhất và có mục đích trong tư cách những sản phẩm văn chương. Nếu đúng vậy, *ai đó* hẳn đã viết ra chúng. Những thứ trừu tượng, chẳng hạn như "các cộng đồng", không thể viết sách được. Vì thế tiêu điểm chuyển sang các nhà biên tập (những người sưu tầm, các tác giả) các sách phúc âm trong cuộc cách mạng học thuật được biết đến như là *Redaktionsgeschichte*, hay phương pháp phê bình biên tập.[8] 111

Mặc dù được các tác giả trước đó tiên liệu trước, nhưng phương pháp phê bình biên tập vẫn bắt đầu bằng những ghi chép của một số học sinh của Bultmann. Tác phẩm của Günther Bornkamm về sách Ma-thi-ơ đứng ở vị trí dẫn đầu,[9] theo sau là tác phẩm *Die Mitte der Zeit* của Hans Conzelmann (1954; được dịch là *Thần học của Thánh Lu-ca* vào năm 1960) và tác phẩm *Der Evangelist Markus* Willi Marxsen

---

[7] Martin Hengel, *Acts and the History of Earliest Christianity*, trans. John Bowden (Philadelphia: Fortress, 1980), 25.

[8] Để đọc tổng quan, xin xem Norman Perrin, *What Is Redaction Criticism?* (Philadelphia: Fortress, 1969); Joachim Rohde, *Rediscovering the Teaching of the Evangelists*, trans. Dorothea M. Barton (London: SCM, 1968).

[9] Günther Bornkamm, *Tradition and Interpretation in Matthew*, trans. Perry Scott (Philadelphia: Westminster, 1963), đồng tác giả với hai sinh viên của mình là Gerhard Barth và HeinzJ. Held.

(1956; được dịch là *Mác Người Truyền đạo* vào năm 1969). Điều mà các tác giả này đang làm thực ra là thêm một tình huống được nhận biết một cách có ý thức khác trong cuộc sống (*Sitz im Leben*) vào tiến trình phát triển của các sách phúc âm. *Sitz im Leben* đầu tiên có thể là cuộc đời Chúa Giê-xu; *Sitz im Leben* thứ hai là giai đoạn truyền miệng của hội thánh đầu tiên; *Sitz im Leben* thứ ba là nhà truyền giảng Phúc âm và hoàn cảnh của ông. Nhưng, như Marxsen đã nói: "Lịch sử biên tập không chỉ là sự tiếp tục của lịch sử hình thức"; một lần nữa, nó là chuyện khác.[10] Norman Perrin tóm tắt chuyện khác ấy trong bốn điểm.[11] Thứ nhất, phương pháp phê bình hình thức xem các tác giả sách phúc âm là những người biên tập truyền thống; phương pháp phê bình biên tập xem bản thân họ đã là những tác giả. Thứ hai, phương pháp phê bình hình thức quan tâm đến các đơn vị truyền thống nhỏ và cách chúng xuất hiện; phương pháp phê bình biên tập quan tâm đến các đơn vị lớn, đến toàn bộ các sách phúc âm. Thứ ba, với mối quan tâm dành cho các đơn vị nhỏ, phương pháp phê bình hình thức không bao giờ hiểu đúng ý định của các tác giả sách phúc âm; phương pháp phê bình biên tập quan tâm đến ý định thần học của tác giả. Thứ tư, phương pháp phê bình hình thức quan tâm đến chỉ một *Sitz im Leben* (hội thánh đầu tiên); phương pháp phê bình biên tập quan tâm đến cả ba *Sitz im Leben* của tư liệu phúc âm.

Bốn tác giả phúc âm – Ma-thi-ơ, Mác, Lu-ca và Giăng – vây quanh Đấng Christ trong bản mô phỏng bằng tranh trên giấy da của Haregarius (844–851 S.C). Giới học giả phê bình hiện đại đặt ra câu hỏi liệu họ là tác giả hay họ là người biên tập hay là người sáng tạo ra/bịa ra.

---

[10] Willi Marxsen, *Mark the Evangelist: Studies on the Redaction History of the Gospel* (Nashville: Abingdon, 1969), 21.

[11] Perrin, *What Is Redaction Criticism?*, 33–34.

Nhưng phương pháp phê bình biên tập không tiếp tục tự khẳng định là một phương pháp bao quát có thể giải quyết tất cả các vấn đề cơ bản trong nghiên cứu phúc âm. Ngược lại, đến năm 1991, R. H. Stein có thể viết: "Ngày nay, phương pháp phê bình biên tập đã bước sang giai đoạn khó khăn. Một phần điều này có thể dự đoán trước được, bởi vì phê bình biên tập không thể cứ mãi ở đỉnh cao được. Giống như các phong trào khác trong nghiên cứu thánh kinh, phong trào này cũng có cao trào rồi bị thoái trào. Điều này là tự nhiên, và sự thái quá của một số nghiên cứu phê bình biên tập, sự thiếu vắng một phương pháp rõ ràng (đặc biệt liên quan đến nghiên cứu phúc âm Mác), và tiêu điểm hạn hẹp của phương pháp phê bình biên tập đã góp phần vào sự thoái trào, không còn ở vị trí thống trị trong ngành nghiên cứu Tân Ước.[12]

Điều này xảy ra bởi vì trong suốt bốn mươi năm qua, những giới hạn cố hữu của phương pháp phê bình biên tập, cũng như các phương pháp phê bình khác, dần dần được thừa nhận, và các phương pháp khác bắt đầu lên tiếng.

Tình hình hiện tại

Hiện tại, nói về bất cứ lý thuyết nổi trội nào mà tất cả các học giả đều đồng ý khi bàn đến nghiên cứu các sách phúc âm là điều không thể. Thật ra, có lẽ chưa bao giờ có chuyện như thế, mặc dù có vài quan điểm nổi trội hơn các quan điểm khác, như chúng ta đã thấy. Nhưng hiện tại ta có thể quan sát thấy một số khuynh hướng.

Thứ nhất, mặc dù tính phức tạp của các nghiên cứu mang tính phê bình hình thức và phê bình biên tập mà Đức thống trị không còn chiếm ưu thế nữa, nhưng một số học giả vẫn tranh luận rằng bất chấp những giới hạn trong những phương pháp đó, thì chúng ta vẫn không thể xoay xở nếu không có chúng. Một số học giả tiếp tục đặt niềm tin vào những phương pháp này, với hy vọng rằng có thể tìm thấy những câu trả lời tốt hơn ở đó.[13]

Những người khác lại nhìn vào những phương pháp nghiên cứu luân phiên. Một trong những phương pháp như thế là phương pháp cấu trúc luận (structuralism),[14] một phần trong một nhóm các phương pháp liên quan, được gọi chung là phương pháp phê bình văn học (literary criticism).[15] Phương pháp cấu trúc luận xuất hiện khi gần chuyển sang thế kỷ hai mốt với tác phẩm của nhà ngôn ngữ học Ferdinand de Saussure và nhà nghiên cứu văn hóa dân gian Vladimir

---

[12]Robert H. Stein, *Gospels and Tradition: Studies in Redaction Criticism of the Synoptic Gospels* (Grand Rapids: Baker Academic, 1991), 15.

[13]Một ví dụ về các học giả như thế là Helmut Koester: "Làm sao chúng ta biết khi nào thì tư liệu thành văn là nguồn cho những trích dẫn hoặc lời ám chỉ bóng gió như thế? Phương pháp phê bình biên tập là câu trả lời... Tuy nhiên, nhiệm vụ này đã trở nên khó khăn hơn tôi tưởng cách đây bốn mươi năm" (*Journal of Biblical Literature* 113, no. 2 [1994]: 297).

[14]Daniel Patte, *Structural Exegesis for New Testament Critics* (Minneapolis: Fortress, 1989).

[15]Edgar V. McKnight và Elizabeth Struthers Malbon, eds., *The New Literary Criticism and the New Testament* (Valley Forge, PA: Trinity Press International, 1994).

Propp. Mãi cho tới thập niên 1970 thì những hiểu biết của họ mới được áp dụng cách nghiêm túc vào các câu chuyện kể Kinh Thánh, đáng lưu ý là những hiểu biết của Roland Barthes. Về bản chất, phương pháp cấu trúc luận thừa nhận rằng ẩn sau tất cả các cách diễn đạt và chuyện kể là một cấu trúc trong tâm trí chúng ta, một "cấu trúc sâu xa" quyết định hướng đi của tư tưởng và các cách diễn đạt của chúng ta. Khi hiểu được cấu trúc sâu xa ấy, thì chúng ta có thể hiểu ý nghĩa "thật" của bất cứ câu chuyện kể nào. Biến thể của phương pháp này thì vô số, và nhiều người đã hiểu chỉnh nó, chẳng hạn như A. J. Greimas và Claude Lévi-Strauss. Đến khi được áp dụng vào các câu chuyện trong các sách phúc âm, thì nó đã trở thành một công trình phức tạp và quá khó hiểu đến nỗi nó ít được ủng hộ rộng rãi. Dường như nó hứa hẹn rất nhiều, nhưng cuối cùng chỉ sản sinh ra ít kết quả mà nhiều người đồng ý. Hầu hết các học giả đều kết luận rằng việc nghiêm túc xem các cấu trúc chính thức của câu chuyện tường thuật là có giá trị, nhưng ít người công nhận ý niệm cho rằng tâm trí có một cấu trúc duy nhất, và lại càng ít người cho rằng các nhà lý luận theo cấu trúc luận khám phá ra nó. Một phương pháp văn chương khác để nghiên cứu các sách phúc âm là **phương pháp phê bình câu chuyện tường thuật** (narrative criticism).[16] Cách tiếp cận này không hẳn là một cách xem xét Kinh Thánh mới mẻ; nó đã có suốt gần một thế kỷ rồi. Nó bị một số phong trào mới hơn, hợp thời hơn của thế kỷ hai mươi làm cho lu mờ, nhưng bây giờ nó được hồi sinh. Như cách nó được áp dụng hiện thời, nó cố gắng kết hợp những hiểu biết hiện đại trong việc nghiên cứu văn chương cả cổ xưa lẫn hiện đại vào việc nghiên cứu Tân Ước ở mức độ chuyên môn hơn, xem Kinh Thánh là quan trọng như một tác phẩm văn chương trong tất cả tính phức tạp nhiều mặt của nó, không chỉ như những phần rời rạc của truyền thống dân gian. Nó tập trung vào các kỹ thuật văn chương, cốt truyện, cấu trúc, việc sắp đặt trình tự các sự kiện, sự căng thẳng đầy kịch tính, tác động mong muốn trên độc giả và những yếu tố văn chương tương tự khác. Nó ít nhấn mạnh vào những ý niệm thần học cụ thể hiện diện, ngữ pháp và các vấn đề về từ ngữ, và những tham chiếu lịch sử. Ở một số trường hợp, **các thuyết đáp ứng của độc giả** được kết hợp vào trong phần phân tích này. Những lý thuyết ấy chuyển tiêu điểm từ "Khi đó chuyện gì đã xảy ra?" sang "Chuyện gì đang xảy ra cho tôi hiện tại khi tôi đọc bản văn này?"[17] Một phương pháp khác có liên quan, dù rất khác biệt, đó là **phương pháp phê bình biện pháp tu từ** (rhetorical criticism).[18] Nó tìm kiếm sự năng động hơn là một cách tiếp cận bản văn theo kiểu văn chương hạn hẹp và xem xét tính chất hay

---

[16] Consult Robert Alter, *The Art of Biblical Narrative* (New York: Basic, 1981); Mark Allan Powell, *What Is Narrative Criticism?* (Minneapolis: Fortress, 1990). Khảo sát chung và hữu ích được tìm thấy trong Christopher M. Tuckett, *Reading the New Testament: Methods of Interpretation* (Philadelphia: Fortress, 1987).

[17] Xin xem Robert C. Holub, *Reception Theory: A Critical Introduction* (New York: Routledge, Chapman & Hall, 1984); Jane P. Tompkins, ed., *Reader-Response Criticism: From Formalism to Post-Structuralism* (Baltimore: Johns Hopkins University Press, 1980).

[18] Xin xem George A. Kennedy, *New Testament Interpretation through Rhetorical Criticism* (Chapel Hill: University of North Carolina Press, 1984).

những kỹ thuật diễn từ (discourse) qua đó tác giả tìm cách tác động trên độc giả. Khi việc tập trung vào độc giả bị đẩy thái quá, thì nó được biết đến với tên gọi là **học thuyết giải cấu** (deconstructionism), trong đó bản văn mất đi tất cả ý nghĩa khách quan của nó và mang lấy bất cứ nghĩa nào độc giả muốn. Nhìn chung, các học giả Tân Ước đều chống lại tất cả việc áp dụng phương pháp này. Một bộ sưu tập các phương pháp nghiên cứu Tân Ước khác nằm dưới tiêu đề "phương pháp phê bình Tân Ước về mặt khoa học xã hội."[19] Như trong trường hợp các cách tiếp cận văn chương, những quan điểm này cũng không thật sự mới. Tầm quan trọng của các yếu tố như bối cảnh lịch sử, bối cảnh xã hội và các vấn đề về kinh tế đã được tìm hiểu từ những năm 1920. Một ví dụ cho điều đó là cuốn *An Economic Background to the New Testament* (Bối cảnh Kinh tế của Tân Ước) của F. C. Grant (1927). Đến những năm 1940, cụm từ "phương pháp phê bình môi trường xã hội" trở nên thịnh hành.[20] Những nỗ lực trước đó nhằm làm cho các yếu tố lịch sử - xã hội tác động trên nghiên cứu Tân Ước khác biệt so với các phương pháp hiện tại ở chỗ, trong khi hồi xưa xã hội học được cho là *làm sáng tỏ* Tân Ước, thì nay *giải thích* Tân Ước. Tân Ước bị ép vào cái khuôn của các phạm trù được các nhà phân tích xã hội học quyết định. Đối với khía cạnh này, hầu hết các học giả đều cẩn trọng. Các phương pháp luận khoa học xã hội, ngay cả trong xã hội học, chỉ tiêu biểu cho giai đoạn gần đây và chưa thu được bất cứ sự đồng thuận nào cả, vì thế cách chúng áp dụng cho Tân Ước vẫn còn là vấn đề tranh cãi. Vì thuyết định mệnh xã hội ẩn chứa trong những phương pháp luận này, nên những nhà giải kinh khôn ngoan sẽ áp dụng chúng một cách vô cùng cẩn thận. Hầu hết các học giả đều đồng ý về tầm quan trọng của việc hiểu các sách phúc âm trong bối cảnh Do Thái giáo rõ ràng của chúng, và điều này đánh dấu tiến bộ thật sự so với các phương pháp cũ xưa hơn. Tính cách Do Thái của Chúa Giê-xu trở thành tiêu điểm nghiên cứu thật đúng đắn.[21] Tuy nhiên, khía cạnh này có thể bị phóng đại đến mức Chúa Giê-xu chỉ còn là một nhà tư tưởng Do Thái không hơn không kém trong thời của Ngài.[22] Nhưng nhìn chung, nghiên cứu các sách phúc âm đem lại nhiều ích lợi khi cẩn thận chú ý hơn đến Cựu Ước và cấu trúc hạ tầng Do Thái của cuộc đời và sự dạy dỗ của Chúa Giê-xu.[23]

---

[19] Xin xem David M. May, ed., *Social Scientific Criticism of the New Testament: A Bibliography* (Macon, GA: Mercer University Press, 1991); Bengt Holmberg, *Sociology and the New Testament: An Appraisal* (Minneapolis: Fortress, 1990); David G. Horrell, ed., *Social-Scientific Approaches to New Testament Interpretation* (Edinburgh: T&T Clark, 1999).

[20] M. P. Parvis, "New Testament Criticism in the World-Wars Period," trong *The Study of the Bible Today and Tomorrow*, ed. Harold R. Willoughby (Chicago: University of Chicago Press, 1947), 63.

[21] Tiêu biểu là James H. Charlesworth, ed., *Jesus' Jewishness: Exploring the Place of Jesus in Early Judaism* (New York: Crossroad, 1991).

[22] Brad Young, *Jesus the Jewish Theologian* (Peabody, MA: Hendrickson, 1995).

[23] Đơn cử hai ví dụ mà thôi, cả hai ví dụ này đều mở rộng sự hiểu biết về toàn bộ hội thánh đầu tiên, xin xem Oskar Skarsaune, *In the Shadow of the Temple* (Downers Grove, IL: InterVarsity, 2002); Markus Bockmuehl, *Jewish Law in Gentile Churches* (Edinburgh: T&T Clark, 2000; reprint, Grand Rapids: Baker Academic, 2003).

Giải nghĩa Kinh Thánh theo hướng thần học

Những năm gần đây, nhiều nhà giải nghĩa đã gạt sang một bên các phương pháp "phê bình lịch sử" của các thế hệ trước, chẳng hạn như phương pháp phê bình nguồn, phương pháp phê bình hình thức và phương pháp phê bình biên tập.

Thay vào đó, họ tìm cách đọc Kinh Thánh với việc nhấn mạnh vào điều mà Kevin Vanhoozer gọi là "sự hiểu biết về Chúa, cái thiện và Phúc âm" (xin xem *Dictionary for Theological interpretation of the Bible*, trang 24). Đây không phải là việc trở lại với chủ nghĩa truyền thống thái quá. Đúng hơn, nó phù hợp với cách mà con dân Chúa nghĩ về Kinh Thánh qua các thế kỷ hội thánh tồn tại.

Các phương pháp "phê bình lịch sử" thường thấm nhuần quan điểm cho rằng "lịch sử" là kết quả của các sức mạnh tự nhiên đơn thuần. Sự va chạm giữa các lực lượng thuần vật chất, con người và xã hội đã sản sinh ra Kinh Thánh và bất cứ điều gì mà Kinh Thánh tường thuật.

"Cách giải nghĩa nghiêng về mặt thần học" đã nỗ lực sử dụng các công cụ của nền học thuật tốt nhất có thể, nhưng với sự đồng cảm dành cho đức tin, hy vọng và tình yêu mà các bản văn Kinh Thánh khen ngợi – và Đức Chúa Trời Đấng bởi ân điển đã ban tặng đức tin, hy vọng và tình yêu ấy.

Vanhoozer cũng viết:

> Khi chúng ta làm cho suy nghĩ của Đức Chúa Trời trở thành suy nghĩ của chúng ta và lời Chúa trở thành lời của chúng ta, chúng ta bắt đầu bước vào thế giới của bản văn, vào vở kịch cứu chuộc vĩ đại. Đây có lẽ là mục tiêu tối hậu của việc giải nghĩa Kinh Thánh trên phương diện thần học: biết Đức Chúa Trời Ba Ngôi bằng cách dự phần vào đời sống Ba Ngôi, vào sứ mạng của Ba Ngôi dành cho cõi tạo vật. (24)

Các chuyên gia Tân Ước cũng muốn giữ quan điểm cho rằng trọng tâm trong các sách Tân Ước không chỉ nằm ở "thần học". Ngôn ngữ và lịch sử là phương tiện chuyển tải "thần học" đó.

Tuy vậy, nhiều người vẫn đồng ý rằng "cách giải nghĩa thiên về mặt thần học" vẫn hiệu quả hơn so với các phương pháp chống lại hay phi thần học." Các danh từ xuất hiện thường xuyên nhất trong Tân Ước tiếng Hy Lạp là *theos* (Đức Chúa Trời, 1.317 lần), *Iêsous* (Giê-xu, 917 lần) và *kyrios* (Chúa, 717 lần). Tân Ước tập trung vào Đức Chúa Trời. Các phương pháp giải nghĩa tìm cách tôn trọng dữ kiện này thì đáng để ta xem xét.

Vấn đề các sách Cộng quan là một vấn đề khác mà nó sẽ không tự biến mất. Suốt thế kỷ hai mươi, Giả thiết Sách Mác thống trị. Hầu hết các học giả Tân Ước đều bắt đầu bằng giả định cho rằng theo cách này hay cách khác, Mác là phúc âm thành văn đầu tiên và là nguồn tài liệu chính cho cả Ma-thi-ơ và Lu-ca, hai tác giả này cũng sử dụng nguồn tài liệu khác nữa là Q. Mặc dù thống trị, nhưng quan điểm này không phải là không bị thách thức. Sự phản đối vị trí ưu tiên của sách Mác của Dom John Chapman trong *Matthew, Mark and Luke* xuất hiện vào năm 1937. B.C Butler tiếp tục với *The Originality of St. Matthew* (1951), và vào năm 1964, W. R. Farmer bắt đầu tranh luận ủng hộ một phiên bản cập nhật hơn của Giả thiết Briesbach.[24] Khuynh hướng này được tiếp tục bởi H. H. Stoldt[25] và một lần nữa là cả Farmer.[26] Eta Linnemann đặt ra câu hỏi thậm chí còn căn bản hơn trong *Is There a Synoptic Problem? Rethinking the Literary Dependence of the First Three Gospels* (1992). Một số người bắt đầu lập luận ủng hộ cho sự lệ thuộc thật sự của cả ba sách phúc âm cộng quan.[27]

Dĩ nhiên, những người bảo vệ tính ưu tiên của sách Mác vẫn tiếp tục thống trị trong lĩnh vực này. Tuy nhiên, giữa vòng các học giả vẫn có rất ít người đồng ý cần phải tiếp tục như thế nào. Triệu chứng của tình huống này là kết quả của mười hai năm nghiên cứu bởi Hội thảo Phúc Âm Cộng quan của Hiệp hội Nghiên cứu Tân Ước. Khi Hội này giải thể vào năm 1982, người ta báo cáo rằng những người tham dự hội thảo không đồng ý được lấy một điều. Tất cả điều này đã dẫn một số người tới chỗ tranh cãi rằng Vấn đề Các sách Phúc âm Cộng quan là vấn đề không thể giải quyết được.

Q cũng bước vào lĩnh vực phân tích mới được phục hồi này. Là một trong những tư liệu căn bản của học thuyết hai nguồn tư liệu, nó ít nhiều đã được xem là hiển nhiên. Một số người đã cố gắng bỏ nó đi[28] nhưng không thành công bởi vì lý thuyết đang được thống trị đòi hỏi phải có điều gì đó tương tự với nó tồn tại. Gần đây, bản

---

[24] William R. Farmer, The Synoptic Problem (Macon, GA: Mercer University Press, 1964).

[25] Hans-Herbert Stoldt, *History and Criticism of the Marcan Hypothesis*, trans. and ed. Donald L. Niewyk (Macon, GA: Mercer University Press; Edinburgh: T&T Clark, 1980).

[26] William R. Farmer, *Jesus and the Gospel: Tradition, Scripture, and Canon* (Philadelphia: Fortress, 1982); idem, *The Gospel of Jesus: The Pastoral Relevance of the Synoptic Problem* (Louisville: Westminster John Knox, 1994).

[27] John W. Wenham, *Redating Matthew, Mark, and Luke* (London: Hodder & Stoughton, 1991); Bo Reicke, *The Roots of the Synoptic Gospels* (Philadelphia: Fortress, 1986); David Alan Black, *Why Four Gospels? The Historical Origins of the Gospels* (Grand Rapids: Kregel, 2001). Cũng xem Mark Goodacre, *The Synoptic Problem: A Way through the Maze* (Philadelphia: Trinity Press International, 2004).

[28] A. M. Farrer, "On Dispensing with Q," trong *Studies in the Gospels*, ed. D. E. Nineham (Oxford: Blackwell, 1955), 55–88.

chất, thần học, cấu trúc và nội dung của nó đã được tìm hiểu một cách sôi nổi.[29] Nó tiếp tục được cho là "phúc âm đầu tiên".[30]

Một số khuynh hướng ít ảnh hưởng khác cũng được đề cập đến, nhưng phần thảo luận trước cho chúng ta biết mình hiện đang ở đâu. Rất nhiều ý kiến cạnh tranh nhau để giành vị trí thống trị, nhưng việc thiếu đi sự đồng ý tích cực rộng rãi giữa vòng các chuyên gia học thuật là điều dễ khiến ta thất vọng. Nguyên nhân gốc rễ của tình trạng này có thể là do nhiều người không sẵn lòng cho Chúa một vị trí quan trọng trong quá trình hình thành các sách phúc âm và họ quá nhiệt tâm xem Tân Ước "chỉ như một quyển sách khác" theo kiểu cấp tiến thái quá.

> **Tiêu điểm 11: Nghiên cứu các sách Phúc Âm theo hướng phê bình: Lời chứng của một người khôn ngoan**
>
> Cách đây một thập kỷ, giáo sư quá cố của Đại học Yale là Paul Minear (1906–2007) nhìn lại việc nghiên cứu Kinh Thánh theo hướng học thuật suốt nhiều thập kỷ của cuộc đời ông. Ông viết một quyển sách nhan đề *The Bible and the Historian: Breaking the Silence About God in Biblical Studies* (Nashville: Abingdon Press, 2002). Ông nói về hai "niềm tin quyết quan trọng của cá nhân ông": "Thứ nhất, kể từ thời Ernesti [1707–1781], các nhà giải nghĩa Kinh Thánh lệ thuộc rất nhiều vào các học giả hiện đại; thứ nhì, những đóng góp tiềm tàng của chính Tân Ước cho tất cả các ngành học là nhằm phục vụ cho việc phục hồi sứ điệp nhiều mặt của nó" (trang 19).
>
> Trong lời nói đầu của cuốn sách, J. Louis Martyn có ghi nhận rằng mối quan tâm của Minear về "mức độ mà sự tận hiến đơn sơ nhưng chuyên tâm dành cho phương pháp nghiên cứu lịch sử khoa học có thể làm suy yếu khả năng lắng nghe những lời khác lạ của Kinh Thánh" (trang 13). Phương pháp phê bình trong "sự kinh điển hóa thật sự" (virtual canonization) mà nó vui hưởng tại nhiều trung tâm cao học "có thể làm mắt chúng ta mù lòa trước sự khải thị của Chúa và tai chúng ta điếc trước Lời Ngài" (trang 13). Phần I của cuốn sách này (*Khải thị Thiên thượng và Nghiên cứu lịch sử*) dẫn chứng bằng tài liệu cho thấy các phương pháp được cho là mang tính lịch sử thống trị trong ngành học thuật Tây phương chính thống vẫn thường

---

[29] Một khảo sát hay là Graham N. Stanton, "Q," trong *Dictionary of Jesus and the Gospels*, ed. Joel B. Green, Scot McKnight và I. Howard Marshall (Downers Grove, IL: InterVarsity, 1992), 644–50. Để có được một góc nhìn khác, xin xem Eta Linnemann, *Biblical Criticism on Trial*, trans. Robert Yarbrough (Grand Rapids: Kregel, 2001), 18–39. Cũng xem David R. Catchpole, *Studies in Q* (Edinburgh: T&T Clark, 1992); Darrell Bock, "Questions about Q," trong *Rethinking the Synoptic Problem*, ed. David Alan Black và David R. Beck (Grand Rapids: Baker Academic, 2001), 41–64.

[30] Xem John Kloppenborg, *Q, the Earliest Gospel: An Introduction to the Original Stories and Saying of Jesus* (Louisville: Westminster John Knox, 2008).

> được xem là "giáo điều" chẳng khác nào các cách tiếp cận mang tính giáo hội mà chúng được định để thay thế.
>
> Minear cho rằng việc cẩn thận nghiên cứu các sách Phúc Âm đòi hỏi sự thay đổi trong các phương pháp thường được áp dụng cho chúng. Việc "những nhà sử học có thể hoàn toàn bước vào cuộc sống của quá khứ xa xưa và đưa ra một báo cáo tốt hơn về cấu trúc bên trong của cuộc sống đó, những nhà sử học có thể đánh giá tác phẩm của các tác giả cổ xưa một cách chính xác hơn bằng cách nhìn tác phẩm ấy trong nhãn quan riêng của tác giả" là cần thiết (trang 98).
>
> Ý của Minear ở đây đó là các sách trong Tân Ước vừa chứa đựng một chân lý siêu việt vừa mang tính lịch sử hơn so với phần nhiều các nghiên cứu học thuật thế kỷ hai mươi có thể công nhận. Giải kinh các phân đoạn Tân Ước theo kiểu học thuật không nhất thiết phải đi đến những kết luận thù địch với niềm tin Cơ Đốc lịch sử. Minear góp thêm tiếng nói của mình cùng với nhiều người mong muốn đập tan "sự im lặng về Chúa" vốn vẫn thường làm cho giải kinh học thuật trở thành một phương thức luận chiến chống lại Kinh Thánh thay vì là một nguồn hiểu biết thật sự mang tính phê bình.

David Alan Black đã lên tiếng thay cho nhiều người khi chất vấn sự khôn ngoan của những phương pháp nghiên cứu "hiện đại" và "hậu hiện đại"[31] từ chối "công nhận sự tồn tại của một trật tự siêu nhiên và sự can thiệp vào thế giới của một Đức Chúa Trời quan tâm đến cá nhân thông qua khải thị đặc biệt, phép lạ và các lời tiên tri.[32] Sự hỗn loạn ấy là một lời nhắc nhở về nhu cầu cần liên tục thanh lọc các phương pháp, các nghiên cứu của các nguồn tư liệu chính và đối thoại giữa các bên nắm giữ những quan điểm khác nhau. Đó cũng là một lời nhắc về nhu cầu cần sự can đảm trong việc gìn giữ những xác tín Cơ Đốc có thể biện giải được về mặt lý trí cho sứ điệp cứu rỗi của các sách phúc âm, bất chấp sự thờ ơ (và đôi khi là thù địch) đối với vai trò làm chủ của Chúa Giê-xu trong giới tinh hoa trí thức Tây phương có tầm ảnh hưởng.

Tóm lược

1. Trước thế kỷ mười bảy, các sách phúc âm được nhiều người tin là được Đức Chúa Trời soi dẫn, do đó, các sách ấy đúng đắn và áp dụng cho tất cả mọi người.

---

[31] Xin xem A. K. M. *Adam, What Is Postmodern Criticism?* (Minneapolis: Fortress, 1995).
[32] Black, *Why Four Gospels?*, 7–8.

2. Động lực mới để nghiên cứu các sách phúc âm cộng quan được đưa ra bởi tác phẩm nói về các sách phúc âm của Griesbach, được xuất bản năm 1776.
3. Trong phương pháp phê bình hình thức, nguồn tư liệu trong các sách phúc âm được chia nhỏ thành các đơn vị tách rời, độc lập, được gọi là các "pericopae" để nghiên cứu thêm.
4. Các nhà phê bình hình thức cho rằng các tác giả của các sách phúc âm không phải là tác giả mà chỉ là những người biên tập hay tổng hợp truyền thống mà thôi.
5. Các nhà phê bình hình thức tập trung vào cộng đồng lưu giữ những hồi ức về Chúa Giê-xu cách sống động.
6. Phương pháp phê bình biên tập tập trung vào những người là tác giả bằng chính năng lực của họ.
7. Hiện tại không có một phương pháp giải nghĩa các sách phúc âm duy nhất nào được tất cả các học giả nhất trí.
8. Các phương pháp phê bình mới hơn là: phương pháp cấu trúc (structuralism), vốn là một phần của phương pháp phê bình văn chương. Phương pháp này cho rằng có một cấu trúc trong đầu của chúng ta quyết định hướng đi của tư tưởng chúng ta, rằng cần phải hiểu cấu trúc sâu xa đó thì mới có thể hiểu một câu chuyện.
9. Một số phương pháp phê bình mới hơn là: phương pháp phê bình chuyện kể, thuyết đáp ứng của người đọc, phương pháp phê bình tu từ và học thuyết giải cấu.

Câu hỏi ôn tập

1. Vấn đề của các sách phúc âm cộng quan là vấn đề gì và nó xuất hiện như thế nào?
2. Phương pháp phê bình hình thức là gì? Điểm nào có thể ủng hộ và điểm nào không ủng hộ trong phương pháp đó?
3. Phương pháp phê bình biên tập xuất hiện như thế nào và nó dạy điều gì?
4. Hãy thảo luận những khuynh hướng hiện tại trong nghiên cứu phúc âm.
5. Người Tin lành có liên quan thế nào đến việc nghiên cứu phê bình thánh kinh?
6. Xin chia sẻ quan điểm của bạn về các phương pháp nghiên cứu Kinh Thánh thời hiện đại. Chúng đóng góp hay ngăn trở sự hiểu biết Tân Ước?

Các thuật ngữ then chốt

Cấu trúc cộng đồng	pericopae
Formgeschichte	phương pháp phê bình biện pháp tu từ
Giả thuyết sách Mác	phương pháp phê bình chuyện kể
Học thuyết giải cấu	vấn đề của các sách Phúc âm Cộng quan
Sitz im Leben	thuyết đáp ứng của độc giả
Q	

Con người/Địa điểm chính

Augustine   Bultmann   Celsus   Origen

Sách đọc thêm

Baird, William. *History of New Testament Research.* Minneapolis: Fortress, 1992, 2002.

> Hai tập gần đây mô tả lịch sử nghiên cứu Tân Ước từ thuyết hữu thần đến Bultmann.

Bockmuehl, Markus. *Seeing the Word: Refocusing New Testament Study.* Grand Rapids: Baker Academic, 2006.

> Lời kêu gọi giới học giả Tân Ước cởi mở với phương diện thần học trong giải nghĩa Kinh Thánh.

Dungan, David Laird. *A History of the Synoptic Problem.* New York: Doubleday, 1999.

> Cho rằng các phương pháp truyền thống chỉ hòa giải hoặc chỉ phê bình thôi thì đều sai lạc. Ngụ ý rằng "vấn đề" ở đây thật ra là vấn đề công nhận Đức Chúa Trời, hay Đấng Christ, thay vì giải đáp "câu đố khoa học" (394).

Edwards, James. *The Hebrew Gospel and the Development of the Synoptic Tradition.* Grand Rapids: Eerdmans, 2009.

> Một nỗ lực gần đây nhằm vỡ đất mới trong việc lý giải sự ra đời của các sách Phúc Âm Cộng quan.

Ellis, E. Earle. *The Making of the New Testament Documents.* Boston: Brill Academic, 2002.

> Một nghiên cứu chuyên môn tranh luận rằng các tác giả nhất định của các sách Tân Ước từ đầu đã viết bằng cách sử dụng các truyền thống quen thuộc.

Farmer, William R. *The Synoptic Problem: A Critical Analysis.* Macon, GA: Mercer University Press, 1964.

> Phần lược sử xất sắc về vấn đề các sách phúc âm cộng quan. Tranh luận rằng Mác không phải là phúc âm đầu tiên và Q không hề tồn tại.

Firth, David G. và Jamie A. Grant, eds. *Words and the Word.* Downers Grove, IL: IVP Academic, 2008.

> Bộ sưu tập các bài luận xem xét những khía cạnh khác nhau của các phương pháp nghiên cứu Kinh Thánh về mặt văn chương.

Gerhardsson, Birger. *The Reliability of the Gospel Tradition.* Peabody, MA: Hendrickson, 2001.

> Phần bênh vực tính chính xác của các sách phúc âm của học giả người Thụy Sĩ dựa trên những gì chúng ta biết về việc truyền lại sự dạy dỗ truyền miệng trong các nhóm Do Thái giáo khác trong thời của Chúa Giê-xu.

Goodacre, Mark và Nicholas Perrin. *Questioning Q: A Multidimensional Critique.* Downers Grove, IL: InterVarsity, 2004.

> Một nhóm các học giả xem xét kỹ lưỡng một giả thiết đã đi vào truyền thống.

Hall, David R. *The Gospel Framework: Fiction or Fact?* Carlisle, UK: Paternoster, 1997.

> Phần phân tích quan trọng về phương pháp phê bình hình thức ban đầu, đặc biệt là tác phẩm của K. L. Schmidt, tác phẩm của ông về các sách phúc âm cộng quan tiếp tục gây ảnh hưởng. Hall cho thấy rằng tác phẩm của Schmidt chứa đựng những sai sót nghiêm trọng.

Harrisville, R. A. và W. Sundberg. *The Bible in Modern Culture.* 2nd ed. Grand Rapids: Eerdmans, 2002.

> Một khảo sát về phương pháp luận phê bình lịch sử đương thời với những lời cảnh báo mạnh mẽ.

Hoffmeier, James và Dennis Magary, eds. *Do Historical Matters Matter to Faith?* Wheaton: Crossway, 2012

> Cập nhật và mở rộng một cuộc đối thoại mang tính phê bình ngày càng dữ dội trong những năm gần đây.

Malina, Bruce J., và Richard L. Rohrbaugh. *Social Science Commentary on the Synoptic Gospels.* 2nd ed. Minneapolis: Fortress, 2002.

> Nghiên cứu phản ánh điểm mạnh và điểm yếu của những giả định và phương pháp khoa học - xã hội.

McKnight, Scot. *Interpreting the Synoptic Gospels.* Grand Rapids: Baker Academic, 1988.

> Phần dẫn nhập dễ theo dõi về phúc âm cộng quan học. Hầu hết các phương pháp hiện đại đều được đưa ra đánh giá.

Neill, Stephen, và Tom Wright. *The Interpretation of the New Testament: 1861–1986.* Oxford: Oxford University Press, 1988.

> Một lịch sử về giải nghĩa Tân Ước được chấp nhận rộng rãi.

Reicke, Bo. *The Roots of the Synoptic Gospels.* Philadelphia: Fortress, 1986.

> Một nghiên cứu khá chuyên môn về vấn đề của các sách phúc âm cộng quan chứa đựng lịch sử vắn tắt về cuộc thảo luận và nỗ lực phát triển một lời bình giải gây dựng vượt ra ngoài các mối quan hệ thuần túy về mặt văn chương.

Rogerson, John, và Judith Lieu, eds. *The Oxford Handbook of Biblical Studies.* (New York: Oxford University Press, 2006).

> Chứa đựng những bài viết về lịch sử nghiên cứu Tân Ước gần đây và về bốn nhóm phương pháp này: (1) phương pháp phê bình hình thức, phương pháp phê bình nguồn tài liệu và phương pháp phê bình biên tập; (2) phương pháp phê bình tu từ, hùng biện và văn chương mới; (3) phương pháp phê bình nữ quyền và các phương pháp liên quan; và (4) phương pháp phê bình xã hội, chính trị và ý thức hệ (ideological criticism).

Stein, Robert H. *Studying the Synoptic Gospels: Origin and Interpretation.* Rev. ed. Grand Rapids: Baker Academic, 2001.

> Nghiên cứu các phương pháp hiện đại để phân tích các sách phúc âm. Tranh luận rằng Mác là phúc âm đầu tiên và Q thật sự tồn tại.

Wenham, John W. *Redating Matthew, Mark and Luke.* London: Hodder & Stoughton, 1991.

> Một tác phẩm học thuật phức tạp tranh luận ủng hộ niên đại sớm của các sách phúc âm, xác định niên đại của Ma-thi-ơ là khoảng năm 40, và Mác là khoảng năm 45.

Chương 12

Tìm Kiếm Chúa Giê-xu Trong Giai Đoạn Hiện Đại

Bố cục

- **Cuộc tìm kiếm Chúa Giê-xu đích thực**
    - Lược sử của cuộc tìm kiếm
    - Tình hình hiện tại
- **Cuộc tìm kiếm những lời nói đích thực của Chúa Giê-xu**
    - Tóm lược vắn tắt cuộc tìm kiếm.
    - Các tiêu chí được sử dụng để tìm kiếm những lời Chúa Giê-xu thật sự đã nói.
    - Phương pháp nghiên cứu tích cực vấn đề này.

Mục tiêu

Sau khi đọc xong chương này, bạn có thể:

- Lập một bố cục vắn tắt ba giai đoạn của cuộc tìm kiếm mà các học giả đã thực hiện để tìm ra Chúa Giê-xu "thật sự"
- Nhận diện các học giả đóng vai trò chính trong cuộc tranh luận này
- Đánh giá tình hình hiện tại của cuộc tìm kiếm
- Thảo luận cuộc tìm kiếm những lời Chúa Giê-xu thật sự đã nói
- Liệt kê các tiêu chí được sử dụng để tìm ra điều Chúa Giê-xu thật sự đã nói
- Đề xuất một phương pháp nghiên cứu phù hợp cho các học giả Tin lành quan tâm đến cuộc tranh luận này.

Cách đây hai thập kỷ, một giáo sư của Đại học Cambridge đã bắt đầu một cuốn sách bằng câu hỏi sâu sắc: "Đến cuối thế kỷ 20, có thể nào khẳng định với sự chính trực quan điểm về Chúa Giê-xu người Na-xa-rét có liên hệ với giới học giả lịch sử lẫn đức tin Cơ Đốc chính thống được không?[1] Suốt hơn hai trăm năm tại châu Âu và Bắc Mỹ, người ta đã tranh cãi kịch liệt về chuyện đâu là điều chúng ta biết chắc về Chúa Giê-xu. Hầu hết chúng ta đều không cần trở thành chuyên gia trong cuộc tranh luận này. Nhưng tất cả chúng ta đều có thể được ích lợi từ việc học biết cuộc tranh luận này xuất hiện như thế nào, nó tiếp tục tác động trên phương pháp nghiên cứu Kinh Thánh của thế giới chúng ta ra sao, và bằng cách nào chúng ta có thể chấp nhận một quan điểm có trách nhiệm hơn trong cách hiểu bốn sách phúc âm.

Cuộc tìm kiếm Chúa Giê-xu đích thực

Lược sử của cuộc tìm kiếm[2]

Đối với các Cơ Đốc nhân trước thế kỷ mười tám, sẽ rất lạ lùng khi người ta bảo họ rằng họ cần phải "tìm" Chúa Giê-xu trong cách sách phúc âm. Chúa Giê-xu không đi lạc, thì tại sao họ phải tìm Ngài? Phúc âm là các sách được Chúa soi dẫn, không chứa bất cứ sai sót nào, vì thế tất cả những gì một người cần làm là thu thập tư liệu và sắp xếp nó theo một cách có tổ chức nào đó. Những tín hữu sâu nhiệm ý thức rằng các ký thuật thì khác nhau, rằng ở một số chỗ, như ký thuật về sự kiện Chúa bị xét xử và Chúa sống lại, rất khó để có thể trình bày mọi thứ một cách chính xác. Nhưng điều đó không hề làm mất đi giá trị của câu chuyện. Nó chỉ có nghĩa là các sự kiện còn những câu hỏi đang được xem xét từ các góc độ khác nhau và nhấn mạnh những điều khác nhau. Đến thời của Eusebius (265–340 S.C), mỗi đơn vị văn chương của các sách phúc âm (tổng số là khoảng 1,165 đơn vị) đã được phân tích về tính độc nhất, hoặc trong một số trường hợp là tính nhất quán của nó, so với một hoặc nhiều sách phúc âm khác. **Các kinh điển của Eusibius** đã minh họa điều này.

Kết quả là chính câu chuyện thật về Chúa Giê-xu người Na-xa-rét được Đức Chúa Trời bảo đảm. Ngài đã bảo vệ các tác giả phúc âm để họ không nói bất cứ điều gì không đúng. Bằng cách này hay cách khác, chính các tác giả có mối liên hệ trực tiếp với những sự kiện mà họ đang mô tả. Ma-thi-ơ và Giăng là môn đồ của Chúa Giê-xu; Mác đang ký thuật những ký ức của Phi-e-rơ; và Lu-ca thì phỏng vấn nhiều người là nhân chứng trực tiếp và là đầy tớ của Đấng Christ từ ban đầu (Lu 1:1–4).

---

[1] Markus Bockmuehl, *This Jesus: Martyr, Lord, Messiah* (Edinburgh: T&T Clark, 1994), ix.

[2] Trong số nhiều khảo sát về chủ đề này, xin xem Chester C. McCown, *The Search for the Real Jesus: A Century of Historical Study* (New York: Scribner, 1940); Charles C. Anderson, *Critical Quests of Jesus* (Grand Rapids: Eerdmans, 1969); Gustaf Aulén, *Jesus in Contemporary Historical Research* (Philadelphia: Fortress, 1976); Mark Allan Powell, *Jesus as a Figure in History: How Modern Historians View the Man from Galilee* (Louisville: Westminster John Knox, 1998). Để đọc phần tóm tắt, xin xem chương 5 của Darrell Bock, *Studying the Historical Jesus: A Guide to Sources and Methods* (Grand Rapids: Baker Academic, 2002).

Tuy nhiên, với sự xuất hiện của thời kỳ Khai Sáng vào cuối thế kỷ mười tám, mọi thứ đã thay đổi. Một tinh thần duy lý quét qua các học giả tại các trường đại học ở châu Âu, trong đó có nhiều giáo sư Kinh Thánh và thần học.

Việc này không xuất hiện đột ngột một lúc, hay xuất hiện khắp nơi ở cùng một mức độ, nhưng thái độ chung đó là cách nghiên cứu các sách phúc âm theo kiểu cũ không còn áp dụng được nữa. Theo quan điểm mới, các sách phúc âm không được xem là câu chuyện về Chúa Giê-xu mà chỉ là những câu chuyện nói về Chúa Giê-xu, có lẽ được viết khoảng một trăm năm sau khi Chúa Giê-xu qua đời bởi những người không hề biết Ngài. Trong suốt thời gian đó, nhiều câu chuyện hoang đường, truyền thuyết, và nhiều ký thuật được chỉnh biên rất nhiều đã xuất hiện và trở thành một phần của truyền thống. Vì thế, Chúa Giê-xu thật sự đã bị chôn vùi trong đống tư liệu đáng ngờ và phải được tái khám phá. Ý nghĩ cho rằng Đức Chúa Trời đã soi dẫn các sách phúc âm cũng đang bị từ bỏ. Không có gì đảm bảo rằng mọi thứ được tìm thấy trong các sách phúc âm đều đúng. Nếu được "chứng minh" là đúng dựa trên các cơ sở "khoa học" hữu lý, thì nó mới được công nhận, nhưng chỉ khi ấy mà thôi. Bất cứ thái độ nào khác đều là ngây thơ và thiếu tinh thần phản biện. Rốt cục thì, Kinh Thánh chỉ là một cuốn sách như bao cuốn sách khác và cần được đọc theo cách đó. Việc Kinh Thánh nói về những điều thuộc linh không đảm bảo Kinh Thánh phải được đối xử cách đặc biệt.

Làm thế nào người ta quyết định điều gì là "mang tính lịch sử" và điều gì không? Đối với hầu hết các học giả, câu trả lời dường như đủ rõ ràng. Bất cứ điều gì nghe có vẻ siêu nhiên đều phải bị loại bỏ hay bị giải nghĩa lại. Người ta tuyên bố rằng "lịch sử" là một hệ thống đóng, loại bỏ bất cứ sự can thiệp thiên thượng nào. Bất cứ điều gì kỳ diệu như sự giáng sinh bởi một trinh nữ, sự sống lại, những sự chữa lành của Chúa, việc đuổi quỷ hay lời tiên tri được tiên báo trước đều phải bị loại ra hoặc phải được giải thích theo cách nào đó được chấp nhận "về mặt lịch sử".

> ### Chúa Giê-xu, trung tâm của lịch sử
>
> Cho dù người ta có nghĩ gì và tin gì về Ngài, thì Chúa Giê-xu người Na-xa-rét vẫn là một nhân vật có tầm ảnh hưởng trong lịch sử văn hóa Tây phương suốt gần hai mươi thế kỷ. Nếu bằng một thứ siêu nam châm nào đó, người ta có thể lôi ra khỏi lịch sử đó tất cả những mảnh kim loại liên hệ đến danh của Ngài, thì còn lại được gì? Chính nhờ sự giáng sinh của Ngài mà hầu hết nhân loại đều dùng để định niên lịch của mình, chính bởi tên Ngài mà hàng triệu người chửi rủa và trong danh Ngài mà hàng triệu người cầu nguyện.
>
> Jaroslav Pelikan, *Jesus through the Centuries* (New York: Harper & Rơ, 1985),1.

Thế là bắt đầu cuộc tìm kiếm Chúa Giê-xu, một Chúa Giê-xu của "lịch sử" như cách các nhà tư tưởng Khai Sáng định nghĩa, Đấng có thể đáp ứng được những cách phân loại căn bản mà con người chọn lựa. Lý do trong cách sách phúc âm Ngài có vẻ không chỉ là một người bình thường như bao người đó là vì các tín hữu đầu tiên đã tạo ra một ai đó để có thể tin vào – một Đấng Christ – bởi đức tin của họ cần điều đó. Không nhất thiết phải đổ tội cho họ vì đã làm thế, bởi họ không biết điều nào tốt hơn, họ chỉ là những người tá điền ít học, mê tín. Tuy nhiên, trong thời hiện đại, con người biết nhiều hơn và có thể sửa lại những sự hiểu biết sai lầm của họ. Khi sử dụng các công cụ mới hơn cho việc nghiên cứu Kinh Thánh đúng theo khoa học, chúng ta có thể viết lại cuộc đời Chúa Giê-xu đúng với bản chất của Ngài, chứ không phải như một người mà người ta mong đợi ở Ngài.[3]

Bức trạm khắc trên một quách bằng đá từ thế kỷ thứ tư S.C cho thấy Chúa Giê-xu đang chữa lành một người mù và kêu La-xa-rơ sống lại. Các học giả Khai Sáng nghĩ rằng những sự kiện siêu nhiên như thế này không thể nào xảy ra.

Thế kỷ hai mươi mở ra, vô số nỗ lực đã được thực hiện để tái dựng lại cuộc đời Chúa Giê-xu theo hướng này, một vài nỗ lực trong số đó nổi bật như là trung tâm của rất nhiều tranh cãi, như cuốn *Life of Jesus Christically Examined* (1835) của David Friedrich Strauss và cuốn *Life of Jesus* của Ernest Renan (1863). Vào năm 1906, Albert Schweizer đã làm khảo sát hơn hai trăm câu chuyện cuộc đời Chúa Giê-xu như thế trong quyển *The Quest of the Historical Jesus* và đã cho thấy một cách rất thuyết phục rằng không câu chuyện nào trong đó có Chúa Giê-xu đích thực. Những nhà sử học đó chỉ tìm thấy nơi Chúa Giê-xu một sự phản chiếu nào đó những ý tưởng của chính họ có từ trước khi họ nghiên cứu. Họ đã lấy Chúa Giê-xu ra khỏi thời của Ngài bằng cách đem Ngài vào thời của chúng ta và hiện đại hóa Ngài đến nỗi ta không còn nhận ra Ngài nữa.

Cuốn sách của Schweitzer, cũng như các nghiên cứu chuyên môn và mang tính phê bình hơn về các sách phúc âm, đã có một tác động sâu sắc trên cuộc tìm kiếm Chúa Giê-xu ấy. Vì người ta không mấy tin tưởng các sách phúc âm, nên đến thời điểm của nó, cuộc tìm kiếm ấy đã bị loại bỏ, và một cuộc gặp gỡ mang tính thần học với Chúa Giê-xu của đức tin đã được đưa ra như một phương pháp nghiên cứu duy nhất khả thi về thực tại của Chúa Giê-xu. Vào năm 1926, Rudolf Butlmann nỗ lực kết hợp tất cả những gì có thể biết về Chúa Giê-xu lại với nhau trong quyển *Jesus and the Word*, nhưng kết quả chỉ là một thái cực khác mà thôi. Cuối cùng khi ông viết cuốn *Theology of the New Testament* (2 tập, 1951, 1955), ông chỉ dành ba mươi trang để nói về Chúa Giê-xu, và ông tuyên bố Ngài chỉ là "tiền giả định" của thần học Tân Ước. Ông tin chắc rằng ta gần như không thể biết về Chúa Giê-xu,

---

[3]Để đọc trọn câu chuyện, xin xem Colin Brown, *Jesus in Modern European Thought*, 1778–1860 (Grand Rapids: Baker Academic, 1988).

Đấng sống trên đất cách đây hai ngàn năm, và thật ra chuyện ấy cũng chẳng quan trọng gì. Điều quan trọng duy nhất ấy là Chúa Giê-xu từng có mặt ở trên đất, chứ không phải Chúa Giê-xu là *ai* hay Chúa Giê-xu đã dạy *điều gì*. Để đưa ra lý lẽ cho lập luận này, Bultmann giải thích phương pháp mới của ông để hiểu Chúa Giê-xu trong một bài luận được giới thiệu lần đầu tiên vào đầu những năm 1940, "New Testament and Mythology" (Tân Ước và Câu chuyện hoang đường).[4] Ông gọi cuốn sách đó là **sự lột bỏ tính thần thoại hoá**. Ông nói rằng chúng ta phải diễn giải những "chuyện hoang đường" của Cơ Đốc giáo ban đầu, chẳng hạn như sự nhập thể, thần tính, sự chết vì tội lỗi nhân loại và sự phục sinh theo cách có thể chấp nhận được của thế kỷ hai mươi, để những con người hiện đại tin được. Những câu chuyện hoang đường này không hề chứa đựng chân lý theo nghĩa đen nhưng có thể đúng đối với chúng ta khi chúng ta kết hợp chúng vào sự tự hiểu biết mới mẻ. Ở đây, Bultmann đã phải nhờ đến triết học của một đồng nghiệp đi trước ông tại đại học ở Marburg, Đức, là Martin Heidegger.

Bức chân dung của Ernest Renan (1823–92), tác giả của cuốn sách *Life of Jesus*, xuất bản năm 1863.

Quan điểm của Bultmann sớm bị các nhà thần học khác và thậm chí là chính các sinh viên của ông tấn công. Vào năm 1953, kỷ nguyên "hậu Bultmann" bắt đầu bằng bài luận có nhan đề "The Question of the Historical Jesus" (Câu hỏi về Chúa Giê-xu lịch sử) được Ernst Käsemann, một trong những người đi theo Bultmann, đưa ra. Trong bài luận đó, Käsemann buộc tội Bultmann vì tán thành một trí huệ giáo hiện đại, một hệ thống đức tin lý trí không có bất cứ nền tảng lịch sử nào và có nguy cơ đánh mất Chúa Giê-xu hoàn toàn. Sau đó, Käsemann và những người theo Bultmann khác đã bắt đầu một cuộc tìm kiếm một Chúa Giê-xu mới trong lịch sử. Günther Bornkamm xuất bản cuốn sách đầu tiên về chủ đề này, *Jesus of Nazareth*, vào năm 1956. Theo sau cuốn sách này là nỗ lực nhằm giải thích những nguyên tắc có liên quan đến một kế hoạch như thế của James M. Robbinson trong

---

[4] Trong Hans Werner Bartsch, ed., *Kerygma and Myth*, 2nd ed., 2 vols. (London: SPCK, 1962), 1–44.

quyển *A New Quest of Historical Jesus* (1959). Cuộc tìm kiếm Chúa Giê-xu mới này không thu được gì nhiều bởi vì nó liên kết quá chặt chẽ với những quan điểm phê bình hình thức cực đoan và phương pháp nghiên cứu hiện sinh của Bultmann, và ngày nay nó gần như không còn tồn tại nữa. Những nỗ lực nhằm hiệu chỉnh nó bằng cách sử dụng một cách giải kinh mới dựa trên một "Heidegger hậu sinh" cũng chỉ là vô ích.

Tình hình hiện tại

Đến gần đây, cuộc tìm kiếm Chúa Giê-xu "thật" đã trải qua hai giai đoạn căn bản. Giai đoạn đầu bắt đầu với thời Khai Sáng vào cuối những năm 1700 và thường được gọi là "cuộc tìm kiếm cũ về Chúa Giê-xu của lịch sử". Sự phản đối cuộc tìm kiếm đó bắt đầu khoảng Thế Chiến I (1914–18) và kéo dài cho đến những năm 1950. Rồi đến thời điểm giai đoạn này bị thay thế bởi "cuộc tìm kiếm mới về Chúa Giê-xu của lịch sử", chủ yếu được thực hiện bởi các học trò của Bultmann, những người không còn hứng thú trong nỗ lực tìm lại Chúa Giê-xu. Giai đoạn này không tồn tại lâu hơn các nhà thần học đó, và khi họ nghỉ hưu hay qua đời, thì cuộc tìm kiếm mới ấy dần dần biến mất sau khoảng hai mươi năm, dẫn chúng ta vào những năm 1980.

Việc không thể sản sinh ra bất cứ thứ gì cốt yếu liên hệ đến sự hiểu biết về Chúa Giê-xu khiến một làn sóng tư tưởng mới xuất hiện. Rốt cuộc, Chúa Giê-xu là cốt lõi của Cơ Đốc giáo, vì thế nếu chúng ta muốn là Cơ Đốc nhân, chúng ta phải biết Chúa Giê-xu là ai. Làn sóng mới này đôi khi được gọi là "cuộc tìm kiếm thứ ba", nhưng rất khó để tìm thấy bất cứ điều gì đó thật sự nối kết lại với nhau thành một phong trào thống nhất. Sự thiếu thống nhất của nó chính là đặc điểm nổi bật nhất. Không có sự thống nhất nào về điều cần phải làm, về cách phải thực hiện điều đó hay kết quả từ những nỗ lực tìm kiếm Chúa Giê-xu. Vì thế, chúng ta có rất nhiều những Chúa Giê-xu được tái dựng. Hiện thời, Chúa Giê-xu được định nghĩa như một tác nhân mang đến thay đổi về mặt chính trị,[5] một người giảng đạo Hy Lạp ở góc đường,[6] một người xê-lốt,[7] một pháp sư,[8] một tiên tri đạo đức,[9] một tá điền Ga-li-lê bị loạn trí,[10] một người vô thần Mác-xít,[11] hoặc một kẻ lừa gạt trắng trợn.[12]

---

[5] Marcus J. Borg, *Jesus: A New Vision* (San Francisco: Harper & Row, 1987).

[6] Burton L. Mack, *A Myth of Innocence: The Gospel of Mark and Christian Origins* (Philadelphia: Fortress, 1988).

[7] S. G. F. Brandon, *Jesus and the Zealots: A Study of the Political Factor in Primitive Christianity* (New York: Scribner, 1967).

[8] Morton Smith, *Jesus the Magician* (New York: Harper & Row, 1978).

[9] A. N. Wilson, *Jesus: A Life* (New York: W. W. Norton, 1992).

[10] John Dominic Crossan, *The Historical Jesus: The Life of a Mediterranean Jewish Peasant* (San Francisco: Harper, 1991).

[11] Milan Machovec, *A Marxist Looks at Jesus* (London: Darton, Longman & Todd, 1976).

[12] Barbara E. Thiering, *Jesus the Man: A New Interpretation from the Dead Sea Scrolls* (London: Doubleday, 1992).

Cũng nằm trong bộ sưu tập các Chúa Giê-xu mới này là một số nỗ lực nghiêm túc nhằm nhìn Chúa Giê-xu trong góc nhìn thiện chí hơn.[13]

John Reumann đã cố gắng sắp xếp tất cả các nỗ lực (ông truy nguyên các nỗ lực từ 1900) thành hai mươi loại mà ông liệt kê là "Các Dạng Đời Sống – Một Vài Ví Dụ Chính", nhưng thật ra ông chỉ phác thảo sơ bộ tính đa dạng trong các quan điểm của các học giả ở kỷ nguyên này mà thôi.[14] Nếu ông không chỉ đưa vào "một vài ví dụ chính", thì khó có thể nói có bao nhiêu dạng hay phân loại mà ông có thể tìm thấy. Ông kết luận rằng "trong những giới hạn nhất định của những điều khả dĩ và thích hợp, thì không một câu trả lời lịch sử cuối cùng nào về Chúa Giê-xu có thể được đưa ra."[15] Từ tối quan trọng ở đây là từ "lịch sử". Nếu chúng ta đang tìm kiếm một câu trả lời biến Chúa Giê-xu chỉ đơn thuần là một phần trong các tiến trình lịch sử của chúng ta, thì thật sự ta không thể đưa ra câu trả lời nào cả.

Thế thì điều này đặt chúng ta ở đâu? Rất có thể, ở ngay chỗ chúng ta đã bắt đầu. Nỗ lực tìm kiếm một Chúa Giê-xu "đích thực" bằng cách sử dụng các phương thức thế tục sẽ chỉ dẫn đến một bức chân dung không thuyết phục về một Chúa Giê-xu trông có vẻ rất giống với giả định của người đã vẽ ra bức chân dung đó mà thôi.

Cuộc tìm kiếm những lời nói đích thực Chúa Giê-xu

Tóm lược vắn tắt cuộc tìm kiếm

Như người ta có thể dự đoán, cuộc tìm kiếm những lời Chúa Giê-xu thực sự đã nói đã diễn ra song song với cuộc tìm kiếm cuộc đời thật sự của Chúa Giê-xu. Cuối cùng, nếu có một sự hoài nghi cơ bản về giá trị của các sách phúc âm trong vai trò nguồn tư liệu về cuộc đời Chúa Giê-xu, thì người ta cũng sẽ hoài nghi về những lời Ngài nói. Những lời đó cũng không còn đáng tin cậy nữa.

Nhìn chung, nỗ lực khôi phục những lời Chúa Giê-xu đã nói có thể được mô tả như sau. Suốt thế kỷ mười chín, khi các sách phúc âm dần bị xem là không còn đáng tin về mặt lịch sử và khi những yếu tố siêu nhiên về cuộc đời của Chúa Giê-xu bị chuyển thành những câu chuyện hoang đường hay những chuyện hư cấu, thì tiêu điểm chuyển từ những gì Chúa Giê-xu đã làm sang những gì Ngài đã nói. Người ta hy vọng rằng có thể tìm thấy Chúa Giê-xu thật ở đây, một Chúa Giê-xu là người, người dạy các môn đồ Ngài cách yêu mến Đức Chúa Trời và phục vụ người lân cận mình. Khuynh hướng này được tóm lược bởi Adolf von Harnack trong quyển *What Is Christianity* của ông (1900), một cuốn sách tóm tắt tầm quan trọng của Chúa Giê-

---

[13] Đọc một chọn lựa đại diện, xin xem J. K. Beilby and P. R. Eddy, eds., *The Historical Jesus: Five Views* (Downers Grove: IVP Academic, 2009); Craig Keener, *The Historical Jesus of the Gospels* (Grand Rapids: Eerdmans, 2009); N. T. Wright, Simply Jesus (New York: Harper Collins, 2011).

[14] *The New Testament and Its Modern Interpreters*, ed. Eldon J. Epp và George W. MacRae (Philadelphia: Fortress; Atlanta: Scholars Press, 1989), 520–24.

[15] Như trên, 524.

xu trong sự dạy dỗ của Ngài về địa vị làm cha của Đức Chúa Trời, về tình huynh đệ của cả nhân loại và giá trị vô hạn của linh hồn con người. Nhưng với sự từ bỏ cuộc tìm kiếm theo kiểu tự do ngày xưa về một Chúa Giê-xu của lịch sử, thì quan điểm này về Chúa Giê-xu cũng sụp đổ, theo sau là thời kỳ ngờ vực về việc liệu chúng ta có thể biết được gì về Chúa Giê-xu thật sự – cuộc đời và sự dạy dỗ của Ngài – hay không. Sự xuất hiện của "cuộc tìm kiếm mới" vào những năm 1950 là nỗ lực được làm cho mới lại nhằm tìm kiếm Chúa Giê-xu, hoặc thông qua những ý định hoặc thông qua lời nói của Ngài, với việc tập trung nhiều vào lời Ngài nói. Rồi điều này dẫn đến một nỗ lực mới nhằm xác định Chúa Giê-xu *thật sự* đã nói gì.

Vương cung Thánh đường Các Phước Lành là khu vực theo truyền thống là nơi Chúa Giê-xu đã dạy Bài Giảng Trên Núi.

Đây chính là chỗ các vấn đề nảy sinh. Câu hỏi bây giờ trở thành làm thế nào để sàng lọc tư liệu, để rồi những điều kiện và thay đổi sau này do các cộng đồng hội thánh, các nhà biên tập, những người lan truyền truyền thống ấy bằng miệng và "tác giả" cuối cùng của Phúc âm hoàn tất có thể được gạt qua một bên, để lại cho chúng ta những lời Chúa Giê-xu thật sự đã nói. Trong suốt ba mươi năm qua, không ít hơn hai mươi lăm tiêu chí đã được đề xuất để đạt được điều này. Nỗ lực ấy chưa thông suốt cho lắm. Như M. J. Borg đã nói: "Đa phần giới học giả của thế kỷ này nghi ngờ khả năng tìm lại được sự dạy dỗ của Chúa Giê-xu và miễn cưỡng quy phần lớn tầm quan trọng về mặt thần học cho những cuộc tái dựng sứ điệp của Chúa Giê-xu [hơn của thế kỷ trước]."[16] John Riches nói cách đơn giản rằng "chúng ta không có những bài kiểm tra nhanh và hóc búa để giúp chúng ta xác chứng điều Chúa Giê-xu đã nói."[17] Hầu như tất cả những người sử dụng những phương pháp này để tái dựng sứ điệp của Chúa Giê-xu đều đồng ý với lời phát biểu đó. Chúng ta phải kết hợp quá nhiều tiêu chí lại với nhau và có quá nhiều nhà giải kinh sử dụng chúng đến nỗi không có hai cách tái dựng nào giống nhau cả. Điều tốt nhất có thể hy vọng là một bộ sưu tập các lời nói mà học giả nhìn chung đều đồng ý rằng *có lẽ* Chúa Giê-xu đã nói.

Đôi khi kết quả không được khích lệ như thế. Vào cuối thế kỷ hai mươi, khoảng bảy mươi học giả đã hợp lại với nhau thành một nhóm với tên gọi là **Jesus Seminar**

---

[16] Marcus J. Borg, "Jesus, Teaching of," trong *Anchor Bible Dictionary*, ed. David Noel Freedman, 6 vols. (New York: Doubleday, 1992), 3:804–12.

[17] John Riches, "Jesus, Words of," trong *Anchor Bible Dictionary*, ed. David Noel Freedman, 6 vols. (New York: Doubleday, 1992), 3:802–4

với mục tiêu trả lời câu hỏi: "Chúa Giê-xu thật sự đã nói gì?" Sau sáu năm tìm hiểu dự án đó, họ xuất bản kết quả tìm kiếm trong *The Five Gospels: The Search for the Authentic Words of Jesus* (1993). Họ đi đến kết luận rằng "82% những lời được cho là của Chúa Giê-xu trong các sách phúc âm không thật sự do Chúa Giê-xu nói."[18] Họ cũng kết luận rằng không một câu nói nào trong phúc âm Giăng là đáng tin cậy cả, và họ chỉ đưa ra một ví dụ từ các sách phúc âm cộng quan. Theo họ, trong bài Cầu nguyện chung thì cũng chỉ có mỗi cụm từ "Cha chúng tôi" là của Chúa Giê-xu mà thôi.

Các tiêu chí được sử dụng để tìm kiếm những lời Chúa Giê-xu thật sự đã nói

Làm sao các học giả có thể đi đến những kết luận như những kết luận này? Câu trả lời nằm ở thái độ hoài nghi mà họ mang đến với các sách phúc âm và các phương pháp họ sử dụng để xác chứng điều Chúa Giê-xu thật sự đã nói. Ở đây chúng ta không cần phải liệt kê tất cả 25 tiêu chí được sử dụng để tìm ra những lời nói thật sự của Chúa Giê-xu, nhưng chúng ta sẽ liệt kê một số. Những tiêu chí phổ biến nhất là:

- *Lời chứng từ nhiều nguồn tư liệu*: Một câu nói được ghi lại nhiều chỗ trong các sách phúc âm có thể được đánh giá là đáng tin cậy.
- *Không khí Pa-lét-tin*: Một câu nói hàm ý bối cảnh Pa-lét-tin thế kỷ thứ nhất có thể được đánh giá là đáng tin cậy.
- *Tiếng A-ram*: Một câu nói với những từ ngữ nghe có vẻ không tự nhiên trong tiếng Hy Lạp nhưng lại tự nhiên trong tiếng A-ram thì có khả năng là chân thật.
- *Sự khác biệt*: Một câu nói khác với những gì Do Thái giáo thế kỷ thứ nhất và/hoặc hội thánh đầu tiên tin thì có khả năng là chân thật.
- *Sự lúng túng*: Một câu nói làm hội thánh lúng túng khó có thể nào do hội thánh nghĩ ra, vì thế đó phải là câu do Chúa Giê-xu nói.
- *Sự đồng thuận của các học giả*: Một câu nói được đánh giá là chân thật khi hầu hết các học giả Tân Ước đều đồng ý là do Chúa Giê-xu nói.
- *Nhiều hình thức của cùng một câu nói*: Một câu nói có nhiều khả năng là của Chúa Giê-xu khi nó được thể hiện dưới nhiều hình thức trong các sách phúc âm.

---

[18]Robert W. Funk và Roy W. Hoover, eds., *The Five Gospels: The Search for the Authentic Words of Jesus* (New York: Macmillan, 1993).

Tiêu điểm 12: Nghiên cứu về Chúa Giê-xu: tay sai của Hồi giáo?

Mặc dù nhiều học giả nghiên cứu về Chúa Giê-xu là những Cơ Đốc nhân trung thành, nhưng cũng có những người (giống như thành viên của nhóm gọi là Jesus Seminar chẳng hạn) đã được công chúng cả nước biết đến vì phủ nhận những lời khẳng định trong các sách phúc âm rằng Chúa Giê-xu là Con Đức Chúa Trời, Đấng được sinh ra bởi một trinh nữ, chết vì tội lỗi của con người và sống lại từ cõi chết. Giống như thành viên của Jesus Seminar là Robert Funk (*Honest to Jesus* [San Francisco: HarperCollins, 1996], 306), họ tranh luận rằng chúng ta cần phải "hạ bệ Giê-xu" bằng cách hiểu rằng Ngài chỉ là một người có tài nhìn xa trông rộng, có lẽ là một kiểu tài nói tiên tri, chứ không phải là Chúa Cứu Thế có một không hai như được trình bày trong Tân Ước.

Hồi giáo, tôn giáo có lẽ chiếm một phần năm dân số thế giới, ủng hộ cách đánh giá này. Thật trớ trêu khi các học giả "Cơ Đốc" ở Tây phương lại tiếp tay cho việc hạ thấp Chúa Giê-xu như sách thánh của Hồi giáo, kinh Qur'an, đã làm.

Lời chứng của Tân Ước	Sự dạy dỗ của Qur'an (Surah = chương)
Chúa Giê-xu là hữu thể tự có (Giăng 8:58; Cô 1:16–17)	Chúa Giê-xu được tạo nên từ bụi đất giống như A-đam (Surah 3:59)
Chúa Giê-xu là thần nhân độc nhất (Giăng 1:14)	Chúa Giê-xu chỉ là một sứ giả như nhiều sứ giả khác (Surah 5:75)
Chúa Giê-xu được ban cho mọi quyền phép trên trời và dưới đất (Mat 28:18)	Chỉ Allah mới có mọi quyền phép - có thể "tiêu diệt Mê-si-a" nếu muốn (Surah 5:17)
Chúa Giê-xu được Đức Chúa Cha xác nhận là Con đời đời của Ngài	Địa vị Con Trời của Chúa Giê-xu chỉ là "một sự dối trá" (Surah 18:4)
Chúa Giê-xu mang lại sự cứu rỗi nhờ đặt đức tin vào Ngài (Giăng 3:16)	Sự cứu rỗi là qua việc lành và đức tin nơi sứ điệp của Mô-ha-mét trong Qur'an (Surah 47:1)
Chúa Giê-xu chết trên thập tự giá và sẽ trở lại trong vinh hiển để tiếp rước tất cả những tín hữu và để đoán xét thế gian (Công 1; 11; 2:23)	Chúa Giê-xu không bị đóng đinh – Điểm này thì các sách phúc âm đã nói sai. Vào ngày đoán xét, Ngài sẽ là một nhân chứng chống lại các Cơ Đốc nhân (Surah 4:157).

Bằng cách sử dụng những tiêu chí này và vô số những tiêu chí khác nữa, các học giả Tân Ước hy vọng xác định được những lời Chúa Giê-xu thật sự nói. Nhưng kết quả không bao giờ chính xác, vì phương pháp luận được sử dụng đã dựa quá nhiều vào sự hiểu biết và khả năng phán đoán hữu hạn của con người. Cảm tạ Chúa, không phải ai sử dụng những phương pháp này cũng đi đến một đánh giá tiêu cực về những gì Chúa Giê-xu đã nói. Thế nhưng, đó có lẽ không phải do các phương pháp được sử dụng, nhưng bởi những học giả này có một khuynh hướng hợp lý hơn ngay từ đầu.[19]

Phương pháp nghiên cứu tích cực vấn đề này

Không phải tất cả mọi người đều đi theo sự dẫn dắt của phong trào thiểu số đầy ngờ vực này.[20] Nhiều người đã nhìn vào những nguyên tắc căn bản ẩn sâu dưới phương pháp nghiên cứu các sách phúc âm tiêu cực từ trong bản chất chất này và từ chối chấp nhận những nguyên tắc ấy. Rút cục, nếu có người tin rằng Đức Chúa Trời không soi dẫn một cuốn Kinh Thánh đáng tin cậy, và Chúa Giê-xu không thể là Đức Chúa Trời nhập thể, thì có người lại chọn chối bỏ quan điểm đó. Họ đồng ý với quan điểm lâu đời rằng các sách phúc âm được viết trong bối cảnh đức tin và chỉ có thể được hiểu theo cách đó. Đây không phải là lập trường của tính cả tin mù quáng nhưng là quan sát rằng mỗi người tiếp cận với vấn đề từ một lập trường nhất định, như ngay cả Bultmann cũng công nhận điều đó.[21] Như chúng ta đã thấy trong chương 10, hoặc chúng ta có thể tiếp cận các sách phúc âm cách cởi mở với những gì các sách ấy nói về các sự kiện thiên thượng, hoặc chúng ta có thể quyết định trước rằng những điều như thế không thể nào có thật và cần phải được giải thích theo một cách nào khác. Hai trăm năm qua đã cho thấy sự thất bại của việc cố gắng lý giải các sách phúc âm bằng nỗ lực lấy đi chiều kích siêu nhiên của nó.

Trong ánh sáng lịch sử đó, quan điểm tái xác nhận lập trường lịch sử rằng các sách phúc âm là đáng tin cậy vì chúng được Đức Chúa Trời soi dẫn không phải là không có lý. Câu chuyện của Chúa Giê-xu như được phác họa trong các sách phúc

---

[19] Để đọc những khảo sát về những tiêu chí này được sử dụng như thế nào, xin xem D. G. A. Calvert, "An Examination of the Criteria for Distinguishing the Authentic Words of Jesus," *New Testament Studies 18* (1971): 209–18; Robert H. Stein, "The Criteria for Authenticity," trong *Gospel Perspectives: Studies of History and Tradition in the Four Gospels*, ed. R. T. France và David Wenham (Sheffield: JSOT, 1980–86), 1:225–63; M. D. Hooker, "Christology and Methodology," *New Testament Studies 17* (1970): 480–87.

[20] Điều này đúng từ khởi đầu, bắt đầu với những tác phẩm như August Neander, *The Life of Jesus Christ*, trans. John M'Clintock và Charles E. Blumenthal, 3rd ed. (New York: Harper & Bros., 1849). Nó vẫn đúng đến tận ngày nay với những tác giả như Graham N. Stanton, *The Gospels and Jesus* (Oxford: Oxford University Press, 1989); N. T. Wright, *Who Was Jesus?* (Grand Rapids: Eerdmans, 1992); Bockmuehl, *This Jesus*; Richard A. Burridge, *Four Gospels, One Jesus?* (Grand Rapids: Eerdmans, 1994); Darrell Bock, *Jesus according to Scripture* (Grand Rapids: Baker Academic; Leicester, UK: Apollos, 2002).

[21] Rudolf Bultmann, "Is Exegesis without Presuppositions Possible?," trong *Existence and Faith: Shorter Writings of Rudolf Bultmann*, ed. Schubert M. Ogden (New York: Meridian, 1960), 289–96.

âm nên được phân tích dựa trên giả định rằng tài liệu ấy là đáng tin cậy và có thể tin tưởng được – không sai cho đến khi chứng minh được là nó sai. Như C. H. Dodd nói: "Điều rõ ràng có ý nghĩa là khi các nhà sử học của thế giới cổ nghiên cứu các sách phúc âm, họ hoàn toàn không bị tác động bởi những lời ngụy biện, xuyên tạc của *Redaktionsgeschichte*, và nghiên cứu tư liệu ấy như thế chúng đúng như điều chúng tuyên bố."[22] Kết quả là, chí ít hình ảnh Chúa Giê-xu cũng không phải là một sự tái dựng theo trí tưởng tượng của thời hiện đại những gì ai đó nghĩ là đã xảy ra. Đó là câu chuyện của Chúa Giê-xu được trình bày trong các sách phúc âm theo cách hiểu của những người gần gũi với sự kiện ấy nhất, gần hơn chúng ta cả hai ngàn năm. Đó cũng là bức tranh về Chúa Giê-xu được gìn giữ trong hội thánh từ khi bắt đầu hội thánh và được bảo vệ qua suốt những thời kỳ bắt bớ và căng thẳng. Chúa Giê-xu của lịch sử và Đấng Christ của đức tin thật ra là một người như các sách phúc âm đã nói, và người đã sống trên đất chính là người hiện nay đang sống và gặp gỡ chúng ta qua các trang Tân Ước khi chúng ta đọc.[23] Chỉ dựa trên những giả định này thì các sách phúc âm mới có thể thật sự hợp lý.

Tuy nhiên, không nên hiểu sai những hàm ý trong quan điểm cao trọng về tính chân thật về mặt lịch sử của các sách phúc âm. Tiếp cận với các sách phúc âm theo cách này không hề phủ nhận rằng hoặc Chúa Giê-xu hoặc các sách phúc âm là một phần của lịch sử nhân loại. Giáo lý Cơ Đốc về sự nhập thể và việc phát biểu thành hệ thống các giáo lý về sự soi dẫn của Kinh Thánh xác nhận cách hiểu ngược lại. Chúa Giê-xu là Đức Chúa Trời nhập thể trong thân xác con người, và Kinh Thánh là Lời Chúa nhập thể qua lời của con người. Vì thế, chúng rõ ràng đối với sự quan sát và nghiên cứu của con người. Sứ đồ Giăng cũng đã đưa ra ý đó khi ông nói rằng: "điều đã có từ ban đầu, điều chúng tôi đã nghe, điều mắt chúng tôi đã thấy, điều chúng tôi đã chiêm ngưỡng và tay chúng tôi đã chạm đến... chúng tôi công bố cho anh" (1 Giăng 1:1–3). Khi việc nghiên cứu lịch sử được thực hiện một cách đúng đắn mà không có những tiền giả định loại bỏ sự dự phần của Đức Chúa Trời, thì nó được hội thánh chào đón, thậm chí khích lệ. Cách tìm hiểu như thế giúp chúng ta liên kết với một yếu tố rất quan trọng của đức tin Cơ Đốc, đó là tính lịch sử của Chúa Giê-xu người Na-xa-rét, hiện thân rõ ràng của Con Trời đời đời. Ta có thể học được nhiều từ nghiên cứu lịch sử đi kèm với việc nghiên cứu Kinh Thánh, ngay cả khi đó là nghiên cứu lịch sử của hai trăm năm trước. Nhưng ta cần phải biết phân biệt và chỉ đi theo những thứ đáng giá trong đó và tránh những sai lầm hay những cái bẫy đã đem một số hình thức nghiên cứu Tân Ước kiểu học thuật đến chỗ gần như bế tắc và nguy cơ đánh mất Chúa Giê-xu và những lời của Ngài suốt hơn một thế hệ.

---

[22] Như được trích dẫn trong John A. T. Robinson, *Redating the New Testament* (Philadelphia: Westminster, 1976), 360.

[23] Xem Peter Stuhlmacher, *Jesus of Nazareth, Christ of Faith*, trans. Siegfried S. Schatzmann (Peabody, MA: Hendrickson, 1988), 1–38; I. Howard Marshall, *The Origins of New Testament Christology*, 2nd ed. (Downers Grove, IL: InterVarsity, 1990); C. F. D. Moule, *The Origin of Christology* (Cambridge: Cambridge University Press, 1977).

Tóm lược

1. Chủ nghĩa hoài nghi đã lớn lên trong các học giả bởi vì thời Khai Sáng lệnh rằng bất cứ thứ gì có vẻ siêu nhiên thì đều cần phải bị loại ra hoặc bị tái giải nghĩa.
2. Schweitzer quan sát thấy rằng hầu hết các học giả ở thế kỷ 19 đi tìm Chúa Giê-xu lịch sử thì đều loại bỏ Chúa Giê-xu ra khỏi vị trí của Ngài trong lịch sử và nhét Ngài vào trong giai đoạn lịch sử của chính họ.
3. Bultmann phát triển một phương pháp được gọi là **lột bỏ tính thần thoại hóa** để tái giải nghĩa các câu chuyện hoang đường của Cơ Đốc giáo sơ khai, chẳng hạn như sự nhập thể và thần tính của Đấng Christ.
4. Cuộc tìm kiếm Chúa Giê-xu lịch sử có ba giai đoạn: cuộc tìm kiếm cũ, cuộc tìm kiếm mới và cuộc tìm kiếm thứ ba.
5. Một nhóm bảy mươi học giả được gọi là Jesus Seminar đã nghiên cứu trong vòng sáu năm để xác định lời nào Chúa Giê-xu đã nói và kết luận rằng 82% những lời được cho là của Chúa Giê-xu thật ra không phải do Ngài nói ra.
6. Hơn 25 tiêu chí đã được sử dụng để xác định những lời Chúa Giê-xu thật đã nói.
7. Khi nghiên cứu lịch sử được thực hiện mà không có các tiền giả định loại bỏ sự tham dự của Đức Chúa Trời, thì nó có thể mang đến sự hiểu biết nhiều hơn về Kinh Thánh.

Câu hỏi ôn tập

1. Xin thuật lại vắn tắt cuộc tìm kiếm Chúa Giê-xu của thời hiện đại.
2. Đóng góp của Bultmann trong cuộc tìm kiếm này là gì?
3. Tại sao những "hậu tự Bultmann" lại phản đối các quan điểm của ông?
4. Một vài điểm nhấn hiện tại trong cuộc tìm kiếm Chúa Giê-xu ấy là gì?
5. Đánh giá của bạn về cuộc tìm kiếm Chúa Giê-xu ấy?
6. Xin kể tên một vài tiêu chí được sử dụng để xác định những lời Chúa Giê-xu thật sự đã nói.
7. Có cách nào để hòa hợp đức tin và học thuật trong việc phân tích Chúa Giê-xu là một nhân vật lịch sử không? Xin giải thích?

Các thuật ngữ then chốt

Lột bỏ tính thần thoại hoá   Jesus Seminar   kinh điển theo Eusebius

Sách đọc thêm

Benedict XVI, (pope) [Joseph Ratzinger]. *Jesus of Nazareth: From the Baptism in the Jordan to the Transfiguration.* Translated by Adrian J. Walker. New York: Doubleday, 2007.

> Tiểu sử về Chúa Giê-xu của Công giáo chính thống với mục tiêu bồi linh. Đối thoại với giới học giả.

———. *Jesus of Nazareth: Holy Week; From the Entrance into Jerusalem to the Resurrection.* Vatican City: Libreria Editrice Vaticana, 2011.

> Tiếp tục tập trước đó.

Bock, Darrell. *Breaking the Da Vinci Code: Answers to the Questions Everyone's Asking.* Nashville: Thomas Nelson, 2006.

> Mỗi thập kỷ dường như sản sinh ra một thách thức kỳ lạ đối với Chúa Giê-xu của Tân Ước. Trong những năm 1990, đó là nhóm Jesus Seminar; gần đây hơn thì đó là *Mật Mã Da Vinci* của Dan Brown. Bock xem xét bằng chứng "lịch sử" thật sự đã nói gì.

Bonhoeffer, Dietrich. *The Cost of Discipleship.* Rev. ed. New York: Collier, 1963.

> Một chuyên luận kinh điển về chủ đề theo Chúa Giê-xu. Có thể góp phần giải thích vô số lý thuyết về việc Chúa Giê-xu là ai: để xác nhận danh tính của Chúa Giê-xu như cách Tân Ước trình bày thì cần phải có sự ăn năn thật sự và một đời sống đức tin thuận phục.

Dawes, Gregory W., ed. *The Historical Jesus Quest: Landmarks in the Search for the Jesus of History.* Louisville: Westminster John Knox, 1999.

> Những phần trích đoạn từ tác phẩm của các nhân vật chính trong lịch sử nghiên cứu về Chúa Giê-xu, trong đó có Spinoza, Reimarus, Strauss, Ritschl, Troeltsch, Wrede, J. Weiss, Schwetzer, Kähler, Bultmann và Barth.

Evans, Craig A. *Fabricating Jesus.* Downers Grove, IL: InterVarsity, 2006.

> Một học giả nổi tiếng thách thức các cách hiểu sai lầm về Chúa Giê-xu của thời hiện tại. Đặc biệt hữu ích cho sinh viên chủng viện, mục sư và tín hữu các hội thánh.

Farmer, William R., ed. *Crisis in Christology.* Dallas: Truth, 1995.

> Những bài luận quan trọng kêu gọi điều chỉnh các phương pháp hiện đại trong việc nghiên cứu về Chúa Giê-xu.

Jenkins, Philip. *Hidden Gospels: How the Search for Jesus Lost Its Way*. New York: Oxford University Press, 2001.

> Một nhà sử học phân tích nghiên cứu đương đại về Chúa Giê-xu, các sách phúc âm và khởi nguyên của hội thánh đầu tiên. Debunks tự cho rằng những bản văn "bí mật" như phúc âm Thô-ma và phúc âm Ma-ri làm suy yếu giá trị lịch sử của Tân Ước.

Pelikan, Jaroslav. *Jesus through the Centuries*. New York: Harper & Row, 1985.

> Một khảo sát tuyệt vời về cách Chúa Giê-xu được mọi người nhìn nhận xuyên suốt lịch sử hội thánh.

Sanders, E. P. *The Historical Figure of Jesus*. London: Penguin, 1993.

> Một phân tích mang tính phê bình ở mức độ chừng mực về cuộc tranh cãi về Chúa Giê-xu và những phát hiện có thể có.

Schweitzer, Albert. *The Quest of the Historical Jesus*. New York: Macmillan, 1961.

> Tác phẩm chuẩn, tóm lược cuộc tìm kiếm cũ (hay đầu tiên) về Chúa Giê-xu lịch sử vào năm 1906.

Stanton, Graham. *The Gospels and Jesus*. 2nd ed. Oxford: Oxford University Press, 2002.

> Một nghiên cứu về Chúa Giê-xu từ góc nhìn chừng mực, đương đại.

Strobel, Lee. *The Case for the Real Jesus: A Journalist Investigates Current Attacks on the Identity of Christ*. Grand Rapids: Zondervan, 2009.

> Một người trước đây từng vô thần phỏng vấn những học giả khác nhau để làm sáng tỏ các quan điểm của những người hoài nghi về Chúa Giê-xu như Bart Ehrman và John Shelby Spong. Có bao gồm các websites để tìm hiểu thêm.

Stuhlmacher, Peter. *Jesus of Nazareth, Christ of Faith*. Peabody, MA: Hendrickson, 1988.

> Lập luận một cách mạnh mẽ rằng Chúa Giê-xu là Đấng Christ, rằng những công cụ phê bình có thể phục vụ cho mục tiêu hiểu biết thần học.

Witherington, Ben, III. *The Jesus Quest*. 2nd ed. Downers Grove, IL: InterVarsity, 1997.

> Một nghiên cứu cẩn thận về cái gọi là cuộc tìm kiếm Chúa Giê-xu lịch sử lần thứ ba. Phần dẫn nhập xuất sắc vào một cuộc tranh luận dài hơi.

Wright, N. T. *Jesus and the Victory of God*. Minneapolis: Fortress, 1996.

> Phần bàn luận xuất sắc về cuộc đời Chúa Giê-xu: mang tính chuyên môn nhưng được viết rất tốt.

———. *Who Was Jesus?* Grand Rapids: Eerdmans, 1992.

Một bài nghiên cứu quan trọng về những cách tái dựng Chúa Giê-xu của thời hiện đại, tranh luận rằng quan điểm truyền thống là đúng. Dễ đọc.

Phần 2
KHÁM PHÁ CÔNG VỤ CÁC SỨ ĐỒ VÀ HỘI THÁNH ĐẦU TIÊN

Chương 13

Thế Giới Và Nhân Dạng Của Hội Thánh Đầu Tiên

Bố cục

- **Thực trạng của đế quốc La Mã**
- **Nền văn minh chịu ảnh hưởng của Hy Lạp**
- **Các tôn giáo và triết lý**
- **Những Cơ Đốc nhân đầu tiên: Dân tộc mới trong Đấng Christ**
  - Cách các Cơ Đốc nhân đầu tiên nhìn chính mình
  - Điều các Cơ Đốc nhân đầu tiên tin
- **Tính độc nhất của Chúa Giê-xu**
- **Dữ kiện mang tính quyết định là sự chết và sự sống lại của Chúa Giê-xu**
- **Kết luận**

Mục tiêu

Sau khi đọc chương này, bạn có thể:

- Đánh giá vai trò của hoàng đế La Mã
- Liệt kê và nêu lên những đặc điểm của các hoàng đế chính trong kỷ nguyên Tân Ước
- Lượng giá sự cai trị của các hoàng đế trong kỷ nguyên Tân Ước
- Thảo luận những ảnh hưởng của các hoàng đế trên hội thánh đầu tiên
- Định nghĩa Hy Lạp hoá
- Nhận diện các triết lý mà hội thánh đầu tiên đối diện
- Giải thích giáo lý của các Cơ Đốc nhân đầu tiên

> ### Dẫn nhập
>
> Các chương trước đã thảo luận bao quát về Chúa Giê-xu, các sách phúc âm và bối cảnh lịch sử của Do Thái giáo thế kỷ thứ nhất. Khi chúng ta chuẩn bị nghiên cứu sách Công Vụ và các thư tín Tân Ước trong chương tiếp theo, chúng ta cần dừng lại và xem xét thế giới rộng lớn hơn của đế quốc La Mã thế kỷ thứ nhất. Đời sống thời đó thế nào? Ai là người cầm quyền? Sự cai trị được thiết lập và thực thi như thế nào? Con người thời đó nhìn nhận thế nào về chính mình? Đâu là những niềm hy vọng và nỗi sợ hãi của họ? Tôn giáo và quan điểm phổ biến thời ấy là gì?
>
> Những câu hỏi như thế quan trọng bởi chúng góp phần lý giải tại sao những người nghe Phúc âm lại đáp ứng theo cách họ đã đáp ứng. Có người vui mừng đón nhận Phúc âm. Có người lại thờ ơ, ngờ vực. Có người lại thù địch. Tại sao lại có những phản ứng khác nhau đó? Việc trở thành Cơ Đốc nhân tác động thế nào trên người đó hay cả gia đình người đó? Chúng ta không thể trả lời những câu hỏi như thế, nhưng chúng ta có thể phác thảo đủ chi tiết về cuộc sống ở thế kỷ thứ nhất nhằm làm sáng tỏ sứ điệp Tân Ước được tiếp nhận như thế nào và tại sao Tân Ước lại được tiếp nhận như thế.
>
> Biết một vài điều về thế giới La Mã thế kỷ thứ nhất không thay thế cho sự hiểu biết về chính Tân Ước. Nhưng trên nhiều phương diện nó rất hữu ích cho việc hiểu Tân Ước cách đúng đắn. Tín hữu Cơ Đốc tin rằng Tân Ước được viết ra bởi sự soi dẫn của Chúa. Thế nhưng những con người và sự kiện dẫn đến sự ra đời của nó là những con người và sự kiện của một kỷ nguyên khác và, trên một vài phương diện, là con người và sự kiện của một thế giới khác. Chương này sẽ giúp độc giả Kinh Thánh thời hiện đại thấy Tân Ước và con người mà Tân Ước mô tả rõ ràng hơn trong bối cảnh nguyên thủy của nó nhằm áp dụng Tân Ước một cách có trách nhiệm hơn vào thế giới ngày nay.

Thực trạng của đế quốc La Mã

Như chương 2 đã cho thấy, LA MÃ là sức mạnh quân sự và chính trị chủ đạo của thế kỷ thứ nhất sau Chúa. Tất cả những người sinh sống trong thế giới La Mã ấy tự nhiên chịu ảnh hưởng bởi sự cai trị của nó. Nhìn chung, La Mã đeo đuổi phương cách cai trị tương đối nhân đạo, cho phép chính quyền địa phương kiểm soát trên những khu vực nó cai trị càng nhiều càng tốt. Dân địa phương và cấu trúc bản địa thường được sử dụng để giữ trật tự và coi sóc vấn đề thuế má. Các binh đoàn La Mã, nổi tiếng về tính hiệu quả trong chiến đấu, sát cánh để đảm bảo các chính sách của đế quốc được thực hiện đúng, bổ sung cho lực lượng cảnh sát địa phương khi cần.

Lịch sử của La Mã thì lâu đời và phức tạp, nhưng trong hình hài của thế kỷ thứ nhất, nó được thống trị bởi chức hoàng đế. Suốt thế kỷ thứ hai và thứ nhất trước Chúa, khi La Mã gia tăng về lãnh thổ và tầm ảnh hưởng, những đảng phái và nhân vật khác nhau tranh giành quyết liệt để nắm quyền. Vào những năm 40 T.C, vị tướng quân sự thành công và nhà quản lý xuất chúng JULIUS CAESAR dường như đang chuẩn bị hiệp nhất cộng hòa La Mã dưới sự cai trị của mình.[1] Tuy nhiên, ông bị ám sát và sau đó là hơn một thập kỷ hỗn độn chính trị và quân sự. Nổi lên như một kẻ thắng cuộc từ vòng xoáy của những mưu sâu kế hiểm và những cuộc chiến ấy là OCTAVIAN, với tên gọi trong Tân Ước là SÊ-SA AU-GÚT-TƠ (xem Lu 2:1). Ông cai trị từ năm 27 T.C – 14 S.C, do đó, ông là vị hoàng đế cai trị vào thời điểm Chúa Giê-xu giáng sinh.[2]

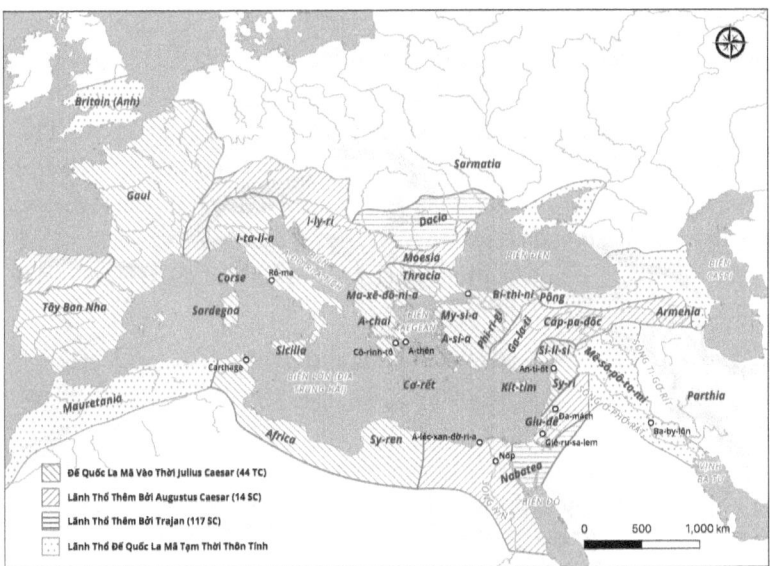

Sự mở rộng của vương quốc La Mã

Vì thế, đầu kỷ nguyên Tân Ước, đế quốc La Mã hiệp lại như một đơn vị ổn định, thuần nhất dưới sự kiểm soát của hoàng đế, như thể họ được định như thế. Trong

---

[1] Dáng dấp và tinh thần của thế giới Julius Sê-sa được lưu giữ trong ghi chép thú vị của chính ông: The Battle for Gaul, trans. Anne và Peter Wiseman (Boston: David R. Godine, 1980). Cũng xem nghiên cứu về tiểu sử của Plutarch trong quyển Fall of the Roman Republic, trans. Rex Warner (Baltimore: Penguin, 1958), 217–76 của ông.

[2] Để đọc những nghiên cứu về những điểm chung giữa La Mã, Cơ đốc giáo ban đầu và Do Thái giáo thế kỷ thứ nhất, xin xem Karl P. Donfried và Peter Richardson, Judaism and Christianity in First-Century Rome (Grand Rapids: Eerdmans, 1998).

hai thế kỷ trước khi Chúa Giê-xu đến, La Mã mở rộng ảnh hưởng chậm nhưng chắc trên cả ở lục địa nam Âu châu lẫn ở các vùng duyên hải của Địa Trung Hải. Ma-xê-đô-ni-a, nơi Phao-lô lập hội thánh đầu tiên của mình trên mảnh đất Âu châu, ở dưới sự cai trị của La Mã vào năm 168 T.C; A-CHAI, khu vực có thành CÔ-RINH-TÔ, thì vào năm 146 T.C; và tỉnh A-SI, mà thủ phủ là thành Ê-PHÊ-SÔ, thì vào năm 133 T.C. Những cuộc chinh phạt của tướng La Mã POMPEY dẫn đến việc thành lập tỉnh SY-RI vào năm 66 T.C. Tỉnh này bao gồm xứ GA-LI-LÊ và GIU-ĐÊ, nơi diễn ra các sự kiện trong cách sách phúc âm. Thủ phủ của nó là AN-TI-ỐT, nơi lần đầu tiên những người theo Chúa được gọi là Cơ Đốc nhân (Công Vụ 11:26).

Sau cái chết của Octavian, các vị hoàng đế ít lẫy lừng hơn lên nối gót, một vài người trong số đó được đề cập đến trong Tân Ước. Người kế nhiệm Octavian, Sê-sa TI-BE-RƠ, cai trị từ 14–37 S.C và được đề cập trong Lu-ca 3:1. Hễ khi nào các sách phúc âm nói đến vị hoàng đế La Mã này, như khi Chúa Giê-xu nói về việc hãy trả cho Sê-sa những gì của Sê-sa, thì khi ấy Ti-be-rơ là nhân vật đang nắm quyền. Tiếp theo là GAIUS (37–41 S.C), cũng được biết đến với tên gọi CALIGULA. Ông không được nhắc đến trong Tân Ước và không có ảnh hưởng trực tiếp nhiều trong sự phát triển của hội thánh đầu tiên. Quan trọng hơn một chút là CƠ-LỐT, chú của Caligula, cai trị 41–54 S.C. Ông cho thấy mình có chút kỹ năng quản trị. Chính ông đã ra lệnh cho người Do Thái phải rời khỏi La Mã (Công Vụ 18:2). Có vẻ như ông chết dưới tay cháu (và vợ) của mình là ẠC-RÍP-PA. Vài năm sau khi lấy nhau, bà đã cho ông ăn nấm độc, qua đó đưa con trai riêng của bà lên ngôi. Vì khi ấy đứa con này mới được 13 tuổi, nên trên thực tế Ạc-ríp-pa-na là người nắm quyền điều binh khiển tướng. Tên con trai bà là: NÊ-RÔ.

Thời cai trị của Nê-rô (54–68 S.C) ban đầu có vẻ ổn định, có lẽ bởi vì đa phần nó nằm dưới bàn tay điều khiển của người khác. Tuy nhiên, khi ông càng lớn và càng mạnh về quyền lực, ông tự tạo tên tuổi cho mình bằng cách ám sát chính mẹ mình và nhiều người khác nữa. Ông đá một trong các bà vợ của mình cho đến chết và làm nhiều việc tàn bạo khác, những việc mà ngay cả thế giới ngoại giáo cũng xem là trái luân thường đạo lý. Vì thế, những báo cáo cổ xưa về chuyện ông phóng hoả thành La Mã để đánh lạc hướng chú ý của mọi người khỏi sự đi xuống của đế quốc La Mã dưới sự cai trị thối nát của ông và sau đó đổ tội cho một nhóm thiểu số - tức các Cơ Đốc nhân – về những tổn thất khá là đáng tin. Những sự bắt bớ khắp nơi nối gót; Nê-rô công khai tra tấn nhiều Cơ Đốc nhân và thiêu sống một số người trên lửa.

Vị hoàng đế cuối cùng có tầm quan trọng trực tiếp đối với Tân Ước là DOMITIAN (81–96 S.C). Quan tâm đến việc quản trị nhiều hơn so với Nê-rô, nhưng chắc chắn ông không hề ít độc ác hơn Nê-rô. Người ta nói rằng ông thường sử dụng "Chúa và Đức Chúa Trời" làm tước hiệu cho mình cả trong khi viết lẫn khi nói. Một số học giả nghĩ rằng những sự bắt bớ được đề cập đến trong sách Khải Huyền phản ánh thực trạng trong suốt thời kỳ cai trị của Domitian.

Các hoàng đế La Mã thế kỷ thứ nhất

Năm	Tên	Sự Kiện	Tham khảo
30 TCN–SCN 14	Au-gút-tơ	Sự ra đời của Chúa Giê-xu Christ	Lu-ca 2:1
14–37 SCN	Ti-be-rơ	Chức vụ và sự chết của Chúa Giê-xu Christ	Lu-ca 3:1
37–41 SCN	Caligula		
41–54 SCN	Cơ-lốt	Nạn đói	Công Vụ 11:28
		Trục xuất người Do thái khỏi La Mã	Công Vụ 18:2
54–68 SCN	Nê-rô	Phiên toàn xét xử Phao-lô	Công Vụ 25:10–12; 27:24
		Cuộc đàn áp tại La Mã	2 Ti-mô-thê 4:16–17, Khải Huyền 13:1–10
68 SCN	Galba		
69 SCN	Otho		
69 SCN	Vitellius		
69–79 SCN	Vespasian	Sự tàn phá Giê-ru-sa-lem	Ma-thi-ơ 24:1–2
79–81 SCN	Tít		
81–96 SCN	Domitian	Sự bắt bớ (?)	Khải Huyền 6:9; 7:14; 12:11; 20:4 (?)
96–98 SCN	Nerva		
98–117 SCN	Trajan		

Phần mô tả vắn tắt về các hoàng đế La Mã nổi bật trong suốt thời kỳ Tân Ước này nhắm đến hai mục đích. Thứ nhất là để khơi dậy sự quan tâm để đọc thêm về họ. Ví dụ, hiếm có sách nào thú vị và cung cấp nhiều thông tin về thế kỷ thứ nhất cho sinh viên bằng quyển *Twelve Caesars* của SUETONIUS.[3] Có thể nó không chính xác ở mọi chi tiết (mặc dù các học giả đánh giá rất cao về mức độ đáng tin cậy của sách) nhưng nó làm cho các phương diện của thế giới La Mã thế kỷ thứ nhất trở nên sống động theo những cách khó quên. Thế giới Tân Ước không phải là một ốc đảo, và bất cứ kiến thức nào về con người và sự kiện của thời đó đều có giá trị trong việc hiểu rõ hơn các tư liệu Tân Ước. Một nghiên cứu đáng nhớ khác là cuốn

---

[3] Suetonius, *The Twelve Caesars*, trans. Robert Graves (New York: Penguin, 1989).

Bôn-xơ Phi-lát của Paul Maier,[4] một tiểu thuyết giàu ánh sáng lịch sử làm sáng tỏ quyền lực của La Mã và ảnh hưởng của nó trên các khu vực như Giu-đê chẳng hạn.

Ti-be-rơ, hoàng đế La Mã, 14–37 S.C Nê-rô, hoàng đế La Mã, 54–68 S.C Domitian, hoàng đế La Mã, 81–96 S.C

Lý do thứ hai vì sao kiến thức về sự cai trị của đế quốc La Mã ở thế kỷ thứ nhất quan trọng là định nghĩa nó đưa ra cho cụm từ **Pax Romana** (nghĩa là "Nền hòa bình La Mã" trong tiếng La-tinh) của kỷ nguyên Tân Ước. Các nhà sử học từ lâu đã quan sát thấy rằng tình hình của thế kỷ thứ nhất rất thích hợp cho sự lan rộng của Cơ Đốc giáo. Thời kỳ ấy tương đối hòa bình, người ta sử dụng cùng một ngôn ngữ (Hy Lạp), có một mức độ trật tự xã hội nhất định làm cho việc đi lại trở nên an toàn, và mạng lưới đường sá và các tuyến đường biển ngày càng nhiều hơn.

Nhưng còn lâu thì nó mới là một thế giới lý tưởng. Người lãnh đạo đa phần thối nát. Mặc dù tiến gần đến đỉnh cao quân sự và chính trị, nhưng đế quốc La Mã cũng đang bắt đầu đi xuống theo hình trôn ốc về đạo đức và chính trị.

Thế giới La Mã mà trong đó Phao-lô và các sứ đồ khác giảng dạy là thế giới mà một đế quốc rất rộng lớn có thể bảo vệ nhưng cũng đe dọa các cá nhân và các phong trào mới như Cơ Đốc giáo sơ khai. Nói cách khác, sự cai trị của La Mã vừa là phước, vừa là họa, bởi vì sức mạnh cho điều thiện của nó cũng tương ứng với khả năng trấn áp và gây phiền não. Trật tự xã hội mà qua đó hội thánh được thành hình thường không thân thiện với sứ điệp Phúc âm.

Nền văn minh chịu ảnh hưởng của Hy Lạp

Về mặt văn hóa, đế quốc La Mã được cai trị bởi các đặc trưng Hy Lạp. Hãy nghĩ đến cách nước Mỹ vay mượn nhiều đặc trưng văn hóa của nước Anh: ngôn ngữ, hiến pháp, lịch sử, văn chương và trong nhiều phương diện là cả tôn giáo nữa. Trên một số phương diện, tình hình cũng tương tự như trong thế giới La Mã thời Tân Ước. Trong khi La Mã xuất sắc về các thành tựu quân sự và tổ chức, thì Hy Lạp lại đặt một tiêu chuẩn rất cao về thành tựu học thuật và văn chương. Hy Lạp được mở rộng theo gót ALEXANDER ĐẠI ĐẾ, và La Mã từ từ tiếp quản nhiều mảnh đất mà ông đã chinh phục. Vì thế, tự nhiên thế giới La Mã cũng được gọi là thế giới Hy-La. Về mặt lãnh thổ, nó thuộc về La Mã, nhưng về văn hóa, nó được thống trị bởi các đặc điểm khác nhau của Hy Lạp.

---

[4] Paul Maier, *Pontius Pilate* (Wheaton: Tyndale, 1976).

Những tàn tích của Đền thờ Au-gút-tơ tại An-ti-ốt Pi-si-đi. Đền thờ này được xây dựng đầu thế kỷ thứ nhất sau Chúa để thờ phượng hoàng đế.

Chẳng hạn như ngôn ngữ. Ngôn ngữ bản xứ của La Mã là tiếng La-tinh. Thế nhưng ngôn ngữ văn hóa và thương mại lại là Hy Lạp. Từ Tây Ban Nha, hay thậm chí là nước Anh, ở phía Tây đến Sy-ri ở phía Đông, du khách được khuyến khích trau dồi tiếng Hy Lạp. Tiếng Hy Lạp được sử dụng ít nhất là bởi giai cấp cầm quyền và tầng lớp buôn bán gần như ở khắp mọi nơi, trong khi tiếng La-tinh thì không. Sự đồng nhất về ngôn ngữ này không chỉ thuận tiện trong cái nhìn của những thương nhân hay khách du lịch; mà nó còn quan trọng đối với việc mở rộng truyền giáo của hội thánh đầu tiên. Các diễn giả Cơ Đốc có thể mong đợi người nghe sẵn sàng khi họ công bố sứ điệp của mình bằng tiếng Hy Lạp dù ở GIÊ-RU-SA-LEM, A-léc-xan-đơ hay La Mã. Rõ ràng, đây là một yếu tố quan trọng để Phúc âm Cơ Đốc nhanh chóng lan rộng sau **Lễ Ngũ Tuần**.

Ảnh hưởng của văn hóa Hy Lạp cũng định hình ý thức xã hội nữa. Ý niệm về xã hội con người của nó bao hàm việc lập và duy trì các thành. Theo lý tưởng, điều này đồng nghĩa với việc nhiều người được tiếp cận với các dịch vụ và mối quan hệ mà nhiều người ở khu vực lân cận có thể cung cấp. Tuy nhiên, trên thực tế, nó thường đồng nghĩa với việc sống trong môi trường lụp xụp (ghetto existence) và đánh mất niềm hy vọng cá nhân khi cá nhân ấy bị nuốt chửng bởi đám đông. Trong tình hình như thế, Phúc âm tìm được những khán giả sẵn lòng lắng nghe. Nhiều người sống trong điều kiện ảm đạm sẵn lòng lắng nghe một sứ điệp phục hồi, hy vọng, công bằng và vui vẻ.

Sự tàn bạo của Domitian

Các nguồn tài liệu Cơ Đốc cổ đều cho thấy rằng vị hoàng đế La Mã Domitian là kẻ thù nguy hiểm của Cơ Đốc giáo. Các nguồn tư liệu thế tục cũng đồng ý rằng, ngoài chuyện bắt bớ hội thánh ra thì Domitian vẫn cực kỳ gian ác. Nhà sử học La mã Suetonius đã viết:

> Domitian không chỉ gian ác, mà còn là người bộp chộp và ranh ma nữa. Ông triệu tập vị quản gia Cung điện vào phòng ngủ của mình, mời ông ta ngồi cùng trên chiếc trường kỷ với mình và tạo cho ông ta cảm thấy hoàn toàn an toàn và sung sướng, hạ cố ăn tối chung với ông ta – thế nhưng trước đó vị hoàng

> đế này đã ra lệnh đóng đinh ông ta vào ngày hôm sau! Ông cũng tử tế với cựu quan chấp chính Arrecinius Clemens, một nhân viên được sủng ái, một cách bất thường trước khi kết án tử hình ông ta và mời ông ta cưỡi ngựa đi dạo. Khi họ tình cờ đi ngang qua một người đã được báo cho biết trước về Arrecinius, Domitian hỏi: "Mai chúng ta lại phải nghe tên vô lại ấy nói sao?" Và ông trâng tráo bắt đầu tất cả những câu tàn độc nhất của mình bằng giọng thuyết giảng về lòng thương xót; thật ra những lời ấy sớm trở thành dấu hiệu cho thấy một điều gì đó kinh khủng sắp xảy ra. Sau khi đem một nhóm người ra trước Viện Nguyên Lão với lời buộc tội mưu phản, ông tuyên bố rằng đây là bài kiểm tra xem mình có được Viện Nguyên Lão yêu mến không, vì thế dễ dàng khiến nhóm người này bị xử là có tội và phải chịu "thi hành án theo kiểu cũ." Suetonius đã giải thích ở chỗ khác điều này có nghĩa là phải bị xử tội chết: "Những viên đao phủ sẽ lột trần nạn nhân ra, dúi đầu họ vào một cái chĩa ba bằng gỗ và dùng gậy đánh đòn người ấy cho đến chết."
>
> Suetonius, *The Twelve Caesars* 11, được dịch bởi Robert Graves(New York: Penguin, 1989).

Ảnh hưởng của văn hóa Hy Lạp cũng đi kèm với **chủ nghĩa hỗ lốn tôn giáo.** Khi sức mạnh La Mã dần mang rất nhiều vương quốc nhỏ lại với nhau, mỗi vương quốc ấy cũng mang theo mình những vị thần, những nghi lễ địa phương, thì ý tưởng được mọi người ủng hộ đó là mọi thần và mọi tôn giáo rốt cuộc cũng như nhau. Có một thực tại thuộc linh bao quát, mặc dù có vô số những cách diễn đạt thực tại ấy. Các truyền thống tôn giáo địa phương tất nhiên là không phải lúc nào cũng mất đi. Nhưng chúng có khuynh hướng đánh mất địa vị độc nhất truyền thống của nó. Sự phát triển này tốt cho Phúc âm ở chỗ những tuyên bố tôn giáo mới mẻ có thể được người ta sẵn sàng đón nhận. Nhưng nó không tốt ở chỗ Đức Chúa Trời của Cơ Đốc giáo không thể nào ngang hàng với các thần của niềm tin đa thần. Khi người ngoại nhận ra điều này, đôi khi họ đáp ứng bằng sự thù địch với lời công bố của Phúc âm (Công 19:28). Và các Cơ Đốc nhân đầu tiên cũng không bằng lòng thành tâm thờ phượng hoàng đế vào cuối thế kỷ thứ nhất, bởi sự tận hiến đó họ chỉ sẵn lòng dành cho Chúa Giê-xu Christ mà thôi.

Vì thế, trên một số phương diện, ảnh hưởng của văn hóa Hy Lạp tạo không khí chung cho cách nhìn của những người nghe Phúc âm khi nó mới được lan truyền. Nhìn khái quát về những tôn giáo và triết lý Hy-La sẽ cho ta một bức tranh rõ ràng hơn về những nhận thức phổ thông tác động trên người nghe Phúc âm ở thế kỷ thứ nhất.

Các tôn giáo và triết lý

Đến thời Tân Ước, niềm tin phổ biến vào các thần thoại tôn giáo cổ của Hy Lạp và La Mã dường như đã giảm, mặc dù nó không mất đi. Có lần các giáo sĩ Cơ Đốc được người ta chào đón như thể họ là thần Giu-bi-tê và thần Mẹt-cu-rơ (Công 14:12). Nhưng các niềm tin khác lại thịnh hành hơn.

Trong số những niềm tin ấy là niềm tin vào tính huyền bí (thực tại và hoạt động của các thế lực siêu nhiên). Nhiều người từ tất cả các giai tầng xã hội đều sợ hãi và cố gắng xoa dịu cơn giận của thế giới tâm linh mà họ cảm thấy đang kiểm soát cuộc đời họ. Những quyết định của giới cầm quyền thường được đưa ra với sự trợ giúp của các tư tế bằng cách giải thích ruột của các con thú bị giết, xem đó là lời chỉ dẫn cho họ. Một số thành nổi tiếng vì những lời sấm truyền của họ - những người nam và nữ nghĩ mình có năng lực bói về những sự kiện hay tiết lộ những bí mật của cá nhân. Thuật tử vi rất phổ biến, các trò ma thuật thần thông khác nhau cũng vậy. Cả người ngoại và người Do Thái đều hay cảm nhận mạnh mẽ sự hiện diện và sức mạnh của những hữu thể và sức mạnh thuộc linh vô hình.

Người Tây phương hiện đại không nên quá vội vàng gạt bỏ tất cả những niềm tin như thế, xem chúng là trò mê tín ngày xưa. Phần lớn niềm tin ấy đều không có thật, chắc chắn là thế rồi. Nhưng bản thân Kinh Thánh cũng nói về thế giới vô hình của những hữu thể thuộc linh và những xung đột (Êph 6:12). Chúa Giê-xu đã đuổi rất nhiều linh ô uế và đích thân chạm trán với quỷ vương. Công Vụ 16:16 nói về một cô hầu gái làm lợi cho chủ qua việc bói toán; bởi năng quyền của Đấng Christ, Phao-lô đã giải phóng cô gái khỏi xiềng xích mà cô chịu. Bằng cớ cho việc cô được giải phóng là Phao-lô bị đánh vì đã hành động như vậy.

Nhìn chung, thế giới tôn giáo thời Tân Ước đa dạng và rối rắm. Trong chương 2, chúng ta thấy bản chất chia rẽ của Do Thái giáo thế kỷ thứ nhất, ngay cả trong bối cảnh địa phương của Giu-đê và Ga-li-lê. Bối cảnh lớn hơn, thế giới Hy-La, còn phân rẽ hơn nữa. Cuộc sống đặt ra những câu hỏi hóc búa, và người ta xoay xở đầu này đầu kia để tìm kiếm những lời giải đáp mà các phương tiện tôn giáo khác nhau cung cấp.

Triết học cũng là một chọn lựa thịnh hành. Ở thế kỷ thứ nhất, triết học giống tôn giáo hơn ngày nay. Nó không phải là một ngành nghiên cứu học thuật, mà là một cách thảo luận chính thức và đưa ra các giải pháp cho những câu hỏi tối hậu của cuộc sống. Khác với Do Thái giáo và Cơ Đốc giáo, là hai tôn giáo quả quyết rằng sự hiểu biết có giá trị của con người trước hết phải nhường chỗ cho sự khải thị của Kinh Thánh mà Đức Chúa Trời đã ban cho, xuất phát điểm của các triết lý cổ xưa (giống như hầu hết các triết lý hiện đại) là tính hợp lý, kinh nghiệm, ý chí con người hoặc sự kết hợp nào đó của những điều này. Không một triết lý đơn nhất nào được cả thế giới công nhận, mặc dù chúng ta có thể nói đến một số khuynh hướng chủ đạo. Những triết lý này thường hòa quyện vào trong công việc thực tế của chúng; các triết lý của thời kỳ này cũng hổ lốn như các tôn giáo vậy.

Cha đẻ của chủ nghĩa khắc kỷ, Zeno xứ Citium (khoảng 333–262 T.C)

Chủ nghĩa khắc kỷ nhấn mạnh số phận. Thế giới này vượt quá tầm với của cá nhân chúng ta. Vì thế, cá nhân ấy phải tạo nên sự ổn định cho chính mình bằng cách từ bỏ những niềm vui và nỗi buồn quá độ. Người theo phái Khắc kỷ không bị lay động bởi cảm xúc, phản ánh qua đời sống cá nhân nhận thức rằng thế giới đang vận hành một quỹ đạo được định trước trong đó mọi sự đều đã được định sẵn rồi. Không có thiện và ác, chỉ có chuỗi lý luận bao quát, bí hiểm, toàn năng và lạnh lùng khiến cho tất cả mọi sự đều tồn tại. Chủ nghĩa khắc kỷ đòi hỏi nếp sống đạo đức và nếu các quy tắc đạo đức thôi có thể thay đổi được lòng người, thì có lẽ nó đã cách mạng hóa thời đại của mình rồi. Nhưng nó thiếu mất, và đối lập hoàn toàn với giáo lý Cơ Đốc giáo về một Đức Chúa Trời của cá nhân. Đức Chúa Trời này quan tâm, yêu thương và đáp lời cầu nguyện; Ngài là một Đức Chúa Trời mà quyền tể trị và kiểm soát của Ngài trên mọi sự không hề loại trừ những chọn lựa thật sự mà tất cả mọi người đều phải đối diện, là những chọn lựa mà họ được quyền tự do để chọn.

Một triết lý khác nữa là thuyết **Khuyển nho**. Người theo thuyết Khuyển nho tự hào về sự tự do triệt để của cá nhân trong lời nói và việc làm. Họ là những nhà hoạt động xã hội cấp tiến thời xưa. Người theo phái Khuyển nho nhạo cười những ai rập khuôn theo những tiêu chuẩn được xã hội chấp nhận, còn họ thì sỉ vả. Cũng theo cách mà những người theo phái Khuyển nho nhạo báng luân lý, người theo chủ nghĩa hoài nghi lại nhạo báng kiến thức. **Chủ nghĩa hoài nghi** cho rằng kiến thức chỉ xuất phát từ kinh nghiệm mà thôi, rằng kinh nghiệm của mỗi cá nhân thì khác nhau, vì thế không có chân lý nào áp dụng cho tất cả mọi người cả.

Cơ Đốc giáo khác với cả thuyết Khuyển nho lẫn chủ nghĩa hoài nghi. Trái ngược với sự bốc đồng của phái Khuyển nho, Cơ Đốc giáo xem lối sống mà Kinh Thánh dạy và Đấng Christ cũng như những người khác đã làm gương (xin xem, Hê-bơ-rơ 12 chẳng hạn) là lối sống đức hạnh thật sự. Tự do không phải là việc tự thể hiện một cách vô trách nhiệm và không được kiểm soát; tự do là qua Đấng Christ đón nhận một tấm lòng mới, là tấm lòng tìm thấy niềm vui trong việc bước đi theo đường lối mà một Đức Chúa Trời yêu thương đã chỉ định và thêm sức. Chống lại người theo chủ nghĩa hoài nghi, Cơ Đốc nhân khẳng định rằng chân lý bắt nguồn từ sự tạo dựng, sự thực hữu và tự mặc khải của Đức Chúa Trời, chứ không chỉ trong kinh nghiệm của con người mà thôi. Và Đức Chúa Trời đã thành người qua Chúa Giê-xu Christ, loại bỏ ý niệm cho rằng nhân loại không tài nào tiếp cận được với lời chân lý siêu việt. Qua Đấng Christ, lời của Đức Chúa Trời đã trở nên xác thịt (Giăng 1:14).

Người sáng lập ra trường phái triết học Khuyển nho, Antithenes (khoảng 450–370 T.C)

Các triết lý và tôn giáo khác cũng là nét đặc trưng của bức tranh thế kỷ thứ nhất,[5] nhưng những triết lý đã được đề cập đủ để cung cấp một ví dụ tiêu biểu về những ý tưởng tạp nham phổ biến vào thời đó. Sứ điệp Tân Ước không vang lên trong hư vô, nó cũng không gặp gỡ những con người ngờ nghệch chưa bao giờ biết mặt mũi tôn giáo hay triết lý nào. Đúng hơn nó va chạm, đôi lúc rất dữ dội, với những ý tưởng và phong trào đã được thiết lập vững chắc rồi.

Chi tiết về những cuộc đối đầu này sẽ khiến chúng ta quan tâm ở những chương tiếp theo khi chúng ta truy nguyên sự lan rộng của những lời tuyên bố Cơ Đốc ra các khu vực và cho những người không phải lúc nào cũng chào đón những gì họ đã nghe. Bây giờ, chúng ta hãy cố gắng đưa ra một tóm lược căn bản về đời sống của các Cơ Đốc nhân đầu tiên và những tín lý chính là nền tảng của đời sống Cơ Đốc.

---

[5] Xin xem chẳng hạn như, Frederick Copleston, *A History of Philosophy*, vol. 1, pt. 2, *Greece and Rome* (Garden City, NY: Image, 1962); James S. Jeffers, *The Greco-Roman World of the New Testament Era* (Downers Grove, IL: InterVarsity, 1999).

Những Cơ Đốc nhân đầu tiên: Dân tộc mới trong Đấng Christ

Thế thì những Cơ Đốc nhân đầu tiên này là ai? Chưa đầy hai tháng sau khi Chúa Giê-xu chịu chết và phục sinh thì Thánh Linh Đấng Christ đã hành động cách tươi mới giữa vòng những tín hữu nòng cốt tại Giê-ru-sa-lem. Đó chính là trong dịp lễ Ngũ Tuần. Đột nhiên, các thành viên của nhóm nhỏ các môn đồ này trở thành những con người được biến đổi, giảng tin mừng về Đức Chúa Trời cho những người Do Thái hành hương khắp thế giới cổ đại bằng chính tiếng mẹ đẻ của họ. Ba ngàn người đã đến với Đấng Christ chỉ trong một ngày.

Sự giáng lâm của Đức Thánh Linh trong ngày lễ Ngũ Tuần là một sự kiện mang tính bước ngoặt. Đúng là trên một số phương diện các môn đồ không hề khác so với trước. Họ vẫn chia sẻ những ký ức về việc được ở với Chúa khi Ngài tại thế, làm chứng về sự chết gây sốc của Ngài, kinh ngạc trước sự phục sinh và thăng thiên của Ngài và kiên nhẫn chờ đợi lời hứa trở lại của Ngài để khiến họ trở thành những người mang sứ điệp cứu rỗi đến cho toàn thế giới (Công 1:8). Ngoài ra, năm tháng trôi qua, những khía cạnh khác của cuộc đời họ vẫn như thường lệ: họ vẫn làm lụng, vẫn có gia đình, nhà cửa và cuộc đời để sống. Dĩ nhiên với nhiều người đeo đuổi sự kêu gọi làm giáo sĩ hay những người chịu sự bắt bớ vì đức tin thì những điều này không áp dụng cho họ.

Nhưng trên phương diện khác, họ không còn là những con người trước kia nữa. Họ đã trở thành những con người mới trong Đấng Christ.

Sự lan truyền Phúc âm sớm tăng nhanh qua hàng ngàn những người thờ phượng đã quy đạo vào Lễ Ngũ Tuần. Họ trở về quê nhà, về nhà hội ở tít tận Parthia xa xôi, hay La Mã hay Tây Ban Nha, họ mang lời Chúa Giê-xu Đấng Mê-si-a theo với họ.

> ### Tín lý chung của các Cơ Đốc nhân đầu tiên và người theo Do Thái giáo
>
> Kinh Thánh của hội thánh đầu tiên là Cựu Ước. Học giả Cựu Ước Christoph Barth đã liệt kê chín câu tuyên bố (bên dưới) về Đức Chúa Trời, làm căn bản trong thần học Cựu Ước. Tất cả đều được các tác giả Tân Ước trình bày lại. Ba lời tuyên bố cuối cùng không phải của Barth nhưng là những điều chắc chắn được các tác giả Cựu và Tân Ước tin theo.
>
> 1. Đức Chúa Trời tạo dựng trời và đất.
> 2. Đức Chúa Trời chọn các tổ phụ của Y-sơ-ra-ên.
> 3. Đức Chúa Trời giải phóng Y-sơ-ra-ên ra khỏi Ai Cập
> 4. Đức Chúa Trời dẫn dân Ngài xuyên qua đồng vắng.

> 5. Đức Chúa Trời khải thị về chính Ngài trên núi Si-nai.
> 6. Đức Chúa Trời ban xứ Ca-na-an cho Y-sơ-ra-ên.
> 7. Đức Chúa Trời dấy các vua Y-sơ-ra-ên lên.
> 8. Đức Chúa Trời chọn Giê-ru-sa-lem.
> 9. Đức Chúa Trời sai phái các tiên tri.
> 10. Đức Chúa Trời vui mừng hiệp thông với mỗi một người trong dân sự Ngài.
> 11. Đức Chúa Trời kêu gọi dân sự Ngài sống đời thánh khiết.
> 12. Đức Chúa Trời thành tín với giao ước Ngài – lời hứa cứu chuộc một dân tộc để họ phục vụ và ca ngợi Ngài mãi mãi.
>
> Phỏng theo Christoph Barth, *God with Us: A Theological Introduction to the Old Testament*, ed. Geoffrey W. Bromiley (Grand Rapids: Eerdmans, 1991)

Nhưng nhóm các môn đồ nòng cốt đầu tiên của Chúa Giê-xu mở rộng nhanh chóng khi họ tiếp tục giảng đạo và chăm sóc nhau, ban đầu ở gần Giê-ru-sa-lem. Rồi đến thời điểm một số người chọn chuyển đi nơi khác, thường là do bị bắt bớ. Họ mang sứ điệp và lối sống của mình theo, tìm cách kết hợp các tập tục Do Thái giáo ngày xưa của họ với những điều có vẻ phù hợp với cuộc sống mới của họ trong Đấng Christ. Nhưng việc duy trì hai điều đó càng ngày càng trở nên khó hơn, căng thẳng gia tăng.

Nhà hội Do Thái Gamla ở Cao nguyên Golan được xây dựng trong Thời kỳ Đền thờ thứ hai vào thế kỷ thứ nhất SC. Đây là một trong những nhà hội Do Thái cổ xưa nhất ở Y-sơ-ra-ên

Các Cơ Đốc nhân đầu tiên tại xứ Pa-lét-tin mà chủ yếu là người Do Thái tiếp tục thờ phượng trong đền thờ Giê-ru-sa-lem và trong nhà hội. Nhưng họ cũng bắt đầu nhóm họp tại nhà riêng để cầu nguyện, thờ phượng và học Kinh Thánh cũng như học theo sự dạy dỗ của các sứ đồ. Có những khác biệt về văn hóa, thậm chí là ngôn ngữ, một số người nói tiếng A-ram và Hê-bơ-rơ và cũng có những người nói tiếng Hy Lạp (xem Công 6:1).

Đó là thời điểm tái lượng giá khi họ nỗ lực giữ sự ràng buộc với quá khứ, nhưng cũng tập trung hơn vào điều làm cho họ trở thành một cộng đồng mới. Cuối cùng, vào những năm 40 S.C, xung đột liên quan đến tập tục Do Thái giáo xuất hiện, chẳng hạn như tập tục cắt bì. Chức vụ của Phi-líp, Phi-e-rơ và đặc biệt là của Phao-lô ở các khu vực dân ngoại nêu lên những vấn đề liên quan như là liệu Cơ Đốc nhân không xuất thân là người Do Thái có phải tuân theo các tập tục truyền thống Do Thái hay không. Cuối cùng, các lãnh đạo hội thánh triệu tập một hội nghị để giải quyết vấn đề này. Giáo hội nghị Giê-ru-sa-lem diễn ra vào khoảng năm 40 S.C và được tóm tắt trong Công Vụ 15. Giáo hội nghị sẽ được thảo luận đầy đủ hơn ở chương sau.

Điều nổi lên từ những năm tháng căng thẳng, mang tính quyết định và những năm hội thánh tăng trưởng là nhận thức rằng Cơ Đốc nhân không phải là một tập hợp con của bất cứ một phái nhánh Cơ Đốc giáo đã được công nhận nào. Ở một số phương diện nhất định, đã đến lúc cần một sự tách rời. Nhưng các Do Thái nhân không cảm thấy *họ* đang bỏ lại phía sau công tác của Đức Chúa Trời suốt những thế kỷ đã qua hay đổi sang một hướng đi mới, chưa từng thấy nào đó. Trái lại, họ tin rằng qua các lời tiên tri cổ xưa và qua sự giảng dạy gần đây hơn của Giăng Báp-tít và chính Chúa Giê-xu, Đức Chúa Trời đã tiên báo về một phong trào Cơ Đốc.

Các Cơ Đốc nhân người Do Thái cảm thấy rằng chính những người Do Thái không công nhận địa vị Đấng Mê-si-a của Chúa Giê-xu là người từ bỏ chính di sản xa xưa của mình bằng cách phỉ báng Đấng giải cứu mà Đức Chúa Trời đã hứa ban, là Chúa Giê-xu người Na-xa-rét, Đấng sống lại và được cất nhắc lên bên hữu Đức Chúa

Đấu trường La Mã Cổ Đại. Đây là nơi nhiều Cơ Đốc nhân đầu tiên bị hành hình bởi họ giữ vững lời tuyên xưng đức tin của mình.

Trời. Qua Kinh Thánh, họ biết rằng việc kếp nạp người ngoại bang vào dân giao ước của Đức Chúa Trời đã được tiên báo từ lâu. Vì thế, họ cảm thấy họ đang làm trọn, chứ không phải xem thường, sứ điệp của Cựu Ước bằng những bước mà họ thực hiện nhằm điều chỉnh các tập tục Do Thái cho thích hợp với thực tế của các cộng đồng không phải là người Do Thái. Họ nắm chắc những cốt lõi của giáo lý Cựu Ước mà Chúa Giê-xu đã tuân theo, phê chuẩn và giải thích trong sự dạy dỗ của Ngài.

Tất cả sự phát triển này đều diễn ra trong một môi trường ngày càng phức tạp, thậm chí thù địch, như chúng ta đã thấy. Tình hình chính trị và xã hội tại Pa-lét-tin ngày càng tồi tệ hơn khi cuộc cách mạng Do Thái chống lại người La Mã của những năm 60 S.C đến gần. Những vùng đất ngoại bang của đế quốc La Mã đôi khi cũng chứng kiến sự bắt bớ Cơ Đốc nhân. Các Cơ Đốc nhân đầu tiên có rất nhiều điều để giải thích với chính họ và với người khác trong những năm tháng này. Điều họ nói tập trung vào việc họ là ai và họ tin vào điều gì.

Cách các Cơ Đốc nhân đầu tiên nhìn chính mình

Các Cơ Đốc nhân đầu tiên xem mình là dân sự của Chúa, và là người thừa kế những lời hứa trong Cựu Ước. Đức Chúa Trời hành động giữa các dân tộc, chắc chắn như vậy (Công 17:26), nhưng Cơ Đốc nhân hiệp lại với các con cái khác của Áp-ra-ham (Ga 3), những tín hữu thật trong Đức Chúa Trời hằng sống từ những thời trước, để tạo nên một gia đình thuộc linh lớn được Đức Chúa Trời chọn lựa để thờ phượng Ngài và làm trung gian mang sự cứu rỗi đến cho thế gian. Sứ điệp của họ được gọi là "Phúc âm", hay tin mừng. Nó tập trung vào Chúa Giê-xu Christ – Ngài là ai và Ngài đã làm gì – và họ là nhân chứng cho những điều này. Theo định nghĩa, nhân chứng là người làm chứng về điều gì đó hoặc cho ai đó khác, không phải cho chính họ. Các Cơ Đốc nhân đầu tiên cũng vậy. Họ không giảng về chính họ nhưng giảng rằng Giê-xu là Chúa. Họ mô tả chính mình hay họ được mô tả bằng nhiều cách khác nhau – là những người đi theo Đạo, đầy tớ của Đấng Christ, những người sót lại của Y-sơ-ra-ên, là Y-sơ-ra-ên thật, là hội thánh, là chứng nhân và Cơ Đốc nhân – tất cả những tên gọi ấy bằng cách này hay cách khác cho thấy cách họ đang thể hiện một đời sống mới trong Đấng Christ.

Điều các Cơ Đốc nhân đầu tiên tin

Bởi vì các Cơ Đốc nhân đầu tiên sử dụng Cựu Ước làm Kinh Thánh, nên họ có một sự thống nhất căn bản với phần lớn những gì người Do Thái quanh họ tin. Tất cả đều đồng ý rằng chỉ có một Đức Chúa Trời, Đấng Tạo Hóa của thế giới, Đấng thánh khiết, yêu thương, công bình và chân thật. Tất cả đều đồng ý rằng Đức Chúa Trời khải thị chính Ngài qua Kinh Thánh, vì thế bày tỏ chính Ngài và ý muốn của Ngài cho dân sự Ngài. Tất cả đều tin vào sự cần thiết của việc cầu nguyện, thờ phượng và sống đạo đức trong sự hiện diện của Đức Chúa Trời. Cơ Đốc nhân và nhiều người Do Thái đều tin vào đời sau, vào sự phục sinh của thân thể, sự kết thúc cõi đời sắp đến, sự đoán xét cuối cùng và hậu quả đời đời qua hình thức thiên đàng hoặc địa ngục. Khi nói chuyện với Tòa Công Luận của người Do Thái tại Giê-ru-sa-lem, sứ đồ Phao-lô thậm chí còn nói: "Tôi là người Pha-ri-si, con của người Pha-ri-si. Chính vì niềm hi vọng về sự sống lại từ cõi chết mà tôi bị đưa ra xét xử" (Công 23:6).

Tính độc nhất của Chúa Giê-xu

Nhưng Cơ Đốc nhân và người Do Thái không đồng ý với nhau về tất cả mọi thứ. Những khác biệt của họ tập trung đặc biệt vào việc Chúa Giê-xu là ai và Ngài đã làm gì. Cơ Đốc nhân đưa ra lời xác nhận gây sửng sốt rằng qua Chúa Giê-xu, chính Đức Chúa Trời đã mang lấy thân xác con người. Thế nhưng họ không cho rằng điều này có nghĩa là có nhiều hơn một Đức Chúa Trời. Đúng hơn, Đức Chúa Trời không những chỉ có một, mà Ngài cũng không thỏa hiệp tính độc nhất của Ngài. Cha là Đức Chúa Trời, nhưng Con và Thánh Linh cũng là Đức Chúa Trời. Dĩ nhiên, ở đây chúng ta đang đụng đến điều mà sau này được gọi là giáo lý Ba Ngôi. Con tồn tại đời đời trong chính hình ảnh Đức Chúa Trời (Phil 2:6) và sự đầy trọn của thần tính hiện diện trong thân thể hữu hình của Ngài (Côl 2:9). Nhận thức về Đức Chúa Trời trong ba thân vị khác nhau (Cha, Con và Thánh Linh) hiệp nhất (một, không phải là ba, Đức Chúa Trời) là điểm đặc trưng của Cơ Đốc giáo và được tìm thấy trong tài liệu Cơ Đốc từ ban đầu. Chính Chúa Giê-xu cho thấy Ngài tin vào điều này, xác nhận rằng Ngài và Cha là một (Giăng 10:30). Cũng vậy, những người chống đối Ngài cũng nghĩ rằng Ngài đang đưa ra những lời tự xưng rằng mình bình đẳng với Đức Chúa Trời (Giăng 5:18).

> ### Bài tín điều các sứ đồ
>
> Tôi tin Đức Chúa Trời Toàn Năng là Cha, là Đấng dựng nên trời đất.
>
> Tôi tin Giê-xu Christ là Con độc sinh của Đức Chúa Trời và Chúa chúng ta. Ngài được thai dựng bởi Thánh Linh, sinh bởi nữ đồng trinh Ma-ri, chịu thương khó dưới tay Bôn-xơ Phi-lát, bị đóng đinh trên thập tự giá, chịu chết và chôn. Ngài xuống âm phủ, đến ngày thứ ba, Ngài từ kẻ chết sống lại. Ngài thăng thiên, ngồi bên hữu Đức Chúa Trời Toàn Năng là Cha. Từ đó Ngài sẽ trở lại để đoán xét kẻ sống và kẻ chết.
>
> Tôi tin Thánh Linh. Tôi tin hội thánh phổ thông, sự cảm thông của thánh đồ, sự tha tội, sự sống lại của thân thể và sự sống đời đời. A-men.
>
> Mặc dù không phải do các sứ đồ viết, nhưng bài Tín điều các Sứ đồ là phần tóm lược ngắn gọn những sự dạy dỗ của họ. Có lẽ nó bắt nguồn trong giới những người nói tiếng La-tinh vào đầu thế kỷ thứ hai và phát triển thành bài Tín điều như hiện có vào thế kỷ thứ sáu hoặc thứ bảy.

> ### Tiêu điểm 13: Đức tin và hành vi
>
> Niềm tin Cơ Đốc tạo nên khác biệt gì? Sự thật đó là niềm tin có thể đóng vai trò lớn trong cách người ta sống mỗi ngày.
>
> Chân lý này được lý giải qua một nghiên cứu quan trọng về sự chống đối của người Đức đối với Adolf Hitler, *Plotting Hitler's Death* của tác giả Joachim Fest (New York: Metropolitan Books, 1996). Fest không ngừng cho thấy rằng niềm tin tôn giáo là cơ sở cho sự chống đối Hít-le và chế độ dùi cui mà ông thiết lập.
>
> Đôi khi niềm tin này đồng nghĩa với khao khát cứu nước Đức ra khỏi các chính sách tàn bạo của Hít-le. Đôi khi chúng đồng nghĩa với tinh thần oán hận trước việc người Do Thái bị bỏ tù và hành quyết. Thông thường chúng

> bao hàm ý thức trách nhiệm cá nhân trước mặt Chúa – nếu không ngăn chặn Hít-le lại thì một ngày nào đó người ấy sẽ bị đoán phạt.
>
> Vào tháng Một năm 1944, thống soái của nước Phổ Count Helmutch James von Moltke (1907–45) bị bắt vì thông đồng trong âm mưu chống lại Hít-le. Khi bị đưa ra xét xử, vị "thẩm phán" Đức Quốc Xã xét xử ông đã kêu lên: "Count von Moltke à, Cơ Đốc giáo và Chủ nghĩa dân tộc Đảng Quốc xã có chung một điều và chỉ một điều mà thôi: Chúng ta đều đòi hỏi toàn cả con người." Một phần bởi vì Molt tin rằng toàn bộ con người ông đều thuộc về Đức Chúa Trời, chứ không phải Hít-le, nên ông đã bị xử tử.
>
> Các Cơ Đốc nhân đầu tiên đặt trọn vẹn niềm tin của mình vào sứ điệp nước Trời của Chúa Giê-xu. Nó thay đổi cuộc đời họ, và cuối cùng họ chung tay với nhau thay đổi cuộc sống của cả một nền văn minh. Đúng là niềm tin có thể trừu tượng và vô nghĩa. Nhưng khi hướng về Đấng Chrsit (và kết hợp với tình yêu mà Đấng Christ ban cho), có lẽ trên đời này không có một sức mạnh nào lớn hơn thế.

Dữ kiện mang tính quyết định là sự chết và sự sống lại của Chúa Giê-xu

Các Cơ Đốc nhân đầu tiên cũng giữ vững những tín lý đặc biệt về việc Chúa Giê-xu đã làm. Mọi người đều đồng ý rằng Chúa Giê-xu đã chết. Nhưng đối với Cơ Đốc nhân, mọi thứ không kết thúc ở đó. Họ cũng tin rằng chính Chúa đã chết – dù câu ấy nghe có vẻ như là điều không thể xảy ra – rằng Ngài đã sống lại từ cõi chết. Họ cũng nói rằng Chúa Giê-xu đã chết vì tội lỗi của thế gian, để người thuộc về Đức Chúa Trời nhờ Ngài được cứu. Bởi vì Ngài là *Chúa* Giê-xu Christ, nên Ngài đã là (và vẫn là) Cứu Chúa duy nhất của thế gian. Sự cứu chuộc không thể tìm được ở đâu khác ngoài đức tin vào danh Ngài (Công 4:12).

Những dữ kiện đặc biệt về Chúa Giê-xu là ai và Ngài đã làm gì tạo thành trọng tâm của Phúc âm như cách các tín hữu đầu tiên đã tin và rao giảng. Như sứ đồ Phao-lô đã tóm lược: "Vậy nếu miệng anh em xưng Đức Chúa Jêsus là Chúa, và lòng anh em tin rằng Đức Chúa Trời đã khiến Ngài từ cõi chết sống lại thì anh em sẽ được cứu" (Rô 10:9).

Kết luận

Trong một thế giới phức tạp và nản lòng được cai trị bởi đế quốc La Mã, được định hình bởi ảnh hưởng của văn hóa Hy Lạp, bận rộn với những hoạt động tôn giáo và vang vọng những triết lý đối địch nhau, thì các tín hữu Cơ Đốc thời kỳ đầu lại sống thể hiện một thực tại lâu đời hơn họ. Cơ Đốc nhân ngày nay cũng biết thực tại đó; đức tin của họ tăng trưởng từ sứ điệp đầy ảnh hưởng về Đấng Christ và các môn đồ Ngài mà Kinh Thánh cất giữ (Rô 10:17). Công Vụ và các thư tín Tân Ước cho chúng ta cái nhìn thoáng qua, và đôi khi là cái nhìn đầy đủ, về cách các Cơ Đốc nhân thuở xưa trung tín với Chúa trong thời của họ và qua đó biến đổi cả thế giới. Trong những chương tiếp theo, chúng ta sẽ tìm hiểu chi tiết việc này diễn ra như thế nào, với nhận thức rằng chúng ta rất cần ánh sáng Phúc âm và cuộc đời như thế trong chính thế giới của mình.

Tóm lược

1. Sức mạnh chính trị và quân sự chi phối thế kỷ thứ nhất tập trung ở La Mã.
2. Hội thánh đầu tiên khốn đốn dưới tay của một số hoàng đế La Mã, đặc biệt là Nê-rô và Domitian.
3. Thế kỷ thứ nhất sản sinh những điều kiện thuận lợi cho việc mở rộng Cơ Đốc giáo: tương đối hòa bình, tiếng Hy Lạp là ngôn ngữ chung, trật tự xã hội làm cho việc đi lại trở nên an toàn, đường bộ và đường biển đều phát triển.
4. Đế quốc La Mã được chi phối bởi các đặc trưng của văn hóa Hy Lạp, là nền văn hóa ảnh hưởng đến sự tăng trưởng của Cơ Đốc giáo: việc sử dụng tiếng Hy Lạp như một ngôn ngữ chung, sự phát triển của các thành phố và chủ nghĩa hổ lốn tôn giáo.
5. Tin vào sự huyền bí và thuật tử vi là đặc điểm nổi bật của tôn giáo trong thế giới của đế quốc La Mã.
6. Hội thánh đầu tiên phải đối diện với ảnh hưởng của nhiều triết lý khác nhau, đặc biệt là chủ nghĩa Khắc kỷ, thuyết Khuyển nho và chủ nghĩa hoài nghi.
7. Các môn đồ của Chúa Giê-xu được biến đổi vào Lễ Ngũ Tuần.
8. Đa số các Cơ Đốc nhân đầu tiên vẫn ở lại và thờ phượng tại Giê-ru-sa-lem.
9. Các Cơ Đốc nhân đầu tiên nhận mình là người thuộc về Chúa và là người thừa kế những lời hứa của Cựu Ước.
10. Các Cơ Đốc nhân đầu tiên giữ nhiều niềm tin đặc biệt khác nhau, nhưng niềm tin quan trọng mà ai cũng giữ là tính độc nhất của Chúa Giê-xu và sự chết chuộc tội và sự phục sinh của Ngài.

Câu hỏi ôn tập

1. Xin liệt kê năm câu hỏi mà hiểu biết về thế giới La Mã thế kỷ thứ nhất có thể cho bạn câu trả lời.
2. Các hoàng đế La Mã được đề cập đích danh trong Tân Ước là ai?

3. Thuật ngữ "Pax Romana" có nghĩa là gì?
4. Xin liệt kê một số cách trong đó văn minh La Mã chịu ảnh hưởng của văn hóa Hy Lạp.
5. Chủ nghĩa Khắc kỷ là gì? Nó khác với Cơ Đốc giáo như thế nào?
6. Tại sao lại xuất hiện căng thẳng giữa các Cơ Đốc nhân đầu tiên, gần như tất cả đều là người Do Thái, với những người Do Thái khác?
7. Kinh Thánh Cựu Ước là nền tảng cho đức tin của các Cơ Đốc nhân đầu tiên theo những cách nào?
8. Những điểm đặc trưng chính của niềm tin Cơ Đốc thời kỳ đầu là gì? Chúa Giê-xu là trung tâm theo những cách nào?

Các thuật ngữ then chốt

Ảnh hưởng của	Giáo hội nghị Giê-ru-sa-lem	Pax Romana
Chủ nghĩa Khắc kỷ	lễ Ngũ Tuần	Thuyết hỗ lốn tôn giáo
Chủ nghĩa hoài nghi	văn hóa Hy Lạp	Thuyết Khuyển nho

Con người/Địa điểm chính

A-chai	Ê-phê-sô	Gai-út	Octavian
Ạc-ríp-pa	Ga-li-lê	La Mã Pompey	(Sê-sa Au-gút-tơ)
Alexander Đại Đế	Caligula	Giu-đê	Suetonius
An-ti-ốt	Giê-ru-sa-lem	Sê-sa Au-gút-tơ (Octavian)	Sy-ri
Claudius	Julius Caesar	Ma-xê-đoan	Ti-be-rơ
Cô-rinh-tô	Domitian	Nê-rô	

Sách đọc thêm

Arnold, Clinton E., ed., *Zondervan Illustrated Bible Backgrounds Commentary*. 4 vols. Grand Rapids: Zondervan, 2002.

> Phần giới thiệu tài liệu về bối cảnh theo kiểu từng câu một rất hữu ích cho việc hiểu Tân Ước. Bao gồm nhiều hình ảnh và phần ghi chú thêm.

Bell, Albert A., Jr. *Exploring the New Testament World*. Nashville: Thomas Nelson, 1998.

> Xem xét hầu hết những khía cạnh của văn hóa Địa Trung Hải thế kỷ thứ nhất, tập trung vào tôn giáo Hy-La, triết lý, cấu trúc xã hội, đạo đức, mối liên hệ cá nhân và luật pháp La Mã. Chứa đựng phần liệt kê những sách và bài viết có giá

trị để nghiên cứu thêm cho từng chủ đề được nói đến. Một nguồn tư liệu để viết bài luận cuối khóa rất hữu ích.

Evans, Craig A., và Stanley E. Porter, eds. *Dictionary of New Testament Background*. Downers Grove, IL: InterVarsity, 2000.

Các bài viết về hầu hết các khía cạnh của thế giới Tân Ước. Chứa đựng cả bối cảnh Do Thái và Hy-La. Nguồn tham khảo quý giá bao gồm nhiều bài báo.

Ferguson, Everett. *Backgrounds of Early Christianity*. 3rd ed. Grand Rapids: Eerdmans, 2003.

Phần thảo luận súc tích, phong phú về nguồn tài liệu tham khảo về tất cả các chủ đề và bằng chứng chính trị, văn hóa xã hội, tôn giáo, triết học liên quan đến Tân Ước.

Finegan, Jack. *Myth and Mystery: An Introduction to the Pagan Religions of the Biblical World*. Grand Rapids: Baker Academic, 1989.

Phần dẫn nhập dễ theo dõi về những tôn giáo, tín ngưỡng và các ý niệm phức tạp mà từ đó nảy sinh Cơ Đốc giáo. Cho thấy sự đối lập rất lớn giữa điều mà người theo ngoại giáo tin và điều mà Cơ Đốc nhân dạy dỗ.

Frazee, Charles A. *Two Thousand Years Ago: The World at the Time of Jesus*. Grand Rapids: Eerdmans, 2002.

Đưa ra một nhãn quan toàn cầu về kỷ nguyên Tân Ước bằng cách xem xét những khu vực chính của thế giới và các tôn giáo ở những khu vực ấy trong thời Chúa Giê-xu.

Grant, Michael. *The Twelve Caesars*. New York: Barnes & Noble, 1996.

Một nghiên cứu xuất sắc về các sê-sa trong thời Tân Ước bởi một nhà sử học đương đại lỗi lạc.

Grant, Robert M. *Augustus to Constantine*. New York: Barnes & Noble, 1996.

Một khảo sát về lịch sử La Mã trong suốt kỷ nguyên Cơ Đốc thời kỳ đầu. Rất xuất sắc về dòng chảy của các sự kiện đã tác động đến tín hữu.

Guthrie, Donald. *New Testament Theology*. Downers Grove, IL: InterVarsity, 1981.

Phần mô tả bao quát, được sắp xếp theo chủ đề, về các tín lý Cơ Đốc ban đầu.

Hazel, John. *Who's Who in the Roman World*. 2nd ed. London: Routledge, 2002.

Ích lợi cho việc nhận diện các nhân vật lịch sử quan trọng và ảnh hưởng của họ đối với thế giới La Mã.

Johnson, Luke Timothy. *The Writings of the New Testament: An Interpretation*. Rev. ed. Minneapolis: Fortress, 1999.

Trang 1–153 là bản tóm tắt sâu sắc, dù nâng cao, về các vấn đề liên quan đến bối cảnh, các học thuyết quan trọng và nguồn sách tham khảo mang tính học thuật.

Kee, Howard Clark, et al. *Christianity: A Social and Cultural History.* New York: Macmillan, 1991.

Trang 1–143 bàn luận về sự xuất hiện của phong trào Cơ Đốc giáo ban đầu và đặc trưng của nó. Nhấn mạnh về các thế lực văn hóa và xã hội mà Chúa Giê-xu và các môn đồ của Ngài đối diện. Lịch sử Cơ Đốc giáo ban đầu được truy nguyên từ những thế kỷ tiếp theo cho đến khoảng năm 300 S.C.

Maier, Paul. *Pontius Pilate.* Wheaton: Tyndale, 1976.

Một nhà sử học sử dụng hình thức tiểu thuyết để đưa ra một bức chân dung đáng nhớ và đúng như thật về cuộc sống ở La Mã và các tỉnh.

Newsome, James D. Greeks, Romans, *Jews: Currents of Culture and Belief in the New Testament World.* Philadelphia: Trinity, 1992.

Phần thảo luận dễ đọc nhưng cũng thường mang tính chuyên môn về những nguồn tư liệu cổ xưa và những sự phát triển về mặt lịch sử. Giá trị trong việc khám phá bản chất của văn hóa Hy Lạp và ảnh hưởng của nó trên Do Thái giáo. Đánh giá về các tôn giáo và triết học thời kỳ đó.

Roetzel, Calvin. *The World That Shaped the New Testament.* Rev. ed. Louisville: Westminster John Knox, 2002.

Mô tả môi trường xã hội, chính trị, tôn giáo và học thuật của các tác giả Tân Ước.

Suetonius. *The Twelve Caesars.* Translated by Robert Graves. New York: Penguin, 1989.

Một trong những nguồn cổ xưa chứa đựng nhiều thông tin hữu ích và thú vị nhất cho sự hiểu biết của chúng ta về thời kỳ các hoàng đế.

Chương 14

Công Vụ 1–7

Buổi Đầu Của Hội Thánh

Bố cục

- **Công Vụ: Tập 2 của Lu-ca**
    - Tác giả và mục đích
    - Niên đại
    - Tựa sách
    - Đặc điểm và tầm quan trọng
    - Đặc điểm và cấu trúc văn chương
    - Cách giải nghĩa Công Vụ Các Sứ Đồ

- **Bố cục Công Vụ 1**
    - Công tác làm chứng về Chúa ban đầu tại và quanh thành Giê-ru-sa-lem (1:1)
    - Di sản của Chúa Giê-xu (1:1)
    - Lễ Ngũ Tuần Cơ Đốc đầu tiên (1:12)
    - Những ngày chuẩn bị
    - Sứ điệp nổi bật, đáp ứng ấn tượng
    - Nếp sống cộng đồng

- **Lan truyền sứ điệp, nhận lấy sự chống đối (3:1)**
    - Các phép lạ và sứ điệp
    - Cộng đồng Cơ Đốc
    - Xung đột

Mục tiêu

Sau khi đọc chương này, bạn sẽ có thể

- Nhận diện tác giả và xác định mục đích của sách Công Vụ
- Giải thích tại sao sách Công Vụ lại quan trọng
- Đề xuất những chỉ dẫn thực tiễn cho việc nghiên cứu sách Công Vụ
- Lập bố cục nội dung cho Công Vụ 1–7
- Xác định di sản Chúa Giê-xu trong Công Vụ 1
- Thảo luận về Lễ Ngũ Tuần Cơ Đốc đầu tiên
- Minh họa ba chủ đề chính trong Công Vụ 3–7
- Xác định hai cách phân chia chính sách Công Vụ

Bức vẽ Byzantine vào thế kỷ thứ 10 cho thấy Lu-ca đang ngồi viết sách

Trong *Republic* của Plato, Socrates nói với thính giả của mình rằng "phần quan trọng nhất của mọi nhiệm vụ là phần bắt đầu nhiệm vụ ấy." Lịch sử cho thấy rõ rằng trong buổi đầu của chức vụ công khai ngắn ngủi của Chúa Giê-xu, một phong trào thay đổi thế giới đã xuất hiện. Để hiểu được phong trào đó, chúng ta cần phải nghiên cứu khởi đầu của nó. Không có sách chỉ dẫn nào làm sáng tỏ khởi đầu của Cơ Đốc giáo cho bằng sách Công Vụ.

Mỗi sách phúc âm đều thuật lại rằng khoảng năm 30 S.C, Chúa Giê-xu người Na-xa-rét đã chịu chết trên thập tự giá và sống lại. Sau phục sinh, Chúa Giê-xu đã khuyên bảo các môn đồ Ngài phải sống thể hiện và lan truyền sứ điệp mà Ngài đã giao cho họ. Sách tiếp theo trong Tân Ước sau bốn sách phúc âm, Công Vụ Các Sứ Đồ, kể câu chuyện về sự ra đời và mở rộng của hội thánh đầu tiên. Trước khi chúng ta xem xét câu chuyện đó, chúng ta cần quan tâm đến một số vấn đề mang tính dẫn nhập.

Công Vụ: Tập 2 của Lu-ca

Tác giả và mục đích

Những lời mở đầu của sách Công Vụ công bố: "Trong sách thứ nhất..." Điều này rõ ràng chỉ về tác phẩm trước đó. Các học giả đồng ý rằng tác phẩm ấy chính là phúc âm thứ ba, tức Lu-ca. Truyền thống cổ xưa cũng như các đặc trưng văn chương của hai tài liệu cho thấy rằng chúng có cùng một tác giả. Nếu Lu-ca, một bác sĩ và người đồng lao của Phao-lô (Côl 4:14), viết phúc âm mang tên ông, thì ông cũng là người viết Công Vụ.

Những câu mở đầu của phúc âm Lu-ca 1:1–4) đáng được nhắc lại khi ta đến với sách Công Vụ. Lu-ca thông tin cho độc giả ba điều. Thứ nhất, các truyền thống đáng tin cậy về Chúa Giê-xu và phong trào Cơ Đốc ban đầu đã được những nhân chứng tai nghe mắt thấy truyền lại. Thứ hai, Lu-ca đã xem xét kỹ lưỡng những kinh nghiệm và những điều được tường thuật lại. Thứ ba, ông mong tác phẩm của mình mang lại sự hiểu biết và tăng trưởng trong đức tin Cơ Đốc cho người đọc. Ba điều này không chỉ áp dụng cho Lu-ca nhưng cũng cho Công Vụ nữa. Chúng góp phần lý giải tính chất đáng tin cậy, ghi chép cẩn thận và sự nhạy bén về thần học của sách.

Niên đại

Lu-ca viết sách Công Vụ khi nào? Câu trả lời tùy thuộc vào niên đại được định cho sách phúc âm thứ ba. Có lẽ nó được viết không muộn hơn đầu những năm 60, khi Phao-lô còn bị giam giữ tại gia ở La Mã để chờ xét xử. Đây là thời điểm kết thúc sách Công Vụ (xin xem Công 28:30). Lý do khả dĩ nhất cho việc nó kết thúc ở đây là: đó là thời điểm Lu-ca đang viết sách, ông kết lịch sử ở chỗ ông biết và có thể kể lại cách chi tiết.

Không ai biết Lu-ca bắt đầu viết sách Công Vụ khi nào. Có lẽ sau khi ông viết xong sách phúc âm của mình. Ta không nên bỏ qua khả năng Lu-ca đã hoàn tất sách phúc âm của mình sớm hơn nhiều: các nhà giải kinh hồi xưa đều cho rằng phúc âm mà Phao-lô đề cập đến ("Tin Lành"; xin xem Rô 2:16; 16:25; 2 Ti 2:8; so sánh với 2 Côr 8:18) chính là phúc âm Lu-ca.[1] Có lẽ Lu-ca viết phúc âm của mình trước và trong suốt những năm đầu làm phụ tá của Phao-lô, rồi viết tiếp sách Công Vụ. Những phần chính của sách Công Vụ ngụ ý rằng tác giả là một phần trong ký thuật mà ông kể lại. Các học giả gọi những phần đó là "phần chúng ta" (16:10–17; 20:5–21:28; 27:1–28:16).

---

[1] Xin xem John W. Wenham, *Redating Matthew, Mark, and Luke* (London: Hodder & Stoughton, 1991), 186, 230–37.

Tựa sách

Một số người vẫn cho rằng tựa sách "Công Vụ Các Sứ Đồ" không hoàn toàn phù hợp. Chỉ một trong mười hai sứ đồ ban đầu, là Phi-e-rơ, nhận được mối quan tâm lớn. Phần còn lại của sách chủ yếu quan tâm đến chức vụ của Phao-lô. Một số người cũng cho rằng một tựa sách chẳng hạn như "Công Tác của Đức Thánh Linh" hay "Sự mở rộng Phúc âm qua Hội thánh" (xem 6:7; 9:31; 12:24; 16:5; 19:20) có lẽ là tựa sách hay hơn.

Tuy nhiên, "các sứ đồ" theo nghĩa rộng nói đến những Cơ Đốc nhân đầu tiên, những người được Thánh Linh của Chúa Giê-xu Christ ủy thác và trao quyền đặc biệt. Vô số người trong Công Vụ khớp với mô tả này. Ngoài ra, những thành tựu của Phi-e-rơ và Phao-lô có lẽ được xem là đại diện cho công tác của các sứ đồ khác ở những nơi khác mà Lu-ca có ít thông tin trực tiếp hơn. Công Vụ được ví sánh như một khảo sát về chức vụ tổng thống của nước Mỹ có nhan đề "Công tác của các Tổng thống" mà sách tập trung vào, chẳng hạn Washington và Lincoln, với sự đề cập ngắn gọn đến các tổng thống ít quan trọng khác.

> ### Kinh điển Muratori về Lu-ca – Công Vụ
>
> Một tư liệu cổ (được đặt tên theo người tìm ra nó, L. A. Muratori), có lẽ có niên đại từ cuối thế kỷ thứ hai, giữ được những thông tin sau về các sách Tân Ước do Lu-ca viết:
>
> Sách phúc âm thứ ba là phúc âm theo Lu-ca. Lu-ca, một bác sĩ, khi Phao-lô đem ông theo làm người đồng lao, sau khi Chúa Giê-xu thăng thiên, đã viết sách theo tên của mình những gì ông đã nghe kể lại, mặc dù chính ông chưa từng thấy Chúa trong thân xác. Ông ghi lại những sự kiện ông có thể biết chắc, và bắt đầu câu chuyện của mình bằng sự ra đời của Giăng... Ngoài ra, Công Vụ của các sứ đồ cũng được viết thêm thành một quyển nữa. Lu-ca viết các sách ấy cho Thê-ô-phi-lơ, vì một số sự kiện diễn ra khi ông có mặt và ông đã thể hiện rõ điều này bằng cách bỏ đi phần cuộc khổ nạn của Phi-e-rơ và hành trình của Phao-lô khi ông rời La Mã đến Tây Ban Nha.
>
> *Documents of the Christian Church*, ed. Henry Bettenson ((New York: Oxford University Press, 1947), 40–41.

Đặc điểm và tầm quan trọng

Sách Công Vụ Các Sứ Đồ giá trị ở hai khía cạnh: giá trị lịch sử và sự thấu suốt về thần học của nó.[2]

---

[2] Xin xem I. Howard Marshall, *Luke: Historian and Theologian* (Grand Rapids: Zondervan, 1989).

Về ý thứ nhất, Công Vụ đề cập đến hơn ba mươi quốc gia, hơn năm mươi thành, vô số hòn đảo và gần một trăm con người, khoảng sáu mươi người trong đó không được đề cập đến ở chỗ nào khác trong Tân Ước. Tác giả của sách Công Vụ cho thấy sự hiểu biết ấn tượng về địa lý, chính trị và tập tục địa phương, đường hàng hải và thế giới Địa Trung Hải thế kỷ thứ nhất nói chung, như các nghiên cứu của các học giả như F. F. Bruce, C. Hemer, M. Hengel và W. Ramsay đã chứng minh.

Về nội dung thần học, Lu-ca không bắt đầu viết một ký thuật có hệ thống về sự dạy dỗ của hội thánh đầu tiên. Thế nhưng, bằng một cách thức rất hiệu quả, ông đã thuật lại sự phát triển, sự bàn luận và đôi khi là sự bất đồng, chia rẽ xung quanh việc lan truyền sự giảng dạy ban đầu về Chúa Giê-xu. Cụ thể, trong các bài diễn thuyết và bài giảng của Công Vụ, chiếm khoảng một phần năm sách, nổi bật lên trọng tâm là sự dạy dỗ đầu tiên của các sứ đồ. Dù trong bài giảng của Phi-e-rơ (Công 2), phần biện hộ của Ê-tiên (Công 7) hay bài phát biểu của Phao-lô trước những thính giả dân ngoại đầy ngờ vực (Công 17) thì lời của Chúa Giê-xu Christ cũng được ban ra một cách rõ ràng và hiệu quả.

Chủ đề trong sách Công Vụ

Lu-ca viết với mối quan tâm về mặt lịch sử, nhưng chủ đề của ông thì lại chứa đựng tầm quan trọng về mặt thần học. Các chủ đề ấy bao gồm

Truyền giáo thế giới

Sự quan phòng của Chúa

Năng quyền của Thánh Linh

Y-sơ-ra-ên được phục hồi

Phúc âm mở rộng cho cả dân ngoại

Sự chiến thắng của Phúc âm

Phỏng theo John B. Polhill, "Interpreting the Book of Acts," trong *Interpreting the New Testament*, ed. D. A. Black and D. S. Dockery (Nashville: Broadman & Holman, 2001).

Gộp chung với phúc âm Lu-ca, sách Công Vụ chiếm hơn một phần tư toàn bộ Tân Ước. Vị trí của nó – nằm giữa các sách phúc âm, là những sách nói về việc Chúa Giê-xu Christ hạ trần, và các sách thư tín, là các sách giải thích về tầm quan trọng của Đấng Christ trong tình hình hội thánh địa phương cụ thể - cho thấy tầm quan trọng về mặt thần học của nó. Công Vụ lý giải thế nào kerygma, lời công bố sớm nhất về Chúa Giê-xu đã chết và sống lại, phát triển trong thế giới La Mã cổ đại, và vì thế nắm giữ vị trí quan trọng phổ quát. Nó đảm bảo tầm quan trọng của lời chứng về những nếp sinh hoạt và giáo lý, hay thần học, của hội thánh đầu tiên, dành cho mọi thời đại kể từ đó trở đi.

Đặc điểm và cấu trúc văn chương

Công Vụ nổi tiếng là sách có giá trị văn chương rất cao. Thể văn xuôi của nó chứa đựng tính tinh tế và duyên dáng mà vẫn không bị rơi vào lối khoa trương hay hùng biện thái quá. Giống như Lu-ca, Công Vụ sử dụng vốn từ vựng rất rộng: hơn 400 từ không được tìm thấy ở bất cứ sách nào khác trong Tân Ước, với khoảng 60 từ khác chỉ xuất hiện trong phúc âm Lu-ca mà thôi (là sách sử dụng hơn 250 từ không được tìm thấy ở đâu khác trong Tân Ước). Trong khi đó, Ma-thi-ơ có hơn, còn Mác có ít hơn, 100 từ như thế.

Mặc dù không một mô tả nào về cấu trúc văn chương của sách Công Vụ nhận được sự đồng ý của tất cả mọi người, nhưng nhiều người đồng ý rằng sách Công Vụ chia thành hai phần lớn một cách rất tự nhiên. Chú ý những lời chứa đựng kế hoạch của Chúa Giê-xu trong 1:8 ("các ngươi sẽ làm chứng về Ta tại thành Giê-ru-sa-lem, cả xứ Giu-đê, xứ Sa-ma-ri cho đến cùng trái đất"), các học giả cho rằng chương 1–12 thuật lại sự lan rộng của Phúc âm tại và xung quanh Giê-ru-sa-lem, Giu-đê và Sa-ma-ri. Chương 13–28 kể lại lời chứng về Chúa của hội thánh đầu tiên khi nó lan tỏa ra đến "cùng trái đất" suốt những thập kỷ đầu tiên của hội thánh sơ khai.

Cách giải nghĩa Công Vụ Các Sứ Đồ

Giống như các sách phúc âm, Công Vụ chứa đựng một số lượng lớn chuyện kể. Nghĩa là sách kể lại những sự kiện lịch sử. Khác với các sách phúc âm, phần nhiều những gì sách Công vụ kể lại không liên hệ trực tiếp tới những việc làm và lời dạy của Chúa Giê-xu. Đúng hơn, sách kể lại những người theo Chúa, và nhiều người khác nữa, đã là một phần của Phúc âm, và đôi khi bị chống đối khi rao truyền Phúc âm. Độc giả tỉnh táo sẽ đặt câu hỏi: Công Vụ chỉ *mô tả* những việc đã từng diễn ra ở mức độ nào và *đưa ra quy chuẩn* cho việc *cần* phải diễn ra ở những thời điểm và bối cảnh khác ở mức độ nào?[3]

Câu trả lời cho câu hỏi này phải là kết quả của việc nghiên cứu và suy ngẫm từng phân đoạn Kinh Thánh dưới ánh sáng của cả Kinh Thánh và những yếu tố liên quan khác. Việc **nói tiếng lạ** có buộc phải đi kèm với tất cả mọi sự bày tỏ của Đức Thánh Linh không (Công 2)? Chắc chắn là không rồi. Người Cơ Đốc có nên thờ phượng mỗi ngày tại đền thờ Do Thái giáo, như Phi-e-rơ và Giăng đã làm, không (Công 3:1)? Một lần nữa, chắc chắn là không cần. Cả hai phân đoạn này chủ yếu

---

[3] Phần suy ngẫm gần đây và tốt nhất về vấn đề này có lẽ là Daniel M. Doriani, *Putting the Truth to Work* (Phillipsburg, NJ: Presbyterian & Reformed, 2001), chương 8 ("Issues in Applying Narrative Texts"). Cũng xem chương 5 trong Robert H. Stein, *A Basic Guide to Interpreting the Bible*, 2nd ed. (Grand Rapids: Baker Academic, 2011).

mang tính mô tả, mặc dù chúng cũng có thể chứa đựng những sự hiểu biết mang tính nguyên tắc (Đức Thánh Linh đầy năng quyền và là Đấng làm cho người ta mở lòng đón nhận ý nghĩa của Phúc âm; thờ phượng đối với Cơ Đốc nhân phải là hoạt động hàng ngày).

Tuy nhiên, những phân đoạn Kinh Thánh khác dường như vừa mang tính mô tả vừa đưa ra nguyên tắc. Chúa Giê-xu Christ là Đấng Cứu Thế duy nhất, như Công Vụ 4:12 đã tuyên bố, hoặc người ta có thể đứng trước mặt Chúa trong ngày phán xét cuối cùng nhờ vào việc lành của mình hay bằng việc nhờ cậy vào một tôn giáo nào khác không? Đức Thánh Linh có thật sự soi dẫn Đa-vít khi ông chắp bút viết những thi thiên khác nhau không (Công 4:25), hay đó chỉ là niềm tin cổ xưa hoặc là một thuật hùng biện mà thôi? Trong những trường hợp này và nhiều trường hợp khác nữa, có vẻ thích hợp khi cho rằng Công Vụ không chỉ *mô tả* mà còn *đưa ra quy định* những việc người theo Chúa cần phải xác nhận là đúng. Phần mô tả của sách liên hệ đến những sự kiện hay những lời phát biểu khác của Kinh Thánh, có thể trong Cựu Ước, trong các sách phúc âm hoặc trong các thư tín, theo cách dường như cung cấp lời xác nhận (hay sự dạy dỗ) đáng tin cậy về mặt giáo lý, chứ không chỉ là những thông tin lịch sử đáng tin cậy mà thôi.

Ý muốn nói ở đây là sự cẩn thận được đảm bảo khi đọc sách Công Vụ dựa vào thể loại văn chương. Nói chung, Công Vụ cung cấp **câu chuyện lịch sử** và thuật lại những sự kiện mà những người ở thời kỳ sau này không nên mong đợi lại được chứng kiến (ví dụ, sự thăng thiên của Chúa Giê-xu trong Công Vụ 1). Thế nhưng, phần lớn những gì được mô tả chí ít cũng có những tương đồng gián tiếp với kinh nghiệm Cơ Đốc ở mọi thời đại và ở khắp mọi nơi. Độc giả cần phải áp dụng với sự cẩn trọng cần thiết dưới ánh sáng của thách thức giải nghĩa đặc biệt mà Công Vụ nêu ra.

Bố cục Công Vụ 1–7

Công tác làm chứng về Đấng Christ tại và quanh Giê-ru-sa-lem (1:1–7:60)

A. Lời giới thiệu và khuyên bảo (1:1–8)
B. Sự thăng thiên (1:9–11)
C. Việc chọn người thế chỗ cho Giu-đa (1:12–26)
D. Lễ Ngũ Tuần: Sự xuất hiện của hội thánh (2:1–46)
E. Lần đụng độ đầu tiên giữa hội thánh với những người lãnh đạo tôn giáo (3:1–4:35)
F. A-na-nia và Sa-phi-ra: Trường hợp bị kỷ luật (4:36–5:16)
G. Lần đụng độ thứ hai giữa hội thánh với những người lãnh đạo tôn giáo (5:17–42)
H. Bảy người phục vụ: Ví dụ về chuyện giải quyết nan đề (6:1–7)
I. Ê-tiên: Xung đột chí tử với Do Thái giáo (6:8–7:60)

Công tác làm chứng về Chúa tại và quanh thành Giê-ru-sa-lem thuở ban đầu (1:1–2:47)

Di sản của Chúa Giê-xu (1:1–11)

Công Vụ tiếp tục nơi phúc âm Lu-ca kết thúc: tập trung vào Chúa Giê-xu Christ. Lu-ca 24:51 thuật lại rằng vài tuần sau khi phục sinh, Chúa Giê-xu đã thăng thiên về trời. Công Vụ bắt đầu bằng việc tiết lộ thêm điều Chúa Giê-xu đã nói và làm trước khi thân thể Ngài được cất lên khỏi đất.

Nhà nguyện Chúa Lên Trời trên đỉnh núi Ô-li-ve ở Giê-ru-sa-lem đánh dấu chỗ mà theo truyền thống là địa điểm Chúa Giê-xu thăng thiên về trời.

Trước nhất, Ngài để lại sự hiện diện của mình. Nghe đầy vẻ hiếu kỳ, nhưng các tác giả Tân Ước đều đồng ý rằng mặc dù Chúa Giê-xu đã chết một cách rõ ràng và công khai, nhưng việc thân thể vật lý Ngài về trời không có nghĩa là Ngài không còn là một tác nhân trong những chuyện trên đất nữa. Ngài vẫn thật sự hiện diện, dù không phải về mặt thể chất, như Ngài đã hứa (xin xem 24:49; Giăng 14:16). Vì thế, Công 1:2 nói về việc Chúa Giê-xu "cậy Đức Thánh Linh mà răn dạy những môn đồ Ngài đã chọn." Đức Thánh Linh là Thánh Linh của Chúa Giê-xu phục sinh. Cùng với phúc âm Lu-ca, Công Vụ đã rất nhiều lần nói đến Đức Thánh Linh, nhiều đến mức các học giả nói rằng Đức Thánh Linh là chủ đề chủ đạo của ông Lu-ca.

Thứ hai, Chúa Giê-xu để lại những mệnh lệnh thường trực. Ngài khuyên bảo các môn đồ, những người đang trông đợi Ngài lập một sự cai trị nào đó trên đất (1:6), đừng phí sức dự đoán thời điểm của Cha, là điều mà Ngài sẽ làm trọn vào đúng thời điểm của Ngài. Thay vào đó, họ cần sửa soạn cho sự viếng thăm thiên thượng đem lại sự biến đổi đời sống trong tương lai rất gần (1:8). Sau khi Chúa Giê-xu đi, Thánh Linh Ngài sẽ ban cho họ động lực mới mẻ để thực thi mạng lệnh mà Ngài giao phó. Mạng lệnh ấy đòi hỏi họ làm chứng Chúa Giê-xu Christ là ai đối với họ: Là Chúa của cả cõi tạo vật, là Đấng Cứu Chuộc của tất cả những ai tin cậy nơi sự chết của Ngài để giải phóng họ và là thẩm phán nghiêm khắc của tất cả những ai chối bỏ lời mời gọi ăn năn và hứa nguyện trọn đời trung thành với Ngài.

1:9–11 ký thuật Chúa Giê-xu thăng thiên một cách đơn giản, không kịch tính hay phô trương. Mặc dù không thể hiểu hoặc mô tả các chi tiết chuyên sâu về những gì mà những người xem nhìn thấy, nhưng giá trị kinh nghiệm của họ thì không hề ít đáng tin cậy hơn so với lời chứng của họ về sự tái hiện bằng xương thịt của Chúa Giê-xu sau sự chết công khai không thể chối cãi của Ngài (Lu 24:39). Chúa Giê-xu thăng thiên trở về nơi mà từ đó Ngài đã đến. Và Ngài sẽ trở lại (1:11). Cho tới lúc đó, thì các môn đồ của Ngài có những việc cần làm. Qua Đức Thánh Linh, chính Chúa Giê-xu bảo đảm rằng họ sẽ bắt đầu.

Lễ Ngũ Tuần Cơ Đốc đầu tiên (1:12–2:47)

Những ngày chuẩn bị

Rồi một ngày sự giáng lâm đầy kịch tính của Đức Thánh Linh mà Chúa Giê-xu đã hứa sẽ diễn ra. Mười một người thuận phục chờ đợi trong sự cầu nguyện liên tục, có mẹ Chúa Giê-xu, một số người đàn bà khác và những người em của Chúa (trước đây vẫn ngờ vực về Ngài) tham dự (1:13–14). Theo đề nghị của Phi-e-rơ, nhóm người này đã chỉ định một người thay thế cho kẻ phản Chúa là Giu-đa. Thăm rơi nhằm MA-THIA (1:26), là người mà chúng ta biết rất ít. Nhóm các sứ đồ lại mạnh mẽ trở lại.

Lễ Ngũ Tuần, một bức tranh để sau bàn Tiệc Thánh tại Nhà thờ chính tòa Siena của họa sĩ Duccio di Buonninsegna (Thế kỷ thứ mười bốn S.C)

Lễ Ngũ Tuần (2:1) là một kỳ lễ cổ xưa của người Hê-bơ-rơ được chính thức bắt đầu từ thời của Môi-se (Phục 16:16 gọi là Lễ Các Tuần). Lễ này diễn ra bảy tuần sau việc giữ lễ Vượt Qua và vẫn được người Do Thái ngày nay kỷ niệm. Vì thế, Chúa nhật Ngũ Tuần là một ngày vui mừng trong lịch Cơ Đốc. Sự hiện diện của Đức Thánh Linh vào dịp cụ thể này (2:2–4) tượng trưng cho sự hoàn tất công tác cứu chuộc của Đức Chúa Trời qua Chúa Giê-xu, ngày Thương Khó và Phục Sinh, liên kết nó với sự bắt đầu của một mùa gặt các linh hồn đáp ứng trước sự công bố về thập tự của Đấng Mê-si-a. ("Mê-si-a là hình thức tiếng Hê-bơ-rơ của từ "Christ" trong tiếng Hy Lạp và danh xưng đặc biệt phù hợp cho Chúa Giê-xu phục sinh trong bối cảnh Do Thái lấn át những chương đầu của Công Vụ). Đặc ân được là người đầu tiên công bố điều đó thuộc về Phi-e-rơ.

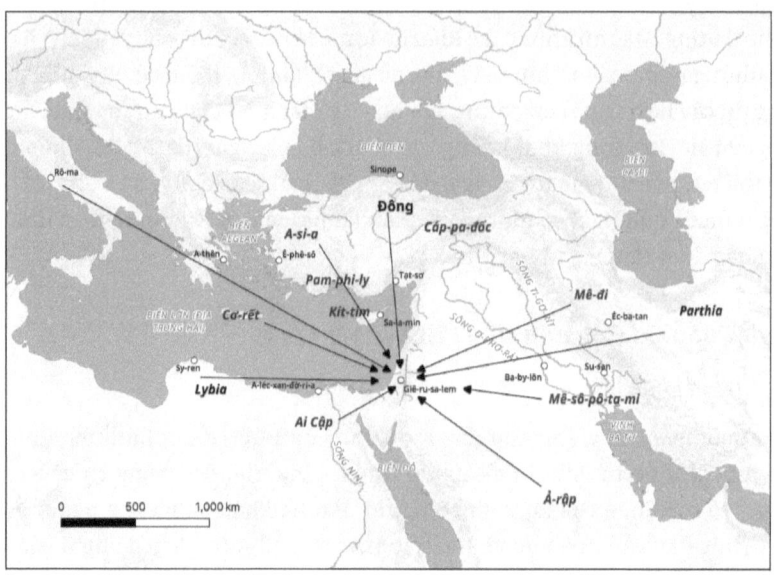

Bản đồ Những người nghe Phi-e-rơ giảng trong ngày lễ Ngũ Tuần

Sứ điệp nổi bật, đáp ứng ấn tượng

Ảnh hưởng chủ yếu của sự hiện diện lạ thường của Thánh Linh kéo theo việc công bố Phúc âm về Chúa Giê-xu, Đấng Mê-si-a. Việc những người hành hương Do Thái từ khắp thế giới đến Giê-ru-sa-lem để dự lễ Ngũ Tuần – 2:9–11 kể tên hơn chục dân hay nhóm sắc tộc, đại diện cho có lẽ là rất nhiều ngôn ngữ - được nghe về "những việc quyền năng của Đức Chúa Trời" (2:11) được công bố bằng ngôn ngữ mẹ đẻ của họ. Chắc chắn không phải tất cả những người chứng kiến đều thấy ấn tượng như nhau; một số người chế nhạo rằng mới sáng sớm mà họ đã chứng kiến người ta say xỉn trước bàn dân thiên hạ, một điều thật gớm ghiếc (2:13)!

Nhưng sứ điệp của Phi-e-rơ không hề là lời của một bợm rượu say sưa bét nhè. Dẫn chứng từ tiên tri GIÔ-ÊN trong Cựu Ước, ông xác nhận rằng thời kỳ cuối rốt khi người ta sẽ nói tiên tri giờ đây đã đến. Đó là thời điểm để kêu cầu Chúa, Đức Chúa Trời của lịch sử Cựu Ước và Kinh Thánh, với một sự nhiệt thành và mãnh liệt, vì Ngài ở gần họ và những niềm mong đợi của Ngài cũng chắc chắn như thế chính Ngài đã hiện diện với họ mới cách đây vài tuần.

Thế nhưng thật ra Phi-e-rơ không chỉ nhiệt thành kêu gọi mà thôi. Đúng hơn, ông kêu gọi một sự ăn năn (2:38). Những người Do Thái nghe sứ điệp của Phi-e-rơ, hay chí ít là những người lãnh đạo của họ, đã lập mưu với người La Mã để giết chết Chúa Giê-xu. Việc mọi người công khai làm chứng rằng Chúa Giê-xu đã sống lại và sau đó thăng thiên về trời (2:32) minh chứng rằng Đức Chúa Trời công nhận Đấng mà họ đã kịch liệt chống đối. Bởi vì lúc trước họ không màng đến Chúa Giê-xu cũng như sứ điệp của Ngài khi chính Ngài giảng cho họ nghe, nên điều cần thiết là bây giờ họ phải ăn năn khi các môn đồ của Ngài giảng dạy. Nếu họ chối từ, thì sự đoán phạt mà Chúa Giê-xu đã hết lần này đến lần khác công bố sẽ đổ trên đầu họ. Nếu họ chấp nhận, họ sẽ nhận được Đức Thánh Linh và sự sống mới, bây giờ và mãi mãi. Điều này sẽ ứng nghiệm "lời hứa" (2:39), có lẽ là lời hứa giao ước được lập với Áp-ra-ham (Sáng 12:1–3), và đảm bảo địa vị của họ giữa vòng con dân Chúa (2:39).

Công Vụ chỉ đưa ra phần tóm tắt sứ điệp của Phi-e-rơ (2:40). Lời lẽ của Phi-e-rơ rất thẳng thắn, nhạy bén, có sức thuyết phục nhưng cũng mang tính đe dọa, tất cả những đặc điểm đó làm ta nhớ lại sứ điệp mà thầy của ông, Chúa Giê-xu, đã giảng. Lời tuyên bố hấp dẫn của ông được nhiều người đáp ứng: hơn ba ngàn đàn ông (xin xem 2:41; phụ nữ và trẻ em hoặc là không có mặt ở đó hoặc không được tính) sẵn sàng chịu phép báp-têm.

Nếp sống cộng đồng

Công Vụ 2:42–47 vẽ lên kết quả lâu dài từ những sự cải đạo tại lễ Ngũ Tuần. Ít nhất có bảy kết quả đặc biệt được đề cập. Đầu tiên, sự dạy dỗ của các sứ đồ chiếm vị trí trung tâm. Đây là điều có thể hiểu được, bởi vì Chúa Giê-xu đã răn bảo họ phải môn đồ hóa ("môn đồ" có nghĩa là học trò hay người học), và bởi vì trong những ngày đầu tiên ấy không có người khác, họ là những phát ngôn viên mà Chúa Giê-xu đã ủy thác để trình bày lại sứ điệp cứu rỗi về sự chết và sự phục sinh của Ngài.

Kết quả thứ hai là "mối thông công", có thể bao hàm cả việc "bẻ bánh" và "cầu nguyện". Rõ ràng "thông công" nói đến điều giờ đây là đặc điểm của đời sống họ và kết nối họ với nhau một cách thân mật: Chúa Giê-xu Christ và Thánh Linh mà họ đều đã nhận lãnh. Những bữa ăn chung, là những bữa ăn gần như chắc chắn có cả việc giữ **lễ Tiệc Thánh**, và việc cầu nguyện chung cho thấy một sự ràng buộc với nhau và thể hiện lòng tận hiến của họ dành cho Chúa. Bởi thế mà tiếp theo Công Vụ đề cập đến hai kết quả khác nữa: sự kính sợ, một phần là do những dấu kỳ phép lạ được các sứ đồ thực hiện, và việc chia sẻ những của cải, đồ đạc vật chất. Sự chia sẻ như thế có lẽ là cần thiết bởi vì những người Do Thái chọn tin nhận Chúa Giê-xu là Đấng Mê-si-a được dự ngôn đã bị xã hội ruồng bỏ và mất việc (xem Hê 10:32–34). Giống như bây giờ ở nhiều nơi trên khắp thế giới, làm môn đồ nghiêm túc đi theo Chúa Giê-xu cũng mang đến nhiều hậu quả đau đớn.

Kết quả thứ năm – gặp nhau tại các hành lang đền thờ - dường như ban đầu là điều lạ lùng. Đối với nhiều người, nếu không nói là với hầu hết mọi người, trước khi nghe sứ điệp của Phi-e-rơ thì điều này là một thói quen bình thường. Nhưng giờ đây họ không còn là những người Do Thái đơn thuần mà là những người Do Thái tin Đấng Mê-si-a, hậu tự của Áp-ra-ham, những người đã can đảm và vui mừng đón nhận lời của các sứ đồ rằng những lời hứa xưa kia của Đức Chúa Trời phán với tổ tiên họ mà Ngài lựa chọn đã được ứng nghiệm qua Đấng Cứu Thế Giê-xu. Vì thế, sự hiện diện của họ trong đền thờ là điều quan trọng vì là lời chứng rằng Đức Chúa Trời, Đấng thiết lập sự thờ phượng nơi đền thờ giờ đây đã ban một lời nữa cách đầy kịch tính.

Các hành lang xung quanh đền thờ được thể hiện trong mô hình đền thờ Giê-ru-sa-lem ở thế kỷ thứ nhất S.C.

Kết quả thứ sáu là lời khen ngợi Chúa đầy chân thành và việc họ được ơn trước mặt người ngoài. Sự chân tình từ nhà này đến nhà khác, những bữa ăn và sự vui mừng thể hiện với nhau rõ ràng là nét đặc trưng của họ thời bấy giờ cũng là đặc trưng của họ trong xã hội Tây phương hiện đại ngày nay.

Kết quả thứ bảy là sự tăng trưởng. Lu-ca cố hết sức để ghi rõ rằng "mỗi ngày, Chúa lấy những người được cứu thêm vào hội thánh" (2:47). Ở đây, Công Vụ không nói nhiều về các hoạt động tôn giáo hay việc tổ chức xã hội mà nói nhiều về công tác kỳ diệu của Thánh Linh Đức Chúa Trời. Ngài đang biến đổi con người một cách kỳ diệu tận sâu thẳm bên trong con người ấy lẫn cách họ liên hệ với nhau ở bên ngoài. Kết quả của Phúc âm thật ấn tượng, cả trên bình diện cá nhân lẫn xã hội.

Ngày nay phép lạ còn xảy ra không?

Học giả Tân Ước Rudolf Bultmann có lần đã nói: "Thế giới quan của Kinh Thánh mang tính hoang đường, vì thế không thể chấp nhận được với con người hiện đại, là những người mà suy nghĩ của họ được định hình bởi khoa học. Không ai coi sự can thiệp trực tiếp của những thế lực tối cao là quan trọng cả" (*Jesus Christ and Mythology* [New York: Scribner, 1958], 36). Nghe khá mạnh, nhưng Bultmann đã sai, chí ít là ở bốn điểm. Thứ nhất, hầu như bất cứ người nào cũng tin vào sự can thiệp trực tiếp từ các sức mạnh hay thế lực siêu việt, đặc biệt là hữu thể siêu việt mà Cơ Đốc nhân gọi là Đức Chúa Trời. Thế giới quan của Kinh Thánh khá thích hợp với "con người hiện đại". Tất cả những khảo sát từ dư luận gần đây đều cho thấy điều đó. Thứ hai, ngay cả cộng đồng khoa học cũng đã bắt đầu thay đổi quan điểm của mình. Ý niệm xưa cũ về một vũ trụ đóng lý giải mọi thứ sẽ không còn đầy đủ nữa. Có quá nhiều huyền nhiệm vẫn còn chưa được lý giải, chẳng hạn chúng ta càng học về mối quan hệ giữa cầu nguyện và sức khỏe, thì chúng ta càng nhận ra rằng sự sống không chỉ nằm ở quả đất này. Thứ ba, nó hoàn toàn loại Đức Chúa Trời ra khỏi bức tranh. Nếu Chúa có

> thể tạo nên một thế giới, tại sao Ngài không thể hành động trong thế giới mà Ngài đã tạo nên? Hầu hết mọi người đều tin việc nghĩ rằng Ngài hành động trong thế giới này thì hợp lý hơn là việc nghĩ rằng Ngài chả đả động gì đến nó cả. Và cuối cùng, Tân Ước đầy những sự kiện diệu kỳ, từ sự giáng sinh bởi một trinh nữ đến những sự chữa lành của Chúa Giê-xu, những sự kiện đuổi quỷ, sự sống lại cho đến chức vụ chữa lành kỳ diệu tiếp diễn của các sứ đồ trong sách Công Vụ. Chúng ta phải hoặc là cắt đứt mình khỏi Tân Ước hoặc dám tin rằng Đức Chúa Trời vẫn hành động trong thế giới này. Đó là một thách thức cho đức tin chúng ta, nhưng nếu Đức Chúa Trời có thể kêu Chúa Giê-xu sống lại, thì Phi-e-rơ có thể nói với người bị què rằng: "Nhân danh Chúa Giê-xu Christ ở Na-xa-rét, hãy bước đi!" (Công 3:6).
>
> Để đọc phần thảo luận mở rộng liên quan đến câu hỏi về phép lạ, xin xem Craig Keener, *Miracles: The Credibility of the New Testament Accounts* (Grand Rapids: Baker Academic, 2011).

Lan truyền sứ điệp, nhận lấy sự chống đối (3:1–7:60)

Ba chủ đề chi phối phần còn lại của các chương mở đầu sách Công Vụ: Công tác tiếp diễn của Phúc âm thông qua nỗ lực của cả phép lạ và sứ điệp, nếp sống chung trong cộng đồng tín hữu và xung đột.

Các phép lạ và sứ điệp

Những dấu lạ về sự hiện diện thiên thượng xuất hiện trong chức vụ của Chúa Giê-xu vẫn tiếp tục xảy ra trong những ngày đầu của đời sống hội thánh kéo dài nhiều tuần, nhiều tháng và nhiều năm. Một người ăn mày què quặt từ khi sinh ra đã nhảy nhót trên đôi chân của mình trong sự vui mừng sau khi nghe đến danh của Chúa Giê-xu (3:8). Ngay cả những kẻ thù ghét các môn đồ cũng không thể phủ nhận rằng một việc lớn lao đã xảy ra (4:16). Khi cầu nguyện, nơi nhóm lại của các môn đồ rúng động (4:31). Một cặp vợ chồng hợp lực lại với nhau để lừa các tín hữu khác đã ngã chết trong tình huống quá kỳ lạ đến nỗi không thể nào là trùng hợp ngẫu nhiên (5:5, 10).

Khi danh tiếng các môn đồ tăng lên, các dấu kỳ sự lạ cũng tiếp tục. Rõ ràng, ngay cả cái bóng đi qua của một vị sứ đồ cũng đủ để mang đến sự chữa lành (5:15). Khi họ giảng sứ điệp, thì những môn đồ đầu tiên của Chúa Giê-xu, những người mang lấy sứ điệp về Ngài một cách đầy thẩm quyền, được thêm năng lực để tiếp tục thực hiện công tác mà họ đã làm trong lần đầu Chủ sai họ đi ra: chữa lành những người bệnh và giải phóng những người bị hành hại bởi sức mạnh của ma quỷ (5:16; xem Lu-ca 9:1–2).

Sự chữa lành nhờ bóng của Phi-e-rơ, bích họa của Masaccio (1421–1428).
Nhà nguyện Brancacci ở Santa Maria del Carmine, Florence.

Khi bị bỏ tù, các sứ đồ ấy đã được một thiên sứ giải cứu (5:19). Kỳ diệu là, trong những hoàn cảnh mang tính đối lập cao, nhiều thầy tế lễ Do Thái đã tuyên bố trung thành với Đấng Mê-si-a đã chết và sống lại (6:7). Năng quyền thực thi những dấu kỳ phép lạ lan từ các sứ đồ sang ít nhất là một số tín hữu mạnh mẽ khác nữa, trong số đó có Ê-tiên (6:8). Khi bị đưa ra xét xử, Ê-tiên không chỉ trình bày việc của mình một cách lịch sự và khoan dung; mà ông còn được nhìn thấy thiên đàng (7:55). Đáng chú ý hơn, khi những viên đá nã vào thân hình đang hấp hối của mình, ông đã rất cao thượng khi lặp lại những lời của Đấng Mê-si-a hấp hối, là Đấng cũng gặp một kết cuộc tương tự như ông (xin xem Lu-ca 23:34).

> ### Tiêu điểm 14: Phúc âm cho mọi dân tộc: Tấm gương của châu Phi
>
> Công Vụ kể về cách Phúc âm lan truyền cho mọi người từ những bối cảnh văn hóa khác nhau, trong đó có châu Phi (người từ thành Sy-ren và Ai Cập đã có mặt ở Lễ Ngũ Tuần, theo Công Vụ 2:10). Tiến trình phức hợp đó vẫn còn tiếp tục trong thời hiện tại. Người châu Phi ở các hội thánh ngày nay thấy mình bị mắc kẹt trong sự giằng co của ba thế giới và họ không thể làm ngơ thế giới nào cả.

Thứ nhất là thế giới của sự dạy dỗ, nếp thực hành và những thói quen của Cơ Đốc giáo. Rồi đến một thế giới đặc trưng của châu Phi – tên gọi, tổ tiên, danh tính bộ tộc, địa điểm gần hoặc xa với quê cha đất mẹ, địa vị xã hội (giàu hoặc nghèo, có học thức hay ít học, có nghề nghiệp ổn định hay thất nghiệp, tự do hay bị áp bức về mặt chính trị) và tình trạng hôn nhân (độc thân hay đã kết hôn, là con cả) của một người. Thế giới thứ ba mà một người châu Phi thường phải đối diện là thế giới văn hóa hiện đại và hậu hiện đại: Những ảnh hưởng văn hóa của Tây phương (như quần áo, âm nhạc, truyền thông và chủ nghĩa tiêu thụ); văn hóa và ngôn ngữ Hồi giáo ở phần lớn châu Phi; nền chính trị toàn cầu; giáo dục; y khoa; khoa học; công nghệ và nhu cầu về tiền bạc để chi trả cho sự gia nhập vào nền kinh tế toàn cầu mới nổi lên.

Công Vụ mang đến sự an ủi bởi vì nó xác nhận rằng các tín hữu đầu tiên cũng đối diện với những thách thức tương tự. Họ đối diện với những câu hỏi về giáo lý đúng đắn và câu hỏi về cách sống trung tín cũng như những thắc mắc về nhân thân cá nhân và xã hội. Vấn đề nảy sinh trong mối liên hệ với những người cầm quyền đế quốc và quan chức chính quyền địa phương. Những tình huống tương tự mà những thế hệ tín hữu đầu tiên đối diện đảm bảo với chúng ta rằng lời Chúa cũng đem đến sự chỉ dẫn cho thời đại của chúng ta, tại châu Phi và bất cứ nơi đâu, như đã chỉ dẫn cho những thế hệ đầu tiên ấy.

Khi các tín hữu Cơ Đốc Phi châu chấp nhận sự giằng co này, họ chấp nhận như thế bằng ít nhất là ba cam kết: (1) cam kết với địa vị chủ tể của Chúa Giê-xu Christ trên các thế lực của thế gian này (xem Êph 6:10–13); (2) cam kết với việc đọc Kinh Thánh với sự trợ giúp của Thánh Linh Đức Chúa Trời và sự hỗ trợ của những bài phát biểu tín lý cách có hệ thống đã được chứng thực (các bản tín điều) trong tư cách thẩm quyền cuối cùng cho những thắc mắc về niềm tin và nếp sống; và (3) cam kết áp dụng đức tin theo Kinh Thánh, đặt Đấng Christ làm chủ vào trong cuộc sống ở châu Phi trong bối cảnh của hội thánh.

Issues in African Christian Theology, ed. Samuel Ngewa, Mark Shaw and Tite Tiénou (Nairobi: East African Educational Publishers, 1998), xi–xiv.

Thật vậy, năng quyền và chính sự hiện diện của Chúa Giê-xu vẫn tiếp tục hành động.

Bằng chứng về năng quyền của Phúc âm cũng được nhìn thấy trong cường độ và tính nhất quán mà Phúc âm được rao giảng. Khi Phi-e-rơ và Giăng chữa lành cho một người ăn mày bị què, họ kêu gọi đám đông sửng sốt đang bu quanh hãy ăn năn vì Chúa Giê-xu sẽ trở lại và sự đoán phạt kinh khiếp sắp đến rồi (3:19–23).

Khi bị đưa ra xét xử trước những người lãnh đạo tôn giáo, Phi-e-rơ và Giăng lặp lại sứ điệp tập trung vào Chúa Giê-xu của họ (4:12). Khi bị bắt lần thứ hai, Phi-e-rơ và các sứ đồ khác tiếp tục kiên định nói rằng lời hứa khi xưa của Đức Chúa Trời dành cho dân sự Ngài qua Áp-ra-ham đã được làm trọn qua thập tự giá và sự thăng thiên về trời của Chúa Giê-xu (5:29–31). Bị đánh đòn vì không chịu im lặng, cũng không chịu thay đổi sứ điệp của mình, các sứ đồ "cứ dạy dỗ rao truyền mãi về Tin lành của Đức Chúa Jêsus, tức là Đấng Christ" (5:42).

Tiêu biểu cho sứ điệp của các sứ đồ là bài giảng khá dài của Ê-tiên (7:2–53). Có lẽ nó tóm lược những yếu tố chính trong những lời dạy của các sứ đồ tại hội thánh đầu tiên, truy nguyên công tác của ân điển cứu chuộc của Đức Chúa Trời từ Áp-ra-ham cho tới con trai ông là Y-sác và cháu nội ông là Gia-cốp rồi tới dân Y-sơ-ra-ên ở Ai Cập. Ê-tiên chỉ ra sự cứng đầu chống đối lại Môi-se của dân Y-sơ-r-ên, người giải cứu do Đức Chúa Trời chọn lựa, như là một ví dụ cho sự chối từ Chúa Giê-xu của người nghe (7:51–53).

Phúc âm khoan dung nhưng vẫn nghiêm khắc được nhìn thấy ở giai đoạn khởi đầu của hội thánh tiếp tục được truyền rao khi hội thánh được mở rộng. Một kết quả chính của sứ điệp này là sự tăng trưởng mạnh mẽ và tính chất gắn kết về mặt xã hội giữa vòng những tân tín hữu này.

Cộng đồng Cơ Đốc

Tăng trưởng không phải là dấu hiệu không thể sai lầm về sự tấn tới của Phúc âm, bởi vì các phong trào tôn giáo có thể vẫn phát triển mạnh mẽ dù chúng không hề có ánh sáng của Phúc âm. Ngay cả những phong trào tôn giáo bóp méo nghiêm trọng Phúc âm (chẳng hạn như Cơ Đốc giáo Khoa học, Mọc-môn) vẫn có được mức độ đón nhận rộng rãi đáng kể. Nhưng sự tăng trưởng đôi khi thật sự cho thấy sự giảng dạy trung thành và sức sống của sứ điệp Cơ Đốc, như nó đã thể hiện trong những năm tháng được nhắc đến trong phần này của sách Công (4:4; 5:14; 6:7).

Ngoài sự phát triển, sự gắn bó đáng mong muốn về xã hội cũng là đặc điểm nổi bật của những năm tháng này. Nghĩa là, người ta sống với đôi mắt nhìn biết nhu cầu của người khác và với một tinh thần chung là hy sinh và yêu thương, nhìn lên người lân cận mình thay vì chỉ chăm chăm vào bản thân. Tuy nhiên, sự quan tâm đến nhau cách cao độ như thế bắt nguồn từ việc rất quan tâm đến Đấng Christ và những điều răn của Ngài, chứ không phải từ động cơ thuần tính nhân đạo. Lu-ca bảo rằng "trong tín đồ không ai thiếu thốn cả" (4:34) và nói về "sự cấp phát hàng ngày" dành cho những người góa bụa khó khăn (6:1). Cầu nguyện và giảng dạy tạo nên một tác động thực tiễn, thấy được.

Xung đột

Không một ký thuật nào về đời sống của hội thánh đầu tiên đánh giá thấp sự chống đối mà các tín hữu phải đối diện. Chúa Giê-xu đã bảo rằng bắt bớ sẽ xảy ra (Giăng 15:20), và nó đã xảy ra. Phần này của sách Công Vụ ký thuật việc các lãnh đạo hết lần này đến lần khác bị bắt giam và đôi khi bị tra tấn tàn bạo. Ê-tiên đã tử đạo.

Tấm bảng bằng ngà và xương vẽ lại cảnh ném đá thánh Ê-tiên, Mosan School, khoảng năm 1100 S.C.

Sự bắt bớ là bất công nhưng có thể hiểu được. Sự giảng dạy Cơ Đốc có vẻ làm suy yếu dần những quan điểm đã được chấp nhận rộng rãi về điều gì là quan trọng trong tôn giáo và xã hội. Có vẻ như Giê-ru-sa-lem và tập tục Do Thái bị vây hãm nhân danh Chúa Giê-xu (6:14). Mối đe dọa về phản ứng gay gắt của La Mã trước tình trạng bất ổn xã hội kéo dài (xin xem Giăng 11:48) là thật, như những sự kiện sau năm 70 S.C sau này đã chứng minh.

Công Vụ 7 kết thúc với việc Ê-tiên bị ném đá trong chính thành mà Chúa Giê-xu bị đóng đinh. Trong số những người bắt bớ Ê-tiên nổi lên một người tên là SAU-LƠ (7:58). Là kẻ thù hàng đầu của hội thánh, Sau-lơ sau này lại trở thành một trong những người ủng hộ Chúa Giê-xu Christ mạnh mẽ nhất mà hội thánh đầu tiên đã sản sinh ra. Các chương tiếp theo của sách Công Vụ kể lại câu chuyện đầy kịch tính về sự quy đạo của ông cũng như việc tiếp tục lan truyền chân lý biến đổi của Phúc âm.

Tóm lược

1. Sách Công Vụ Các Sứ Đồ được Lu-ca viết, có lẽ không muộn hơn đầu những năm 60 S.C.
2. Công Vụ nổi bật về giá trị lịch sử và hiểu biết thần học sâu sắc.
3. Trong Công Vụ, Lu-ca ký thuật sự phát triển, tranh luận và chia rẽ xung quanh việc lan truyền sự giảng dạy về Đấng Christ thuở ban đầu.

4. Có hai phần chính trong Công Vụ: (a) Từ chương 1–12 tập trung vào sự lan truyền Phúc âm tại và quanh Giê-ru-sa-lem, Giu-đê và Sa-ma-ri; (b) chương 13–28 tập trung vào việc làm chứng cho đến đầu cùng đất thời kỳ đầu.
5. Công Vụ là một tường thuật lịch sử tập trung vào những môn đồ của Chúa Giê-xu thay vì vào những việc làm và sự dạy dỗ của Chúa Giê-xu.
6. Trong Công Vụ, Lu-ca bàn luận về di sản của Chúa Giê-xu qua việc ông để lại lời chứng cá nhân của mình, qua việc ông để lại trình tự được công nhận và qua việc thuật lại sự thăng thiên của Chúa Giê-xu.
7. Tại Lễ Ngũ Tuần, với sự hiện diện lạ thường của Đức Thánh Linh, Phúc âm về Chúa Giê-xu – Đấng Mê-si-a – đã được công bố.
8. Những đặc trưng nổi bật của nếp sống Cơ Đốc thời kỳ đầu và tác động của nó theo sau Lễ Ngũ Tuần bao gồm (a) tính trọng tâm trong lời dạy của các sứ đồ; (b) phát triển tình thông công; (c) lòng kính sợ lan toả; (d) chia sẻ của cải vật chất; (e) gặp gỡ tại hành lang đền thờ; (f) ngợi khen Chúa hết lòng; (g) các sứ đồ được ơn trước mặt người ngoại; và (h) sự tăng trưởng thuộc linh của các tín hữu.
9. Các phép lạ tiếp diễn qua công tác của các sứ đồ.
10. Năng quyền của Phúc âm thể hiện qua cường độ và tính nhất quán của sự giảng dạy của nó.
11. Trong giai đoạn này, Cơ Đốc nhân bị bắt bớ và Ê-tiên là người tuận đạo đầu tiên.

Câu hỏi ôn tập

1. Ba câu nào trong Lu-ca 1:1–4 áp dụng cho Công Vụ cũng như góp phần giải thích nội dung sách Công Vụ là gì?
2. Xin thảo luận ngắn gọn tầm quan trọng về mặt lịch sử và thần học của sách Công Vụ.
3. Làm thế nào chúng ta có thể quyết định phần nào của sách Công Vụ mang tính mô tả, phần nào mang tính nguyên tắc?
4. Chủ đề chủ đạo trong bài giảng của Phi-e-rơ tại lễ Ngũ Tuần (Công Vụ 2) là gì? Nó phù hợp với bối cảnh ngày nay ra sao?
5. Mối liên hệ giữa các phép lạ của các sứ đồ và sứ điệp mà họ giảng là gì?
6. Xin mô tả cộng đồng và sự xung đột đóng vai trò gì trong hội thánh đầu tiên.

Các thuật ngữ then chốt		
Giô-ên	Nhân vật chính	Tiệc Thánh
Ma-thia	Sau-lơ	Tường thuật lịch sử
Nói tiếng lạ		

Sách đọc thêm

Cũng xem những sách được giới thiệu ở cuối chương 15 và 16

Bruce, F. F. *The Book of Acts*. Rev. ed. Grand Rapids: Eerdmans, 1988.

    Sách giải kinh nâng cao nhưng dễ đọc.

Gasque, Ward. *The History of the Criticism of the Acts of the Apostles*. Rev. ed. Peabody, MA: Hendrickson, 1989.

    Khảo sát đầy hấp dẫn về việc các học giả khác nhau bàn luận về Công Vụ theo những cách khác nhau như thế nào.

Green, Michael. *Thirty Years That Changed the World: The Book of Acts for Today*. Grand Rapids: Eerdmans, 2002.

    Nghiên cứu theo chủ đề các tín lý và tập tục của hội thánh đầu tiên.

Hemer, C. *The Book of Acts in the Setting of Hellenistic History*. Tübingen: Mohr, 1989.

    Nghiên cứu mang tính chuyên môn về những mối liên hệ giữa các chương đầu của sách Công Vụ với những nguồn tư liệu và bằng chứng ở thế kỷ thứ nhất ngoài Tân Ước.

Johnson, Dennis E. *The Message of Acts in the History of Redemption*. Phillipsburg, NJ: Presbyterian & Reformed, 1997.

    Bàn thảo một số chủ đề chính của sách Công Vụ bằng sự hiểu biết, xác quyết và trí tưởng tượng.

Keener, Craig. *Acts: An Exegetical Commentary*. Vol. 1, *Introduction and 1:1–2:47*. Grand Rapids: Baker Academic, 2012.

    Một phần dẫn nhập bách khoa toàn thư về những nghiên cứu học thuật của sách Công Vụ với phần phân tích Công Vụ 1:1–2:47.

Peterson, David. *The Acts of the Apostles*. Grand Rapids: Eerdmans, 2009.

    Phần giải nghĩa xuất sắc toàn bộ bản văn, được viết một cách rõ ràng với phần suy ngẫm thần học quan trọng.

Polhill, John B. "Interpreting the Book of Acts." Trong *Interpreting the New Testament*, edited by D. A. Black and D. S. Dockery, 391–411. Nashville: Broadman & Holman, 2001.

Khảo sát những nghiên cứu học thuật gần đây và bình giải về những vấn đề như thể văn, tác giả, niên đại, nguồn tư liệu và các chủ đề của Công Vụ.

Stott, John. *The Message of Acts: The Spirit, the Church, and the World.* Downers Grove, IL: InterVarsity, 1994.

Một cuốn giải kinh được trao giải thưởng, được viết bởi một mục sư và một người có khải tượng truyền giáo hàng đầu.

Winter, Bruce, ed. *The Book of Acts in Its First Century Setting.* 6 vols. Carlisle, UK: Paternoster; Grand Rapids: Eerdmans, 1993–97.

Rất nhiều bài nghiên cứu mang tính học thuật bàn thảo về những vấn đề thần học, đạo đức, văn hóa, lịch sử và văn chương. Những đóng góp xác nhận sách Công Vụ là nguồn tư liệu lịch sử đáng tin cậy.

Chương 15

Công Vụ 8–12

Sự Cứu Rỗi Cho Cả Người Do Thái Lẫn Người Ngoại Bang

Bố cục

- **Bố cục Công Vụ 8–12**
- **Nhãn quan của Công Vụ 8–12**
- **Những nhân vật phụ: Mười người tin**
    - Phi-líp (8:5–13, 26–40)
    - Hoạn quan Ê-thi-ô-pi (8:26–40)
    - A-na-nia (9:10–19)
    - Ê-nê (9:33–35)
    - Ta-bi-tha (9:36–42)
    - Si-môn người thợ thuộc da (9:43; 10:6, 17, 32)
    - Cọt-nây (10:1–11:18)
    - Ba-na-ba (11:22–30)
    - A-ga-bút (11:28)
    - Gia-cơ, anh của Giăng (12:2)
- **Hai người không tin**
    - Thầy pháp Si-môn
    - Hê-rốt Ạc-ríp-pa (12:1–23)
- **Các nhân vật chính**
    - Giăng (8:1–25)
    - Phi-e-rơ (8:14–25; 9:32–43; 10:1–11:18; 12:3–18) Sau-lơ (8:1–3; 9:1–31; 11:25–30; 12:25).

Mục tiêu

Sau khi đọc chương này, quý vị có thể:

- Phác thảo bố cục nội dung cho Công Vụ 8–12
- Liệt kê mười cá nhân đã đáp ứng với Phúc âm
- Giải thích bối cảnh xung quanh hai cá nhân không đáp ứng tích cực với Phúc âm
- Nhận biết những đóng góp của ba người nổi bật trong sự ra đời và tăng trưởng của hội thánh đầu tiên

Tin lành về sự chết cứu chuộc và sự phục sinh của Chúa Giê-xu trước hết được rao giảng tại GIÊ-RU-SA-LEM. Người giảng và người nghe đầu tiên đều là người Do Thái. Nhưng Chúa Giê-xu đã kêu gọi các môn đồ Ngài đi ra, mang sứ điệp của họ đến GIU-ĐÊ và SA-MA-RI rộng lớn hơn (Công 1:8). Công Vụ 8–12 thuật lại cao trào của cơn sóng Phúc âm vượt khỏi đường phố và các bức tường của Giê-ru-sa-lem.

Bố cục Công Vụ 8–12

I. **Làm chứng về Chúa tại Giu-đê và Sa-ma-ri (8:1–12:25)**

  A. Sau-lơ kẻ bắt bớ và Phi-líp nhà truyền giảng Tin lành (8:1–40)
  B. Sự cải đạo của Sau-lơ (9:1–31)
  C. Chức vụ của Phi-e-rơ tại Giu-đê (9:32–11:18)
  D. Hội thánh An-ti-ốt: Chức vụ của Ba-na-ba (11:19–30)
  E. Phi-e-rơ được giải cứu một cách kỳ diệu (12:1–25)

Nhãn quan của Công Vụ 8–12

Công Vụ 8–12 phản ánh một sự thay đổi nhỏ về nhãn quan. Những chương trước tập trung nhiều hơn vào nội dung và tác động của sứ điệp được giảng. Công Vụ 8–12 tiếp tục tiêu điểm này nhưng cũng quan tâm đến một số cá nhân. Để kịch tính hóa đáp ứng của hội thánh đầu tiên đối với mạng lệnh của Chúa Giê-xu ("các ngươi sẽ làm chứng về ta tại Giê-ru-sa-lem, cả xứ Giu-đê, xứ Sa-ma-ri..."), nó phác họa một cách rất khéo léo tác động của Phúc âm trên những cuộc đời khác nhau. Thông thường, tác động này bao hàm việc tiếp nhận Đấng Christ. Ở một số trường hợp, nó bao hàm việc khiển trách và thậm chí là sự đoán phạt vì không vâng lời Chúa. Trong tất cả các trường hợp, phần này của sách Công Vụ cho thấy nhận thức cũng như mối quan tâm cá nhân của Đức Chúa Trời đối với cuộc đời của tất cả mọi người, dù là người Do Thái (như Chúa Giê-xu và những người quanh Ngài) hay người ngoại bang (như đại đa số những người ở cả thế giới cổ xưa lẫn thế giới hiện đại).

Một vài người trong số đó là những nhân vật phụ trong phạm vi tổng thể của sự hình thành hội thánh đầu tiên. Những người khác ở vị trí trung tâm hơn. Tất cả đều chịu ảnh hưởng bởi cùng một Phúc âm. Chúng ta sẽ lần lượt xem xét cả hai nhóm người này – nhóm những nhân vật phụ và nhóm những nhân vật chính.

Những nhân vật phụ: Mười người tin

Ở cả bốn sách phúc âm và ở Công Vụ 1–7, mười hai môn đồ được Chúa Giê-xu chọn lựa kỹ lưỡng là những người giữ vị trí nổi bật. Tầm quan trọng của họ cũng không hề bị sút giảm trong Công Vụ 8–12, nhưng điểm nổi bật mở rộng cho nhiều cá nhân khác nhau đáp ứng với, và trong một vài trường hợp là lan truyền, sứ điệp mà Chúa Giê-xu đã truyền phải đến được với tất cả mọi người (Công 1:8).

Phi-líp (8:5–13, 26–40)

Chấp sự Phi-líp là một trong bảy người được chọn để giám sát việc phân phát thức ăn tại hội thánh Giê-ru-sa-lem (6:5; đừng lẫn lộn với sứ đồ Phi-líp [1:13]). Vì cơn bách hại Cơ Đốc nhân theo sau sự kiện Ê-tiên bị ném đá, nên Phi-líp và những người khác đã chạy khỏi Giê-ru-sa-lem. Nhưng họ không bỏ Phúc âm lại đằng sau. Họ chia sẻ Phúc âm với những người mà họ gặp trên đường chạy.

Dấu tích đền thờ Au-gút-tơ tại Sa-ma-ri (thế kỷ thứ nhất và thứ hai S.C).

Phi-líp đến Sa-ma-ri, một khu vực bị hầu hết những người Do Thái ở Giê-ru-sa-lem xa lánh (xem Giăng 4:9). Ông rao truyền sứ điệp về Đấng Mê-si-a mà các sứ đồ, Ê-tiên và những người khác đã rao truyền ở Giê-ru-sa-lem. Đáp ứng rất tích cực. Sự giảng dạy của Phi-líp sản sinh ra nhiều dấu lạ vốn cũng đi kèm trong chức vụ của Chúa Giê-xu (8:7).

Phi-líp là nhân vật quan trọng trong Công Vụ bởi vì ông nằm trong số những người đầu tiên mang Phúc âm ra khỏi Giê-ru-sa-lem. Những người khác có lẽ đã bắt đầu trước ông (chẳng hạn, một số người quy đạo được đề cập đến trong Công Vụ 2 hay những người thành lập nhóm người vô danh được nói đến trong 9:38), nhưng các ký thuật đều rất sơ sài, không đủ chi tiết. Phúc âm được rao giảng trước hết cho người Do Thái (Công 1–7) giờ đây được Phi-líp công bố cho người Sa-ma-ri. Điều đáng chú ý là cơn bách hại lại là cú thúc đẩy hội thánh đầu tiên vâng theo mạng lệnh của Chúa Giê-xu (Công 1:8). Trong số những người quy đạo nhờ sự giảng dạy của Phi-líp có một pháp sư tên là Si-môn (8:13) và một viên chức cấp cao của chính quyền Ê-thi-ô-pi.

Hoạn quan Ê-thi-ô-pi (8:26–40)

Bất chấp phản ứng thuận lợi đối với Phúc âm tại Sa-ma-ri, Phi-líp vẫn nhạy bén với sự hướng dẫn của Chúa khi đã đến lúc phải đi nơi khác. Trước sự thúc giục của thiên sứ, ông rời Sa-ma-ri, là khu vực phía Bắc của Giê-ru-sa-lem, và hướng về GA-ZA, là khu vực nằm ở phía Tây Nam (8:26). Không lâu sau, ông gặp một vị khách cao trọng: người quản lý ngân khố của vương quốc Ê-THI-Ô-PI ở Châu phi (không hoàn toàn là nước Ê-thi-ô-pi hiện đại, được biết đến với tên gọi là ABYSSINIA thời cổ). Ê-thi-ô-pi (được gọi là CU-SƠ trong Cựu Ước) tọa lạc ở khu vực Nam Ai Cập và Bắc SU-ĐAN ngày nay.[1] Nó có những mối quan hệ lịch sử với Giê-ru-sa-lem và niềm tin Do Thái giáo.

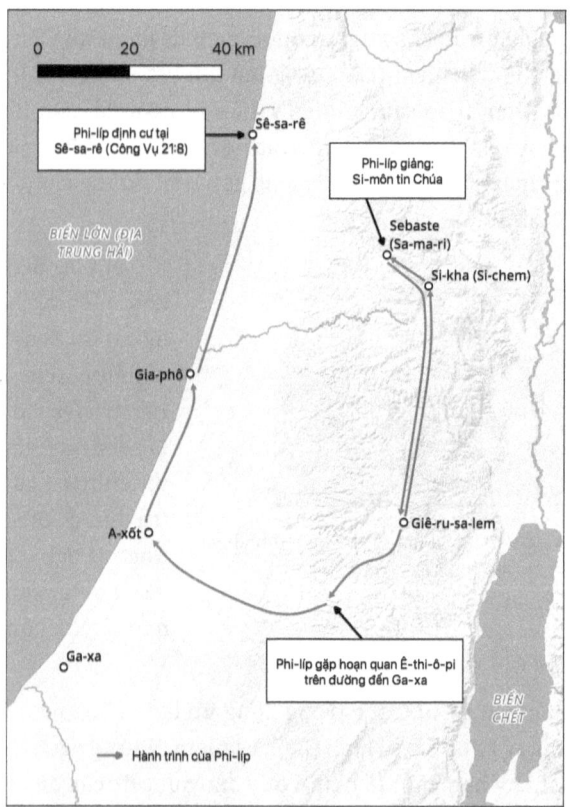

---

[1] Hiện thời bị chi phối bởi Hồi giáo, khu vực Công Vụ Các Sứ Đồ gọi là "Ê-thi-ô-pi" vốn là địa điểm mà hội thánh rất năng động và mạnh mẽ vào thế kỷ thứ tư và thứ năm. Xin xem Paul Bowers, "Nubian Christianity: The Neglected Heritage," *East Africa Journal of Theology* 4, no. 1 (1985): 3–23.

Viên quan Ê-thi-ô-pi (người có thể bị hoạn hoặc có thể không hề bị hoạn về mặt thể chất; cụm từ "hoạn quan" không phải lúc nào cũng hàm ý đã bị hoạn) có lẽ viếng thăm Giê-ru-sa-lem vì lý do tôn giáo. Phi-líp thấy ông đang bối rối về cuộn sách chứa Ê-sai 53, là phân đoạn nói về một nạn nhân vô tội sẵn sàng chết để chuộc tội cho người khác. Phi-líp nắm lấy cơ hội đó để nói cho vị hoạn quan biết Chúa Giê-xu đã làm trọn lời tiên tri của Ê-sai như thế nào. Vị quan người Ê-thi-ô-pi xin được làm báp-têm khi họ đến chỗ có nước (8:36). Phi-líp làm theo lời thỉnh cầu ấy trước khi ông lại được thúc giục đi tiếp (8:39), rao giảng dọc theo biển Địa Trung Hải cho tới khi ông đến SÊ-SA-RÊ, nơi ông ở lại đó lâu dài. Ông được biết đến tại hội thánh đầu tiên với tên gọi Phi-líp nhà truyền giảng Tin lành (Công 21:8), có lẽ để phân biệt ông với sứ đồ cùng tên.

Ê-sai 53:1–10

Đây là phân đoạn mà hoạn quan Ê-thi-ô-pi được Phi-líp giải nghĩa để ông hiểu Kinh Thánh. Ê-sai (thế kỷ thứ 8 T.C) nói về một "đầy tớ của Đức Chúa Trời", là người bị đối xử tệ vì danh Đức Chúa Trời. Phi-líp giải nghĩa phân đoạn này như một lời tiên tri về Chúa Giê-xu Christ.

> Ai tin điều đã được rao truyền cho chúng ta?
> Và cánh tay Đức Giê-hô-va đã được bày tỏ cho ai?
> Người đã lớn lên trước mặt Ngài như một cái chồi,
> Như cái rễ ra từ đất khô.
> Người chẳng có vẻ đẹp cũng chẳng có sự uy nghi để chúng ta nhìn ngắm;
> Không có gì trong diện mạo Người khiến chúng ta ưa thích được.
> Người đã bị người ta khinh rẻ và chối bỏ,
> Từng trải sự đau khổ, biết sự đau ốm,
> Bị khinh như kẻ mà người ta che mặt chẳng thèm xem;
> Chúng ta cũng chẳng coi Người ra gì.
> Thật, Người đã mang sự đau ốm của chúng ta,
> Đã gánh nỗi đau khổ của chúng ta
> Mà chúng ta lại nghĩ rằng Người đã bị Đức Chúa Trời đánh, đập
> Và làm cho khốn khổ.
> Nhưng Người đã vì tội lỗi của chúng ta mà bị vết,
> Vì gian ác của chúng ta mà bị thương.
> Bởi sự trừng phạt Người chịu, chúng ta được bình an,
> Bởi lằn roi Người mang, chúng ta được lành bệnh.
> Tất cả chúng ta đều như chiên đi lạc,
> Ai theo đường nấy;

> Đức Giê-hô-va đã làm cho tội lỗi của tất cả chúng ta
> Đều chất trên Người. Người bị ngược đãi và khốn khổ,
> Nhưng không hề mở miệng.
> Như chiên con bị đem đi làm thịt,
> Như chiên câm lặng trước mặt kẻ hớt lông,
> Người không hề mở miệng.
> Người đã bị ức hiếp, xét xử và bị giết đi.
> Trong những kẻ đồng thời với Người, có ai suy xét rằng
> Người đã bị đánh phạt và cất khỏi đất người sống
> Là vì tội lỗi của dân Ta?
> Người ta đã đặt mộ Người chung với những kẻ ác,
> Nhưng khi chết, Người được chôn với kẻ giàu,
> Dù Người không hề làm điều hung dữ,
> Và chẳng có sự dối trá trong miệng.
> Đức Giê-hô-va vui lòng để Người bị tổn thương,
> và chịu đau khổ.
> Sau khi đã dâng mạng sống làm tế lễ chuộc tội,
> Người sẽ thấy dòng dõi mình; Các ngày của Người sẽ dài thêm,
> và ý muốn của Đức Giê-hô-va nhờ tay Người được thành tựu.

Hoạn quan Ê-thi-ô-pi, người tiếp tục hành trình của mình như một người được biến đổi, hẳn khi trở về đã chia sẻ sứ điệp về Đấng Christ cho đồng hương của mình. Phúc âm tiếp tục chạm đến nhiều cuộc đời khi nó lan rộng ra khỏi Giê-ru-sa-lem, như Chúa Giê-xu đã tiên báo.

A-na-nia (9:10–19)

Chính Sau-lơ mà sự bắt bớ của ông làm cho Phúc âm lan rộng ra Giu-đê và Sa-ma-ri này (8:1) là người tiếp tục xúc tiến các bước tiếp theo nhằm bắt giữ bất cứ người nào đi theo Đấng Christ ở tại ĐA-MÁCH (9:1–2). Việc ông gặp gỡ Chúa Giê-xu sẽ được thuật lại sau này. Khi Sau-lơ đến Đa-mách, tạm thời bị mù và không chịu ăn uống gì cả, thì Đức Chúa Trời sai A-na-nia đến công bố Sau-lơ được phục hồi thị giác.

Chúng ta không được biết A-na-nia tin nơi Phúc âm bằng cách nào, hay liệu ông có phải là người địa phương thành Đa-mách không hay có lẽ ông đã từ Giê-ru-sa-lem chạy đến đây. Ông là nhân vật quan trọng trong Công Vụ không chỉ bởi vai trò của ông trong sự quy đạo của Sau-lơ mà cũng vì bằng chứng ông cung cấp về một cộng đồng Cơ Đốc quan trọng tại Đa-mách, cách Giê-ru-sa-lem hơn 160 ki-lô-mét, chỉ một vài năm sau khi Chúa Giê-xu chịu chết. Ký thuật ngắn gọn của Công Vụ về cuộc đối thoại giữa ông với Đức Chúa Trời (9:10–16) cho thấy bản chất cá nhân ấm áp của niềm tin Cơ Đốc thời kỳ đầu, vai trò tối quan trọng của sự cầu nguyện (cả nói cho Chúa và lắng nghe Chúa nói) và sự can đảm cần có để vâng phục Chúa.

Ê-nê (9:33–35)

Ê-nê được đề cập đến trong mối liên hệ với chức vụ của Phi-e-rơ. Khi Phúc âm được lan truyền ra bên ngoài Giê-ru-sa-lem, hội thánh các sứ đồ cử Phi-e-rơ và Giăng đi xem xét những sự tăng trưởng mới mẻ (8:14). Phi-e-rơ tiếp tục đi đây đó giảng dạy bên ngoài Giê-ru-sa-lem. Những chuyến đi của ông đem ông đến thành LY-ĐA, một trung tâm thương mại phát triển cách Giê-ru-sa-lem khoảng gần 50 ki-lô-mét về phía Tây Bắc. Ở đó ông thăm viếng "các thánh đồ" (9:32), những người Do Thái đi theo Chúa Giê-xu Christ. Trong số đó có một người tên là Ê-nê.

Ê-nê bị bại liệt suốt tám năm. Phi-e-rơ bảo ông hãy đứng dậy và vác giường mà ông đã nằm trong vô vọng suốt gần một thập kỷ lên. Sự chữa lành kỳ diệu này nối kết chức vụ của Phi-e-rơ với chức vụ của Chúa Giê-xu, là Đấng mà Phi-e-rơ nhân danh ra lệnh cho người bại liệt này đứng dậy (Mác 2:11). Sự chữa lành này cũng khiến một số người khác tin nhận Chúa. Sự phục hồi của Ê-nê được biết đến rộng rãi ở cả Ly-đi và SA-RÔN (9:35). Sa-rôn không phải là một thành phố, nhưng đúng hơn là một vùng đồng bằng duyên hải màu mỡ nối kết Giu-đê với Sa-ma-ri và với thành phố cảng chiến lược là Sê-sa-rê về phía Bắc.

Ta-bi-tha (9:36–42)

Cách Ly-đi khoảng 16 ki-lô-mét là thành GIỐP-BÊ bên bờ biển Địa Trung Hải, gần TEL AVIV ngày nay. Giốp-bê đóng vai trò như thành phố cảng của Giê-ru-sa-lem. Ta không biết cộng đồng các "môn đồ" (9:38) được thành lập ở đó như thế nào. Khi một người phụ nữ tốt bụng, được mọi người yêu mến giữa vòng họ tên là Ta-bi-tha qua đời, họ gửi tin đến Phi-e-rơ, là người vẫn đang ở Ly-đi, nơi ông đã chữa lành cho Ê-nê.

Quang cảnh trên không của Giốp-bê cổ xưa và Jaffa hiện đại bên bờ biển Địa Trung Hải.

Phi-e-rơ đáp ứng với lời thỉnh cầu của họ. Rõ ràng ông cảm động trước sự đau buồn của họ về cái chết của Ta-bi-tha. Tên của bà có nghĩa là "con linh dương" trong tiếng A-ram. (Tên tiếng Hy Lạp của bà là "Đô-ca", mang cùng một nghĩa. Giống như nhiều người ở khu vực ba ngôn ngữ này, bà có tên theo mỗi thứ tiếng chủ đạo thời bấy giờ). Bà là một tấm gương về việc quan tâm đến người nghèo khó và làm những việc thiện khác suốt cuộc đời mình.

Phi-e-rơ có lẽ đã nhớ lại một biến cố tương tự khi Chúa Giê-xu khiến một đứa trẻ mười hai tuổi đã chết sống lại sau khi bảo mọi người ra khỏi phòng, chỉ còn lại bố mẹ cô bé và Phi-e-rơ, Gia-cơ và Giăng (Mác 5:37–40). Ông quỳ gối xuống cầu nguyện, rồi gọi tên của người phụ nữ đã chết ấy. Mắt bà mở ra, và bà ngồi dậy. Biến cố này trở nên nổi tiếng khắp vùng, kéo nhiều người đến với đức tin nơi Chúa mà Phi-e-rơ đã rao giảng.

Giống như Ê-nê, Ta-bi-tha là một lời nhắc nhở về sự lan rộng của Phúc âm vượt ra khỏi khu vực trực tiếp được Chúa Giê-xu và các môn đồ Ngài chạm đến. Bà và Ê-nê cũng cho thấy mối quan tâm tích cực của Đức Chúa Trời dành cho những cá nhân có nhu cầu, đặc biệt những người góa bụa và bại liệt, là những người có khuynh hướng bị lãng quên bởi xã hội rộng lớn hơn.

Si-môn người thợ thuộc da (9:43; 10:6, 17, 32)

Phần nói về Si-môn này (một trong chín người có tên Si-môn trong Tân Ước) thì khá vắn tắt nhưng quan trọng. Suốt những ngày ở Giốp-bê, Phi-e-rơ ở nhà của ông Si-môn (9:43). Trên mái nhà của Si-môn, Phi-e-rơ đã thấy một khải tượng làm thay đổi dòng chảy của lịch sử hội thánh đầu tiên (9:9–16). Thợ thuộc da Si-môn là nhân vật quan trọng một phần bởi Phi-e-rơ nhận được khải tượng này tại nhà của ông.

Những người bán thịt, giống như người trong hình khắc nổi này, và những người thợ thuộc da kiếm sống bằng cách sờ vào thú vật đã chết, vì thế họ là những người ô uế về mặt nghi lễ (thế kỷ thứ hai S.C).

Nghề nghiệp của Si-môn cho thấy một phương diện khác làm cho ông trở nên quan trọng. Ông là một người thợ thuộc da. Nghề nghiệp của ông đòi hỏi mỗi ngày ông phải tiếp xúc với thú vật đã chết. Truyền thống Do Thái dựa trên Cựu Ước (Lê 11:39–1140) coi ông là người bị ô uế về mặt nghi lễ. Các nhóm phái ở thế kỷ thứ nhất như người Pha-ri-si có khuynh hướng khinh thường những người như vậy. Việc Phi-e-rơ sẵn lòng ở với Si-môn, người mà nhà cửa bị nhiều người cho là ô uế vì nghề nghiệp của ông, cho thấy Phi-e-rơ đã được giải phóng khỏi một số định kiến ngăn trở Phúc âm được nhiều người đón nhận như Phúc âm đáng phải được. Dĩ nhiên, Chúa Giê-xu đã chiến đấu với nhiều định kiến như thế. Bằng cách sống dưới mái nhà của Si-môn, Phi-e-rơ đang đi theo gương của Chúa Giê-xu, Đấng đã chấp nhận những người có vẻ như không thể chấp nhận được đối với giới chức tôn giáo trong thời của Ngài (Mác 2:6).

Cọt-nây (10:1–11:18)

Khải tượng của Phi-e-rơ tại nhà của Si-môn người thợ thuộc da chuẩn bị ông cho chuyến viếng thăm lịch sử đến nhà Cọt-nây, một đội trưởng của một binh đoàn La

Mã. Cọt-nây là một **viên đội trưởng** La Mã kỳ lạ. Ông nỗ lực tôn kính Đức Chúa Trời của người Do Thái theo nhiều cách khác nhau (10:2). Người lính La Mã tiêu biểu sẽ thờ phượng hoàng đế và các vị thần hộ mệnh cho đơn vị quân đội của mình, được gọi là một quân đoàn.

Cơ-lốt, hoàng đế La Mã, 41–54 S.C

Đức Chúa Trời đáp ứng trước sự tận hiến của Cọt-nây bằng cách sai một sứ giả từ trời đến. Cọt-nây phải sai người đến với Phi-e-rơ ở Giốp-bê. Ông đã làm vậy, mời một số lượng khá đông bà con họ hàng và bạn bè đến nghe sứ điệp của Phi-e-rơ (10:24).

Cọt-nây là nhân vật quan trọng giúp Phi-e-rơ nhận ra rằng các tập tục cấm tiếp xúc người ngoại bang của Do Thái là bất nhất với việc đi theo Chúa Giê-xu (10:28). Khi Cọt-nây và những người không phải là người Do Thái khác nhận Đức Thánh Linh y theo cách mà Phi-e-rơ và những người Do Thái khác đã nhận, thì Phi-e-rơ hiểu rằng dân sự Chúa không chỉ giới hạn cho những người có tổ tiên là người Do Thái và đi theo tập tục xã hội Do Thái mà thôi (10:34–35, 44, 47).

Sự kiện Cọt-nây trở thành một tình huống mẫu, một tiền lệ trong hội thánh đầu tiên, vốn phần lớn là người Do Thái. Nó nêu lên vấn đề mối liên hệ giữa tập quán tôn giáo Do Thái và những điều kiện cần để nhận được sự tha tội và sự sống mới qua Chúa Giê-xu Christ. Đức Chúa Trời sử dụng Cọt-nây để cho Phi-e-rơ và hội thánh đầu tiên thấy rằng người ngoại bang nào ăn năn và tin nơi Đấng Christ cũng được Đức Chúa Trời chấp nhận. Họ không cần phải làm theo những tập quán xã hội của người Do Thái trước hết (11:17–18). Như Chúa Giê-xu trước đó đã dạy, Phúc âm dành cho tất cả mọi người, không chỉ có con cháu thuộc thể của Áp-ra-ham.

Ba-na-ba (11:22–30)

Hội thánh tại Giê-ru-sa-lem cử Ba-na-ba đi về phía Bắc đến AN-TI-ỐT cách đó khoảng 480 ki-lô-mét để xem xét những báo cáo về việc người ngoại đón nhận "tin lành về Chúa Giê-xu" (11:20, 22). Ba-na-ba, tên ông có nghĩa là "người khích lệ", nổi tiếng từ ngày ông bán đất đai nhà cửa để đáp ứng những nhu cầu cấp bách giữa vòng những tín hữu nghèo túng tại Giê-ru-sa-lem (4:37).

Ba-na-ba tán thành và khích lệ các tín hữu mới tại An-ti-ốt, thủ phủ của tỉnh La Mã rộng lớn được gọi là SY-RI. Vì thế, ông là nhân vật then chốt trong việc truyền bá Phúc âm tại trung tâm chính trị chiến lược này, nơi các tín hữu lần đầu tiên được gọi là Cơ Đốc nhân (11:26). Ông cũng khôn ngoan khi kéo Sau-lơ vào giảng dạy tại hội thánh An-ti-ốt (11:25). Trước đó, ông có một sự thấu suốt và can đảm thuộc linh để kết giao với tên Sau-lơ nguy hiểm này không lâu sau khi Sau-lơ quy đạo (9:27). Cả Ba-na-ba và Sau-lơ đều đóng vai trò trọng tâm trong việc lan truyền Phúc âm ở những chương sau của sách Công Vụ.

A-ga-bút (11:28)

A-ga-bút đã tiên báo chính xác rằng một nạn đói sẽ xảy ra trong thời trị vị của CƠ-LỐT (41–54 S.C). Ông là một trong số những người được gọi là "nhà tiên tri" trong hội thánh đầu tiên. Ở những chỗ khác, tiên tri cũng được đề cập song song với sứ đồ, người giảng Tin lành, mục sư-giáo sư trong tư cách những cá nhân được kêu gọi và được ban ân tứ đặc biệt để xây dựng cộng đồng Cơ Đốc (Êph 4:11). Lời tiên báo của A-ga-bút thúc đẩy các tín hữu tại An-ti-ốt hành động vì những anh em đang có nhu cầu tại Giu-đê. Rõ ràng các tín hữu ở Giu-đê tiếp tục trải qua sự khó khăn về kinh tế bởi vì họ tin theo Phúc âm (Công 2:45; 4:32).

A-ga-bút là một lời nhắc nhở về sự chu cấp của Đức Chúa Trời cho những nhu cầu của người thuộc về Ngài. Trong những năm đầu, hội thánh không có Kinh Thánh Tân Ước. Các tiên tri, phần nhiều trong số họ, có vẻ như đi từ nơi này đến nơi khác, hướng dẫn và khích lệ nhằm tăng thêm sự hướng dẫn từ Tân Ước, các giáo sư Cơ Đốc và chính các sứ đồ. Nhiều thập kỷ trôi qua, chức vụ tiên tri có vẻ như giảm đi tầm quan trọng, cuối cùng biến mất hoàn toàn. Thế nhưng lời chứng về vai trò trọng tâm của tiên tri đối với sự lan truyền và ứng dụng Phúc âm của nó trong Công Vụ thì vẫn còn đó.

A-ga-bút cũng là một lời nhắc nhở rằng Đức Chúa Trời là Đấng tể trị trên lịch sử. Ngài biết tương lai sẽ ra thể nào. Nếu Ngài thấy đẹp lòng, thì Ngài sẽ khải thị những khía cạnh trong kế hoạch của Ngài về cả thời điểm hiện tại và tương lai cho những người có tai để nghe.

Sự thối nát trong hội thánh

Trong Công Vụ 8:20, Phi-e-rơ khiển trách một thuật sĩ hám lợi tên là Si-môn, người muốn sử dụng những điều thánh vì lợi lộc cá nhân. Trong những năm gần đây, các hội thánh tại Bắc Mỹ đã chứng kiến các lãnh đạo hội thánh lạm dụng sự kêu gọi thánh.

Về phía người Tin lành, các trang tin điện tử và các thông cáo báo chí cung cấp luồng báo cáo đầy nghi ngại. Mục sư bị bắt trong các mối quan hệ bất chính và các hoạt động phi pháp. Thông thường đó là tội liên quan đến tiền bạc. Có trường hợp một tên tội phạm bị ngồi tù vì thao túng tiền tệ có vẻ đã tìm thấy đức tin Cơ Đốc khi ở tù vào năm thứ bảy. Sau khi mãn hạn tù, anh ta trở thành mục sư. Vài năm sau, anh ta bị ngồi tù trở lại, bị kết tội vì những hoạt động phi pháp liên quan đến thế giới tiền tệ, tài chính.

Giữa vòng người Công giáo La Mã, các tăng lữ cũng phạm tội lạm dụng tình dục các thuộc viên của mình. Nhiều nạn nhân là thiếu niên và trẻ em. Vào năm 2003, một giám mục tại Phoenix, người đã thừa nhận là bao che cho các linh mục phạm tội, bỏ trốn khỏi hiện trường một vụ tai nạn trong đó xe của ông đang lái đâm chết một người đi đường. Người Công giáo đã bày tỏ sự phẫn nộ trước hành vi vô trách nhiệm và thái độ của lãnh đạo của họ.

Nan đề cũng tồn tại giữa vòng người Tin lành nữa. Cách đây nhiều năm, cuốn sách *Những Mục sư Sa ngã có được Phục hồi không? Đáp ứng của Hội thánh trước Hành vi Sai trái về Tình dục* (Can Fallen Pastors Be Restored? The Church's Response to Sexual Misconduct, Chicago: Moody, 1995) của John H. Armstrong, đã ghi nhận sự tồn tại của những mức độ hành vi vô luân đến đáng kinh ngạc của những mục sư và những người khác trong cấp lãnh đạo hội thánh. Tình hình chưa mấy được cải thiện kể từ đó.

Sách Công Vụ là lời nhắc nhở rằng mặc dù hội thánh được kêu gọi đến sự thánh khiết, nhưng các thuộc viên hội thánh có thể vẫn phạm phải những hành động bất khiết. Một số người, như Si-môn thầy pháp sư hay những người không được kể tên khác mà Phao-lô sau này cảnh báo (Công 20:39) thật sự có thể là những con cáo giữa bầy chiên của Đức Chúa Trời. Việc bảo vệ những người (như trẻ em hoặc những người yếu đuối khác) có thể trở thành nạn nhân là trách nhiệm của những người khác trong hội thánh. Chúng ta cũng phải tiếp cận với những kẻ nổi loạn với niềm hy vọng rằng họ sẽ ăn năn và được phục hồi.

Thái độ mà ta không được chọn đó là dung dưỡng hành vi mà Kinh Thánh cho là bất nhất với việc theo Chúa. Dung dưỡng không phải là bày tỏ yêu thương đối với người cần được sửa trị, đối với nạn nhân của người đó, đối với lời chứng của hội thánh cho thế giới rộng lớn hơn và đối với chính Đức Chúa Trời.

Gia-cơ, anh của Giăng (12:2)

Gia-cơ là lời nhắc nhở mạnh mẽ, dẫu tàn nhẫn, về mối liên hệ gần gũi giữa Công Vụ và các sách phúc âm. Gia-cơ là anh của sứ đồ Giăng. Cùng với Giăng và Phi-e-rơ, ông là một trong mười hai môn đồ ban đầu của Chúa Giê-xu và là một thành viên của nhóm ba người thân cận của Chúa Giê-xu. Trong Ma-thi-ơ 20:23, Chúa Giê-xu báo trước rằng Gia-cơ sẽ đối diện với một kết cục giống như Ngài: bị chết bằng cách hành hình. Công Vụ 12:2 ký thuật ứng nghiệm lời tiên tri đó.

Vì thế, Gia-cơ trở thành người đầu tiên trong mười hai sứ đồ chết do trung thành với Chúa. Ông nhắc chúng ta nhớ đến sự chống đối dữ dội mà nhiều người, nếu không phải là hầu hết các tín hữu đầu tiên, đều phải đối diện. Ngay cả người cai trị về mặt dân sự là HÊ-RỐT ẠC-RÍP-PA I (37–44 S.C) cũng đã nhảy vào sách nhiều những người Do Thái nào ở xứ Giu-đê tuyên xưng đức tin nơi Giê-xu bị đóng đinh. Điều này làm tăng giá trị của Hê-rốt trong mắt của những người Giu-đê khác (12:3). Gia-cơ phải trả giá cao nhất cho sự trung thành của ông đối với Chúa Giê-xu và Phúc âm.

Hai người không tin

Hầu hết những người được đề cập trong Công Vụ 8–12 đều đáp ứng cách tích cực với Phúc âm hoặc đều thúc đẩy sự mở rộng Phúc âm. Tuy nhiên, có hai ký thuật về đáp ứng tiêu cực đối với sứ điệp của Chúa Giê-xu Christ. Những nhân vật này là một pháp sư và một vị vua.

Si-môn pháp sư (8:9–25)

Sự giảng dạy của Phi-líp nhà truyền giảng Tin lành tại Sa-ma-ri, đã được đề cập ở trên, thu hút sự quan tâm của một người nổi tiếng tại vùng này tên là Si-môn. Dường như ông ta có sức mạnh ma thuật và không ngại khoe khoang về nó. Những người cảm thấy rằng quyền phép thiên thượng hẳn phải hành động trong ông bị thu hút đi theo ông. Khi lời giảng của Phi-líp thu hút một số người ở đó đến với Đấng Christ thay vì đến với Si-môn, Si-môn đáp ứng bằng cách công khai xưng nhận đức tin và chịu phép báp-têm.

Tuy nhiên, bản chất sự quy đạo của Si-môn bị nghi ngờ khi Phi-e-rơ và Giăng đến Giê-ru-sa-lem để xem xét sự mở rộng của Phúc âm. Si-môn hứa hẹn sẽ cho họ tiền nếu họ chia sẻ năng quyền sứ đồ của họ với ông (vì thế mới xuất hiện từ **"simony"**, mua bán chức vụ hay đặc quyền trong hội thánh). Câu trả lời của Phi-e-rơ rất thẳng thắn: Lòng của Si-môn vẫn còn bị trói buộc bởi xiềng xích tham lam của tên lang băm mà ông ta giả vờ ăn năn và từ bỏ. Mặc dù câu trả lời của Si-môn nghe có vẻ đáng khâm phục (8:24), nhưng những ghi nhận ở thế kỷ thứ hai cho thấy rằng ông ta chỉ thể hiện sự sợ hãi tức thời thay vì là sự hối lỗi lâu dài. Tên ông trở thành từ đồng nghĩa với tà giáo. Câu chuyện vắn tắt về ông ta là một lời nhắc nhở rằng đón nhận Phúc âm nghĩa là dâng quyền điều khiển cuộc đời của mình cho Chúa, chứ không phải dùng Chúa để có năng quyền nhằm phục vụ lợi ích cá nhân.

Hê-rốt Ạc-ríp-pa I (12:1–23)

Hê-rốt, kẻ bắt bớ Gia-cơ (12:1–4), biết về Phúc âm đủ để trấn áp Phúc âm bằng vũ lực. Sinh vào khoảng năm 10 T.C, ông là em trai của người phụ nữ (HÊ-RÔ-ĐIA) đã nghĩ ra việc cắt đầu Giăng Báp-tít. Có lẽ từ những ngày đầu, ông đã biết về chức vụ trên đất của Chúa Giê-xu. Khi Cơ-lốt làm hoàng đế La Mã vào năm 41 S.C, ông sáp nhập thêm Giu-đê và Sa-ma-ri vào vương quốc của Hê-rốt, là vương quốc trước kia chỉ giới hạn ở một khu vực nhỏ hơn rất nhiều.

Hê-rốt ra lệnh hành hình những tên lính gác thuộc phiên trực mà thiên sứ đã phóng thích Phi-e-rơ ra khỏi ngục (xin xem bên dưới và Công Vụ 12:19). Từ Giê-ru-sa-lem ông ta đi về vùng duyên hải Địa Trung Hải để thương lượng với những công dân của các thành TY-RƠ và SI-ĐÔN. Phát biểu trước công chúng, ông ta tắm mình trong những lời nịnh hót của quần chúng. Ông ta thậm chí còn được gọi là một vị thần (12:22). Bất chấp sự náo động dấy lên bởi phong trào Cơ Đốc trong xứ của mình, ông ta vẫn không hề mảy may bị kích động mà khước từ hay khiển trách sự phạm thượng ấy. Kết quả là, ông ta bị đánh gục, vì thế trở thành một ví dụ về tính chất nghiêm trọng của việc xem thường Đức Chúa Trời và chống đối Phúc âm. Ông ta chết không lâu sau đó.

Các nhân vật chính

Công Vụ 8–12 đề cập đến ba người nổi bật trong sự nổi lên và tăng trưởng của hội thánh đầu tiên: Giăng, Phi-e-rơ và Sau-lơ (Phao-lô).

Giăng (8:14–25)

Trong số những người có tên Giăng xuất hiện trong Tân Ước, thì Giăng này là sứ đồ Giăng, con trai của Xê-bê-đê, "môn đồ được Chúa yêu", người viết phúc âm thứ tư. Ông cũng viết ba thư tín Tân Ước khác và sách Khải Huyền. Ông được đề cập trong Công Vụ 1, 3 và 4, mỗi lần đều đi cùng với Phi-e-rơ. Trong Công Vụ 8, ông đồng hành với Phi-e-rơ tới Sa-ma-ri. Ông và Phi-e-rơ được hội thánh Giê-ru-sa-lem cử tới Sa-ma-ri để thừa nhận các tín hữu ở đó.

Cùng với Phi-e-rơ, Giăng cầu nguyện và đặt tay trên những tín hữu người Sa-ma-ri mới quy đạo. Họ "đều nhận lấy Đức Thánh Linh" (Công 8:17), điều này dường như cho thấy chính những dấu hiệu được Chúa viếng thăm mà Giăng, Phi-e-rơ và những những người khác đã kinh nghiệm trước đó ở Giê-ru-sa-lem. Vì thế, Giăng trở thành một nhân chứng và người ủng hộ sự lan truyền Phúc âm từ Giu-đê cũng như những xứ bên ngoài Giu-đê (8:25). Mặc dù ông không được đề cập đích danh trong Công Vụ sau sự kiện này (trừ ra được đề cập đến trong tư cách em của Gia-cơ, 12:2), nhưng chúng ta có thể mặc định rằng ông đóng vai trò nổi bật trong sự tấn tới của Phúc âm. Những chi tiết về hoạt động của Giăng tại Sa-ma-ri và giữa vòng những người lãnh đạo tại Giê-ru-sa-lem (xem Gal 2:9) không được giữ lại chi tiết, nhưng những sách ông viết và truyền thống hội thánh ngày xưa cho thấy rằng đóng góp và sự hy sinh của ông cho chính nghĩa của Đấng Christ là lớn lắm.

Phi-e-rơ (8:14–25; 9:32–43; 10:1–11:18; 12:3–18)

Trên một vài phương diện, Phi-e-rơ đóng vai trò quan trọng hàng đầu trong Công Vụ 8–12, như ông đã làm trong Công Vụ 1–7. Ông cùng với Giăng đến xác nhận công tác của Phi-líp tại Sa-ma-ri. Rồi ông cảnh báo thầy pháp Si-môn hãy lìa bỏ sự tham lam mình. Trong quá trình truyền rao Phúc âm, ông chữa lành cho Ê-nê và Ta-bi-tha.

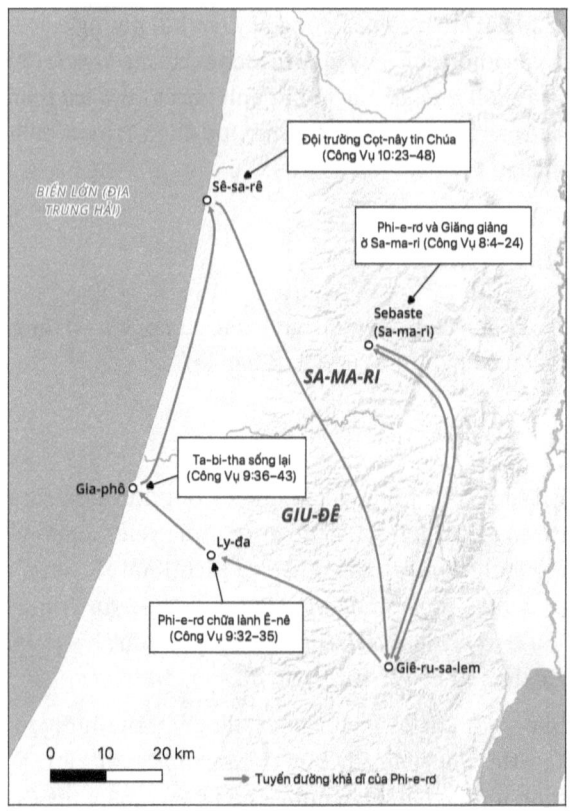

Sứ mạng truyền giáo cho những người không phải là người Do thái của Phi-e-rơ

Như chúng ta đã biết, Phi-e-rơ thấy một khải tượng khi đang ở tại nhà thợ thuộc da Si-môn. Khải tượng này nhấn mạnh một lẽ thật mà Chúa Giê-xu đã dạy: con người bị ô uế bởi những gì ra từ lòng họ, chứ không phải bởi những gì họ ăn vào (Mác 7:15–23). Dù đồ ăn thức uống không phải là không liên quan gì đến vấn đề tâm linh, nhưng hiểu vai trò của đồ ăn "sạch" và "ô uế" như trong Do Thái giáo thế kỷ thứ nhất thì không đúng. Mối quan tâm của Chúa là lòng người, chứ không phải chuyện ăn gì.

Khi các sứ giả từ viên đội trưởng La Mã Cọt-nây được sai đến để hộ tống Phi-e-rơ từ Giốp-bê đến Sê-sa-rê, Phi-e-rơ đã đi với họ. Quãng đường ấy khoảng gần 50 ki-lô-mét. Phi-e-rơ áp dụng bài học mà khải tượng đã dạy cho ông: "Đức Chúa Trời chẳng hề vị nể ai" (10:34). Phúc âm là cho người Do Thái lẫn người ngoại bang dựa trên cùng một điều kiện. Khi Phi-e-rơ giảng đạo, Đức Thánh Linh đã đến trên người nghe. Điều này làm cho những người cùng đi với Phi-e-rơ kinh ngạc (10:45). Họ có thể hiểu được tại sao những người không phải là người Do Thái không được cắt bì ấy lại có thể được Đức Chúa Trời chấp nhận y như người Do Thái khi họ đón nhận Phúc âm. Nhưng khải tượng của Phi-e-rơ (chưa nói gì đến sự dạy dỗ của Chúa Giê-xu) đã chuẩn bị ông cho bước phát triển này. Những tân tín hữu ấy không cần phải đi theo những tập quán xã hội của Do Thái (cắt bì, những giới hạn trong chuyện ăn uống, giữ lịch tôn giáo của Do Thái). Ông đã đưa ra những mệnh lệnh cho họ là phải chịu báp-têm nhân danh Chúa Giê-xu. Rồi ông ở với họ vài ngày để củng cố đức tin của họ (10:48).

Tiêu điểm 15: Một Người Nữa Tin Chúa

Phi-líp, Ta-bi-tha, A-ga-bút và Cọt-nây – danh sách những người tin Chúa Giê-xu Christ và tên của những người xuất hiện trong sách Công Vụ cứ thêm lên. Kể từ thế kỷ thứ nhất, hàng triệu người đã nghe Phúc âm và tin nhận Chúa.

Vào thế kỷ 19, thêm một người nữa đã tin Chúa. Ông trưởng thành trong Chúa và đã mang đến ảnh hưởng rất lớn trên cộng đồng Cơ Đốc không chỉ tại Anh là quê hương của ông mà thôi.

Khi còn trẻ, ông tranh chiến với tội lỗi; ông thấy mình thật khốn khổ dưới sức nặng của tội lỗi. Mặc dù ông cố gắng tìm kiếm sự giải phóng, nhưng ông không tài nào thoát khỏi gánh nặng đang đè lấy ông. Một đêm đông tuyết rơi nọ, ông bước vào một nhà nguyện Giám Lý nhỏ bé ở Essex, Anh quốc, nơi buổi lễ đang được diễn ra mà không có diễn giả. Một tín hữu ít học đang đọc Ê-sai 45:22: "Hỡi các ngươi hết thảy ở các nơi đầu cùng đất, hãy nhìn xem ta và được cứu! Vì ta là Đức Chúa Trời, chẳng có Chúa nào khác." Người tín hữu ấy sau đó quay sang người thanh niên trẻ tuổi và nói: "Cậu thanh niên ơi, trông cậu khổ quá; cậu thanh niên ơi, hãy đến với Chúa Giê-xu, hãy nhìn xem và được cứu."

Sau này khi nói về kinh nghiệm đó của mình, cậu thanh niên ấy đã nói: "Đêm đó tôi đã nhìn xem Chúa Giê-xu và tôi đã được sống." Chính cái đêm ấy, tên một tín hữu nữa đã được biên vào bảng tên bắt đầu từ Công Vụ. Người tín hữu trẻ tuổi ấy là Charles Haddon Spurgeon (1834–92), người sau này trở thành một trong những diễn giả được ơn nhất trong lịch sử. Công tác phục vụ người nghèo và trẻ mồ côi của ông cũng rất đáng ghi nhận. Không chỉ những người thờ phượng tại Metropolitan Tabernacle ở London

> nghe được những bài giảng của ông, mà họ còn dịch chúng ra nhiều thứ tiếng. Chúng vẫn tiếp tục được đọc và học trên toàn thế giới.

Tin tức về việc làm của Phi-e-rơ lập tức gặp phải những chỉ trích từ những tín hữu Do Thái tại Giu-đê. Họ buộc tội Phi-e-rơ vì đã kết thân với người ngoại bang (11:3). Phi-e-rơ thuật lại khải tượng của mình cho họ nghe. Ông nói về vị thiên sứ đã phán với Cọt-nây. Ông cũng thuật lại những lời của Chúa Giê-xu và của Giăng Báp-tít (11:16). Phi-e-rơ kết luận rằng nếu Đức Chúa Trời đã ban Thánh Linh Ngài cho người ngoại bang, thì thật là điên rồ khi chống lại Đức Chúa Trời. Có lẽ Phi-e-rơ cũng đã thuật lại lời cảnh báo nghiêm khắc của Chúa đối với việc cản trở công tác của Đức Thánh Linh (Mác 3:29). Điều này có vẻ đủ để thuyết phục những tín hữu xứ Giu-đê, những người sau này ngợi khen Chúa vì đã kêu gọi cả người Do Thái và người ngoại bang đến "sự ăn năn dẫn đến sự sống" (11:18).

Tàn tích của cống dẫn nước của La Mã tại Sê-sa-rê. Cọt-nây là một thầy đội người La Mã phụ trách một quân đoàn tại Sê-sa-rê.

Phi-e-rơ đã chiến thắng trước những tín hữu Do Thái đồng hương của mình, nhưng điều này không cứu ông khỏi mưu sâu kế hiểm của Hê-rốt. Vì những lý do chính trị, Hê-rốt đã gán tội chết cho người anh của Giăng và sau đó Phi-e-rơ bị bắt (12:3). Việc này xảy ra vào dịp lễ Vượt Qua, cùng thời điểm trong năm mà Chúa Giê-xu bị bắt và đóng đinh. Phi-e-rơ suýt tí nữa thì phải chết. Nhưng Đức Chúa Trời đã can thiệp, và Phi-e-rơ bước ra khỏi tù bình an vô sự (12:10). Những tín hữu đồng bạn với ông, trong lúc đang cầu xin Chúa cho ông được thả ra, đã kinh ngạc khi thấy ông được tự do (12:6). Phi-e-rơ bảo họ báo cho Gia-cơ (anh em cùng mẹ khác cha của Chúa Giê-xu, lúc ấy đang làm lãnh đạo tại hội thánh Giê-ru-sa-lem) và những lãnh đạo khác biết về việc này (12:17). Phi-e-rơ không được đề cập đến nữa cho tới Công Vụ 15.

Phi-e-rơ quan trọng trong phần này của sách Công Vụ bởi vai trò then chốt của ông trong sự tấn tới của Phúc âm vượt ra khỏi ranh giới địa lý ban đầu của nó. Mặc dù về lâu dài thì Phao-lô, chứ không phải Phi-e-rơ, trở thành "sứ đồ của dân ngoại" (Gal 2:8), nhưng Đức Chúa Trời đã hành động qua Phi-e-rơ để đặt nền cho công tác của Phao-lô. Như chính Phi-e-rơ đã nói: "Đức Chúa Trời đã chọn tôi trong các anh em, để cho người ngoại được nghe tin lành bởi miệng tôi và tin theo" (Công 15:7).

Sau-lơ (8:1–3; 9:1–31; 11:25–30;(9:23)

Công Vụ 8–12 đưa ra bốn cái nhìn thoáng qua về Sau-lơ (sau này trong Công Vụ gọi là Phao-lô). Đầu tiên, ông chỉ huy chuyện ném đá Ê-tiên và góp phần xúi giục một cuộc bách hại kinh khếp nhằm vào những người Do Thái công nhận Chúa Giê-xu là Đấng Mê-si-a (8:1–3).

Thứ hai, khi nhiệt thành trong công tác chống lại những người đi theo Chúa Giê-xu, Sau-lơ đã gặp Đấng mà ông cho là đã chết: Chúa Giê-xu. Công 9:1–31 là một trong ba ký thuật, mỗi ký thuật có chút khác biệt, về kinh nghiệm này của ông, là kinh nghiệm xảy ra trên đường từ Giê-ru-sa-lem đến Đa-mách (xem thêm Công 22:4–16; 26:9–18). Sau ba ngày kiêng ăn, Sau-lơ nhận được Thánh Linh của Chúa Giê-xu, là Đấng mà những người theo Ngài đều bị ông đã bắt bớ (Công 9:17–18). Ông đã thể hiện lòng tin quyết mới mẻ, đầy sửng sốt tại các nhà hội ở Đa-mách, sốt sắng trình bày lời chứng của mình đến nỗi người ta đã lập mưu giết ông (9:23). Ông đã trốn thoát đến A-RA-BI một thời gian trước khi trở lại Đa-mách (Gal 1:17).

Khoảng ba năm sau khi ông quy đạo, cuối cùng ông đã được viếng thăm Giê-ru-sa-lem. Với sự giúp đỡ của Ba-na-ba, ông đã được ít nhất là một số tín hữu ở đây đón nhận, mặc dù nhiều người không tránh khỏi nghi ngờ. Ông có thật sự đến với Chúa Giê-xu không (9:26)? Ông có đang giả vờ theo Chúa Giê-xu để thu thập thông tin nhằm chống lại các Cơ Đốc nhân sau này không? Khi người Do Thái ở Giê-ru-sa-lem tìm cách giết ông, Sau-lơ rút lui đến vùng duyên hải Sê-sa-rê với sự giúp đỡ của các tín hữu khác. Sau đó ông chèo thuyền về phía Bắc đến nơi ông sinh ra, thành TẠT-SƠ. Công Vụ ký thuật rằng sau sự kiện này, các hội thánh ở Giu-đê, Sa-ma-ri và GA-LI-LÊ vui hưởng một khoảng thời gian khá bình yên và tăng trưởng.

Thứ ba, trong Công Vụ 11:25–30, Sau-lơ được Ba-na-ba chiêu mộ để thực hiện những công tác chăn bầy tại hội thánh mũi nhọn là An-ti-ốt. Một phần nhờ vào những ân tứ và nỗ lực của Phao-lô, "nhiều người" được dạy về Phúc âm (11:26). Khi A-ga-bút nói tiên tri về một nạn đói, thì các tín hữu tại An-ti-ốt quyết định sẽ quyên góp cho các tín hữu Do Thái tại Giu-đê. Sau-lơ, cùng với Ba-na-ba, đã được chọn để đi giao món quà là khoản tiền mặt rất lớn (11:30). Đây có thể là lần viếng thăm Giê-ru-sa-lem thứ hai của Sau-lơ sau khi ông quy đạo. Chuyến viếng thăm này thường được nhắc đến như chuyến viếng thăm trong nạn đói. Số lần và thời điểm Sau-lơ viếng thăm Giê-ru-sa-lem sẽ trở thành một vấn đề tranh cãi khi chúng ta khảo sát thư tín của Phao-lô gửi cho người Ga-la-ti ở một chương sau.

Thứ tư, trong Công Vụ 12:25, Ba-na-ba và Sau-lơ hoàn tất nhiệm vụ của mình. Họ trở lại An-ti-ốt với một người tên là Giăng Mác đi cùng.

Nhiều người nghĩ rằng đây là Mác viết Phúc âm thứ hai.[2] Trong bất cứ trường hợp nào thì cùng với Sau-lơ và Ba-na-ba, ông cũng được nhắc đến như một người quan trọng trong những chương tiếp theo của sách Công Vụ.

Tóm lược

1. Công Vụ 8–12 minh chứng rằng Đức Chúa Trời để ý đến từng cá nhân và Ngài quan tâm đến họ trong tư cách một con người.
2. Phi-líp quan trọng bởi vì ông nằm trong số những người đầu tiên đem phúc âm ra khỏi địa phận Giê-ru-sa-lem (tới Sa-ma-ri).
3. A-na-nia là một nhân vật quan trọng bởi vì ông được Đức Chúa Trời cử đi phục hồi thị lực cho Sau-lơ.
4. Ta-bi-tha chết ở Giốp-bê, nhưng Phi-e-rơ đã đến, kêu bà sống lại.
5. Vì có liên hệ với Cọt-nây, nên Phi-e-rơ học biết rằng những tập tục cấm giao tiếp với người ngoại là không nhất quán với việc theo Chúa.
6. A-ga-bút là một trong các tiên tri của hội thánh đầu tiên.
7. Si-môn thầy pháp và Hê-rốt Ạc-ríp-pa I không đáp ứng đúng đắn với sứ điệp về Đấng Christ.
8. Ba nhân vật nổi bật nhất trong sự dấy lên và tăng trưởng của hội thánh đầu tiên như được ký thuật trong Công Vụ 8–12 là Giăng, Phi-e-rơ và Phao-lô.

Câu hỏi ôn tập

1. Chúng ta có thể học được gì từ việc nhấn mạnh vào các cá nhân trong Công Vụ 8–12?
2. Vì sao Phi-líp và những người khác rời Giê-ru-sa-lem, mang theo mình sứ điệp phúc âm? Xin xem Công Vụ 8:1, 4–5.
3. Xin kể tên và nêu vắn tắt đặc điểm của năm "nhân vật phụ". Xin kể tên và nói về một người không chịu tin Chúa.
4. Vì sao chuyến viếng thăm Cọt-nây của Phi-e-rơ lại gây ra tranh cãi?
5. Vì sao nhiều Cơ Đốc nhân đầu tiên nghi ngờ Sau-lơ?
6. Xin kể tên ba ký thuật về sự quy đạo của Sau-lơ (Công 9:1–31; 22:4–16; 26:9–18). Xin liệt kê ba điểm giống và ba điểm khác nhau giữa các ký thuật ấy.

---

[2] Robert H. Gundry, *Mark: A Commentary on His Apology for the Cross* (Grand Rapids: Eerdmans, 1993), 1034–35.

Các thuật ngữ then chốt			
Ả-rập	Ê-thi-ô-pi	Đa-mách	Giốp-bê
Abyssinia	Ga-li-lê	Hê-rô-đia	Giu-đê
An-ti-ốt (Sy-ri)	Cơ-lốt	Giê-ru-sa-lem	Ly-đi
Buôn thần bán thánh	Cu-sơ	Gaza	Hê-rốt Ạc-ríp-pa I

Con người/Địa điểm chính				
Sa-ma-ri	Si-đôn	Sy-ri	Tel Aviv	Ty-rơ Sy-ri
Sê-sa-rê	Su-đan	Tạt-sơ	Thầy đội	

Sách đọc thêm

Về Công Vụ 8–12 nói chung, xin đọc những sách ở cuối chương 14 đến 16. Cũng xem những sách sau:

Baum, Armin D. "The Anonymity of the New Testament History Books: A Stylistic Device in the Context of Greco-Roman and Ancient Near Eastern." *Novum Testamentum 50*, no. 2 (2008): 120–42.

> Bảo vệ tính vô danh của các sách phúc âm và Công Vụ để cho thấy tầm quan trọng mà các tác giả dành cho chủ đề còn chính tác giả thì không quan trọng. Dựa trên thói quen tương tự trong Cựu Ước.

Chadwick, Henry. *The Early Church*. Rev. ed. London: Penguin, 1990.

> Một khảo sát ngắn nhưng rất hữu ích về những năm đầu của hội thánh.

Daniel-Rops, Henri. The Church of the Apostles and Martyrs. Translated by Audrey Butler. London: Dent, 1960.

> Một nghiên cứu chuyên sâu về buổi đầu của hội thánh.

Frend, W. H. C. Martyrdom and Persecution in the Early Church: A Study of a Conflict from the Maccabees to Donatus. Grand Rapids: Baker, 1965 1981.

> Một tác phẩm quan trọng về cuộc đời và sự chịu khổ của các tín hữu đầu tiên.

Gooding, David. True to Faith. London: Hodder & Stoughton, 1991.

> Một cuốn giải kinh Công Vụ xuất sắc và dễ theo dõi từ góc nhìn của người tin.

Green, Michael. Evangelism in the Early Church. Rev. ed. Grand Rapids: Eerdmans, 2004.

> Một nghiên cứu thấu đáo về cách hội thánh rao truyền Phúc âm trong những năm đầu tiên.

Johnson, Luke T. *Religious Experience: A Missing Dimension of New Testament Studies*. Minneapolis: Fortress, 1998.

> Cho thấy cách các biến cố được nói đến trong Công Vụ 8–12 vẫn quan trọng trong việc hiểu về lịch sử và niềm tin Cơ Đốc giáo xưa và nay.

Larkin, W. J. *Acts*. Downers Grove, IL: InterVarsity, 1995.

> Một giải kinh tinh tế về Công Vụ từ góc nhìn của Tin lành thuần tuý dành cho người học và người chăn bầy.

Marshall, I. Howard, và David Peterson, eds. *Witness to the Gospel: The Theology of Acts*. Grand Rapids: Eerdmans, 1998.

> Mấy chục bài luận nói đến nhiều khía cạnh khác nhau trong quan điểm thần học và sự dạy dỗ của Công Vụ.

Newman, Carey C. "Acts." Trong *A Complete Literary Guide to the Bible*, edited by Leland Ryken and Tremper Longman III, 436–44. Grand Rapids: Zondervan, 1993.

> Những gợi ý đầy thú vị về sứ điệp của Công Vụ và cách Lu-ca chuyển tải sứ điệp ấy.

Pao, David W. *Acts and the Isaianic New Exodus*. Reprint, Grand Rapids: Baker Academic, 2002.

> Một nghiên cứu chuyên môn khảo sát cấu trúc của Công Vụ theo kiểu bị chi phối bởi cách Ê-sai kể lại câu chuyện xuất hành.

Still, Todd D., và David G. Horrell, eds. *After the First Urban Christians*. London: T&T Clark, 2009.

> Phần lượng giá các nỗ lực xác định bối cảnh xã hội của thế kỷ thứ nhất.

Wagner, C. Peter. *Acts of the Holy Spirit*. Ventura, CA: Regal Books, 2000.

> Một nhà truyền giáo đọc Công Vụ để tìm ra những nguyên tắc truyền giáo.

Walton, Steve. "Acts: Many Questions, Many Answers." Trong *The Face of New Testament Study*, 229–50. Grand Rapids: Baker Academic, 2004.

> Dẫn nhập vào phần thảo luận về Công Vụ và mối liên hệ của nó với Do Thái giáo.

———. "Primitive Communism in Acts? Does Acts Present the Community of Goods (2:44–45; 4:32–35) as Mistaken?" Evangelical Quarterly 80, no. 2 (2008): 99–111.

> Thách thức giả định cho rằng hội thánh đầu tiên thực hành việc bắt buộc góp mọi vật làm của chúng, rằng Lu-ca xem đây là một sai lầm. Tích cực hơn, Walton lập luận rằng sự sẵn lòng chia sẻ trong những chương đầu của sách Công Vụ cung cấp thông tin cho việc bố thí sau này trong sách.

Chương 16

Công Vụ 13–28

Sự Sáng Của Đấng Christ Đến Tận Cùng Trái Đất

Bố cục

- Bố cục của Công Vụ 13–28
- Hành trình truyền giáo thứ nhất của Phao-lô (13:1–14:28)
- Giáo hội nghị Giê-ru-sa-lem (15:1–35)
- Hành trình truyền giáo thứ hai của Phao-lô (15:36–18:22)
- Hành trình truyền giáo thứ ba của Phao-lô (18:23–21:15)
- Bị bắt giữ ở Giê-ru-sa-lem và bị giam giữ ở Sê-sa-rê (21:16–26:32)
- Chuyến hải trình của Phao-lô đến La Mã (27:1–28:10)
- Mục vụ của Phao-lô tại La Mã (28:11–31)
- Kết luận

Mục tiêu

Sau khi đọc chương này, quý vị sẽ có thể:

- Minh họa cách Đức Chúa Trời cho thấy tình yêu của Ngài không giới hạn cho một nhóm sắc dân hay một nhóm chủng tộc mà thôi
- Viết được bố cục nội dung của Công Vụ 13–28
- Mô tả hành trình truyền giáo đầu tiên
- Nhận diện tầm quan trọng của hành trình truyền giáo thứ hai
- Liệt kê những điểm nổi bật của hành trình truyền giáo thứ ba
- Thảo luận về những sự kiện trong cuộc đời Phao-lô sau khi ông bị bắt giữ ở Giê-ru-sa-lem

Vào thế kỷ hai mươi mốt, thế giới đang đối diện với những vấn đề then chốt. Một vấn đề chính, thường xuất hiện cũng với chiến tranh và đói nghèo là vấn đề người tị nạn. Cần phải làm gì với hàng triệu người rời bỏ quê quán của họ? Cần phải có những sự trợ giúp nào? Những chính sách nhập cư nào là tốt nhất? Các chính phủ và các cơ quan quốc tế không ngừng tranh cãi về những câu hỏi này. Người dân từ tất cả các châu lục đều sợ hãi trước việc quá nhiều người lạ ào ào đến nước của họ, đe dọa điều kiện sống và lối sống của họ.[1]

Tàn tích của khu chợ hai tầng vốn là một phần của toà án Trajan ở La Mã, đầu thế kỷ thứ hai S.C.

Thận trọng với người nước ngoài không phải là điều gì mới mẻ. Có vẻ như đó là một tính cách căn bản của con người. Nhưng Cựu Ước dạy: "Hãy yêu thương người lân cận như chính mình" (Lê 19:18). Cựu Ước cũng đưa ra nguyên tắc ấy trong cách đối xử với người nước ngoài (Lê 19:34). Vì thế Chúa Giê-xu dạy "Các con muốn người ta làm cho mình thế nào, hãy làm cho người ta thế ấy" (Lu 6:31). Những người theo Chúa Giê-xu được dạy phải mở rộng lòng tử tế không chỉ với nhau nhưng thậm chí với cả kẻ thù mình (Lu 6:35).

Công Vụ 13–28 mô tả sự tiếp tục lan truyền Phúc âm cho những dân tộc và những vùng đất mới. Tình yêu của Chúa không chỉ dành cho bất cứ một chủng tộc hay một nhóm người nào nhưng cho tất cả những ai đáp ứng với sự kêu gọi của Phúc âm. Xenophobia – nỗi sợ hãi người lạ hoặc người nước ngoài một cách vô căn cứ - không có chỗ trong vương quốc Đức Chúa Trời. Nhân vật trọng tâm của phần Công Vụ này là Phao-lô, một người trước đây là người Pha-ri-si, từng sốt sắng theo đường lối của Do Thái giáo và thù địch với bất cứ điều gì đe dọa niềm tin Do Thái và sự thuần khiết của chủng tộc Do Thái.

---

[1] Xin xem hai nghiên cứu gần đây (và trái ngược nhau): J. K. Hoffmeier, *The Immigration Crisis: Immigrants, Aliens, and the Bible* (Wheaton: Crossway, 2009); M. Daniel Carroll R., *Christians at the Border: Immigration, the Church and the Bibe* (Grand Rapids: Baker Academic, 2008).

Công Vụ 13–28 mô tả ba hành trình truyền giáo riêng biệt, mỗi hành trình lại mang Phúc âm đến những khu vực mới. Nó tóm lược tranh cãi thần học về việc cần phải làm gì với người nước ngoài (không phải là người Do Thái) trong hội thánh. Nó cũng phác họa sự kiện Phao-lô bị bắt giam ở hai nơi, việc bị bắt giam chủ yếu bắt nguồn từ sứ điệp của ông rằng dân ngoại cũng được hoan nghênh trong gia đình đức tin của Đức Chúa Trời. Nhiều người Do Thái mộ đạo chống đối sứ điệp này và nỗ lực làm cho Phao-lô phải im miệng. Công Vụ kết lại với câu chuyện thế nào mục tiêu lâu dài của Phao-lô là giảng đạo ở thành lớn LA-MÃ cuối cùng đã được thực hiện.

Bố cục của Công Vụ 13–28

Làm chứng về Chúa đến đầu cùng đất (13:1–28:31)

A. Hành trình truyền giáo đầu tiên của Phao-lô (13:1–14:28)
B. Giáo hội nghị Giê-ru-sa-lem (15:1–35)
C. Hành trình truyền giáo thứ hai của Phao-lô (15:36–18:22)
D. Hành trình truyền giáo thứ ba của Phao-lô (18:23–21:15)
E. Phao-lô bị bắt giữ tại Giê-ru-sa-lem và bị giam giữ tại Sê-sa-rê (21:16–26:32)
F. Chuyến hải trình đến La Mã của Phao-lô (27:1–28:10)
G. Mục vụ của Phao-lô tại La Mã (28:11–31)

Hành trình truyền giáo thứ nhất của Phao-lô (13:1–14:28)

Trong Công Vụ, chúng ta thấy rằng hội thánh hậu phục sinh của Chúa Giê-xu Christ bắt đầu tại GIÊ-RU-SA-LEM (Công 2). Suốt khoảng một thập kỷ (những năm 30 S.C), Giê-ru-sa-lem giữ được tầm quan trọng trung tâm của nó. Dĩ nhiên, tầm quan trọng về mặt biểu tượng là Si-ôn, thành của Đức Chúa Trời, vẫn còn cho đến ngày nay. Nhưng thời các sứ đồ, một thành khác nổi lên, làm lu mờ Giê-ru-sa-lem về một vài phương diện. Đó là thành AN-TI-ỐT, thủ phủ của tỉnh SY-RI của La Mã. Dân số của nó khi ấy có lẽ khoảng 300,000 người.[2] Nó nằm cách Giê-ru-sa-lem khoảng 500 ki-lô-mét về phía Bắc.

Vào thế kỷ thứ nhất, nhiều người Do Thái sinh sống ở An-ti-ốt.[3] Một số người, cùng với nhiều người không phải là người Do Thái, trở thành hạt nhân cho một (hay các) hội thánh Cơ Đốc ở đó. Hội thánh này được thành lập bởi nhiều người từ Giê-ru-sa-lem chạy trốn sự bắt bớ (Công 11:19–21) không lâu sau khi Ê-tiên bị ném

---

[2] John McRay, *Archaeology and the New Testament* (Grand Rapids: Baker Academic, 1991), 227.
[3] Để đọc phần phác thảo về sự định cư của họ ở đây, xin xem Barry J. Beitzel, *The Moody Atlas of Bible Lands* (Chicago: Moody, 1985), 178.

đá (đầu những năm 30 S.C). Ba-na-ba và sau này là Phao-lô đã nắm vị trí lãnh đạo hội chúng tại An-ti-ốt (Công 11:22–26).

An-ti-ốt (thành phố Antakya hiện tại) trên bờ sông Orontes

Tầm quan trọng của An-ti-ốt nằm ở hai phương diện. Thứ nhất, nó là thành đa chủng tộc phù hợp với Phúc âm, vốn đem mọi người từ nhiều xuất thân khác nhau vào một gia đình của Đức Chúa Trời (xem Êph 2:11–22). Thứ nhì, nó trở thành hội thánh truyền giáo chính của Cơ Đốc giáo thời kỳ đầu. Cả ba hành trình truyền giáo của Phao-lô đều bắt đầu tại An-ti-ốt.

Ngày nay, người ta phản đối việc thúc ép người đã có tôn giáo đi theo một tôn giáo khác. Nhưng ta cần nhớ Chúa Giê-xu dạy rằng Ngài là con đường duy nhất dẫn tới Cha Thiên Thượng (Giăng 14:6), rằng là môn đệ Ngài nghĩa là đem tin mừng cứu rỗi thông qua Ngài đến cho người khác (Mat 28:19–20).

Hội thánh tại An-ti-ốt nhận lấy trách nhiệm này một cách nghiêm túc. Khi những thuộc viên của hội thánh thờ phượng và kiêng ăn, Đức Thánh Linh thúc đẩy họ cử Ba-na-ba và Sau-lơ (Phao-lô) bước vào sứ mạng giảng dạy và lập hội thánh. Vì thế, họ làm theo (Công 13:1–3). Đó là vào khoảng năm 47 S.C.[4]

Hành trình của họ đưa họ trước hết đến đảo SÍP (Công 13:4–12). Đây là quê hương của Ba-na-ba (Công 4:36). Họ gặp phải chống đối từ một thuật sĩ tên là Ba-Giê-xu (trong tiếng A-ram có nghĩa là "Con trai của Giô-suê). Nhưng họ cũng chứng kiến sự quy đạo của một **tổng trấn** La Mã (tổng đốc) của đảo Síp tên là SÊ-LÚT PHAO-LÚT.

Từ Síp họ chèo thuyền theo hướng Bắc đến lục địa TIỂU Á, cập bến tại Bẹt-giê trong xứ PAM-PHI-LY. Ở đó Giăng Mác, anh em họ của Ba-na-ba (Côl 4:10), quay về Giê-ru-sa-lem vì lý do mà chúng ta không biết. Phao-lô và Ba-na-ba tiếp tục đi một vòng xuyên qua các dải đất phía Nam của tỉnh GA-LA-TI của La Mã. Hễ có thể là họ lại thăm các thành có nhà hội Do Thái. Điều này làm vững chắc sứ điệp của họ, mà họ xem là sự hoàn thành niềm tin và nghi lễ Do Thái. Các thành họ thăm viếng bao gồm AN-TI-ỐT (gần BI-SI-ĐI, không phải ở Sy-ri), Y-CÔ-NI, LÍT-TRƠ và ĐẸT-BƠ.

---

[4] F. F. Bruce, *Paul: Apostle of the Heart Set Free* (Grand Rapids: Eerdmans, 1977), 475

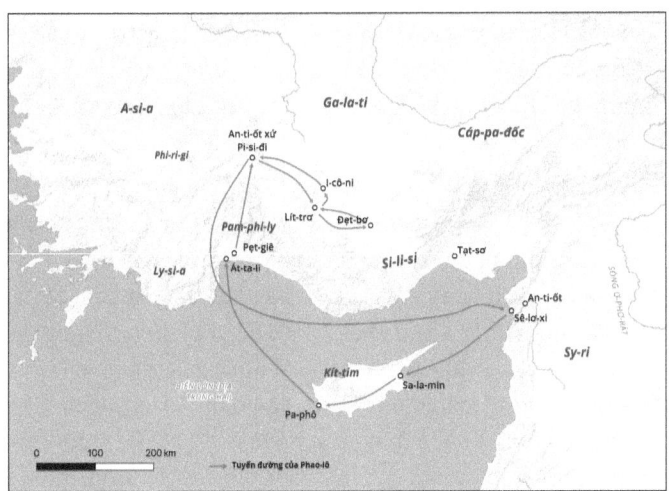

Hành trình truyền giáo đầu tiên của Phao-lô

Sứ điệp của họ tập trung vào việc Đức Chúa Trời chuẩn bị cho công tác cứu chuộc của Đấng Christ qua thời Cựu Ước và qua sự chết và sự phục sinh của Chúa Giê-xu (13:16–41). Sứ điệp này vừa được vui mừng tiếp nhận (13:48; 14:1; 21) vừa gặp phải sự chống đối kinh khủng (13:50; 14:2, 19). Cuối cùng rõ ràng Phao-lô và Ba-na-ba cảm thấy họ đi xa đủ rồi. Họ trở lại con đường cũ, thăm từng thành mà họ đã giảng để khích lệ những người tin Chúa và củng cố người lãnh đạo (14:23). Cuối cùng, họ trở lại An-ti-ốt ở Sy-ri với tin vui rằng tại Ga-la-ti, cũng như tại chính An-ti-ốt, Đức Chúa Trời "đã mở cửa đức tin cho các dân ngoại" (14:27).

Chúng ta sẽ xem xét sứ điệp Phúc âm của Công Vụ 13–14 một cách kỹ lưỡng hơn trong chương sau nói về sách Ga-la-ti. Theo dòng chảy của Công Vụ, hành trình truyền giáo đầu tiên quan trọng bởi vì nó chuẩn bị cho cuộc tranh cãi thần học đầu tiên –khá là nóng – mà hội thánh thời các sứ đồ buộc phải quyết định.

Giáo hội nghị Giê-ru-sa-lem (15:1–35)

Chống đối Phúc âm nổi lên hết lần này đến lần khác trong sách Công Vụ. Sứ điệp về Chúa Giê-xu Christ mà một số người Do Thái như Phi-e-rơ, Ê-tiên, Ba-na-ba và sau này là Phao-lô rao giảng gây ra phản kháng từ những người Do Thái khác, những người chối bỏ lời tuyên xưng rằng Chúa Giê-xu là Đấng Mê-si-a của người Do Thái. Quan trọng nhất là câu hỏi một người được "cứu" – được tha tội, được thêm năng lực để thúc đẩy công tác của nước Trời trên đất và được ban cho đặc ân vui hưởng nước Trời trong đời sau – bằng cách nào. Cơ Đốc nhân người Do Thái khăng khăng cho rằng sự cứu rỗi là quà tặng miễn phí của ân điển Chúa, có được qua việc đặt lòng tin nơi Chúa Giê-xu Christ. Nó không có được thông qua sự pha trộn nào đó giữa niềm tin và việc lành của con người. Những người Do Thái không theo Chúa

Giê-xu không đồng ý. Họ không chấp nhận sự chết trên thập tự giá của Chúa Giê-xu là sinh tế vì tội lỗi của họ. Họ khăng khăng cho rằng được Đức Chúa Trời chấp nhận thì cần phải tuân theo niềm tin và tập tục Do Thái, đặc biệt là nghi lễ cắt bì (đối với người nam).

Cuối cùng, một biến thể của quan điểm này nổi lên giữa vòng hội thánh, phần lớn là của người Do Thái vào thời đó (khoảng năm 49 S.C). "Một số người từ GIU-ĐÊ", có lẽ chính là nhóm người đã lên án Phi-e-rơ trước đó (11:2) đến An-ti-ốt để dạy ngược lại Phúc âm mà Phao-lô và Ba-na-ba đang truyền dạy (15:1). Họ khăng khăng cho rằng để nhận được sự cứu rỗi, người đó phải tin nơi Đấng Christ nhưng cũng phải đi theo luật pháp Môi-se như hầu hết những người theo Do Thái giáo thế kỷ thứ nhất. Nhiều năm trước, Chúa Giê-xu đã phản đối sự hiểu biết và sử dụng luật pháp Môi-se một cách không đúng của người Do Thái (Mat 23; Mác 7:9). Ngài buộc tội họ dùng truyền thống của con người để thay thế cho mối quan hệ cá nhân thật sự với Chúa.

Phao-lô và Ba-na-ba, những lãnh đạo hội thánh tại An-ti-ốt, chống lại quan điểm của những người từ Giê-ru-sa-lem đến. Rất có thể Phao-lô đã viết thư tín Ga-la-ti khoảng thời gian đó để bàn luận về chính những vấn đề này khi chúng nổi lên tại các hội thánh ở Ga-la-ti. Để giải quyết vấn đề, một cuộc họp đã được triệu tập tại Giê-ru-sa-lem. Những ai không đồng ý với Phao-lô và Ba-na-ba được phát biểu trước. "Phải làm cắt bì cho những người ngoại, và truyền họ phải tuân giữ luật pháp Môi-se" (15:5), họ tuyên bố.

Sau khi nghe, Phi-e-rơ và những người khác phát biểu thêm. Quyết định của họ là: "Trái lại, chúng ta tin rằng nhờ ân điển Chúa là Đức Chúa Jêsus, chúng ta được cứu cùng một cách như họ vậy" (15:11). Khi dùng chữ "chúng ta", Phao-lô có ý nói "người Do Thái chúng ta", và khi dùng chữ "họ", ông nói đến những người không phải là người Do Thái. Ba-na-ba và Phao-lô rõ ràng đã đồng ý (15:12), Gia-cơ, em trai cùng mẹ khác cha của Chúa Giê-xu và là một lãnh đạo của hội thánh Giê-ru-sa-lem, cũng thế (15:13–21).

Khi ấy người ta đã thảo ra một bức thư để gửi đến các hội thánh ở An-ti-ốt, thuộc vùng Sy-ri rộng lớn hơn, và SI-LI-SI, là những vùng rõ ràng đã bị rúng động bởi cuộc tranh cãi ấy. (Không hẳn phải gửi tới các hội thánh ở Ga-la-ti bởi vì Phao-lô đã chỉ dẫn họ về vấn đề này thông qua lá thư riêng của ông rồi). Công Vụ 15:23–29 cho thấy nội dung của bức thư này. Nó thiết lập ký thuật thần học bằng cách bác bỏ sự dạy dỗ sai lạc cho rằng sự cứu rỗi là nhờ Đấng Christ cộng với việc lành. Nó xác nhận hai người đưa thư ấy đi là Giu-đe và Si-la. Cuối cùng, nó cho thấy bốn lĩnh vực thuộc mối quan tâm của người Do Thái mà các Cơ Đốc nhân người ngoại cần phải cẩn thận vâng giữ. Đây không phải là "danh sách rút gọn" của những luật lệ nhằm được cứu rỗi nhưng đúng hơn là những điểm trong sự tuân giữ về mặt văn hóa và đạo đức mà người Do Thái và người ngoại bang có quan điểm rất khác nhau. Lá thư này thúc giục các tín hữu ngoại bang không ăn những thức ăn và tránh những thói tục đạo đức có thể gây xung đột một cách không cần thiết với những anh em trong hội thánh mang di sản văn hóa Do Thái. Sự cứu rỗi có được chỉ nhờ ân điển bởi đức tin mà thôi, nhưng tín hữu Cơ Đốc ngoại bang phải sẵn lòng bỏ đi những sự tự do của mình vì quan tâm đến sự nhạy cảm về mặt văn hóa nếu việc này được thực hiện mà không phải thỏa hiệp gì về mặt thần học, tín lý. Chính Phao-lô cũng đã thực hiện chính sách này và khuyên người khác cũng làm theo (Rô 14; 1 Côr 8:9–13).

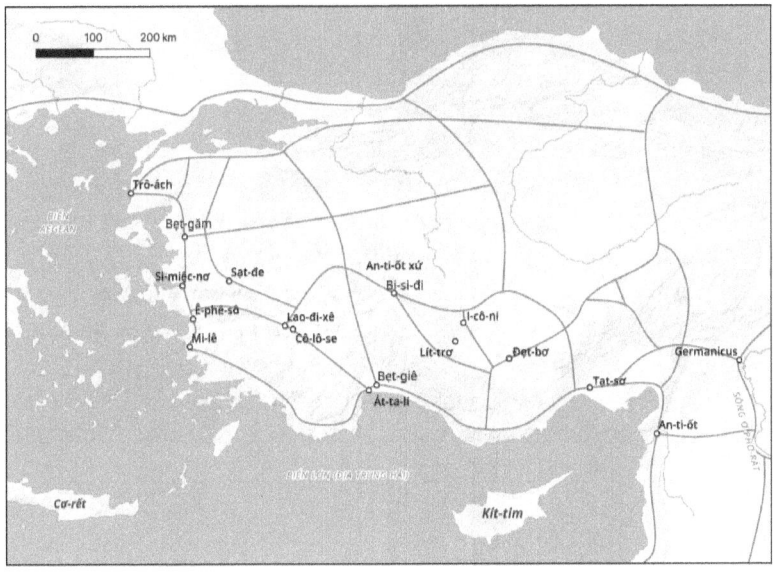

Bản đồ Những cung đường Ma Lã quan trọng ở Tiểu Á

Hội thánh thời hiện đại dễ quên đi xuất thân Do Thái giáo của mình. Nhiều nơi giờ đây xem sự cứu rỗi "nhờ ân điển bởi đức tin" là điều hiển nhiên. Giáo hội nghị Giê-ru-sa-lem quan trọng trong tư cách ký thuật về việc chân lý then chốt này đã được tranh luận và xác lập như thế nào. Hội thánh xuyên suốt nhiều thời đại vẫn luôn trung thành với sự hiểu biết này. Nhưng nhờ Kinh Thánh và nhờ sự dẫn dắt của Đức Thánh Linh (15:15–18, 28), Phúc âm chân thật đã được xác lập rõ ràng từ buổi đầu trong sự phát triển của hội thánh. Ở mọi thời đại, hội thánh vẫn làm tốt việc xem xét lại quyết định khó khăn nhưng đúng đắn được đề ra tại Giê-ru-sa-lem nhằm đảm bảo rằng hội thánh không lệch khỏi những hiểu biết vốn tạo nên và duy trì sức sống thuộc linh của mình.

> ### Một bức thư trong sách Công Vụ
>
> Sách Công Vụ không phải là một bức thư, mà nó chứa đựng nội dung của ít nhất hai bức thư. Một bức thư là quyết định sống còn các sứ đồ đưa ra trong giáo hội nghị lịch sử mà họ triệu tập (15:23–29).
>
> Anh em chúng tôi là các sứ đồ và trưởng lão gửi lời chào thăm đến anh em thuộc các dân ngoại tại An-ti-ốt, Sy-ri và Si-li-si! Vì chúng tôi có nghe rằng một vài người trong chúng tôi, dù chẳng nhận chỉ thị nào nơi chúng tôi, đã nói những điều gây xáo trộn và làm rối trí anh em. Vì thế, chúng tôi đã nhất trí chọn và cử những người nầy đi cùng hai người rất yêu dấu của chúng tôi là Ba-na-ba và Phao-lô, đến với anh em. Hai người nầy vốn đã liều mình vì danh Chúa chúng ta là Đức Chúa Jêsus Christ. Vậy chúng tôi đã phái Giu-đe và Si-la trực tiếp nói với anh em những điều chúng tôi viết trong thư. Vì Đức Thánh Linh và chúng tôi đã đồng ý rằng chẳng nên chất thêm gánh nặng cho anh em, ngoại trừ những điều cần yếu nầy: Phải kiêng của cúng thần tượng, huyết, thú vật chết ngạt, và chớ gian dâm. Anh em giữ mọi điều ấy là tốt. Kính chào tạm biệt!"

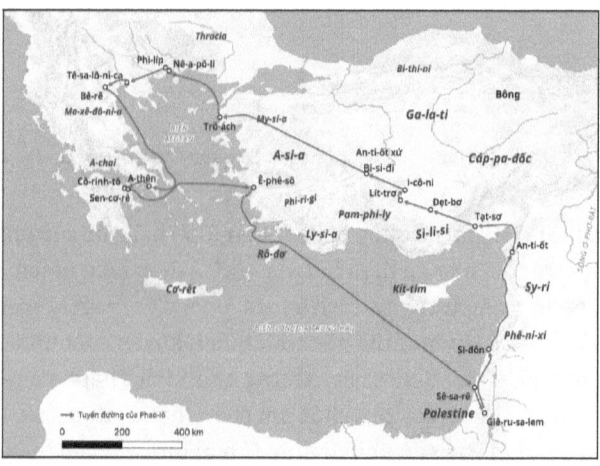

Bản đồ Hành trình truyền giáo thứ hai của Phao-lô

Hành trình truyền giáo thứ hai của Phao-lô (15:36–18:22)

Không lâu sau Giáo hội nghị Giê-ru-sa-lem, Phao-lô đề xuất một chuyến đi truyền giáo khác (15:36). Kết quả, đây là hành trình truyền giáo thứ hai của ông. Lần này ông đem theo Si-la thay vì Ba-na-ba (15:40). Họ bắt đầu bằng cách viếng thăm các hội thánh lân cận tại Sy-ri và Si-li-si (15:41). Rồi họ tái viếng thăm các hội thánh được thành lập trong hành trình truyền giáo đầu tiên (16:1–5). Tại Lít-trơ, thanh niên Ti-mô-thê nhập đoàn truyền giáo, và trở thành phụ tá ngày càng quan trọng đối với Phao-lô trong những năm kế tiếp.

Cuối cùng, họ đến TRÔ-ÁCH trên bờ biển Ê-GIÊ (16:8). Một khải tượng từ Chúa đã dẫn họ từ đó đến mũi phía Đông của lục địa châu Âu, MA-XÊ-ĐOAN, phía Bắc của HY LẠP. Dựa trên chữ "chúng ta" trong 16:10, ta biết rằng Lu-ca nhập vào đoàn truyền giáo của Phao-lô tại Trô-ách. Chức vụ lâu dài, đầy kết quả và biến cải thế giới của Phao-lô tại châu Âu sắp bắt đầu.

Hành trình truyền giáo thứ hai kéo dài khoảng ba năm và trải dài trên khu vực khoảng gần năm ngàn ki-lô-mét, phần lớn là đi bộ.[5] Phao-lô, Si-la và Ti-mô-thê đem Phúc âm đến thành PHI-LÍP, TÊ-SA-LÔ-NI-CA, BÊ-RÊ, A-THEN và CÔ-RINH-TÔ. Sứ điệp được một số người đón nhận một cách nhiệt thành và một số người đón nhận cách lạnh nhạt. Một số trường hợp lại là sự thù địch khủng khiếp. Nhiều lần Phao-lô đối mặt với sự hăm dọa về thể chất và cả bạo lực rõ ràng.

Bức tượng thần Đi-anh của người Ê-phê-sô. Vị thần này được xem là nữ thần sinh sản (thế kỷ thứ 1 T.C)

Thế nhưng, bất chấp sự chống đối, những nỗ lực lập hội thánh vẫn kết quả. Những lá thư của Phao-lô gửi người Tê-sa-lô-ni-ca, người Phi-líp và Cô-rinh-tô là những lời chứng hùng hồn cho tác động sâu sắc mà Phúc âm về Chúa Giê-xu Christ đã có được ở bất cứ nơi nào Phúc âm được rao giảng. Chúng ta sẽ xem xét kỹ hơn

---

[5] Theo các tính toán trong Andrew E. Hill, *Baker's Handbook of Bible Lists* (Grand Rapids: Baker Academic, 1981), 235.

những thành và hội thánh mà Phao-lô đã thành lập tại đó khi chúng ta nghiên cứu những lá thư của Phao-lô ở những chương sau.

Hành trình truyền giáo thứ hai kết thúc khi Phao-lô rời khỏi Cô-rinh-tô, nơi ông đã gây dựng suốt một năm rưỡi (18:11), và trở về An-ti-ốt tại Sy-ri. Trên đường đi, ông dừng lại tại Ê-PHÊ-SÔ (18:19–21), ở đây ông có ba năm đầy kết quả. Cuối cùng, Phao-lô đặt chân đến SÊ-SA-RÊ gần Giu-đê, thăm viếng hội thánh Giê-ru-sa-lem và trở lại An-ti-ốt. Giờ đây, hành trình truyền giáo thứ hai đã đi vào lịch sử. Nhưng hành trình truyền giáo thứ ba được bắt đầu gần như ngay sau đó.

Hành trình truyền giáo thứ ba của Phao-lô (18:23–21:15)

Chỉ ở lại An-ti-ốt một thời gian ngắn, Phao-lô lại bắt đầu chuyến đi thứ ba qua "Ga-la-ti và PHI-RI-GI, làm cho tất cả các môn đồ được vững mạnh" (18:23). Điều này dường như cho thấy rằng một lần nữa ông viếng thăm các hội thánh mà ông và Ba-na-ba đã thành lập trong hành trình truyền giáo thứ nhất. Khi Phao-lô tiếp tục đi về phía Tây, cuối cùng ông đến Ê-phê-sô (19:1), một trong những thành phố quan trọng của đế quốc La Mã và thủ phủ tỉnh La Mã của A-SI.

Tại Ê-phê-sô, Phao-lô bắt đầu chức vụ được biết đến là lâu nhất ở một địa phương cụ thể. Bắt đầu tại một nhà hội, như thói quen (19:8), Phao-lô giảng dạy cho tới khi sự chống đối buộc các môn đồ ấy phải chuyển tới một trường học hay giảng đường. Suốt khoảng thời gian ba năm (khoảng từ năm 54 -57 S.C), Phao-lô chứng kiến những sự chữa lành kỳ diệu (19:11–12), tác động của việc bị ma quỷ chế áp (19:13–16) và sự quy đạo của nhiều người trước đây tham gia vào những tập tục phù thủy bói toán (19:17–20).

Trong suốt những năm đó, ông chấp bút viết 1 và 2 Cô-rinh-tô để bàn đến những vấn đề nảy sinh tại hội thánh Cô-rinh-tô, cách Ê-phê-sô khoảng 400 ki-lô-mét về phía đối diện biển Ê-giê. Một thành tựu đáng lưu ý khác là việc được gọi là quyên góp cho Giê-ru-sa-lem, việc quyên tiền từ các hội thánh chủ yếu là người ngoại do Phao-lô thành lập cho các tín hữu đang có nhu cầu tại Giu-đê, hầu hết là người Do Thái. Chúng ta sẽ nói rõ hơn về việc quyên góp này khi chúng ta xem xét chi tiết các thư tín gửi cho người Cô-rinh-tô.

Thành công của chức vụ rao giảng Phúc âm tại Ê-phê-sô cuối cùng kích động một cuộc đối đầu. Cơ Đốc giáo đang làm tổn hại nền kinh tế địa phương, đặc biệt là phường hội những người thợ bạc, bởi vì người ta không còn bán được các bức tượng bạc như trước nữa. Những dân cư địa phương cũng cảm thấy rằng nữ thần bảo trợ ĐI-ANH bị "mất đi vinh quang" (19:27) bởi niềm tin và lối sống của Cơ Đốc giáo. Dù sao thì Phao-lô cũng đang trong quá trình rời khỏi Ê-phê-sô và đã có những sự chuẩn bị cần thiết cho việc ra đi này rồi (19:21–22).

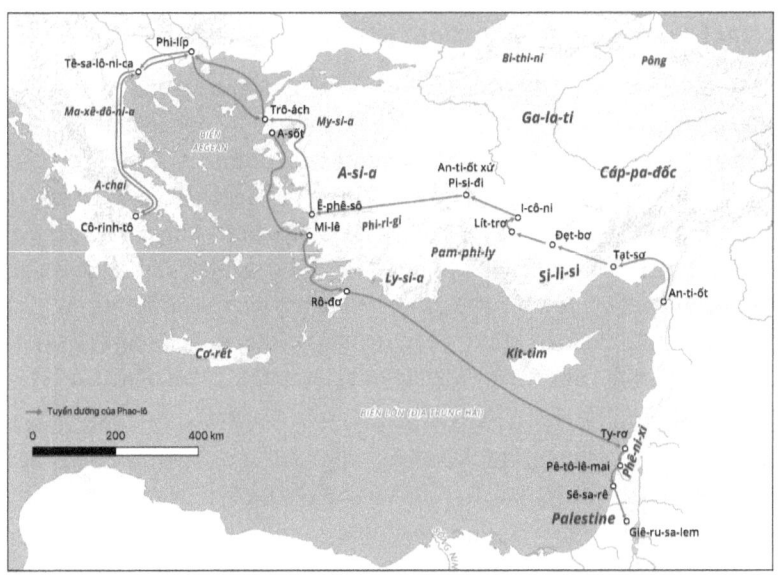

Bản đồ Hành trình truyền giáo thứ ba của Phao-lô

Hành trình truyền giáo thứ ba, cũng kết quả như hai hành trình truyền giáo đầu tiên, kết thúc với việc Phao-lô ngoặt sang cả phía Bắc và Nam của Hy Lạp (Ma-xê-đoan và A-CHAI). Những dịch chuyển của ông có vẻ như đã đưa ông đến tít I-LY-RI, khu vực bao quát AN-BA-NI (Rô 15:19). Ông viết thư tín lịch sử gửi cho người La Mã vào đầu năm 57 S.C trong suốt ba tháng ông ở tại A-chai (Công 20:2–3). Trên đường về lại Giê-ru-sa-lem, ông nói chuyện với các lãnh đạo hội thánh Ê-phê-sô tại Mi-lê (20:17–38) trước khi tiếp tục đi. Tại Sê-sa-rê, nhà tiên tri A-ga-bút đã cảnh báo Phao-lô rằng nếu ông trở lại Giê-ru-sa-lem thì những kẻ thù người Do Thái sẽ bắt giữ ông và giao nộp ông cho các viên chức người ngoại (21:10–11). Lời tiên tri này được minh chứng là đúng. Phao-lô sống trong xiềng xích suốt ít nhất là bốn năm sau đó, phần còn lại của khoảng thời gian ấy được sách Công Vụ nói đến.

Các tổng đốc La Mã tại Pa-lét-tin, 44–66 S.C	
	S.C
Fadus	44–46
Ti-be-rơ Alexander	46–48
Cumanus	48–52
Phê-lít (Công 23:24–24:27)	52–60
Phê-tu (Công 24:27–25:27)	60–62
Albinus	62–64
Gessius Florus	64–66

Bị bắt tại Giê-ru-sa-lem và bị giam giữ tại Sê-sa-rê (21:16–26:32)

Phao-lô được Gia-cơ và các **trưởng lão** khác của hội thánh Cơ Đốc tại Giê-ru-sa-lem chào đón thân tình (21:17). Họ khuyến cáo Phao-lô về hiểm họa ông phải đối diện từ những kẻ thù và cách hay nhất ông có thể xoa dịu những cảm xúc khó chịu trong nước (21:20–25). Nhưng bất chấp những nỗ lực tốt nhất của Phao-lô, sự xảo trá của kẻ thù vẫn thắng thế. Ông bị bắt vì những lời cáo buộc sai lầm trong một cuộc nổi loạn tí nữa thì lấy đi mạng sống của ông (21:27–36). Nỗ lực giải thích quan điểm của ông cho đám đông, bị những tên lính La Mã dồn vào bước đường cùng, dường như đã thành công cho đến khi từ "dân ngoại" ra khỏi miệng ông (22:21). Khi ấy, cuộc nổi loạn lại được nhen lên, và Phao-lô bị lôi ra thẩm vấn bằng roi vọt.

Quyền công dân La Mã của Phao-lô đã cứu ông thoát khỏi việc đôi lúc bị đánh đến thập tử nhất sinh (22:25–29). Vào ngày tiếp theo, viên chỉ huy La Mã đã mang Phao-lô ra trước Tòa Công Luận, hay tòa tối cao của Do Thái, một cơ quan lập pháp và chính trị đầy quyền lực mà Phao-lô đã từng gắn bó mật thiết. Phao-lô đã khéo léo bẻ hướng quan tâm của họ ra khỏi ông bằng cách nhử mồi cho hai bè nhóm Do Thái chính yếu, người Pha-ri-si và người Sa-đu-sê, cãi nhau một cách kịch liệt (22:30–23:11). Việc điều tra thêm về pháp lý đã bị ngăn chặn bởi âm mưu sát hại Phao-lô, sau đó ông được đưa đi ngay trong đêm đến vùng biển Sê-sa-rê, cách đó khoảng 104 ki-lô-mét (23:12–35). Ở đó, dưới sự giam giữ có lính canh gác, Phao-lô đợi phán quyết về số phận pháp lý của mình. Ông đã có được sự đảm bảo từ Chúa về nơi đến lâu dài hơn của ông, khi Chúa có hiện ra cho ông vào ban đêm và bảo: "Hãy can đảm! Con đã làm chứng cho Ta tại Giê-ru-sa-lem thế nào thì con cũng phải làm chứng cho Ta tại Rô-ma thế ấy" (23:11).

Nhưng giữa Sê-sa-rê và La Mã là hai năm ở tù và sự khéo léo lèo lái về mặt pháp lý để ngăn cản những nỗ lực vận động hành lang đầy quyền lực của những người lãnh đạo Do Thái nhằm dẫn độ Phao-lô trở lại Giê-ru-sa-lem để xử án – hay đúng hơn là để ám sát (25:3). **Quan tổng đốc** La Mã

Tiền đồng được đúc dưới thời quan tổng đốc Antonius Phê-lít.

PHÊ-LÍT, cai trị tại Giu-đê từ năm 52–60 S.C, là người đầu tiên nghe trình bày vụ việc (24:1–22). Ông khoan dung với Phao-lô, cho phép Phao-lô có được một sự tự do nào đó và bạn bè cũng được viếng thăm (24:23). Nhưng Phê-lít không thả tự do cho Phao-lô. Công Vụ trích dẫn hai lý do: Phê-lít muốn nhận đút lót, và ông "muốn được lòng dân Do Thái" (24:26–27).

Đến năm 60 S.C, PHÊ-TU kế vị Phê-lít làm quan tổng đốc xứ Giu-đê. Kẻ thù của Phao-lô tại Giê-ru-sa-lem một lần nữa lại áp lực đòi giải quyết vụ việc của Phao-lô. Họ khẳng định muốn ông phải bị xử tại Giê-ru-sa-lem – nhưng kế hoạch thật của họ là ám sát ông (25:1–5). Phao-lô ra mặt để bào chữa một lần nữa trước vô số những lời tố cáo của người Do Thái. Có vẻ như Phê-tu sẽ nhượng bộ những đòi hỏi của người Do Thái, nên Phao-lô ra con át chủ bài: Ông thỉnh cầu lên SÊ-SA, đây vốn là quyền của bất cứ người nào là công dân La Mã khi thấy những quyền lợi dân sự của mình bị vi phạm (25:6–11). Phê-tu thật sự không còn chọn lựa nào hết: "Anh đã khiếu nại lên Sê-sa, thì anh chắc sẽ đến hầu Sê-sa" (25:12).

Công Vụ lưu giữ lại phần tường thuật dài dòng về hai năm ở tù tại Sê-sa-rê của Phao-lô: việc ông biện hộ trước Phê-tu và HÊ-RỐT ẠC-RÍP-PA II (25:13–26:32). Trong bài phát biểu này, Phao-lô một lần nữa thuật lại kinh nghiệm quy đạo của mình (xin xem 9:1–19; 22:4–16) và giải thích tại sao ông cảm thấy những cáo buộc của người Do Thái là vô căn cứ: "Nhưng tôi được Đức Chúa Trời phù hộ cho đến ngày nay, và vì vậy, tôi đứng đây làm chứng cho người lớn kẻ nhỏ, không nói gì khác hơn là điều các nhà tiên tri và Môi-se đã báo trước phải xảy ra: tức là Đấng Christ phải chịu thương khó, và là người đầu tiên sống lại từ cõi chết, để rao truyền ánh sáng cho dân Do Thái cũng như các dân ngoại" (26:22–23).

Phê-tu và Ạc-ríp-pa đều đồng ý rằng Phao-lô không hề phá vỡ luật dân sự và hình sự (26:30–32). Nhưng lời thỉnh cầu lên Sê-sa của Phao-lô khiến bánh xe đã bắt đầu lăn không thể nào dừng lại được.

Tiêu điểm 16: Vượt qua những rào cản trong công tác truyền giáo

Không kém gì thời của Phao-lô, các Cơ Đốc nhân trên khắp thế giới hiện cũng được mạng lệnh phải dự phần lan truyền sứ điệp Phúc âm. Mọi Cơ Đốc nhân đều có việc cần làm. Nhưng nhiều người không đáp ứng với mạng lệnh truyền giáo. Có một số lý do cho điều này.

Ở Tây phương, chủ nghĩa vật chất, nhịp sống vội vã và việc đeo đuổi sự nghiệp có thể cám dỗ tín hữu lánh xa trách nhiệm truyền giảng cho toàn thế giới. Cơ Đốc nhân trở thành những người theo thuyết hổ lốn: Họ kết hợp các yếu tố của niềm tin Cơ Đốc với những xác tín của một trật tự thế giới xu hướng về những ưu tiên của con người chứ không phải ưu tiên của Chúa. Sứ điệp Phúc âm mà họ cần phải lan truyền bị bịt miệng.

Sức mạnh của văn hóa phi Cơ Đốc nhằm trấn áp lời chứng của Cơ Đốc nhân là một vấn đề không chỉ ở Tây phương. Một nghiên cứu về những người Hồi giáo cải đạo sang Cơ Đốc giáo đã ghi nhận tranh chiến sâu sắc nhằm thoát khỏi những xác tín văn hóa thống trị. Giữa vòng những người tuyên xưng

> đức tin nơi Chúa, 100% nói rằng họ đã cầu nguyện xin Chúa Giê-xu tha tội và 97% nói rằng Chúa Giê-xu là Cứu Chúa duy nhất. Nhưng 96% nói rằng có bốn kinh sách thánh, chứ không phải một; 66% nói rằng Qur'an là cuốn kinh sách vĩ đại nhất trong bốn quyển ấy; và 45% không xác nhận giáo lý Ba Ngôi (P. Parshall, "Danger! New Directions in Contextualization, *Evangelical Missions Quarterly* 34, no. 4 [October 1998]:404–17).
>
> Một bài báo trong tờ tuần báo do David Van Biema viết đã dấy lên một câu hỏi căn bản hơn: "Cơ Đốc nhân có nên cải đạo cho người Hồi giáo?" (*Time*, June 30, 2003). Khoảng một phần năm dân số thế giới là người Hồi giáo, chí ít là trên danh nghĩa. Nhiều người Hồi giáo không bằng lòng trước những nỗ lực truyền giảng Tin lành nhắm vào họ. Một số tiếng nói ở Tây phương đã đồng ý rằng khích lệ người thuộc tôn giáo này chuyển sang một tôn giáo khác là việc làm mang tinh thần của chủ nghĩa đế quốc và kiêu ngạo.
>
> Làm thế nào để Phúc âm tiến triển trong những người mà nó đụng đến khi đối diện với quá nhiều nhận thức đối lập? Phao-lô xử lý câu hỏi này bằng vô số những bối cảnh trong Công Vụ. Các tín hữu ở khắp mọi nơi ngày nay đều phải đối diện với những vấn đề tương tự.

Chuyến hải trình của Phao-lô đến La Mã (27:1–28:10)

Khi Phao-lô được gửi đến La Mã để xử án, thì tác giả Công Vụ một lần nữa trở thành một phần trong ký thuật của mình (lưu ý chữ "chúng ta" bắt đầu trong 27:1 và 16:10–17; 20:5–15; 21:1–18). Vì thế, câu chuyện đầy màu sắc và kịch tính về cách Phao-lô và 275 hành khách khác tí nữa thì mất mạng trên biển không phải là một sự phóng tác đầy sáng tạo hay một truyền thuyết: tác giả thật sự tham gia vào việc mà ông mô tả.

Phần ký thuật về chuyến hải trình này trong Công Vụ vừa là một ký thuật đầy hấp dẫn về chuyến đi biển ngày xưa, vừa là một bằng chứng về sự bảo vệ đầy quan phòng của Chúa. Qua cơn bão (27:13–26) và đắm tàu (27:27–44), Phao-lô và tất cả những người khác đã được gìn giữ khỏi mọi tổn hại bất chấp những hoàn cảnh vô cùng bất lợi. Phao-lô thậm chí còn thoát chết, điều mà những cư dân bản địa của cù lao Man-tơ đang dõi theo đã tận mắt chứng kiến, khi một con rắn lục rất độc quấn lấy tay ông (28:1–7). Xuyên suốt chuyến hải trình, Phao-lô làm chứng về mục đích tốt lành của Đức Chúa Trời, mà ông chắc rằng sẽ bảo vệ họ khỏi mọi hiểm nguy (27:22–25; 33–35).

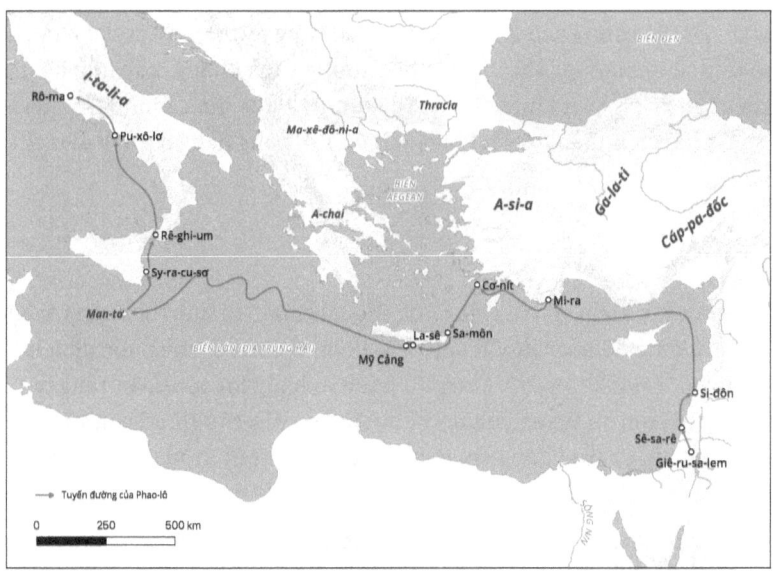

Bản đồ Chuyến hải trình của Phao-lô đến La Mã

Mục vụ của Phao-lô tại La Mã (28:11–31)

Công Vụ kết thúc với việc Phao-lô an toàn ở La Mã trong khoảng hai năm để đợi được đưa ra xét xử (60–62 S.C; xin xem 28:30). Nhiều học giả cảm thấy rằng phân đoạn này là manh mối để định thời điểm Công Vụ được viết ra: Nó kết thúc tại đó là bởi vì tại thời điểm viết thì mọi diễn biến đều đã được cập nhật.

Phao-lô bị cầm tù nhưng không quá khắc nghiệt. Ông được phép ở riêng một mình (có lính canh gác) (28:16) và ông được tiếp người đến thăm viếng (18:17, 23, 30). Bởi vì Đức Chúa Trời đã định và cho Phao-lô cơ hội này để giảng đạo ở La Mã, một cơ hội ông mong đợi từ lâu (xin xem Rô 1:13; 15:23), nên Phao-lô tận dụng hết sức cơ hội đó. Phao-lô "giảng về vương quốc Đức Chúa Trời, và dạy về Chúa là Đức Chúa Jêsus Christ một cách tự do, không bị ai ngăn cấm" (28:31).

Bốn thư tín của Phao-lô, được gọi là Thư tín trong Tù (Ê-phê-sô, Phi-líp, Cô-lô-se, Phi-lê-môn) có lẽ được viết vào thời điểm này. (Có một số người ủng hộ quan điểm cho rằng Phao-lô đã viết một hay vài lá thư này ở Sê-sa-rê hoặc thậm chí là Ê-phê-sô. Nhưng đại đa số những người xem thư tín này là thư tín của Phao-lô và hầu hết các nhà giải kinh xuyên suốt nhiều thế kỷ đều đồng ý rằng chúng được viết tại La Mã).

Ở một trong những Thư tín trong Tù của Phao-lô, ông có nhận xét về tình hình tại La Mã. "Những điều xảy đến cho tôi đã thật sự giúp ích cho sự tiến triển của Tin Lành, đến nỗi tất cả lính canh trong dinh tổng đốc và mọi người khác đều biết tôi vì Đấng Christ mà bị xiềng xích; phần đông anh em nhân việc tôi bị xiềng xích lại càng vững tin hơn trong Chúa, và mạnh dạn rao truyền lời Chúa không chút sợ hãi"

(Phil 1:12–14). Rõ ràng Phao-lô không dám mơ rằng hy vọng được đặt chân đến La Mã của ông sẽ thành hiện thực qua một phương cách không mấy huy hoàng là bị cáo gian và bị xiềng xích như thế này. Thế nhưng Chúa được vinh hiển qua việc bị xử oan và phải chịu thập tự giá. Phao-lô hiểu rằng ông đang đi theo dấu chân của Chủ mình.

Kết luận

Các sách phúc âm khép lại với việc Chúa Giê-xu chuẩn bị tinh thần cho các môn đồ Ngài để đi ra môn đồ hóa "muôn dân" – là cụm từ cũng có thể được dịch là "tất cả các dân ngoại" (Mat 28:19–20). Công Vụ bắt đầu bằng lời xác nhận rằng hội thánh thật sự sẽ làm trọn sứ mạng của nó nhờ năng quyền của Đức Thánh Linh, mang sứ điệp của Đấng Christ không chỉ đến Giu-đê và SA-MA-RI mà còn "đến cùng trái đất" (1:8).

Công Vụ kết lại với lời chứng vang rền đó là Phúc âm thật sự đã thiết lập được một bàn đạp, và hơn thế nữa, tại thành thủ phủ đế quốc đầy ảnh hưởng là La Mã. Sứ điệp về Chúa Giê-xu chưa đi đến "đầu cùng đất". Nhưng nó đã bon bon trên đường hướng đến đích đó rồi.

Tóm lược

1. Công Vụ 13–28 bày tỏ tình thương của Chúa dành cho tất cả những ai đáp ứng với Phúc âm, chứ không chỉ cho một giống dân hay chủng tộc nào.
2. Ít nhất có ba hành trình truyền giáo đã được Phao-lô thực hiện, và mỗi hành trình đều bắt đầu từ thành An-ti-ốt xứ Sy-ri.
3. Hành trình truyền giáo thứ nhất đi từ An-ti-ốt xứ Sy-ri đến đảo Síp rồi đến Bẹt-giê xứ Bam-phi-ly tới Ga-la-ti và trở lại An-ti-ốt xứ Sy-ri.
4. Một vài người Do Thái không thể chấp nhận được rằng sự cứu rỗi là món quà miễn phí của ân điển Đức Chúa Trời; họ khăng khăng cho rằng để được Đức Chúa Trời chấp nhận thì ta phải chứng minh sự công chính của mình thông qua niềm tin và tập tục Do Thái.
5. Giáo hội nghị Giê-ru-sa-lem cung cấp một ký thuật quan trọng về cách tranh luận và dàn xếp một vấn đề; kết quả, Phúc âm chân thật đã được củng cố từ giai đoạn đầu trong sự phát triển của hội thánh.
6. Nguyên tắc Cơ Đốc nhân người ngoại cần phải từ bỏ sự tự do của mình vì quan tâm đến sự nhạy cảm về mặt văn hóa khi điều này có thể được thực hiện mà không thỏa hiệp về thần học là nguyên tắc được Gia-cơ đề xuất. Phi-e-rơ và Phao-lô cũng đã tán thành nguyên tắc này.
7. Chuyến hành trình truyền giáo thứ hai mở ra mục vụ ở châu Âu.

8. Tại Ê-phê-sô, trong chuyến hành trình truyền giáo thứ ba của mình, Phao-lô bắt đầu chức vụ liên tục lâu dài nhất ở một địa điểm.
9. Phao-lô bị cầm tù tại Sê-sa-rê và ông đã trình bày vụ việc của mình trước Phê-lít, Phê-tu và Hê-rốt Ạc-ríp-pa II. Phao-lô đã thỉnh cầu lên Sê-sa và được đưa đến La Mã.
10. Việc bị cầm tù ở La Mã đã cho ông cơ hội để rao truyền Phúc âm tại đó.

Câu hỏi ôn tập

1. "Bài ngoại" là gì? Cựu Ước, Chúa Giê-xu và Công Vụ 13–28 có điểm chung là gì trong cách nói về vấn đề này?
2. An-ti-ốt đóng vai trò gì trong đời sống của Phao-lô và của hội thánh đầu tiên?
3. Giáo hội nghị Giê-ru-sa-lem tranh luận về vấn đề gì? Ngày nay, chúng ta áp dụng quyết định của Giáo hội nghị ấy như thế nào?
4. Việc lan truyền Phúc âm tạo tác động nào tại Ê-phê-sô?
5. Làm sao tù nhân Phao-lô biết rằng cuối cùng ông sẽ được đến Rô-ma?
6. Sự kháng cáo của Phao-lô đến Sê-sa vừa cứu vừa khiến ông bị mắc bẫy như thế nào?
7. Theo quan điểm của Phao-lô, vì sao ông phải ở trong "vòng xiềng xích"? Người khác có thể nghĩ vì lý do gì?
8. Việc Phao-lô đến Rô-ma là sự ứng nghiệm điều Đức Chúa Trời đã nói với A-na-nia trong Công Vụ 9 theo nghĩa nào? Sự quy đạo của Phao-lô và việc ông đến Rô-ma cách nhau bao nhiêu năm?

Các thuật ngữ then chốt

Trưởng lão   Tổng đốc

Con người/Địa điểm chính			
A-chai	Ê-phê-sô	Đẹt-bơ	Phê-tu
A-si	Phi-líp	Ga-la-ti	Phi-ri-gi
A-then	An-ba-ni	Giê-ru-sa-lem	Sa-ma-ri
An-ti-ốt (xứ Bi-si-đi)	Hy Lạp	Giu-đê	Sê-giút Phao-lút
An-ti-ốt (xứ Sy-ri)	Hê-rốt Ạc-ríp-pa II	Sê-sa-rê	Sê-sa
Bam-phi-ly	Bê-rê	Illyricum	Si-li-si
Bẹt-giê	La Mã	Sy-ri	Tê-sa-lô-ni-ca
Bi-si-đi	Lít-trơ	Cô-rinh-tô	Tiểu Á
Biển Ê-giê	Man-tơ	Ma-xê-đoan	Thần Át-tạt-tê
Đảo Síp	Mi-lê	Trô-ách	Phê-lít
Y-cô-ni			

Sách đọc thêm

Cũng đọc các sách cuối chương 14 và 15.

Barrett, C. K. *The Acts of the Apostles: A Shorter Commentary*. London: T&T Clark, 2002.

> Một tóm lược ngắn gọn của một cuốn giải kinh chuẩn phù hợp cho những người chăn bầy và những người học nâng cao.

Dowley, Tim, ed. *Baker Atlas of Christian History*. Grand Rapids: Baker Academic, 1997.

> Các bản đồ và phần bình giải bao hàm vô số những địa điểm diễn ra các sự kiện và các kỷ nguyên bắt đầu với Mê-sô-bô-ta-mi cổ và tiếp tục cho đến hiện tại. Cho thấy bằng đồ hoạ sự lan rộng của lời Chúa trước thời Công Vụ và kể từ đó trở đi.

House, Paul R. "Suffering and the Purpose of Acts." Journal of the Evangelical Theological Society 33 (1990): 317–30.

> Nghiên cứu hữu ích nhấn mạnh tầm quan trọng của việc những đầy tớ Chúa phải chịu khổ hầu cho Phúc âm có thể tấn tới như nó đã tấn tới vào kỷ nguyên của sách Công Vụ. Những hàm ý quan trọng cho việc rao giảng Phúc âm hiện nay.

Hughes, R. Kent. *Acts: The Church Afire*. Wheaton: Crossway, 1996.

> Một giải kinh mẫu hướng vào việc giảng dạy.

Johnson, Luke Timothy. *Among the Gentiles: Greco-Roman Religion and Christianity*. New Haven: Yale University Press, 2009.

Khảo sát những khuôn mẫu sùng kính tương tự giữa tín hữu Cơ Đốc giáo, Do Thái giáo và người ngoại giáo ở thế kỷ thứ nhất. Nêu lên những thắc mắc quan trọng về bối cảnh hóa.

Johnson, Todd, and Kenneth Ross. Atlas of Global Christianity. Edinburgh: Edinburgh University Press, 2010.

Đặc biệt đề cập đến những thay đổi trọng yếu về mặt số lượng và địa điểm phân bố tín hữu Cơ Đốc trong thế kỷ qua.

Netland, Harold. Encountering Religious Pluralism: The Challenge to Christian Faith and Mission. Downers Grove, IL: InterVarsity; Leicester, UK: Apollos, 2001.

Nghiên cứu xuất sắc về thách thức đặt ra bởi ngôi làng toàn cầu ngày nay đối với những Cơ Đốc nhân xem trọng sứ mạng truyền giáo của Công Vụ.

Pelikan, Jaroslav. Acts. Grand Rapids: Brazos, 2005.

Nhấn mạnh thần học được trình bày trong Công Vụ.

Pilch, John J., and Bruce J. Malina, eds. Handbook of Biblical Social Values. Peabody, MA: Hendrickson, 1998.

Những phần như "Hiếu khách" (115–18) làm sáng tỏ các mối quan tâm của Công Vụ 13–28.

Schnabel, Eckhard. *Acts*. Grand Rapids: Zondervan, 2011.

Nhấn mạnh bố cục giải kinh và ý chính của bản văn.

———. Early Christian Mission. 2 vols. Downers Grove, IL: InterVarsity, 2004.

Tập 2 bao gồm một nghiên cứu toàn diện về nỗ lực truyền giáo của Phao-lô. Hoàn thiện với rất nhiều dữ kiện lịch sử, địa lý và xã hội. Kết luận bằng phần suy ngẫm về thói quen truyền giáo đương đại.

Phần 3
KHÁM PHÁ PHAO-LÔ
VÀ NHỮNG THƯ TÍN CỦA ÔNG

Chương 17

Tất Cả Mọi Thứ Cho Tất Cả Mọi Người

Cuộc Đời Và Sự Dạy Dỗ Của Sứ Đồ Phao-lô

Bố cục

- Tóm lược cuộc đời Phao-lô
- Những hành trình truyền giáo và các thư tín của Phao-lô
- Phao-lô viết các thư tín nào?
- Phao-lô và Chúa Giê-xu
- Lời dạy của Phao-lô về Đức Chúa Trời
- Tình thế nan giải giữa cái ác và con người
- Phao-lô và Luật pháp
- Con cháu Áp-ra-ham, Con cái Đức Chúa Trời: Quan điểm của Phao-lô về Dân Đức Chúa Trời
- Khải thị và Kinh Thánh
- Đấng Mê-si-a
- Sự cứu chuộc
- Thập tự giá
- Sự sống lại
- Hội thánh
- Đạo đức học
- Thời kỳ cuối cùng
- Kết luận

Mục tiêu

Sau khi đọc chương này, bạn có thể:

- Phác họa vắn tắt cuộc đời của Phao-lô
- Nhận diện những thành phố chính trong các hành trình truyền giáo của Phao-lô
- Liệt kê các sách Phao-lô viết và đưa ra bằng chứng chứng minh ông là tác giả
- Chứng minh Đức Chúa Trời là trung tâm trong thần học của Phao-lô như thế nào
- Thảo luận quan điểm của Phao-lô về chủ nghĩa duy luật
- Minh chứng Phao-lô xem Chúa Giê-xu là Đấng Mê-si-a như thế nào
- Tóm tắt sự dạy dỗ của Phao-lô về sự cứu chuộc, về thập tự giá và về sự phục sinh
- Minh họa Phao-lô liên hệ đạo đức với thần học như thế nào

Những thập kỷ gần đây, một số nhà khoa học đã thể hiện sự thất vọng về việc người ta phản đối dạy thuyết tiến hóa trong các trường công. Những sự phản đối này không chỉ đến từ phụ huynh dựa trên cơ sở tôn giáo mà còn từ các viện sĩ viện hàn lâm bày tỏ những quan ngại về mặt tri thức. Họ chất vấn những khía cạnh nhất định của "khoa học" ngày nay. Họ cũng chất vấn về tính toàn vẹn của một quan điểm chi phối trong các trường đại học Tây phương, tầm thường hóa và giễu cợt những lời tuyên xưng về và các tín lý chân thật của niềm tin Cơ Đốc. Một số nhà khoa học cảm thấy rất buồn vì những quan điểm mà những người khác bày tỏ. Những cuộc đấu khẩu nảy lửa cũng từ đó mà phát sinh.[1]

Những chương trước nói về sách Công Vụ đã cho thấy rằng các cuộc đấu khẩu không phải mới mẻ gì. Chúng đã từng là một phần của thế giới Tân Ước. Chúng ta đã thấy rằng một người lãnh đạo Do Thái giáo xuất sắc và đầy năng lượng tên là Phao-lô là tâm điểm của một cuộc chiến dữ dội xung quanh tầm quan trọng của Chúa Giê-xu Christ đối với cả người Do Thái và dân ngoại. Dưới đây chúng ta sẽ học thêm về cuộc đời của Phao-lô. Chúng ta sẽ tóm lược những sự dạy dỗ của ông về một số chủ đề khác nhau. Chúng ta sẽ càng quen thuộc hơn với một trong những nhân vật có ảnh hưởng nhất trong hội thánh và lịch sử thế giới. Điều này sẽ chiếu thêm ánh sáng lên sách Công Vụ mà chúng ta đã đọc. Nó cũng chuẩn bị chúng ta để

---

[1] Để đọc một ví dụ tiêu biểu về các quan điểm đối lập nhau, xin xem Andrew Petto và Laurie Godfrey, eds., *Scientists Confront Creationism: Intelligent Design and Beyond* (New York: Norton, 2008); William Dembski và Jonathan Witt, *Intelligent Design Uncensored: An Easy-to-Understand Guide to the Controversy* (Downers Grove, IL: InterVarsity, 2010). Khái quát hơn, xin xem George M. Marsden, *The Outrageous Idea of Christian Scholarship* (New York: Oxford University Press, 1997); Alvin Plantinga, *Where the Conflict Really Lies: Science, Religion, and Naturalism* (New York: Oxford University Press, 2011)

nghiên cứu các thư tín của Phao-lô ở phần sau. Trên hết, nó sẽ giúp chúng ta thấy rõ hơn vinh quang và thách thức mà Chúa Giê-xu Christ mang đến qua sự kêu gọi của Phúc âm.

Tóm lược cuộc đời Phao-lô

Ta không biết đích xác ngày tháng năm sinh của Phao-lô. Sẽ hợp lý khi ta đoán rằng ông sinh ra trong thập niên Chúa Giê-xu giáng sinh. Ông mất, có lẽ bị tuận đạo tại LA MÃ, vào khoảng từ giữa đến cuối thập niên 60 S.C.

Khu vực cổng Byzantine được phục hồi một phần tại thành Tạt-sơ

Nơi sinh của ông không phải là mảnh đất mà Chúa Giê-xu đặt chân lên mà là một thành mang nhiều ảnh hưởng của Hy Lạp là TẠT-SƠ, một thành chính yếu của tỉnh LA MÃ có tên là SI-LI-SI. Tạt-sơ, thuộc TERSOUS ở miền Đông Nam THỔ NHĨ KỲ ngày nay, chưa bao giờ được khai quật một cách có hệ thống ở các cấp độ thế kỷ thứ nhất, vì thế các dữ liệu khảo cổ học trên diện rộng còn thiếu nhiều. Các nguồn sách vở xác nhận rằng thành bản xứ của Phao-lô là môi trường thuận lợi cho các hoạt động của Đế quốc La Mã và văn hóa Hy Lạp. Thế nhưng, những sách ông viết lại cho thấy ít ảnh hưởng của các tác giả ngoại giáo. Cuốn sách duy nhất chi phối tư tưởng của ông là Cựu Ước. Phao-lô "vẫn hoàn toàn là một người Do Thái."[2] Ông nhấn mạnh điều này khi tập trung vào sự cắt bì, dòng dõi Bên-gia-min, tổ tiên là người Hê-bơ-rơ và việc ông được đào tạo làm người Pha-ri-si (Phil 3:5).

Phao-lô, trong Tân Ước được biết đến với tên gọi trong tiếng Hê-bơ-rơ là Sau-lơ cho đến Công Vụ 13:9 (xem Công 7:58; 8:1; 9:1;...), rõ ràng được giáo dục từ nhỏ tại GIÊ-RU-SA-LEM, không phải Tạt-sơ (Công 22:3). Không rõ liệu gia đình ông chuyển đến Giê-ru-sa-lem khi ông còn nhỏ hay Phao-lô được gửi đến đó để học. Ông học dưới sự dạy dỗ của một ra-bi hàng đầu của kỷ nguyên ấy, GA-MA-LI-ÊN I. Việc ông sử dụng Cựu Ước chứng tỏ ông được đào tạo bởi một ra-bi.[3] Ít nhất ông có thể nói được ba thứ tiếng. Những thư tín của ông cho thấy ông rất giỏi tiếng Hy Lạp, trong khi việc ông sống và học tập ở PA-LÉT-TIN mặc định ông biết tiếng Hê-bơ-rơ và

---

[2] Martin Hengel, *The Pre-Christian Paul*, trans. John Bowden (London: SCM; Valley Forge, PA: Trinity Press International, 1991), 3.

[3] D. Brewer, *Techniques and Assumptions in Jewish Exegesis before 70 CE* (Tübingen: Mohr Siebeck, 1992); John B. Polhill, *Paul and His Letters* (Nashville: Broadman & Holman, 1999), 30–32.

A-ram. Cũng không loại trừ khả năng ông biết tiếng La-tinh. Những thư tín của ông cho thấy sự hiểu biết rất rõ về Kinh Thánh tiếng Hy Lạp, bản Bảy Mươi, dù không có lý do gì để cho rằng ông không hề biết đến bản gốc trong tiếng Hê-bơ-rơ.

Một số học giả (ví dụ: William Ramsey, Adolf Schlatter) mạnh mẽ cho rằng Phao-lô biết Chúa Giê-xu một cách cá nhân trong suốt chức vụ tại thế của Ngài. Thậm chí đến mức xác nhận rằng "rất có thể, gần như là chắc chắn, rằng chàng trai trẻ Sau-lơ thậm chí còn chứng kiến cái chết của Chúa Giê-xu."[4] Dù là trường hợp nào, thì chỉ một vài năm sau khi Chúa Giê-xu bị đóng đinh (khoảng năm 30 S.C), thái độ thù địch của Phao-lô với phong trào của Đấng Mê-si-a mà Giăng Báp-tít và Chúa Giê-xu sản sinh đã trải qua một sự thay đổi triệt để. Khi ông từ Giê-ru-sa-lem đi khoảng 240 ki-lô-mét đến ĐA-MÁCH mang theo thẩm quyền hợp pháp để săn lùng những Cơ Đốc nhân Do Thái (Công 9:1–2), thì ánh sáng chói lóa và một tiếng nói từ trời đã ngăn ông tiếp tục con đường của mình. Đó chính là Giê-xu – trước sự thất vọng của Phao-lô, đó không phải là một kẻ gây rối đã chết mà là một Chúa sống. Sự quy đạo của Phao-lô không bao giờ là trọng tâm trong sự giảng đạo của ông – ông giảng về Đấng Christ, không phải kinh nghiệm cá nhân của ông (2 Côr 4:5) – nhưng kinh nghiệm đó cũng chưa bao giờ hết tác động trên ông ngay cả trong những năm sau này (Công 22:2–12; 26:2–18).[5]

Niên đại và sự kiện trong cuộc đời Phao-lô

Niên đại	Lịch sử Cơ Đốc giáo	Lịch sử La Mã
14–37		Hoàng đế Tiberius
Khoảng 28–30	Chức vụ công khai của Chúa Giê-xu	
Khoảng năm 33	Phao-lô quy đạo	
Khoảng năm 35	Phao-lô viếng thăm Giê-ru-sa-lem lần đầu tiên sau khi quy đạo	
35–46	Phao-lô ở Si-li-si và Sy-ri	
37–41		Hoàng đế Gaius
41–54		Hoàng đế Claudius
46	Phao-lô viếng thăm Giê-ru-sa-lem lần 2	
47–49	Phao-lô và Ba-na-ba ở đảo Síp và Ga-la-ti	

---

[4] Hengel, *Pre-Christian Paul*, 63.

[5] Xin xem S. Kim, *The Origins of Paul's Gospel*, 2nd ed. (Tübingen: Mohr Siebeck, 1984); idem, *Paul and the New Perspective* (Grand Rapids: Eerdmans, 2001).

Khoảng 48–49	Thư Ga-la-ti	
49	Giáo hội nghị Giê-ru-sa-lem	Người Do Thái bị trục xuất khỏi La Mã
49–50	Phao-lô và Si-la từ An-ti-ốt xứ Sy-ri xuyên qua Tiểu Á đến Ma-xê-đoan và A-chai	
50	Các thư tín Tê-sa-lô-ni-ca	
50–52	Phao-lô ở Cô-rinh-tô	
51–52		Tổng đốc Ga-li-ôn của A-chai
Mùa hè 52	Phao-lô viếng thăm Giê-ru-sa-lem lần ba	
52–59		Tổng đốc Phê-lít xứ Giu-đê
52–55	Phao-lô ở Ê-phê-sô	
54–68		Hoàng đế Nê-rô
55–56	Các thư tín gửi người Cô-rinh-tô	
55–57	Phao-lô ở Ma-xê-đoan, Illyricum, và A-chai	
Đầu năm 57	Thư Rô-ma	
Tháng 5/57	Lần viếng thăm thứ tư, cũng là lần cuối cùng Phao-lô đến Giê-ru-sa-lem	
57–59	Phao-lô bị giam giữ ở Sê-sa-rê	
59		Tổng đốc Phê-tu xứ Giu-đê
Tháng 9/59	Phao-lô bắt đầu chuyến hải trình đến La Mã	
Tháng 2/60	Phao-lô đến La Mã	
Khoảng 60–62	Phao-lô bị giam giữ tại gia ở La Mã	
62		Tổng đốc Albinus xứ Giu-đê
?60–62	Các thư tín trong tù	
Tháng 7/64		La Mã bị phóng hỏa
?65	Phao-lô viếng thăm Tây Ban Nha	

?	Các thư tín mục vụ
?67	Phao-lô bị hành quyết

Chúng ta có thể phác họa những bố cục sơ lược về cuộc đời của Phao-lô từ lúc ông quy đạo đến hành trình truyền giáo đầu tiên vào cuối những năm 40 S.C. Ông dành nhiều quãng thời gian khác nhau ở Ả-RẬP, Đa-mách và Giê-ru-sa-lem, cuối cùng dành khoảng thời gian dài hơn chút đến phía Bắc của SY-RI và quê hương ông ở SI-LI-SI (Gal 1:15–21). Từ đó Ba-na-ba chiêu mộ ông vào phục vụ công tác giảng dạy ở hội thánh tại AN-TI-ỐT XỨ SY-RI (Công 11:25). Trớ trêu là, hội thánh đa chủng tộc này lại được thành lập bởi các Cơ Đốc nhân bị đuổi ra khỏi Pa-lét-tin vì những cơn bách hại mà Sau-lơ người Tạt-sơ đã xúi giục (Công 11:19–21). Về giai đoạn này, những nguồn tư liệu của chúng ta cho phép chúng ta nói chi tiết hơn về cuộc đời và thần học của Phao-lô.

Những hành trình truyền giáo và các thư tín của Phao-lô

Những sách Phao-lô viết xuất phát từ những thách thức lớn trong hoạt động truyền giáo và nỗ lực thần học đòi hỏi phải dạy dỗ và giúp những người đã gặp Chúa thông qua việc giảng đạo của ông được đứng vững. Thư Ga-la-ti có lẽ được viết sau khi Phao-lô và Ba-na-ba đến tỉnh GA-LA-TI của La Mã (khoảng 47–49 S.C), được gọi là hành trình truyền giáo đầu tiên (Công 13–14). Hành trình truyền giáo thứ hai, lần này đi cùng với Si-la và Ti-mô-thê, kéo dài gần ba năm (khoảng 50–53 S.C) và sản sinh ra các hội thánh được thành lập ở thành PHI-LÍP, BÊ-RÊ, TÊ-SA-LÔ-NI-CA và CÔ-RINH-TÔ. Các thư tín gửi người Tê-sa-lô-ni-ca được viết trong giai đoạn này.

Hành trình truyền giáo thứ ba của Phao-lô (Công 18–21) kéo dài từ khoảng năm 53 đến 57 S.C tập trung vào quãng thời gian dài ông ở Ê-PHÊ-SÔ, từ đây ông viết 1 Cô-rinh-tô. Trong khi đi khắp MA-XÊ-ĐOAN, ông viết 2 Cô-rinh-tô. Cuối giai đoạn này, khi chờ đến Giê-ru-sa-lem, từ thành Cô-rinh-tô ông viết thư Rô-ma (khoảng 57 S.C).

Phao-lô bị bắt và ở tù hai năm tại SÊ-SA-RÊ MA-RI-TI-MA ngay sau khi đặt chân đến Giê-ru-sa-lem (vì những lời tố oan là ông đã mang một người ngoại vào khu vực đền thờ chỉ dành cho người Do Thái). Sau đó ông lên tàu sang La Mã khi ông kháng cáo lên tòa án hoàng đế Nê-rô. Ở đó (xin xem Công 28) rõ ràng ông đã viết các thư tín được gọi là thư tín trong tù: Ê-phê-sô, Phi-líp, Cô-lô-se và Phi-lê-môn. Từ điểm này, việc tái dựng những dịch chuyển của Phao-lô chỉ mang tính phỏng đoán. Nếu chúng ta cho rằng ông được thả tự do, thì có lẽ ông đã thực hiện một hành trình truyền giáo thứ tư, có thể là hướng về phía Tây như TÂY BAN NHA và sau đó trở lại khu vực Aegean. Một hoặc một vài thư tín mục vụ có lẽ được viết trong khoảng thời gian này. 2 Ti-mô-thê kết thúc với việc Phao-lô lại bị xiềng xích một lần nữa. Những báo cáo với mức độ tin cậy không chắc chắn cho rằng Phao-lô qua đời vào khoảng năm 67 S.C dưới sự giám sát của kẻ loạn trí là Nê-rô.

Dấu tích của Vương cung thánh đường thánh Phao-lô tại An-ti-ốt xứ Bi-si-đi, nơi những viên đá làm móng ở thế kỷ thứ nhất của nó có lẽ là những viên đá thuộc một nhà hội nơi Phao-lô giảng trong hành trình truyền giáo đầu tiên của mình.

Phao-lô viết các thư tín nào?

Trong phần thảo luận sau này chúng ta sẽ cố gắng tóm lược các quan điểm của Phao-lô. Nhưng hình hài thần học của ông tuỳ thuộc vào sách nào được sử dụng để tái dựng lại tư tưởng của ông. Kể từ thời Khai Sáng (thế kỷ 18), hầu hết các học giả đều đồng ý rằng Rô-ma, 1 và 2 Cô-rinh-tô, Ga-la-ti, Phi-líp, 1 Tê-sa-lô-ni-ca và Phi-lê-môn chắc chắn là do Phao-lô viết. Một số học giả phủ nhận Phao-lô là tác giả của Ê-phê-sô, Cô-lô-se và 2 Tê-sa-lô-ni-ca. Những người khác có ý kiến phản đối, và đưa ra nhiều **minh chứng** trong giới học giả ủng hộ việc phác họa thần học của Phao-lô từ các thư tín này. Nhiều người phủ nhận Phao-lô viết các sách được gọi là thư tín mục vụ (1 và 2 Ti-mô-thê, Tít). Thế nhưng những học giả như Stanley Porter, Thomas Schreiner và L. T. Johnson nhấn mạnh rằng Phao-lô hoàn toàn có khả năng là tác giả của các thư tín này. Các thư tín đó thật sự có nói rằng Phao-lô đã viết chúng và ngay cả những nghiên cứu không nhằm để chứng minh rằng Phao-lô đã viết các thư tín mục vụ cũng sản sinh ra các bằng chứng cho thấy có lẽ Phao-lô là người đã viết.[6] Dựa trên cơ sở thuần học thuật thì không phải là vô trách nhiệm khi tóm lược thần học của Phao-lô từ cả mười ba thư tín của ông. Cơ Đốc nhân tin chắc Chúa là tác giả của toàn bộ kinh điển Tân Ước hay Cơ Đốc nhân nhạy bén với

---

[6]Xin xem phần bảo vệ quan điểm cách mạnh mẽ và uyên thâm cho rằng Phao-lô là tác giả của 1–2 Ti-mô-thê trong Luke Timothy Johnson, *The First and Second Letters to Timothy* (New York: Doubleday, 2001), 55–99.

thẩm quyền của hội thánh đã có thêm lý do để công nhận cả mười ba thư tín của Phao-lô là xác thực.

Vinh quang của Đức Chúa Trời trong thần học của Phao-lô	
Rô-ma 16:27	...**Đức Chúa Trời** là Đấng khôn ngoan duy nhất, **được vinh quang** đời đời vô cùng! A-men.
Ga-la-ti 1:5	...**Nguyện Ngài được vinh quang** đời đời vô cùng! A-men.
Ê-phê-sô 3:21	... Nguyện **Ngài được tôn vinh** trong hội thánh và trong Đấng Christ Jêsus trải qua mọi thế hệ, cho đến đời đời vô cùng! A-men.
Phi-líp 4:20	...Cầu xin **vinh quang thuộc về Đức Chúa Trời**, là Cha chúng ta đời đời vô cùng! A-men.
1 Ti-mô-thê 1:17	... Nguyện sự tôn kính và **vinh quang** đời đời vô cùng **thuộc về** Vua muôn đời, bất tử, vô hình, tức là **Đức Chúa Trời** duy nhất! A-men.
2 Ti-mô-thê 4:18	... Cầu xin **vinh quang thuộc về Ngài** đời đời vô cùng! A-men.

Một câu hỏi cấp bách và thú vị không kém là liệu những dữ liệu từ Công Vụ có thể được kết hợp với tài liệu trong các thư tín của Phao-lô không. Một số người khăng khăng cho rằng "Công Vụ Các Sứ Đồ hoàn toàn không thể nào là nguồn tài liệu về nội dung giảng dạy của Phao-lô."[7] Vấn đề phức tạp này phụ thuộc hoàn toàn vào tính lịch sử của Công Vụ. Những người xem Công Vụ là câu chuyện kể có ý tốt, có lẽ được viết rất khéo léo về mặt văn chương nhưng hoàn toàn chỉ là hư cấu thì tự động sẽ phản đối chuyện nó là một nguồn thông tin đáng tin cậy về Phao-lô và sứ điệp của ông. Tuy nhiên, một số khá lớn các nghiên cứu lại lạc quan hơn khi cho rằng Lu-ca đã rất cẩn trọng trong những tường thuật của mình đúng như ông đã tự nhận (xin xem Lu-ca 1:1–4; cũng xem chương 14 ở trên). Những sách của Phao-lô vẫn là tài liệu nguồn chính cho thần học của ông, nhưng vô số những bằng chứng

---

[7] V. Furnish, "Pauline Studies", trong *The New Testament and Its Modern Interpreters*, ed. Eldon J. Epp và George W. MacRae (Philadelphia: Fortress; Atlanta: Scholars Press, 1989), 331. Về đánh giá chủ yếu theo hướng tiêu cực tính đáng tin cậy của Công Vụ, xin xem David H. Akenson, *Saint Paul* (Oxford: Oxford University Press, 2000), 134–43. John G. Gager nói Công Vụ là "một câu chuyện du dương" (Reinventing Paul [Oxford: Oxford University Press, 2000], 69).

cho thấy rằng Công Vụ là người dẫn đường đáng tin cậy cho bộ khung lịch sử về cuộc đời và những hành trình của Phao-lô.[8] Nó cũng là một ký thuật ở ngôi thứ ba (và đôi khi là ngôi thứ nhất) đáng tin cậy về những sự việc mà Phao-lô đã quen thúc giục độc giả của mình ở những tình huống khác nhau mà ông gặp phải.

Phao-lô và Chúa Giê-xu

Kể từ thời Khai Sáng, người ta thường lặp đi lặp lại tuyên bố rằng Giê-xu dạy dỗ một đời sống tâm linh đơn giản là hướng về mặt đạo đức hay kêu gọi cách mạng chính trị hoặc xã hội, sau đó Phao-lô xuất hiện và biến một Giê-xu nhẹ nhàng và cách mạng ấy thành một thần nhân được lý tưởng hóa. Theo quan điểm này, Cơ Đốc giáo của bản tín điều kinh điển không bao giờ là ý định của Chúa Giê-xu mà chỉ đơn thuần là con đẻ của Phao-lô mà thôi. Chính theo lối suy nghĩ này mà một tác giả gần đây đã gọi Phao-lô là "kẻ sai lạc nhất trong số các tác giả của Cơ Đốc giáo sơ khai" và "kẻ non kém" về mặt tâm linh; "ông ta không hề hiểu Giê-xu" và "thậm chí chẳng hề quan tâm đến Giê-xu, mà chỉ quan tâm đến ý tưởng riêng của mình về Đấng Christ mà thôi."[9]

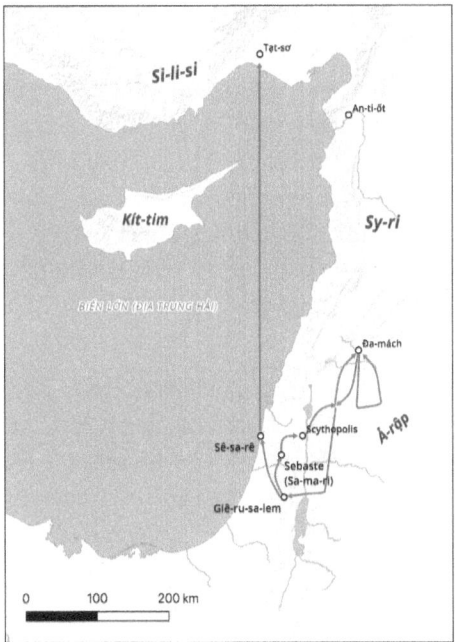

Những nơi Sau-lơ tới hậu quy đạo

---

[8] David Wenham, *Paul and Jesus: The True Story* (Grand Rapids: Eerdmans, 2002).

[9] Stephen Mitchell, *The Gospel according to Jesus: A New Translation and Guide to His Essential Teachings for Believers and Unbelievers* (New York: Harper Collins, 1991), 41.

Rõ ràng có những khác biệt giữa lời tuyên bố của Chúa Giê-xu về vương quốc Đức Chúa Trời và Chúa Giê-xu phục sinh của Phao-lô. Nhưng những khác biệt này chỉ mang tính ngẫu nhiên đối với chân lý bao quát đó là Đức Chúa Trời đang bày tỏ chính mình một cách rõ ràng, bằng lời đe dọa đoán phạt và việc hứa ban ơn tha thứ rộng rời qua chức vụ của Chúa Giê-xu Christ. Chúa Giê-xu công bố, giải thích trước và cuối cùng là hiện thực hóa chức vụ đền tội mà Đức Chúa Trời đã đặt lên Ngài; Phao-lô nhận biết sự chết và sự phục sinh mang tính cứu chuộc của Chúa Giê-xu, trở thành môn đồ của Ngài và rao truyền vinh hiển của Ngài ra khắp thế giới La Mã.

Phao-lô và Chúa Giê-xu không giống hệt nhau trong lời nói và việc làm, nhưng cả hai bổ sung cho nhau một cách rất tuyệt vời.[10] Thần học của Phao-lô là sự mở rộng Phúc âm cứu rỗi của Chúa Giê-xu cho cả người Do Thái lẫn người ngoại (Công 9:15).

Ở bên dưới chúng ta chia thần học của Phao-lô ra làm một số phần nhỏ hơn để có thể nắm bắt tốt hơn sức mạnh và tầm quan trọng của Phúc âm mà ông công bố - một Phúc âm đã thay đổi cuộc đời của hàng triệu người cho đến tận bây giờ.

Lời dạy của Phao-lô về Đức Chúa Trời

Tân Ước sử dụng từ "Đức Chúa Trời" hơn 1.300 lần. Hơn 500 trong số những lần xuất hiện này là ở những thư tín của Phao-lô. Một số bài tôn vinh (những bài đọc thể hiện sự ngợi khen Chúa) nắm bắt được góc nhìn oai nghiêm của Phao-lô. Sự khôn ngoan và hiểu biết của Đức Chúa Trời vượt xa khả năng lĩnh hội của con người; Ngài khôn ngoan vô hạn và thấu suốt mọi điều; mọi sự là "từ Ngài, qua Ngài và vì Ngài" (Rô 11:33–36). "Vinh quang thuộc về Ngài đời đời" (Rô 16:27; Ga 1:5; Êph 3:21; Phil 4:20; 1 Ti 1:17; 2 Ti 4:18) có lẽ là tóm tắt tốt nhất về thần học của Phao-lô được đề xuất trong quyển sách tựa đề: *Paul: Apostle of God's Glory in Christ*.[11]

"Theo lệnh của Đức Chúa Trời đời đời", Phúc âm về Chúa Giê-xu Christ được tỏ ra để "cho mọi dân tộc đều biết, để đem họ đến đức tin vâng phục" (Rô 16:26). *Đức Chúa Trời* an ủi những kẻ đớn đau và gọi kẻ chết sống lại (2 Côr 1:3, 9). *Ngài* khiến tín hữu bền đỗ trong đức tin, nếu họ thật sự bền đỗ, Ngài ban cho họ Thánh Linh Ngài để làm bảo chứng về sự vinh hiển lớn hơn trong đời sau (2 Côr 1:21–22). "Đức Chúa Trời hằng sống, là Đấng đã dựng nên trời, đất, biển, và muôn vật trong đó" (Công 14:15) là "Vua muôn đời, bất tử, vô hình, tức là Đức Chúa Trời duy nhất! A-men" (1 Ti 1:17). Hay, Ngài lại "là Đấng Chủ Tế hạnh phước và duy nhất, là Vua của các vua, Chúa của các chúa sẽ tỏ bày vào đúng thời điểm của Ngài, là Đấng duy

---

[10] I. Howard Marshall, "Jesus, Paul and John," trong *Jesus the Saviour* (Downers Grove, IL: InterVarsity, 1990), 35–56; Wenham, *Paul and Jesus*.

[11] Thomas Schreiner, *Paul: Apostle of God's Glory in Christ* (Downers Grove, IL: InterVarsity; Leicester, UK: Apollos, 2001).

nhất không hề chết, ngự giữa ánh sáng không ai có thể đến gần được, là Đấng chưa người nào thấy hoặc có thể thấy được" (1 Ti 6:15–16). Chẳng thế mà Phao-lô, giống như Thầy của ông trước đó, đã nhấn mạnh rất nhiều vào việc nghe, vâng phục và công bố về *Đức Chúa Trời*.

Ngược với thuyết đa thần, Phao-lô nhấn mạnh rằng Đức Chúa Trời chỉ có một. Ngược với chủ nghĩa khắc kỷ, Phao-lô giảng một Đức Chúa Trời cá nhân và có thể tiếp cận được chứ không phải là một Đấng vô cảm và bí hiểm. Ngược với hầu hết các ngoại giáo, Phao-lô trình bày một Đức Chúa Trời quan tâm đến luân lý xã hội và đạo đức cá nhân; Đức Chúa Trời không phải là một mật mã mà tâm linh kinh nghiệm thông qua các nghi lễ thờ phượng, sự cự tuyệt khổ hạnh hay thú vui nhục dục huyền bí. Tấm gương và sự dạy dỗ của Phao-lô xác nhận rằng Đức Chúa Trời là để kính sợ, yêu mến, phục vụ và thờ phượng.

Tình thế nan giải giữa cái ác và con người

Đức Chúa Trời, Đấng mà mọi đường lối của Ngài đều trọn vẹn và công bằng (Rô 3:5–6), tể trị trên tất cả. Một ngày nào đó, tất cả thực tại sẽ phản chiếu sự công bằng và vinh quang trọn vẹn của Ngài, ngay cả khi mắt của con người chưa thể nhìn thấy hay tâm trí của con người chưa thể mường tượng ra điều này. Điều ác, được Sa-tan (danh xưng xuất hiện 10 lần trong các thư tín của Phao-lô) hay ma quỷ (năm lần) quản hạt, ở dưới sự tể trị tối thượng của Đức Chúa Trời. Phao-lô không phỏng đoán về nguồn gốc của điều ác. Nhưng niềm tin của ông nơi một hữu thể cá nhân, đầy quyền lực và dã tâm (và những bộ hạ khúm núm quỵ lụy, cả người và thiên sứ: 2 Côr 11:12–15; Êph 6:11–12) là một đặc trưng quan trọng trong quan điểm của ông. Nó cũng là đặc điểm dễ dàng nối kết ông với Chúa Giê-xu, Đấng mà những cuộc chạm trán đầy kịch tính của Ngài với Sa-tan tạo nên một mô-típ chính trong các sách Phúc âm.

Điều ác là có thật và đầy ảnh hưởng (Êph 2:2) nhưng chóng qua. Cuối cùng nó sẽ không thể chiến thắng. "Đức Chúa Trời bình an sẽ sớm giày đạp Sa-tan dưới chân anh em" (Rô 16:20). Nhưng cho đến ngày đó, tội nhân (mỗi một người: xem Rô 3:23) mòn mỏi trong "cạm bẫy của ma quỷ, vì họ đã bị ma quỷ bắt giữ để làm theo ý nó" (2 Ti 2:26). Họ cần ai đó cứu họ. Thực tại về cái ác, hầu như cũng là điều căn bản trong thần học của Phao-lô như thực tại về Đức Chúa Trời vậy, tạo nhu cầu cần phải được giải phóng mà Phao-lô giảng dạy. Nhu cầu này được trình bày rõ ràng nhất trong sự dạy dỗ của ông về luật pháp.

Phao-lô và Luật pháp

Phao-lô tin rằng Cựu Ước, trình bày về Đức Chúa Trời của mọi người, ràng buộc trên tất cả mọi người. Giáo lý trọng tâm của Cựu Ước là sự bại hoại hoàn toàn của loài người. "Chẳng có một ai công chính cả, dù một người cũng không. Chẳng có một người nào hiểu biết, chẳng có một người nào tìm kiếm Đức Chúa Trời" (Rô 3:10–11, trích dẫn Thi Thiên 14:1–3). Nó tiếp tục với một loạt câu Kinh Thánh như thế. Cũng giống như Chúa Giê-xu, Phao-lô xem Cựu Ước là thẩm quyền và thừa nhận "mọi người đều đã phạm tội, thiếu mất vinh hiển của Đức Chúa Trời" (Rô 3:23). Luật pháp làm nín lặng tất cả những môi miệng tự cho mình là công bình và nhấn mạnh vào ách nô lệ chung cho khuôn mẫu nổi loạn chống lại Đức Chúa Trời của cả nhân loại, dẫn đến sự xa cách Đức Chúa Trời. Luật pháp cũng lên án chủ nghĩa duy luật (quan điểm cho rằng sự cứu rỗi có được nhờ việc lành) nhân danh Đức Chúa Trời. Nó chỉ rõ nhu cầu căn bản của mọi người là được tha tội và giải phóng, nếu không họ sẽ hoang phí cuộc đời mình và đối diện với sự diệt vong, trầm luân đời đời vì những sai lầm chủ ý của mình (2 Tê 1:8, 10). Vì thế, nó hướng về Đấng Christ (Rô 3:21; Ga 3:24).

Phần này trong quan tài bằng đá của Agape và Crescenziano (330–360 S.C) thể hiện việc Môi-se nhận Luật pháp. Phao-lô luôn cho rằng "một người được xưng công chính bởi đức tin chứ không phải bởi việc làm theo luật pháp" (Rô 3:28).

Cả thư tín Rô-ma và Ga-la-ti đều cảnh báo cạm bẫy của sự tự cứu mình nhờ vâng giữ luật pháp mà thôi. "Vì chúng ta tin rằng một người được xưng công chính bởi đức tin chứ không phải bởi việc làm theo luật pháp" (Rô 3:28). Thư Ga-la-ti được viết ra vì một chuyển biến trong các hội thánh quy định việc cắt bì và các tập tục truyền thống Do Thái khác là cần – và đủ - để được cứu rỗi. Phản hồi lại, Phao-lô nói với thái độ khinh thường "luật pháp", khi dùng từ "luật pháp", ông thường có ý nói đến việc hiểu sai Cựu Ước của những người chống đối ông dựa vào truyền thống truyền miệng đó giờ của họ. "Một người được xưng công chính không phải nhờ vào những công việc của luật pháp mà bởi đức tin trong Đức Chúa Jêsus Christ" (Ga 2:16). Thái độ chỉ trích chủ nghĩa duy luật như thế không phải là sự đổi mới của Phao-lô; nó đã là một đặc trưng nổi bật của Cựu Ước (1 Sa 15:22; Thi 40:6–8; 51:16–17; Ê-sai 1:11–15; Mi-chê 6:6–8) và xuất hiện nhiều lần trong lời dạy của Chúa Giê-xu (Mat 23; Mác 7:1–13; Lu-ca 11:37–54).

Thế nhưng ở những dịp khác, ngay cả trong Rô-ma và Ga-la-ti nơi các mỹ đức của đức tin được ca ngợi, thì Phao-lô cũng nói rất tích cực về luật pháp (Rô 3:31; 7:12, 14; Ga 5:14; 6:2). Rất nhiều câu trích dẫn từ Cựu Ước của ông, nhiều câu được lấy trong các sách của Môi-se, thách thức giả thuyết cho rằng Phao-lô phản đối luật Môi-se dành cho Cơ Đốc nhân. Phao-lô có những đánh giá khác nhau về luật pháp, xuất phát từ những tình huống trái ngược mà ông đề cập đến. Nếu những người chống đối ông có nguy cơ đổi Phúc âm của ân điển miễn phí để lấy một sứ điệp cứu rỗi bởi việc làm, thì Phao-lô sẽ trả lời rằng luật pháp, được hiểu theo nghĩa này, chỉ dẫn đến sự chết và sự hủy diệt mà thôi. Nhưng nếu những người theo Đấng Christ được đầy dẫy Đức Thánh Linh tìm kiếm bối cảnh lịch sử cho niềm tin của mình hoặc cho sự chỉ dẫn về đạo đức và lo-gic, thì Cựu Ước, trong đó có cả các phần thuộc về luật pháp, lại ích lợi.

Trong những thập niên gần đây, quan điểm của Phao-lô về luật pháp là khía cạnh gây tranh cãi nhiều nhất trong thần học của ông.[12] Xây dựng trên nền tảng của William Wrede và Albert Schweitzer đã lập, E.P. Sanders[13] không đồng ý xưng công bình bởi đức tin là trọng tâm trong thần học của Phao-lô. Sanders và những người khác đã bồi đắp thêm một cách tái giải nghĩa đầy cấp tiến cho những lời tuyên bố khác nhau của Phao-lô về luật pháp, tình thế nan giải giữa con người và bản chất cứu rỗi trong Đấng Christ theo cách hiểu của người Tin Lành và những nhân vật thời kỳ đầu như Augustine. Những nghiên cứu như *Revisiting Paul's Doctrine of Justification*[14] của Peter Stuhlmacher đáp ứng với thách thức về điều mà James Dunn gọi là "nhãn quan mới" về Phao-lô (xin xem Tiêu Điểm 17 trang 379). Xưng công bình bởi đức tin không phải là mối quan tâm duy nhất trong thần học của Phao-lô, nhưng không mối quan tâm nào thiết yếu hơn thế. Nghiên cứu mới hơn cho thấy rằng những tác phẩm của chính Phao-lô, hiểu cách đúng đắn, nhấn mạnh những bất đồng then chốt với "nhãn quan mới."[15]

Con cháu Áp-ra-ham, Con cái Đức Chúa Trời: Quan điểm của Phao-lô về Dân Đức Chúa Trời

Sự giảng dạy của Phao-lô trong Công Vụ 13:17 và vô số những chỗ nhắc đến Áp-ra-ham trong Rô-ma và Ga-la-ti (chín lần nhắc đến trong mỗi thư tín, cũng xem trong 2 Côr 11:22) xác nhận rằng Phao-lô không xem chính mình là người sáng lập ra một tôn giáo mới.[16] Nền tảng của Phúc âm mà Phao-lô rao giảng là giao ước mà

---

[12] Để đọc tổng quan về phần bàn thảo này, xin xem V. Koperski, *What Are They Saying about Paul and the Law?* (Mahwah, NJ: Paulist Press, 2001).

[13] E. P. Sanders, *Paul and Palestinian Judaism* (Philadelphia: Fortress, 1977); idem, *Paul, the Law, and the Jewish People* (Philadelphia: Fortress, 1983).

[14] Peter Stuhlmacher, *Revisiting Paul's Doctrine of Justification* (Downers Grove, IL: InterVarsity, 2001).

[15] Xin xem Donald A. Hagner, "Paul and Judaism: Testing the New Perspective," trong Stuhlmacher, *Revisiting Paul's Doctrine of Justification*; D. A. Carson, P. T. O'Brien, và Mark Seifrid, eds., *Justification and Variegated Nomism*, 2 vols. (Tübingen: Mohr Siebeck; Grand Rapids: Baker Academic, 2001–4).

[16] Ê-tiên trong Công Vụ 7:1–8 (xem thêm Phi-e-rơ trong Công Vụ 3:25) cũng thế, ông cũng truy nguyên sứ điệp Phúc âm trở lại từ lời hứa của Chúa dành cho Áp-ra-ham. Phao-lô có phải là nguồn

Đức Chúa Trời thiết lập với Áp-ra-ham (xem Sáng 12:1–3; 15:1–21). Như Phao-lô đã viết: "Kinh Thánh đã thấy trước rằng Đức Chúa Trời sẽ xưng dân ngoại là công chính bởi đức tin, nên đã rao truyền trước cho Áp-ra-ham Tin Lành nầy: 'Mọi dân tộc sẽ nhờ con mà được phước.' Vì thế, ai tin thì được hưởng phước với Áp-ra-ham là người có lòng tin" (Ga 3:8–9).

Điều này không phủ nhận tầm quan trọng của các khía cạnh khác của Cựu Ước, sự hào phóng của Y-sơ-ra-ên là rễ cái của hội thánh (Rô 11). Điều này bao hàm "mọi lời của Đức Chúa Trời" mà Ngài giao phó cho các hiền nhân và những người tiên kiến trong Cựu Ước (Rô 3:2). Chúng cũng bao gồm "danh phận con nuôi, vinh quang, lời giao ước, luật pháp, sự thờ phượng, và lời hứa" cũng như "các tổ phụ Áp-ra-ham, Y-sác và Gia-cốp và... Đấng Christ" (Rô 9:4–5).

Điều này cũng không phủ nhận rằng Chúa Giê-xu Christ, là sự ứng nghiệm những lời hứa trước đó của Đức Chúa Trời, vượt trội hơn tất cả những người đi trước Ngài. Tuy nhiên, nó nhấn mạnh rằng theo quan điểm của Phao-lô, Phúc âm của ông là sự tiếp nối công tác cứu chuộc của Đức Chúa Trời suốt thiên niên kỷ qua. Những lần Phao-lô đề cập đến *tekna theou* ("con cái Đức Chúa Trời"; Rô 8:16, 21; 9:8; Phil 2:15; cũng xem Êph 5:1, 8) hay "con cái của lời hứa" hay "người kế tự" của sự cứu rỗi (Rô 8:17; 9:8; Ga 3:26, 29) trong mỗi trường hợp đều quay trở lại với công tác cứu chuộc của Đức Chúa Trời trong thời Cựu Ước. Theo nghĩa này, Phao-lô không phải là người khởi đầu Cơ Đốc giáo mà chỉ là nhân chứng trung thành và người giải nghĩa được Đức Chúa Trời dẫn dắt mà thôi (Phao-lô xác nhận sự vùa giúp của Thánh Linh Đức Chúa Trời trong 1 Côr 2:10, 12; 7:40). Đúng thế, đây là lợi ích của nhận thức muộn sẵn có sau khi "kỳ hạn đã được trọn" khi "Đức Chúa Trời sai Con Ngài đến... để chuộc những người ở dưới luật pháp, và nhờ đó chúng ta được nhận làm con nuôi của Ngài" (Ga 4:4).

Nhưng việc đề cập đến nhận thức muộn màng dấy lên thắc mắc về nguồn hiểu biết của Phao-lô. Làm thế nào ông đi đến toàn bộ sự hiểu biết cũng như lời chỉ bảo đầy tranh cãi và gây sửng sốt được tìm thấy trong các thư tín của mình?

Khải thị và Kinh Thánh

Phao-lô thấy mình được bắt phục bởi chính Đức Chúa Trời của mọi thời đại, Đấng đã chọn ông – giữa tất cả mọi người, mặc dù ông đã bắt bớ Đấng Christ bằng cách bách hại hội thánh (Công 9:4; xem thêm 22:4; 26:11; 1 Côr 15:9; Ga 1:13, 23; Phil 3:6) - để bày tỏ những bí mật trước đây đã được giấu kín (Êph 3:4–9). Trọng tâm của *huyền nhiệm* này (huyền nhiệm theo nghĩa là một lẽ thật được Đức Chúa Trời khải thị) trước hết là chính lời cứu chuộc trong chính Đấng Christ, điều mà chúng ta sẽ thảo luận chi tiết hơn nhiều ở phần bên dưới. Nhưng thêm vào đó và đáng lưu ý

trợ giúp của Lu-ca cho những gì Ê-tiên nói trong dịp đó không? Ê-tiên có tham dự vào việc dạy dỗ cho Phao-lô không?

là, trọng tâm của Phúc âm về Đấng Christ là tin lành cho biết những tín hữu người ngoại là người đồng kế tự ân huệ giao ước của Đức Chúa Trời với những tín hữu người Y-sơ-ra-ên. Phi-e-rơ đã đi trước Phao-lô trong việc công bố điều này (Công 10–11), y như Chúa Giê-xu đã thấy trước rằng Phúc âm sẽ khơi mở ân điển cứu rỗi của Đức Chúa Trời cho các dân ngoại theo những cách vô tiền khoáng hậu (Mat 8:11–12; 28:19–20; Giăng 12:20–24; Công 1:8). Nhưng Phao-lô mang lấy gánh nặng trách nhiệm công bố điều mới mẻ trong công tác mà Đức Chúa Trời đang cho phép xảy ra. Ông là người sáng lập chính của nhiều cộng đoàn thờ phượng và truyền giáo mang Lời Chúa đi xa hơn nữa. Đức Chúa Trời ban cho ông ơn nhận thức đặc biệt, một sự hiểu biết đầy thẩm quyền về điều cần phải dạy, tương xứng với trọng trách mà ông nhận (xin xem những chỗ Phao-lô đề cập đến "ơn đã ban cho tôi" trong Rô 12:3; 15:15; 1 Cor 3:10; Ga 2:9; Êph 3:7–8).

> ### Chúa Giê-xu và Phao-lô: Thống nhất căn bản
>
> Chúa Giê-xu dạy rằng "sự cứu rỗi đến từ người Do Thái" (Giăng 4:22), rằng Kinh Thánh Cựu Ước "không thể hủy bỏ được" (Giăng 10:35). Cũng vậy, Phao-lô tin rằng sự cứu rỗi của người Cơ Đốc bắt nguồn từ điều Đức Chúa Trời đã làm trong thời Cựu Ước. Dưới đây là tám tặng phẩm của Đức Chúa Trời dành cho Y-sơ-ra-ên, và trên nhiều phương diện cũng là tặng phẩm dành cho những ai tin nhận Phúc âm (xin xem Rô 9:4–5):
>
> 1. Được làm dân sự của Đức Chúa Trời
> 2. Sự hiện diện đầy vinh hiển của Đức Chúa Trời
> 3. Các giao ước
> 4. Được nhận lấy Luật pháp
> 5. Sự thờ phượng trong đền thờ
> 6. Những lời hứa
> 7. Các tổ phụ đức tin (Áp-ra-ham, Y-sác, Gia-cốp)
> 8. Đấng Mê-si-a, chính Ngài cũng là Đức Chúa Trời.

Thế nhưng sẽ là sai lầm nếu nhấn mạnh quá nhiều vào tính độc nhất của những gì đã được bày tỏ cho Phao-lô. Quan điểm của ông được các sứ đồ khác xếp vào hàng thứ cấp (Ga 2:6–9). Những sự dạy dỗ của ông đi xa hơn và áp dụng những gì chính Chúa Giê-xu đã khởi sự và hoàn tất. Trước hết, sự khải thị mà Phao-lô nói đến được Kinh Thánh chứng thực: Phúc âm và "sự mặc khải về điều mầu nhiệm vốn đã được giấu kín từ nghìn xưa", không chỉ bởi sự khôn ngoan mà Chúa ban cho Phao-lô nhưng cũng "qua các sách tiên tri" của Cựu Ước (Rô 16:25–26; xem thêm

1:2). Phao-lô làm chứng trước Phê-lít: "Tôi... tin mọi điều chép trong sách luật pháp và các sách tiên tri" (Công 24:14). Các sách Cựu Ước và sự khải thị mà Phao-lô nhận được – phần nhiều trở thành các thư tín Tân Ước – kết hợp với nhau để hình thành lời chứng đầy thẩm quyền, lời chứng mà chính Đức Chúa Trời đã tuyên hứa, đặt nền tảng cho công tác cứu chuộc hàng thế kỷ đã qua và xác nhận trong thời của Chúa Giê-xu. Cũng những sách đó kết hợp với các sách khác của thời kỳ đầu Tân Ước, là để phục vụ như tư liệu gốc và chuẩn mực cho toàn bộ thần học Cơ Đốc trong nhiều thế kỷ kể từ khi Phao-lô bắt đầu đường đua của mình trên đất.

Đấng Mê-si-a

Các sách Cựu Ước hứa ban một vị cứu tinh do Đức Chúa Trời sai đến, người sẽ thiết lập vương quốc đời đời, mang sự tôn kính đời đời đến cho Chúa bằng cách nâng người thuộc về Chúa lên và hình phạt kẻ thù của Ngài.[17] "Tinh thần mong đợi một Đấng Mê-si-a của Đức Chúa Trời trong Cựu Ước rất mạnh mẽ."[18] Niềm hy vọng về Đấng Mê-si-a ở thế kỷ thứ nhất thì rất nhiều và rất đa dạng. Dưới áp lực cai trị của La Mã tại Pa-lét-tin, rất nhiều nhân vật cách mạng nổi lên.[19] Rất nguy hiểm khi đoán điều Sau-lơ người Pha-ri-si tin về Đấng Mê-si-a. Nhưng những sách thế kỷ thứ nhất, đặc biệt là Tân Ước, xác nhận rằng Chúa Giê-xu bị giới chức lãnh đạo Do Thái chối bỏ là Đấng Mê-si-a. Rõ ràng, Sau-lơ cũng có cùng xác tín này.

Vì thế lại càng ấn tượng hơn khi sau này Phao-lô viết các sách trong đó sự tôn kính dành cho Đấng Mê-si-a không ngừng được quy cho Chúa Giê-xu. Chỉ đếm sơ sơ bản tiếng Hy Lạp thôi, Phao-lô đã sử dụng từ "Đấng Christ" (từ Hy Lạp thường được Cơ Đốc nhân sử dụng, được dịch từ tiếng Hê-bơ-rơ là *mashiah* hay Mê-si-a) gần bốn trăm lần. Ông thường sử dụng kết hợp là "Giê-xu Christ", cũng có khi ông viết là "Christ Giê-xu" và thông thường hơn là sử dụng danh xưng "Đấng Christ", như trong cụm từ "trong Đấng Christ" (xem bên dưới).

Việc thường xuyên sử dụng từ này có lẽ được giải thích hợp lý nhất bởi hình ảnh ẩn dụ mà Phao-lô thường dùng để đề cập đến Đức Chúa Trời. Đức Chúa Trời, không phải một khái niệm hay một ý niệm mà là một thân vị sống động, Đấng tạo dựng và cứu chuộc, là nhân tố sắp đặt duy nhất trên mọi sự sống. Ngài là nền tảng và là mục tiêu của mọi điều Phao-lô làm. Nhưng Phao-lô tin chắc rằng chính Đức Chúa Trời này đã đến trên đất trong hình hài con người, chết để nhân loại được

---

[17]Xin xem Philip E. Satterthwaite, Richard S. Hess, và Gordon J. Wenham, eds., *The Lord's Anointed: Interpretation of Old Testament Messianic Texts* (Carlisle, UK: Paternoster; Grand Rapids: Baker Academic, 1995).

[18]J. Alec Motyer, *The Prophecy of Isaiah* (Downers Grove, IL: InterVarsity, 1993), 85.

[19]Tuy nhiên, không rõ là những nhân vật này có tự xem mình là các "vị cứu tinh" hay không. Raymond Brown (*An Introduction to the New Testament* [New York: Doubleday, 1997], 820) đã khẳng định rằng "không có bằng chứng nào cho thấy rằng trước Giê-xu người Na-xa-rét, có người Do Thái nào tự xưng hay được người ta gọi là Đấng Mê-si-a cả." Lời tuyên xưng của Chúa Giê-xu có lẽ là độc nhất vào thời bấy giờ.

tha tội và thăng thiên về trời để chiếu soi một con đường cho tất cả những ai yêu mến Ngài đi theo. "Giê-xu" (xuất hiện hơn 200 lần trong các thư tín của Phao-lô) là sự tự bày tỏ nhập thể của Đức Chúa Trời trong hình hài con người. "Christ Giê-xu" và "Christ" là những từ đồng nghĩa để nói về thân vị thần-nhân, qua đó Đức Chúa Trời làm cho ý định cứu chuộc đầy ân sủng của Ngài trở thành hiện thực.

Bộ ba bản văn tóm gọn sự dạy dỗ của Phao-lô về tính siêu việt của Đấng Christ (Christ's exellencies). Đầu tiên, Phil-líp 2:6–11 nhấn mạnh sự hiệp nhất quan trọng giữa Đấng Christ với Đức Chúa Trời, nhưng Ngài vẫn vui lòng hạ mình bằng cách mang lấy hình hài con người và chịu thập hình sỉ nhục. Đức Chúa Trời chia sẻ chính "danh" của mình (cách vắn tắt để Kinh Thánh nói về tâm tính hay bản chất) với Chúa Giê-xu; Chúa Giê-xu là Vua, trước mặt Ngài mọi đầu gối sẽ quỳ (Phil 2:9–20). Thứ hai, Cô-lô-se 1:15–20 (xem thêm Êph 1:20–23) khai triển khải tượng **cứu thục học** này để nhấn mạnh những chiều kích toàn cõi vụ trũ trong công tác của Chúa Giê-xu Christ. Ngài không thể thiếu trong sự tạo dựng và thậm chí bây giờ Ngài còn nắm giữ trật tự tạo dựng (Cô 1:16–17). Tính đầy trọn của Đức Chúa Trời vô hình ở trong Ngài khi Ngài thực hiện công tác cứu chuộc (Cô 1:19–20). Thứ ba, trong hình thức một bản tuyên xưng cô đọng, Phao-lô tóm lược sự dạy dỗ của mình về Chúa Giê-xu Christ ở 1 Ti-mô-thê 3:16, nhấn mạnh vào vinh hiển thiên đàng của Ngài (xin xem phần bài đọc có tựa đề "Quan Điểm Cao Trọng Về Đấng Christ Của Phao-lô").

Xét về lý thuyết, quan điểm cao trọng về Chúa Giê-xu Christ của Phao-lô (Phao-lô không hề biết có chuyện chia ra giữa "Đấng Christ của đức tin" với "Chúa Giê-xu lịch sử" theo nghĩa hiện đại, và với ông cũng không có sự phân rẽ giữa "Đấng Christ" một hữu thể thuộc linh với một biểu tượng không liên hệ gì với Chúa Giê-xu người Na-xa-rét) có thể được xác chứng đơn giản bằng thần tính của Ngài. Ai dám cãi lại Đức Chúa Trời (Rô 9:20)? Sự ngợi khen và tôn vinh phù hợp với mọi điều Ngài hạ cố để làm. Nhưng lời ngợi khen Chúa Giê-xu Christ của Phao-lô không được sinh ra từ tính thiết yếu đơn thuần. Nó xuất phát từ nhận thức đầy vui thỏa rằng Đức Chúa Trời qua Chúa Giê-xu đã đoái đến tội nhân trong tình trạng thấp hèn của họ. Ngài đã bày tỏ tình yêu thương biến đổi và mãnh liệt dành cho người thuộc về Ngài thông qua công tác cứu chuộc đầy ân điển của Đấng Christ.

Sự cứu chuộc

Lập luận từ kinh nghiệm thường nhật, Phao-lô chỉ ra rằng hiếm khi một người phó mạng sống mình vì người khác (Rô 5:7). Nhưng Đức Chúa Trời đã bày tỏ chiều sâu của tình yêu Ngài dành cho người hư mất (xem Lu 19:10) qua việc Đấng Christ chết thay cho họ trong khi họ vẫn còn trong tình trạng tồi tệ (Rô 5:8). Qua Đấng Christ, có "sự cứu chuộc" khỏi tội lỗi. "Sự cứu chuộc" nói về việc trả một cái giá để những tù binh được giải phóng khỏi xiềng xích và chiếm giữ vị trí trọng tâm trong sự hiểu biết của Phao-lô về công tác của Đấng Christ. Nó có những sự liên hệ rất phong phú đến Cựu Ước qua việc Đức Chúa Trời giải phóng dân sự Ngài ra khỏi vòng nô lệ ở Ai Cập và các tình thế nan giải khác.

Chúa Giê-xu nói về sự cứu chuộc trong mối liên hệ với những sự kiện xung quanh sự trở lại của Con Người (Lu 21:28). Phao-lô sử dụng chính từ này để mô tả tiến trình tội nhân được xưng công bình (được kể là công chính trong mắt Đức Chúa Trời) thông qua sự chết của Chúa Giê-xu (Rô 3:24–25; xem thêm 1 Côr 1:30). Nhưng sự cứu chuộc không chỉ là một biến cố trong quá khứ. Nó là một niềm hy vọng tương lai, khi các tín hữu hăm hở trông đợi sự cứu chuộc thân thể mình (Rô 8:23), sự sống lại vào hồi chung kết cõi đời. Sách khác mà Phao-lô thường xuyên nói về sự cứu chuộc nhất là sách Ê-phê-sô, ở đó ông liên hệ sự cứu chuộc với sự tha thứ tội lỗi thông qua sự chết của Đấng Christ (1:7; xem thêm Côl 1:14), sự thừa kế trong tương lai của tín hữu (Êph 1:14) và ngày các môn đồ của Đấng Christ trong tương lai được bênh vực.

Quan điểm cao trọng của Phao-lô về Đấng Christ

Trong 1 Ti-mô-thê 3:16, Phao-lô viết gần như là theo dạng thi ca về tính chất cao trọng của Đấng Christ. Tính đối xứng về mặt văn chương trong tiếng Hy Lạp thể hiện rõ ở đuôi -θη (thē) ở từ đầu tiên của mỗi hàng trong nhịp thơ sáu câu. Lưu ý năm lần xuất hiện ἐν (en).

ἐφανερώθη ἐν σαρκί,	Được tỏ bày trong thân xác,
ἐδικαιώθη ἐν πνεύματι	Được Thánh Linh tuyên xưng công chính,
ὤφθη ἀγγέλοις,	Được các thiên sứ ngắm nhìn,
ἐκηρύχθη ἐν ἔθνεσιν,	Được rao giảng giữa muôn dân,
ἐπιστεύθη ἐν κόσμῳ,	Được mọi người tin nhận,
ἀνελήμφθη ἐν δόξῃ.	Được cất lên trong vinh quang.

Đấng Christ học "cao trọng"

Những phân đoạn chính của Phao-lô bày tỏ một quan điểm cao trọng nhưng rất nhân văn về Chúa Giê-xu – Ngài hoàn toàn là người, mặc dù không chỉ là người mà thôi. Tài liệu thế kỷ thứ hai được gọi là *Thư Tín Gửi Diognetus* (Có lẽ do Polycarp xứ Si-miệc-nơ viết) cũng thể hiện cảm nhận của Phao-lô:

> Đức Chúa Trời sai Đấng Christ đến với họ. Bạn có nghĩ giống như mọi người là Ngài được sai đến để khiến người ta khiếp sợ và kinh hãi không? Không đâu! Nhưng Đức Chúa Trời sai Đấng Christ đến trong khiêm hòa và nhu mì, như một vị vua cử con mình, cũng là một vị vua, đến. Ngài cử Đấng Christ

> đến trong tư cách Đấng được Đức Chúa Trời sai phái; Ngài cử Đấng Christ đến như một người đến với mọi người; Ngài cử Đấng Christ đến trong tư cách Đấng Cứu Thế; đến để sử dụng phương cách thuyết phục chứ không phải phương cách áp đặt: Vì áp đặt hay vũ lực không phải là phẩm tính của Đức Chúa Trời. Ngài sai Đấng Christ đến trong yêu thương chứ không phải trong đoán xét... Ôi sự hoán đổi ngọt ngào! Ôi tạo vật không thể dò thấu được! Ôi những ích lợi đầy kinh ngạc, khi tội lỗi của nhiều người được che phủ trong Đấng Công Chính, và sự công chính của Đấng ấy cần xưng công chính nhiều người gian ác! Vì trước đây đã bày tỏ bản chất bất lực của chúng ta trong việc giành sự sống, và vì bây giờ đã khải thị một Đấng Cứu Thế có thể cứu ngay cả những tạo vật không có năng lực nhất, thì Ngài thuận ý rằng vì cả hai lý do đó chúng ta cần tin vào sự tốt lành và cần xem Ngài là người nuôi dưỡng, là cha, là người thầy, là người cố vấn, là bác sĩ, là tâm trí, là ánh sáng, là sự tôn kính, là vinh quang, là sự mạnh và là sự sống.
>
> *Thư tín gửi Diognetus* 7.3–5; 9.5–6; *The Apostolic Fathers*, trans. J. B. Lightfoot (London: Macmillan, 1891), 507–9.

Lô-gic của sự cứu chuộc đòi hỏi một giá, hay một "giá chuộc", phải được trả để tù nhân được phóng thích. Giá đó là mạng sống của Chúa Giê-xu, "Ngài đã phó chính mình làm giá chuộc mọi người, là lời chứng được ban cho đúng thời điểm" (1 Ti 2:6). Đấng Christ chết thay cho tội nhân, chịu lấy hình phạt lẽ ra thuộc về họ. Các nhà thần học nói về điều này là **sự chết đền tội thay**. Trong thần học của Phao-lô, thập tự giá là phương tiện và biểu tượng trọng tâm cho sự chết chuộc tội của Đấng Christ.

Thập tự giá

Phao-lô tóm tắt sứ điệp mà ông rao giảng là "việc dạy dỗ về thập tự giá" (1 Côr 1:18 BPT; 1:23; 2:2). Bản thân thập tự giá là hình phạt mà những lãnh chúa La Mã sử dụng cho những tội và những tội phạm đáng khinh nhất, chẳng có hàm ý gì khác ngoài sự đau đớn tột bậc và sỉ nhục. Người Do Thái trong thời Chúa Giê-xu hiểu Phục Truyền 21:23 ("ai bị treo trên cây là kẻ bị Đức Chúa Trời nguyền rủa") là để áp dụng cho những người bị đóng đinh, và cách hiểu này giúp giải thích tại sao các lãnh đạo Do Thái ép buộc những bậc cầm quyền Do Thái phải đưa ra một bản án tử hình theo kiểu của La Mã cho Chúa Giê-xu. Điều này đồng nghĩa với việc đóng đinh, và đóng đinh là bằng chứng chứng tỏ Chúa Giê-xu không phải là Đấng giải cứu mà Đức Chúa Trời hứa ban.

Mưu đồ ấy đã thành công – nhưng lại tạo ra tác dụng ngược. Vâng, Chúa Giê-xu đã bị Đức Chúa Trời rủa sả. Các sách phúc âm có ngụ ý này khi ký thuật tiếng kêu của sự bỏ rơi, bóng tối kéo dài giữa trưa và một cơn động đất xảy ra khi Ngài chết. Nhưng Phao-lô chỉ ra rằng Ngài trở thành "sự rủa sả thế cho chúng ta" để "trong Đấng Christ Jêsus, phước lành dành cho Áp-ra-ham đến được với các dân ngoại" và để rồi "bởi đức tin chúng ta nhận lãnh lời hứa về Thánh Linh" (Ga 3:13–14). Một trong những nghịch lý rất lớn của lịch sử đó là thập tự giá đáng khinh lại là biểu tượng chính cho tôn giáo cao thượng nhất của lịch sử.[20] Việc nâng cao hình ảnh thập tự giá trong Cơ Đốc giáo có liên quan trực tiếp tới việc thập tự giá thường xuyên được nhắc đến trong các thư tín của Phao-lô.

Trọng tâm chính của bức tranh đặt sau bàn thờ này là cảnh Chúa Giê-xu bị đóng đinh của tác giả Leonard Limousin, 1505–1577.

Phao-lô mười lần sử dụng danh từ "thập tự giá" và tám lần động từ "đóng đinh". Vì thế, vô khối những lần nhắc đến "sự chết" và "huyết" Chúa Giê-xu của ông chiếu rọi ánh sáng lên thập tự giá (Côl 1:20). Thế nhưng, nó không chỉ là biểu tượng cho phương tiện Đức Chúa Trời chuộc tội lỗi cho con người qua Đấng Christ. Nó còn là phương tiện mà bởi đó các tín hữu bước đi theo dấu chân của Đấng kêu gọi họ. Vì thập tự giá là nguồn sức lực trong chức vụ của Đấng Christ, nên thập tự giá cũng là nguồn của sức lực đối với Phao-lô (2 Côr 13:4; xem thêm Ga 6:14). Đối với mọi tín hữu, thập tự giá là nguồn cảm hứng và là nhân tố hiệu quả trong việc làm cho "bản chất tội lỗi" phải xấu hổ trước "các đam mê và dục vọng của mình" (Ga 5:24). Sự nối kết chính giữa Chúa Giê-xu và Phao-lô đúng là cả hai cùng nhấn mạnh rằng chết về tội lỗi và cái tôi là điều kiện tiên quyết để sống công chính và sống cho Đức Chúa Trời. Đối với cả hai, thập tự giá đóng vai trò như con rắn bằng đồng của Môi-se (Giăng 3:14; xem thêm Dân 21:8–9), biểu tượng làm trung gian cho sự sống đời đời dành cho tất cả những ai chăm nhìn lên nó với lòng tin quyết.

Tuy nhiên, trong thần học của Phao-lô, thập tự giá không đứng một mình. Phúc âm của ông không phải là một lời mời gọi đầy rầu rĩ, chán nản hướng đến nỗi đau

---

[20] Xin xem Alister E. McGrath, *The Mystery of the Cross* (Grand Rapids: Zondervan, 1988).

không dò thấu. Thập tự giá của Phao-lô đứng vững trong mảnh đất đầy màu mỡ của sự phục sinh.

Sự sống lại

Sứ điệp Cơ Đốc đứng hay ngã dựa trên việc lời tuyên bố rằng sau khi chết vì tội lỗi, Chúa Giê-xu từ kẻ chết sống lại về mặt thân xác (1 Côr 15:14) là chân lý hay chỉ là lời nói dối mà thôi. Sự phục sinh là yếu tố tối quan trọng trong sự giảng dạy của Phao-lô ở hành trình truyền giáo đầu tiên (Công 13:34, 37). Bảy năm sau, tại A-THEN, Phao-lô nhấn mạnh lại chính ý niệm đó (Công 17:31): Đức Chúa Trời "xác chứng cho mọi người thấy" về sự đoán phạt hầu đến thông qua Chúa Giê-xu Christ "bằng cách khiến người sống lại từ cõi chết" (xem thêm Rô 1:4). Dù nhìn chung vẫn đúng khi nói rằng lời chứng của Phao-lô trong Công Vụ là lời chứng tập trung vào Đấng Christ, nhưng nó cũng có thể được xem là lời chứng tập trung vào sự phục sinh. Hiếm khi nào một sứ điệp hay lời chứng quan trọng được rao ra mà không đề cập gì đến sự phục sinh của Đấng Christ hay sự đảm bảo về phước hạnh của sự phục sinh trong tương lai mà sự phục sinh của Đấng Christ vốn bảo đảm cho những ai tin cậy nơi Ngài (Công 17:18, 32; 23:6; 24:15; 21; 26:23).

Mộ Vườn, bên ngoài Cổng thành Đa-mách ở Giê-ru-sa-lem, là một nơi yên tĩnh để chiêm nghiệm về sự chết, sự chôn và sống lại của Đấng Christ.

Phao-lô nhắc đến sự phục sinh hơn năm lần trong các lá thư của mình. Chỉ 2 Tê-sa-lô-ni-ca, Tít và Phi-lê-môn là không đề cập đến điều này. Giống như từ "thập tự giá" và "đóng đinh", "phục sinh" và "sống lại" đều nói đến một sự kiện trong cuộc đời Chúa Giê-xu và một thực tại đối với các tín hữu.

Thập tự giá và sự phục sinh cùng hiệp lại làm cho những ích lợi của sự công chính của Đấng Christ luôn có giá trị: "Ngài đã bị nộp để chịu chết vì tội lỗi chúng ta, và sống lại để chúng ta được xưng công chính" (Rô 4:25).

Phục sinh là lẽ thật chính yếu cho nếp sống Cơ Đốc mỗi ngày. Sự phục sinh từ trong kẻ chết của Chúa Giê-xu đồng nghĩa với sự chiến thắng tội lỗi (nguyên nhân cơ bản dẫn đến sự chết, Rô 5:12), và các tín hữu được thúc giục phải "giành lấy" chiến thắng này trong chính đời sống của họ: "Hãy hiến chính mình cho Đức Chúa Trời như những con người từ cõi chết sống lại" (Rô 6:13). Lo-gic của việc tăng trưởng giống Chúa hơn, hay **sự nên thánh**, là dựa trên sự phục sinh của Chúa Giê-xu: "Nếu Thánh Linh của Đấng đã khiến Đức Chúa Jêsus sống lại từ cõi chết ở trong anh em, thì Đấng đã khiến Đấng Christ sống lại từ cõi chết cũng sẽ nhờ Thánh Linh Ngài đang ở trong anh em mà ban sự sống cho thân thể hay chết của anh em" (Rô 8:11).

Lá thư cuối cùng hiện có của Phao-lô thúc giục Ti-mô-thê "nhớ rằng Đức Chúa Jêsus Christ... đã sống lại từ cõi chết" (2 Ti 2:8). Lời tuyên bố cốt lõi của Cơ Đốc giáo, dù ngày nay vẫn bị tranh cãi và vẫn được bảo vệ,[21] vẫn là niềm hy vọng căn bản của tất cả các tín hữu thật, vì nó xác định lời hứa và năng quyền của sự cứu rỗi mà Phúc âm ban cho họ.

Hội thánh

Trong thần học của Phao-lô, không phải các tín hữu trong tư cách những cá thể độc lập và không phụ thuộc vào ai là đối tượng mà Đức Chúa Trời hướng nỗ lực cứu rỗi của Ngài đến. Đúng, Đức Chúa Trời nhìn con người như những cá nhân. Nhưng tầm nhìn trong hành động cứu chuộc của Ngài mở rộng ra toàn bộ "các dân trên đất" được trích dẫn trong lời hứa mà Đức Chúa Trời lập với Áp-ra-ham (Sáng 12:3; xem thêm Êph 2:11–13). Đấng Christ chết và sống lại để cứu chuộc một thân thể hợp nhất, hội những người được cứu chuộc, những người được chọn, dân sự Đức Chúa Trời trải dài từ buổi đầu của Cựu Ước cho đến hiện tại. Trong các sách của Phao-lô, thuật ngữ chỉ về thực thể này là "hội thánh", từ xuất hiện khoảng sáu mươi lần và được tìm thấy trong mọi lá thư của Phao-lô, trừ 2 Ti-mô-thê và Tít. Có lẽ đặc trưng nhất trong cách sử dụng của ông là lời tuyên bố rằng mục tiêu của Đấng Christt là tạo ra "một nhân loại mới" từ người Do Thái và dân ngoại, qua đó, "qua thân xác mình, Ngài đã hủy bỏ luật pháp với các điều răn và quy tắc, để từ hai nhóm, Ngài tạo dựng thành một nhân loại mới trong chính Ngài, như vậy sự bình an được thực hiện; và qua thập tự giá, Ngài hòa giải cả hai cho Đức Chúa Trời trong một thân thể; bằng cách đó, sự thù địch bị tiêu diệt" (Êph 2:15–16). Vì lý do đó, hội thánh không phải là vấn đề bên lề hay vấn đề phụ đối với Phao-lô mà là kết quả tất yếu hàng đầu từ sự dạy dỗ về Đấng Christ của ông.

Khi nói đến cụm từ "trong Đấng Christ (Giê-xu)", nét đặc trưng riêng biệt trong thư tín của Phao-lô, thì phải nói đến trong mối liên hệ với hội thánh. Phao-lô sử dụng cụm từ này (hay "trong Chúa") khoảng 150 lần. Mặc dù cụm từ được sử dụng nhiều lần khác nhau, nhưng hơn một phần ba trong số đó liên quan đến công tác cứu chuộc của Đức Chúa Trời qua Đấng Christ (ví dụ Rô 3:24) và một phần ba lần liên quan đến cách Cơ Đốc nhân phải cư xử với nhau (Phil 4:4) hay tình trạng được

---

[21]Xin xem Gary R. Habermas và Anthony G. N. Flew, *Did Jesus Rise from the Dead?*, ed. Terry L. Miethe (San Francisco: Harper & Row, 1987); Thomas C. Oden, "Did Jesus Christ Really Rise from the Dead?," trong *This We Believe*, ed. J. Akers, J. Armstrong, và J. Woodbridge (Grand Rapids: Zondervan, 2000), 100–119; Michael Licona, *The Resurrection of Christ: A New Historiographical Approach* (Downers Grove, IL: InterVarsity, 2010).

chuộc mà họ vui hưởng (Rô 16:3).[22] Có lẽ căn bản hơn cả, "trong Đấng Christ" (gần như không xuất hiện trong các sách Tân Ước không phải do Phao-lô viết) biểu thị sự hiệp nhất và lệ thuộc lẫn nhau của các tín hữu. Nó nói đến mối liên quan hữu cơ với Cha thiên thượng và với nhau trong tư cách những con cái được chuộc của Đức Chúa Trời bởi những gì Đấng Christ đã làm vì họ.

Thực thể xã hội được thể hiện qua "hội thánh" này thường được diễn đạt bằng hình ảnh ẩn dụ "thân" hay "thân thể". Tín hữu phải sống khiêm nhường và phải sử dụng những ân tứ mình có vì ích lợi của người khác trong thân thể Đấng Christ (Rô 12:3–5; xem thêm 1 Cô 12–14). Sự kết nối chân thật của họ với Đấng Christ, việc họ trở thành "các chi thể của chính Đấng Christ" (1 Cô 6:15), là nền tảng cho nhiều mệnh lệnh trong thư tín của Phao-lô (ví dụ, việc người Cô-rinh-tô không rập khuôn theo những chuẩn mực xã hội và sống chung thủy trong hôn nhân cũng như sống độc thân thay vì đắm mình vào tình dục bừa bãi theo nghi lễ; 1 Cô 6:12–20). Thư Ê-phê-sô đặc biệt đáng lưu ý khi sử dụng từ "hội thánh" (chín lần) và "thân" hay "thân thể" (sáu lần) nhiều một cách vượt trội theo nghĩa dân sự Chúa trong Đấng Christ. Dưới mục đích gồm tóm mọi thứ của Đức Chúa Trời, hội thánh là đối tượng trực tiếp hưởng nhận sự đầy trọn của Đấng Christ (Êph 1:22–23). Ê-phê-sô 4 nhấn mạnh sự hiệp nhất trong công tác của Đức Chúa Trời Ba Ngôi qua Đấng Christ và những tác động của điều này trong hội thánh, nơi Đấng Christ làm đầu (4:15; xem thêm 1:22; Côl 1:18; 2:10, 19). Ê-phê-sô 5:22–33 giải thích rõ ràng những vinh hiển của tình yêu thương mà Đấng Christ dành cho hội thánh và lời mời gọi cao cả của hội thánh là hãy phục vụ Chúa mình trong phần bàn luận mang tính giáo huấn về hôn nhân Cơ Đốc.

Trong tinh thần cá nhân chủ nghĩa của Tây phương, thật không cường điệu khi nói đến tầm quan trọng của sự đoàn kết chung của dân sự Chúa trong Đấng Christ. Việc Phao-lô thường xuyên sử dụng chữ "hội thánh", "thân thể" hay "thân" (cùng với các ẩn dụ khác nữa), và "trong Đấng Christ" đảm bảo rằng độc giả cẩn thận sẽ không áp đặt những học thuyết hiện đại hay hậu hiện đại về cái tôi và chính trị vào những xác tín hoàn toàn tập trung vào Đấng Christ của Phao-lô.

Đạo đức học

Các thư tín của Phao-lô không chỉ là những lời dạy mang tính thần học hay những chỉ dẫn tôn giáo. Các nguyên tắc và lời giáo huấn nhằm điều chỉnh hành vi thực tế, cả của cá nhân và xã hội, tràn ngập trong các thư tín của ông. Sẽ là sai lầm khi hạ đạo đức của Phao-lô xuống một nền tảng duy nhất; ông có vẻ như tận dụng cách tư duy nhiều kênh (được phân biệt với những điều không thể lường được trong sự hướng dẫn của Chúa). Suy luận từ tiền lệ Cựu Ước, ông khuyên giục các tín hữu bằng những mệnh lệnh đạo đức dựa trên những hàm ý thần học về bản

---

[22] M. Seifrid, "In Christ," trong *Dictionary of Paul and His Letters*, ed. Gerald F. Hawthorne và Ralph P. Martin (Downers Grove, IL: InterVarsity, 1993), 436.

tính Đức Chúa Trời, như khi ông kêu gọi họ hãy bắt chước Chúa (Êph 5:1; cũng xem Lê 11:44: "vì Ta là Giê-hô-va Đức Chúa Trời của các con; hãy biệt mình ra thánh và phải thánh, vì Ta là thánh.") Nếp sống của họ cần phải được điều chỉnh bởi sự hiện diện của Đức Chúa Trời giữa vòng họ (1 Côr 3:17) và mục đích thánh của Ngài trong việc chọn lựa và kêu gọi họ (Êph 1:4; 4:1; xem thêm 2 Ti 1:9). Mệnh lệnh Cựu Ước giữ vị trí nổi bật trong đạo đức của Phao-lô, nhưng gương mẫu khiêm nhường và hy sinh của Đấng Christ cũng vậy (Phil 2:5). Khác hơn một chút, đời sống của người tin Chúa cũng cần được điều chỉnh bởi những gì mà Đức Chúa Trời đã hoàn tất cho họ thông qua Đấng Christ (1 Côr 5:7; Êph 5:8). Tình yêu là một mỹ đức trọn vẹn (1 Côr 13:13), trong đạo đức của Phao-lô cũng như trong đạo đức của Chúa Giê-xu (Mác 12:29–31). Cuối cùng, "Vì trong Đấng Christ Jêsus, điều có giá trị... là đức tin thể hiện qua tình yêu thương" (Ga 5:6; xem thêm 1 Ti 1:5).

Thần học và Đạo đức trong thư tín Phao-lô

Phao-lô nhấn mạnh những phẩm chất chung của một nhân cách Cơ Đốc đích thực lẫn tầm quan trọng của việc lành. Đối với Phao-lô, "việc lành" không thể mang lại sự cứu rỗi. Chúng được trình bày trong những lời dạy dỗ và các mạng lệnh của Kinh Thánh.

Tầm quan trọng của phẩm hạnh của người Cơ Đốc	Tầm quan trọng của việc lành
(1 Cô 13)	(Từ thư tín của Phao-lô gửi cho Tít; Bản TTHĐ)
Đức tin	2:7 Trong mọi việc, họ phải gương mẫu qua **các việc lành**.
Hy vọng	2:14... là Đấng đã hi sinh vì chúng ta để... tinh luyện chúng ta thành một dân thuộc riêng về Ngài... sốt sắng làm **các việc lành**.
Tình yêu thương	3:1 Hãy nhắc nhở... sẵn sàng làm mọi **việc lành**.
	3:8 Nhấn mạnh những điều đó, để những ai đã tin Đức Chúa Trời sẽ chú tâm vào **việc lành**.
	3:14 Anh em tín hữu chúng ta phải học tập chú tâm vào **việc lành**...

Đạo đức học của Phao-lô là một chủ đề quá rộng lớn đến nỗi có thể được xem như một lĩnh vực trong thần học của ông, nhưng điều quan trọng cần ghi nhận đó là giáo lý của Phao-lô sẽ không thể nào được lĩnh hội hay nhận thức thấu đáo khi nó không được chuyển thành hành vi được biến đổi ở cả cấp độ cá nhân lẫn cộng đồng. Thần học của Phao-lô quan trọng, nhưng nó không đứng một mình. Thư tín gửi cho Tít hết lần này đến lần khác thúc giục các tín hữu hãy làm việc lành (2:7, 14; 3:1, 8, 14) và lên án những Cơ Đốc nhân giả mạo, những người tuyên xưng đức tin nơi Chúa nhưng lại sống đời sống thờ ơ về mặt đạo đức (1:16; xem thêm Rô 12:1–2).[23]

Thời kỳ cuối cùng

Lai thế học của Phao-lô là một chủ đề thậm chí còn rộng lớn và phức tạp hơn đạo đức học của ông. Hai khía cạnh này liên hệ với nhau. Sự dạy dỗ của Chúa Giê-xu về nước Đức Chúa Trời đã đến gần, được xác chứng bởi sự phục sinh từ cõi chết của Ngài, nghĩa là hồi cuối rốt đã ló dạng (Rô 13:12). Khi họ sống mỗi ngày trên đất, các tín hữu là "công dân trên trời", từ nơi ấy, họ "trông đợi Chúa và Cứu Chúa là Đức Chúa Jêsus Christ" (Phil 3:20; xem thêm Côl 3:3). Quan điểm về những sự sẽ đến mang những hàm ý sâu sắc cho cách chúng ta cần phải sống trong hiện tại. Như Schreiner nói: "Sẵn sàng cho sự trở lại của Chúa không có nghĩa là tính toán xem ngày nào Ngài trở lại; mà có nghĩa là tín hữu phải sống mỗi ngày khác với người không tin, với sự tỉnh táo và nghiêm túc về đạo đức, bởi vì họ biết Chúa sẽ trở lại."[24]

Tiêu điểm 17: Quan Điểm Mới Về Phao-lô

Kể từ năm 1975, tranh cãi đã nổ ra xung quanh một phương pháp mới khi đọc thư tín của Phao-lô. Phương pháp này không thật sự mới, bởi vì nó đã được đề xuất trước đó khoảng một thế kỷ rồi. Và đây không phải là một cách nhìn đơn nhất. Những người bênh vực cho cách nhìn này – các học giả như E. P. Sanders, N. T. Wright, James Dunn và Krister Stendahl – mô tả các chi tiết của "cách nhìn" này theo những cách khác nhau.

Nhưng có hai ý niệm hợp nhất phong trào này. Thứ nhất, Quan Điểm Mới phủ nhận ý niệm cho rằng sự cứu rỗi có được nhờ giữ luật pháp trong Do Thái giáo của kỷ nguyên Tân Ước ("Do Thái giáo thời kỳ Đền Thờ Thứ Hai"). Giữa vòng một số người theo Luther ở Đức, Do Thái giáo thời kỳ Đền Thờ Thứ Hai bị quy chụp là hoàn toàn mang tính duy luật, chỉ dạy một thần học dựa vào việc làm mà thôi. Một số người thậm chí còn tranh luận rằng giữ luật pháp Do Thái là tội lỗi, rằng sứ điệp Phúc âm chủ yếu là việc đức tin nơi Đấng Christ thủ tiêu hoàn toàn việc vâng giữ luật pháp. Vấn đề với quan điểm này đó là: ở nhiều phân đoạn Kinh Thánh, Phao-lô vẫn ca ngợi luật pháp Cựu Ước. Trong Rô-ma 7:12, ông gọi luật pháp và những điều răn của nó là "thánh, công bình và tốt đẹp." Việc giữ luật pháp theo một cách mô tả nhất định là một phần của đức tin theo giao ước của các tín hữu đầu tiên. Điều này lại càng đúng đắn hơn với nhiều người Do Thái!

---

[23] Về cách tiếp cận với đạo đức Cơ Đốc chi phối sự dạy dỗ của Phao-lô, xin xem David C. Jones, *Biblical Christian Ethics* (Grand Rapids: Baker Academic, 1994).

[24] Schreiner, *Paul*, 463.

> Thứ hai, Quan Điểm Mới phủ nhận cách hiểu thư tín Phao-lô của phong trào Cải Chính, cụ thể là những người theo Luther thế kỷ thứ hai mươi. Quan Điểm Mới phủ nhận việc xưng công bình bởi đức tin là trọng tâm sứ điệp của Phao-lô. Kết hợp với ý trước đó, quan điểm này dẫn đến một sự phân loại các cách giải thích của Phao-lô, cụ thể là liên quan đến cách Phao-lô nhìn nhận luật pháp. Tuy nhiên, không một cách giải thích được chấp nhận rộng rãi nào có thể thay thế cho cách hiểu truyền thống cả.
>
> Nhìn ở khía cạnh tích cực, Quan Điểm Mới này đã quật ngã những điều tổng quát giản đơn thái quá của Do Thái giáo giai đoạn Đền Thờ Thứ Hai. Các học giả đã buộc phải trở về với lịch sử và các nguồn tư liệu của Tân Ước và kỷ nguyên Đền Thờ Thứ Hai với một sức sống và quyết tâm mới mẻ. Kết quả là, quan điểm về Do Thái giáo giai đoạn Đền thờ Thứ Hai của chúng ta đầy đủ hơn, sâu sắc hơn và mang nhiều sắc thái hơn bao giờ hết trong lịch sử. Một số điều trong công tác này có thể làm suy yếu những lời tuyên xưng căn bản của Quan Điểm Mới ấy. Nhưng kết quả cho tất cả chúng ta là một cách hiểu vững vàng hơn về tư tưởng Do Thái được phản ánh trong các sách Tân Ước.
>
> Cách hiểu Phao-lô theo kiểu truyền thống đã được điều chỉnh để giải đáp cho thách thức của Quan Điểm Mới này. Nghiên cứu mới ở phạm vi rộng đã lấy đi nhiều năm nghiên cứu từ cuộc đời các học giả lỗi lạc như Stephen Westerholm, Mark Seifrid, học giả quá cố Martin Hengel, Simon Gathercole, Douglas Moo, Moisés Silva, Timo Laato, Peter O'Brien và D. A. Carson. Bằng chứng cho thấy rằng những lập luận ủng hộ cho việc chối bỏ Phúc âm xưng công bình của Phao-lô được giảng từ thời kỳ Cải Chính của Quan Điểm Mới đã bị phóng đại.

Giống như tất cả những sự dạy dỗ của Phao-lô, lai thế học của Phao-lô xuất phát từ nhận thức của ông về Đức Chúa Trời nói chung và Chúa Giê-xu Christ nói riêng. Bởi vì Chúa Giê-xu là Đấng Mê-si-a, nên chức vụ đầy vinh hiển của Ngài là dấu hiệu về các giai đoạn cuối cùng trong công tác chuộc cứu của Đức Chúa Trời trước hồi chung kết. Công tác này sẽ bao gồm sự phát xét cuối cùng ở thời điểm **Parousia** (sự đến lần hai; xin xem Rô 2:1–11; 14:10–12; 1 Côr 3:12–15; Phil 2:16; 1 Tê 3:13; 2 Tê 1:5–10). Những kẻ làm điều ác không vâng theo Phúc âm sẽ phải đối mặt với cơn thịnh nộ của Đức Chúa Trời (Rô 1:18; Êph 5:6; Côl 3:6). Theo gương của Phao-lô, việc rao báo Phúc âm cho các dân tộc (cũng như cho những người Y-sơ-ra-ên chưa chịu ăn năn; Rô 9–11) trong tư cách chứng nhân trung thành với việc bày tỏ mục tiêu lai thế của Đức Chúa Trời là trách nhiệm của các tín hữu.

Những ích lợi của thời kỳ lai thế đã có sẵn trong hiện tại. Tín hữu vui hưởng Thánh Linh, một dấu hiệu đảm bảo về thời kỳ cuối rốt. Ngài là "trái đầu mùa" của sự cứu chuộc hầu đến (Rô 8:23), là "bảo chứng" cho những điều tuyệt vời hơn sẽ đến (2 Côr 1:22; 5:5; Êph 1:14), một ấn chứng về quyền thừa kế và sự được nhận làm con, bởi đó họ được gọi Đức Chúa Trời là "A-ba" (Rô 8:15–17). Đối với những Cơ Đốc nhân tin vào việc tín hữu sẽ được cất lên trước khi Đấng Christ trở lại và việc Đấng Christ thiết lập sự cai trị thiên hy niên trên đất, thì Đức Thánh Linh sẽ thêm sức cho họ sống trong tinh thần sẵn sàng khi họ chờ đợi những sự kiện vĩ đại đó xảy ra.

Kết luận

Trong bối cảnh hiện thời, việc Phao-lô nhấn mạnh cách ấn tượng vào một trật tự trong tương lai gần đòi hỏi sự tái định hướng ngay lập tức và hoàn toàn mang tính cá nhân sẽ dễ dàng bị xóa bỏ như một thứ thần thoại kỳ lạ hay là điều vượt ra ngoài sách khải huyền. Nó thậm chí còn trở thành một kiểu chế nhạo mang phong thái Hollywood. Sự bác bỏ ấy đầy nguy hiểm nếu Phao-lô, giống như Chúa Giê-xu, sở hữu thẩm quyền mà ông tự nhận về cho mình. Hết lòng xác chứng khải tượng của Phao-lô với những hàm ý mang tính toàn cầu nghĩa là được sống cuộc đời thật sự, sống "trong Đấng Christ", ở đời này và vui hưởng Đức Chúa Trời một cách không thể diễn tả bằng lời trong đời sau (Rô 8:18; 1 Côr 2:9). Cấp bách không kém là việc Phao-lô kiên định rằng rồi sẽ đến lúc việc chối bỏ Phúc âm của ông sẽ mang đến cơn giận đời đời của Đức Chúa Trời. Người ta cũng phải xem xét bi kịch của một cuộc đời phí hoài cơ hội được biết, thờ phượng, phục vụ và chia sẻ về Chúa phục sinh.

Tóm lược

1. Thông qua các sách ông viết và qua sách Công Vụ, chúng ta trở nên quen thuộc với Phao-lô, một trong những nhân vật quan trọng nhất trong hội thánh thời kỳ sứ đồ.
2. Phao-lô được dạy và có sự hiểu biết Do Thái giáo rất thấu đáo, được học dưới sự dẫn dắt của ra-bi nổi tiếng thời bấy giờ, Ga-ma-li-ên I.
3. Phao-lô đã thực hiện ít nhất là ba hành trình truyền giáo cho hội thánh đầu tiên.
4. Những tư liệu nguồn để tìm hiểu thần học của Phao-lô là những sách do ông viết và Công Vụ Các Sứ Đồ.
5. Đức Chúa Trời là trọng tâm thần học của Phao-lô.
6. Phao-lô tin rằng điều ác là có thật và có ảnh hưởng nhưng sẽ bị Chúa kìm chế và hình phạt đời đời.
7. Phao-lô tin rằng Cựu Ước áp dụng cho tất cả mọi người, nhưng ông lên án chủ nghĩa duy luật.

8. Nền tảng cho thần học mà Phao-lô rao giảng là giao ước mà Đức Chúa Trời lập với Áp-ra-ham.
9. Phao-lô giữ một cái nhìn rất cao trọng về Đấng Christ, không chỉ bởi thần tính của Ngài nhưng cũng bởi vì Ngài là sự biểu hiện cho mối quan tâm của Đức Chúa Trời dành cho tội nhân.
10. Thập tự giá là phương tiện và là biểu tượng trọng tâm của sự cứu chuộc mà Đấng Christ giành được.
11. Sự phục sinh quan trọng bởi vì sứ điệp Phúc âm phụ thuộc vào tính chân thật của nó.
12. Nghiên cứu của Phao-lô về hội thánh đặt hội thánh ở trọng tâm của Đấng Christ học của ông.
13. Phao-lô dạy rằng Phúc âm biến cải hành vi cá nhân và bản sắc cộng đồng của tín hữu.
14. Thần học của Phao-lô đan xen chặt chẽ với đạo đức và lai thế học đặc trưng của ông.

Câu hỏi ôn tập

1. Xin mô tả hai biến cố quan trọng trong cuộc đời của Phao-lô ở mỗi thập kỷ trong bốn thập kỷ sau: Những năm 30, 40, 50 và 60 S.C.
2. Đâu là nghịch lý về việc Phao-lô phục vụ trong tư cách người dạy đạo và giáo sĩ tại hội thánh ở An-ti-ốt?
3. Sứ điệp của Chúa Giê-xu và Phao-lô giống và khác nhau như thế nào?
4. Tại sao Phao-lô lại nói về luật pháp theo cả phương diện tích cực lẫn tiêu cực?
5. Áp-ra-ham đóng vai trò gì trong sự dạy dỗ của Phao-lô?
6. Tại sao trong những thư tín của mình, Phao-lô nhấn mạnh "ân điển đã ban cho tôi"?
7. Vì sao các lãnh đạo Do Thái lại thúc đẩy chuyện đóng đinh Chúa Giê-xu? Vì sao Phao-lô lại thấy sự cứu chuộc trong sự chết đầy tàn bạo của Chúa Giê-xu?
8. Phao-lô muốn nói gì khi dùng "trong Đấng Christ" hay "trong Đấng Christ Giê-xu"?
9. Phao-lô đặt nền tảng của đạo đức trên thần học như thế nào?
10. Hãy kể tên ba khía cạnh trong lời dạy của Phao-lô về những việc cuối cùng.

Các thuật ngữ then chốt

A-ba của Chúa Giê-xu	Lai thế học	Sự xuất hiện lần thứ hai
	Sự chết đền tội thay	Sự xưng công bình
Parousia	Cứu thục học	Sự nên thánh

Con người/Địa điểm chính

An-ti-ốt xứ Sy-ri	Ê-phê-sô	Nê-rô	Sy-ri
Arabia	Ga-la-ti	Pa-lét-tin	Tạt-sơ
A-thên	Ga-ma-li-ên I	Phi-líp	Tây Ban Nha
Bê-rê	Giê-ru-sa-lem	Sê-sa-rê Maritima	Tê-sa-lô-ni-ca
Cô-rinh-tô	La Mã	Si-li-si	Thổ Nhĩ Kỳ
Đa-mách	Ma-xê-đoan		

Sách đọc thêm

Bird, Michael, ed. *Four Views of the Apostle Paul*. Grand Rapids: Zondervan, 2012.

    Các học giả trình bày và phản hồi với những "cách hiểu" chính về Phao-lô: Cách của người Cải Chính, cách của người Công giáo, cách hậu Quan Điểm Mới và cách của Do Thái giáo.

Brown, Raymond. *An Introduction to the New Testament*. New York: Doubleday, 1997.

    Chương 16 và 17 chứa đựng phần cập nhật và đánh giá súc tích nghiên cứu về các thư tín của Phao-lô.

Bruce, F. F. *Paul: Apostle of the Heart Set Free*. Grand Rapids: Eerdmans, 1977.

    Phần khảo sát đầy thẩm quyền về cuộc đời Phao-lô và mối liên kết giữa các thư tín của ông với Công Vụ.

Dunn, James. *The Theology of Paul the Apostle*. Grand Rapids: Eerdmans, 1997.

    Phần tổng hợp toàn diện nhất về thần học Phao-lô và sự ra đời của nó.

Hawthorne, Gerald, Ralph P. Martin, and D. G. Reid, eds. *Dictionary of Paul and His Letters*. Downers Grove, IL: InterVarsity, 1993.

    Một tác phẩm tham khảo chuẩn nói về gần như mọi khía cạnh trong cuộc đời và tư tưởng của Phao-lô.

Kim, Seyoon. *Paul and the New Perspective: Second Thoughts on the Origins of Paul's Gospel*. Grand Rapids: Eerdmans, 2001.

> Một học giả nổi tiếng nhờ tác phẩm nói về tầm quan trọng của sự quy đạo của Phao-lô (xin xem cuốn *Origin of Paul's Gospel* của ông) tái phát biểu quan điểm của mình dưới ánh sáng sự bàn luận gần đây hơn.

Koperski, Veronica. *What Are They Saying about Paul and the Law?* New York: Paulist, 2001.

> Một tóm tắt hay về các quan điểm gần đây về vấn đề phê bình việc giải nghĩa thư tín Phao-lô.

Reeves, Rodney R. "Reading the Letters of the New Testament." Trong *Biblical Hermeneutics*, edited by Bruce Corley, Steve Lemke và Grant Lovejoy, chapter 22. 2nd ed. Nashville: Broadman & Holman, 2002.

> Phần dẫn nhập ngắn gọn nhưng nhiều thông tin hữu ích về những vấn đề chính yếu trong việc giải nghĩa các thư tín của Phao-lô.

Richards, E. Randolph. *Paul and FirstCentury Letter Writing*. Downers Grove, IL: InterVarsity, 2004.

> Phần thảo luận chứa đựng nhận thức thần học sâu sắc về tập tục viết thư và tác động của chúng trên việc hiểu các thư tín của Phao-lô.

Schnabel, Eckhard J. *Paul the Missionary*. Downers Grove, IL: IVP Academic, 2008.

> Dựa trên quyển *Early Christian Mission* của mình, Schnabel xem xét tác phẩm của Phao-lô từ nhãn quan lịch sử, tìm cách giải thích những phương pháp của mình và động cơ đằng sau nó.

Schnelle, Udo. *Apostle Paul: His Life and Theology*. Grand Rapids: Baker Academic, 2005.

> Phần nghiên cứu mang tính phê bình ở mức độ vừa phải về Phao-lô và những sự dạy dỗ của ông trong bối cảnh lịch sử của chúng.

Schreiner, Thomas R. *Interpreting the Pauline Epistles*. 2nd ed. Grand Rapids: Baker Academic, 2011.

> Những gợi ý giá trị về cách bắt đầu để hiểu các thư tín của Phao-lô một cách nghiêm túc và có trách nhiệm.

———. *Paul, Apostle of God's Glory in Christ*. Downers Grove, IL: InterVarsity; Leicester, UK: Apollos, 2001.

> Một tóm tắt mới mẻ và bao quát về thần học của Phao-lô.

Wenham, David. *Paul and Jesus: The True Story*. Grand Rapids: Eerdmans, 2002.

> Minh họa ở mức độ dễ đọc những liên hệ tích cực giữa Phao-lô và Chúa Giê-xu.

Yarbrough, Robert. "The Theology of Romans in Future Tense." *The Southern Baptist Journal of Theology* 11:3 (2007): 46–60.

> Cho thấy tính trọng tâm của lai thế học của Phao-lô đối với quan điểm thần học nói chung của ông.

Chương 18

Rô-ma

Công Chính Trước Mặt Chúa

Bố cục

- **Các sách Phúc âm – Công Vụ - Các Thư tín**
- **Sao phải nghiền ngẫm sách Rô-ma?**
- **Thành La Mã và Cơ Đốc giáo**
- **Cơ hội và mục đích viết sách Rô-ma**
- **Bố cục**
- **Lập luận của sách Rô-ma**
    - Giới thiệu (1:1–18)
    - Chẩn đoán (1:19–3:20)
    - Hướng điều trị I: Được xưng công bình bởi tin vào Chúa Giê-xu Christ (3:21–8:17)
    - Hướng điều trị II: Được cứu bởi ân điển (8:18–11:36)
    - Kê toa (12:1–15:13)
    - Kết luận (15:14–16:27)
- **Tầm quan trọng của sách Rô-ma**
- **Những vấn đề mang tính phê bình**

Mục tiêu

Sau khi đọc xong chương này, bạn có thể:

- Nêu tác động của sách Rô-va trên lịch sử hội thánh
- Trình bày mục đích viết sách Rô-ma
- Tóm tắt nội dung sách Rô-ma

- Giải thích sách Rô-ma khích lệ các tín hữu Cơ Đốc sống như thế nào

Các sách Phúc âm – Công Vụ - Các Thư tín

Bốn sách phúc âm kể câu chuyện tin mừng về Chúa Giê-xu Christ, còn Công Vụ kể lại cách tin mừng ấy lan rộng suốt khoảng thời gian hơn ba thập kỷ. Nhưng nếu tất cả những gì chúng ta có chỉ là các sách phúc âm và Công Vụ, thì sự hiểu biết về **niềm tin** và những nề nếp của Cơ Đốc giáo thời kỳ đầu sẽ vô cùng giới hạn. Chúng ta biết ơn Chúa vì gần hai tá thư tín đã điền vào chỗ khuyết cho bức tranh đó. Tất cả những thư tín đó đều có niên đại là thế kỷ thứ nhất và nhiều học giả đã lập luận ủng hộ cho việc tất cả các lá thư ấy đều xuất phát từ ngòi bút của các tác giả mà Chúa Giê-xu Christ đã trực tiếp lập lên để tiếp nhận và dạy dỗ lời cứu chuộc. Ở chương này và các chương sau, chúng ta sẽ xem xét từng thư tín ấy. Chúng ta sẽ không thảo luận theo trình tự thời gian các sách được viết ra; thay vào đó, chúng ta sẽ đi theo trật tự mà chúng xuất hiện trong Kinh Thánh. Ngoại lệ duy nhất là thư Phi-lê-môn, mà chúng ta sẽ nói đến cùng với những thư tín được gọi là Thư tín Trong Tù của Phao-lô. Mặc dù không ai biết chắc tại sao hội thánh đầu tiên lại sắp xếp các thư tín này như thế, nhưng có vẻ như họ bắt đầu từ thư tín dài nhất của Phao-lô (Rô-ma) rồi tiếp tục tới thư tín ngắn nhất (Phi-lê-môn). Họ sử dụng cùng một tiến trình với các thư tín không phải của Phao-lô, bắt đầu với Hê-bơ-rơ và kết thúc bằng sách ngắn nhất là Giu-đe.[1]

Sao phải nghiền ngẫm sách Rô-ma?

Thư tín của Phao-lô gửi cho người La Mã nổi tiếng là khó hiểu và thậm chí là buồn tẻ. Nhiều hội chúng đã rên rỉ với nhau khi mục sư thông báo sẽ giảng một sê-ri bài giảng dựa trên sách Rô-ma, và nhiều lịch đọc Kinh Thánh hàng ngày đã thất bại ngay ở những trang Rô-ma!

Augustine xứ Hippo (354–430 S.C) do Antonello de Messina vẽ (1472–1473)

Thế nhưng hơn bất cứ cuốn sách nào khác trong Kinh Thánh, thư tín này đã ảnh hưởng đến lịch sử thế giới theo những cách đầy kịch tính. Chẳng hạn, nhà trí thức và lãnh đạo hội thánh vĩ đại của Bắc Phi là Augustine (354–430) đã tìm được đời sống mới qua sách Rô-ma,

---

[1] Để biết chi tiết về trình tự các thư tín của Phao-lô trong các bản thảo cổ, xin xem John McRay, *Paul: His Life and Teaching* (Grand Rapids: Baker Academic, 2003), 273–81.

sau nhiều năm là một triết gia ngoại giáo và có lúc sống lối sống buông thả. Để làm thỏa mãn cơn khát của linh hồn, Augustine viết, ông "cảm thấy như bị bắt phục nhất bởi... những tác phẩm của sứ đồ Phao-lô."[2] Và giữa sự vật lộn với một lương tâm đầy giằng xé và một nỗi nghi ngờ sâu sắc về hướng đi của cuộc đời, tình trạng "nô lệ cho... ham muốn tình dục" của Augustine[3] đã bị bẻ gãy khi ông đọc Rô-ma 13:13–14: "Hãy sống một cách đàng hoàng như đi giữa ban ngày, đừng chè chén và say sưa, trụy lạc và phóng đãng, gây gổ và ganh tị. Nhưng hãy mặc lấy Chúa là Đức Chúa Jêsus Christ, đừng tìm cách làm thỏa mãn các dục vọng xác thịt."

Viết về sự cải đạo của mình, nhiều năm sau đó, Augustine hồi tưởng: "Tôi không muốn đọc thêm nữa; không cần thiết nữa. Bởi vì... nó như thể lòng tôi tràn ngập một ánh sáng của sự tin quyết và mọi bóng tối ngờ vực đều tan biến."[4] Những sách của Augustine tạo một ảnh hưởng sâu sắc trên văn minh Âu châu suốt một ngàn năm, và những ý tưởng của ông vẫn còn được trân trọng cho đến ngày nay.

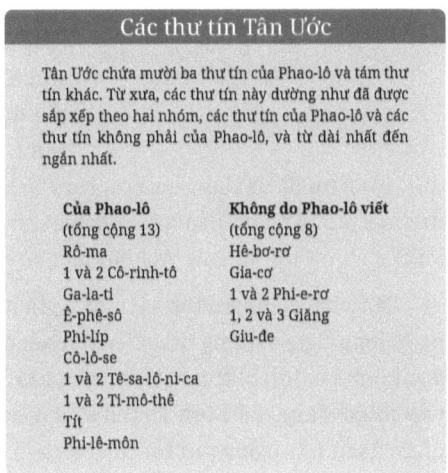

Các thư tín Tân Ước

Tân Ước chứa mười ba thư tín của Phao-lô và tám thư tín khác. Từ xưa, các thư tín này dường như đã được sắp xếp theo hai nhóm, các thư tín của Phao-lô và các thư tín không phải của Phao-lô, và từ dài nhất đến ngắn nhất.

Của Phao-lô
(tổng cộng 13)
Rô-ma
1 và 2 Cô-rinh-tô
Ga-la-ti
Ê-phê-sô
Phi-líp
Cô-lô-se
1 và 2 Tê-sa-lô-ni-ca
1 và 2 Ti-mô-thê
Tít
Phi-lê-môn

Không do Phao-lô viết
(tổng cộng 8)
Hê-bơ-rơ
Gia-cơ
1 và 2 Phi-e-rơ
1, 2 và 3 Giăng
Giu-đe

Thư tín của Phao-lô gửi cho người La Mã cũng thay đổi cả cuộc đời của Martin Luther (1483–1546) nữa, như ông đã suy ngẫm "ngày và đêm" làm thế nào mà ông, một tội nhân, lại được Chúa, Đấng hoàn toàn công chính và một ngày sẽ phán xét tất cả mọi người, tha thứ. Cảm thấy bất an sâu xa trong lương tâm và từ Kinh Thánh ý thức tội lỗi của mình sâu xa đến thế nào, ông vật lộn với những lời của Rô-ma 1:17: "Người công bình sẽ sống bởi đức tin." Câu đó, bản thân nó đã là một câu trích dẫn từ sách Ha-ba-cúc trong Cựu Ước, thuyết phục Luther rằng "chỉ bởi ân điển và sự thương xót mà Đức Chúa Trời xưng công bình chúng ta qua đức tin."[5] Sự cứu rỗi không phải là nhờ vào việc lành của chúng ta hay bất cứ công đức nào khác của chính chúng ta, hội thánh chúng ta hay tôn giáo của chúng ta: ấy là nhờ Chúa Giê-xu Christ mà thôi. Bộ mặt của CHÂU ÂU được biến đổi bởi phong trào Cải Chánh Tin Lành mà Luther góp phần mở đầu. Sách Rô-ma là sức bật cho cuộc cách mạng mà ông góp phần khởi động.

---

[2] *The Confessions of St. Augustine*, 7.21.
[3] Như trên, 7.6.
[4] Như trên, 7.12.
[5] Roland H. Bainton, *Here I Stand: A Life of Martin Luther* (Nashville: Abingdon, 1950), 49

> **Sách Rô-ma trong Lịch sử Hội thánh Đầu tiên**
>
> Có vẻ như Rô-ma đã được những lãnh đạo hội thánh đầu tiên biết đến và sử dụng như sau:
>
> | | S.C |
> |---|---|
> | Clement thành La Mã | 95 |
> | Polycarp | Khoảng 110 |
> | Justin Martyr | Khoảng 140 |
> | Irenaeus | Khoảng 175 |
> | Clement thành A-léc-xan-đơ | Khoảng 200 |
> | Tertullian | Khoảng 200 |
> | Origen | Khoảng 250 |
> | Eusibeus | Khoảng 315 |

Nhưng sách Rô-ma không chỉ khuấy động hội thánh đầu tiên (Augustine) và Phong trào Cải Chánh (Luther). Những cuộc phục hưng thuộc linh quét qua ANH QUỐC vào thập niên những năm 1700 cũng được nhen nhóm thông qua tác động của Rô-ma trên John Wesley. Ông tham dự một buổi nhóm hội thánh vào ngày 24/5/1738 và nghe người hướng dẫn đọc phần dẫn nhập sách giải kinh Rô-ma của Luther. Sau này ông nhớ lại kinh nghiệm vào tối hôm ấy: "Trong khi ông đang mô tả sự thay đổi mà Đức Chúa Trời làm trong lòng thông qua việc đặt đức tin nơi Đấng Christ, tôi cảm nhận lòng mình cũng có một sự ấm áp lạ thường. Tôi cảm thấy rằng tôi đã đặt lòng tin cứu rỗi vào Đấng Christ, chỉ một mình Đấng Christ mà thôi: Và một sự đảm bảo đã được ban cho tôi, rằng Ngài đã cất tội lỗi của tôi đi, tội lỗi của chính tôi, và cứu tôi khỏi luật của tội lỗi và sự chết."[6]

Cần phải có nhiều tập sách mới ghi đủ những câu chuyện về ánh sáng đã tràn ngập lòng người thông qua việc học sách Rô-ma. Luther làm chứng rằng qua việc đọc Rô-ma chính ông cảm thấy "được tái sinh và đã bước qua các cánh cửa mở để vào **thiên đàng**. Cả Kinh Thánh đều mang lấy một ý nghĩa mới mẻ... Đối với ông, phân đoạn này trong thư tín của Phao-lô đã trở thành một cánh cổng thiên đàng."[7] Vì thế, nói sách Rô-ma buồn tẻ phơi bày về chúng ta nhiều hơn là về thư tín ấy. Vì thế, thật đáng để chúng ta nỗ lực suy nghĩ lại về thông điệp của nó – vì có thể nó sẽ thay đổi cuộc đời của một người.

Thành La Mã và Cơ Đốc giáo

Thành cổ lớn nhất ở phía Tây, LA MÃ là thủ phủ của một đế quốc rộng lớn. Trong thời Chúa Giê-xu có lẽ 100 triệu người đã cư ngụ trong lãnh thổ của La Mã.[8] Lãnh thổ rộng lớn của La Mã về phía Tây mở rộng đến VƯƠNG QUỐC ANH hiện đại, ở phía Bắc đến nước ĐỨC hiện tại, ở phía Đông đến nước I-RAN hiện tại và phía Nam trải dài hàng trăm dặm đến sông NIN ở AI CẬP. Hiếm vương quốc nào vào bất cứ thời điểm kỳ nào trong lịch sử thế giới địch nổi về chiều rộng, sức mạnh và vẻ huy hoàng như La Mã.

---

[6] *The Works of John Wesley*, 3rd ed., 14 vols. (Grand Rapids: Baker Academic, 1991), 1:103.
[7] Bainton, Here I Stand, 49–50.
[8] Michael Grant, *History of Rome* (New York: Scribner, 1978), 247.

Kiến trúc vòng của La Mã tại Tarragona, Tây Ban Nha. Đế quốc La Mã ở phía Tây mở rộng đến Tây Ban Nha và Bồ Đào Nha hiện đại.

Cơ Đốc giáo có lẽ đến La Mã trước hết thông qua những người Do Thái được nghe Phi-e-rơ giảng tại sự kiện Lễ Ngũ Tuần (Công 2:10) và họ đã mang sứ điệp Phúc âm ấy trở về với các nhà hội tại thủ đô của đế quốc ấy. Các truyền thống cổ xưa cho rằng Phi-e-rơ đã thi hành mục vụ tại La Mã vào cuối những năm 30 S.C không hề dễ dàng bị gạt bỏ. Dù thế nào, đến khoảng năm 49 S.C thì sự hiện diện của người Cơ Đốc giữa vòng những người Do Thái ở La Mã đã lớn đủ để gây ra những cuộc bạo động trong cộng đồng đó.[9]

Tân Ước đề cập đến La Mã (Rô-ma) tám lần. Hai lần Phao-lô nói ông định đi và giảng dạy tại đó (Công 19:21; 23:11). Hai lần khác ông đề cập đến La Mã khi ông đọc cho thư ký của mình (xem Rô 16:22) chép thư tín mang tên của thành lớn này (Rô 1:7, 15).

Cơ hội và mục đích viết sách Rô-ma

Nhiều người đồng ý rằng Phao-lô viết thư tín La Mã đang khi ông ở lại HY LẠP ba tháng (Công 20:2–3). Thời gian lưu trú này có thể nằm ở khoảng năm 57 S.C, lúc ông gần kết thúc hành trình truyền giáo thứ ba và sắp lên đường thực hiện chuyến viếng thăm GIÊ-RU-SA-LEM được biết đến là chuyến thăm cuối cùng của ông. So sánh Rô-ma 16:23 với các phân đoạn khác (Công 19:29; 20:4; 1 Cô-r 1:14), ta thấy rằng Phao-lô đang ở vùng lân cận của thành CÔ-RINH-TÔ khi thư tín này được thành hình. Điều này được xác nhận bởi lời Phao-lô khen Phê-bê là người đã mang lá thư của ông từ thành Cô-rinh-tô đến La Mã: hội thánh nhà của bà là ở SEN-CƠ-RÊ, một thị trấn nhỏ cách Cô-rinh-tô 12 ki-lô-mét (Rô 16:1).

Mục đích của sách Rô-ma là một trong những chủ đề được đem ra tranh cãi nhiều nhất trong giới học giả Tân Ước.[10] Mọi người đều đồng ý rằng Phao-lô viết thư này một phần là để tìm sự ủng hộ cho chuyến truyền giáo đến TÂY BAN NHA sắp đến mà ông hy vọng sẽ thực hiện (Rô 15:24). Nhưng quan điểm của hội thánh suốt nhiều thế kỷ đó là: mục đích chính của thư Rô-ma mang tính thần học – nhằm dạy dỗ về sự cứu rỗi và mở mang vương quốc Đấng Christ ra thế giới – thì với nhiều học giả ngày nay "không còn là một chọn lựa nghiêm túc nữa."[11] Vì thế, người ta

---

[9] Xin xem Công Vụ 18:2, thường được cho là nói về sự trục xuất người Do Thái ra khỏi La Mã theo lệnh của hoàng đế Cơ-lốt (41–54 S.C) do có "những sự nhiễu loạn bởi sự xúi giục của Chrestus" (Người Do Thái và những dân tộc khác đang rao giảng về Đấng Christ). Xin xem Suetonius, *The Twelve Caesars*, trans. Robert Graves (New York: Penguin, 1989), 202.

[10] Xin xem Karl P. Donfried, ed., *The Romans Debate*, rev. ed. (Peabody, MA: Hendrickson, 1991).

[11] Như trên, xliv.

tìm cách hiểu mới ở một trong hai giả thuyết: rằng thư Rô-ma chủ yếu là một lá thư bày tỏ mối quan tâm cá nhân của Phao-lô hoặc thư Rô-ma "chủ yếu nói về các mối quan tâm của hội thánh tại La Mã."[12]

Tuy nhiên, cả ba chọn lựa ấy đều đáng cho chúng ta ghi nhớ. Đầu tiên, không nghi ngờ gì về việc Phao-lô quan tâm đến tình hình của hội thánh tại La Mã. Lời chào thăm mà ông gửi đến trong chương 16 cho thấy ông biết rất nhiều tín hữu ở đó. Vì thế, chuyện ông đưa ra những lời nhận xét, bàn luận về tình hình độc giả là điều hết sức tự nhiên. (Từ chuyên môn là **bối cảnh hóa**). Thứ nhì, cũng có thể có một chút nghi ngờ là những hy vọng và mục tiêu cá nhân của Phao-lô đã thấm vào trong suy nghĩ của ông: Khao khát được nhìn thấy những người đồng hương Do Thái tiếp nhận Đấng Mê-si-a, chẳng hạn (Rô 9:3; 10:1).

Nhưng thứ ba, mặc dù nghiên cứu Kinh Thánh theo hướng học thuật thường xem nhẹ sứ điệp thần học của Kinh Thánh, nhưng chẳng có luật nào bắt chúng ta phải tuân thủ "tín lý học thuật" cụ thể - và rõ ràng không phải là phổ quát – này.

Vì thế, trong phần thảo luận tiếp theo về Rô-ma, chúng ta cần tỉnh táo trước ba điểm nhấn này khi chúng xuất hiện. Tuy nhiên, chúng ta cũng cần thấy trước rằng Cơ Đốc nhân suốt nhiều thế kỷ có lẽ đã thiết lập được một nền tảng rất vững vàng trong việc đọc Rô-ma chủ yếu với quan điểm tìm kiếm chân lý biến đổi cuộc đời về Đức Chúa Trời, về con người và sự cứu chuộc.

Bố cục

I. **Giới thiệu: Sự cao thượng của tinh thần tôi tớ (1:1–18)**

    A. Tinh thần tôi tớ của Phao-lô (1:1)
    B. Tinh thần tôi tớ của Chúa (1:2–4)
    C. Tinh thần tôi tớ của các thánh (1:5–7)
    D. Tinh thần tôi tớ trong hiện tại và tinh thần tôi tớ được thấy trước
    E. Phúc âm phục vụ cho đức công chính và cơn thịnh nộ của Đức Chúa Trời.

II. **Chẩn đoán: Hiểu biết về Đức Chúa Trời và sự sa ngã của nhân loại (1:19–3:20)**

    A. Tội lỗi như nhau của loài người, I (1:19–32)
    B. Tội lỗi như nhau của dân ngoại và dân Do Thái (2:1–16)
    C. Tội lỗi như nhau của dân Do Thái (2:17–3:8)
    D. Tội lỗi như nhau của nhân loại, II (3:9–20)

III. **Hướng điều trị I: Xưng công bình nhờ đức tin đặt nơi Chúa Giê-xu Christ (3:21–8:17)**

---

[12]Như trên.

A. Sự xưng công bình của Đức Chúa Trời nhờ tin vào Chúa Giê-xu Christ sẽ xóa bỏ mọi sự khoe mình (3:21–31)
B. Con cháu Áp-ra-ham và sự đến với Chúa thông qua thái độ khiêm nhường và đức tin (4:1–25)
C. Con cháu A-đam và sự đến với Đức Chúa Trời thông qua Đấng Christ (5:1–21)
D. Được báp-têm trong Đấng Christ, từ sự chết sang sự sống (6:1–14)
E. Không còn nô lệ cho tội lỗi nhưng làm đầy tớ của Đức Chúa Trời (6:15–23)
F. Không còn cưới luật pháp nữa mà cưới Đấng Christ (7:1–6)
G. Trận chiến thuộc linh giữa cái tôi xác thịt và cái tôi thuộc linh (7:7–25)
H. Được Đức Thánh Linh ấn chứng là con cái Đức Chúa Trời (8:1–17)

IV. Hướng điều trị II: Được cứu bởi ân điển (8:18–11:36)
A. Sự tự do đầy vinh hiển của con cái Đức Chúa Trời (8:18–27)
B. Người mà Đức Chúa Trời xưng công chính thì Ngài cũng làm cho vinh hiển (8:18–39)
C. Lòng thương xót của Đức Chúa Trời và sự giàu có của vinh hiển Ngài đối cùng Y-sơ-ra-ên và dân ngoại (9:1–33)
D. Đấng Christ làm trọn luật pháp dành cho người Do Thái và Dân ngoại (10:1–21)
E. Lòng thương xót và sự vinh hiển của Đức Chúa Trời trong việc người Do Thái và người ngoại được tháp vào (11:1–36)

V. Kê toa: Đầy tớ trung kiên hành động (12:1–15:13)
A. Bằng sự thờ phượng với tinh thần hy sinh (12:1–2)
B. Bằng việc khiêm nhường sử dụng những ân tứ Chúa ban cho Thân thể Ngài (12:3–8)
C. Bằng những hành động phục vụ và hiếu khách với tinh thần yêu thương (12:9–13)
D. Bằng việc bắt chước sự dạy dỗ của Chúa Giê-xu (12:14–21)
E. Bằng việc trả cho sê-sa những gì thuộc về sê-sa (13:1–7)
F. Bằng việc yêu người lân cận như mình (13:8–10)
G. Bằng việc sống giữa ban ngày, không phải sống trong tối tăm (13:11–14)
H. Bằng việc tìm kiếm sự hòa thuận giữa người yếu kẻ mạnh (14:1–15:13)

VI. Kết luận
A. Mục đích truyền giáo của Phao-lô và lý do cho việc ông viết một cách dạn dĩ (15:14–22)
B. Kế hoạch truyền giáo của ông tại Giê-ru-sa-lem, La Mã và Tây Ban Nha (15:23–33)

C. Những lời chào thăm, cảnh báo cuối cùng và bài ca tán tụng Chúa (16:1–27).

Lập luận của sách Rô-ma

Chúng ta đã nói và bố cục trên cũng đã cho thấy rõ rằng Phao-lô có ít nhất một mục tiêu rất rõ ràng và trực tiếp khi viết sách: để giúp cho tín hữu La Mã chuẩn bị tinh thần cho chuyến viếng thăm của ông, sau đó ông hy vọng sẽ đi đến phía Tây để giảng đạo tại Tây Ban Nha (Rô 15:23–33). Điều này cần phải được ghi nhớ mặc dù đa phần thư tín Rô-ma dành cho những vấn đề khác nữa.

Giới thiệu (1:1–18)

Thư tín này bắt đầu với câu giới thiệu dài nhất trong số tất cả những lời giới thiệu của Phao-lô, được gọi là câu chào thăm (1:1–7). Trong phần chào thăm này, Phao-lô tự giới thiệu mình, đúng theo thông lệ của một bức thư kiểu Hy Lạp vào thời đó.[13] Ông cũng mô tả sứ điệp đã thay đổi cuộc đời ông, nói đến nguồn gốc của sứ điệp trong Cựu Ước, nền tảng sứ điệp đặt nơi Chúa Giê-xu Christ phục sinh và sứ điệp được bày tỏ qua chức vụ của các sứ đồ. Để hoàn tất lời chào thăm, ông kể tên những người nhận lá thư này và gửi lời chào thăm họ, dù không phải dùng cách "xin chào!" thường thấy trong các thư tín Hy Lạp. Thay vào đó, Phao-lô sử dụng lời chúc phước từ "Đức Chúa Trời, Cha chúng ta, và Chúa là Đức Chúa Jêsus Christ!" (1:7).

> **Sự thu hút đồng giới**
>
> Trong Rô-ma 1:26–27, Phao-lô có nhấn mạnh rằng các mối liên hệ đồng tính, giống như tất cả những sự liên hiệp tình dục bên ngoài hôn nhân một vợ một chồng, đều không đẹp lòng Đức Chúa Trời. Giống như các tội khác mà ông liệt kê trong Rô-ma 1:28–31, các mối liên hệ này vi phạm luật pháp của Đức Chúa Trời (Lê 18:22; 20:13). Đó là một sự bóp méo tặng phẩm tốt lành là sự gần gũi trong hôn nhân mà Đức Chúa Trời thiết lập để duy trì nòi giống cũng như để vui hưởng trong hôn nhân với người khác giới (Sáng 2:24; Châm 5:15–19; Mat 19:4–6; 1 Ti 4:3–5).
>
> Khi Phao-lô viết thư tín Rô-ma, ông đã quan sát thấy một số người trước đây có lối sống đồng tính luyến ái thì bây giờ đã trở nên thuận phục niềm tin Cơ Đốc (xin xem 1 Côr 6:9–11). Những ham muốn và hành vi đồng tính, giống như tội quan hệ trước và ngoài hôn nhân, không phải là những tội không thể nào tha thứ được. Sức mạnh ban sự sống đã khiến Chúa Giê-xu

---

[13] Về Phao-lô trong tư cách người viết thư, xin xem Karl P. Donfried, ed., *The Romans Debate*, rev. ed. (Peabody, MA: Hendrickson, 1991).

từ kẻ chết sống lại có thể thêm năng lực để những nạn nhân ở dưới ách nô lệ của hôn nhân đồng tính lẫn dị tính có thể phá gãy xiềng xích của tội lỗi và sống cuộc đời trong sạch, tôn kính Đức Chúa Trời (Rô 8:11).

Khuynh hướng dung thứ cho lối sống đồng tính trong hiện tại là một sự phủ nhận sự sáng tạo, luật pháp và năng quyền của Đức Chúa Trời thông qua thập tự giá của Đấng Christ nhằm tháo bỏ gọng kìm của tội lỗi. Vâng, một số người thật sự cảm thấy bị thu hút mạnh mẽ trước hành vi này, cũng như những người khác cảm thấy bị mắc kẹt trong những hành vi tình dục dị tính sai trái. Nhưng cái vòng kim cô của tội lỗi trên con người có mạnh hơn ân điển giải phóng của Đức Chúa Trời không? Câu trả lời của Kinh Thánh rõ ràng là "Không!". Ngay cả khi cám dỗ tình dục ấy chứa đựng những tranh chiến kinh khiếp, thì ân điển của Đức Chúa Trời vẫn kêu gọi chúng ta đến với con đường cao quý hơn và cuối cùng là thỏa lòng hơn. Lời Chúa là tốt nhất ngay cả khi lời ấy dường như khó thực hiện.

Dĩ nhiên, sẽ sai lầm khi chỉ vào những người đồng tính như thể họ là tội nhân tồi tệ hơn những người khác. Nhưng dù không giảm nhẹ phán quyết rõ ràng mà Kinh Thánh đưa ra trước hành vi tình dục đồng tính lẫn dị tính ngoài hôn nhân, thì ta vẫn cần phải chân thành công bố sự tha thứ của Chúa và con đường dẫn đến một Đức Chúa Trời tốt lành và yêu thương của sự chung thủy về đạo đức. Tất cả các tín hữu chân thật cũng cần phải làm gương bằng cách cư xử đầy nhân từ với những người đang tranh chiến trong những lĩnh vực ấy.

Một lần nữa, theo thông lệ viết thư của thời đó, Phao-lô đưa ra lời cảm ơn độc giả của mình. Ông bày tỏ khao khát sớm được đến thăm họ (1:8–13). Ở điểm này, Phao-lô cho thấy trước phần thân của bức thư. Trước hết ông nói về việc ông tha thiết mong được "rao giảng Tin Lành cho anh em, là những người đang sống ở Rô-ma nữa", rồi ông nói về chính Phúc âm. Giống như một nhà soạn nhạc viết xuống một chủ đề concerto, Phao-lô khen ngợi Phúc âm là "quyền năng của Đức Chúa Trời để cứu mọi người tin, trước là người Do Thái, sau là người Hy Lạp" (1:16).

Vì sao những lời tuyên bố cao quý như thế lại dành cho một sứ điệp đơn giản đến như thế? Bởi vì qua Phúc âm, "sự công bình của Đức Chúa Trời" đã được khải thị. Suốt nhiều thế kỷ, người ta đã không ngừng tranh cãi về ý nghĩa của cụm từ "sự công bình của Đức Chúa Trời." Có một điều chắc chắn: Nó có nghĩa là tin mừng dành cho tất cả những ai đón nhận, bởi vì sứ điệp Phúc âm làm cho sự cứu rỗi luôn có hiệu lực nhờ đức tin (một sự tín thác cá nhân trọn vẹn, chứ không chỉ là sự đồng ý về lý trí) cho những người muốn chia sẻ sự kính sợ và niềm vui của việc hiểu biết Đức Chúa Trời chân thật và hằng sống.

Nhưng tại sao sự công bình của Đức Chúa Trời lại là một vấn đề quan trọng như vậy đối với Phao-lô? Bởi vì cơn thịnh nộ của Đức Chúa Trời, mà Phao-lô sẽ nói ở phần tiếp theo.

Chẩn đoán (1:19–3:20)

Phúc âm là tin mừng. Tất cả những thư tín của Phao-lô đều lấp lánh một sự đảm bảo rằng tin cậy và phục vụ Chúa là điều tuyệt vời – điều tuyệt vời nhất mà con người có thể kinh nghiệm. Tại sao Phao-lô lại được khuấy động mạnh mẽ bởi đức tin mà ông rao giảng?

Đối với Phao-lô, tin lành thì quá lành bởi vì tin dữ thì quá dữ. Tin dữ là gì? Mọi người đều bị phân rẽ khỏi Đức Chúa Trời và phải chịu đoán phạt đời đời bởi khuynh hướng cố hữu là không thèm quan tâm Đức Chúa Trời thật sự là ai và quay lưng lại với Ngài. Trong Rô-ma 1:18–23, Phao-lô mô tả những người tiêu biểu trong thời của ông. Họ có ý niệm về sự thực hữu của một Đức Chúa Trời bởi vì họ thấy vẻ đẹp và sự hùng vĩ của thiên nhiên quanh họ. Nhưng thay vì tìm kiếm Đức Chúa Trời chân thật, Đấng đã tạo dựng nên thiên nhiên, thì họ lại thờ phượng chính thiên nhiên.

Các câu hỏi và câu trả lời trong Rô-ma

Trong Rô-ma, Phao-lô đặt ra một số câu hỏi, rồi nhấn mạnh câu trả lời "không!" Ông sử dụng một hình thức hùng biện gọi là công kích kịch liệt. Hiểu về biện pháp tu từ có sức thuyết phục này sẽ giúp chúng ta nắm được thông điệp mà Phao-lô muốn chuyển tải. Dưới đây là một số ví dụ:

Phân đoạn	Câu hỏi	Câu trả lời
3:3	Một số người không tin Phúc âm có đồng nghĩa với việc Phúc âm không chân thật không?	KHÔNG!
3:5	Chúa có bất công khi giáng thịnh nộ trên những người vi phạm luật pháp của Ngài không?	KHÔNG!
3:9	Trong mắt Chúa, người Do Thái có tốt hơn về mặt đạo đức so với người ngoại không?	KHÔNG!
6:1	Cơ Đốc nhân có nên phạm tội nhiều hơn để được tha thứ nhiều hơn không?	KHÔNG!
6:15	Cơ Đốc nhân có nên phạm tội bởi vì họ không còn ở dưới luật pháp nữa mà ở dưới ân điển không?	KHÔNG!

Thật buồn khi phải đọc kết quả của sự thờ phượng như thế (1:24–32). Vì thờ ơ trước Đức Chúa Trời, Đấng giải phóng con người khỏi xiềng xích của điều ác và xấu xa, những người ngoại mà Phao-lô mô tả rơi vào lối sống đồng tính. Tâm trí của họ bị cong quẹo; chiếc com-pa đạo đức của họ xoay mòng mòng điên dại. Giết người, lừa gạt, nhẫn tâm tàn bạo lên ngôi.

Nhưng tin xấu ấy không chỉ dành cho những kẻ thờ thần tượng, giết người và phạm tội tình dục. Trong 2:1–3:20, Phao-lô mở rộng vòng siết của tội lỗi. "Mọi miệng" đều phải "nín lặng, và cả thiên hạ đều chịu tội trước mặt Đức Chúa Trời" (3:19). So với một Đức Chúa Trời hoàn toàn công chính, thì người sùng đạo và đức hạnh cũng không hơn gì một kẻ tội phạm vô đạo đức. Tất cả, người Do Thái lẫn người ngoại bang, đều không còn hy vọng gì, bởi mọi người đều đã phạm tội.

Rô-ma nói đến tin mừng về Chúa Giê-xu Christ. Nhưng chúng ta sẽ không thấy vinh hiển của sự tốt lành của Ngài nếu chúng ta đánh giá thấp thực trạng tối tăm của con người. Phần chẩn bệnh này thật đáng buồn, và cơn giận của Chúa là hậu quả không thể né tránh.

Có hy vọng nào không?

Hướng điều trị I: Được xưng công bình bởi tin vào Chúa Giê-xu Christ (3:21–8:17)

Rô-ma tiếp tục: Tội nhân vẫn còn hy vọng, bởi có Chúa Giê-xu Christ. Ngài mở ra con đường để nhận được sự công bình thay vì sự đoán phạt của Đức Chúa Trời. Mọi người ở mọi thời đại đều vi phạm luật pháp của Chúa (3:23). Nhưng qua sự chết của Chúa trên thập tự giá, sự đoán phạt công chính của Đức Chúa Trời vì tội lỗi có thể được ngăn chặn. Tội nhân có thể nhận được sự sống mới.

Phao-lô sử dụng nhiều từ ngữ quan trọng ở đây. "Được xưng công bình" (3:24) hàm ý Đức Chúa Trời ban cho tội nhân một địa vị mới trước mặt Ngài; chỗ mà họ từng chịu bản án "có tội", giờ đây Đức Chúa Trời kể họ là công bình dựa trên sự hy sinh của Đấng Christ. Họ nhận được "sự cứu chuộc" (3:24), chỉ về sự giải phóng khỏi sự cai trị của tội lỗi và sự tự do để phục vụ Chúa. Có được điều này là nhờ "sinh tế **chuộc tội**", sự chết của Chúa Giê-xu trên thập tự giá, nơi Ngài mang lấy cơn giận của Đức Chúa Trời mà lẽ ra chúng ta phải gánh chịu (3:25).[14]

Một từ quan trọng khác là "đức tin". Nếu Đấng Christ là căn bản và là tác nhân tích cực trong sự cứu chuộc, thì phương tiện ấy là gì? Làm thế nào con người tội lỗi có thể nhận sự cứu rỗi mà Đấng Christ đã giành lấy cho họ?

Trong thời của Phao-lô, cũng như trong thời của chúng ta, có thể có nhiều câu trả lời cho câu hỏi này. Một trong số đó là "bởi việc lành". Trước khi gặp Đấng Christ thì đó là câu trả lời của Phao-lô. Cùng với nhiều người khác trong thời của ông và thời của chúng ta, ông tin rằng bằng cách làm đủ việc lành, ông có thể xóa được

---

[14] Xin xem Leon Morris, *The Apostolic Preaching of the Cross* (Grand Rapids: Eerdmans, 1955), 125–85

những việc xấu ông đã làm. Đức Chúa Trời sẽ tha tội cho Phao-lô nếu ông nỗ lực để có được ân huệ của Chúa bằng cách thể hiện đủ sự tôn trọng đối với luật pháp của Ngài.

Bia tưởng niệm Áp-ra-ham tại Mộ Các Ông Tổ Đức Tin ở Hép-rôn, Y-sơ-ra-ên. Được phước như Áp-ra-ham có nghĩa là có cùng đức tin nơi Chúa như Áp-ra-ham.

Nhưng trong Rô-ma, Phao-lô phản đối câu trả ấy (3:27–31). Thay vào đó, ông đưa ra một con đường mới, đồng thời cũng là phương cách cổ xưa. Áp-ra-ham biết con đường ấy (chương 4). Đa-vít cũng vậy (4:6–8). Đó là con đường đức tin. Đức tin đồng nghĩa với việc tin vào lời hứa của Đức Chúa Trời là Ngài sẽ chấp nhận những ai đến với Ngài, là thừa nhận những điều sai họ đã làm và bám lấy Ngài như là niềm hy vọng giải cứu duy nhất của họ. Tội lỗi của A-đam đã mang tai họa đến trên toàn nhân loại thế nào, thì món quà sự sống mới của Đức Chúa Trời trong Đấng Christ cũng dẫn tất cả những ai lấy đức tin tiếp nhận Ngài vào một tương lai mới (5:12–21) thế ấy.

Sứ điệp của Phao-lô rất táo bạo. Sứ điệp đó khẳng định rằng sự cứu rỗi là nhờ ân điển bởi đức tin. Con người không thể làm gì để được Đức Chúa Trời chấp nhận. Họ chỉ có thể đón nhận nó như một quà tặng, đến trước mặt Chúa với tấm lòng tan vỡ như trong lời nói của Martin Luther lúc ông đang trên giường hấp hối: "Chúng ta thảy đều là những kẻ ăn mày, và đó là sự thật." Nhưng sứ điệp táo bạo của Phao-lô có thể bị hiểu sai hoặc bị bóp méo, và Phao-lô phải đi bước tiếp theo là ngăn chặn điều đó.

Những ai nhận ân điển của Chúa để được tha thứ tội lỗi không được phép cho rằng cứ việc tiếp tục phạm tội hầu cho ân điển càng thêm lên (6:1–14). Ân điển đồng nghĩa với việc Đức Chúa Trời đã bước vào cuộc đời chúng ta. Điều này sẽ làm cho tội lỗi giảm đi chứ không gia tăng. Nếu chúng ta yêu Ngài, chúng ta sẽ gìn giữ các điều răn của Ngài (Giăng 14:21). Tiếp theo, Phao-lô nói về việc nên thánh (6:19; 22), một từ mô tả sự thuận phục ngày càng nhiều của Cơ Đốc nhân đối với Chúa khi đức tin của họ lớn lên. Ân điển không đồng nghĩa với việc bây giờ họ được phép phạm tội bởi vì hình phạt dành cho sự bất tuân mạng lệnh của Chúa đã được cất bỏ (6:15–7:6).

Ngược lại thì đúng hơn. Trước khi một người tiếp nhận Đấng Christ, các điều răn của Chúa có tác dụng khuấy động ước muốn làm điều sai quấy. Hãy tưởng tượng một đứa trẻ đang chơi ngoài sân thì nghe bố mẹ nói với ra: "Bố mẹ mới bỏ bánh kẹo mới vào trong hũ kẹo. Đừng đụng vào nhé!" Đứa trẻ đó sẽ phải tranh chiến với cám dỗ gì? Cũng vậy, bản chất tội lỗi bên trong con người chúng ta cám dỗ chúng ta lạm dụng, làm ngơ những mạng lệnh tốt lành của Chúa (7:11). Phao-lô đã bàn luận rất nhiều đến cuộc chiến của Cơ Đốc nhân với tội lỗi (7:7–25). (Tuy nhiên, có người nghĩ rằng phân đoạn này mô tả những người chưa là tín hữu, có người lại nghĩ rằng Phao-lô mô tả những người đang đối diện với tội lỗi và đang trên con đường đến với Đấng Christ).

Một điều rất rõ ràng ở đây: đón nhận Chúa bằng đức tin khiến cho lối sống mới trở nên khả dĩ (8:1–17). Thay vì bị lệ thuộc vào tinh thần tự nhiên của con người với khuynh hướng quay lưng lại với Chúa và các mạng lệnh Ngài, thì tín hữu lại đón nhận Thánh Linh của Đức Chúa Trời (8:4). Công tác của Thánh Linh sẽ vượt trội hơn và biến cải những khuynh hướng cùng việc làm của bản chất tội lỗi của con người (8:13). Thánh Linh cũng ban cho tín hữu sự đảm bảo trong chính họ rằng họ đã thuộc về Chúa, đảm bảo như một đứa con nuôi thuộc về người cha người mẹ đã nhận đứa trẻ ấy vào trong gia đình của họ vậy (8:16).

Tuy nhiên, chính Thánh Linh ban sự đảm bảo ấy cũng sẽ dẫn con cái Đức Chúa Trời bước vào phục vụ Ngài. Sự phục vụ này chắc chắn sẽ bao hàm điều mà Phao-lô gọi là "sự chịu khổ" (8:17), và Phao-lô thấy rằng những sự chịu khổ này đủ quan trọng để nghiên cứu chi tiết hơn.

Hướng điều trị II: Được cứu bởi ân điển (8:18–11:36)

Trong phần trước chúng ta có phác họa "phác đồ điều trị" của Phao-lô về phương diện tội nhân đón nhận sự tha thứ và sự sống mới trong Đấng Christ. Sự chết và sự sống lại của Đấng Christ được đón nhận bằng đức tin sẽ phá vỡ gông cùm hiện thời của tội lỗi và của hình phạt trong ngày sau rốt. Tất cả sự đoán phạt có thể xảy ra đều đã được cất bỏ (8:1).

Nhưng tin mừng không chỉ là sự cứu chuộc cá nhân. "Hướng điều trị" thêm của Phao-lô chỉ ra một tác động cứu chuộc bao quát hơn của Phúc âm ân điển.

Tin mừng của Phúc âm kéo người tin vào trận chiến của vũ trụ – một trận chiến bao hàm toàn bộ trật tự tạo dựng, điều thấy được và không thấy được – mà trong trận chiến đó Chúa đảm bảo phần thắng rồi. Vì tội lỗi hiện diện trong thế gian, nên thế gian bị xiềng xích và mục nát. Nó rên siết dưới sức nặng của cái ác xé nát nó ra. Nó háo hức trông chờ sự giải phóng mà Đức Chúa Trời đã hứa (8:19–22). Các tín hữu cũng rên siết khi họ sống trong hy vọng (sự đảm bảo) về một thời kỳ tương lai được ở trên thiên đàng mà giờ đây họ chỉ được đứng từ xa nhìn thoáng qua một chút (8:23–25). Cả Thánh Linh cũng rên siết khi Ngài nghe những lời cầu nguyện của các tín hữu dốc đổ nhu cầu và sự khốn khổ mình lên trước Chúa (8:26–27).

Thế nhưng, chiến thắng cho Chúa và cho những người tìm kiếm Ngài đã được đảm bảo, bởi vì không gì có thể cản trở mục đích của Ngài (8:28–29). Chúa sẽ giải cứu con dân Ngài, qua đó mang sự cứu rỗi đến cho toàn thể trật tự tạo dựng vốn đang bị làm hư hoại bởi tội lỗi và sự đau khổ. Vì thế, thông điệp của Rô-ma vượt ra khỏi sự cứu rỗi cá nhân để nói về năng quyền của Đức Chúa Trời làm thành những mục đích tốt đẹp của Ngài, không phải chỉ trong lòng người nhưng trên khắp các phạm vi của cõi thọ tạo, không gian và thời gian.

Tín hữu cần dâng chính thân thể của mình hoàn toàn cho Chúa, như con thú được dâng lên làm của lễ (Rô 12:1). Hình chạm khắc của La Mã cho thấy một con bò được được kéo đi để dâng làm của tế lễ (đầu thế kỷ thứ hai S.C).

Tin mừng của Phúc âm cũng đồng nghĩa với việc lời cứu chuộc của Đức Chúa Trời sẽ thắng thế theo một nghĩa khác. Đó là, lời Ngài đã hứa với con cái Ngài, tức dòng dõi của Áp-ra-ham, sẽ không bị quên lãng (9:1–6). Trong thời của Phao-lô, câu hỏi có thể được đặt ra là: Sao Chúa Giê-xu có thể là Đấng Mê-si-a của người Do Thái cho được khi mà quá nhiều người Do Thái không nghĩ rằng Ngài là Đấng Mê-si-a? Nếu Phao-lô đúng, thì điều này chẳng phải hàm ý rằng lời hứa cứu chuộc dân sự của Ngài đã thất bại hay sao?

Câu trả lời của Phao-lô là: Con cháu Áp-ra-ham về căn bản không phải là vấn đề chủng tộc. Nhận lãnh phước hạnh như Áp-ra-ham trước mặt Chúa đúng hơn có nghĩa là có cùng đức tin nơi Đức Chúa Trời như Áp-ra-ham vậy (9:8). Phao-lô đã nói khá dài để giải thích rằng Đức Chúa Trời thành tín với những lời Ngài đã hứa, rằng không một hành động (hay sự thụ động) nào của con người có thể làm cho những mục đích tốt lành của Ngài ngừng lại, rằng Đức Chúa Trời sẽ không bao giờ chối từ những người đã được Ngài đánh thức đức tin. Rô-ma 9–11 quá phong phú và phức tạp về mặt ý nghĩa đến nỗi chúng ta không thể nào thảo luận chi tiết ở đây, nhưng thông điệp chung của nó thì rất rõ ràng: Chúa chưa từ bỏ người thuộc về Ngài và Ngài sẽ không bao giờ từ bỏ họ.

Sự kiên định của Đức Chúa Trời khi đối diện với tính không kiên định của con người dẫn Phao-lô tới một trong những lời tán tụng Chúa đẹp nhất mà người ta từng chấp bút viết xuống (11:33–36). Chúng ta đã bắt đầu nắm bắt được tin mừng của Phúc âm khi nó khiến chúng ta đến với chiều sâu của sự thờ phượng và lòng yêu Chúa như Phao-lô.

Kê toa: Tôi tớ trung thành hành động (12:1–15:13)

Phao-lô dành phần chính của thư tín khá dài này (chương 1–11) cho những vấn đề thần học hơn là những vấn đề cụ thể. Tại sao? Có phải ông đang nói đến việc tranh cãi giữa người Do Thái và dân ngoại trong hội thánh tại La Mã không? Phải chăng ông đang vật lộn bằng ngôn từ, có thể nói như vậy, với những thắc mắc về thần học đang đè nặng trên ông không? Ông có định đưa ra một phác thảo về Phúc âm của mình vì giá trị vốn có trong chính nó không? Như chúng ta đã ghi nhận ở phần trước, "vấn đề của sách Rô-ma" liên hệ đến lý do Phao-lô viết những gì ông đã viết là vấn đề vẫn chưa có lời đáp.

Nhưng chúng ta không cần tự hỏi Phao-lô nghĩ khi đã tiếp nhận Phúc âm các tín hữu cần phải sống như thế nào nữa. Cuộc sống thường nhật của họ cần phải phản ánh những niềm tin về Chúa mà họ trân quý. Họ cũng cần dâng thân thể mình hoàn toàn cho sự phục vụ Chúa, như một con thú được dâng lên làm sinh tế (12:1–2). Mỗi người đều được kêu gọi để dâng những khả năng của mình cho Chúa tùy nghi sử dụng (12:3–8). Phao-lô đưa ra vô số những chỉ dấu súc tích, ngắn gọn cho việc phục vụ thành công, phần nhiều trong số đó vang vọng lời dạy của chính Chúa Giê-xu (12:9–21). Ông cũng kêu gọi mọi người phải tôn trọng chính quyền, yêu thương người khác và hiểu biết "thời hiện tại", thời điểm để tận hiến cho Chúa thay vì chiều chuộng bản thân (chương 13).

> **Tiêu điểm 18: Ở đâu có bình an?**
>
> Nghĩ về viễn cảnh bình an nghĩa là gì?
>
> Cách đây vài năm, trường Trung học Du Sable, nằm trong khu xập xệ thuộc miền Nam Chicago, đã xây lại sân trường để làm nơi trú ẩn an bình cho cộng đồng bao gồm toàn những tòa nhà tập thể cao tầng trông giống nhà tù hơn là nhà ở. 850,000 chỗ nghỉ ngơi công cộng ấy đã được đặt tên là Thánh đường Sinh thái Thành phố. Thánh đường bao gồm các hồ nước và một khu vực tưởng nhớ người đã khuất với một đài tưởng niệm dành cho những đứa trẻ trong khu dân cư đã bị giết. Xung quanh trường học toàn những băng nhóm tội phạm, súng ống và các gia đình thì mất đi bạn bè và người thân vì bạo lực. Những học sinh bị buộc phải đối diện với mất mát từ rất lâu trước khi các em vào lớp 9 mong mỏi tìm được sự bình yên. Câu trả lời của họ là: Một thánh đường.
>
> Tại Y-sơ-ra-ên, người dân cũng nao sờn vì xung đột, bom đạn và khủng bố. Vị anh hùng áo vải và thủ tướng của họ vào giữa thập niên 1990 đã cố gắng tìm kiếm hòa bình thông qua các cuộc đàm phán với người Ả-rập. Rồi vào ngày 4 tháng Mười Một, 1995, Yitzhak Rabin bị ám sát. Nhân dân tại vùng

> đất của Kinh Thánh này một lần nữa đỏ mắt trông chờ hòa bình, nhưng chẳng thấy hòa bình đâu cả.
>
> Trong Rô-ma 5:1, Phao-lô đưa ra một thông điệp rõ ràng: vì được xưng công bình bởi đức tin, nên chúng ta được hòa thuận với Đức Chúa Trời qua Chúa Giê-xu Christ của chúng ta.
>
> Không có hiệp ước hòa bình hay thánh đường nào do con người tạo nên mà tự thân chúng có thể đem lại bình an lâu bền. Dù ở Chicago hay Y-sơ-ra-ên, thì sự bình an thật cũng chỉ đến khi con người kết nối với Chúa Bình An. Phao-lô viết: "Ngài là sự bình an của chúng ta" (Êph 2:14). Khi người ta hòa thuận với Đức Chúa Trời qua việc đặt lòng tin cậy nơi Con Trời, thì họ có thể tôn trọng, không còn bóc lột hay lợi dụng nhau nữa. Khi ấy, họ có thể xây dựng những học viện hay các hiệp hội làm những việc như vậy.

Có lẽ phản ánh những căng thẳng giữa vòng người Do Thái và dân ngoại tại La Mã, nên Phao-lô mới bàn luận đến điều mà các nhà thần học gọi là **những điều trung lập** (không xấu cũng không tốt- ND), hay những khía cạnh không thiết yếu trong thói quen của người Cơ Đốc (chương 14). Ông quả quyết cho rằng một số vấn đề trong nếp sống của người Cơ Đốc cần phải được quyết định bởi mỗi cá nhân tín hữu trước mặt Chúa. Trong những vấn đề ấy, người tin Chúa không được đoán xét nhau nhưng để Thánh Linh tự do hướng dẫn người ấy tùy theo ý Ngài muốn. Họ cũng không nên sử dụng sự tự do của mình nếu sự tự do ấy làm tổn hại đến chính nghĩa của Đấng Christ trong mắt người khác. Đôi lúc tự do đồng nghĩa với việc tự kiềm chế bản thân vì tôn kính Chúa và vì sự tấn tới của Phúc âm (14:15–21).

Điều quan trọng cần phải nhớ rằng ở đây Phao-lô đang nghĩ đến những loại thức ăn và những tập tục tôn giáo, chứ không phải những vấn đề Kinh Thánh đưa ra sự dạy dỗ rõ ràng. Chẳng hạn, ông không nói rằng trộm cắp hay phạm tội tình dục là vấn đề mà mỗi tín hữu cần phải tự đưa ra quyết định cho chính mình.

Phao-lô kết luận phần thân của thư tín Rô-ma giống như cách ông bắt đầu: bằng cách hướng về Chúa Giê-xu Christ. Ngài là tấm gương cho chúng ta trong việc đặt người khác lên trước bản thân mình (15:1–7). Công tác vì dân Do Thái lẫn dân ngoại của Ngài sẽ tiến tới đích cao cả mà Cựu Ước đã tiên báo (15:9–12). Hy vọng, niềm vui và sự bình an là những ích lợi mà Phao-lô ước ao những người thuộc về Chúa nhận được (15:13).

Kết luận (15:14–16:27)

Giống như phần dẫn nhập, phần kết của sách Rô-ma cũng dài một cách bất thường. Phao-lô phác họa sự hiểu biết và sứ mạng độc nhất của mình là mang tin mừng đến cho dân ngoại (15:14–22) và kêu gọi mọi người ủng hộ cho chuyến truyền giáo đến

Tây Ban Nha mà ông dự tính sẽ thực hiện (15:23–29). Ông xin người La Mã chiến đấu trong sự cầu nguyện với ông (15:30–33). Cuối cùng, ông gửi vô số những lời chào đến các tín hữu khác nhau tại La Mã (16:1–16), một lời cảnh báo dành cho những kẻ gây rối (16:17–20), và lời chào thăm từ một số đồng lao của ông, những người đang ở với ông khi ông viết bức thư này (16:21–24).

Bài ca cảm tạ và tôn thờ Chúa ở phần kết (16:25–27) dâng sự ngợi khen lên cho Chúa bằng cách thuật lại chi tiết những vinh quang trong mục đích cứu chuộc của Đức Chúa Trời qua Đấng Christ như "đã được khải thị" và "được tỏ bày" trong Cựu Ước và giờ đây được công bố qua Phúc âm mà Phao-lô rao giảng. Tất cả điều này có được "theo lệnh của Đức Chúa Trời hằng sống... được tỏ bày cho mọi dân tộc đều biết, để đem họ đến đức tin vâng phục." Ở cuối bức thư dài của mình, phần Phao-lô ngạc nhiên trước sự thương xót của Đức Chúa Trời có vẻ như làm ta thấy chân thành và ấm lòng hơn điều ông nói ở phần đầu.

Tầm quan trọng của sách Rô-ma

Ở đầu chương này, chúng ta đã nói về vai trò của sách Rô-ma trong sự cải đạo của ba nhân vật lịch sử: Augustine, Martin Luther và John Wesley. Dĩ nhiên họ không phải là những nhân vật duy nhất có ảnh hưởng đến hướng đi của nền văn minh nhân loại qua những gì được truyền cho họ qua lá thư then chốt này của Phao-lô.

Một ví dụ của thế kỷ hai mươi cho thấy tầm ảnh hưởng của thư Rô-ma là nhà thần học người Thụy Sĩ Karl Barth (1886–1968). Nghiên cứu của Barth về thư tín này mang lại kết quả là một cuốn giải kinh vẫn còn được yêu mến cho đến ngày nay (1919), cuốn sách góp phần phá vỡ sự thống trị của thần học tự do ở Tây phương hiện đại, chí ít là trong một khoảng thời gian. Một lần nữa ta thấy đằng sau cuộc cách mạng thần học là ảnh hưởng của thư tín mà Phao-lô gửi cho người La Mã.

Santa Maria tại Trastevere, La Mã, nằm trong phần đất của một hội thánh tư gia ở thế kỷ thứ ba S.C. Khi Phao-lô kết thúc bức thư này, ông gửi lời chào tới một số tín hữu tại La Mã.

Cách đây hơn một thế kỷ, hai học giả người Anh đã tóm lược tầm quan trọng của thư tín này một cách rất đúng đắn: "Hiếm có sách nào khó mà nói cho hết ý và hiếm có sách nào chúng ta vẫn cứ tiếp tục học được thật nhiều từ những cách giải nghĩa mới mẻ bởi những cái đầu khác nhau cùng làm việc trong những điều kiện khác nhau như sách Rôma. Nếu những cuộc phục hưng thuộc linh của vương quốc Cơ Đốc giáo (Christendom) thường gắn liền với việc học Kinh Thánh một cách kỹ lưỡng, thì điều này hẳn sẽ đúng một cách rõ ràng với thư tín Rô-ma."[15]

Nhưng nhiều thế kỷ trước đó, John Calvin (1509–64) đã không ngớt lời khen ngợi Rô-ma: "Khi ta hiểu được thư tín này, một cánh cửa mở ra cho ta để ta có thể hiểu được cả Kinh Thánh."[16]

Calvin chắc chắn đã đúng. Vì tất cả những hiểu biết sâu sắc và giá trị đều hàm chứa trong chính sách Rô-ma, đó là cánh cửa quan trọng nhất để bước vào Kinh Thánh và qua đó là cánh cửa mở ra mối quan hệ cá nhân với Đức Chúa Trời trong Đấng Christ.

Những vấn đề mang tính phê bình

Ngoài mục đích của thư tín Rô-ma,[17] vô số những chủ đề khác đã thu hút mối quan tâm của giới học giả. Một trong những chủ đề đó là cách Phao-lô sử dụng Cựu Ước.[18] Người ta cũng đặt ra những thắc mắc về mối quan hệ giữa Phao-lô và Chúa Giê-xu,[19] cách ông hiểu về Do Thái giáo và mối quan hệ giữa ông với Do Thái giáo, sứ điệp mà ông rao giảng, cả trong động lực chính lẫn những sắc thái của nó.[20] Phao-lô nhận được sự quan tâm ở nhiều công tác khác nhau, như sứ đồ, giáo sĩ và một người lãnh đạo mục vụ. Câu hỏi quan điểm của Phao-lô như thế nào so với quan điểm của những tôn giáo khác chắc hẳn sẽ thu hút sự quan tâm ngày càng tăng trong thời gian sắp tới.[21]

Gần như không có thắc mắc nào về việc liệu Phao-lô có phải là người viết thư tín này hay không hay thư tín này nhằm gửi đến ai. Niên đại của thư Rô-ma và vị trí của nó trong chuỗi các thư tín của Phao-lô và trong lịch sử hội thánh đầu tiên đã

---

[15] William Sanday và Arthur C. Headlam, *A Critical and Exegetical Commentary on the Epistle to the Romans*, 5th ed. (Edinburgh: T&T Clark, 1902), i.

[16] John Calvin, *Commentaries on the Epistle of Paul the Apostle to the Romans*, trans. and ed. John Owen (Grand Rapids: Baker Academic, 1981), xxiv.

[17] Xin xem Donfried, *Romans Debate*.

[18] Có rất nhiều sách viết về nó. Để định hướng, xin xem V. Koperski, *What Are They Saying about Paul and the Law?* (New York: Paulist Press, 2001); Andrew Das, *Paul, the Law, and the Covenant* (Peabody, MA: Hendrickson, 2001).

[19] Xin xem Paul Barnett, *Paul: Missionary of Jesus* (Grand Rapids: Eerdmans, 2008).

[20] Để xem phần sách tham khảo ở những lĩnh vực này và tất cả các lĩnh vực khác trong nghiên cứu về Phao-lô, xin xem Mark Seifrid và Randall Tan, *The Pauline Writings*, IBR Bibliographies 9 (Grand Rapids: Baker Academic, 2002).

[21] Michael Licona, *Paul Meets Muhammad: A Christian–Muslim Debate on the Resurrection* (Grand Rapids: Baker Books, 2006).

bị một số người suy nghĩ lại về niên đại các thư tín của Phao-lô chất vấn,[22] nhưng đến bây giờ thì hầu hết các học giả đều bằng lòng với một niên đại ở khoảng từ năm 57–58 S.C. Nhìn chung, các lý thuyết và phương pháp khoa học xã hội hiện đang được áp dụng vào những vấn đến giải nghĩa các thư tín Phao-lô nói chung,[23] với những hàm ý quan trọng để giúp chúng ta hiểu thư Rô-ma.

Richard Longenecker đã đưa ra một khảo sát thận trọng nhưng sáng suốt về toàn bộ phạm vi của những nghiên cứu học thuật về thư Rô-ma hiện thời. Tập sách có sức nặng này có lẽ được tham khảo để có những sự hiểu biết sâu sắc và chi tiết về những vấn đề mang tính phê bình nhất hiện nay.[24]

Tóm lược

1. Tất cả các thư tín đều được những người biết Chúa Giê-xu hoặc những người thân cận với Ngài viết ra vào thế kỷ thứ nhất.
2. Thư Rô-ma là sách làm thay đổi hướng đi của hội thánh ban đầu thông qua Augustine, làm thay đổi hội thánh thời trung cổ thông qua Luther và làm thay đổi hội thánh thế kỷ mười tám tại Anh thông qua Wesley.
3. Phao-lô viết thư Rô-ma vào năm 57–58 S.C trong suốt ba tháng ông ở Hy Lạp.
4. Một mục tiêu của thư tín của Phao-lô gửi cho người La Mã là để chuẩn bị tinh thần của họ cho sự viếng thăm của ông trước chuyến truyền giáo đến Tây Ban Nha mà ông dự tính.
5. Rô-ma nói đến tin mừng về Chúa Giê-xu Christ.
6. Con người tội lỗi nhận được sự cứu rỗi bởi ân điển và nhờ tin nơi Đấng Christ mà thôi.
7. Không cần phải cùng chủng tộc với Áp-ra-ham mới được đặt đức tin vào Đức Chúa Trời như Áp-ra-ham.
8. Phao-lô đưa ra một mô tả rõ ràng về nếp sống Cơ Đốc trong thư tín của mình, trong đó đề cập đến việc thờ phượng, việc sử dụng ân tứ, hành động phục vụ và tiếp khách, vai trò của chính quyền, việc yêu người lân cận, sống trong thời của mình và tìm kiếm sự hòa thuận, hòa bình.

---

[22] Để đọc phần thảo luận, xin xem John B. Polhill, *Paul and His Letters* (Nashville: Broadman & Holman, 1999), 76–80.

[23] Để xem các tác phẩm văn chương, xin đọc Luke T. Johnson, *The Writings of the New Testament*, rev. ed. (Minneapolis: Fortress, 1999), 275–76.

[24] Richard Longenecker, *Introducing Romans: Critical Issues in Paul's Most Famous Letter* (Grand Rapids: Eerdmans, 2011).

Câu hỏi ôn tập

1. Vì sao một số người thấy sách Rô-ma chán ngắt? Theo bạn vì sao một số người lại không thấy như vậy?
2. Xin kể tên hai cách có thể Cơ Đốc giáo đã đến được thành La Mã.
3. Phao-lô hy vọng sẽ đi đâu sau khi viếng thăm La Mã? Ông định làm gì ở đó?
4. Phần chào thăm của sách Rô-ma khác với những phần chào thăm thường thấy trong các thư tín thời bấy giờ như thế nào?
5. Phao-lô nói Phúc âm là gì và Phúc âm khải thị điều gì?

Các thuật ngữ then chốt

Bối cảnh hóa   Những điều trung lập   Thiên đàng
Đức tin   Sự chuộc tội

Con người/Địa điểm chính

Ai Cập	Châu Âu	Giê-ru-sa-lem	La Mã	Sông Nin
Anh Quốc	Cô-rinh-tô	Hy Lạp	Nước Anh	Tây Ban Nha
Cenchrea	Đức	I-ran		

Sách đọc thêm

Barnett, Paul. *Paul: Missionary of Jesus*. Grand Rapids: Eerdmans, 2008.

> Một thách thức mang tính học thuật dựa trên tiểu sử của Phao-lô, khẳng định rằng sứ mạng của Phao-lô là một phần ý định của Chúa Giê-xu.

Bockmuehl, Markus. *Jewish Law in Gentile Churches*. Edinburgh: T&T Clark, 2000. In lại, Grand Rapids: Baker Academic, 2003.

> Chiếu ánh sáng tươi mới trên cách những nhân vật Tân Ước giống như Phao-lô sử dụng sự dạy dỗ của Do Thái giáo để trình bày cách rõ ràng đạo đức Cơ Đốc ban đầu.

Donfried, Karl P., ed. *The Romans Debate*. Rev. ed. Peabody, MA: Hendrickson, 2005.

> Hợp tuyển các bài tiểu luận mang tính học thuật nói về vấn đề tại sao Phao-lô lại viết thư Rô-ma.

Godsey, J. D. "The Interpretation of Romans in the History of the Christian Faith." *Interpretation* 34 (1980): 3–16.

Khảo sát tác động sâu sắc của thư tín Rô-ma trên tiến trình lịch sử giải nghĩa của nó.

Longenecker, Richard. *Introducing Romans: Critical Issues in Paul's Most Famous Letter*. Grand Rapids: Eerdmans, 2011.

Phần cập nhật triệt để và hùng hồn cuộc thảo luận mang tính học thuật về nhiều vấn đề hàng đầu được thực hiện bởi một học giả kỳ cựu trong lĩnh vực này.

Moo, Douglas J. *Encountering the Book of Romans*. Grand Rapids: Baker Academic, 2002.

Khảo sát toàn bộ thư tín Rô-ma cách thân thiện với người đọc. Bao gồm phần tiểu sử và phần bàn luận về tính phù hợp của thư tín này trong thời hiện đại.

Ortlund, Raymond C. *A Passion for God: Prayers and Meditations on the Book of Romans*. Wheaton: Crossway, 1994.

Một cuốn sách giúp hiểu về thư Rô-ma của Phao-lô – và về việc thờ phượng Đấng Christ mà Phao-lô rao giảng.

Osborne, Grant R. *Romans*. Downers Grove, IL: InterVarsity, 2004.

Một sách giải kinh nhấn mạnh tính thích hợp của thư tín này với độc giả đương đại.

Piper, John. *The Future of Justification*. Wheaton: Crossway, 2007.

Một đáp ứng mục vụ sôi nổi và mang tính học thuật với việc hiểu về sự xưng công bình bởi đức tin mà trước đó N. T. Wright đã đề xuất (xin xem tập sách của Wright ở bên dưới).

Ridderbos, Herman. *Paul: An Outline of His Theology*. Grand Rapids: Eerdmans, 1975.

Một trong những phân tích kỹ lưỡng nhất về thần học của Phao-lô trong thời hiện đại.

Schreiner, Thomas R. *Romans*. Grand Rapids: Baker Academic, 1998.

Một giải kinh uyên thâm tập trung vào sứ điệp của thư Rô-ma.

Thiselton, Anthony C. *The Living Paul*. Downers Grove, IL: IVP Academic, 2009.

Một phần dẫn nhập súc tích về cuộc đời và những trọng tâm thần học của Phao-lô.

Witherington, Ben III. *Paul's Letter to the Romans*. Grand Rapids: Eerdmans, 2004.

Xem xét lập luận của Phao-lô và phương tiện ông dùng để đưa ra lập luận đó trong thư Rô-ma. Bao gồm những ý áp dụng có thể thực hiện được.

Wright, N. T. *Justification: God's Plan and Paul's Vision*. Downers Grove, IL: InterVarsity, 2009.

Tìm cách giải thích kỹ càng hơn hiểu biết của tác giả về giáo lý trọng tâm này của Phao-lô (xin xem tập sách của Piper ở trên).

Chương 19

Cô-rinh-tô Và Ga-la-ti

Lời Khuyên Của Sứ Đồ

Cho Các Hội Thánh Đang Bối Rối

Bố cục

- **1 & 2 Cô-rinh-tô**
    - Thành Cô-rinh-tô
    - Cơ Đốc giáo đặt nền móng tại Cô-rinh-tô
    - Các thư tín gửi tới Cô-rinh-tô và từ Cô-rinh-tô gửi đi
- **1 Cô-rinh-tô**
    - Tác giả, niên đại, nơi viết
    - Lý do viết thư
    - Bố cục
    - Sứ điệp
    - Những vấn đề cụ thể
    - Những vấn đề mang tính phê bình
- **2 Cô-rinh-tô**
    - Bối cảnh và mục đích
    - Bố cục
    - Sứ điệp
    - Thẩm quyền sứ đồ
    - Việc quyên góp cho Giê-ru-sa-lem
    - Những vấn đề mang tính phê bình
- **Ga-la-ti**

- Nam hay Bắc Ga-la-ti?
- Bố cục
- Mục đích
- Phúc âm thật và giả
- Sự lãnh đạo sai lầm
- Ân điển và luật pháp
- Nếp sống đạo đức tích cực
- Những vấn đề mang tính phê bình

Mục tiêu

Sau khi đọc chương này, bạn có thể:

- Mô tả đặc điểm của thành Cô-rinh-tô
- Giải thích tại sao Phao-lô lại viết cho người Cô-rinh-tô
- Lập bố cục 1 Cô-rinh-tô
- Nhận diện những vấn đề Phao-lô nói đến trong 1 Cô-rinh-tô
- Lập bố cục 2 Cô-rinh-tô
- Xác định mục đích của 2 Cô-rinh-tô
- Thảo luận tầm quan trọng của việc quyên góp cho Giê-ru-sa-lem
- Xác định mục đích của sách Ga-la-ti
- Lập bố cục sách Ga-la-ti
- Liệt kê những yếu tố then chốt trong sự dạy dỗ của Phao-lô trong Ga-la-ti.

1 & 2 Cô-rinh-tô

Tân Ước chứa đựng các thư tín của Phao-lô gửi đến nhiều thành khác nhau: Ê-PHÊ-SÔ, PHI-LÍP, CÔ-LÔ-SE, TÊ-SA-LÔ-NI-CA và các thành khác nữa. Nhưng thư tín dài nhất của Phao-lô hiện còn lưu giữ được gửi đến một nơi duy nhất và bao gồm hai lá thư là thư gửi cho hội thánh tại CÔ-RINH-TÔ.

Hội thánh Cô-rinh-tô có đặc điểm là một hội chúng, hay một nhóm các hội chúng, lộn xộn nhất mà Phao-lô viết thư cho. Dù Phao-lô đã mất mười tám tháng khó nhọc để mở hội thánh ở đó (Công 18:11), nhưng các tín hữu Cô-rinh-tô dường như gặp khó khăn trong việc vạch ra một khuôn mẫu nhất quán về niềm tin và lối sống Cơ Đốc. Trong 1 Cô-rinh-tô, Phao-lô phải khiển trách họ vì đã dung thứ cho mối quan hệ loạn luân giữa vòng họ (5:1). Họ thậm chí còn thấy tự hào vì đã dung thứ cho việc ác này (5:2)! Mục đích chung của 2 Cô-rinh-tô là bảo vệ sứ điệp Phúc âm khỏi bị bóp méo bởi điều mà Phao-lô gọi là "sứ đồ giả, những kẻ làm công lừa dối, mạo làm sứ đồ của Đấng Christ" (11:13).

Điều này cho thấy rằng các thư tín Cô-rinh-tô đặc biệt phù hợp để chỉ dẫn những người đang sống trong kỷ nguyên hỗn loạn về tôn giáo của chúng ta. Sự tin đạo đã trở nên hỗn độn như thế nào? Vào năm 1993, Hội đồng Tôn giáo Thế Giới Thứ Hai đã xuất bản một tài liệu tóm tắt dài chín trang nhưng chẳng hề đề cập gì đến Đức Chúa Trời cả. Những người tin vào ma thuật nằm trong số những người tham dự hội đồng ấy. Một ví dụ khác: Tại một nhà tù ở Illinois, một người bạn tù đã đâm đơn kiện lên Tòa án Quận của Hoa Kỳ bởi vì anh không được quyền thờ phượng kiểu khỏa thân trong nhà nguyện của nhà tù. Tù nhân ấy tuyên bố rằng thờ phượng khỏa thân là điều bắt buộc dành cho các tín hữu của Technical of the Sacred, một tôn giáo được thành lập vào năm 1983.

Đường Diolkos cho phép những con tàu nhỏ được kéo lên đất liền để băng qua eo đất Cô-rinh-tô.

Các vấn đề tại Cô-rinh-tô không phải lúc nào cũng ở dạng thái quá, cực đoan, nhưng đôi khi chúng đứng trước ranh giới của những thứ cực đoan. Lời khuyên của Phao-lô dành cho các tín đồ ở đây nằm trong số những lời khuyên hấp dẫn và thách thức nhất trong tất cả những thư tín của ông.

Thành Cô-rinh-tô

Vào thế kỷ thứ nhất, Cô-rinh-tô là thành lớn nhất tại HY LẠP, là thủ phủ của tỉnh A-CHAI của La Mã. Nó thịnh vượng nhờ địa thế nằm ở chỗ eo hẹp (rộng khoảng 5–6 ki-lô-mét) nối biển Đông và Tây với nhau. Hầu hết những tàu thuyền đến hoặc đi từ La Mã đều phải băng qua Cô-rinh-tô. Hàng hóa được dỡ xuống ở eo đất bên này, được vác qua và lại được chất lên trở lại trên một con thuyền khác ở eo bên kia. Những chiếc thuyền nhỏ, hàng hóa còn nguyên vẹn có thể được kéo trườn trên một con đường được xây cho mục đích đó. Vì thế, Cô-rinh-tô là một trung tâm trung chuyển thương mại và xã hội quan trọng.

Cô-rinh-tô nổi tiếng không chỉ vì giao thương tấp nập và nhiều của cải mà còn bởi sự đồi bại của nó.[1] Thói quen tình dục của Hy-La, không bao giờ được xem là cao quý theo tiêu chuẩn của Kinh Thánh, mà xuống cấp một cách đáng kể, trở thành hình thức mua bán dâm trên phạm vi rộng. Hoạt động này đôi khi là một phần trong sự thờ phượng ngoại giáo và góp phần lý giải những sự quá độ về tình dục giữa vòng các tín hữu Cô-rinh-tô: Phao-lô nói rằng trước khi tin Chúa, một số người Cô-rinh-tô đã "ngoại tình", "thờ hình tượng", "đồng tính luyến ái" (1 Côr 6:9, 11). Tuy nhiên, nhờ Đấng Christ, họ được giải phóng khỏi những thói tục vô luân như vậy.

---

[1] John McRay, *Paul: His Life and Teaching* (Grand Rapids: Baker Academic, 2003), 166.

Ở Cô-rinh-tô, có khá nhiều người Do Thái sinh sống, và con số này hẳn đã tăng lên nhiều sau khi hoàng đế La Mã là CƠ-LỐT trục xuất tất cả người Do Thái ra khỏi LA MÃ vào năm 49 S.C (Công 18:2). Chính ở tại một nhà hội Do Thái giáo mà Phao-lô bắt đầu giảng dạy về Đấng Christ, kết hợp với các Cơ Đốc nhân Do Thái từ La Mã có tên là A-qui-la và Bê-rít-sin. Họ cũng là những người may trại giống như Phao-lô. Từ khi còn trẻ Phao-lô đã không chỉ học thần học phái ra-bi mà còn học một nghề thực tế, giống hầu hết những người Pha-ri-si khác.

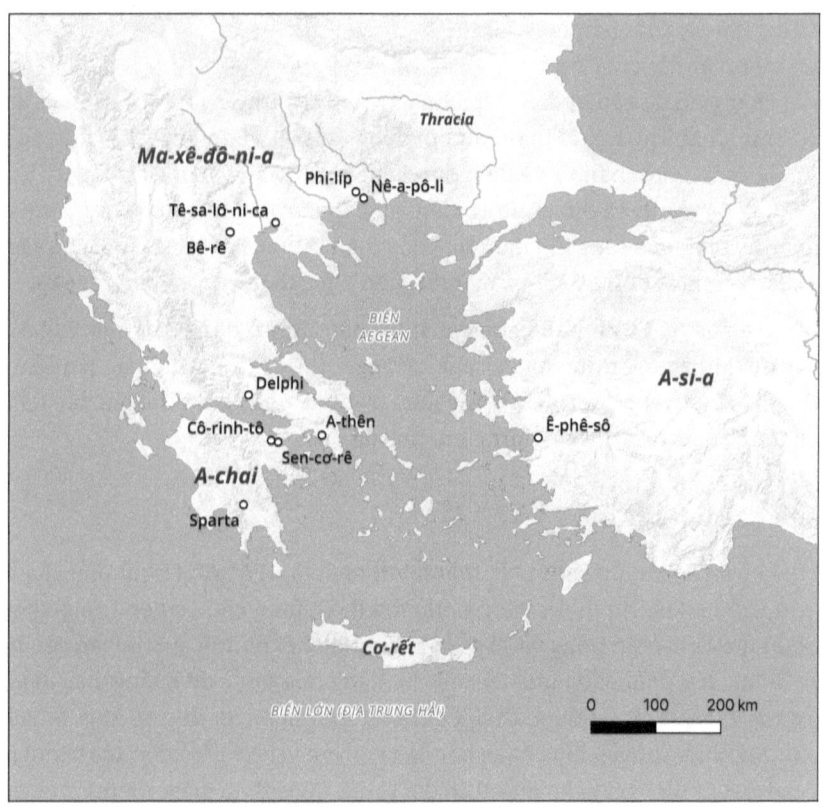

Bản đồ A-chai

Cơ Đốc giáo đặt nền móng tại Cô-rinh-tô

Công Vụ 18:1–18 cho biết chi tiết hơn thế nào một hội chúng Cơ Đốc đã xuất hiện tại một thành phố nhộn nhịp này. Phao-lô đến Cô-rinh-tô trong hành trình truyền giáo thứ hai của mình sau khi giảng đạo ở thành Phi-líp, Tê-sa-lô-ni-ca, BÊ-RÊ và A-THEN (xin xem bản đồ "Hành trình truyền giáo thứ hai của Phao-lô ở chương 16). Khi không còn được chào đón ở nhà hội nữa, Phao-lô và những người tin đạo đã di chuyển sang nhà riêng bên cạnh nhà hội. Tuy nhiên, viên quản lý nhà hội nằm trong số nhiều người đã tin nhận Đấng Christ (Công 18:7–8).

Khi tổng đốc La Mã là GA-LI-ÔN lên nắm quyền vào khoảng năm 51 S.C,[2] những người Do Thái thù địch đã tố cáo Phao-lô ra trước vị quan này. Ga-li-ôn không chịu xử vụ án này, nên lơ đễnh đứng đó trong khi những người Do Thái tức giận Phao-lô trút sự thất vọng của họ lên một Cơ Đốc nhân tên là SỐT-THEN, người bị họ đánh ngay trước tòa án nơi Ga-li-ôn đang đứng.

Các nhà khảo cổ học đã tìm ra bậc thềm trước tòa, hay **bema,** trước giờ vẫn được gọi là "một trong những mắt xích rõ ràng nhất của khảo cổ học về thành Cô-rinh-tô và Kinh Thánh."[3] Mắt xích khác giữa thời của Phao-lô tại Cô-rinh-tô với dữ liệu khảo cổ học là câu khắc về Ê-RÁT. Câu khắc này bao gồm một phiến đá vôi lớn có niên đại từ thời của Phao-lô và mang thông điệp: "Ê-rát trở về, sau khi được chỉ định làm người quản lý kho bạc thành phố đã xây vỉa hè này bằng tiền túi của ông."[4] Rất có thể đây cũng chính là Ê-rát mà Phao-lô đã đề cập đến trong Rô-ma 16:23 khi từ thành Cô-rinh-tô ông nói về Ê-rát "người quản lý kho bạc thành phố."

Các thư tín giữa Phao-lô và người Cô-rinh-tô

Tân Ước chứa đựng hai lá thư Phao-lô gửi cho người Cô-rinh-tô. Nhưng đây chỉ là hai trong một bộ sưu tập lớn hơn gồm các thư tín được lưu chuyển từ vị sứ đồ này tới hội thánh này.

1. Lá thư đầu tiên từ Phao-lô gửi cho người Cô-rinh-tô bây giờ đã bị thất lạc (1 Côr 5:9)
2. Một lá thư từ người Cô-rinh-tô gửi cho Phao-lô (1 Côr 7:1)
3. Phao-lô hồi đáp lá thư của họ - thư 1 Cô-rinh-tô của chúng ta
4. Một "lá thư đau buồn" (2 Côr 2:3; 7:8) Phao-lô gửi cho người Cô-rinh-tô
5. Lá thư thứ ba Phao-lô gửi cho người Cô-rinh-tô – thư 2 Cô-rinh-tô của chúng ta

1 và 2 Cô-rinh-tô trong lịch sử hội thánh đầu tiên

Một hoặc nhiều hơn một thư tín Cô-rinh-tô có vẻ như đã được các lãnh đạo hội thánh đầu tiên biết đến, chẳng hạn như:

---

[2] Xin xem J. Murphy-O'Connor, "Paul and Gallio," *Journal of Biblical Literature 112*, no. 2 (1993): 315–17.

[3] John McRay, *Archaeology and the New Testament* (Grand Rapids: Baker Academic, 1991), 335.

[4] Như trên, 331–32.

	S.C
Clement thành La Mã	95
Polycarp	Khoảng 110
Justin Martyr	Khoảng 140
Irenaeus	Khoảng 175
Clement thành A-léc-xan-đơ	Khoảng 200
Tertullian	Khoảng 200
Origen	Khoảng 250
Eusibeus	Khoảng 315

Các thư tín gửi tới Cô-rinh-tô và từ Cô-rinh-tô gửi đi

Giải nghĩa các thư tín của Phao-lô luôn là thách thức bởi vì chúng chỉ trình bày một chiều trong tiến trình truyền thông hai chiều. Từ những gì Phao-lô nói, chúng ta phải suy ra điều chúng ta nghĩ người Cô-rinh đang nói hoặc làm. (Điều này đôi khi được gọi là "đọc theo kiểu soi gương".) Các thư tín Cô-rinh-tô bày ra một thách thức cụ thể bởi vì cái mà chúng ta gọi là 1 Cô-rinh-tô thật ra có thể là lá thư thứ hai mà Phao-lô gửi cho họ. Trong trường hợp đó, 1 Cô-rinh-tô 5:9 có thể được dịch là: "Tôi đã viết cho anh em trong lá thư của tôi" và có thể nói đến một lá thư trước đó, mà người Cô-rinh-tô hồi đáp bằng một lá thư gửi cho Phao-lô (1 Côr 7:1). Điều này có thể làm cho 1 Cô-rinh-tô trở thành lá thư thứ ba trong một cuộc trao đổi dài hơi hơn. Nếu, như một số người nghĩ, 2 Cô-rinh-tô 2:3 và 7:8 nói đến "lá thư đau buồn" không phải là 1 Cô-rinh-tô, thì 2 Cô-rinh-tô trở thành lá thư thứ năm giữa Phao-lô và hội thánh tại Cô-rinh-tô.

Ý ở đây muốn nói đó là 1 và 2 Cô-rinh-tô chỉ là những mảnh ghép trong một bức tranh lớn hơn và đôi khi phức tạp hơn mà thôi. Phần lớn những gì mà hai thư tín này nói đến đều khá rõ ràng, nhưng có một vài chỗ hơi khó hiểu bởi vì chúng ta không có tất cả những thư tín đã được gửi qua gửi lại giữa Phao-lô và độc giả của ông. Chúng ta không nên ngạc nhiên nếu trong hai thư tín này có những câu nói hay những ý niệm mà đôi khi chúng ta không thể hiểu cách thấu suốt.

1 Cô-rinh-tô

Tác giả, niên đại, nơi viết

Việc Phao-lô là tác giả của 1 Cô-rinh-tô (xem 1 Côr 1:1) xưa nay gần như không có gì để bàn cãi. Có lẽ 1 Cô-rinh-tô nằm trong số những lá thư được Phi-e-rơ đề cập đến trong 2 Phi-e-rơ 3:16; và CLEMENT THÀNH LA MÃ nói về nó vào khoảng năm 95 S.C. Các nhân vật sống ở thế kỷ thứ hai như IGNATIUS, MARCION và IRENAEUS cũng đều quen thuộc với 1 Cô-rinh-tô. Phao-lô viết bức thư này trong thời gian hai hoặc ba năm chức vụ của ông tại Ê-phê-sô (Công 19:10; 1 Côr 16:8, 19), vào khoảng năm 55 S.C. Thời điểm này nằm trong hành trình truyền giáo thứ ba của ông.

Lý do viết thư

Trong khi thi hành chức vụ tại Ê-phê-sô, Phao-lô nhận được tin từ ba thành viên nổi bật tại hội chúng ở Cô-rinh-tô – Sê-pha-na, Phốt-tu-na và A-chai-cơ (1 Côr 16:17). Thông điệp cấp bách của họ là: Hội chúng tại Cô-rinh-tô đang bị chia rẽ vì tranh cạnh (1 Côr 1:11). Thái độ không bằng lòng về thẩm quyền của Phao-lô đã xuất hiện (1 Côr 4:3). Phao-lô dự tính sẽ viếng thăm hội thánh để xử lý những lời phàn nàn này (1 Côr 4:19). Khoảng cách từ Ê-phê-sô tới Cô-rinh-tô là hơn 400 ki-lô-mét đường thủy – không phải là một chuyến công du bình thường. Rõ ràng, Phao-lô không thể nào thực hiện ngay lập tức sau khi nghe về những vấn đề ở đây. Vì thế, ông viết (hay đọc để thư ký viết: 1 Côr 16:21 có thể đưa ra ý nói rằng Phao-lô tự viết lời kết, còn ai đó khác đã chắp bút viết phần còn lại khi Phao-lô nói cho người đó viết xuống) một lá thư dài để dập tắt những nhiễu loạn ấy và đưa ra những lời chỉ dẫn tích cực khi ông chưa thể có mặt. Ông cử Ti-mô-thê mang lá thư đến cho họ (1 Côr 4:17). Chi tiết mà Phao-lô bàn đến trong thư được thể hiện rõ trong bố cục sau:

Bố cục

    I. **Dẫn nhập theo hình thức thư từ (1:1–9)**
    II. **Phản hồi của Phao-lô về những báo cáo liên quan đến cộng đồng tại Cô-rinh-tô (1:10–6:20)**
        A. Báo cáo về những chia rẽ trong cộng đồng (1:10–4:21)
        B. Báo cáo về sự trụy lạc, kiêu căng và những đoán xét sai trật (5:1–6:20)
    III. **Phản hồi của Phao-lô trước những thắc mắc từ người Cô-rinh-tô (7:1–16:9)**
        A. Thắc mắc về hôn nhân, ly dị và sống độc thân (7:1–40)
        B. Thắc mắc về vấn đề thức ăn, thờ hình tượng và quyền tự do (8:1–11:1)
        C. Thắc mắc về việc thờ phượng, ân tứ và trật tự (11:2–14:40)
        D. Thắc mắc về sự sống lại và sự sống đời sau (15:1–58)
        E. Thắc mắc về việc quyên góp và kế hoạch của Phao-lô (16:1–9)
    IV. **Giới thiệu những người khác (16:10–18)**
    V. **Lời chào thăm cuối cùng và phần kết trang trọng của bức thư (16:19–24)**

Sứ điệp

Phao-lô đưa ra lời khuyên cụ thể cho nhiều vấn đề, những lời khuyên này sẽ được xem xét trong phần tiếp theo. Nhưng những chỉ dẫn cụ thể của ông đều dựa trên một tiền đề bao quát: chân lý về Phúc âm tập trung vào thập tự giá mà ông rao giảng. Ông truyền đạt sứ điệp căn bản này trong bốn chương đầu tiên, sau đó ông chuyển sang những vấn đề cụ thể.

Phao-lô khen ngợi người Cô-rinh-tô vì tinh thần tiếp nhận Phúc âm ban đầu của họ, và cảm tạ Chúa vì công tác của Phúc âm được thực hiện giữa vòng họ (1:4–9). Nhưng bây giờ họ bị chia rẽ gay gắt (1:10–12). Họ thích đường lối của "người khôn ngoan", "thầy thông giáo" "người biện luận" hơn là đường lối của Đức Chúa Trời qua Đấng Christ (1:20). Phao-lô kêu gọi họ trở lại với Phúc âm mà họ đã nhận từ ban đầu. Ông kêu gọi họ trở lại với nguyên cớ thật cho sự cứu rỗi của họ, Chúa Giê-xu Christ (1:30) – không phải tài khéo, sức mạnh hay địa vị xã hội của họ (1:26). Rồi ông nhấn mạnh "vụ bê bối" của Phúc âm về Chúa Giê-xu Christ, mà người Do Thái chối từ bởi vì họ không thể nào chấp nhận giáo lý về một Đấng Mê-si-a bị đóng đinh, và người Hy Lạp cũng chối từ bởi vì ý niệm về một cái chết chuộc tội và sự phục sinh của thân thể dường như rất xuẩn ngốc, vô lý (1:23; xem thêm Công 17:32). Không có cách nào khác để hiểu về "bê bối" này. Nó không thể bị bẻ cong để phù hợp hơn hay để làm vừa lòng người khác hơn. Nếu thế thì nó không còn là Phúc âm nữa, nó sẽ không còn là sứ điệp chân thật về Chúa Giê-xu Christ như được Đức Chúa Trời thiết lập từ ban đầu trong sự khôn ngoan và nhân từ của Ngài nữa.

Ân tứ Thuộc Linh Ngày nay?

"Hãy ao ước các ân tứ thuộc linh" Phao-lô viết trong 1 Cô 14:1. Ở những phân đoạn khác (Rô 12; 1 Cô 12; Êph 4), ông cũng liệt kê một số ân tứ thuộc linh. Làm thế nào tín hữu thời đó có được những ân tứ này? Thời nay, những ân tứ đó có còn giá trị không?

Từ "ân tứ" trong tiếng Hy Lạp liên quan đến từ "ân điển". Khi người ta nghe và đáp ứng với Phúc âm "ân điển" của Đức Chúa Trời qua Đấng Christ, thì họ nhận được "ân tứ" thuộc linh. Ân tứ thì đa dạng, nhưng chúng đều nhằm để sử dụng vì ích lợi của người khác (1 Cô 12:7) thay vì cho những mục đích vị kỷ.

Người ta tranh cãi rất nhiều về việc sử dụng một số ân tứ, như ân tứ tiếng lạ, nói tiên tri, chữa lành và khả năng làm những việc lạ thường. Các nhà giải kinh không đồng ý với nhau về việc những ân tứ này là những ân tứ nào và chúng được sử dụng trong hội thánh đầu tiên ra sao. Có người cho rằng các ân tứ thời các sứ đồ vẫn còn đến ngày nay. Có người lại cho rằng Đức Chúa Trời ban các ân tứ ấy vào các thập kỷ đầu tiên của hội thánh nhưng sau đó Ngài để chúng mất đi, cũng giống như việc một số phép lạ của Chúa Giê-xu (như đi bộ trên mặt nước) có vẻ như chỉ giới hạn trong chức vụ của Ngài mà thôi. Chúng được ban cho để xác nhận sứ điệp của Ngài chứ không

> phải để cho thấy rằng những người theo Ngài cũng nên bước đi trên mặt nước như thế.
>
> Dù chúng ta theo quan điểm nào về ân tứ, thì cũng cần nhớ rằng ân tứ đức tin, hy vọng và tình yêu vẫn được xem là quan trọng hơn và lớn hơn các ân tứ khác (1 Côr 13:13). Trọng tâm chức vụ của Cơ Đốc nhân là Phúc âm của Đức Chúa Trời, chứ không phải ân tứ. Chúng ta không nên phủ nhận quyền thi thố những việc diệu kỳ của Đức Chúa Trời tối cao nếu Ngài thấy phù hợp. Nhưng chúng ta cũng cần tránh rơi vào cái bẫy của hội thánh Cô-rinh-tô, tức là để cho việc tự thể hiện mình của Cơ Đốc nhân đi lạc khỏi nền tảng giáo lý đúng đắn mà Phao-lô kiên định giữ vững. Công tác cứu chuộc của Phúc âm trong những người tiếp nhận nó sẽ sản sinh ra tinh thần phục vụ người khác và tinh thần trình bày chân lý Phúc âm cho người khác (1 Côr 14:19).

Người Cô-rinh-tô đã xa rời sự chỉ dẫn của Phao-lô, rõ ràng bởi vì những quan niệm hiện hành trong bối cảnh xã hội của họ có vẻ hợp lý hơn. Nhưng khi tìm cách tinh luyện Phúc âm thì họ đang dời Phúc âm sang cái nền khác. Phao-lô phản hồi: "Vì không ai có thể đặt một nền móng khác ngoài nền đã đặt là Đức Chúa Giê-xu Christ" (3:11). Một lần nữa họ cần phải trở nên "khờ dại", trân trọng chân lý của Đức Chúa Trời thay vì chọn khôn ngoan theo đời này (3:18). Họ cần phải tái xác nhận rằng Chúa Giê-xu Christ, Đấng bị đóng đinh và sống lại, là niềm hy vọng, là Chúa của họ và ngừng cổ xúy cho những thứ thay thế cho sứ điệp của các sứ đồ.

Những vấn đề cụ thể

Những câu mở đầu sắc lẹm của Phao-lô cuối cùng đã được đẩy lên đỉnh điểm bằng một lời buộc tội nghiêm trọng và cụ thể: Người Cô-rinh-tô đang đổi phước hạnh của mình lấy sự đồi bại về tình dục trong hội thánh (5:1). Phao-lô kêu gọi họ đuổi người phạm tội ấy ra khỏi hội thánh (5:13) với hy vọng người ấy sẽ ăn năn. Họ nên bao dung với những tội nhân bên ngoài hội thánh nhưng cần cứng rắn với người "trong nhà" thay vì ngược lại.

Tiếp theo, Phao-lô xử lý một loạt những thắc mắc mà phái đoàn sứ giả từ Cô-rinh-tô (16:17) đã mang đến cho ông. Những thắc mắc này bao gồm những câu hỏi về hôn nhân, ly dị và việc sống độc thân (chương 7), thắc mắc về đồ ăn, về việc thờ thần tượng và quyền tự do cá nhân của người Cơ Đốc (chương 8–10), những thắc mắc về việc thờ phượng, ân tứ thuộc linh và trật tự trong hội thánh (chương 11–14) và những thắc mắc về sự sống lại và đời sau (chương 15). Câu trả lời của Phao-lô rất dài và đôi lúc khó hiểu đối với chúng ta ngày nay. Nhưng tinh thần chung của chúng thì khá rõ ràng. Gương mẫu là Đấng Christ và việc Ngài tiếp tục chỉ dẫn thông qua Kinh Thánh, qua các sứ đồ và qua Thánh Linh đòi hỏi người Cô-rinh-tô phải sửa lại những sai trật của họ. Họ cần tin cậy và tiếp tục đi theo hướng mà Đức Chúa Trời đã chỉ dẫn họ thay vì trôi dạt lang thang theo những hướng đi nguy hại với thái độ nổi loạn.

Trước khi kết lại, Phao-lô nhắc họ nhớ về việc quyên góp đang diễn ra mà họ cần phải thực hiện (16:1–4). Việc quyên góp này, được gọi là quyên góp cho Giê-ru-sa-lem, là phần dâng hiến của các hội thánh dân ngoại (nhìn chung đều nghèo) cho các Cơ Đốc nhân Do Thái tại Pa-lét-tin, nhiều người trong số ấy đang gặp

Bệ đọc kinh tại Cô-rinh-tô cổ đại

hoạn nạn vì tuyên xưng Chúa Giê-xu là Đấng Mê-si-a (xem 1 Tê 2:14; Hê 10:33–34). Việc quyên tiền này trở thành vấn đề trọng tâm trong 2 Cô-rinh-tô 8–9.

Những vấn đề mang tính phê bình

Các học giả tranh cãi về nhiều vấn đề liên quan đến 1 Cô-rinh-tô. Những vấn đề này bao gồm danh tính của những kẻ chống đối Phao-lô và bản chất quan điểm của họ, sự hiệp nhất về mặt văn chương của thư tín này và thần học của Phao-lô, như được phản ánh trong sự dạy dỗ mà ông tuyên bố ở những chỗ khác nhau.

Vì quan điểm về luật pháp của Phao-lô chiếm lĩnh những cuộc thảo luận mang tính phê bình trong những năm gần đây, nên những chỗ đề cập đến luật pháp trong 1 (và 2) Cô-rinh-tô đã được xem xét kỹ lưỡng. Phong trào ân tứ, một tác động mạnh mẽ trong thế giới Cơ Đốc giáo từ những năm 1960, đã dẫn đến một mối quan tâm mới mẻ dành cho những sự dạy dỗ của Phao-lô về ân tứ thuộc linh và việc thờ phượng tập thể (1 Côr 12–14). Những phân đoạn như 1 Cô-rinh-tô 11:2–16 và 14:33b–36 đã thu hút sự quan tâm của những nhà giải kinh theo trường phái nam nữ bình quyền, những người buộc tội Phao-lô là đã đưa ra những lời xác nhận "thiếu rõ ràng, khó hiểu và thiếu nhất quán" trong 1 Cô-rinh-tô 11,[5] những người cho rằng Phao-lô không hề viết 1 Côr 14:33b–36.[6] Thay vào đó, những câu Kinh Thánh này được xem là phần thêm vào 1 Cô-rinh-tô sau này bởi một nhà biên tập

---

[5] J. E. Bassler, "1 Corinthians," trong *The Women's Bible Commentary*, ed. Carol A. Newsom và Sharon H. Ringe (London: SPCK; Louisville: Westminster John Knox, 1992), 327.

[6] Như trên, 328.

vô danh nào đó. Cả hai tuyên bố này đều bị thách thức mạnh mẽ,[7] đôi lúc thậm chí bởi chính các học giả theo quan điểm nam nữ bình quyền.[8]

Mức độ sôi nổi của những cuộc bàn luận trong giới học giả về thư tín Cô-rinh-tô có thể được đo lường bằng việc xuất bản những sách giải kinh của các học giả sau kể từ đầu thế kỷ này: N. T. Wright, Anthony Thiselton, Richard Hays, David Garland, Craig Keener và Scott Hafemann. Kenneth Bailey đã cung cấp những ý tưởng tươi mới về bối cảnh văn hóa.[9]

2 Cô-rinh-tô

Bối cảnh và mục đích

Nếu Phao-lô viết 1 Cô-rinh-tô vào khoảng năm 55 S.C, đâu đó khoảng giữa hành trình truyền giáo thứ ba của ông (52–57 S.C; xem bản đồ tựa đề "Hành Trình Truyền Giáo Thứ Ba Của Phao-lô" trong chương 16), thì có thể 2 Cô-rinh-tô được định niên đại một năm sau đó. Việc trao đổi thư từ qua lại giữa Phao-lô và Cô-rinh-tô và những chuyến viếng thăm Cô-rinh-tô của các phụ tá của Phao-lô và của chính Phao-lô tạo ra một câu chuyện thú vị nhưng khá dài và phức tạp. Nó được kể rõ ràng ở chỗ khác.[10] Với mục đích của chúng ta, chúng ta cần ghi nhận rằng 1 Cô-rinh-tô và chuyến viếng thăm của Ti-mô-thê để đưa thư này cho người Cô-rinh-tô không mang lại tác động tích cực mà Phao-lô mong muốn. Trái lại, tình hình còn xấu đi.

Có lẽ chính Phao-lô đã thực hiện một "cuộc viếng thăm đau lòng" (2 Côr 2:1) đến Cô-rinh-tô sau khi nhiệm vụ của Ti-mô-thê không thành công. Nhưng rõ ràng là chính Phao-lô cũng bị cự tuyệt. Thay vì đẩy vấn đề đến chỗ nguy kịch, không thể cứu vãn, ông rời đi, tiếp tục thể hiện sự hiện diện cá nhân của mình bằng một lá thư với lời lẽ nghiêm khắc mà Tít là người mang đến cho hội thánh Cô-rinh-tô (2 Côr 2:3–9; 7:8–12). Lúc này, những tháng cuối của hành trình truyền giáo thứ ba đã đem ông đến MA-XÊ-ĐOAN, mãi tít miền Bắc của Ê-phê-sô, nơi ông nóng lòng chờ đợi tin từ Tít để biết người Cô-rinh-tô đáp ứng thế nào trước lá thư nghiêm khắc

---

[7]Để đọc phần phân tích rất khác của 1 Cô-rinh-tô 11, hãy xem Peter Cotterell và Max Turner, *Linguistics and Biblical Interpretation* (Downers Grove, IL: InterVarsity, 1989), 316–28. Về 1 Côr 14:33b–36, xin xem D. A. Carson, "'Silent in the Churches': On the Role of Women in 1 Côr 14:33b–36," trong *Recovering Biblical Manhood and Womanhood: A Response to Evangelical Feminism*, ed. Wayne A. Grudem và John Piper (Westchester, IL: Crossway, 1990), 140–53, 487–90.

[8]Craig S. Keener, *Paul, Women, and Wives: Marriage and Women's Ministry in the Letters of Paul* (Peabody, MA: Hendrickson, 1992), phản đối giả thuyết cho rằng 1 Côr 14:33b–36 được thêm vào sau này.

[9]Kenneth Bailey, *Paul through Mediterranean Eyes: Cultural Studies in 1 Corinthians* (Downers Grove, IL: IVP Academic, 2011).

[10]Xin xem, chẳng hạn, F. F. Bruce, *Paul: Apostle of the Heart Set Free* (Grand Rapids: Eerdmans, 1977), 318; thấu đáo hơn là D. A. Carson và Douglas J. Moo, *An Introduction to the New Testament*, 2nd ed. (Grand Rapids: Zondervan, 2005), chương 11.

của ông (2 Côr 7:5–7). Tin ấy khá tích cực, và các chương 1–9 của 2 Cô-rinh-tô phản ánh sự hân hoan của Phao-lô khi người Cô-rinh-tô dường như đã bắt đầu sửa lại lối sống của mình.

Những cột trụ này là dấu tích khảo cổ học của đền thờ Apollo tại thành Cô-rinh-tô cổ đại. Acrocorinth, hay vệ thành của Cô-rinh-tô (ở hậu cảnh), có một đền thờ thờ Aphrodite. Phao-lô trả lời cho thắc mắc của người Cô-rinh-tô về vấn đề thịt được dâng cho thần tượng trong 1 Cô-rinh-tô 8.

Tuy nhiên, giọng của Phao-lô thay đổi, bắt đầu từ chương 10. Người ta cho rằng việc viết thư 2 Cô-rinh-tô mất hàng nhiều tuần, một phần là bởi vì Phao-lô phải đi đây đi đó, và trong quá trình viết ông lại biết thêm về những khó khăn tại Cô-rinh-tô do những giáo sư mới và nguy hiểm mang đến. Điều này giải thích việc Phao-lô đổi giọng điệu và những lời cảnh báo có vẻ gấp gáp, mặc dù những cách giải thích khác cũng khả dĩ, và tất cả các lời giải thích đều nhằm trả lời cho những thắc mắc được nêu ra.[11]

Tóm lại, Phao-lô viết 2 Cô-rinh-tô để khen ngợi người Cô-rinh-tô về những tiến bộ của họ, cảnh báo họ về những mối đe dọa mới và chuẩn bị tinh thần cho họ về chuyến viếng thăm thứ ba của ông (13:1). Lúc đó, Phao-lô sẽ giải quyết những vấn đề do các giáo sư giả đưa ra, mặc dù ông hy vọng sẽ không phải nói cách gay gắt (13:10). Ông và những đồng lao cũng sẽ tiếp nhận khoản tiền đã quyên góp được cho các tín hữu tại GIU-ĐÊ, được gọi là phần lạc quyên cho Giê-ru-sa-lem (chương 8–9).

Bố cục

 I. Phần dẫn nhập theo hình thức thư từ (1:1–11)

 II. Lời giải thích của Phao-lô về cách ông giải quyết những vấn đề gần đây (1:12–2:13)

  A. Nền tảng cho hành động của Phao-lô và lời thỉnh cầu mong họ thông cảm (1:12–14)

  B. Lý do Phao-lô thay đổi kế hoạch (1:15–2:2)

  C. Mục đích lá thư cuối cùng của Phao-lô (2:3–11)

  D. Động cơ cho việc Phao-lô chuyển từ Trô-ách qua Ma-xê-đoan

 III. Phao-lô nhìn lại chức vụ của mình (2:14–5:21)

---

[11] Xin xem Carson và Moo, *Introduction to the New Testament*, 430–36.

A. Nguồn gốc và đặc điểm chức vụ của Phao-lô (2:14–3:6a)
B. Sứ điệp trong chức vụ của Phao-lô (3:6b-4:6)
C. Giá trả cho chức vụ của Phao-lô (4:7–5:10)
D. Nhãn quan về chức vụ của Phao-lô (5:11–21)

IV. **Phao-lô thỉnh cầu người Cô-rinh-tô (6:1–13:10)**

A. Lời thỉnh cầu hòa giải hoàn toàn (6:1–7:4)
B. Một cơ sở mới để thỉnh cầu (7:5–16)
C. Lời thỉnh cầu đáp ứng hết lòng với việc quyên tiền (8:1–9:15)
D. Lời thỉnh cầu trung thành trọn vẹn với thẩm quyền sứ đồ (10:1–18)
E. Cơ sở cho lời thỉnh cầu (11:1–12:13)
F. Phần kết luận của lời thỉnh cầu (12:14–13:10)

V. **Phần kết theo hình thức thư từ (13:11–13)**

Sứ điệp

Dòng tư tưởng trong 2 Cô-rinh-tô không phải lúc nào cũng dễ theo. Một học giả đã ghi nhận: "1 Cô-rinh-tô có một dòng lập luận rõ ràng từ đầu đến cuối. Nhưng 2 Cô-rinh-tô có vẻ như một bộ sưu tập của những lời khuyên của Phao-lô về những chủ đề khác nhau."[12] "Lời khuyên" có thể là một từ quá nhẹ so với giọng văn mà Phao-lô sử dụng. Nhưng đúng là 2 Cô-rinh-tô nói đến rất nhiều chủ đề, tạo ra vô số những khúc cua dọc đường đi.

Thế nhưng có một chủ đề nhất quán nằm bên dưới, đó là: con đường đến vinh quang là con đường của thập tự giá. Đôi khi các nhà thần học nói về hai cách hiểu Phúc âm rất khác nhau – một cách hiểu là *theologia gloria* (thần học vinh hiển) và cách còn lại là *theologia crucis* (thần học thập tự giá). Dựa trên các thư

Bảng khắc Ê-rát tại Cô-rinh-tô. Một trong những người nhận thư của Phao-lô gửi cho người Cô-rinh-tô có lẽ là Ê-rát, người quản lý ngân khố của thành phố Cô-rinh-tô, ông cũng là một tín đồ.

tín của Phao-lô, người Cô-rinh-tô đã chọn *theologia gloria*. Vì thế, họ coi Đấng Christ chủ yếu là phương tiện để cho mình trở nên tốt hơn, phương tiện để thành công, phương tiện để đạt được quyền lực và sự công nhận từ những người đồng trang lứa. Một lý do cho những rạn nứt tại Cô-rinh-tô đó là: Thần học căn bản của họ đặt họ, chứ không phải Chúa, vào trung tâm của vũ trụ. Nhưng, không phải ai ở cái trung tâm ấy cũng được. Sự đối địch là hậu quả tất yếu.

---

[12] John W. Drane, *Introducing The New Testament* (San Francisco: Harper & Row, 1986), 322.

Tuy nhiên Phao-lô đã sống và dạy một Phúc âm khác. Phúc âm ấy là một phương tiện để trở nên tốt và thành công hơn, hẳn là thế, nhưng biểu tượng trung tâm của nó là dấu hiệu về sự chịu khổ và chịu chết: thập tự giá.[13] Khi phục vụ Đấng Christ, con đường tới vinh quang thật sự - "vinh quang" dành cho Chúa, chứ không phải cho con người – thường là qua con đường dolorosa (*via dolorosa*), con đường đau khổ. Một khảo sát nhanh về thư tín này cũng đã xác nhận điều đó: Từ những câu đầu (1:3–7), Phao-lô đã tán dương những hoạn nạn và sự chịu khổ xuất phát từ sự hiểu biết Chúa. Ông nói về kết quả đầy gây dựng của những hiểm nguy mà ông phải đối diện tại Ê-phê-sô (1:8–10). Ông nói về nỗi vất vả của chức sứ đồ, trong đó những ai kinh nghiệm sự sống trong Đấng Christ "hằng bị nộp cho sự chết", để sự sống của Ngài cũng được tỏ ra trong họ (4:11). Ông trích dẫn những khốn khổ của mình làm bằng chứng cho tính hợp pháp của chức vụ (6:4–10). Ông giới thiệu cho người Cô-rinh-tô biết "sự buồn rầu theo ý Đức Chúa Trời" là con đường đau đớn nhưng cần thiết để đến gần với Chúa hơn (7:9–10). Điều Phao-lô khoe mình là sự yếu đuối của ông (11:30), và điều ông vui mừng là vui "trong nhuốc nhơ, túng ngặt, bắt bớ, khốn khó" (12:10). Tại sao? "Vì khi tôi yếu đuối, ấy là lúc tôi mạnh mẽ" (12:10).

Phao-lô không có ý nói rằng khổ đau là tốt, cũng không có ý nói rằng ông thích đau khổ, đúng hơn ông nói rằng xưng Đấng Christ là Chúa đồng nghĩa với việc phó chính mình cho những trách nhiệm và đôi khi là những đau đớn có thể né tránh được nếu không chịu phó mình cho Chúa. Phao-lô hiểu rằng theo Chúa đồng nghĩa với nói không với cái tôi (xem Lu 9:23), rằng phương cách để có được sự sống là đánh mất nó (Giăng 12:25). Nhiều người Cô-rinh-tô, hay lãnh đạo của họ, có cách nhìn khác. Sứ điệp chung của 2 Cô-rinh-tô thách thức bản chất vị kỷ trong nhãn quan của họ và khuyến khích họ tự xét lấy mình để thấy liệu họ có thật sự có đức tin thật hay không (2 Côr 13:5).

Thẩm quyền sứ đồ

Việc Phao-lô nhấn mạnh vào *theologia crucis* là vấn đề về *nội dung* của sứ điệp. Nhưng 2 Cô-rinh-tô, và trên một số phương diện cả 1 Cô-rinh-tô nữa, giải đáp câu hỏi cũng căn bản không kém đó là *thẩm quyền* sứ điệp của ông. Nói cách khác, ai nói thay cho Chúa? Như chúng ta sẽ thấy ở phần sau khi xem xét sách Ga-la-ti, Phao-lô thường xuyên gặp phải những thách thức đối với lời tuyên bố rằng Phúc âm mà ông rao giảng, trong hình thức mà ông và các sứ đồ khác rao giảng, là đúng đắn. (Như chúng ta còn nhớ, thì Chúa Giê-xu cũng gặp phải những thách thức tương tự, xem Lu 20:2). Tại Cô-rinh-tô, thách thức này lên đến đỉnh điểm; chúng ta không biết ngoài Cô-rinh-tô có hội thánh nào khác thẳng thừng gạt bỏ sự hiểu biết của Phao-lô vì cho rằng nó không tương xứng với Phúc âm không. Đây là lý do vì sao

---

[13] Để đọc phần thảo luận thêm về điểm trọng tâm và sâu sắc này, xin xem D. A. Carson, *The Cross and Christian Ministry: An Exposition of Passages from 1 Corinthians* (Grand Rapids: Baker Academic; Leicester, UK: InterVarsity, 1993).

Phao-lô trực tiếp khen ngợi Phúc âm mà ông rao giảng (1 Côr 2:1–16; 2 Côr 5:11) và chức vụ sứ đồ của ông nói chung (xem 1 Côr 4:9–13; 2 Côr 2:14–312; 4:1–18; 10:1–11). Tuy nhiên, cuối cùng Phao-lô không khen ngợi chính mình. Thay vào đó ông đang củng cố sự cứu rỗi của những người nghe ông giảng bằng cách không chịu làm xáo trộn sứ điệp mà Chúa Giê-xu Christ đã truyền lại cho những sứ giả được Ngài chọn (2 Côr 12:19).

Ngày nay, khi những người của công chúng và các ấn phẩm thường hạ thấp và đôi khi nhạo cười những tuyên bố vốn là lẽ thật của niềm tin Cơ Đốc,[14] thì Cơ Đốc nhân cần phải nhớ rằng những lời dạy cốt lõi của niềm tin lúc nào cũng chịu thử lửa.[15] Trong 2 Cô-rinh-tô, Phao-lô đưa ra một lời nhắc nhở nghiêm túc rằng đôi khi ngay cả "hội thánh" cũng có thể đánh mất lòng yêu mến tính chính thống của mình (sự dạy dỗ và lối sống đúng theo Kinh Thánh). Nếu điều này diễn ra trong kỷ nguyên các sứ đồ, thì không có gì ngạc nhiên khi những cách giải nghĩa Phúc âm mới và đôi khi những tà giáo trắng trợn đã trở thành một phần của lịch sử hội thánh suốt nhiều thế kỷ cho đến thời hiện tại.

Việc quyên góp cho Giê-ru-sa-lem

Sự hỗ trợ về tiền bạc từ các hội thánh dân ngoại dành cho các hội thánh người Do Thái ở Pa-lét-tin (2 Côr 8–9) là một trong những viên ngọc lấp lánh trong chức vụ của Phao-lô. Tình trạng thù địch giữa người Do Thái – dân ngoại cũng chết chóc và nóng như những căng thẳng về chủng tộc và sắc tộc ở bất cứ nơi đâu trên thế giới ngày nay. Những cuộc tàn sát người Do Thái (những nỗ lực nhằm tiêu diệt dân Do Thái ở một thành phố hay một khu vực) không phải là không được biết đến. Khi đang làm mục vụ ở những khu vực dân ngoại, xuôi theo những giả định tiêu cực của dân ngoại về dân Do Thái sẽ dễ cho Phao-lô hơn, đặc biệt là khi người Do Thái luôn hắt hủi và chống đối chức vụ của Phao-lô và các hội thánh dân ngoại.

Nhưng ngược lại, Phao-lô lại cầu nguyện và vận động các hội thánh từ Ma-xê-đoan cho tới A-chai, rồi tới A-SI thường xuyên để riêng một khoản tiền để đáp ứng những nhu cầu vật chất cho các tín hữu Do Thái tại PA-LÉT-TIN, cái ổ chống đối các hội thánh của Phao-lô. Điều này chẳng khác gì một bài học trực quan minh họa cho một số lẽ thật thần học sâu sắc: phẩm hạnh làm việc lành cho những người

---

[14] Xin xem, chẳng hạn, Stephen L. Carter, *The Culture of Disbelief: How American Law and Politics Trivialize Religious Devotion* (New York: Basic, 1993); Robert W. Funk, *Honest to Jesus: Jesus for a New Millennium* (San Francisco: HarperSanFrancisco, 1996). Để thấy nghiên cứu "học thuật" về những khởi đầu của Cơ Đốc giáo đôi khi bắt nguồn từ những cẩu thả và giật gân như thế nào, xin xem Philip Jenkins, *Hidden Gospels: How the Search for Jesus Lost Its Way* (Oxford: Oxford University Press, 2001). Đưa ra những điểm tương tự là C. E. Hill, *Who Chose the Gospels?* (Oxford: Oxford University Press), 2010.

[15] Nhiều lý do phản đối Phúc âm của thời hiện đại đã được đề cập đến trong chính Kinh Thánh. Để thấy cuộc tấn công toàn diện về mặt triết học và thuật hùng biện trên Cơ Đốc giáo từ thế kỷ thứ hai, xin xem Celsus, *On the True Doctrine: A Discourse against the Christians*, trans. R. Joseph Hoffmann (New York: Oxford University Press, 1987).

bắt bớ bạn (Lu 6:27–28), sự hiệp nhất của người Do Thái và dân ngoại trong Đấng Christ (Êph 2:11–22), sự lệ thuộc qua lại giữa người Do Thái và dân ngoại trong sự tấn tới của vương quốc mà Chúa Giê-xu đã công bố (Rô 11:13–24).

Nhận thức của Phao-lô là: Đức Chúa Trời có thể sử dụng lòng nhân từ như thế để làm tan chảy những tấm lòng cứng cỏi của người Do Thái, để họ tiếp nhận Chúa Giê-xu làm Đấng Cứu Thế của họ (Rô 11:14). Chiến lược mà ông sử dụng vẫn chứa đựng những hàm ý của nó trong thời hiện đại.

Các vấn đề mang tính phê bình

Tranh cãi trong giới học giả xung quanh 2 Cô-rinh-tô bị chi phối bởi những lý thuyết về sự hiệp nhất về mặt văn chương của nó. Bởi vì giọng văn và tiêu điểm của Phao-lô khá đa dạng, nên một số người cho rằng thư tín này là một tài liệu biên soạn từ những phần khác nhau trong số các thư tín mà Phao-lô đã viết. Từ đây người ta đi đến một cách lý giải xa hơn một chút của một số ít người đó là một số phần của 2 Cô-rinh-tô không phải do Phao-lô viết nhưng do các tác giả sau này chèn thêm vào. Những thuyết như thế khá thú vị, nhưng tất cả những bản cổ của thư tín này đều chứa đựng trong nó hình thức hiện tại mà chúng ta đang có. Không có lý do thuyết phục nào để phủ nhận rằng nó là một đơn vị, được Phao-lô viết ra dưới hình thức mà nó đã xuất hiện trong các quyển Kinh Thánh suốt nhiều thế kỷ.[16]

Cũng có tranh cãi xung quanh những kẻ đối địch của Phao-lô trong 2 Cô-rinh-tô, tác động của những chuyển biến xã hội và phương pháp hùng biện trên hội chúng tại Cô-rinh-tô và những người lãnh đạo của hội chúng ấy, những đóng góp của 2 Cô-rinh-tô đối với sự hiểu biết chung của chúng ta về cuộc đời và thần học của Phao-lô. Ta không thể nói rằng thư tín này nằm ở tuyến đầu trong những thảo luận hiện thời, nhưng tầm quan trọng của nó thì không nên bị đánh giá thấp bởi vì cùng với 1 Cô-rinh-tô, chúng ta thấy ở đây những lời kêu gọi đầy sức mạnh là "phục vụ, tự bỏ mình đi, thánh khiết và yếu đuối như là bối cảnh mà mà đó Đức Chúa Trời bày tỏ sức mạnh của Ngài."[17]

Ga-la-ti

"Các Bác Tài Lơ Luôn Đèn Đỏ" một dòng tít của một tờ báo gần đây kêu lên. Ở Boston, ở Washington, ở Philadelphia, luật giao thông căn bản biến đâu mất hết. Một kỹ sư ngành cầu đường ở Massachusetts đã gọi đó là "một sự hỗn loạn hoàn

---

[16] Về cái gọi là các giả thuyết cho rằng 2 Cô-rinh-tô và các sách khác của Phao-lô bị thêm thắt, lời khuyên giá trị được tìm thấy trong Frederick W. Wisse, "Textual Limits to Redactional Theory trong the Pauline Corpus," trong *Gospel Origins and Christian Beginnings: In Honor of James M. Robinson*, ed. James E. Goehring et al. (Sonoma, CA: Polebridge, 1990), 167–78.

[17] Carson và Moo, *Introduction to the New Testament*, 451.

toàn." Các viên chức lo ngại cho sự an toàn của người dân nếu như việc tôn trọng luật pháp không được phục hồi.

Ở nhiều lĩnh vực trong cuộc sống, luật pháp là quan trọng. Đối với Cơ Đốc nhân, nó lại càng quan trọng đối với sự tin đạo. Đó là bởi vì Kinh Thánh khải thị một Đức Chúa Trời bày tỏ bản tính và ý muốn của Ngài thông qua các điều răn. Đúng là Ngài cũng diễn đạt chúng bằng những cách khác nữa, như qua những câu chuyện kể, qua châm ngôn và thi ca. Thế nhưng các luật lệ của Ngài – từ Mười Điều Răn cho đến những điều răn được Chúa Giê-xu và các sứ đồ của Ngài lập ra – là trọng tâm đối với việc hiểu biết và tôn kính Ngài.

Nhưng khi nào thì việc tôn trọng luật pháp của Đức Chúa Trời chỉ còn là tuân thủ những nguyên tắc mà thôi? Khi nào thì sự thuận phục các điều răn đe dọa sẽ thay thế cho mối quan hệ cá nhân với Đức Chúa Trời, Đấng ban các điều răn ấy?

Thư tín của Phao-lô gửi cho người Ga-la-ti đề cập đến những thắc mắc này và những thắc mắc khác nữa.

Sách Ga-la-ti trong Lịch sử Hội thánh Đầu tiên

Sách Ga-la-ti có vẻ như đã được các lãnh đạo hội thánh sau đây biết đến và sử dụng

	S.C
Clement thành La Mã	95
Polycarp	Khoảng 110
Justin Martyr	Khoảng 140
Irenaeus	Khoảng 175
Clement thành A-léc-xan-đơ	Khoảng 200
Tertullian	Khoảng 200
Origen	Khoảng 250
Eusibeus	Khoảng 315

Nam hay Bắc Ga-la-ti?

Trong hành trình truyền giáo đầu tiên của Phao-lô (xem bản đồ có tựa đề "Hành trình truyền giáo đầu tiên của Phao-lô" ở chương 16), Phao-lô và Ba-na-ba đã lãnh đạo một "cuộc tấn công" bằng Phúc âm từ AN-TI-ỐT XỨ SY-RI đến đảo SÍP (Công 13:1–13), rồi về phía Bắc đến lục địa của nơi mà ngày nay thuộc về THỔ NHĨ KỲ. Tại đó họ giảng đạo ở một số thành phố và làng mạc: BẸT-GĂM, AN-TI-ỐT XỨ BI-SI-ĐI, I-CÔ-NI, LÍT-TRƠ VÀ ĐẸT-BƠ (Công 13:13–14:25).

Nhiều học giả kết luận rằng thư tín Ga-la-ti của Phao-lô được gửi tới những hội chúng này. Họ cho rằng Phao-lô viết lá thư này để đưa ra chỉ dẫn về những vấn đề nổi cộm lên sau khi ông và Ba-na-ba viếng thăm và thành lập hội thánh. Những học giả này ghi nhận rằng GA-LA-TI ở thế kỷ thứ nhất là tên gọi dành cho tỉnh của La Mã ở MIỀN TRUNG TIỂU Á được mở rộng về phía Nam gần như tới BIỂN ĐỊA TRUNG HẢI. Như bản đồ ở phía sau hầu hết các quyển Kinh Thánh hiện đại cho ta thấy, Ga-la-ti bao gồm các thành như An-ti-ốt xứ Bi-si-đi, I-cô-ni, Lít-trơ và Đẹt-bơ. Những học giả cho rằng thư Ga-la-ti được gửi đến cho những thành thuộc phía Nam Ga-la-ti được nói đến trong Công Vụ 13–14 được cho là những học giả đi theo **giả thuyết Nam Ga-la-ti.**

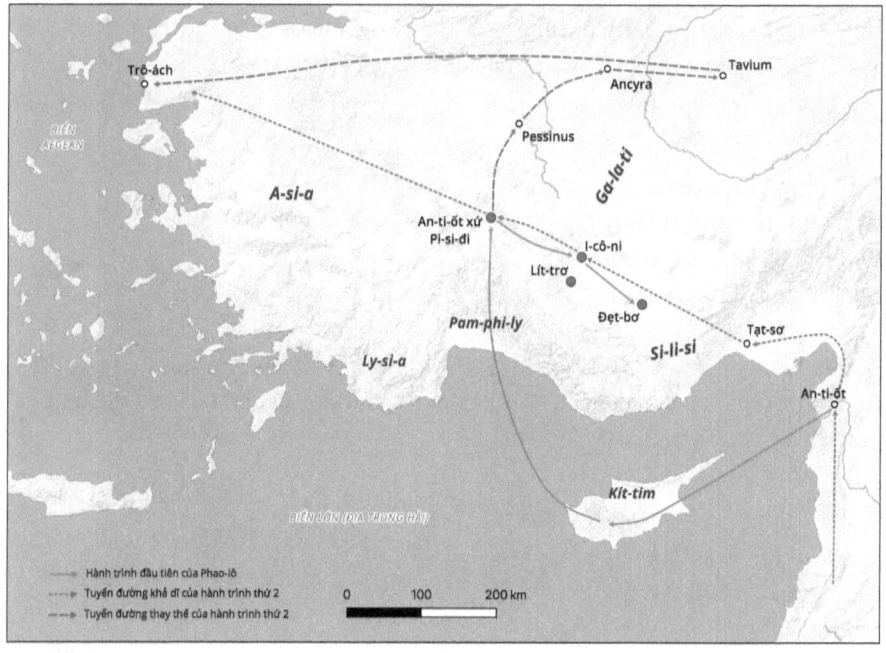

Bản đồ Bắc Nam Ga-la-ti

Tuy nhiên, nhiều học giả lại đi theo quan điểm khác, cho rằng Phao-lô đã viết cho một loạt những thành khác ở phía Bắc Trung Bộ của Tiểu Á. Đây được gọi là **giả thuyết Bắc Ga-la-ti.** Hai giả thuyết này dẫn đến hai niên đại khác nhau và hai nơi viết thư khác nhau. Chúng cũng dẫn đến những sự hiểu biết khác nhau về việc Ga-la-ti liên hệ đến Công Vụ như thế nào.[18]

Những thảo luận chuyên môn về vấn đề này đã có ở những tài liệu khác.[19] Dưới đây chúng tôi đi theo cách tiếp cận "Nam Ga-la-ti" bởi vì chúng tôi thấy rằng

---

[18] Về mối liên hệ này, hãy xem phần tóm tắt rất hữu ích trong E. Earle Ellis, *Paul and His Recent Interpreters* (Grand Rapids: Eerdmans, 1961), 16–17.

[19] Bảo vệ quan điểm Nam Ga-la-ti là F. F. Bruce, *The Epistle to the Galatians* (Grand Rapids: Eerdmans, 1982), 3–18. Phản đối quan điểm ấy và lập luận để ủng hộ thuyết Bắc Ga-la-ti là Werner G. Kümmel, *Introduction to the New Testament*, trans. Howard Clark Kee, rev. ed. (Nashville: Abingdon, 1975), 296–304. Luke Timothy Johnson (*The Writings of the New Testament*, rev. ed. [Minneapolis: Fortress, 1999], 327) tự nhận rằng tranh cãi này chẳng mang lại mấy khác biệt trong việc chúng ta hiểu được Ga-la-ti, nhưng điều này làm giảm đi ánh sáng mà Công Vụ 13–14 chiếu trên Ga-la-ti, nếu giả thuyết Nam Ga-la-ti được chứng minh là đúng.

nó giải thích hay nhất cho bằng chứng về mặt văn chương, lịch sử, địa lý và khảo cổ học.[20]

Bố cục

I. **Dẫn nhập** (1:1–10)
   A. Lời chào thăm (1:1–5)
   B. Lý do viết thư (1:6–9)
   C. Điểm lại những lời buộc tội (1:10)

II. **Phao-lô và bản chất chức vụ sứ đồ của ông** (1:11–2:21)
   A. Những ngày trước khi quy đạo (1:11–14)
   B. Quy đạo (1:15–17)
   C. Lần đầu tiên gặp các lãnh đạo tại Giê-ru-sa-lem (1:18–24)
   D. Lần thứ hai gặp các lãnh đạo tại Giê-ru-sa-lem (2:1–10)
   E. Khiển trách Sê-pha (2:11–21)

III. **Luận điểm: Tính hiệu quả của ân điển so với luật pháp** (3:1–4:7)
   A. Lập luận từ kinh nghiệm (3:1–5)
   B. Lập luận từ Kinh Thánh (3:6–18)
   C. Mục đích của Luật pháp (3:19–25)
   D. Kết quả của đức tin (3:26–29)
   E. Trưởng thành trong vai trò làm con (4:1–7)

IV. **Lời kêu gọi dành cho người Ga-la-ti** (4:8–31)
   A. Kêu gọi trưởng thành (4:8–11)
   B. Kêu gọi quan tâm đến mối quan hệ cá nhân của họ (4:12–20)
   C. Một lời kêu gọi mang tính ẩn dụ (4:21–31)

V. **Tự do trong Đấng Christ** (5:1–6:10)
   A. Chính đề (5:1)
   B. Lời cảnh báo và khiển trách (5:2–12)
   C. Bằng cớ về nền tảng của một người (5:13–26)
   D. Những vấn đề đạo đức thực tế (6:1–10)

VI. **Kết luận bằng lời kêu gọi cá nhân** (6:11–18)

---

[20] Dữ liệu khảo cổ học được trình bày trong McRay, *Archaeology and the New Testament*, 235–41.

Mục đích

Chúng ta đã đề cập trước đó rằng những tranh cãi bủa vây niên đại chính xác cũng như nơi nhận thư tín Ga-la-ti. Tuy nhiên, người ta không mấy đặt nghi vấn cho mục đích của thư tín này.

Phao-lô viết để kêu gọi một nhóm các hội thánh tại Ga-la-ti (1:2) quay trở lại với Phúc âm mà đột nhiên họ từ bỏ (1:6). "Phúc âm" mới mà họ đi theo thật ra không phải là Phúc âm gì cả (1:7). Phúc âm thật, Phúc âm mà Phao-lô rao giảng và họ tiếp nhận, đến thông qua Chúa Giê-xu Christ bằng khải thị trực tiếp cho Phao-lô (1:12). Đó cũng chính là Phúc âm mà các sứ đồ khác rao giảng (2:7–9). Vì thế, những phiên bản đã bị thay đổi của Phúc âm hẳn phải là những sự bóp méo không thể nào chấp nhận được. Ngay cả khải tượng từ các thiên sứ hay một sứ điệp khác từ chính Phao-lô cũng không cám dỗ người Ga-la-ti đánh đổi đức tin trước đây của họ để lấy một đức tin về căn bản đã bị chỉnh sửa (1:8).

Nhưng mục đích của Phao-lô không chỉ là khiển trách, là trách mắng, la rầy. Như phần bố cục phía trên đã cho thấy, ông rất đau đớn khi phải đưa ra lý do cho những lời cảnh báo của mình. Ông cẩn thận mô tả tiến trình mà ông được ban cho ơn làm sứ đồ, qua đó xác thực tính chân thật trong sứ điệp mà ông rao giảng (1:11–21). Ông giải thích mối liên hệ giữa ân điển và luật pháp (3:1–4:7). Ông đưa ra thêm những lời khuyên phải sống nếp sống Cơ Đốc như thế nào (chương 5–6).

Vì thế, mục đích của Phao-lô khi viết thư vừa cụ thể vừa khái quát. Cụ thể ở chỗ dứt khoát cho rằng chấp nhận những quan điểm thay đổi trong sứ điệp về Chúa Giê-xu Christ của các sứ đồ là vô hiệu hóa toàn bộ đức tin Cơ Đốc. Nó bao quát trong phạm vi những lập luận mà Phao-lô đưa ra và trong những hàm ý đối với đức tin và lối sống mà ông công bố.

Phúc âm thật và giả

Nếu mục đích của Phao-lô trong việc viết thư là để chống lại một phúc âm giả mạo, thì Phúc âm chân thật là gì? Đây là chỗ mà ký thuật của Công Vụ về việc giảng đạo của Phao-lô ở Ga-la-ti trở nên hữu ích (Công 13–14). Công Vụ không ký thuật tất cả những gì Phao-lô và Ba-na-ba đã nói trong hành trình truyền giáo đầu tiên, nhưng Công Vụ có ký thuật một cách khá chi tiết những điểm chính trong toàn bài giảng của Phao-lô tại An-ti-ốt xứ Bi-đi-si ở mũi phía Tây Nam của Ga-la-ti (Công 13:16–41). Chúng ta có thể xem bài giảng này như một minh họa cho sứ điệp Phúc âm của Phao-lô tại Ga-la-ti nói chung.

Những lời tuyên xưng căn bản của Phao-lô là: (1) Đức Chúa Trời của Y-sơ-ra-ên, Đức Chúa Trời chân thật và hằng sống, đã hành động từ thời xa xưa để cứu chuộc một dân tộc khỏi tội lỗi, để họ có thể thờ phượng Ngài và trở thành một sự hiện diện đem đến sự cứu chuộc giữa thế gian. Công tác cứu chuộc này trải dài từ thời của Áp-ra-ham đến thời của Môi-se, Sa-mu-ên và Đa-vít (Công 13:16–22). (2)

Hậu tự của Đa-vít, Chúa Giê-xu, được Giăng Báp-tít công bố, là Chúa Cứu Thế mà Đức Chúa Trời sai xuống (Công 13:23–25). (3) Sứ điệp sự cứu rỗi nơi Chúa Giê-xu đã được giao phó cho người Do Thái như Phao-lô cũng như những người không phải là người Do Thái nào chịu tiếp nhận sứ điệp ấy. Trong khi nhiều người Do Thái chối từ Chúa Giê-xu, thậm chí thúc ép việc hành quyết Ngài, thì Đức Chúa Trời lại làm cho Ngài sống lại và khiến Ngài xuất hiện bằng thân thể phục sinh cho nhiều nhân chứng được thấy (Công 13:26–31). (4) Không chỉ những nhân chứng còn sống mà cả những tiên tri Cựu Ước cũng chứng thực tin mừng đó là trong Chúa Giê-xu, Đấng mà Đức Chúa Trời làm cho sống lại, có sự cứu chuộc (Công 13:32–37). (5) Vì thế, tất cả những ai nghe thông điệp về Chúa Giê-xu đều được thúc giục để tiếp nhận và gia nhập vào dân sự của Đức Chúa Trời. Họ cũng được cảnh báo nghiêm khắc rằng không được phỉ báng sứ điệp Phúc âm, dù sứ điệp ấy vẻ khó tin đối với lỗ tai của những người giềm pha nó (như Phao-lô trước khi quy đạo vậy) và của những người mới nghe lần đầu (Công 13:38–42).

Gần như tất cả những ý trong bài giảng của Phao-lô ở Công Vụ 13 đều ngân vang trong Ga-la-ti. Chẳng hạn, khi tóm tắt Phúc âm mà ban đầu người Ga-la-ti nhận, Phao-lô nói: "hình ảnh Đức Chúa Jêsus Christ bị đóng đinh trên thập tự giá đã được bày tỏ ra trước mắt?" (3:1), rõ ràng nhắc đến

Tàn tích của ống dẫn nước La Mã tại An-ti-ốt xứ Bi-si-đi và các ngọn núi thuộc Ga-la-ti.

sự chết của Ngài để cứu chuộc tội lỗi, như trong Công Vụ 13, Phao-lô đã nhiều lần nhắc đến Áp-ra-ham, đề cập tám lần đến ông trong chỉ Ga-la-ti 3 mà thôi.

Vì thế, chúng ta kết luận rằng Phúc âm thật mà Phao-lô rao giảng đặt trọng tâm trên sự chết chuộc tội của Chúa Giê-xu Christ, được các tiên tri Cựu Ước tiên báo. Trong ánh sáng của thập tự giá, tất cả mọi người đều cần hoàn toàn lệ thuộc vào sự hy sinh của Chúa Giê-xu hầu cho có thể được cứu rỗi và có được đời sống mới, như Áp-ra-ham đã cậy trông vào lời hứa của Đức Chúa Trời dù tuổi tác đã cao (xem 3:6–14 chẳng hạn).

Nhưng vậy thì phúc âm giả mạo là gì? Để trả lời cho câu hỏi này chúng ta cần phải xem xét những người kích động mà Phao-lô dành nhiều lời phê bình cho.

Sự lãnh đạo sai lầm

Sau khi Phao-lô và Ba-na-ba giảng ở một số thành thuộc Ga-la-ti và trở về với hội thánh đã cử họ đi ở An-ti-ốt xứ Sy-ri (Công 14:26), các hội thánh tại Ga-la-ti rõ ràng đã đầu hàng trước áp lực từ những "kẻ kích động" (Ga 5:12), những kẻ có hiểu biết về sự cứu rỗi khác biệt so với những gì Phao-lô rao giảng. Những nhân vật trong bóng tối này, người mà Phao-lô không cần phải nêu đích danh bởi vì họ đều được các độc giả của ông biết, là chìa khóa để hiểu phúc âm giả mạo mà Phao-lô chống lại trong thư Ga-la-ti của mình.

Một lần nữa, thông tin từ Công Vụ 13–14 trở nên rất hữu ích. Bài giảng của Phao-lô tại An-ti-ốt xứ BI-SI-ĐI (Công 13:15–41) nhận được đáp ứng tích cực từ cả người Do Thái lẫn "những người ngoại bang theo Do Thái giáo" (Công 13:43). "Người ngoại bang theo Do Thái giáo" tức là người không thuộc chủng tộc Do Thái nhưng tiếp nhận đức tin và nếp sống Do Thái tuy chưa trở thành người cải đạo (người cải đạo hoàn toàn hay chính thức), tức là với người nam thì phải chịu cắt bì. Vì thế, "những người ngoại bang theo Do Thái giáo" vẫn mang tình trạng pháp lý là người ngoại bang nhưng lại tham dự vào sự thờ phượng của người Do Thái. Công Vụ nhiều lần nói đến những người ngoại bang theo Do Thái giáo (nghĩa đen là "những người kính sợ Đức Chúa Trời" hay "những người thờ phượng Đức Chúa Trời", như trong 10:2, 22; 13:16, 26, 43, 50; 16:14; 17:4, 17; 18:7).

Nhưng cũng có những đáp ứng tiêu cực với sứ điệp của Phao-lô. Người Do Thái không được Phúc âm bắt phục khuấy động sự chống đối Phao-lô và Ba-na-ba tại An-ti-ốt xứ Bi-si-đi (Công 13:45, 50). Chính sự chống đối này cũng nổi lên ở I-cô-ni (14:2), nơi Phao-lô và Ba-na-ba thoát được một âm mưu buộc họ phải im miệng bằng cách ném đá họ đến chết (14:5). Họ dời đến Lít-trơ và Đẹt-bơ và chinh phục được nhiều người quy đạo. Nhưng người Do Thái từ An-ti-ốt và I-cô-ni lại bám theo họ và tụ tập một đám đông chống lại họ. Phao-lô bị ném đá và bỏ đói cho chết (Công 14:19). Nhiều năm sau, gần cuối đời, ký ức về những ngày tháng dữ dội ấy vẫn còn nguyên vẹn trong tâm trí Phao-lô (2 Ti 3:11).

Khi Phao-lô viết thư tín này gửi cho các hội thánh dân ngoại, có vẻ như cơn thịnh nộ của những kẻ chống đối Phao-lô và Ba-na-ba đã chuyển sang cộng đồng đức tin mới mẻ mà Phao-lô và Ba-na-ba đã thành lập và để lại phía sau (Công 14:23). Ông viết rằng "có một số người quấy rối anh em và muốn xuyên tạc Tin Lành của Đấng Christ" (Ga 1:7). Ông khiển trách những kẻ dại dột đi theo Phúc âm lầm lạc này, gọi họ là những người "bị mê hoặc" (3:1). Phúc âm của Chúa Giê-xu Christ đã giải phóng họ khỏi các thần ngoại giáo cũng như khỏi các truyền thống Do Thái giáo không thể nào cứu rỗi được họ (4:8–11). Nhưng giờ đây họ lại rơi vào bẫy của những người lãnh đạo xảo trá với một sứ điệp sai lầm. "Những người đó nhiệt tình với anh em... vì muốn chia rẽ anh em" chứ "không phải vì ý tốt đâu" (4:17).

Cụ thể, có vẻ như những kẻ đối địch đang khăng khăng cho rằng sự cứu rỗi đòi hỏi sự tuân thủ triệt để các tập tục của Do Thái như cắt bì (6:12) chẳng hạn. (Đôi khi các học giả gọi những kẻ đối địch này là **những Cơ Đốc nhân chủ trương giữ luật Do Thái** bởi vì sứ điệp của họ đặt trọng tâm trên việc kết hợp các khía cạnh của sứ điệp Cơ Đốc giáo với những tập tục của Do Thái giáo mà họ yêu cầu người ngoại bang cũng phải tuân thủ). Phao-lô buồn về điều này đến nỗi ông viết "Ước gì những kẻ gây rối cho anh em tự cắt mình đi là hơn!" (5:12).

Tại sao Phao-lô lại phiền lòng đến vậy?

> ### Phúc âm xã hội
>
> "Hãy làm điều thiện cho mọi người", Phao-lô viết (Ga 6:10). Có phải điều này đồng nghĩa với việc Cơ Đốc nhân cần chủ yếu quan tâm đến việc rao giảng Phúc âm không? Hay chúng ta cũng nên hành động để cải thiện xã hội?
>
> Theo truyền thống, sự dạy dỗ của người Tin lành có khuynh hướng nhấn mạnh vào việc giảng đạo. Theo quan điểm này, thế giới sẽ tốt hơn chỉ khi nhiều người được biến đổi bằng cách tiếp nhận Đấng Christ. Đôi khi quan điểm này dẫn đến việc làm ngơ trước người nghèo, thờ ơ trước nhu cầu vật chất của con người và im lặng trong lĩnh vực chính sách công nơi vô khối những nguồn trợ giúp thường được phân bổ. (Quyển *Culture of Disbelief* [New York: Basic, 1993] của Stephen Carter khiến cho sự im lặng trong xã hội hiện đại có thể hiểu được: chương trình phúc lợi xã hội thịnh hành cố tình cản trở những mệnh lệnh của Kinh Thánh trong việc giải quyết những vấn nạn xã hội. Vì thế Cơ Đốc nhân im lặng – bởi vì trước giờ họ bị bắt phải im lặng).
>
> Vào thế kỷ mười chín, quan điểm cho rằng loài người có thể hoàn thiện hơn nhờ cải cách xã hội lan rộng. Quan điểm lạc quan cho rằng con người và tình trạng xã hội ngày càng tiến bộ đi lên trở nên phổ biến. Đôi khi việc rao giảng Phúc âm về thập tự giá của Đấng Christ đã bị thay thế bởi công tác xã hội và những chiến lược giáo dục, kinh tế và chính trị. Phong trào "Phúc âm xã hội" được khai sinh và vẫn phát triển cho đến ngày nay.
>
> Nếu các tác giả sứ đồ như Phao-lô là những người cố vấn cho chúng ta, chúng ta sẽ không dám đánh giá thấp vai trò trọng tâm của sự ăn năn và đức tin cá nhân đặt nơi Đấng Christ. Nhưng Phao-lô cũng viết rằng Cơ Đốc nhân cần "làm điều thiện cho mọi người, nhất là cho anh em trong gia đình đức tin" (Ga 6:10). Điều này có nghĩa là giúp đỡ người khác, tất cả mọi người, bằng những cách cụ thể, chứ không chỉ là giảng đạo cho họ mà thôi.
>
> Các tổ chức như Cứu Thế Quân tìm cách kết hợp mục vụ rao giảng Phúc âm với trợ giúp xã hội để cả hai có thể cùng chảy với nhau. Nhiều hội thánh hiện đang đi theo hướng này và các cơ quan truyền giáo khắp thế giới nhận thấy rằng để có thể làm cho người ta lắng nghe sứ điệp về Chúa, thì việc giải quyết những nhu cầu vật lý là điều quan trọng.

Ân điển và luật pháp

Trọng tâm của thư Ga-la-ti là chân lý cho rằng sự cứu rỗi là một tặng phẩm miễn phí của Đức Chúa Trời. Việc lành của con người không mang đến sự cứu rỗi. Đấng Christ đã đến để giải phóng con người khỏi sự chuyên chế của việc tự xưng công bình cho chính mình bằng đời sống đạo đức hay bằng tôn giáo (5:1). Sự chết của Đấng Christ làm cho con người được xưng công bình trước mặt Đức Chúa Trời, chứ không phải nỗ lực để sống đúng với tiêu chuẩn của Đức Chúa Trời (3:11–13). Thư Ga-la-ti trước giờ vẫn được gọi là hiến chương căn bản cho sự tự do của người Cơ Đốc bởi vì nó nhấn mạnh vào sự giải phóng nỗ lực riêng để làm vui lòng Chúa.

Thư Ga-la-ti quan trọng đối với cuộc Cải chính Tin lành bởi nó tái xác nhận tính chất đầy đủ duy nhất của ân điển thiên thượng trong việc giải phóng ý chí con người vốn đã bị cầm tù.[21] Dựa vào luật lệ, ngay cả Luật Cựu Ước mà ở những chỗ khác Phao-lô đã khen ngợi (Rô 7:12), là chối bỏ sứ điệp ân điển của Phúc âm (Ga 5:4).

Vì thế, Phao-lô thấy rất phiền lòng vì các hội thánh tại Ga-la-ti có vẻ như trên bờ vực của việc lìa bỏ đức tin mà Phao-lô đã rao giảng cho họ (5:4). Thứ bị lâm nguy không phải là cảm xúc và thẩm quyền của cá nhân Phao-lô, mà là tính nguyên vẹn trong tín lý của người Ga-la-ti và trên hết là số phận đời đời của linh hồn họ.

Tình yêu Phao-lô dành cho họ rất mãnh liệt (4:19–20). Và mối quan tâm của ông đối với tính đúng đắn về niềm tin mà họ tuyên xưng cũng mãnh liệt như thế. Cũng giống như chủ của mình là Chúa Giê-xu, Phao-lô không chỉ quan tâm đến *việc* người ta có được một kinh nghiệm tôn giáo, ông cũng quan tâm đến cốt lõi niềm tin của họ là gì. Đây là lý do vì sao trong các thư tín của mình, giống như Chúa Giê-xu trong mục vụ mỗi ngày của Ngài, Phao-lô dành rất nhiều thời gian để dạy đạo. Trái ngược với một số hiểu biết hiện đại về "đức tin", nội dung của điều người ta tin nhận là quan trọng. Những niềm tin sai lạc có thể là dấu hiệu cho thấy người ta không nắm được hay từ chối tiếp nhận con người thật sự của Chúa Giê-xu và tội nhân cần lệ thuộc hoàn toàn vào công tác cứu chuộc của Đấng Christ ra sao. Phao-lô cảm nhận rằng các hội thánh tại tỉnh Ga-la-ti đang lạc trôi vào một hệ thống niềm tin mà trong đó chân lý về Chúa Giê-xu Christ và bản chất sự cứu rỗi mà Ngài hứa ban bị che khuất và rất mơ hồ. Đây chính là những lẽ thật mà vì nó Đấng Christ đã chịu chết và Phao-lô sau này cũng bị giết! Bởi thế mà ông đã viết với cả sự thẳng thắn và nóng nảy.

---

[21] Xin xem, chẳng hạn, Martin Luther, *The Bondage of the Will*, trans. Henry Cole (Grand Rapids: Baker Academic, 1979), là sách cần phải được đọc sau khi tham khảo *Discourse on the Free Will*, trans. và ed. Ernst F. Winter (New York: Frederick Ungar, 1966) của Erasmus. Cũng xem những bài luận quan trọng trong *Still Sovereign*, ed. Thomas R. Schreiner và Bruce A. Ware (Grand Rapids: Baker Academic, 2000).

> ## Tiêu điểm 19: Sự bách hại ngày nay
>
> Sự bách hại người Cơ Đốc không dừng lại ở Nê-rô và các hoàng đế tại La Mã. Nó vẫn tiếp tục suốt nhiều thế kỷ, và ngày nay chúng ta cũng vẫn còn chứng kiến. Từ một số khu vực Á Châu cho đến Ả-rập Sau-đi, tới Su-đan và Ni-giê-ri, các Cơ Đốc nhân thường phải chịu sự quấy nhiễu, đánh đập và cả sự chết nữa.
>
> Tại Su-đan, hơn 1,5 triệu người đã chết vì "cuộc thánh chiến" nổ ra để chống lại miền Nam phần lớn theo Cơ Đốc giáo. Hàng ngàn trẻ em có cha mẹ là tín hữu Cơ Đốc đã bị mang đi và bán làm nô lệ tại Li-bi, Chad và những nơi khác nữa – có những em mới được sáu tuổi!
>
> Khắp vùng Trung Đông, Cơ Đốc nhân thường xuyên bị đàn áp vì bày tỏ đức tin của họ. Các giáo sĩ bị giết. Các hội chúng bị những kẻ xâm nhập đánh bom và nổ súng mà cảnh sát dường như bất lực trong việc ngăn chặn. Cơ Đốc nhân cũng chịu thử lửa tại Ấn Độ vì dân chúng thiên về Hin-đu giáo, cũng như một số vùng ở Indonesia từ những người Hồi giáo.
>
> Là những Cơ Đốc nhân đương thời, chúng ta phải chuẩn bị tinh thần bị bắt bớ và nhớ rằng Phao-lô viết về các sứ đồ trong 2 Cô-rinh-tô 4:8–9: "Chúng tôi bị chèn ép mọi cách, nhưng không bị nghiền nát; bị bối rối, nhưng không tuyệt vọng; bị bắt bớ, nhưng không bị bỏ rơi; bị quật ngã, nhưng không bị tiêu diệt."
>
> Để đọc về tình hình hiện tại, xin xem Paul Marshall và Lela Gilbert, *Their Blood Cries Out: The Growing Worldwide Persecution of Christians* (Dallas: Word, 1997); James và Marti Hefley, *By Their Blood* (Grand Rapids: Baker Books, 2004); và Peter Hammond, *Faith under Fire in Sudan*, rev. ed. (Newlands, South Africa: Frontline Fellowship, 1998).

Nếp sống đạo đức tích cực

Phao-lô nhấn mạnh rằng được cứu rỗi là bởi ân điển, không phải bởi việc lành của con người. Áp-ra-ham đã nhận lấy lời hứa của Đức Chúa Trời không nhờ công đức của ông thể nào, thì những tín hữu cũng trở thành con cháu Áp-ra-ham khi họ tiếp nhận Phúc âm bằng đức tin thế ấy (3:6–9).

Nhưng sẽ sai lầm khi kết luận rằng vâng phục Chúa không còn quan trọng nữa bởi vì sự cứu rỗi là bởi đức tin chứ không phải bởi việc lành. Phao-lô chống lại việc lành theo cách nhìn nhận về việc lành của các giáo sư giả ở Ga-la-ti: việc lành mang lại sự cứu rỗi. Nhưng ông vẫn khen ngợi việc lành khi được nhìn nhận là "đức tin thể hiện bằng tình yêu" (5:6). Khi một người tin vào Phúc âm, Đấng Christ bước vào đời sống người đó và bắt đầu thay đổi đời sống đó (2:20). Thánh Linh của Đấng Christ sinh bông trái là thái độ và việc làm chẳng hạn như "yêu thương, vui mừng, bình an, nhịn nhục, nhân từ, hiền lành, trung tín, khiêm nhu, tiết độ" (5:22). Và Phao-lô quan sát thấy một điều là "Không có luật pháp nào cấm các điều đó" (5:23).

Vì thế, Phúc âm của ân điển không đồng nghĩa với một nền đạo đức vô nguyên tắc. Đúng là Phúc âm bãi bỏ những nguyên tắc được xem như phương tiện của sự tự xưng công chính. Nó cất đi những "ngươi chớ" tiêu cực ra khỏi sân khấu chính của việc làm vui lòng Đức Chúa Trời. Chỉ tránh "những việc làm của xác thịt" thôi (5:19–21) thì không phải là Cơ Đốc giáo; đó chỉ là chủ nghĩa đạo đức mà thôi. Trái lại, Phúc âm kêu gọi – và thêm năng lực – để mọi người được đầy dẫy Thánh Linh của Đấng Christ. Chỉ như thế họ mới có thể tìm thấy nguồn trợ giúp để không "thỏa mãn những dục vọng của xác thịt" (5:16) nhưng tiến lên phía trước bởi năng quyền của Thánh Linh bằng một đời sống tôn cao Chúa.

Vì thế, nền đạo đức của Phao-lô không phải là nền đạo đức chống lại các nguyên tắc hay chống lại luật pháp (**chống đạo lý chủ nghĩa**). Nó tích cực theo nghĩa là nó đặt nếp sống Cơ Đốc trên nền tảng là hành động tích cực của Đức Chúa Trời trong người tín đồ ấy. Đức Chúa Trời vui lòng, và vương quốc của Ngài được tấn tới, bằng phương cách tích cực là chủ động đáp ứng với sự hiện diện sống động của Đấng Christ thông qua Phúc âm. Cách tiêu cực, tự xưng công bình của các giáo sư giả tại Ga-la-ti, dù không nghi ngờ về tính chân thật, nhưng là phương cách vô cùng sai lạc.

Những vấn đề mang tính phê bình

Các học giả vẫn tiếp tục tranh cãi liệu quan điểm Nam hay Bắc Ga-la-ti (xem ở trên) thể hiện đầy đủ tất cả các bằng chứng. Họ cũng đặt ra những câu hỏi về danh tính của những giáo sư giả mà Phao-lô đang chống lại. Người ta vẫn luôn cho rằng thư Ga-la-ti (cũng như các thư tín khác của Phao-lô) nên được hiểu với sự hỗ trợ của các cách phân loại rút ra từ các cẩm nang về thuật hùng biện Hy-La. Mặc dù ý niệm này đã đem đến những khả năng thú vị trong việc hiểu thuật thuyết phục của Phao-lô, nhưng "chủ nghĩa phê bình phương pháp hùng biện" bộc lộ những giới hạn quan trọng đối với sức mạnh giải nghĩa của nó khi áp dụng cho Ga-la-ti và các thư tín khác của Phao-lô.[22]

Như đã đề cập trong một chương trước, tác phẩm của E. P. Sanders chiếm lĩnh nghiên cứu học thuật về Phao-lô trong hai lăm năm cuối của thế kỷ hai mươi.[23] Sự

---

[22] Xin xem Thomas Schreiner, "Interpreting the Pauline Epistles," trong *Interpreting the New Testament*, ed. D. A. Black và D. S. Dockery (Nashville: Broadman & Holman, 2001), 422–23.

[23] Quan trọng nhất ở đây là *Paul and Palestinian Judaism: A Comparison of Patterns of Religion* (Philadelphia: Fortress, 1977) của E. P. Sanders. Một phác họa súc tích cho sự hiểu biết của Sanders về Phao-lô được tìm thấy trong cuốn *Paul* (Oxford: Oxford University Press, 1991) của ông.

quả quyết của ông đó là quan điểm Do Thái giáo trong thời của Phao-lô ít mang tính duy luật (dựa trên các nguyên tắc, luật lệ) hơn so với mặc định của Phao-lô đã gặp phải thách thức nghiêm trọng,[24] mặc dù cách đọc những nguồn tư liệu Do Thái cổ đầy mới mẻ của ông là một lời nhắc nhở quan trọng về tính phức tạp của các trường phái Do Thái giáo – số nhiều, không phải Do Thái giáo số ít – nở rộ ở thế kỷ thứ nhất. Sanders đã nêu lên những câu hỏi làm rõ niềm tin của người Do Thái ở thế kỷ thứ nhất, là những người chối từ đi theo sự lãnh đạo của Chúa Giê-xu và sau này là của Phao-lô. Trên phương diện này, tác phẩm của Sanders giúp hiểu rõ hơn về những thư tín của chính Phao-lô.

Tóm lược

1. Hội thánh Cô-rinh-tô đầy những bất đồng và lộn xộn, vì thế các lá thư gửi cho người Cô-rinh-tô cung cấp chỉ dẫn hữu ích cho những người trong bối cảnh tương tự ngày nay.
2. Cô-rinh-tô, thành lớn nhất tại Hy Lạp, nổi tiếng về sự vô luân của nó.
3. Phao-lô đã thành lập hội thánh tại Cô-rinh-tô trong hành trình truyền giáo thứ hai của ông.
4. Hội thánh Cô-rinh-tô bị chia rẽ bởi cãi cọ. Trước hết Phao-lô viết cho hội thánh về những lẽ thật đặt trọng tâm vào thập tự giá trước khi giải quyết những vấn đề cụ thể.
5. Trong 1 Cô-rinh-tô, Phao-lô nói đến những vấn đề liên quan đến hành vi sai trái về tình dục, hôn nhân, sống độc thân, thờ hình tượng, quyền tự do cá nhân của người Cơ Đốc, sự thờ phượng, ân tứ thuộc linh, trật tự trong hội thánh, sự sống lại và thời đại sẽ đến.
6. Phao-lô viết 2 Cô-rinh-tô để khen ngợi hội thánh tại Cô-rinh-tô vì những tiến bộ của họ, để cảnh báo hội thánh về những mối đe dọa mới và để chuẩn bị hội thánh cho chuyến viếng thăm tiếp theo của ông.
7. Chủ đề căn bản của 2 Cô-rinh-tô đó là con đường đến vinh quang là con đường của thập tự giá.
8. Thư Ga-la-ti được viết cho các hội thánh tại Bẹt-giê, An-ti-ốt xứ Bi-si-đi, I-cô-ni, Lít-trơ và Đẹt-bơ.
9. Mục đích của Ga-la-ti là kêu gọi hội thánh quay trở lại với Phúc âm chân thật mà Phao-lô đã rao giảng và Phúc âm mà một số người trong số họ gần đây đã rời bỏ.
10. Phao-lô cẩn thận làm rõ bản chất thật sự của Phúc âm, xoay quanh sự chết chuộc tội của Đấng Christ được các tiên tri Cựu Ước tiên báo.

---

[24] Đáng ghi nhận nhất là từ D. A. Carson, P. T. O'Brien và Mark Seifrid, eds., *Justification and Variegated Nomism*, 2 vols. (Tübingen: Mohr Siebeck; Grand Rapids: Baker Academic, 2001–4).

11. Trọng tâm của thư Ga-la-ti là chân lý cho rằng sự cứu rỗi là món quà miễn phí của Đức Chúa Trời.
12. Phao-lô cho người Ga-la-ti thấy rõ rằng Phúc âm ân điển loại bỏ việc chỉ sử dụng nguyên tắc hành xử làm phương tiện để tự xưng công chính.

Câu hỏi ôn tập

1. Các thư tín gửi cho người Cô-rinh-tô có vẻ như được viết cho thời hiện tại trong những phương diện nào?
2. Khảo cổ học đã góp phần vào sự hiểu biết của chúng ta về mục vụ của Phao-lô tại Cô-rinh-tô như thế nào?
3. Vấn đề chính mà 1 Cô-rinh-tô nói đến là gì?
4. Chủ đề căn bản hiệp nhất 2 Cô-rinh-tô là gì? Bạn nghĩ chủ đề này có gần gũi với hội thánh ngày nay không?
5. Dựa trên Ga-la-ti, hãy phân biệt giữa Phúc âm chân thật và Phúc âm giả mạo.
6. Cơ Đốc nhân chủ trương giữ luật pháp là ai? Vai trò của họ trong cuộc tranh luận về ân điển và luật pháp là gì?

Các thuật ngữ then chốt

Bema	Theologia gloriae – thần học vinh hiển
Chủ nghĩa chống đạo lý	Thuyết Bắc Ga-la-ti
con đường dolorosa	Thuyết Nam Ga-la-ti
Sê-pha	Tín hữu Cơ Đốc chủ trương giữ luật pháp
Theologia crucis - thần học thập tự giá	Via dolorosa –

Con người/Địa điểm chính

A-chai	Clement thành La Mã	Giu-đê	Ma-xê-đoan
An-ti-ốt xứ Bi-si-đi	Cô-lô-se	Hy Lạp	Miền Trung Tiểu Á
An-ti-ốt xứ Sy-ri	Cơ-lốt	I-cô-ni	Pa-lét-tin
A-si	Cô-rinh-tô	Ignatius	Phi-líp
A-then	Đệt-bơ	Irenaus	Síp
Bê-rê	Ê-phê-sô	La Mã	Sốt-then
Bẹt-giê	Ê-rát	Lít-trơ	Tê-sa-lô-ni-ca
Biển Địa Trung Hải	Ga-la-ti	Marcion	Thổ Nhĩ Kỳ

| Bi-si-đi | Ga-li-ôn |

Sách đọc thêm

Cũng xem những bài đọc được đề xuất ở cuối chương 17.

Carson, D. A. và Douglas J. Moo. *An Introduction to the New Testament*. 2nd ed. Grand Rapids: Zondervan, 2005.

> Trang 475–78 liệt kê rất nhiều sách và bài báo về những khía cạnh chuyên môn của thư Ga-la-ti.

Garland, David. *1 Corinthians*. Grand Rapids: Baker Academic, 2003.

> Nghiên cứu mang tính học thuật nhưng dễ đọc và chi tiết về toàn bộ thư tín này. Mạnh về những thắc mắc văn chương và bối cảnh xã hội.

Gill, David. "1 Corinthians" trong *Zondervan Illustrated Bible Backgrounds Commentary*, vol. 3, edited by Clinton E. Arnold, 100– 193. Grand Rapids: Zondervan, 2002.

> Những bình giải, hình ảnh và biểu đồ hữu ích giải thích về thành Cô-rinh-tô cổ đại và cung cấp bối cảnh để hiểu lá thư thứ nhất của Phao-lô gửi cho hội thánh ở đó.

Harris, Murray. *The Second Epistle to the Corinthians: A Commentary on the Greek Text*. Grand Rapids: Eerdmans, 2005.

> Giải thích sâu rộng về từng câu trong toàn bộ tài liệu.

Horton, Michael S. *The Law of Perfect Freedom*. Chicago: Moody, 1993.

> Phần thảo luận thú vị về mối quan hệ giữa việc giữ luật pháp và sự tự do trong Đấng Christ. Thích hợp cho cả Ga-la-ti và các thư tín gửi người Cô-rinh-tô.

Keener, Craig. *1–2 Corinthians*. Cambridge: Cambridge University Press, 2005.

> Phần bàn thảo súc tích nhấn mạnh thần học, đạo đức học và bối cảnh lịch sử. Mạnh về việc tham khảo những tài liệu nguồn từ thời xưa.

Machen, J. Gresham. *Christianity and Liberalism*. Grand Rapids: Eerdmans, 1946.

> Nghiên cứu kinh điển về những phiên bản đúng và sai của Phúc âm đầu thế kỷ hai mươi, làm sáng tỏ những mâu thuẫn giữa Phao-lô và những kẻ đối địch.

Moo, Douglas. *Galatians*. Grand Rapids: Baker Academic, 2013.

> Cái nhìn rất sâu sắc về ngôn ngữ, lịch sử và giáo lý của thư tín này. Tương tác rất nhiều với Quan Điểm Mới.

Scott, James M. *2 Corinthians*. Peabody, MA: Hendrickson; Carlisle, UK: Paternoster, 1998.

Phần xử lý súc tích và rất sâu sắc một thư tín dài và phức tạp.

Seifrid, Mark. "The 'New Perspective on Paul' and Its Problems." *Themelios* 25 (2000): 8–12.

Bản tóm tắt hữu ích những vấn đề mà các nhà phê bình của Quan Điểm Mới tiếp tục nêu lên. Đặc biệt phù hợp với Ga-la-ti.

Winter, Bruce. *After Paul Left Corinth: The Influence of Secular Ethics and Social Change.* Grand Rapids: Eerdmans, 2001.

Dựa trên bằng chứng từ thế giới Hy-La để giải thích những vấn đề mà Phao-lô đối diện tại Cô-rinh-tô và lời khuyên mà ông đưa ra.

Witherington, Ben, III. *Conflict and Community in Corinth.* Grand Rapids: Eerdmans, 1995.

Một giải kinh về các thư tín Cô-rinh-tô, tận dụng những sự hiểu biết sâu sắc về xã hội – thuật hùng biện.

Chương 20

Ê-phê-sô, Phi-líp, Cô-lô-se Và Phi-lê-môn

Những Lá Thư Trong Tù

Bố cục

- **Ê-phê-sô**
    - Dẫn nhập
    - Thành Ê-phê-sô
    - Bố cục
    - Mục đích
    - Lời tuyên bố và lời khuyên
    - Những vấn đề mang tính phê bình
- **Phi-líp**
    - Giới thiệu
    - Thành Phi-líp
    - Bố cục
    - Mục tiêu
    - Kẻ thù của Phúc âm
    - Đấng Christ học
    - Các vấn đề mang tính phê bình
- **Cô-lô-se**
    - Giới thiệu
    - Thành Cô-lô-se
    - Bố cục
    - Bối cảnh và mục đích

- Sứ điệp
- Những hàm ý về tính ưu việt của Đấng Christ
- Những vấn đề mang tính phê bình

- **Phi-lê-môn**

  - Giới thiệu
  - Bố cục
  - Mục đích
  - Những câu hỏi về mặt văn chương và lịch sử
  - Những bài học thực tế

Mục tiêu

Sau khi đọc chương này, bạn có thể:

- Mô tả những đặc trưng của thành Ê-phê-sô, Phi-líp và Cô-lô-se
- Phác họa nội dung chính của thư Ê-phê-sô, Phi-líp, Cô-lô-se và Phi-lê-môn
- Nêu mục đích của từng lá thư
- Lượng giá những vấn đề then chốt được đặt ra cho mỗi thư tín.

Hoạn nạn đôi khi bộc lộ những điều tốt đẹp nhất trong con người. Vào thế kỷ hai mươi, trải nghiệm đáng sợ về việc bị bắt và bị cầm tù làm sản sinh ra những suy ngẫm sâu sắc và mang tính tiên tri từ những cá nhân như Dietrich Bonhoeffer ở Đức, Alexander Solzhenitsyn ở Liên bang Xô Viết và Martin Luther King Jr. ở Mỹ. Cả ba người này đều viết ra những ghi chép đầy ảnh hưởng trong giai đoạn tù đày.

Sứ đồ Phao-lô cũng phải chịu cảnh ngục tù. Trong suốt thời gian bị giam giữ tại gia tại LA MÃ vào đầu những năm 60 S.C, ông vẫn được tự do để tiếp khách và rao truyền Phúc âm (Công 28:28–31). Một trong những cách ông thực hiện điều này là thông qua việc viết thư. Người ta tin rằng bốn lá thư hiện còn lưu giữ của ông xuất hiện trong thời kỳ này, cụ thể là Ê-phê-sô, Cô-lô-se, Phi-líp và Phi-lê-môn.[1] Ngay chính những dòng đầu tiên, mỗi sách đều nói rằng Phao-lô là tác giả của nó và mỗi sách đều đề cập tác giả của nó là một tù nhân hay người đang ở trong vòng xiềng xích (Êph 3:1; 4:1; 6:20; Phil 1:7, 14; Côl 4:18; Phi 1, 9, 10, 13).

Những ý kiến của các tác giả như Bonhoeffer, Solzhenitsyn và King đều nhận được sự quan tâm nhiều hơn bởi sự hy sinh của họ mang lại tính cấp bách và đáng tin cậy cho những gì họ viết. Điều này càng đúng hơn với Phao-lô. Suốt nhiều năm ông tìm cách để được phép làm mục vụ tại La Mã (Công 19:21; Rô 1:13; 15:23). Cuối cùng khi đến được nơi đó thì ông lại bị lao tù. Các Thư Tín Trong Tù rất phong

---

[1] Một số người đã cho rằng một hay nhiều thư tín trong tù của Phao-lô được viết từ khoảng thời gian Phao-lô bị giam giữ hai năm tại Sê-sa-rê Martinina (Công Vụ 24:27) hay thậm chí là lần ở tù tại Ê-phê-sô (2 Côr 1:8–10). Đây là những khả năng chưa nhận được sự ủng hộ của số đông.

phú về khía cạnh suy ngẫm về lòng can đảm. Giọng văn của chúng (ví dụ: xem Phil 4:11–13) cũng mang lại sự dạy dỗ bằng thí dụ về lòng tin quyết không vị kỷ vào Đức Chúa Trời, vốn là đặc điểm của chính cuộc đời Chúa Giê-xu. Nó cho thấy Phao-lô là một môn đồ thật của Thầy mình.

> ### Các thư tín trong tù trong lịch sử hội thánh đầu tiên
>
> Ba trong bốn thư tín trong tù của Phao-lô (Ê-phê-sô, Phi-líp, Cô-lô-se) được các lãnh đạo hội thánh đầu tiên sử dụng rộng rãi. Tất cả những người được liệt kê bên dưới đều biết những thư tín này. Chỉ mình Eusibius trích dẫn và nhắc đến thư tín trong tù thứ tư, là lá thư rất ngắn gửi cho Phi-lê-môn.
>
> | | S.C |
> |---|---|
> | Polycarp | khoảng năm 110 |
> | Justin Martyr | khoảng năm 140 |
> | | (không trích dẫn thư Phi-líp) |
> | Irenaeus | khoảng năm 175 |
> | Clement xứ A-léc-xan-đơ | khoảng năm 200 |
> | Tertullian | khoảng năm 200 |
> | Origen | khoảng năm 250 |
> | Eusebius | khoảng năm 315 |

Ê-phê-sô

Dẫn nhập

"Quỷ sứ, các linh, ông bà tổ tiên và các thần đều tồn tại như những thực tại trong tâm trí con người, sở hữu năng lực hãm hại hay quấy rối người sống." Lời trích dẫn từ một sách giáo khoa nhân chủng học này[2] không chỉ là lời mô tả về thế giới ngày nay; nó còn đúng với thế giới cổ đại nữa – dù trong thế giới cổ đại lẫn hiện đại thì Sa-tan không chỉ là một thực tại trong tâm trí! Nghiên cứu bối cảnh văn hóa của thành cổ Ê-PHÊ-SÔ cho thấy rằng thế lực huyền bí – niềm tin vào những hữu thể và thế lực vô hình và việc thờ phượng những hữu thể và thế lực ấy thay vì Đức Chúa Trời của truyền thống Cựu và Tân Ước – có thể cung cấp bối cảnh quan trọng để hiểu lý do Phao-lô viết thư tín này và lý do ông tập trung vào những chủ đề mà ông đã chọn.[3] Dựa trên mối quan tâm khắp thế giới hiện thời về những điều huyền

---

[2] Arthur C. Lehmann và James E. Myers, *Magic, Witchcraft, and Religion: An Anthropological Study of the Supernatural*, 2nd ed. (Mountain View, CA: Mayfield, 1989), 254.

[3] Clinton E. Arnold, *Power and Magic: The Concept of Power in Ephesians* (Grand Rapids: Baker Academic, 1997); idem, "Ephesians," trong *Zondervan Illustrated Bible Backgrounds Commentary*, ed. Clinton E. Arnold (Grand Rapids: Zondervan, 2002), 3:300–341.

bí,[4] thư Ê-phê-sô trở thành một thách thức hợp thời cho niềm tin và lối sống tự cổ chí kim.

Thành Ê-phê-sô

Các chi tiết về công tác truyền giáo khá dài ngày tại Ê-phê-sô của Phao-lô được tìm thấy trong Công 19 (cũng xem 20:16–38). Là thành phố cảng ở ngay cửa SÔNG CAYSTER trên vùng BIỂN AEGEAN, Ê-phê-sô là thủ phủ của tỉnh A-SI thuộc La Mã (ngay nay thuộc về cực Tây của THỔ NHĨ KỲ). Vào thế kỷ thứ nhất, dân số của nó có lẽ vào khoảng nửa triệu người. Trong số đó có những lãnh đạo dân sự giàu có, cả nam và nữ, được gọi là các **asiarch**, một vài người trong số đó được xem là bạn của Phao-lô (Công 19:31). Danh tiếng của Ê-phê-sô không chỉ ở mặt chính trị và thương mại, nó còn là trung tâm thờ phượng nữ thần ngoại giáo ĐI-ANH và cũng nổi tiếng về những nghi lễ huyền bí (ma thuật). Đền thờ được dâng cho thần Đi-anh được xem là một trong bảy kỳ quan của thế giới cổ đại. Cùng với BẸT-GĂM và SI-MẸC-NƠ, các thành đứng đầu nhưng ít quan trọng hơn ở cõi A-si, Ê-phê-sô là nơi có đền thờ thờ phượng hoàng đế La Mã và gia đình ông.

Nếu đời sống tôn giáo nổi bật với việc thờ hoàng đế, thờ thần tượng và các ma thuật của chủ nghĩa huyền bí và các linh, thì đời sống đạo đức lại mang đặc trưng Hy-La. Không lâu sau thời của Phao-lô, một nhà thổ chính nằm sừng sững ở một trong các giao điểm quan trọng ở đây. Các khai quật đã tìm thấy một tòa nhà kiến trúc vòng với sức chứa 24,000 người (xem Công 19:29). IRENAEUS, một lãnh đạo hội thánh thế kỷ thứ hai, tường thuật rằng sứ đồ Giăng đã sống và thi hành chức vụ tại Ê-phê-sô vào cuối thế kỷ thứ nhất.

Bố cục

I. **Giới thiệu (1:1–2)**
II. **Tái tạo dòng dõi loài người: Điều Đức Chúa Trời đã làm (1:3–3:21)**

    A. Ba phước hạnh thuộc linh trong Đấng Christ (1:3–14)
    B. Tầm quan trọng của việc biết hết (1:15–23)
    C. Sự cứu chuộc: Khai khẩn đất đai (2:1–10)
    D. Tái tạo: Loại bỏ trở ngại (2:11–22)
    E. Ngoài lề: Phao-lô, người ngoài và vinh hiển của Đức Chúa Trời (3:1–13)
    F. Trao quyền: Nhận biết tương lai (3:14–19)
    G. Bài ca chúc tụng (3:20–21)

III. **Tái tạo dòng dõi loài người: Điều Đức Chúa Trời đang làm (4:1–6:20)**

    A. Tạo ra sự hiệp nhất: Thân thể được tôi luyện (4:1–16)

---

[4]Lehmann và Myers, *Magic, Witchcraft, and Religion*, đưa ra vô số ví dụ ở cả Tây phương và không thuộc Tây phương.

B. Kiểm soát tâm trí: Sự thay đổi từ bên trong (4:17–24)
   C. Trở thành Cơ Đốc nhân: Những thứ "nho nhỏ" (4:25–5:5)
   D. Ánh sáng và sự khôn ngoan: Lối sống không bị lừa gạt (5:6–21)
   E. Vòng tròn trách nhiệm: Sự thuận phục hỗ tương (5:22–6:9)
   F. Có lập trường đúng đắn bằng sức mạnh đúng đắn (6:10–20)
IV. Những lưu ý cuối thư (6:21–24)

Mục đích

Bố cục bên trên nhấn mạnh những hàm ý của thư Ê-phê-sô đối với gia đình, cả dòng dõi loài người nói chung và gia đình hạt nhân nói riêng. Rõ ràng nội dung của thư tín này thích hợp với cách hiểu như thế. Thư có thể được đọc như một chuyên luận ủng hộ cho, hay nói về, "gia đình của Đức Chúa Trời", được biết đến là hội thánh. Nhưng trong khi "hội thánh" hay "gia đình" có thể là những ví dụ về những chủ đề hiệp nhất sách Ê-phê-sô, thì những đề tựa kiểu ấy không cung cấp lý do cho việc viết bức thư này.

> ### Câu thần chú thời cổ
>
> Một phần của tập tục huyền bí tại Ê-phê-sô là lặp đi lặp lại những công thức hay những câu thần chú. Bên dưới là một câu thần chú do pháp sư tên là Pibechis giới thiệu để xua đuổi quỷ.
>
> Lấy dầu làm từ quả ô-liu chưa chín cùng với loài côn trùng cánh cứng và hắc ín cánh sen rồi hấp nó lên với rau thơm marjoram (rất nhạt màu), và nói: "Joel, Ossarthiomi, Emori, Theochipsoith, Sithemeoch, Sothe, Joe, Mimipsothiooph, Phersothi, Aeeioyo, Joe, Eochariphtha: đi ra khỏi một người như vậy (và công thức thường thấy khác)."
>
> Tiếp theo, lấy một miếng thiếc nhỏ ghi những dòng sau để làm bùa hộ mạng: "Jaeo, Abraothioch, Phtha, Mesentiniao, Pheoch, Jaeo, Charsoc" và treo nó trên người bị quỷ ám: đó là thứ mà con quỷ nào cũng run rẩy sợ hãi.
>
> Adolf Deissmann, *Light from the Ancient East*, trans. L. R. M. Strachan (London: Hodder & Stoughton, 1911), 255–56 (phỏng dịch)

Suốt nhiều thế kỷ, các học giả đã tranh luận về mục đích có thể xem là chính yếu của thư tín này. Chưa một sự thống nhất nào được đưa ra. Nhiều người kết luận rằng câu hỏi ấy phải để mở, rằng không một mục đích cụ thể nào có thể được đưa ra nhằm cung cấp bối cảnh chính cho việc hiểu những gì Phao-lô đã viết. Thế nhưng vô số những lần xuất hiện "ngôn từ nói về quyền năng" có thể cung cấp cho ta một manh mối quan trọng.⁵

Phao-lô viết về "quyền năng vĩ đại không dò lường được" của Đức Chúa Trời, "quyền năng siêu việt" của Ngài (1:19). Ông mô tả Đấng Christ ở địa vị quyền lực, bên hữu Đức Chúa Trời, "vượt trên tất cả mọi quyền thống trị, mọi thẩm quyền, mọi thế lực, mọi chủ quyền" (1:21). Mọi sự đều ở dưới quyền quản hạt của

Chỉ còn lại một cây trụ là tàn tích của Đền thờ Đi-anh, Ê-phê-sô.

Con, cả ở đời này và đời sau (1:21–22). Chính quyền lực đó ban cho Phao-lô thẩm quyền sứ đồ (3:7) để trang bị hội thánh cho sứ mạng truyền rao Phúc âm cho "những kẻ thống lĩnh, những quyền lực trong các nơi trên trời" (3:10). Đấng Christ là "đầu của hội thánh", người sáng lập nên nó và là Chúa cai trị (1:22; 4:15; 5:23; xem thêm Giăng 13:13). Những ví dụ khác về "ngôn ngữ năng quyền" bao gồm 3:16, 20–21 và phân đoạn nói về "khí giới thuộc linh", là 6:17.

Từ Công Vụ, chúng ta biết rằng ma thuật và các linh gian ác là một phần của bầu không khí tôn giáo cả ở bên trong và bên ngoài hội thánh Ê-phê-sô (19:13–19). Điều này càng được làm cho vững mạnh thêm bởi các nguồn tư liệu bên ngoài Tân Ước. Sự thờ phượng hoàng đế La Mã và gia đình ông cũng ở phạm vi rất rộng.⁶ Tất cả những niềm tin và thói tục ấy đi ngược lại trọng tâm chính của Phao-lô về tính tối thượng của Đấng Christ. Chúng bộc lộ những sai lầm về đạo đức, sự dối gạt về thuộc linh và những tai ương có từ thế giới ma quỷ có thể xảy đến cho những người đi theo những thói tục ấy. Rất có thể Phao-lô viết thư Ê-phê-sô để khen ngợi Đấng Christ là Chúa cho độc giả đã từng (và có lẽ trên một vài phương diện nào đó hiện vẫn) quỳ gối trước những hình tượng hoàng đế hay những thứ huyền bí. Dĩ nhiên, sứ điệp của thư tín này quan trọng đối với tất cả những ai đọc nó, không chỉ cho những người xuất thân từ bối cảnh thờ thần tượng tại Ê-phê-sô mà thôi. Nhưng hiểu được bối cảnh tôn giáo địa phương có thể giúp ta có được manh mối khả dĩ nhất để giải thích tầm quan trọng đặc biệt của thư tín này.

---

⁵Xem Arnold, *Power and Magic*, đặc biệt chương 3.

⁶John McRay, *Archaeology and the New Testament* (Grand Rapids: Baker Academic, 1991), 256–57.

Lời tuyên bố và lời khuyên

Thư Ê-phê-sô bao gồm một loạt những tuyên bố về Đức Chúa Trời, về Đấng Christ và sự cứu rỗi, theo sau là những lời khuyên bảo (hay cầu nguyện) thúc giục độc giả suy ngẫm về lẽ thật và ý muốn của Chúa trong đời sống họ.

Chương 1 bắt đầu bằng phần tán tụng dài dâng lên cho Đức Chúa Trời vì những phước lành mà Ngài đã ban qua Đấng Christ (1:3–23). Lời khen ngợi cao quý ấy được chứng thực bởi một loạt những ích lợi thuộc linh mà Phao-lô đề cập: được chọn lựa, được yêu thương, được định trước, được cứu chuộc, được tha tội, được thừa kế. Đây là những yếu tố cấu thành trong những thực tại bao quát của ân điển và vinh hiển của Đức Chúa Trời. Cha, Con và Thánh Linh đều tích cực trong việc ban ân huệ thiên thượng đến trên những tội nhân không xứng đáng. Phao-lô cầu nguyện để những lẽ thật này soi sáng độc giả của ông (1:18), cho họ sức mạnh như sức mạnh đã khiến Đấng Christ từ kẻ chết sống lại và nâng Ngài lên ngôi bên hữu Đức Chúa Trời (1:20). Đây là một suy niệm phù hợp về quyền tể trị và tính ưu việt của Đấng Christ (1:21–23).

Chương 2 chuyển từ vinh hiển thiên đàng sang sự nghèo ngặt của con người. Phao-lô gọi độc giả của mình và chính mình là "đã chết trong... lầm lỗi và tội ác" (2:1) trước khi tiếp nhận sứ điệp Phúc âm. Thế nhưng chính trong khi có nhu cần như thế, lòng thương xót của Đức Chúa Trời bắt đầu hành động (2:4; xem thêm Rô 5:8). Sự cứu rỗi đến không phải bởi việc lành nhưng bởi ân huệ của Đức Chúa Trời mà họ không đáng nhận, tức ân điển của Ngài (2:8–9). Việc lành là kết quả, chứ không phải là nguyên do, cho sự tha thứ và ban tặng sự sống mới của Đức Chúa Trời (2:10). Vì đã tuyên bố sự cứu rỗi dành cho họ qua Đấng Christ, Phao-lô khuyên họ đừng quên rằng họ đã được kêu gọi đến một cộng đồng mới. Trong cộng đồng này những kẻ thù khi xưa bị Đấng Christ, Đấng mang đến hòa bình (2:14) xử lý. Cơ Đốc nhân người ngoại trở thành "người đồng hương với các thánh đồ và là thành viên trong gia đình của Đức Chúa Trời" (2:19) thay vì là dân ngoại giáo xa lạ ở ngoài phạm vi ân huệ của Đức Chúa Trời.

> **Câu khắc trên đền thờ**
>
> Lời cảnh báo này được chụp ở đền thờ Hê-rốt, được phát hiện năm 1871, trong đó ghi:
>
> Không một người thuộc dân tộc khác nào được bước vào bên trong hàng rào quanh đền thờ. Và bất cứ ai bị bắt gặp thì cái chết của người đó là điều tất yếu.

Chương 3 phần lớn là lời cầu nguyện và chúc tạ (3:14–21) nhưng cũng chứa đựng một phần mô tả về hiểu biết mang tính mặc khải được Đức Chúa Trời ban cho Phao-lô (3:2–13; xem thêm Rô 16:25–27). Cả phần mô tả này và nửa sau của chương hai cung cấp cho Phao-lô lý do để dâng lên lời cầu nguyện cho độc giả của ông trở nên mạnh mẽ trong lẽ thật và tình yêu được khải thị qua Đấng Christ.

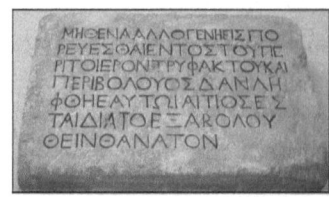

Biển cảnh báo từ rào chắn giữa sân cho dân ngoại và sân cho Phụ nữ ở đền thờ tại Giê-ru-sa-lem (thế kỷ thứ nhất sau Công nguyên).

Chương 4 bắt đầu lời khuyên bảo thêm là hãy sống cách xứng đáng với sự kêu gọi thiên thượng (4:1). Phần này tiếp tục qua đến tận chương 5 và chương 6. Phao-lô tiếp tục luân chuyển giữa những lời công bố về điều Đức Chúa Trời đã làm (4:7–11; 5:2, 23, 25–27, 29) và cách người Ê-phê-sô cần phải sống. Sự hiệp nhất, chức vụ và sự ổn định về mặt giáo lý được bàn luận cách đặc biệt ở 4:1–16. Trong nửa sau của chương 4, Phao-lô nói cần phải từ bỏ lối sống của người ngoại để sống theo gương mẫu Chúa Giê-xu (4:17–21). Sự hiện diện của Đấng Christ có thể và cần phải sản sinh sự chân thật thay vì nói dối, sự tự chủ thay vì thiếu tự chủ, việc từ thiện thay vì trộm cắp và những cuộc chuyện trò mang lại sự chữa lành thay vì hành vi và lời bép xép mang đến phá hoại (4:22–32).

Chương 5 và 6 bắt đầu nhấn mạnh sự biến đổi cá nhân nhờ thân vị và Thánh Linh của Chúa Giê-xu (5:1–21). Những thay đổi triệt để mà Đấng Christ mang lại cần phải hiển hiện rõ ràng trong hôn nhân, ở đó mối quan hệ của Đấng Christ với hội thánh cung cấp khuôn mẫu cho tương tác giữa vợ chồng (5:22–33). Mối quan hệ giữa cha mẹ và con cái cũng phải ở dưới quyền làm chủ của Đấng Christ (6:1–4). Mối quan hệ chủ tớ cũng vậy (6:5–9).

Thư Ê-phê-sô kết lại bằng việc nhấn mạnh nhu cầu cần sự bảo vệ và sự thêm sức của Chúa trong đời sống hàng ngày của người tín hữu (6:10–20). Hình ảnh khí giới của Đức Chúa Trời có lẽ được lấy từ trong Cựu Ước (xem Ê-sai 11:5; 59:17). Đời sống Cơ Đốc là một cuộc chiến tiếp diễn giữa các thế lực gian ác mà chỉ Chúa mới có thể kìm hãm (6:12). Đấng Christ hứa ban sự chân thật, sự công chính, sự sẵn lòng, đức tin, sự cứu rỗi, Kinh Thánh và sự cầu nguyện làm nguồn trợ giúp cho người tín hữu tự vệ và tấn công.

Phao-lô kết thư của mình bằng việc giới thiệu người đưa lá thư ấy, Ti-chi-cơ, và lời cầu bình an và ân điển của Chúa trên độc giả (6:21–24).

Những vấn đề mang tính phê bình

Trong hai thế kỷ vừa qua, một số người đặt câu hỏi liệu Phao-lô có phải là người viết thư Ê-phê-sô không. Thư tín này tuyên bố cách rõ ràng rằng nó được viết ra từ chính tay của vị sứ đồ này (1:1; 3:1). Kümmel công nhận thư Ê-phê-sô "được chứng nhận một cách đặc biệt ở hội thánh đầu tiên" rằng nó là thư tín thật do Phao-lô viết.[7] Không có sự nhất trí về lý do bác bỏ quyền tác giả của Phao-lô, và vô số học giả uy tín cũng tiếp tục xác nhận rằng Phao-lô là người viết ra thư tín này. Trong ánh sáng của những nghiên cứu gần đây,[8] chúng ta có cơ sở khi nối gót họ.

Bàn thờ liên hệ đến đền thờ Domitian, tại Ê-phê-sô (thế kỷ thứ nhất T.C), cho thấy những khí giới dùng trong chiến tranh.

Người ta tranh cãi về nơi nhận thư Ê-phê-sô. Có khoảng năm bản cổ thiếu đi chữ "tại Ê-phê-sô" trong 1:1. Người ta cho rằng ban đầu Phao-lô muốn bức thư này được luân chuyển giữa vòng tất cả các hội thánh tại vùng TIỂU Á. Theo quan điểm này, cụm từ được chèn vào trong bản Kinh Thánh sau này là "tại Ê-phê-sô" lại trở thành bản chính cho hầu hết các bản Kinh Thánh về sau. Ta cần ghi nhận rằng ngay cả những bản Kinh Thánh cổ không có chữ "tại Ê-phê-sô" ở 1:1 thì cũng chứa đựng cụm từ "gửi cho người Ê-phê-sô" trong phần tựa sách. Có lẽ những người sao chép Kinh Thánh ban đầu đã bỏ những từ này đi bởi vì họ thấy chúng không cần thiết khi đã có phần tựa đề rồi. Dù bức thư này ban đầu được gửi đến cho một mình hội thánh tại Ê-phê-sô thôi hay cho một nhóm nhiều hội thánh trong khu vực thì điều đó cũng không ảnh hưởng đến việc giải nghĩa thư tín này. Tình trạng tại Ê-phê-sô chí ít có gì đó tương tự với tình hình tại những trung tâm dân sự xung quanh.

Những thảo luận then chốt khác là mối quan hệ giữa Ê-phê-sô và Cô-lô-se (xem phần Cô-lô-se bên dưới), những tương đồng khả dĩ giữa Ê-phê-sô và các sách khác được tìm thấy tại QUMRAN, sự hiện diện khả dĩ của những ý niệm và mô-típ **trí huệ** và bản chất của những trọng tâm thần học khác nhau của thư tín này. Về điểm cuối cùng, các thắc mắc thường xoay quanh giáo lý về Đấng Christ, về hội thánh và vai trò của người nam – người nữ trong hôn nhân. Những thắc mắc như thế trở nên cấp bách đối với những người mà quan điểm về thẩm quyền Kinh Thánh của họ cho phép họ đánh giá những lời dạy trong Ê-phê-sô là không phù hợp cho hội

---

[7]Werner G. Kummel, *Introduction to the New Testament*, trans. Howard Clark Kee, rev.ed. (Nashville: Abingdon, 1975), 357.

[8]Xem những lời xác nhận về quyền tác giả của Phao-lô trong các sách giải kinh của O'Brien và Thielman trong phần "Sách đọc thêm" cuối chương này. Mặc dù nhiều học giả phủ nhận quyền tác giả của Phao-lô trên thư Ê-phê-sô, nhưng một số người đi theo Charles Talbert: "Bởi vì Cô-lô-se và Ê-phê-sô đều nằm trong kinh điển... thẩm quyền thuộc linh của chúng đối với hội thánh không bị tác động bởi các vấn đề liên quan đến quyền của tác giả" (*Ephesians and Colossians* [Grand Rapids: Baker Academic, 2007], 11). Điều này cho thấy rằng chúng ta có thể công nhận từ đầu tiên của cả hai thư tín này, từ "Phao-lô", như một quy tắc không có gì dối trá.

thánh ngày nay. Nhưng nếu Phao-lô không đáng để Cơ Đốc nhân tin cậy khi bàn về những chủ đề mà ông dạy dỗ, thì ai mới là người đáng tin?

Phi-líp

Giới thiệu

Một bài nhạc rock kinh điển được nhóm nhạc The Beatles thu âm, đầy "sạn" về ngữ pháp, giai điệu lẫn tính đúng đắn về mặt ý tưởng, có câu: "Tiền không mua được mọi thứ. Đúng thế. Nhưng thứ mà nó không mua được thì tôi cũng có xài được đâu!" Dĩ nhiên, Phao-lô không giữ quan điểm như thế về tiền bạc. Nhưng tiền bạc là cần thiết cho sự tồn tại vật lý trong khi ông bị giam giữ tại nhà ở La Mã (xem Công 28:16). Các tín hữu tại PHI-LÍP, một hội thánh mà cả ông và Si-la đã thành lập (xem Công 16:12 và phần thảo luận bên trên trong chương 16), đã góp phần cung ứng cho nhu cầu này của ông. Thư tín gửi cho người Phi-líp cảm ơn về sự rộng rãi của họ. Nó cũng thúc giục họ chống lại giáo lý sai lạc và tái xác nhận tính tối thượng của Đấng Christ giữa vòng họ hầu cho họ có thể vượt qua sự chia rẽ về địa vị.

Thành Phi-líp

Chi tiết về sự thành lập hội thánh tại Phi-líp được ký thuật trong Công Vụ 16:12–40. Hội thánh được thành lập trong hành trình truyền giáo thứ hai của Phao-lô (xem bản đồ tựa đề "Hành Trình Truyền Giáo Thứ Hai Của Phao-lô ở chương 16), nhưng thành này có một lịch sử lẫy lừng từ trước đó rất lâu. Nó được đặt tên theo PHI-LIP II XỨ MA-XÊ-ĐOAN, cha đẻ của ALEXANDER ĐẠI ĐẾ, và sau này trở nên quan trọng vì là địa điểm diễn ra cuộc chiến La Mã trọng yếu (42 T.C). Binh lính từ cuộc chiến này và các cuộc chiến khác đã định cư tại đây, đến thời của Phao-lô thì nó vẫn là một thuộc địa của La Mã, sở hữu những đặc quyền dân sự và thuế khóa của La Mã. Tầm quan trọng của thành này một phần bắt nguồn từ vị thế của nó trên **Via Egnatia**, con đường thương mại chính nối Đông và Tây. Những khai quật hiện đại cho thấy rất có khả năng đây là nơi Phao-lô bị lôi ra kiện trước quan tòa tư pháp địa phương (Công 16:19–21), một câu khắc dành cho cha của CƠ-LỐT (Hoàng đế La Mã tại vị khi Phao-lô thành lập hội thánh Phi-líp) và những câu khắc khác có tên của những người trong Tân Ước như Ru-phu và Priscus. Địa điểm nơi Ly-đi cải đạo bên bờ suối và nhà ngục nơi Phao-lô và Si-la bị giam giữ vẫn còn đó.

Bố cục

I. **Giới thiệu (1:1–11)**

    A. Lời chào thăm (1:1–2)

    B. Phần mở đầu: Lời cảm tạ và cầu nguyện (1:3–11)

II. **Phần mở đầu mang tính chất tiểu sử: Hoàn cảnh hiện thời của Phao-lô trong công tác rao giảng Phúc âm (1:12–26)**
   A. Sự tấn tới của Phúc âm tại La Mã (1:12–18a)
   B. Quan điểm về cái chết và sự giải cứu (1:18b-26)

III. **Lời khuyên sống xứng hợp với Phúc âm (1:27–2:30)**
   A. Khuyên hiệp một và bền đỗ (1:27–30)
   B. Khuyên khiêm nhường giống Đấng Christ (2:1–11)
   C. Khuyên thuận phục và không chỗ trách được (2:12–16)
   D. Như đã thấy trong Phao-lô, Ti-mô-thê và Ép-ba-phô-đích (2:17–30)

IV. **Lời cảnh báo về những sự dạy dỗ sai lạc đi ngược với Phúc âm (3:1–4:1)**
   A. Đứng vững trước những người theo chủ nghĩa duy luật tự cho mình là công bình (3:1–16)
   B. Đứng vững trước những người tự do phóng khoáng đặt chính mình làm trung tâm (3:17–4:1)

V. **Thêm những lời khuyên cho việc áp dụng các chủ đề trước đó (4:2–9)**
   A. Khuyên hiệp nhất vì Phúc âm (4:2–3)
   B. Khuyên phải vui mừng và bình an giữa nghịch cảnh (4:4–7)
   C. Khuyên phải bền đỗ trong tư tưởng và việc làm (4:8–9)

VI. **Phần kết mang tính cá nhân: Lòng biết ơn của Phao-lô về sự đồng công rao giảng Phúc âm (4:10–20)**
   A. Cảm ơn về phần tiền dâng của họ gửi cho ông gần đây (4:10–14)
   B. Cảm ơn về những của dâng của họ gửi cho ông trước đây (4:15–20)

VII. **Lời chào cuối thư (4:21–23)**
   A. Lời chào thăm (4:21–22)
   B. Lời chúc phước (4:23)

Mục đích

Đọc Phi-líp một cách cẩn thận sẽ cho ta thấy một số lý do Phao-lô viết thư tín này. Ông sắp cử một trong những phụ tá của mình, Ép-ba-phô-đích, trở lại thành Phi-líp vì lý do sức khỏe và các lý do khác (2:25-26). Việc gửi theo một lá thư để cập nhật cho tín hữu Phi-líp biết hoàn cảnh của Phao-lô là điều hết sức tự nhiên. Ông cũng đang lên kế hoạch cử Ti-mô-thê đến chỗ của họ (2:19). Có lẽ ngay cả Phao-lô cũng sẽ sớm được thả tự do khỏi tù và sẽ xuất hiện trước hiên cửa nhà họ (2:24). Lá thư này nhắc họ sửa soạn cho những chuyến viếng thăm sắp diễn ra này.

Khi suy nghĩ về mục đích viết thư của Phao-lô, ta cũng cần phải nhớ đến lịch sử của sợi dây ràng buộc giữa ông với các tín hữu tại thành Phi-líp. Ông đã vui hưởng một mối quan hệ rất ích lợi với họ suốt một thập kỷ kể từ khi ông mang Phúc âm của Đấng Christ đến cho họ (hội thánh này được thành lập vào khoảng năm 50 S.C; Phao-lô viết thư vào khoảng đầu những năm 60 S.C). Có lẽ ông viếng thăm họ vào khoảng năm 55 S.C và làm mới lại mối quan hệ vốn đã cũ này (xem Công 20:1–2). Trong suốt những năm ấy, họ đã hơn một lần gửi cho ông phần hỗ trợ tài chính (4:15; cũng xem 2 Côr 11:9). Điều này góp phần giải thích tại sao Phao-lô lại viết thư với sự thân thuộc đến thế. Nó cũng giải thích giả định của ông rằng những người nhận thư thật sự quan tâm đến tình trạng và ích lợi của cá nhân ông.

Khi ta xem xét tình bạn giữa vị sứ đồ này với hội thánh, ta có thể thấy mục đích căn bản nhất của lá thư này: Để bày tỏ mối quan tâm của một người chăn bầy là Phao-lô dành cho họ trong tình trạng hiện tại của họ. Phao-lô cảm thấy họ cần phải được tái xác quyết rằng Phúc âm mà họ đặt lòng tin vào vẫn đang tiếp tục tấn tới, bất chấp trở ngại của việc ông phải ở tù rất lâu (gần bốn năm). Ông nói về điều này trong chương 1. Họ cũng cần được khích lệ để luôn nhìn xem Chúa trong cuộc sống và trong việc cùng nhau phục vụ Ngài; phần này được nói đến nhiều ở chương 2. Dù vì những lý do cụ thể hay chung chung đi nữa Phao-lô cũng cảm thấy ông phải cảnh báo họ về những lãnh đạo tôn giáo cố dẫn họ đi sai lạc. Chương 3 mô tả sơ lược những lời tuyên bố và những việc làm độc hại của họ và đưa ra thuốc giải độc chân thật của Cơ Đốc giáo cho những điều đó. Cuối cùng, Phao-lô tìm cách khích lệ những điều sau: mối giao hòa giữa những người hay cãi lẫy; niềm vui và sự bình an của người Cơ Đốc và sự thỏa lòng về sự hỗ trợ tài chính mà họ đã dành cho ông suốt những năm tháng qua, đặc biệt là gần đây nhất. Những điều này là nội dung của chương 4.

Tuy nhiên, mối quan tâm chung về mục vụ không làm cho Phao-lô mất đi lòng sốt sắng về những vấn đề cụ thể hơn. Hai vấn đề mà ông suy nghĩ nhiều đó là: kẻ thù mà người Phi-líp gặp phải và Đấng Cứu Thế mà họ phục vụ.

Kẻ thù của Phúc âm

Thư Phi-líp đề cập đến ba nhóm người cản trở sự phát triển hiệu quả của sứ điệp Phúc âm, bằng cách chống đối sứ điệp ấy một cách trực diện, bằng cách sửa nội dung của sứ điệp ấy hoặc bằng cách không áp dụng sứ điệp ấy vào trong hội thánh.

Một nhóm kẻ thù ở ngay tại La Mã. Nhóm người này rõ ràng là một phần của cộng đồng Cơ Đốc ở đây. Thế nhưng, nhóm người này đố kỵ với Phao-lô và tự xem mình là nhóm cạnh tranh với Phao-lô (1:15). Khi Phao-lô còn trong xiềng xích (1:17) thì nhóm người này hy vọng sẽ gia tăng ảnh hưởng và lượng người đi theo mình. Phao-lô phản ứng cách tử tế, kín đáo và khôn ngoan. Miễn là nhóm người này không bóp méo sứ điệp về Đấng Christ, thì Phao-lô bằng lòng với chuyện bị họ nói xấu và phỉ báng. Điều quan trọng là Phúc âm, chứ không phải danh tiếng hay cảm xúc của Phao-lô (1:18). Tại sao Phao-lô lại mang chuyện này ra nói, khi mà nó không trực tiếp ảnh hưởng đến tín hữu tại Phi-líp? Đầu tiên, chiến thắng của Phao-lô đối với sự chống đối như thế cho tín hữu Phi-líp nguyên cớ để họ vững lòng (1:19; 25–26). Thứ nhì, có thể Phao-lô thấy sự chống đối Phúc âm tương tự đang diễn ra tại Phi-líp hay ở nơi khác trong vùng MA-XÊ-ĐOAN. Nếu vậy, tấm gương kìm chế và vững lòng của ông sẽ rất giá trị đối với họ để họ học hỏi (3:17).

Nhóm những kẻ gây rối thứ hai thì khó điều đình hơn. Phao-lô không dành tí chỗ nào cho họ, bởi vì họ không rao giảng Phúc âm chân thật về Đấng Christ. Thay vào đó, có vẻ như họ cổ súy cho một phúc âm (sai lầm) tương tự với phúc âm mà Phao-lô lên án trong thư tín của ông gửi cho người Ga-la-ti. Phao-lô gọi họ là "những kẻ làm công gian ác" (3:2). Ngôn ngữ của ông cho thấy rằng họ đã cổ súy cho việc kết hợp giữa nhờ cậy Đấng Christ với việc duy trì các nghi lễ (như cắt bì chẳng hạn) phổ biến trong Do Thái giáo thế kỷ thứ nhất. Phao-lô đưa ra quan điểm rằng những người thừa kế lời hứa của Cựu Ước thật sự là những người nhận biết Chúa Giê-xu là Đấng Christ, chứ không phải những người tin vào các nghi thức tôn giáo như cắt bì chẳng hạn (3:3). "Kẻ thù của thập tự giá" như thế (3:18) cần phải bị chống trả. Chúa Giê-xu than khóc về thành GIÊ-RU-SA-LEM (Lu 19:41) thế nào, thì Phao-lô cũng khóc khi ông kêu than về sự sai lầm của họ thế ấy (3:18). Ông quan tâm sâu sắc đến họ (cũng xem Rô 9:3; 10:1). Nhưng nhãn quan của họ cuối cùng rồi sẽ đem họ đến chỗ bị hủy diệt mà thôi (3:19). Phao-lô cảnh báo người Phi-líp đừng đi theo họ.

Tàn tích của quảng trường công kiểu La Mã tại thành Phi-líp.

Nhóm người chống đối thứ ba bao gồm chính những người Phi-líp. Dù chúng ta thiếu thông tin chi tiết về nhóm người này, nhưng có vẻ có hai người nữ tranh cãi kịch liệt với nhau (4:2). Có bằng chứng cho thấy rằng Phao-lô thấy sự ích kỷ và tính bè phái của họ lan rộng trong hội chúng tại Phi-líp (1:27; 2:2–4, 14). Hơn chục lần Phao-lô nói về niềm vui (1:4, 25; 2:2, 29; 4:1) hay sự vui mừng. Việc tích cực nhấn mạnh đến sự vui mừng này của ông có thể là nỗ lực nhằm chống lại một tình huống tiêu cực. Ở đây, cũng như thường thấy ở những chỗ khác trong Tân Ước (và trong lịch sử hội thánh), dân sự Đức Chúa Trời có vẻ như lỗi nhịp với vương quốc Đức Chúa Trời. Thế nhưng, Phao-lô không tấn công ồ ạt vào họ hay tỏ ra hết hy vọng. Thay vào đó, ông hướng họ đến Chúa Giê-xu Christ.

Đấng Christ học

Giữa lúc quở trách người Phi-líp về sự tự cho mình là trung tâm, Phao-lô cũng nhắc nhở họ về tấm gương của Chúa Giê-xu (2:5–11). Phân đoạn này xuất sắc một cách hiếm thấy về mặt văn chương và vô cùng phong phú về mặt thần học. Vô số sách đã được viết để tìm hiểu về nguồn gốc của nó, việc nó được sử dụng trong hội thánh đầu tiên và sứ điệp của nó.[9] Nhìn chung, Phao-lô muốn người Phi-líp hiệp nhất để sống một lối sống giống Đấng Christ hơn. Cách Chúa Giê-xu sống và chết có mối tương quan thường nhật trên cách họ cần phải sống với nhau (xem Lu 9:23).

Trong lúc trình bày ý này, Phao-lô có đưa ra một số câu phát biểu về Đấng Christ là ai và điều Ngài đã thực hiện. Ngài không chỉ là một con người – Ngài chính là Thiên Chúa, Đấng mang lấy hình hài con người (2:7). Dù là Con đời đời của Vua Thiên Đàng, nhưng Ngài vẫn vui lòng hạ mình xuống để phục vụ con người tội lỗi bằng cách chết trên thập tự giá (2:8). Thế nhưng sự nhục nhã Ngài chịu không hề là một bi kịch, mà là con đường của Đức Chúa Trời dẫn Ngài tới vinh quang (2:9). Đức Chúa Trời đã chia sẻ (và vẫn chia sẻ) chính danh của Ngài, *kurios* (Chúa), với Đấng đã thực thi những ý định của Ngài một cách vô vị kỷ (2:9–11).

> ### Ý muốn Chúa
>
> Làm thế nào tôi có thể biết được ý muốn Chúa cho cuộc đời tôi? Đây là một trong những câu hỏi quan trọng nhất mà một người đặt ra. Phao-lô phác họa câu trả lời khi ông viết: "Hãy lấy lòng sợ sệt run rẩy mà hoàn tất sự cứu rỗi của chính mình. Vì Đức Chúa Trời là Đấng đang hành động trong anh em, để anh em vừa muốn vừa làm theo ý tốt của Ngài" (Phil 2:12–13).
>
> Cơ Đốc nhân bước đi bởi đức tin chứ không phải lúc nào cũng bởi mắt thấy (2 Côr 5:7). Thông thường chúng ta phải đưa ra quyết định mà không có một sự xác nhận rõ ràng rằng chúng ta đang làm điều đúng. Cuộc sống chứa đựng yếu tố mạo hiểm cho tất cả mọi người, trong đó có cả những người theo Chúa.
>
> Nhưng lời chỉ dẫn của Phao-lô trong Phi-líp 2 soi lối ta đi. "Hoàn tất sự cứu rỗi của chính mình." Điều này không có nghĩa là nỗ lực để xứng đáng được cứu rỗi. Nó có nghĩa là hãy hết lòng mà phục vụ Chúa, Đấng yêu thương và cứu chuộc bạn. Bước đầu tiên để biết ý muốn của Chúa cho tương lai là chăm chỉ và trung tín trong hiện tại. Chúa Giê-xu dạy rằng để được tin tưởng giao phó những việc lớn thì phải bắt đầu bằng việc trung tín trong những việc nhỏ (Lu 16:10–12).

---

[9] Xin xem, ví dụ, Ralph P. Martin, *A Hymn of Christ: Philippians 2:5–11 in Recent Interpretation and in the Setting of Early Christian Worship* (Downers Grove, IL: InterVarsity, 1997).

> "Đức Chúa Trời hành động trong anh em để anh em vừa muốn vừa làm theo ý tốt Ngài." Phao-lô tin chắc rằng Cơ Đốc nhân sống cuộc đời trung tín với Chúa thì trong lòng sẽ phát triển ước muốn và bên ngoài sẽ sản sinh ra những đáp ứng phù hợp với ý muốn của Đức Chúa Trời. Ý muốn của Chúa sẽ trở thành ước muốn của họ.
>
> "Để làm trọn ý tốt Ngài." Đức Chúa Trời có một chương trình, một chương trình tốt lành, cho con cái Ngài (Giê 29:11). Ngài muốn chúng ta biết và làm theo ý muốn của Ngài. Chúng ta không nên mong đợi có một bản đồ, kế hoạch dài hạn, kỹ càng đến từng chi tiết từ trời rơi xuống. Nhưng chúng ta có thể nhờ cậy Ngài dẫn lối của chúng ta để cuối cùng nó dẫn ta đến với Ngài. "Hãy nhận biết Ngài trong mọi đường lối của con, chính Ngài sẽ san bằng các nẻo con đi" (Châm 3:6).

Những lời xác nhận cao quý về Chúa Giê-xu Christ chính là trọng tâm của mọi điều mà Phao-lô nói với người Phi-líp. Đấng Christ đã phó chính mình cho người khác bất chấp việc Ngài vượt trội hơn họ rất nhiều, vì Ngài bình đẳng và vốn là một với Đức Chúa Trời đời đời. Người Phi-líp lại càng phải bỏ đi lòng kiêu hãnh của mình, sống cho người khác nhiều hơn cho chính mình, và để Chúa được tự do can thiệp vào cuộc đời của họ để làm thành những ý định tốt lành của Ngài là dường nào (2:13)? Dĩ nhiên, câu hỏi này cũng không hề kém thích hợp cho những ai xưng mình đi theo Chúa trong thời hiện đại.

Các vấn đề mang tính phê bình

Mặc dù hiếm khi người ta nghi ngờ về việc Phao-lô là tác giả của thư Phi-líp, nhưng đôi lúc người ta cho rằng thư tín mà chúng ta có ngày nay là một tư liệu hợp tuyển. Người ta lập luận rằng 4:10–20 có lẽ là một lá thư riêng biệt, rằng chữ "cuối cùng" hay "sau hết" của Phao-lô trong 3:1 có thể báo hiệu những dòng kết ban đầu của thư tín này; vì thế 3:2–4:9 là một phần của tác phẩm thứ ba của Phao-lô. Ngược lại cách lý giải này, có hai điều quan trọng cần cân nhắc: Không một thủ bản cổ nào phản ánh cách chia như thế và thư tín này vẫn vô cùng hợp lý với hình thức kinh điển của nó. Vì thế, không có lý do thuyết phục nào để nghi ngờ tính hiệp nhất về mặt văn chương của thư tín này.[10]

Nhiều học giả thế kỷ hai mươi đã thắc mắc phải chăng 2:5–11 không phải là phần trích dẫn một bài thánh ca hay một lời xưng nhận của các Cơ Đốc nhân thời kỳ đầu. Quan điểm này lần đầu chiếm ưu thế là vào những năm 1920. Đó là một giả thuyết khả dĩ bởi vì phân đoạn này chứa đựng những đặc tính thơ ca rất mạnh

---

[10] Để đọc phần nghiên cứu nâng cao của chủ đề này, xin xem Jeffrey T. Reed, "Philippians 3:1 and the Epistolary Hesitation Formulas: The Integrity of Philippians, Again," *Journal of Biblical Literature* 115, no. 1 (1996): 63–90.

mẽ, nhưng những bằng chứng vững chắc về nó thì vẫn còn thiếu.[11] Vì chỉ là một phỏng đoán, nên nó khó có thể là cơ sở để xem nhẹ sức mạnh cứu thế học của những câu này, bởi vì về mặt bản chất, chúng mang tính thi ca (phần lớn Cựu Ước là thi ca, nhưng điều này không có nghĩa chúng ta có thể xem thường nội dung muốn chuyển tải khi nó ở hình thức thi ca) hay bởi vì chúng không phải là thư tín của Phao-lô (ngay cả khi chúng là những bài thánh ca, thì Phao-lô có thể cũng đã tạo ra hay tán thành nội dung của chúng bằng việc trích dẫn chúng).

Cô-lô-se

Giới thiệu

Nhà thần học Carl F. H. Henry quan sát thấy rằng "chủ nghĩa ngoại giáo giờ đây trở nên cực đoan hơn so với trước một chút và nó bám chặt vào xã hội Tây phương."[12] Những tranh cãi nổ ra ngày nay về cách hội thánh đang bị ảnh hưởng và có lẽ bị quyến dụ bởi văn hóa đại chúng, truyền thông kết nối, các tin tức và những định chế đầy sức mạnh như chính phủ, đại học và trường công, tất cả những điều này dường như đang giật trôi khỏi cái neo Cơ Đốc giáo bắt nguồn từ Do Thái giáo. Hội thánh cần phải ở "trong thế gian". Nhưng làm thế nào nó giữ mình để không bị nuốt chửng bởi những sức mạnh thù địch với nó? Làm thế nào những người đi theo Chúa có thể có được và duy trì được địa vị là "muối của đất" và "ánh sáng của thế gian" (Mat 5:13–14)?

Những câu hỏi như thế không chỉ có trong thời hiện đại. Từ cách đây rất lâu, sứ đồ Phao-lô đã nhận ra thách thức mà xã hội nói chung có thể áp đặt trên tính toàn vẹn của niềm tin và nếp sống Cơ Đốc giữa vòng các hội chúng mà ông góp phần lập ra. Trong thư tín gửi cho người Cô-lô-se, ông đã đề cập đến vấn đề này một cách trực tiếp.

Thành Cô-lô-se

Vị trí làng cổ này chưa bao giờ được khai quật, vì thế chúng ta thiếu thông tin chi tiết về nó. Diện tích chính xác của nó là điều còn chưa rõ, nhưng Cô-lô-se không phải là một thành phố lớn. Nó tọa lạc khoảng 160 ki-lô-mét ở phía Đông Nam của Ê-phê-sô, trong THUNG LŨNG LYCUS ở tỉnh được gọi là PHI-RI-GI. Giống như những thị trấn lân cận là LAO-ĐI-XÊ và HIERAPOLIS, CÔ-LÔ-SE thế kỷ thứ nhất bị tàn phá bởi các trận động đất. Dân cư ở đây bao gồm những người bản địa (người Phi-ri-gi), người Hy Lạp và người Do Thái. Cô-lô-se lần đầu được nghe về Phúc âm là trong suốt chức vụ hai năm của Phao-lô tại Ê-phê-sô (Công 19:10), mặc dù người Do Thái

---

[11] Xin xem Frank Thielman, "Philippians," trong *Zondervan Illustrated Bible Backgrounds Commentary*, ed. Clinton E. Arnold (Grand Rapids: Zondervan, 2002), 3:355

[12] Carl F. H. Henry, *Twilight of a Great Civilization: The Drift toward Neo-Paganism* (Westchester, IL: Crossway, 1988), 23.

ở Phi-ri-gi có lẽ đã mang Phúc âm đến đó ngay sau Lễ Ngũ Tuần (Công 2:10). Những nhân vật Tân Ước xuất thân từ, hay sống ở, Cô-lô-se là Ê-pháp-ra, Phi-lê-môn, Áp-bi, A-chíp và Ô-nê-sim. Đa số những người này đều được nói đến nhiều hơn ở phần bên dưới.

Bố cục

I. **Lời chào thăm (1:1–2)**
   A. Người gửi thư (1:1)
   B. Người nhận thư (1:2a)
   C. Lời chào thăm (1:2b)

II. **Lời cảm ơn và cầu nguyện (1:3–14)**
   A. Lời cảm ơn vì tình yêu của người Cô-lô-se (1:3–8)
   B. Lời cầu nguyện cho họ được đầy sự hiểu biết và có nếp sống tin kính (1:9–14)

III. **Phần thân của bức thư (1:15–3:4)**
   A. Công tác của Đấng Christ và sự giải hòa với dân ngoại (1:15–23)
   B. Chức vụ của Phao-lô dành cho các dân ngoại (1:24–2:5)
   C. Sai lầm và thuốc giải (2:6–19)
   D. Đời sống mới trong Đấng Christ (2:20–3:4)

IV. **Những lời khuyên bảo và giáo huấn đạo đức (3:5–4:6)**
   A. Làm chết những gì thuộc về hạ giới (3:5–11)
   B. Mặc lấy những phẩm hạnh của người Cơ Đốc (3:12–17)
   C. Các mối quan hệ trong gia đình người Cơ Đốc (3:18–4:1)
   D. Tiếp tục cầu nguyện (4:2–4)
   E. Cư xử với người ngoại (4:5–6)

V. **Kết thư (4:7–18)**
   A. Lời chào thăm (4:7–17)
   B. Lời chúc phước (4:18)

Bối cảnh và mục đích

Trong suốt thời kỳ bị giam giữ, Phao-lô có dịp viết thư cho các tín hữu tại Cô-lô-se. Ông không phải là người thành lập hội thánh của họ. Vinh dự ấy thuộc về Ê-pháp-ra, một người bản xứ ở khu vực này và người đã nỗ lực vì công tác rao truyền tin lành ở đây (1:7; 4:12). Phao-lô đưa ra lý do kép cho việc viết thư. Thứ nhất là để xác nhận với người Cô-lô-se (và người Lao-đi-xê, là đối tượng được cho là cũng nhận được một bản sao của bức thư này nữa [2:1; 4:16]) về mối quan tâm của ông dành cho họ. Ông muốn họ hoàn toàn ý thức về sự hiện diện của Đấng Christ giữa vòng họ (2:2–3). Lý do thứ hai liên hệ đến sự dạy dỗ sai lạc và giáo sư giả, những người có lẽ đang dẫn dụ một số người trong hội thánh đi sai lạc. Những lập luận của họ nghe có vẻ rất ấn tượng (2:4) nhưng đều dựa trên "lời giả dối rỗng tuếch theo truyền thống của loài người, theo các thần linh của thế gian mà không theo Đấng Christ" (2:8). Toàn bộ thư tín này có thể được xem như liều thuốc giải độc của một vị sứ đồ dành cho những quan điểm được nhiều người yêu mến nhưng sai lạc, đe dọa tính trong sáng của giáo lý Cơ Đốc và tính trung thực, liêm chính của nếp sống Cơ Đốc tại Cô-lô-se.

Sứ điệp

Như bố cục bên trên cho thấy, thư tín Cô-lô-se được hình thành theo cấu trúc của thư tín thường thấy trong văn hóa Hy Lạp: lời chào thăm, lời cảm ơn và cầu nguyện, phần thân của lá thư, lời khuyên bảo và lời kết. Nhưng sứ điệp của nó hoàn toàn khác với một lá thư bình thường. Trọng tâm thư tín là một loạt những lời khẳng định đầy sâu sắc về Chúa Giê-xu Christ (1:15–20).

Các thần được kể tên trong Tân Ước	
Thần Đi-anh	Công Vụ 19:24, 27, 28, 34, 35
Đi-ô-cua	Công Vụ 28:11
Mẹt-cu-rơ	Công Vụ 14:12
"thần không biết"	Công Vụ 17:23
Thần Giu-bi-tê	Công Vụ 14:12

Đầu tiên, Đấng Christ là "hình ảnh của Đức Chúa Trời vô hình" (1:15). Không một người phàm nào từng nhìn thấy hoặc có thể nhìn thấy Đức Chúa Trời (xin xem Giăng 1:18), nhưng Đức Chúa Trời đã khải thị nhiều về Ngài ở mức độ con người có thể hiểu được qua thân vị Chúa Giê-xu. Cũng trong câu ấy, Ngài cũng được gọi là "Đấng sinh ra trước tất cả mọi loài thọ tạo." "Đấng sinh ra trước nhất" là cách nói của người Do Thái nói tiếng Hê-bơ-rơ để chỉ về "tính chất vô cùng được tôn trọng". Trong Cựu Ước, dân tộc Y-sơ-ra-ên được gọi là "con trưởng" (Xuất 4:22), giống như Đa-vít vậy (Thi 89:27). Trong những bối cảnh đó, ý đang được nói đến không phải là thứ bậc được sinh ra về thể chất nhưng nói về địa vị được tôn trọng trước mặt Đức Chúa Trời. Phao-lô đang nói rằng Đấng Christ có "địa vị đầy tự hào" trên mọi tạo vật. Chẳng thế mà: mọi tạo vật đều được tạo nên bởi Ngài và vì Ngài (1:16).

Thứ nhì, "muôn vật được giữ vững" trong Đấng Christ (1:17). Ta không thể nào giải thích đầy đủ ý nghĩa của câu nói như thế này. Nhưng chí ít nó hàm ý rằng Đấng Christ là Đấng gìn giữ và Đấng duy trì cõi hoàn vũ vật lý, được xem là một phần trong lãnh địa của Đức Chúa Trời. Khoa học có thể tìm ra và thao túng vật chất, nhưng những huyền nhiệm về các thuộc tính, cốt lõi và xuất xứ của vật chất chỉ liên hệ đến Đấng Christ mà thôi. Nghiên cứu của con người có thể quyết định nhiều đến chuyện thế giới tự nhiên này làm nên bởi gì, nhưng câu hỏi "tại sao" chỉ được tìm thấy trong Đức Chúa Trời và sự cai trị mà Ngài thiết lập qua Con Ngài. Công tác giảng hòa của Ngài (1:20) làm cho Ngài đủ tư cách để đóng vai trò như chiếc cầu nối duy trì và cứu chuộc giữa Đức Chúa Trời thánh khiết, thần linh với thế giới vật lý, tội lỗi.

> ### Phao-lô và môi trường
>
> Hiệu ứng nhà kính... việc xả rác... lủng tầng ô-zôn... bùng nổ dân số... khủng hoảng năng lượng... đói kém trên toàn thế giới.
>
> Trong những thập kỷ gần đây, các vấn đề về môi trường đã dịch chuyển vào vị trí trung tâm của sân khấu. Tại sao Cơ Đốc nhân cần phải lưu tâm? Chẳng phải thiên đàng mới là nơi ở cuối cùng của họ sao? Họ có nên thờ ơ với thế giới chóng tàn này không?
>
> Phao-lô viết về Đấng Christ: "Mọi vật... đều được tạo dựng bởi Ngài và vì Ngài" (Côl 1:16). Thế giới tự nhiên thuộc về Đức Chúa Trời và Con Đức Chúa Trời. Cách người thuộc về Chúa đối xử với cõi tạo vật này phản ánh sự kính trọng họ dành cho Chúa. Vấn đề môi trường rất quan trọng.
>
> Điều này không có nghĩa là Đức Chúa Trời muốn con người thờ phượng thiên nhiên. Thần tượng hóa thiên nhiên là một cám dỗ nguy hiểm cần phải tránh (Rô 1:18–23). Nhưng người thuộc về Chúa nên là những quản gia tốt cho những nguồn tài nguyên (không khí, đất và nước) mà Đức Chúa Trời đã tạo nên. Lãng phí những quà tặng tốt lành của Chúa là không yêu Chúa. Nó cũng đồng nghĩa với việc không yêu người lân cận như mình. Việc làm tốt vai trò quản gia trên môi trường là một phần trong đại mạng lệnh kép là yêu Chúa và yêu người. Điều này không có nghĩa là Đức Chúa Trời muốn con người thờ phượng thiên nhiên. Thần tượng hóa thiên nhiên là một cám dỗ nguy hiểm cần phải tránh (Rô 1:18–23). Nhưng người thuộc về Chúa nên là những quản gia tốt cho những nguồn tài nguyên (không khí, đất và nước) mà Đức Chúa Trời đã tạo nên. Lãng phí những quà tặng tốt lành của Chúa là không yêu Chúa. Nó cũng đồng nghĩa với việc không yêu người lân cận như mình. Việc làm tốt vai trò quản gia trên môi trường là một phần trong đại mạng lệnh kép là yêu Chúa và yêu người.
>
> Tân Ước đưa ra một nền tảng vững vàng cho việc sống có trách nhiệm đối với môi trường. Chúa Giê-xu dạy phải trân trọng vẻ đẹp của thế giới và sự cai trị của Ngài trên nó (Mat 6:25–30). Phao-lô nói về một lối sống thỏa lòng (Phil 4:11–13; 1 Ti 6:6–12) đối lập với lối sống vị kỷ của thế giới tiêu thụ theo chủ nghĩa vật chất.

> Lời dạy của Phao-lô về Đấng Christ là Đấng Tạo Hóa càng làm cho bài thánh ca "Đây là thế giới của Cha" trở nên sâu sắc, mới mẻ hơn. Sự thờ phượng Chúa của người Cơ Đốc cần phải được thể hiện qua việc kiên định cầu nguyện cho các vấn đề về môi trường, qua khuôn mẫu chi tiêu không theo kiểu của chủ nghĩa vật chất, qua việc dự phần cách có trách nhiệm vào các vấn đề chính trị và qua những thói quen có trách nhiệm về môi trường như tái sử dụng và bảo tồn các nguồn tài nguyên. Sao Đức Chúa Trời có thể được tôn kính khi chúng ta coi chúng như rác rưởi?

Những hàm ý về uy quyền tối cao của Đấng Christ

Ta có thể nói thêm về việc Phao-lô trình bày về tính độc nhất và nổi trội của Đấng Christ, nhưng rõ ràng sứ điệp căn bản của Cô-lô-se là về Đấng Christ. Ngài giải cứu người Cô-lô-se ra khỏi bóng tối và đem họ vào trong ánh sáng (1:13). Vì thế, họ phải trung thành với Ngài, không phải với những kẻ kiếm chác từ những suy đoán có vẻ thuyết phục về tôn giáo. Nhờ bản tính của Đấng Christ và những việc Ngài đã làm, Phao-lô tiếp tục khuyên bảo người Cô-lô-se xác quyết và sống thể hiện một số lẽ thật nhất định.

Họ phải nhận biết và chống cự các giáo sư giả (2:8). Một số quan điểm có thể thu hút hơn về mặt lý trí so với Đấng Christ, nhưng không quan điểm nào sống động, chân thật và năng quyền như chính Ngài, như Phao-lô tiếp tục đi vào chi tiết (2:9–15). Với một loạt những lời khuyên bảo, Phao-lô ám chỉ những quan điểm sai lầm khác nhau hiện hành tại Cô-lô-se (2:16–23). Các học giả đã gán cho những quan điểm này tên gọi là "tà giáo Cô-lô-se". Bản chất chính xác của những giáo lý sai lạc này và ngay cả việc liệu có một "tà giáo" rõ ràng đang hiện diện ở đây hay không vẫn còn trong vòng tranh cãi, nhưng rất khó để phủ nhận rằng Phao-lô đang chống lại một hình thức nào đó của chủ nghĩa duy luật (quan điểm cho rằng phẩm chất xứng đáng để được cứu là dựa trên việc lành chứ không phải dựa trên tặng phẩm miễn phí là ân điển của Đức Chúa Trời) và chủ nghĩa khổ hạnh (đối xử khắc nghiệt với thân thể vật lý như là phương cách để nhận được ân huệ của Chúa và được tăng trưởng tâm linh). Phao-lô nói rằng đi theo con đường này là đánh mất "sự liên hệ chặt chẽ với cái đầu", là Đấng Christ (2:19). Những sự luyện tập về tôn giáo ấy thật ra chỉ khuyến khích chính những sự thái quá mà họ bảo là sẽ kìm chế bớt (2:23).

Phao-lô tiếp tục liệt kê một vài điều trong những điều vô độ, thái quá ấy là gì và Đấng Christ có thể kiểm soát và thay thế chúng bằng việc sản sinh ra những hành vi tin kính như thế nào. Những thói tật như "gian dâm, bất khiết, tình dục dâm đãng, ước muốn xấu xa và tham lam; vì tham lam là một hình thức thờ hình tượng" (3:5) cũng như "thịnh nộ, buồn giận, độc ác, phạm thượng và lời nói tục tĩu" (3:8) biến mất khi "con người cũ" được thay thế bởi "con người mới, là người đang được đổi mới trong nhận thức, theo hình ảnh Đấng tạo dựng người ấy" (3:9–10). Kết quả sẽ là những mỹ đức giống Đấng Christ như "lòng thương xót, nhân từ, khiêm nhường, mềm mại, nhịn nhục" (3:12).

Sự cai trị của Đấng Christ không chỉ mang tính cá nhân và nội tại nhưng còn mang tính cộng đồng trong cách thể hiện của nó. Phao-lô kêu gọi nhận thức về ý muốn của Chúa trong hôn nhân, trong việc nuôi dạy con cái và các mối quan hệ giữa nô lệ và chủ (3:18–4:1). Ông kết lại bằng một lời khuyên hãy cầu nguyện và cư xử với người chưa tin một cách khôn ngoan, nhân từ và đầy thuyết phục (4:2–6). Ông cũng giới thiệu Ti-chi-cơ, người mang thư đến, và đi kèm với một số tin tức và lời chào gửi tới cũng như lời chào từ những đồng lao khác nhau trong đức tin (4:7–17). Chữ ký của riêng Phao-lô, vấn đề cần cầu nguyện và lời chúc phước là những lời cuối cùng của thư tín này.

Những vấn đề mang tính phê bình

Người đọc thư tín này cách cẩn thận có thể ghi nhận một số tương đồng giữa thư Cô-lô-se và Ê-phê-sô. (Trên một số phương diện, điều này được ví sánh với sự tương đồng giữa Ga-la-ti và Rô-ma). Một số người đã cho rằng thư tín này là sự mở rộng hay tóm lược từ một tác giả không phải là Phao-lô của thư tín kia. Tuy nhiên, rất có thể Phao-lô đã viết cả hai lá thư trong khoảng thời gian khá ngắn và sử dụng ngôn ngữ tương tự trong mỗi lá thư. Số học giả nghi ngờ việc Phao-lô viết thư tín Cô-lô-se ít hơn số học giả nghi ngờ ông là tác giả của Ê-phê-sô. Không có lý do thuyết phục nào để nghi ngờ việc tác giả của thư tín này là Phao-lô.

Bản chất của cái gọi là tà giáo Cô-lô-se đã kêu gọi người ta thảo luận nhiều hơn. Trừ phi tìm ra được thêm bằng chứng, không thì dường như ít có hy vọng đi đến các kết luận được tất cả các học giả chấp nhận.[13] Quan điểm cho rằng tà giáo đặc biệt này mang tính trí huệ về mặt bản chất dường như ít có khả năng xảy ra; ngày càng có nhiều người kết luận rằng sự dạy dỗ của Tân Ước vay mượn rất ít, nếu có, từ tư tưởng tôn giáo xuất hiện vào thế kỷ thứ hai đó.[14] Những nỗ lực nhằm chứng minh mối liên hệ giữa tôn giáo Cô-lô-se và các giáo phái Do Thái giáo thế kỷ thứ nhất có vẻ khả dĩ hơn nhưng hiện thời chưa đủ để đi đến kết luận. Trong khi ngôn từ của Phao-lô gợi nhớ đến những sự quá mấu của chủ nghĩa duy luật và phái khắc kỷ, một phần trong bức tranh Do Thái giáo thế kỷ thứ nhất, thì nó cũng rộng đủ để áp dụng cho hầu hết các hệ thống tôn giáo nghiêm túc nhất không đặt trọng tâm vào Đấng Christ.

Phần mở đầu 1:15–20, phần Kinh Thánh suy ngẫm phong phú nhất về thân vị và công tác của Đấng Christ, được nhiều người cho là một bài thánh ca. Quan điểm

---

[13]Xin xem Clinton E. Arnold, *The Colossian Syncretism: The Interface between Christianity and Folk Belief at Colossae* (Grand Rapids: Baker Academic, 1996), để thấy một giải pháp bất thành.

[14]Xin xem Craig A. Evans, *Noncanonical Writings and New Testament Interpretation* (Peabody, MA: Hendrickson, 1992), 166–67.

này có lẽ không thể bị loại bỏ, nhưng những lời cảnh báo cẩn trọng được gióng lên ở bên trên trong phần Phi-líp 2:5–11 cũng thích hợp ở đây nữa.

Phi-lê-môn

Giới thiệu

Những người sống ngoài đường, người vô gia cư, người trốn chạy – chúng ta gặp họ gần như mỗi ngày, cả trực tiếp lẫn trên báo chí. Họ có đại diện cho một vấn đề gì mới mẻ, chưa từng được nghe đến không? Không! Những người với những đặc điểm tương tự là một phần của bức tranh thế kỷ thứ nhất. Thư tín gửi cho người Phi-lê-môn của Phao-lô nói đến một nô lệ bỏ trốn tên là Ô-nê-sim, người dường như thoát ra khỏi nơi ẩn núp của mình trong những con hẻm ngang dọc của La Mã để bắt đầu một cuộc sống mới bằng cách tin theo Phúc âm.

Bố cục

- Lời chào thăm (1–3)
- Lời khen ngợi Phi-lê-môn (4–7)
- Cầu thay cho Ô-nê-sim (8–22)
- Lời chào và lời chúc phước (23–25)

Mục đích

Phi-lê-môn là một người quen của Phao-lô và dường như là người giàu có. Ông sống ở Cô-lô-se (xem Côl 4:9; nô lệ của Phi-lê-môn là Ô-nê-sim được gọi là một người Cô-lô-se) trong khu vực lớn đủ để làm chỗ nhóm họp của các Cơ Đốc nhân (câu 2). Ông cũng có nhiều nô lệ, một phong tục phổ biến trong thế giới La Mã. Một trong số những nô lệ đó, Ô-nê-sim, là lý do chính khiến Phao-lô viết thư tín này.

Vì những nguyên do chúng ta không biết, Ô-nê-sim đã chạy trốn trách nhiệm của mình trong nhà Phi-lê-môn. Thời đó, đây là một tội trọng, có thể dẫn đến hình phạt nghiêm khắc nếu người vi phạm bị bắt. Họ có thể bị thiêu, bị dí dùi sắt đã nung lên người, bị cắt xẻo và thậm chí là bị giết. Ngày nay, một người chạy trốn hay tìm đến những trung tâm đông dân cư như New York hoặc London để tránh bị bắt, thì đúng theo dự đoán, Ô-nê-sim cũng chạy trốn đến thành phố lớn nhất ông có thể đến: thành La Mã. Nhưng ông không tiếp tục làm một người trốn chạy. Rõ ràng ông đã phát hiện ra chỗ Phao-lô đang ở và đến thăm Phao-lô. Kết quả nằm ngoài mong đợi: Phao-lô dẫn ông đến một sự hiểu biết cứu chuộc về Chúa Giê-xu Christ (câu 10).

Ô-nê-sim chắc hẳn đã phải quyết định rằng điều đúng đắn phải làm trong hoàn cảnh rắc rối này là trở về với chủ mình và sửa sai. Phao-lô viết cho Phi-lê-môn, thúc giục ông đối xử với Ô-nê-sim với lòng thương xót. Ông tin tưởng rằng Phi-lê-môn sẽ làm đúng như thế và thậm chí còn hơn thế nữa (câu 21). Điều này có thể cho thấy rằng Phao-lô mong đợi Phi-lê-môn cho Ô-nê-sim được tự do. Phao-lô cũng nói Phi-lê-môn chuẩn bị cho việc Phao-lô viếng thăm khi Phao-lô được ra khỏi tù để đáp lại lời cầu nguyện của Phi-lê-môn (câu 22).

Những thắc mắc về mặt văn chương và lịch sử

Thư tín này có đề cập đến tên tác giả - Phao-lô – ba lần (câu 1, 9, 19). Dường như Ti-mô-thê đang ở với Phao-lô vào thời điểm này trong thời gian ông bị giam cầm (câu 1; xem thêm Côl 1:1). Không có bằng chứng nào cho thấy Ti-mô-thê là đồng tác giả của thư tín này, mặc dù có thể ông đã chép lại lá thư này trong khi Phao-lô đọc cho ông chép. Giống như các thư tín khác của Phao-lô, thư tín này đi theo những quy ước của một lá thư Hy Lạp cổ.[15] Nó hẳn đã được viết vào cùng thời điểm với thư Cô-lô-se (xin xem Côl 4:9). Mặc định rằng Phao-lô đang ở tù (xin xem câu 1, 9, 10, 13) tại La Mã, thì điều này ngụ ý niên đại viết thư vào khoảng đầu những năm 60 S.C.

Ô-nê-sim trở về gặp Phi-lê-môn, trên tay cầm thư của Phao-lô

Tình hình được phản ánh trong thư tín này đúng với thời điểm ấy. Một câu khắc được tìm thấy tại Lao-đi-xê, một ngôi làng rất gần Cô-lô-se, được một người nô lệ dành tặng cho người chủ đã thả tự do cho anh. Tên của người chủ là: MARCUS SESTIUS PHILEMON.[16] Chúng ta không thể biết chắc liệu đây có phải là chính Phi-lê-môn mà Phao-lô viết thư hay không, nhưng những cái tên giống nhau từ cùng một địa điểm thật sự cho thấy khả năng ấy có thể xảy ra.

Bối cảnh thế kỷ thứ nhất được trực tiếp phản ánh theo một cách cụ thể hơn.Theo luật pháp La Mã, một người nô lệ có thể tìm cách ẩn náu tại một bàn thờ tôn giáo, dù là bàn thờ ấy ở chốn công cộng hay tại nhà riêng.[17] Người đứng đầu bàn thờ ấy khi đó đóng vai trò như một người trung gian vì quyền lợi của nô lệ

---

[15] Xin xem phần so sánh giữa thư tín của Phao-lô với Phi-lê-môn và một lá thư không thuộc Tân Ước trong McRay, *Archaeology and the New Testament*, 365.

[16] Như trên, 247.

[17] Xin xem F. F. Bruce, *Paul: Apostle of the Heart Set Free* (Grand Rapids: Eerdmans, 1977), 400.

đó. Đây có thể là một sự dự bị về pháp lý mà qua đó Ô-nê-sim tiếp cận với Phao-lô, mặc dù ta không chắc chắn về ý này.[18]

> ### Tiêu điểm 20: Cơ Đốc giáo và thay đổi văn hóa
>
> Mặc dù ngày nay một số người cho rằng mọi giá trị và văn hóa đều mang tính tương đối, nhưng Phao-lô không đồng ý như thế. Các giá trị ngoại giáo trong thời của ông cho phép người chồng được ngược đãi vợ, nhưng trong các thư tín trong tù, Phao-lô dạy phải yêu thương và tôn trọng (Êph 5; Côl 3). Văn hóa ngoại giáo cho phép lạm dụng nô lệ, nhưng Phao-lô lại kêu gọi sống khoan dung và công bằng (Côl 4; Phil). Phúc âm kêu gọi sửa đổi những tập tục được văn hóa chấp nhận khi những tập tục ấy đi ngược lại tình yêu và sự công bằng mà Đức Chúa Trời trông đợi.
>
> Trên nhiều phương diện, người Tây Ban Nha ở Tây Âu chinh phạt Mê-hi-cô rất tàn bạo. Nhưng chí ít nền văn minh mà họ đại diện, một phần là do ảnh hưởng của Cơ Đốc giáo, đã đặt dấu chấm hết cho việc dâng người làm sinh tế và tục ăn thịt người vốn cai trị nền văn minh Maya (xem K. Windschuttle, *The Killing of History* [New York: Free Press, 1996], 60–67).
>
> Cơ Đốc giáo tại Sri Lanka thời hiện đại đã góp phần làm giảm tác động của chế độ đẳng cấp, nâng cao vị thế của phụ nữ trong xã hội và nâng cao tiêu chuẩn đạo đức và đạo đức tình dục. "Cơ Đốc giáo đưa chế độ hôn nhân một vợ một chồng vào trong một xã hội vốn không có một định chế hôn nhân rõ ràng" ("Hội thánh tại Sri Lanka," trong *Church in Asia Today*, ed. Saphir Athyal [Singapore: Asia Lausanne Committee for World Evangelization, 1998], 436) và đã đóng góp cho nền hòa bình tại một xứ sở bị tàn phá bởi chiến tranh.
>
> Cơ Đốc nhân thường ủng hộ hiện trạng văn hóa. Chẳng hạn, ở những thế kỷ đầu của hội thánh, những người lãnh đạo giáo hội dường như đã không thách thức thể chế nô lệ một cách xông xáo như gương mẫu của Phao-lô và sự dạy dỗ mà Chúa Giê-xu kêu gọi. W. E. Raffety đã viết: "Hội thánh không hề ban hành một sắc lệnh xóa bỏ tập tục nào cả..., nhưng Phúc âm của Đấng Christ với sứ điệp yêu thương sâu sắc và ấm áp đã làm dịu lại tính khắc nghiệt của thời đại cổ xưa và làm tan chảy sự tàn bạo, khiến nó trở nên tử tế" ("Slave, Slavery," trong *The International Standard Bible Encyclopedia*, ed. James Orr Chicago: The Howard-Severance Company, 1925, 4:2817).

---

[18] William Baird, "Philemon, the Letter of Paul to," trong *Harper's Bible Dictionary* (San Francisco: Harper & Row, 1985), 784–85.

> Dẫu điều này có vẻ đúng ở cấp độ cá nhân, nhưng nó không nhanh chóng chuyển thành sự biến đổi về mặt xã hội trong những thế kỷ đầu của hội thánh.
>
> Thất bại của Cơ Đốc nhân trong quá khứ cần thúc đẩy chúng ta bàn luận lĩnh vực nào nên linh động áp dụng sự dạy dỗ Cơ Đốc trong bối cảnh của chúng ta.

Trong bất cứ trường hợp nào thì thắc mắc về mối liên hệ chủ-tớ là một câu hỏi quan trọng trong một bối cảnh xã hội mà ở đó phần lớn dân số là nô lệ. Một tác giả đã cho rằng ½ dân số ở La Mã và ¾ ở A-THEN là nô lệ.[19] Học giả khác lại nói rằng trong năm cư dân sống tại La Mã thì chỉ có một người là nô lệ mà thôi.[20] Thế nhưng Seneca (4T.C? -65 S.C) nói rằng viện nguyên lão của La Mã đã bãi bỏ một dự luật yêu cầu nô lệ phải mặc kiểu trang phục đặc biệt; người ta sợ rằng nếu thế thì nô lệ sẽ nhận ra số người giống mình đông thế nào.[21] Khi bàn thảo về một khía cạnh của vấn đề nô lệ, thư tín của Phao-lô gửi cho Phi-lê-môn đã thể hiện các mối quan tâm mà các nhà tư tưởng khác có tầm ảnh hưởng trong chính những năm tháng ấy đã lên tiếng. Giải pháp của Phao-lô, dựa trên tình yêu thương của Đấng Christ, đối lập gay gắt với cách tiếp cận thuần chính trị và lập pháp của viện nguyên lão La Mã.

Những bài học thực tế

Thư tín ngắn nhất của Phao-lô trong bộ kinh điển này đã thể hiện một mối quan tâm thực tiễn và mang tính cá nhân sâu sắc dành cho một người bị xã hội ruồng bỏ. Qua đó, nó phản chiếu mối quan tâm của chính Đấng Christ dành cho những người thấp hèn, không chỉ cho một tầng lớp xã hội mà còn cho những cá nhân. Nó cũng chỉ về một mức độ thân mật và tin tưởng cao tồn tại giữa vòng các thuộc viên trong cộng đồng Cơ Đốc. Phao-lô viết với một sự thân quen đầy tôn trọng nhưng cũng thoải mái mà không phải lúc nào người ta cũng tìm thấy ngay cả giữa vòng những thành viên trong gia đình. Ông có thể đề cập đến một chủ đề hóc búa một cách chân thành và vui mừng bởi vì ông biết rằng Phi-lê-môn có chung một cam kết như ông trong việc làm điều đúng đắn trong mắt Đức Chúa Trời. Một người ngày xưa là một ra-bi Do Thái, mòn mỏi trong tù vì là một giáo sĩ của Phúc âm, đã được một người chủ nô ngoại bang sống cách đó hàng trăm ki-lô-mét tại một thị trấn mà ông chưa bao giờ đặt chân đến lắng nghe. Đó là một sự gắn bó về mặt xã

---

[19] Xavier Léon-Dufour, *Dictionary of the New Testament*, trans. T. Pendergast (New York: Harper & Row, 1983), 40.

[20] Everett Ferguson, *Backgrounds of Early Christianity* (Grand Rapids: Eerdmans, 1987), 46.

[21] Seneca, *De Clementia*, 1.24.1; xin xem *Seneca: Moral Essays*, trans. John W. Basore, vol. 1 (London: Heinemann; New York: Putnam, 1927), 421.

hội và cá nhân mà đáp ứng chân thật dành cho Phúc âm có thể và cần phải sản sinh.

Cách tiếp cận của Phao-lô với văn hóa trong thời của ông đáng cho ta suy ngẫm cẩn thận. Trong khi ở chỗ khác ông khuyến khích việc phục tùng nhà cầm quyền dân sự và quy định về pháp lý (Rô 13:1–7), thì ở đây ông lại thúc giục Phi-lê-môn không chỉ dừng lại ở đó. Ông cũng phải xem xét các tiêu chuẩn công bằng và yêu thương bắt nguồn từ bản tính của Đức Chúa Trời như được khải thị qua Chúa Giê-xu Christ trong Kinh Thánh Cựu Ước. Cựu Ước xác nhận sự bình đẳng của tất cả mọi người và đưa ra những lời khuyên bảo về cách đối xử công bằng không chỉ của dân thuộc riêng về Đức Chúa Trời mà cũng của những người ngoại quốc và nô lệ sống với họ. Phao-lô áp dụng quan điểm này trong một bối cảnh văn hóa nơi giá trị của nó khá khác biệt, với những nô lệ từ có rất ít đến chẳng có quyền lợi công dân nào cả.[22] Theo quan điểm của Phao-lô, Đấng Christ đã chết cho cả người nô lệ lẫn người tự do, người ngoại bang lẫn người Do Thái, nam lẫn nữ (Ga 3:28). Trong tình yêu vô vị kỷ dành cho con người, Đức Chúa Trời không thiên vị. Cơ Đốc nhân phải bắt chước Chúa (Êph 5:1) thay vì để cho văn hoá xung quanh định đoạt hành vi của mình (Rô 12:2). Dù nhận ra một phần bối cảnh cổ xưa của nó, nhưng thư tín của Phao-lô gửi cho Phi-lê-môn đồng thời cũng kêu gọi thay đổi bối cảnh đó thông qua việc đáp ứng với sự kêu gọi của Đấng Christ là yêu người khác. "Điều mà thư tín này làm là mang chúng ta vào trong một không khí mà ở đó thể chế ấy [chủ nghĩa nô lệ] chỉ có thể tàn héo và mất đi mà thôi."[23]

Phi-lê-môn có nghe lời khuyên của Phao-lô không? Nếu Phi-lê-môn không nghe theo, thì thư tín ngắn ngủi này liệu có còn lại đến ngày nay chăng?

Tóm lược

1. Ê-phê-sô được ghi nhận là một trung tâm của việc thờ phượng hoàng đế, của những điều huyền bí, của sự thờ thần tượng và thuyết thông linh.

2. Thư Ê-phê-sô bao gồm một loạt những câu phát biểu về Đức Chúa Trời, về Đấng Christ, về sự cứu rỗi, theo sau bởi những lời khuyên bảo, thúc giục độc giả suy ngẫm lẽ thật về Đức Chúa Trời và ý muốn của Ngài trong đời sống họ.

3. Những vấn đề mang tính phê bình được nêu ra liên quan đến thư tín Ê-phê-sô bao gồm vấn đề tác giả và nơi nhận thư, mối quan hệ

---

[22] Mặc định rằng Phao-lô đề cập đến vấn đề nô lệ và các luật chi phối vấn đề nô lệ trong khuôn khổ La Mã và ảnh hưởng của Hy Lạp, không phải trên khuôn khổ đặc biệt mang tính Hê-bơ-rơ hay Do Thái; xin xem Francis Lyall, *Slaves, Citizens, Sons: Legal Metaphors in the Epistles* (Grand Rapids: Zondervan, 1984), 238.

[23] Bruce, *Paul*, 401.

giữa thư Ê-phê-sô với Cô-lô-se, những tương đồng với các Cuộn Biển Chết, sự xuất hiện của những ý niệm thuộc trí huệ giáo và bản chất của những trọng tâm giáo lý khác nhau.

4. Hội thánh tại Phi-líp được Phao-lô và Si-la thành lập vào hành trình truyền giáo thứ hai.

5. Phao-lô viết thư gửi cho người Phi-líp để bày tỏ mối quan tâm mục vụ của ông về tình trạng hiện tại của họ, để cho họ biết hoàn cảnh của ông và để họ chuẩn bị cho chuyến viếng thăm của Ti-mô-thê và có lẽ của chính ông nữa.

6. Trong thư Phi-líp, Phao-lô nhận diện ba nhóm người ngăn trở sứ điệp của Phúc âm: một nhóm nằm trong cộng đồng Cơ Đốc tại La Mã, một nhóm không giảng dạy Phúc âm chân thật và nhóm của chính những người Phi-líp tự xem mình là trung tâm của vũ trụ.

7. Phao-lô viết cho hội thánh tại Cô-lô-se để đảm bảo với hội thánh về mối quan tâm của ông và cảnh báo hội thánh về các giáo sư giả đang dẫn hội thánh đi lạc.

8. Sứ điệp căn bản của thư Cô-lô-se là tính độc nhất và siêu việt của Đấng Christ.

9. Phao-lô chống lại chủ nghĩa duy luật và chủ nghĩa khổ hạnh trong thư tín ông gửi cho người Cô-lô-se.

10. Thư tín của Phao-lô gửi cho Phi-lê-môn, một bạn hữu của ông, để nói về một người nô lệ bỏ trốn tên là Ô-nê-sim.

11. Vì số lượng lớn dân số ở khu vực này là nô lệ, nên tình huống của Ô-nê-sim là một vấn đề quan trọng mà Phao-lô muốn Phi-lê-môn quan tâm.

12. Trong phần nói về Ô-nê-sim, Phao-lô khuyên Phi-lê-môn vượt ra ngoài những thói quen pháp lý thời bấy giờ mà lưu tâm đến những tiêu chuẩn công chính và yêu thương bắt nguồn từ bản tính của Đức Chúa Trời.

Câu hỏi ôn tập

1. Hãy nêu một phương diện trong đó xã hội hiện đại giống với thế giới của thành Ê-phê-sô thời cổ.

2. Hãy liệt kê một số chủ đề chính của thư Ê-phê-sô.

3. Những vấn đề nào người Cô-lô-se phải đối diện nhưng cũng phù hợp với các vấn đề ngày nay?

4. Trong thư Cô-lô-se, Phao-lô nói nhiều về Đấng Christ. Xin đưa ra ba dữ kiện về Đấng Christ dựa trên những gì Phao-lô dạy.

5. "Kẻ thù" mà Phao-lô cảnh báo tín hữu Phi-líp là ai?

6. Phao-lô trình bày về Đấng Christ như thế nào trong thư Phi-líp so với Đấng Christ trong thư Cô-lô-se? Xin đưa ra hai điểm tương đồng và khác biệt.

7. Tại sao thư tín Phi-lê-môn là một tư liệu quan trọng, khi xem xét bối cảnh xã hội cổ xưa của nó? Những áp dụng nào có thể được rút ra từ thư tín này trong bối cảnh hiện đại?

Các thuật ngữ then chốt

Asiarchs   Trí huệ   Via Egnatia

Con người/Địa điểm chính

Alexander Đại đế	Giê-ru-sa-lem	Philip II xứ Ma-xê-đoan
A-si	Hierapolis	Phi-líp
A-then	Irenaeus	Qumran
Bẹt-găm	La Mã	Si-mệc-nơ
Bẹt-giê	Lao-đi-xê	Sông Cayster
Biển Aegean	Marcus Sestius Phi-lê-mon	Thổ Nhĩ Kỳ
Cô-lô-se	Ma-xê-đoan	Thung lũng Lycus
Cơ-lốt	Nữ thần Artemis	Tiểu Á
Ê-phê-sô		

Sách đọc thêm

Cũng xem thêm những tác phẩm nằm trong phần ghi chú của chương này. Về Phao-lô nói chung, xin xem chương 17

Acton Institute. *Environmental Stewardship in the Judeo-Christian Tradition*. Grand Rapids: Acton Institute, 2007.

> Trình bày các quan điểm của Do Thái giáo, Công giáo và Tin lành về những gì Kinh Thánh dạy về chủ đề quan trọng này.

G. Arnold, Clinton E., ed. *Zondervan Illustrated Bible Backgrounds Commentary*. Vol. 3. Grand Rapids: Zondervan, 2002.

> Nói về cả bốn thư tín trong tù của Phao-lô. Bàn luận về những phân đoạn được chọn, cho thấy mối quan hệ của chúng với cả các sách trong Kinh Thánh lẫn các sách ngoại kinh. Có nhiều biểu đồ, hình ảnh và phần bổ sung bên lề để minh họa.

Barth, Markus và Helmut Blanke. *The Letter to Philemon*. Grand Rapids: Eerdmans, 2000.

> Một tác phẩm với hơn năm trăm trang nói về thư tín ngắn này của Phao-lô! Chứa đựng vô số những chuyện ngoài lề rất sâu sắc về những vấn đề lịch sử và thần học.

Bockmuehl, Markus. *The Epistle to the Philippians*. Peabody, MA: Hendrickson, 1998.

> Phần giải kinh thấu đáo nhưng dễ đọc phản ánh những nghiên cứu học thuật gần đây.

Calvin, John. *The Epistles of Paul the Apostle to the Galatians, Ephesians, Philippians, and Colossians*. Trans. T. H. L. Parker. Grand Rapids: Eerdmans, 1965.

> Giải kinh kinh điển, hiếm có về hiểu biết và xúc cảm thần học.

Hansen, Walter. *The Letter to the Philippians*. Grand Rapids: Eerdmans, 2009.

> Đặc biệt nhấn mạnh vào Phúc âm của Đấng Christ và cộng đồng trong Đấng Christ.

Keller, Tim, with Kathy Keller. *The Meaning of Marriage*. New York: Dutton, 2011.

> Dựa trên Ê-phê-sô 5 để trình bày những hiểu biết sâu sắc và những thách thức đối với những cuộc hôn nhân sâu sắc và lâu bền.

Lau, Te-Li. *The Politics of Peace: Ephesians, Dio Chrysostom, and the Confucian "Four Books."* Leiden: Brill, 2010.

> Đặt sự dạy dỗ của thư Ê-phê-sô trên "nền hòa bình" của Đế quốc La Mã và vào sự khôn ngoan của người Trung Hoa cổ.

Moritz, Thorsten. *A Profound Mystery: The Use of the Old Testament in Ephesian*. Leiden: Brill, 1996.

> Cho thấy Cựu Ước căn bản như thế nào đối với thần học của Phao-lô ngay cả trong một lá thư mà ông không trích dẫn nhiều từ Cựu Ước.

O'Brien, Peter. *Ephesians*. Grand Rapids: Eerdmans, 1999.

> Giải kinh tốt, nhạy bén với bối cảnh lịch sử và thần học.

———. *The Epistle to the Philippians*. Grand Rapids: Eerdmans, 1991.

Giải kinh mang tính học thuật nhưng không làm mất đi mối quan tâm về sự thờ phượng và giáo lý của Phao-lô.

Peterman, G. W. "Marriage and Sexual Fidelity in the Papyri, Plutarch and Paul." *Tyndale Bulletin* 50, no. 2 (1999): 163–72.

Phần so sánh chứa đựng nhiều thông tin về các quan điểm của Phao-lô với những người bên ngoài các hội thánh mà ông thành lập. Có thể xem trên mạng.

Peterson, Eugene H. *Practice Resurrection*. Grand Rapids: Eerdmans, 2010.

Những suy ngẫm từng phần trong sách Ê-phê-sô nhằm thúc đẩy người đọc theo Chúa cách mật thiết hơn.

Thielman, Frank. *Ephesians*. Grand Rapids: Baker Academic, 2010.

Phần nghiên cứu mang tính học thuật, nhấn mạnh vào nghĩa của từ, dòng tư tưởng của phần dạy dỗ và bối cảnh lịch sử.

Trebilco, Paul. *The Early Christians in Ephesus from Paul to Ignatius*. Grand Rapids: Eerdmans, 2007.

Phần nghiên cứu thấu đáo về nhiều loại bằng chứng khác nhau và các vấn đề mà các bằng chứng ấy nêu ra.

Warrior, Valerie. *Roman Religion*. New York: Cambridge University Press, 2006.

Vẽ ra thế giới tôn giáo của người La Mã trước và trong thời của Phao-lô. Nói về các thần ngoại giáo và vô số những phong trào cũng như thói tục tôn giáo. Được viết cho những người không chuyên và đặc biệt là cho người mới bắt đầu học.

Chương 21

Tê-sa-lô-ni-ca, Ti-mô-thê Và Tít

Di Sản Của Sự Trung Tín

Bố cục

- **1 & 2 Tê-sa-lô-ni-ca**
    - Dẫn nhập
    - Thành Tê-sa-lô-ni-ca
    - Nguồn gốc của 1 & 2 Tê-sa-lô-ni-ca
- **1 Tê-sa-lô-ni-ca**
    - Bố cục
    - Bối cảnh viết thư và sứ điệp
- **2 Tê-sa-lô-ni-ca**
    - Bố cục
    - Bối cảnh viết thư và sứ điệp
- **1, 2 Ti-mô-thê, Tít**
    - Hành trình truyền giáo thứ tư và tác giả
    - 1 Ti-mô-thê
        * Bố cục
        * Bối cảnh viết thư và sứ điệp
    - 2 Ti-mô-thê
        * Bố cục
        * Bối cảnh viết thư và sứ điệp
    - Tít
        * Bố cục

* Bối cảnh viết thư và sứ điệp
- Sự khôn ngoan của các thư tín mục vụ
- Những vấn đề mang tính phê bình

Mục tiêu

Sau khi đọc chương này, bạn có thể

- Liệt kê những lý do tại sao thành Tê-sa-lô-ni-ca lại quan trọng
- Phác thảo nội dung cho 1 và 2 Tê-sa-lô-ni-ca
- Nhận biết mục đích viết thư 1 và 2 Tê-sa-lô-ni-ca
- So sánh lý do viết các thư tín mục vụ
- Phác thảo nội dung của 1 và 2 Ti-mô-thê
- Phác thảo nội dung của Tít
- Nêu đặc trưng lời khuyên bảo của các thư tín mục vụ

1 & 2 Tê-sa-lô-ni-ca

Kinh tế suy sụp. Khủng bố. Sóng thần. Đói kém, chiến tranh, tàn sát, bệnh tật, các tôn giáo sai lạc và sự tuyệt vọng. Danh sách những vấn nạn toàn cầu và trong từng quốc gia dường như kéo dài ra và sâu thêm theo thời gian.

Vì bị đe dọa bởi vô số những khủng hoảng và những điều không biết trước, nhiều người đã tìm kiếm sự trú ẩn nơi chủ nghĩa cá nhân cực đoan và vị kỷ. Lòng tự trọng đã trở thành chủ đề chính của cuộc sống hiện đại tại Tây phương. Giáo dục công cổ súy cho điều đó. Các tờ tạp chí nổi tiếng ca ngợi nó. "Hãy nhìn nhận tích cực về chính mình" gần như là một nghĩa vụ căn bản của con người. Một nghiên cứu đã ghi nhận rằng "cái tôi đã trở thành hình thức chính của thực tại." Nhưng cũng chính nghiên cứu ấy lại hoài nghi về sự khôn ngoan của ý niệm này.[1]

Cơ Đốc nhân thời xưa cũng phải đối diện với những mối đe dọa đến ý thức về bản thân và thật ra là chính sự tồn tại của họ. Nhưng một trường hợp đáng ghi nhận – đó là tín hữu tại Ma-xê-đoan thuộc TÊ-SA-LÔ-NI-CA – không trốn chạy vào sự an toàn giả tạo, là tình trạng chỉ quan tâm đến mình và lòng tự trọng. Thay vào đó họ chọn kính trọng Chúa, nhận biết nhân dạng và sự hiểu biết chính mình từ những việc Chúa đã làm thay cho họ, chứ không phải từ việc xã hội xung quanh đối xử với họ như thế nào. Ở phần sau chúng ta sẽ thấy việc Đức Chúa Trời đã làm cho họ qua Đấng Christ ban cho họ nguồn trợ giúp để sống cuộc đời được chuộc làm vui lòng Đức Chúa Trời, thay vì cuộc đời nhát sợ và tự xem mình là trung tâm,

---

[1] R. N. Bellah et al., *Habits of the Heart: Individualism and Commitment in American Life* (San Francisco: Harper & Row, 1985), 143.

bị thống trị bởi nỗi sợ hãi những nền văn hóa lấn át xung quanh hay bởi việc méo mó rập khuôn theo nó như thế nào.

1 & 2 Tê-sa-lô-ni-ca trong Cơ Đốc giáo ban đầu	
1 & 2 Tê-sa-lô-ni-ca có vẻ như đã được biết đến và sử dụng bởi các lãnh đạo hội thánh đầu tiên như:	
	S.C
Polycarp	khoảng năm 110
Justin Martyr	khoảng năm 140
Irenaeus	khoảng năm 175
Clement xứ A-léc-xan-đơ	khoảng năm 200
Tertullian	khoảng năm 200
Origen	khoảng năm 250
Eusebius	khoảng năm 315

Dẫn nhập

Hành trình truyền giáo thứ hai của Phao-lô (xem bản đồ có tựa đề "Hành trình Truyền giáo Thứ Hai của Phao-lô" ở chương 16) đã dẫn ông và những đồng lao của ông từ AN-TI-ỐT XỨ SY-RI (Công 15:35), cách TIỂU Á hàng trăm ki-lô-mét (Công 15:41; 16:1,6), đến thành Ma-xê-đoan thuộc PHI-LÍP (Công 16:12). Sau một thời gian giảng đạo ngắn, đầy biến động nhưng kết quả ở đó, Phao-lô đi xuyên qua vùng AM-PHI-BÔ-LÍT và A-BÔ-LÔ-NI, hai vùng rõ ràng không có một nhà hội Do Thái giáo nào cả,[2] rồi tới Tê-sa-lô-ni-ca, nơi có sự hiện diện của Do Thái giáo (Công 17:1). Tê-sa-lô-ni-ca cách Phi-líp khoảng một trăm sáu mươi ki-lô-mét. Ta cần nhớ lại rằng Phao-lô có chính sách trước hết đem Phúc âm đến với người Do Thái ở những khu vực mà ông tìm cách truyền giảng Tin lành (Công 16:13; 17:1, 10, 17; 18:4; 19:8; Rô 1:16).

Bất chấp chống đối, Phao-lô đã thành lập được một hội thánh tại Tê-sa-lô-ni-ca. Sau này ông viết hai lá thư cho các Cơ Đốc nhân ở đó để khích lệ và chỉ dẫn họ. Những thư tín này được biết đến với tên gọi 1 và 2 Tê-sa-lô-ni-ca.

Thành Tê-sa-lô-ni-ca

Hầu hết những tàn tích của thành cổ này bị chôn vùi bên dưới TÊ-SA-LÔ-NI-KI hiện đại, thành phố lớn nhất của HY LẠP, nếu không tính A-THEN. Những nguồn tư liệu cổ xác định rằng Tê-sa-lô-ni-ca không phải là ngôi làng xa xôi hẻo lánh, hoang sơ gì cả. Nó nằm trên Via Egnatia, tuyến đường giao thương chính của Đông-Tây. Nó

---

[2]Xem thêm John McRay, *Archaeology and the New Testament* (Grand Rapids: Baker Academic, 1991), 289.

cũng là một hải cảng giàu có. Tổng đốc của tỉnh này sinh sống tại đây. Những công dân hàng đầu vui hưởng bông trái của sự thịnh vượng về kinh tế, mặc dù như thường lệ nô lệ và những tầng lớp thấp kém khác không hẳn là được hưởng lợi từ nó. Tê-sa-lô-ni-ca tự hào về những đền thờ ngoại giáo cũng như nhà hội Do Thái nơi Phao-lô và Si-la giảng dạy.

Nguồn gốc của 1 & 2 Tê-sa-lô-ni-ca

Công Vụ nói rõ rằng hội thánh Tê-sa-lô-ni-ca được thành lập giữa rất nhiều chống đối (17:1–9). Tình thế trở nên nghiêm trọng đến mức Phao-lô và Si-la phải lẳng lặng ra đi lúc màn đêm buông xuống (Công 17:10). Họ tìm nơi trú ẩn và cơ hội để giảng đạo tại BÊ-RÊ (cách Tê-sa-lô-ni-ca khoảng tám mươi ki-lô-mét) trong một thời gian ngắn (Công 17:10). Nhưng những nhóm phái thù địch tại Tê-sa-lô-ni-ca vẫn lần theo dấu vết của họ và tiếp tục gây rối tại Bê-rê. Rõ ràng Phao-lô là mục tiêu chính cho cơn giận dữ của họ, bởi vì Si-la và Ti-mô-thê vẫn có thể ở lại Bê-rê. Nhưng Phao-lô vẫn quyết định di chuyển khoảng 380 ki-lô-mét về phía Nam để đến A-then. Ở đó ông chờ tin từ Si-la và Ti-mô-thê về số phận của những tân tín hữu tại Tê-sa-lô-ni-ca (Công 17:15–34). Họ sẽ đứng lên giữa lúc bị bách hại, hay họ sẽ lìa bỏ đức tin mới mẻ của mình nơi Đấng Christ?

Phao-lô lưu lại và giảng một thời gian ngắn ở A-then. Nhưng mãi tới khi ông đi về phía Tây tới thành Cô-rinh-tô (khoảng 80 ki-lô-mét) thì Si-la và Ti-mô-thê mới bắt kịp ông (Công 18:5). Sau khi nghe tin tức từ họ, Phao-lô rõ ràng đã viết 1 Tê-sa-lô-ni-ca và "gửi" nó đi, dùng Ti-mô-thê làm người đưa thư. Một vài tháng sau, ông nối tiếp thư tín đầu tiên này bằng lá thư thứ hai.

1 Tê-sa-lô-ni-ca

Bố cục

I. Lời chào thăm (1:1)
II. Hồi tưởng cá nhân (1:2–10)
    A. Sức sống của hội thánh (1:2–3)
    B. Nguồn gốc thuộc linh của hội thánh (1:4–6)
    C. Biểu hiện cụ thể của đức tin sống động (1:7–10)
III. Bản chất của chức sứ đồ (2:1–12)
    A. Kiên nhẫn trong hoạn nạn (2:1–2)
    B. Chân thật trong động cơ (2:3–6)
    C. Hấp dẫn trong phong thái (2:7–9)
    D. Không chê trách được trong thái độ (2:10–12)
IV. Tiếp nhận Phúc âm (2:13–16)

V. **Mối quan tâm của Phao-lô dành cho người Cô-rinh-tô (2:17–3:13)**
   A. Mục tiêu không thành (2:17–20)
   B. Kế hoạch truyền giáo (3:1–5)
   C. Lời ngợi khen đầy vui mừng (3:6–10)
   D. Lời cầu thay (3:11–13)

VI. **Khuyên bảo về nếp sống Cơ Đốc (4:1–12)**
   A. Những chỉ dẫn chung (4:1–2)
   B. Nếp sống đạo đức (4:3–8)
   C. Tình yêu thương Cơ Đốc (4:9–12)

VII. **Các vấn đề liên hệ đến sự trở lại của Đấng Christ (4:13–5:11)**
   A. Tình trạng của người chết (4:13–18)
   B. Thì giờ và thời điểm (5:1–11)

VIII. **Đời sống bên trong của hội thánh (5:12–24)**
   A. Việc công nhận người lãnh đạo (5:12–13)
   B. Các mối quan hệ cá nhân (5:14–15)
   C. Đời sống đức tin (5:16–18)
   D. Đời sống trong cộng đồng (5:19–22)
   E. Lời cầu nguyện thứ hai của Phao-lô (5:23–24)

IX. **Những lời chú thích cuối thư (5:25–28)**

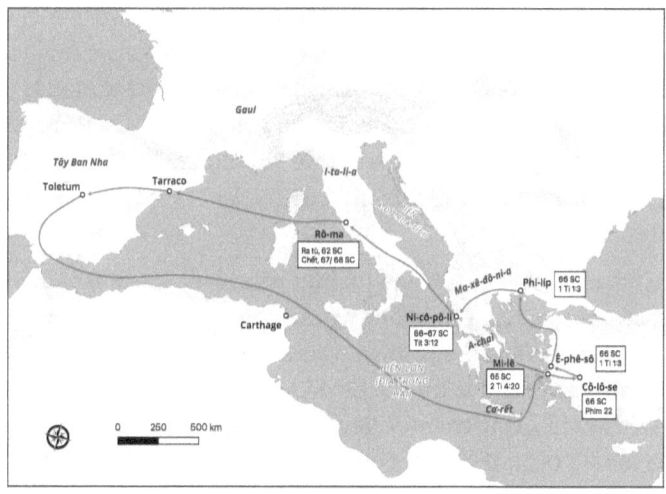

Bản đồ Sự lan rộng của Cơ Đốc giáo

Mục đích và sứ điệp

Trong bối cảnh lịch sử được phác họa ở trên, có vẻ như Phao-lô viết 1 Tê-sa-lô-ni-ca chủ yếu để khích lệ tân tín hữu bền đỗ trong đức tin, bất chấp những chống đối mà họ gặp phải. Bố cục trong phần trước chia sứ điệp của Phao-lô ra làm các phần nhỏ hơn. Thông thường, chúng ta có thể nhận ra bốn cách Phao-lô đưa ra cho độc giả những lời giáo huấn và trợ giúp.

Tàn tích của khu chợ vào thế kỷ thứ hai S.C tại Tê-sa-lô-ni-ki, Hy Lạp.

Đầu tiên, thư tín này xác nhận rằng khó khăn là một phần kế hoạch của Đức Chúa Trời dành cho con dân Ngài. Sự chống đối họ đối diện không phải là điều lạ thường (xem 1 Phil 4:12) nhưng giống như điều Phao-lô và thậm chí là chính Chúa Giê-xu đã phải chịu (1 Tê 1:6). Phao-lô khen ngợi họ vì họ đã ghi nhớ lời của các sứ đồ trong lòng đến độ nó cũng mang đến cho họ những hoạn nạn y như đã mang đến cho các hội thánh tại xứ Giu-đê trước đây vậy (2:13–16). Ông đã cử Ti-mô-thê đến với họ để mang theo bức thư này "hầu cho không một người nào trong anh em bị rúng động bởi những sự khốn khó dường ấy" (3:3). Một trong những lời giáo huấn căn bản của Phao-lô dành cho tân tín hữu đó là: Đức tin chân thật đặt nơi Phúc âm và thái độ sống nhiệt thành mà Phúc âm kêu gọi sẽ khiến họ phải đối diện với hoạn nạn (3:4). Ở đây Phao-lô đi theo một chiến lược trước đây được chính Chúa Giê-xu sử dụng. Trong đêm Ngài bị phản bội, Đấng Christ đã cảnh báo mười một sứ đồ về thời kỳ khó khăn phía trước để khi thời kỳ đó đến, họ sẽ được thêm sức thay vì nản lòng (Giăng 16:1). Trong 1 Tê-sa-lô-ni-ca Phao-lô cũng đưa ra một chiến lược tương tự.

Thứ hai, Phao-lô khích lệ các tân tín hữu bằng cách khen ngợi đức tin và tình yêu thương của họ, mà ông vẫn không ngừng nhớ đến trong khi cầu nguyện (1:3). Trong thanh âm vang rền ấy, ông khen ngợi đức tin của họ và tiếng thơm về lòng trung thành với Chúa mà đức tin của họ đã mang đến cho họ trong khắp thế giới Cơ Đốc non trẻ ấy (1:8). Ông ghi nhớ điều Ti-mô-thê cho ông biết về đức tin và tình yêu thương của họ (3:6). Giọng văn của 1 Tê-sa-lô-ni-ca cho thấy rõ rằng Phao-lô quan tâm đến sức sống tích cực lâu bền trong đức tin của độc giả của ông, nhưng lập trường của ông là tin cậy và khen ngợi chứ không phải nghi ngờ và phê bình.

Thứ ba, ông khích lệ bằng cách đưa ra những chỉ dẫn thêm. Mặc dù mức độ yêu thương mà họ dành cho nhau đáng để làm gương, nhưng vẫn còn chỗ để cải thiện và vẫn cần phải được cải thiện (4:9–10). Những lĩnh vực dạy dỗ mà Phao-lô dụng đến bao gồm bản chất của chức sứ đồ (2:3–12), thẩm quyền cho sự công bố và lời dạy mà ông truyền đạt (2:13; 4:2), cách thể hiện vấn đề tính dục như thế nào là phù hợp với người theo Chúa (4:3–8) và thói quen mà Cơ Đốc nhân cần nuôi dưỡng để thể hiện tình yêu thương một cách có trách nhiệm với nhau (4:9–12). Đây không phải là tất cả những gì Phao-lô viết, nhưng nó đủ để cho thấy rằng một cách mà ông đạt được mục đích của mình khi viết thư là cung cấp thêm những lời giáo huấn. Giống như Chúa Giê-xu, khi Phao-lô thấy người thuộc về Chúa cần được chăn dắt, ông được thúc giục để dạy dỗ họ "nhiều điều" (Mác 6:34–35).

Thứ tư, Phao-lô khích lệ độc giả bằng cách cho họ sự hiểu biết sâu sắc về những việc cuối cùng. Các nhà thần học gọi lĩnh vực dạy dỗ này là lai thế học, có nghĩa là ngành học về những điều Kinh Thánh nói sẽ xảy ra vào thời kỳ cuối rốt và cả sau đó nữa. Một trong những đặc trưng của 1 (và 2) Tê-sa-lô-ni-ca là nhấn mạnh vào lai thế học (18 trong số 47 câu trong 2 Tê-sa-lô-ni-ca hay 38% của lá thư liên quan đến lai thế học). Nhưng mục tiêu của Phao-lô không phải là đưa ra sự hiểu biết toàn diện về tương lai. Đúng hơn, nó nhằm mang đến hy vọng và sự khích lệ trong hiện tại. Mục tiêu của ông là gây dựng chứ không phải ước đoán. Nhưng ông đã đạt được mục tiêu này bằng cách nói về những sự sẽ đến. Điều này bao gồm sự trở lại để đoán xét của Chúa Giê-xu (1:10), sự vui mừng và phần thưởng trước sự hiện diện của Đấng Christ (2:19; 3:13), thứ tự các sự kiện khi Chúa kêu những người công chính đã chết sống lại và việc cất những Cơ Đốc nhân còn đang sống lên (4:13–18), và nguy cơ của sự dối gạt vào những ngày sau cuối (5:1–11).

Việc tập chú vào Đức Chúa Trời tại Tê-sa-lô-ni-ca

Phần mở đầu của chương này nói về sự đối lập giữa việc tập trung vào chính mình của thời hiện đại và tập trung vào Đức Chúa Trời của người Tê-sa-lô-ni-ca. Dựa trên sự thù địch của cả người Do Thái và các lực lượng ngoại giáo, việc hội thánh Tê-sa-lô-ni-ca hoặc các thư tín của Phao-lô gửi cho hội thánh vẫn còn đến giờ quả là một điều đáng lưu ý. Tại sao vậy? Việc Phao-lô gán vai trò trung tâm trong đời sống của họ cho Chúa, như được phản chiếu qua việc ông thường xuyên đề cập đến Đức Chúa Trời, Đấng Christ và những từ liên quan trong thư tín gửi cho người Tê-sa-lô-ni-ca cho ta một phần câu trả lời cho câu hỏi này.

Trước nhất cần phải ghi nhận rằng từ "Đức Chúa Trời" xuất hiện hơn ba chục lần trong bản văn tiếng Hy Lạp của 1 Tê-sa-lô-ni-ca. (Đếm từ trong các bản dịch Anh ngữ có thể cho kết quả khác hơn một chút). "Giê-xu" xuất hiện khoảng mười sáu lần. "Chúa" xuất hiện hơn hai mươi lần. "Đấng Christ" xuất hiện khoảng mười lần. Chuyển sang 2 Tê-sa-lô-ni-ca, một thư tín ngắn hơn, "Đức Chúa Trời" được tìm thấy khoảng mười tám lần, "Chúa Giê-xu" mười lần. 1 Tê-sa-lô-ni-ca chứa đựng 89 câu và 2 Tê-sa-lô-ni-ca 47 câu. Vì thế, trong 136 câu thì có gần 150 lần nhắc đến Đức Chúa Trời, Đấng Christ hoặc cả hai, cộng thêm hơn hai mươi lần nhắc đến Đức Thánh Linh nữa.

Khảo sát 1 Tê-sa-lô-ni-ca, chúng ta ghi nhận Phao-lô làm cho vững lòng độc giả bằng cách nhắc họ nhớ rằng Đức Chúa Trời chọn để cứu họ (1:4; xem 2 Tê 2:13). Đức Chúa Trời giờ đây đứng ở sân khấu trung tâm của cuộc đời họ, chứ không phải thần tượng (1:9). Đức Chúa Trời ban cho Phao-lô năng lực và thẩm quyền để rao giảng sứ điệp cứu rỗi của Ngài cho người Tê-sa-lô-ni-ca (2:2–5). Chính Chúa là Đấng kêu gọi họ "vào trong nước và vinh hiển Ngài" (2:12; xem 2 Tê 1:11; 2:14). Vì thế, Đức Chúa Trời là khởi nguồn tối thượng của Phúc âm mà họ tiếp nhận (2:13) và là Đấng chủ tể trên hội thánh mà họ gia nhập (2:14). Đức Chúa Trời có ước muốn cho cuộc đời của những người thuộc về Ngài và sẽ hình phạt những ai vi phạm ước muốn đó (4:3–8).

Tóm lại, ngôn ngữ của Phao-lô trong 1 (và 2) Tê-sa-lô-ni-ca thể hiện một nhận thức không phải tập trung vào chính mình mà vào Đức Chúa Trời ở cấp độ cá nhân và cộng đồng. Điều này không có nghĩa là cái tôi là không quan trọng. Nhưng nó thật sự như một lời nhắc nhở đâu là nơi ta tìm kiếm lòng tự trọng Cơ Đốc một cách hiệu quả nhất: trong sự thừa nhận, thờ phượng và phục vụ Chúa. Ngài có thể mở rộng tầm nhìn và nhãn quan của con người và nâng họ lên trên những giới hạn của việc cột chặt vào cái tôi và hoàn cảnh bị áp bức. Nếu có bất cứ "bí quyết" nào cho sự thành công của người Tê-sa-lô-ni-ca, thì nó hẳn là sự tập trung vào Đức Chúa Trời được phản ánh trong lời khuyên bảo từ Phao-lô mà họ tiếp nhận và áp dụng.

2 Tê-sa-lô-ni-ca

Bố cục

I. Chào thăm (1:1–2)
II. Sự phán xét khi Đấng Christ trở lại (1:3–12)

   A. Những thử thách trước khi Đấng Christ trở lại (1:3–5)
   B. Sự khen thưởng và sửa phạt khi Đấng Christ trở lại (1:6–10)
   C. Lời cầu nguyện cho hội thánh khi hướng đến sự trở lại của Đấng Christ (1:11–12)

III. Những sự kiện xung quanh sự trở lại của Đấng Christ (2:1–12)

   A. Lời kêu gọi bình tĩnh (2:1–2)
   B. Sự bội đạo sẽ xảy ra (2:3–7)
   C. Anti-Christ được phơi bày (2:8–12)

IV. Khích lệ thái độ đúng đắn (2:13–17)

   A. Bằng cách nhớ lại nền tảng của đức tin (2:13–14)
   B. Bằng lời khuyên bảo hãy đứng vững (2:15)
   C. Bằng việc cầu nguyện cho sự trưởng thành thuộc linh (2:16–17)

V. Lời cầu thay (3:1–5)

A. Nhờ cầu thay (3:1–2)
  B. Lòng tin nơi sự cầu nguyện (3:3–4)
  C. Lời cầu nguyện bày tỏ lòng ước ao (3:5)
VI. Hướng dẫn trong đức tin và nếp sống (3:6–15)
  A. Thái độ đối với những người sống bừa bãi (3:6–10)
  B. Sửa phạt những người sống bừa bãi (3:11–13)
  C. Kỷ luật những người sống bừa bãi (3:14–15)
VII. Lời chào cuối thư (3:16–18)
  A. Lời cầu nguyện (3:16)
  B. Lời xác nhận (3:17)
  C. Lời chúc phước (3:18)

Sự hiện ra của Đấng christ và những hậu quả đời đời

Cơ Đốc nhân có niềm hy vọng cao quý về thiên đàng. Nhưng còn địa ngục thì sao?

Khi các tân tín hữu tại Tê-sa-lô-ni-ca chịu bách hại, Phao-lô đảm bảo với họ về phần thưởng trên thiên đàng "khi Chúa Giê-xu hiện đến" (2 Tê 1:7). Khi ấy những sự chịu khổ của họ sẽ được đền bù hậu hĩnh! Có người nghĩ rằng điều này nói về thời điểm khi Đấng Christ trở lại và thiết lập một vương quốc vật lý trên đất. Người khác lại nghĩ rằng cụm từ "khi Đức Chúa Giê-xu từ trời hiện đến" nói về thời điểm sau khi thế giới này kết thúc, khi tất cả mọi người đều sẽ phải đứng trước sự đoán xét của Đức Chúa Trời. Có người được đứng ở bên hữu Ngài và có người bên tả để nhận lãnh phần thưởng hay sự đoán phạt đời đời (Mat 25:31–33).

Trình tự diễn ra các sự kiện trong thời kỳ cuối cùng vẫn còn nhiều tranh cãi, y như chính bản chất của sự sống vào thời đại sẽ đến vậy. Nhưng không ai tranh cãi có phải những người tin nơi Đấng Christ sẽ "không bị hư mất mà được sự sống đời đời" hay không (Giăng 3:16). Tương tự, những ai chối bỏ Đấng Christ sẽ phải chịu "sự hủy diệt đời đời" (2 Tê 1:9). Quan điểm này không chỉ là của một mình Phao-lô. Chúa Giê-xu nói về hỏa ngục nhiều hơn là về thiên đàng. Cả Kinh Thánh phản ánh niềm tin chắc đó là cơn thịnh nộ của Đức Chúa Trời là thật và đáng kinh khiếp cho những ai chối bỏ ân điển Ngài.

Hình phạt đời đời cũng được đảm bảo y như sự sống đời đời vậy. Đức Chúa Trời hứa sẽ thực hiện cả hai. Ngài để cho chúng ta quyền chọn lựa. Người Tê-sa-lô-ni-ca đã có chọn lựa đúng đắn và Phao-lô vui mừng về điều đó. Cuộc đời và những thư tín của Phao-lô là một khuôn mẫu cho các Cơ Đốc

> nhân ngày nay trong việc đem sứ điệp ân điển của Đức Chúa Trời qua Đấng Christ đến cho những ai chưa tiếp nhận nó. Số phận đời đời của họ, được lên thiên đàng hay phải xuống hỏa ngục, đang bị đe dọa.
>
> Trong thời hiện đại, quan điểm phổ biến là quan điểm cho rằng một ngày nào đó mọi người đều sẽ được cứu (thuyết cứu rỗi phổ quát hay cứu rỗi đại đồng). Không có hỏa ngục. Một số người lại đi theo thuyết tiêu tán. Sau khi chết, người bị đày trong địa ngục sẽ phải bị đau đớn kinh khiếp, nhưng sau đó họ sẽ thoát khỏi. Hỏa ngục không phải là đời đời mà chỉ tạm thời. Đa số các Cơ Đốc nhân suốt nhiều thế kỷ đều xác nhận bức tranh đoán phạt công chính đời đời của Đức Chúa Trời và phần thưởng đầy nhân từ đời đời của Ngài, như được phác họa trong 2 Tê-sa-lô-ni-ca 1.

Mục đích và sứ điệp

Phần lớn những gì đã được nói về 1 Tê-sa-lô-ni-ca đều giải thích rõ 2 Tê-sa-lô-ni-ca bởi vì hai thư tín này được viết cách nhau vài tháng thôi. Phao-lô tiếp tục khen ngợi đức tin và tình yêu thương của họ (1:3) và việc họ bền đỗ trong thử thách (1:4). Ông tiếp tục nói về sự trở lại của Đấng Christ (1:5–10) và những vấn đề lai thế học khác (2:1–12). Ở những lĩnh vực này, xét trên một số phương diện thì lá thư thứ hai của Phao-lô gửi cho hội thánh Tê-sa-lô-ni-ca là cách trình bày lại lá thư thứ nhất của ông, nhưng ở dạng ngắn gọn hơn.

Thế nhưng ông cũng đụng đến các chủ đề khác nữa. Đầu tiên, ông tập trung tâm trí để đảm bảo rằng tín hữu không bị dẫn đi lạc (2:1–3, 15; 3:2–4). Ở đây, Phao-lô nói đến những người và những sách được lưu truyền trong vòng hội thánh đầu tiên mà đâu đó mâu thuẫn với sự dạy dỗ chân thật của các sứ đồ. Mục đích chính của 2 Tê-sa-lô-ni-ca là chống lại ảnh hưởng của những lực lượng này.

Thứ nhì, Phao-lô đưa ra những chỉ dẫn về cách để xử lý những anh em sống bê tha (3:6–15). Không phải tất cả các vấn đề trong hội thánh đều đến từ những người thù nghịch bên ngoài; những thói tật tội lỗi từ bên trong cũng có thể mang đến những sự tàn phá kinh khủng. Phao-lô cũng đưa ra những chỉ dẫn cho việc đối xử với những người lăng xăng nhưng lười biếng. Họ cần phải được kỷ luật nhưng không phải bị đối xử như kẻ thù (3:15).

Cuối cùng, mục đích chính của 2 Tê-sa-lô-ni-ca có vẻ như là để làm các tín hữu vững tin về chiến thắng, phần thưởng và sự công bằng cuối cùng (1:4–10). Đến đúng thời điểm, kẻ thù của Phúc âm sẽ nhận lấy hình phạt của chúng. Tín hữu cần phải vui mừng vì họ được kể là xứng đáng vì đã chịu sỉ nhục vì danh Chúa. Tất cả những ai "không chịu vâng phục Tin Lành của Chúa chúng ta là Đức Chúa Giê-xu Christ" (1:8) đều sẽ phải lãnh hậu quả, trong khi những người theo Chúa sẽ được trông thấy Chúa, Đấng mà họ đã dũng cảm hầu việc (1:10).

Những vấn đề mang tính phê bình

Lời mở đầu của cả hai lá thư đều tuyên bố Phao-lô là tác giả. (Si-la và Ti-mô-thê cũng được nêu tên nữa, và là thành viên trong nhóm cùng đi truyền giáo với Phao-lô trong hành trình truyền giáo thứ hai, nhưng không có chỗ nào cho thấy rằng họ có vai trò tích cực trong việc đưa ra nội dung của hai bức thư). Gần như không học giả nào tranh cãi về vai trò tác giả của Phao-lô trong 1 Tê-sa-nô-li-ca. Những thắc mắc về 2 Tê-sa-lô-ni-ca nảy sinh là do nó có một chút khác biệt về từ vựng, văn phong có vẻ trang trọng hơn và đề cập đến "kẻ nghịch cùng luật pháp" (2:8–9), một hình ảnh mang tính hình bóng không được đề cập đến ở chỗ nào khác trong các sách của Phao-lô. Những thắc mắc này quan trọng và thú vị nhưng có vẻ như không đủ sức nặng để đặt ra nghi vấn nghiêm trọng về vai trò tác giả của Phao-lô.

Câu khắc Ga-li-ôn

Một số người cho rằng Phao-lô viết hai thư tín này theo trình tự ngược với trật tự của nó trong kinh điển. Một lần nữa, những lập luận này rất thú vị, nhưng chúng thiếu sức thuyết phục.[3]

Nghiên cứu phê bình đã hé mở ra hai nhóm bằng chứng ủng hộ cho sự hiểu biết về bối cảnh thư Tê-sa-lô-ni-ca của chúng ta. Loạt bằng chứng đầu tiên liên hệ đến tựa đề "các viên chức thành phố", những người nghe phàn nàn về sự giảng dạy của Phao-lô (Công 17:6). Từ Hy Lạp cho các viên chức này là **politarch**. Bởi vì thuật ngữ này không được chứng thực ở đâu khác trong văn chương thế kỷ thứ nhất, nên trước đây người ta cho rằng cách miêu tả của Tân Ước về tình trạng của địa phương tại Tê-sa-lô-ni-ca là không đúng. Tuy nhiên, ngày nay hơn ba chục câu khắc cổ xưa đã xác nhận rằng chức vụ politarch có tồn tại tại MA-XÊ-ĐOAN trong thời của Phao-lô.[4]

Thứ nhì, câu khắc của GA-LI-ÔN (được gìn giữ trên một số bảng đá được tìm thấy vào thế kỷ trước tại thành phố DELPHI của Hy Lạp) đã cung cấp thêm cơ sở để xác định niên đại của quãng thời gian Phao-lô ở tại Cô-rinh-tô, trong thời gian đó ông đã viết các thư Tê-sa-lô-ni-ca. Câu khắc này đưa ra thông tin cho phép chúng ta định giai đoạn cai trị trong vai trò tổng đốc của Ga-li-ôn tại miền Nam nước Hy Lạp

---

[3] Xin xem D. A. Carson và Douglas J. Moo, *An Introduction to the New Testament*, 2nd ed. (Grand Rapids: Zondervan, 2005), 542–44.

[4] McRay, *Archaeology and the New Testament*, 295.

(A-CHAI) là khoảng năm 50–52 S.C. Bởi vì Phao-lô trình diện trước mặt Ga-li-ôn tại Cô-rinh-tô (Công 18:12), và bởi vì ông viết 1 và 2 Tê-sa-lô-ni-ca từ chính thành phố ấy, nên chúng ta có lý do hợp lý để đảm bảo niên đại cho việc viết cả hai thư tín ấy.

1 Ti-mô-thê, 2 Ti-mô-thê và Tít

Bây giờ chúng ta chuyển từ các thư tín Tê-sa-lô-ni-ca, nằm trong số các thư tín sớm nhất của Phao-lô mà chúng ta sở hữu, sang ba thư tín có niên đại rất có khả năng là vào giai đoạn cuối đời của Phao-lô: 1 Ti-mô-thê, 2 Ti-mô-thê và Tít. Ba lá thư này đôi khi được gọi là **Các thư tín Mục vụ**. Tên gọi này, được sử dụng vào thế kỷ thứ mười tám, phù hợp vì hai lý do. Thứ nhất, cả ba lá thư đều cho thấy mối quan tâm mục vụ dành cho những người nhận thư, Ti-mô-thê và Tít. Thứ nhì, cả ba thư đều giải quyết những vấn đề mục vụ xung quanh chuyện chăm sóc thuộc linh và nếp sống có trật tự của những người thuộc về Chúa trong hội thánh cũng như ngoài xã hội.

Hành trình truyền giáo thứ tư và quyền tác giả

Cả ba thư tín mục vụ đều tự nói rằng Phao-lô là tác giả. Thế nhưng để đặt bối cảnh mà chúng mô tả cho khớp với cuộc đời của Phao-lô như Công Vụ đã trình bày lại là chuyện không dễ.[5] Đi theo một truyền thống cổ xưa cho rằng Phao-lô đã được ra khỏi tù tại LA-MÃ vào khoảng năm 62 S.C,[6] một số học giả cho rằng sau đó ông thực hiện hành trình truyền giáo thứ tư. Nếu vậy, thì có lẽ ông đã đến TÂY BAN NHA (Rô 15:24, 28; cũng xem 1 Clem 5:7), rồi sau đó hướng về phía Đông tới Cơ-rết (Tít 1:5), thăm những nơi hồi xưa ông thường lui tới như Ê-PHÊ-SÔ cũng như Ma-xê-đoan (1 Ti 1:3). Những chuyến hành trình khác có thể dẫn ông đến MI-LÊ và Cô-rinh-tô (2 Ti 4:20), TRÔ-ÁCH (2 Ti 4:13) và NI-CÔ-BÔ-LI (Tít 3:12). Trong suốt những chuyến đi này, có thể ông đã viết 1 Ti-mô-thê và Tít.[7] Lần ở tù thứ hai của Phao-lô khi ấy là dịp ông viết 2 Ti-mô-thê, trong đó Phao-lô đã nói bóng gió về chuyện ông bị xiềng xích (1:8; 2:9). Không lâu sau khi viết 2 Ti-mô-thê, dường như Phao-lô đã bị giết bằng cách chặt đầu trong những cuộc bách hại bị xúi bẩy bởi "chứng điên cuồng tàn bạo"[8] của hoàng đế Nê-rô của La Mã.

---

[5]John A. T. Robinson đã nỗ lực làm điều đó trong *Redating the New Testament* (Philadelphia: Westminster, 1976), 67–85.

[6]Eusebius, *H.E.* 2.22

[7]Có lẽ từ Nicopolis; xin xem McRay, *Archaeology and the New Testament*, 338.

[8]Eusebius, *H.E.* 2.25.

> ### Những năm cuối đời của Phao-lô
>
> Những nguồn tư liệu cổ xưa cho thấy rằng các thư tín mục vụ được viết ra trong suốt khoảng thời gian sau trong cuộc đời của Phao-lô:
>
> Phê-tu được Nê-rô cử đến để làm người kế vị Phê-lít. Trước mặt Phê-tu, Phao-lô, sau khi đã tự biện hộ cho mình, bị giải đi đến La Mã. A-ri-tạc cùng đi với ông, người mà ở chỗ khác trong các thư tín của mình ông gọi một cách khá tự nhiên là bạn đồng tù của ông. Và Lu-ca, người viết sách Công Vụ Các Sứ Đồ, khép lại phần lịch sử của ông tại chỗ này, sau khi nói rằng Phao-lô được giải đến La Mã trong hai năm và bị tù ở đó, và tự do giảng lời Chúa. Vì thế, sau khi ông đã biện hộ cho mình, người ta nói rằng vị sứ đồ này đã trở lại chức vụ giảng dạy, và lần trở lại thành La Mã thứ hai này thì ông mới bị tuận đạo. Trong lần ở tù này ông đã viết thư tín thứ hai của mình gửi cho Ti-mô-thê, trong đó ông có đề cập đến việc ông đã biện hộ cho mình lần đầu tiên và cái chết sắp đến của mình.
>
> Eusebius, H.E. 2.22.1–3 (NPNF² 1:123–24); khoảng năm 265–339 S.C

Bất chấp những lời tự nhận rất rõ ràng trong các thư tín này rằng Phao-lô đã viết thư, phần lớn các học giả ngày nay đều xem chúng là sản phẩm của một niên đại muộn hơn. Họ nói ai đó đã nhân danh Phao-lô mà viết, bởi vì họ tìm thấy nhiều lý do khác nhau để không quan tâm đến quan điểm mà hội thánh suốt mười tám thế kỷ đầu tiên nhất trí cho rằng Phao-lô thật sự là tác giả.

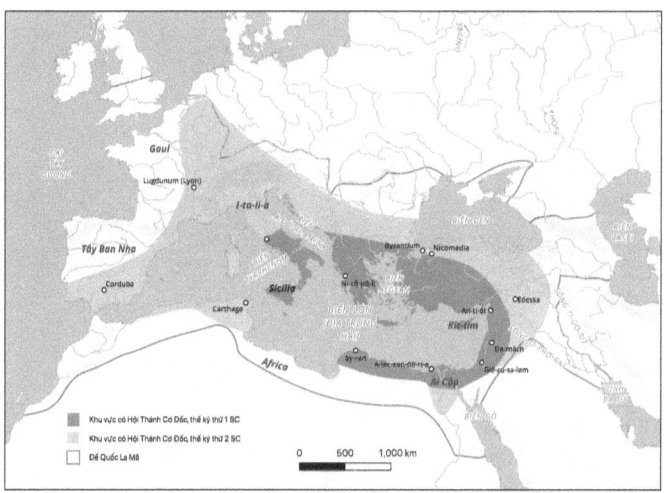

Bản đồ Hành trình truyền giáo thứ tư của Phao-lô

Tranh cãi về quyền tác giả của Phao-lô quá phức tạp nên không thể thuật lại hết ở đây. Một bài luận khá xưa rồi nhưng vẫn đáng để tham khảo đã tranh luận rằng quyền tác giả của Phao-lô đã bị gạt bỏ một cách quá vội vàng; không có lý do thuyết phục nào cho việc chấp nhận các quan điểm thay thế các quan điểm hiện đại.[9] L. T. Johnson đã tranh luận một cách thuyết phục cho quyền tác giả của Phao-lô đối với 1 và 2 Ti-mô-thê. Ông phơi bày rất nhiều sai lầm trong giới học thuật phê bình truyền thống về chủ đề này.[10] Chưa ai có thể đưa ra bằng chứng cho thấy hội thánh ngày xưa chấp nhận các thư tín là của sứ đồ khi hội thánh biết chúng được viết dưới dạng bút danh (dưới một cái tên giả, trong trường hợp này là tên của Phao-lô) là của các sứ đồ.[11] Quyền tác giả của Phao-lô rất khớp với những dữ kiện được biết đến.[12] Chúng ta có lý do chính đáng để tiếp tục tiếp nhận những thư tín này như là một phần trong kinh điển Cơ Đốc, được chắp bút bởi một sứ giả được chọn của chính Chúa Giê-xu Christ, là sứ đồ Phao-lô.

1 Ti-mô-thê

Bố cục

    I. Lời chào thăm (1:1–2)
   II. Những lời cảnh báo về các giáo sư giả (1:3–7)
  III. Sử dụng luật pháp một cách đúng đắn (1:8–11)
  IV. Ân điển của Đức Chúa Trời dành cho Phao-lô (1:12–17)
   V. Lời khuyên bảo của Phao-lô dành cho Ti-mô-thê (1:18–20)
  VI. Những chỉ dẫn về sự cầu nguyện (2:1–8)
 VII. Những chỉ dẫn dành cho nữ giới (2:9–15)

      A. Việc trang điểm (2:9–10)
      B. Lời dạy và thực thi thẩm quyền (2:11–15)

VIII. Giám mục và chấp sự (3:1–16)

      A. Giám mục (3:1–7)
      B. Chấp sự (3:8–13)
      C. Cơ sở cho cách cư xử trong nhà Đức Chúa Trời (3:14–16)

  IX. Chủ nghĩa khổ hạnh sai lầm (4:1–5)
   X. Đào tạo người làm mục vụ (4:6–16)
  XI. Những trách nhiệm của người Cơ Đốc (5:1–6:2)

---

[9] E. Earle Ellis, "The Authorship of the Pastorals: A Resume and Assessment of Recent Trends," trong *Paul and His Recent Interpreters* (Grand Rapids: Eerdmans, 1961), 49–57.

[10] L. T. Johnson, *The First and Second Letters to Timothy* (New York: Doubleday, 2001), 55–97.

[11] Xin xem Terry L. Wilder, "Pseudonymity and the New Testament," trong *Interpreting the New Testament*, ed. D. A. Black và D. S. Dockery (Nashville: Broadman & Holman, 2001), 296–335.

[12] Xin xem, chẳng hạn, Andreas Köstenberger, L. Scott Kellum và Charles Quarles, *The Cradle, the Cross, and the Crown: An Introduction to the New Testament* (Nashville: Broadman & Holman Academic, 2009), 637–42.

      A. Những lời giáo huấn

      B. Góa bụa (5:3–16)

      C. Những chỉ dẫn dành cho các trưởng lão (5:17–25)

      D. Những chỉ dẫn dành cho tôi tớ (6:1–2)

XII. Cáo trạng cuối cùng về các giáo sư giả (6:3–5)

XIII. Lòng ham mến tiền bạc (6:6–10)

XIV. Những lời khuyến bảo cuối cùng (6:11–16)

XV. Chỉ dẫn dành cho người giàu (6:17–19)

XVI. Lời răn bảo cuối cùng (6:20–21)

Bối cảnh viết thư và sứ điệp

Thư tín này bắt đầu với việc Phao-lô thúc giục Ti-mô-thê "hãy ở lại Ê-phê-sô" (1:3), dường như là nơi Ti-mô-thê đang làm mục vụ. (Về thành Ê-phê-sô, xin xem chương trước). Các giáo sư giả đã và đang đe dọa sự ổn định và tính chân thật của cộng đồng Cơ Đốc (1:3–7). Phao-lô đưa ra những chỉ dẫn về cách giải nghĩa luật pháp đúng đắn, luật pháp ở đây chắc hẳn ông muốn nói đến Cựu Ước (1:8–11). Các giáo sư giả đang sử dụng Cựu Ước cách sai trật, cho thấy rằng những những người Do Thái chống đối Phao-lô trước đây vẫn đang tiếp tục tìm cách hạ thấp giá trị lời dạy về sự cứu rỗi bởi ân điển của ông (chứ không phải việc giữ luật pháp) nhờ đức tin nơi sự chết chuộc tội và sự sống lại của Chúa Giê-xu.

    Để khích lệ Ti-mô-thê khi đối diện với chống đối, Phao-lô nhắc Ti-mô-thê nhớ Phao-lô đã từng chống đối Phúc âm thế nào (1:12–17). Nhưng Đức Chúa Trời đã tỏ lòng thương xót đối với ông. Vì thế, ngay cả trong tình huống ngặt nghèo của Ti-mô-thê, vẫn còn đó hy vọng và Ti-mô-thê cần phải bền đỗ (1:18–20). Phao-lô nhắc Ti-mô-thê nhớ về những vấn đề Ti-mô-thê cần tập trung vào: sự cầu nguyện và thờ phượng (chương 2), tiêu chuẩn cao trọng cho các chức vụ trong hội thánh (chương 3), tránh dị giáo bằng cách duy trì sự dạy dỗ đúng đắn (chương 4), quan tâm đầy đủ đến người góa bụa và người già cả (chương 5), tôi tớ cần tôn trọng chủ mình (6:1–2). Phao-lô kết luận bằng lời cảnh báo cuối cùng về các giáo sư giả và những sự dạy dỗ sai lạc (6:3–5, 20–21) và lời khích lệ cuối cùng dành cho Ti-mô-thê là hãy tránh xa sự ham mến tiền bạc mà đeo đuổi sự kêu gọi với lòng sốt sắng bất chấp nhiều điều gây xao lãng mà ông gặp phải.

2 Ti-mô-thê

Bố cục

    I. Lời chào thăm (1:1–2)

    II. Khích lệ trung tín (1:3–18)

        A. Điều ông tạ ơn Chúa về Ti-mô-thê (1:3–5)

B. Khuyên dạn dĩ và chịu khổ (1:6–14)
C. Những gương xấu về việc bất trung và tấm gương về sự trung thành (1:15–18)

III. **Hãy mạnh mẽ và chịu đựng thử thách (2:1–13)**
A. Lời kêu gọi trực tiếp dành cho Ti-mô-thê (2:1–3)
B. Hình ảnh người lính, vận động viên và người nông dân (2:4–7)
C. Hãy nhớ Chúa Giê-xu Christ (2:8–10)
D. Bài thánh ca về lòng nhẫn nại khi đối diện đau khổ (2:11–13)

IV. **Điều người làm công được công nhận cần phải biết và làm (2:14–26)**
A. Lời huấn thị chống lại các giáo sư giả (2:14–19)
B. Ẩn dụ về các bình trong nhà (2:20–21)
C. Trách nhiệm của Ti-mô-thê giữa lúc có những sự dạy dỗ sai lạc (2:22–26)

V. **Thời kỳ khó khăn của những ngày cuối cùng (3:1–9)**
VI. **Kêu gọi Ti-mô-thê phải tiếp tục trong đức tin (3:10–17)**
VII. **Ủy thác việc giảng Lời Chúa (4:1–5)**
A. Lời chứng cuối cùng của Phao-lô (4:6–8)
B. Những chỉ dẫn và dặn dò cá nhân (4:9–18)
C. Lời chào cuối thư (4:19–22)

Những phẩm chất của mục sư

Trong các thư tín mục vụ, Phao-lô đã nêu ra những tiêu chuẩn rất khắt khe cho những người được chọn để giữ các vị trí cao nhất trong sự phục vụ và lãnh đạo hội thánh. Bảng liệt kê các phẩm chất cần có thì khác nhau nhưng ta có thể so sánh như sau:

1 Ti-mô-thê 3:2–7	Tít 1:6–9
Không chỗ trách được	Không chỗ trách được
Một chồng một vợ	Một chồng một vợ
Tiết chế	Con cái phải tin Chúa chứ không ngỗ nghịch
Tự chủ	Không hống hách
Đáng khinh	Không nóng tính
Hiếu khách	Không nghiện rượu
Có tài dạy dỗ	Không hung bạo
Không nghiện rượu	Không tham lợi
Không thô bạo nhưng hòa nhã	Hiếu khách

Không gây gổ	Yêu mến việc thiện
Không tham tiền	Lịch thiệp
Khéo quản trị gia đình	Chính trực
Tân tín hữu không được làm giám mục	Thánh khiết
Được người ngoại làm chứng tốt	Tự chủ
	Giữ vững lời đáng tin cậy đã được dạy dỗ, khích lệ tín hữu và phản bác những kẻ chống đối

Bối cảnh viết thư và sứ điệp

Phao-lô viết 2 Ti-mô-thê khi ông đang ở trong tù (1:8), có lẽ ở La Mã, nơi ông đang đợi xét xử lần cuối và hành quyết (4:6–8; 16–18). Lá thư này của ông được viết ra để khích lệ Ti-mô-thê và để thúc giục ông đến với Phao-lô trước khi mùa đông đến (4:21).

Con đường chính được biết đến với tên gọi Arcadian Way nối hải cảng với thành Ê-phê-sô, nơi Ti-mô-thê đang làm mục sư.

Như phần bố cục bên trên đã chỉ ra, phần lớn 2 Ti-mô-thê được dành cho những suy ngẫm về sự chịu khổ. Phao-lô cảm tạ Chúa về đức tin chân thật của Ti-mô-thê (1:3–5) và thúc giục vị mục sư trẻ tuổi này cùng ông "chịu khổ vì Tin Lành" (1:8). Không phải ông mong Ti-mô-thê cũng phải ngồi tù như ông nhưng đúng hơn là một lời khuyên bảo hãy sống trung thành với Đấng Christ, ngay cả khi giá phải trả cho sự trung thành ấy rất cao, trong kinh nghiệm của Phao-lô thì trước giờ luôn là như vậy. Một số người đã lìa bỏ Phao-lô, có lẽ bởi mối đe dọa đi kèm khi họ xác nhận lời tuyên xưng về Đấng Christ trong mối liên hệ với ông. Thế nhưng, Ô-nê-si-phô-rơ thì không (1:15–18; 4:19). Cũng vậy, Ti-mô-thê phải chịu những gian khổ "như một người lính dũng cảm của Đấng Christ Giê-xu" (2:3), như một vận động viên trong lúc tập luyện (2;5) hay như một nông phu cần mẫn (2:6). Đây không phải kiểu người theo phái Khắc kỷ buồn rầu, chán nản đối diện với chủ nghĩa khổ hạnh; mà đó là tấm gương của chính Chúa Giê-xu (2:8–10) và sự kêu gọi mà Ngài mở rộng ra cho những người phục vụ Ngài (2:11–13).

Phao-lô đưa ra một tiêu chuẩn tư vấn mục vụ lành mạnh nhằm hướng dẫn Ti-mô-thê và truyền thông điệp ấy cho hội chúng tại Ê-phê-sô. Cần phải chống cự các giáo sư giả (2:14–19). Ti-mô-thê phải lánh khỏi những dục vọng và những sự cãi lẫy của tuổi trẻ, thay thế chúng bằng những mỹ đức Cơ Đốc giúp ông lãnh đạo mục vụ cách hiệu quả (2:22–26). Nhưng ông cần nhận ra rằng đây là thời khắc ngặt nghèo, khi những kẻ lừa dối về tôn giáo sẵn sàng lợi dụng những người thiếu cảnh giác (3:1–9). Ti-mô-thê có thể vượt qua mối hiểm họa ấy nhờ tấm gương và sự dạy dỗ của các sứ đồ, qua đức tin và qua việc quan tâm đến Lời Chúa (3:10–17).

Phao-lô kết thư bằng lời ủy thác sâu sắc là hãy công bố sứ điệp Phúc âm một cách trung thành, ngay cả khi khán giả không muốn nghe (4:1–5). Ông mô tả tình hình của mình, chuyển lời chào thăm đến một số tín hữu ở Ê-phê-sô, gửi lời chào thăm của người đồng hành duy nhất của ông là Lu-ca, và đưa ra những lời chỉ dẫn cho Ti-mô-thê về việc đến thành La Mã mà ông muốn Ti-mô-thê thực hiện (4:6–22). Ti-mô-thê phải đem Mác và một số vật dụng cá nhân của Phao-lô đến (4:11–13).

Chúng ta không biết Ti-mô-thê có kịp đến cho lần đoàn tụ trên đất cuối cùng của ông với người cố vấn yêu thương của mình trước khi Phao-lô bị hành quyết và nhận được phần thưởng trên trời mà ông tin tưởng chờ đợi không (4:8).

Tít

Bố cục

    I. **Lời chào thăm (1:1–4)**
   II. **Phẩm chất của bậc trưởng lão (1:5–9)**
  III. **Làm cho những giáo sư giả phải nín lặng (1:10–16)**
  IV. **Lời chỉ dẫn cho các nhóm người khác nhau (2:1–10)**

       A. Chỉ dẫn dành cho các cụ ông (2:1–2)
       B. Lời chỉ dẫn dành cho các cụ bà và phụ nữ trẻ (2:3–5)
       C. Lời chỉ dẫn dành cho các thanh niên và Tít (2:6–8)
       D. Lời chỉ dẫn dành cho các đầy tớ (2:9–10)

   V. **Nền tảng cho những sự chỉ dẫn (2:11–15)**
  VI. **Làm việc lành trong xã hội (3:1–8)**

       A. Bổn phận công dân (3:1–2)
       B. Nền tảng cho hành vi của người Cơ Đốc (3:3–8)

 VII. **Chỉ dẫn thêm về giáo sư giả (3:9–11)**
VIII. **Chỉ dẫn cá nhân và lời chào thăm (3:12–15)**

Các Thư tín Mục vụ trong Lịch sử Hội thánh Đầu tiên

Ba Thư tín Mục vụ còn tồn tại của Phao-lô dường như đã được biết đến và được sử dụng bởi các nhà lãnh đạo Hội thánh đầu tiên như sau:

	S.C
Polycarp	Khoảng 110 (chỉ 1 Ti-mô-thê)
Irenaeus	Khoảng 175
Clement của thành Alec-xan-đi-a	Khoảng 200 (không có 2 Ti-mô-thê)
Tertullian	Khoảng 200
Origen	Khoảng 250
Eusebius	Khoảng 315

Bối cảnh viết thư và sứ điệp

Tít là thư tín mục vụ ngắn nhất. Mục đích của nó là cho Tít, người đang chịu trách nhiệm trên một số mục sư khác tại đảo Cơ-rết, hướng dẫn cụ thể trước khi những phụ tá của Phao-lô là A-tê-ma và Ty-chi-cơ đến (3:12). Rồi Phao-lô muốn Tít đến ở với ông qua mùa đông tại Ni-cô-pô-li, một thành phố cảng nằm cách Cô-rinh-tô khoảng 225 ki-lô-mét về phía Tây Bắc.[13]

Trước đó, Phao-lô đã ở với Tít tại Cơ-rết và Phao-lô đã để Tít ở lại đó để lo liệu cho xong công tác tổ chức hội thánh và huấn luyện người lãnh đạo (1:5). Ông viết thư với lời nhắc nhở về tiêu chuẩn cao trọng mà các trưởng lão và mục sư phải có (1:6–9). Ông cũng đưa ra những chỉ dẫn về việc xử lý những người chống đối sứ điệp Cơ Đốc (1:10–16). Có vẻ như quá nhiều chỉ dẫn đối với người Cơ-rết cũng như với các nơi khác mà Phao-lô chăm sóc. Phao-lô trích dẫn lời một tiên tri người Cơ-rết để mô tả kiểu người lười nhác mà Tít đang đối diện (1:12).

Tiêu điểm 21: Hai tín hữu trẻ đứng vững

Sau tất cả những điều đó, vào ngày tranh luận cuối cùng, bà Blandina lại được đưa vào, cùng với Ponticus, cậu con trai khoảng mười lăm tuổi. Ngày nào hai mẹ con cũng bị mang tới để chứng kiến người khác bị tra tấn, và bị buộc phải lấy danh các thần ra mà thề. Nhưng, bởi vì cả hai mẹ con đều kiên định và khinh thường các thần tượng ấy, nên đám đông tức giận, đến nỗi họ không thèm để ý đến việc cậu bé ấy còn nhỏ, cũng chẳng màng đến giới tính của người phụ nữ ấy.

Vì thế, họ bắt hai mẹ con phải trải qua những sự đau đớn kinh khiếp và bắt cả hai phải chịu trọn vẹn những đòn tra tấn, liên tục thúc giục họ phải nhân

---

[13] Về Nicopolis, xin xem McRay, *Archaeology and the New Testament*, 338–40.

> danh các thần mà thề, nhưng không được. Được khích lệ bởi chị gái đến nỗi ngay cả người ngoại đạo cũng có thể thấy rằng cô đang nói em mình vững vàng lên, Ponticus đã chịu đựng mọi đòn tra tấn một cách hào hiệp rồi trút linh hồn.
>
> Nhưng cuối cùng, như một người mẹ cao thượng, Blandina phước hạnh khích lệ các con mình và gửi các con khải hoàn đi trước mình đến Đức Vua, tự mình chịu đựng tất cả những đấu tranh tư tưởng và vội vã theo sau chúng, vui mừng hớn hở trong lúc ra đi như thể được gọi đến buổi đại tiệc cưới chứ không phải là bị quăng vào cho các con thú dữ.
>
> Và, sau sự trừng phạt ấy, sau những con thú hoang ấy, sau cái ghế bị nung nóng lên ấy, cuối cùng bà bị bỏ vào trong một cái lưới và quẳng trước mặt một con bò đực. Sau khi bị con vật hất qua hất lại, nhưng không cảm nhận được bất cứ điều gì xảy đến cho mình, với niềm hy vọng và nắm chắc lấy những gì đã được giao phó cho mình, trong sự hiệp thông với Đấng Christ, bà đã bị dâng làm sinh tế. Và chính người ngoại cũng đã nhận rằng chưa bao giờ ở giữa họ lại có một người phụ nữ chịu đựng quá nhiều sự tra tấn và chịu đựng những sự tra tấn kinh khiếp đến thế.
>
> Eusebius, H.E. 5.1.53–56 (NPNF[2] 1:216–17); khoảng 265–339 S.C

Phao-lô lưu tâm đến việc tất cả các nhóm tuổi, nam và nữ, đều liên hệ với nhau bằng cách thể hiện tình yêu thương của Đấng Christ và chân lý của Phúc âm. Ông cũng đưa ra những chỉ dẫn rõ ràng cho các cụ ông, cụ bà, phụ nữ trẻ và thanh niên trẻ tuổi (2:1–6). Ông cũng đưa ra lời khuyên bảo dành cho cá nhân Tít cũng như cho những người tôi tớ (2:7–10). Nói theo kiểu phủ định, mục tiêu trong tất cả những điều này là giữ cho Đạo Chúa không bị xúc phạm (2:5). Nói cách tích cực, Phao-lô tìm cách làm cho "đạo lý của Đức Chúa Trời, Cứu Chúa chúng ta, được rạng rỡ" (2:10). Ta chỉ đúng khi trình bày niềm tin Cơ Đốc trong ánh sáng tốt nhất có thể, dựa trên tất cả những gì Chúa đã làm thay cho những người thuộc về Ngài (2:11–15).

Phao-lô khép lại bằng cách khuyên giục một thái độ thuận phục đối với "các người lãnh đạo và chính quyền" (3:1) và có thái độ ý tứ đối với người chưa tin nói chung. Tại sao? Bởi vì "chính chúng ta trước đây cũng ngu muội, không vâng phục, bị lừa dối, nô dịch cho đủ thứ dục vọng và lạc thú, sống trong sự gian ác, ghen tị, đáng ghét và coi thường nhau" (3:3). Nếu Cơ Đốc nhân có mức độ thuộc linh và đạo đức cao hơn người khác, thì đó không phải nhờ vào sự tử tế từ trong bản chất của họ nhưng bởi ân điển của Chúa. Vì thế, họ cần phải sốt sắng, chứ không phải tự mãn, trong việc sống đúng với sự kêu gọi cao cả mà họ đã nhận (3:4–8,14).

Sự khôn ngoan của các thư tín mục vụ

Ba lá thư cuối cùng được biết đến của Phao-lô chứa nhiều hiểu biết và chỉ dẫn sâu sắc. Chúng thường nằm trong số những sách được yêu thích nhất trong Kinh Thánh của Cơ Đốc nhân bởi vì chúng chứa đựng quá nhiều những lời khuyên bảo súc tích. Một số khía cạnh của sự khôn ngoan mà Phao-lô đưa ra được đề cập ở đây.

Sự tin cậy mà Phao-lô đặt nơi Ti-mô-thê là đáng ghi nhận. Dường như sự non trẻ của Ti-mô-thê (1 Ti 4:12) khiến một số người khinh thường ông và xem nhẹ vai trò lãnh đạo của ông. Đúng là người trẻ và thiếu kinh nghiệm có thể gây khó khăn cho bất cứ một tổ chức nào, trong đó có cả hội thánh. Nhưng không phải lúc nào cũng thế. Trong thời hiện đại, nhà truyền giáo quá cố và học giả J. Edwin Orr đã ghi nhận những đóng góp to lớn của những cuộc thức tỉnh thuộc linh giữa vòng các sinh viên đại học đối với đời sống của hội thánh trên toàn thế giới suốt hai thế kỷ qua.[14]

Nữ giới trong Tân Ước (1 Ti 2)

Khuynh hướng gần đây ở xã hội Tây phương nhấn mạnh vào vai trò, đôi khi là hoàn cảnh, của nữ giới trong xã hội. Tân Ước có quan điểm nào về nữ giới? Lời Phao-lô nói trong 1 Ti-mô-thê 2:11 có phải là hạ thấp giá trị của nữ giới không?

Chúa Giê-xu đề cao giá trị của nữ giới bằng cách công khai nói chuyện với họ và dạy dỗ họ, điều mà những ra-bi Do Thái khác trong thời của Ngài phải cau mày khó chịu. Ngài ủng hộ giáo lý nam nữ bình đẳng của Cựu Ước (Sáng 1:27). Dựa trên Cựu Ước, Ngài lên án tập tục ly dị một cách quá dễ dãi mà trong đó người nam lợi dụng vợ mình (Mat 19:4–6). Cái đụng chạm chữa lành của Ngài là dành cho cả con trai lẫn con gái của Áp-ra-ham (Lu 13:16). Một món tiền dâng nhỏ bé của một người góa phụ nghèo lại lớn hơn sự đóng góp rất lớn của những kẻ giả hình giàu có (Lu 21:1–4). Những người nữ can đảm gia nhập cùng với những người nam can đảm để đứng dưới chân thập tự của Chúa Giê-xu (Lu 23:27, 49). Phụ nữ là những người đầu tiên phát hiện ra ngôi mộ trống (Lu 24:2).

Phao-lô nối gót Chúa Giê-xu trong việc đặt phụ nữ ở địa vị cao hơn so với những người trong thời của ông. Chồng phải đặt quyền lợi của vợ lên trên của bản thân (Êph 5:25). Phao-lô khen ngợi rất nhiều đồng lao nữ trong Đấng Christ (Rô 16:1, 3, 6, 7, 12; Phil 4:3). Nữ giới cũng là người hưởng nhận sự cứu rỗi trong Đấng Christ như người nam (Ga 3:28).

---

[14] J. Edwin Orr, *Campus Aflame: A History of Evangelical Awakenings in Collegiate Communities*, rev. ed. (Wheaton: International Awakening Press, 1994).

> Những cuộc bàn luận về vai trò của nữ giới trong hội thánh và xã hội ngày nay đôi khi rất sôi nổi. Khi tìm hiểu một phân đoạn Kinh Thánh còn tranh cãi như 1 Ti-mô-thê 2:11–12, việc đề cao nữ giới mà Chúa Giê-xu Christ và những người theo Ngài thể hiện, trong đó có cả Phao-lô, cần phải được ta ghi nhớ. Có những cách khác nhau để hiểu thói quen của họ và áp dụng sự dạy dỗ của họ. Nhưng chúng ta cần phải chậm lại khi kết luận rằng những chỉ dẫn của Tân Ước đã lỗi thời chỉ bởi vì chúng không bắt nhịp được với thời hiện đại. Đôi lúc chính thời hiện đại của chúng ta lại cần phải bắt nhịp với Kinh Thánh.

Người trẻ nhiệt huyết cho Đấng Christ, sẵn lòng ăn năn tội lỗi và tin cậy Ngài, sẵn sàng noi dấu chân Ngài dấn thân phục vụ, đóng vai trò chính trong sự phát triển nước Đức Chúa Trời. Khi làm như vậy, họ bắt chước chàng trai Ti-mô-thê trẻ tuổi nhưng trung tín. Các thư tín mục vụ của Phao-lô gửi cho người cộng sự trẻ tuổi của mình là một lời khích lệ lâu bền cho những tín hữu ở tuổi đại học đừng đánh giá thấp tầm quan trọng của lòng trung tín với Chúa – không phải sau này nhưng ngay bây giờ.

Qua các thư tín mục vụ cũng như các thư tín trong tù (xem chương trước), Phao-lô đã giới thiệu một nền đạo đức tích cực. Phục vụ Chúa trước hết không phải là vấn đề đừng làm việc xấu, mặc dù điều quan trọng là không bất tuân mạng lệnh Chúa. Đúng hơn, người Cơ Đốc được kêu gọi phải thay thế và qua đó chiến thắng điều xấu bằng điều thiện. Phao-lô nói với Ti-mô-thê: "Hãy tránh xa những dục vọng của tuổi trẻ", nhưng ngay lập tức ông tiếp tục nói điều mà Ti-mô-thê cần phải đeo đuổi: "sự công chính, đức tin, yêu thương, hòa thuận" (2 Ti 2:22). Đôi lúc Cơ Đốc nhân quá nản lòng khi không thể vượt qua được những thói quen nhất định trong suy nghĩ hoặc hành động. "Mình phải bỏ đi cách suy nghĩ này; mình phải không được làm việc kia", họ tự nhủ. Nhưng suy nghĩ hay việc làm ấy lại càng mạnh mẽ hơn. Giải pháp của Phao-lô (của Chúa) là điều hướng những nỗ lực, tập trung và tận dụng chúng một cách hiệu quả cho Chúa, chứ không đơn thuần chỉ triệt tiêu chúng, là điều vốn dĩ không thể. Nghiên cứu cẩn thận các thư tín mục vụ cho thấy nhiều ví dụ về việc Phao-lô đưa ra các bước khả dĩ để Ti-mô-thê đi theo, không chỉ là lời khuyên điều nào Ti-mô-thê cần phải tránh.

Thư tín Phao-lô gửi cho Tít lặp đi lặp lại về việc lành (2:7, 14; 3:1, 8, 14).[15] Những sự lặp lại này là lời nhắc nhở quý giá rằng việc Phao-lô nhấn mạnh xưng công bình "bởi đức tin chứ không phải bởi việc làm theo luật pháp" (Rô 3:28) không có nghĩa việc lành không quan trọng hay chỉ là tùy ý. Chúa Giê-xu dạy rằng những ai yêu Ngài thì phải giữ các điều răn của Ngài (14:15). Trong các thư tín mục vụ, và đặc biệt trong Tít, Phao-lô nhấn mạnh chân lý này.

---

[15] Bản NIV dịch là "điều gì tốt lành" hay "bất cứ điều gì tốt lành". Dịch "việc lành" có vẻ phù hợp hơn.

Cách hiểu Kinh Thánh của người Cơ Đốc được thể hiện rõ ràng nhất trong 2 Ti-mô-thê 3:16. "Cả Kinh Thánh đều là bởi Đức Chúa Trời cảm thúc", Phao-lô viết. Ông đặc biệt nói đến Cựu Ước, nhưng câu này cũng đúng cho cả Tân Ước, bởi vì Tân Ước, trong đó bao gồm cả các thư tín của Phao-lô, cũng là Kinh Thánh (2 Phi 3:15–16). Ở chỗ khác, Phi-e-rơ nói đến chân lý đó bằng một minh hoạ khác: "Trước hết, anh em phải hiểu rằng không có lời tiên tri nào trong Kinh Thánh được giải thích theo ý riêng của một người nào, vì không có lời tiên tri nào đến bởi ý người, nhưng người ta được Đức Thánh Linh cảm thúc nói ra từ Đức Chúa Trời" (2 Phi 1:20–21). Ý ở đây đó là Cơ Đốc nhân có lý do chính đáng khi đánh giá cao tính đáng tin cậy của Kinh Thánh, bởi vì nó không phải là một cuốn sách của con người nhưng là cuốn sách có nguồn gốc thiên thượng, và bởi vì Kinh Thánh tự nhận là "được Đức Chúa Trời soi dẫn" hay "được Đức Chúa Trời cảm thúc."

Những vấn đề mang tính phê bình

Chúng ta đã đề cập rằng các học giả tranh cãi liệu Phao-lô có phải là người viết các thư tín mục vụ hay không, và nếu phải, thì viết vào giai đoạn nào trong cuộc đời ông. Người ta cũng bàn luận về vấn đề tổ chức hội thánh được phản ánh trong các thư tín mục vụ, danh tính các giáo sư giả mà Phao-lô đề cập đến và mối quan hệ giữa thần học được tìm thấy trong các thư tín mục vụ với thần học được tìm thấy trong các thư tín khác của Phao-lô.

Những phân đoạn Kinh Thánh cụ thể trong 1 Ti-mô-thê đã đặt ra những thách thức cho tất cả độc giả. Những lời nhận xét tích cực của Phao-lô về luật pháp trong 1:8–11 hòa hợp thế nào với những lời nhận xét ít tích cực hơn ở những chỗ khác? Câu "Phụ nữ hãy yên lặng học hỏi với thái độ hoàn toàn thuận phục. Ta không cho phép người nữ dạy dỗ hay cai trị người nam mà phải yên lặng" (2:11–12) cần phải được hiểu thế nào trong hội thánh ngày nay?[16] Câu "người nữ sẽ được giải cứu trong lúc sinh con cái" (2:15) có nghĩa là gì? Hội thánh hiện đại có nên đưa ra những ưu tiên tương tự về việc chăm lo cho các góa phụ như hội thánh của Ti-mô-thê đã làm không (chương 5)?

Phần tóm lược hữu ích và mở rộng về những nghiên cứu gần đây được tìm thấy trong quyển *Entrusted with the Gospel*.[17] Học giả dày dạn kinh nghiệm I. Howard Marshall đã nêu ra đặc trưng của nhiều sách giải kinh (trên chục cuốn) xuất hiện chỉ từ năm 1999 thôi.[18] Bài luận của Marshall và thật ra là toàn bộ cuốn sách ấy đã ghi nhận rằng các thư tín mục vụ tiếp tục được đón nhận với thái độ đối lập nhau:

---

[16] Bài nghiên cứu đầy đủ về thắc mắc này là Andreas Köstenberger và Thomas Schreiner, eds., *Women in the Church: An Analysis and Application of 1 Timothy 2:9–15*, 2nd ed. (Grand Rapids: Baker Academic, 2005).

[17] Andreas Köstenberger và Terry Wilder, eds., *Entrusted with the Gospel: Paul's Theology in the Pastoral Epistles* (Nashville: Broadman & Holman Academic, 2010).

[18] Như trên, 269–82.

Một mặt là vô cùng trân quý và đánh giá cao, mặt khác là tranh cãi dữ dội và có khi bị xem thường.

> ## Tóm lược
>
> 1. Bất chấp sự chống đối, Phao-lô vẫn thành lập được hội thánh tại Tê-sa-lô-ni-ca trong hành trình truyền giáo thứ hai.
> 2. Phao-lô viết 1 Tê-sa-lô-ni-ca để khích lệ những tân tín hữu bằng cách xác nhận rằng khó khăn là một phần kế hoạch của Đức Chúa Trời dành cho con cái Ngài, bằng cách khen ngợi đức tin và tình yêu thương của họ, bằng cách cung cấp thêm những chỉ dẫn và bằng cách cung cấp sự hiểu biết sâu sắc về những sự cuối cùng.
> 3. Trong 1 Tê-sa-lô-ni-ca, Phao-lô nhấn mạnh vào Đức Chúa Trời, chứ không phải vào cái tôi.
> 4. Trong 2 Tê-sa-lô-ni-ca, Phao-lô tiếp tục sự khích lệ ông đã bắt đầu trong 1 Tê-sa-lô-ni-ca cũng như nhấn mạnh rằng tín hữu không được để mình bị dẫn dụ đi lạc, đưa ra chỉ dẫn trong việc xử lý những anh em sai lạc và đảm bảo cho các tín hữu về sự chiến thắng, phần thưởng và sự công bằng cuối cùng.
> 5. 1 và 2 Ti-mô-thê và Tít được gọi là các thư tín mục vụ bởi vì chúng bày tỏ mối quan tâm mục vụ dành cho những người nhận thư và nói về những vấn đề trong công tác mục vụ liên quan đến chuyện chăm sóc và lối sống trật tự trong hội thánh.
> 6. Phao-lô viết 1 Ti-mô-thê để khích lệ Ti-mô-thê bền đỗ với hội thánh tại Ê-phê-sô bất chấp sự chống đối.
> 7. Trong 1 Ti-mô-thê, Phao-lô nhắc nhở Ti-mô-thê hãy tập trung vào việc cầu nguyện và thờ phượng, tuân theo những tiêu chuẩn cao trọng dành cho những người nắm giữ các vị trí trong hội thánh và tránh dị giáo bằng cách giữ sự dạy dỗ đúng đắn, quan tâm đầy đủ đến các góa phụ và dạy các tôi tớ phải tôn trọng chủ mình, chống lại các giáo sư giả và tránh yêu mến tiền bạc.
> 8. Trong 2 Ti-mô-thê, Phao-lô tập trung vào những khó khăn mà những đầy tớ của Đức Chúa Trời phải chịu.
> 9. Mục tiêu của thư Phao-lô gửi cho Tít là để đưa ra chỉ dẫn cụ thể để Tít làm công việc Chúa tại Cơ-rết cho tới khi những người khác cùng tham gia làm việc với ông.
> 10. Trong Tít, những lời chỉ dẫn đặc biệt đã được đưa ra cho những nhóm người khác nhau, bao gồm các cụ ông, phụ nữ trẻ và các bà già, thanh niên và Tít cũng như các tôi tớ, nô lệ.

Câu hỏi ôn tập

1. Việc tập trung vào Chúa trong 1 Tê-sa-lô-ni-ca liên hệ như thế nào đến vấn đề cái tôi?
2. Sự chịu khổ giúp người Tê-sa-lô-ni-ca như thế nào trong cam kết của họ với Chúa?
3. Tại sao 1 và 2 Ti-mô-thê và Tít được gọi là các thư tín mục vụ?
4. Xin mô tả đạo đức học tích cực của Phao-lô?
5. Ba đặc trưng trong sự khôn ngoan của các thư tín mục vụ là gì?

Các thuật ngữ then chốt

Chấp sự   Các thư tín mục vụ   Politarch

Con người/Địa điểm chính

A-bô-lô-ni	Cô-rinh-tô	La Mã	Tây Ban Nha
A-chai	Cơ-rết	Ma-xê-đoan	Tê-sa-lô-ni-ca
A-then	Delphi	Mi-lê	Tê-sa-lô-ni-ki
Am-phi-bô-lít	Ê-phê-sô	Nê-rô	Trô-ách
An-ti-ốt xứ Sy-ri	Ga-li-ôn	Nicoplis	Tiểu Á
Bê-rê	Hy Lạp	Phi-líp	

Sách đọc thêm

Xin xem những sách được trích dẫn trong phần ghi chú cuối trang của chương này. Về Phao-lô nói chung, xin xem chương 17.

Beale, G. K. *1–2 Thessalonians*. Downers Grove, IL: InterVarsity, 2003.

Phần bàn luận dễ hiểu của cả hai thư tín.

Belleville, Linda L., et al. *Two Views on Women in Ministry*. Grand Rapids: Zondervan, 2005.

Hai biến thể của phương pháp nghiên cứu về phụ nữ trong chức vụ theo chủ nghĩa bình đẳng và theo quan điểm bổ sung, cùng với những phản hồi của các tác giả khác nữa.

Carson, D. A., ed. *Entrusted with the Gospel: Pastoral Expositions of 2 Timothy*. Wheaton: Crossway, 2010.

Phần giải thích sáu phân đoạn trong 2 Ti-mô-thê có ảnh hưởng mạnh mẽ của các lãnh đạo vốn là các mục sư nổi tiếng.

———. "Pseudonymity and Pseudepigraphy." Trong *Dictionary of New Testament Background*, edited by Craig A. Evans và Stanley E. Porter, 857–64. Downers Grove, IL: InterVarsity, 2000.

    Bàn luận quan trọng về quyền tác giả của các thư tín mục vụ.

Donfried, Karl P. *Paul, Thessalonica, and Early Christianity*. Grand Rapids: Eerdmans, 2002.

    Cập nhật và đi sâu vào phần thảo luận của giới học thuật về các thư tín Tê-sa-lô-ni-ca vì chúng liên hệ đến giáo lý của Phao-lô, việc thành lập hội thánh đầu tiên, các Cuộn Biển Chết và các vấn đề khác nữa.

Doriani, Dan. *Women in Ministry*. Wheaton: Crossway, 2003.

    Bàn thảo tất cả các phân đoạn khó mà Phao-lô viết về chủ đề này. Phần kết luận không cổ lỗ cũng không mới.

Fudge, Edward William, và Robert A. Peterson. *Two Views of Hell: A Biblical and Theological Dialogue*. Downers Grove, IL: InterVarsity, 2000.

    Tranh luận giữa hai nhà giải kinh có quan điểm đối lập nhau về những điều Kinh Thánh dạy. Fudge tin rằng những người gian ác không ăn năn sẽ phải chịu khổ một thời gian sau khi chết rồi sẽ không còn phải chịu khổ nữa. Đây được gọi là thuyết tiêu tán. Peterson tranh cãi ủng hộ quan điểm của đa số trong lịch sử hội thánh. Kinh Thánh dạy rằng sau khi chết những người gian ác không chịu ăn năn sẽ đối diện với hình phạt mãi mãi.

Johnson, L. T. *The First and Second Letters to Timothy*. New York: Doubleday, 2001.

    Một học giả hàng đầu tranh luận ủng hộ quyền tác giả của Phao-lô đối với các thư tín mục vụ. Nguồn sách tham khảo mang tính toàn diện. Mạnh về bối cảnh Hy-La.

———. *The Writings of the New Testament: An Interpretation*. Rev. ed. Minneapolis: Fortress, 2002.

    Nguồn sách tham khảo về những nghiên cứu quan trọng đã được phân loại xuất hiện ở trang 291–93.

Köstenberger, Andreas và Thomas R. Schreiner, eds. *Women in the Church: An Analysis and Application of 1 Timothy 2:9– 15*. 2nd ed. Grand Rapids: Baker Academic, 2005.

    Những bài luận nói về các thách thức chính mà phân đoạn này nêu ra.

Köstenberger, Andreas và Terry Wilder, eds. *Entrusted with the Gospel: Paul's Theology in the Pastoral Epistles*. Nashville: Broadman & Holman Academic, 2010.

    Đánh giá công tác nghiên cứu học thuật hiện hành về lĩnh vực này. Nhiều chương đưa ra cách xử lý đầy mới mẻ những chủ đề chính được tìm thấy trong những thư tín này.

Oden, Thomas C. *Ministry through Word and Sacrament.* New York: Crossroad, 1989.

> Một tổng hợp các tư tưởng từ những người lãnh đạo hội thánh xuyên suốt nhiều thế kỷ về thuật chăn bầy và sự kêu gọi của người chăn bầy. Chủ đề bao gồm giảng dạy, cầu nguyện, chăm sóc tâm linh và nhiều khía cạnh khác của công tác lãnh đạo mục vụ. Phần lớn sự khôn ngoan này đều thấm nhuần các thư tín mục vụ của Phao-lô.

Towner, P. H. *The Letters to Timothy and Titus.* Grand Rapids: Eerdmans, 2006.

> Giải kinh dựa trên bản văn tiếng Hy Lạp của một trong những học giả hàng đầu về thư tín mục vụ thuộc thế hệ này.

Twomey, Jay. *The Pastoral Epistles through the Centuries.* Malden, MA: Wiley-Blackwell, 2009.

> Chắt lọc thú vị về cách các thư tín mục vụ đã được xem và giải nghĩa như thế nào trong lịch sử hội thánh cũng như bởi phạm vi rất rộng những nhân vật không thuộc hội thánh.

Phần 4
Khám Phá Các Thư Tín Tổng Quát Và Khải Huyền

Chương 22

Hê-bơ-rơ Và Gia-cơ

Giữ Trọn Cam Kết Với Đấng Christ

Bố cục

- **Các thư tín tổng quát**
- **Hê-bơ-rơ: Thư tín dạng bài giảng**
    - Bí mật về tác giả của thư Hê-bơ-rơ
    - Niên đại, người nhận, mục đích và thể loại
    - Bố cục
    - Những điểm then chốt
    - Xem thường Cựu Ước?
    - Lời khuyên bảo
    - Những vấn đề quan trọng
- **Gia-cơ: Lá thư rơm rác?**
    - Tác giả, niên đại, người nhận và mục đích
    - Bố cục
    - Sự khôn ngoan mang tính tiên tri của Gia-cơ
    - Gia-cơ và Chúa Giê-xu
    - Những vấn đề quan trọng

Mục tiêu

Sau khi đọc xong chương này, bạn có thể:

- Liệt kê tám thư tín tổng quát
- Bàn luận về những người nhận khả dĩ của sách Hê-bơ-rơ
- Giải thích mục đích của sách Hê-bơ-rơ

- Lập bố cục nội dung của sách Hê-bơ-rơ
- Lập bố cục nội dung của sách Gia-cơ
- Minh họa cách Gia-cơ phản ánh những yếu tố có trong sách tiên tri lẫn văn chương Khôn ngoan của Cựu Ước

Các thư tín tổng quát

Trong năm chương trước, chúng ta đã xem xét mười ba thư tín của Phao-lô. Chúng ta cũng đã tóm tắt tư tưởng và sự dạy dỗ của ông. Nhưng Tân Ước không chỉ có các thư tín của Phao-lô. Sau Phi-lê-môn, lá thư ngắn nhất của Phao-lô, chúng ta bắt gặp Hê-bơ-rơ, là thư tín dài gần bằng bất cứ thư tín nào khác của Phao-lô. Hê-bơ-rơ là cột mốc cho một nhóm mới trong các sách của Tân Ước: **Thư tín tổng quát**. Có tám thư tín như thế. Giống như các thư tín của Phao-lô, chúng đi theo trình tự tương đối về độ dài, với sách dài nhất (Hê-bơ-rơ) đứng đầu và sách ngắn nhất (Giu-đe) đứng cuối. Đúng vậy, 2 và 3 Giăng khá vắn. Nhưng đi kèm với 1 Giăng thì chúng hình thành một nhóm các thư tín dài hơn Giu-đe.

Các thư tín tổng quát hay phổ quát
Hê-bơ-rơ
Gia-cơ
1, 2 Phi-e-rơ
1, 2, 3 Giăng
Giu-đe

Chúng được gọi là "tổng quát" bởi vì chúng không nhắm đến một đối tượng độc giả cụ thể nào (Hê-bơ-rơ, 2 Phi-e-rơ, 1 Giăng và Giu-đe) hoặc nhắm đến một đối tượng độc giả mà danh tính chính xác có phần khá rộng (Gia-cơ, 1 Phi-e-rơ) hoặc mơ hồ (2,3 Giăng) đối với chúng ta. Đôi lúc, tám thư tín này được gọi là **Thư tín phổ quát**. Từ "phổ quát" có nghĩa là "chung, toàn cầu" (xuất phát từ từ *kath' holon* trong tiếng Hy Lạp, có nghĩa là "trên khắp"), chứ không có ý nói về Giáo hội Công giáo La Mã.

Trong chương này, chúng ta sẽ nói về hai thư tín tổng quát đầu tiên, Hê-bơ-rơ và Gia-cơ.

Hê-bơ-rơ: Thư tín dạng bài giảng

Bí mật về tác giả của thư Hê-bơ-rơ

Ta không biết rõ ai viết thư Hê-bơ-rơ. Khác với mười ba thư tín trong bộ kinh điển của Phao-lô, thư Hê-bơ-rơ không đề cập đến tác giả. Nó được viết bằng phong cách thư Hy Lạp nhưng khác với phong cách của Phao-lô. Nó không bao giờ sử dụng cụm từ "Đấng Christ Giê-xu", một danh xưng được Phao-lô sử dụng khoảng chín lần ở những chỗ khác. Nó thiếu đi phần chào thăm ở đầu thư theo kiểu của Phao-lô. Vì thế, các lãnh đạo hội thánh thời xưa không biết chắc ai viết thư này. Họ đưa ra một số đề xuất khác nhau, từ Phao-lô (dựa trên phần nhắc đến Ti-mô-thê trong Hê 13:23), cho đến một học trò của Phao-lô, đến Lu-ca, đến Ba-na-ba. Martin Luther lại cho rằng tác giả của nó là A-bô-lô. Chúng ta không biết chắc ai là tác giả. Giọng văn và nội dung của sách thuyết phục người xưa rằng sách đáng có một vị trí trong bộ sưu tập nhỏ các sách có thẩm quyền mà sau này được biết đến là Tân Ước. Ngày nay, hầu hết các Cơ Đốc nhân tin theo Kinh Thánh trên khắp thế giới đều xác nhận đánh giá của họ về sách Hê-bơ-rơ là đúng đắn.

Niên đại, người nhận, mục đích và thể loại văn chương

Bởi vì CLEMENT Ở LA MÃ trích dẫn thư Hê-bơ-rơ trong thư tín gửi cho người Cô-rinh-tô của ông (năm 95 S.C), nên thư Hê-bơ-rơ hẳn phải được viết ra trước đó. Ti-mô-thê vẫn sống như lời tác giả viết (13:23) và người ta có cảm tưởng rằng người nhận thư Hê-bơ-rơ đã nghe Phúc âm từ những nhân chứng mắt thấy tai nghe trong chức vụ của Chúa Giê-xu (2:3). Rất có thể khi tác giả viết thư, đền thờ Giê-ru-sa-lem vẫn còn; nếu không thì chắc hẳn ông đã sử dụng sự sụp đổ của nó vào năm 70 S.C để xác nhận lập luận của mình rằng sự hy sinh của Đấng Christ thay thế cho việc dâng sinh tế bằng huyết của đền thờ (10:2). Không ai có thể nói chắc thư Hê-bơ-rơ được viết ra khi nào, nhưng bất cứ thời điểm nào từ thập niên 40 S.C cho đến 60 S.C thì đều khớp với những dữ kiện mà ta có được.

Thư Hê-bơ-rơ trong lịch sử hội thánh đầu tiên

Thư Hê-bơ-rơ được sử dụng rộng rãi bởi các lãnh đạo hội thánh đầu tiên và trong các tác phẩm khác nhau, bao gồm:

	S.C
Clement thành La Mã	Khoảng 95
Thư Ba-na-ba	Khoảng 110
Irenaeus	Khoảng 175
Clement thành A-léc-xan-đơ	Khoảng 200
Tertullian	Khoảng 200
Eusibeus	Khoảng 315

Nhiều tuyến bằng chứng cho thấy rằng Hê-bơ-rơ được viết cho đối tượng độc giả là Cơ Đốc nhân gốc Do Thái. Những độc giả đầu tiên là người trước đây theo Do Thái giáo nhưng đã công nhận Chúa Giê-xu là Đấng Mê-si-a theo lời hứa và trở thành môn đồ của Ngài. Lời khẳng định này trước nhất được ủng hộ bởi tiêu đề của sách là "Hê-bơ-rơ" hay "gửi cho người Hê-bơ-rơ" trong các bản chép tay bằng tiếng Hy Lạp hiện có. Chúng ta có rất ít bằng chứng chứng tỏ nó từng được lưu hành dưới một cái tên khác. Lời chứng cổ xưa như thế không nên bị gạt qua một bên. Thứ hai, tác giả mặc định một mức độ hiểu biết các tập tục dâng sinh tế và những sự dạy dỗ Do Thái giáo nào đó của Cựu Ước vốn khó mà phù hợp với đối tượng độc giả là tín hữu gốc ngoại bang. Thứ ba, cốt lõi trong lập luận của thư Hê-bơ-rơ đó là Chúa Giê-xu Christ là hoàn hảo, và theo nghĩa đó, Ngài xem những tập tục dâng sinh tế theo dòng Lê-vi của Cựu Ước là lỗi thời (xem 7:11; 8:7; 10:1–2) đối với người thuộc về Chúa giai đoạn sau khi Đấng Mê-si-a đến. Lời khuyên tuyệt giao mang tính quyết định với "trại quân" Do Thái dành cho độc giả của tác giả (13:13) ngụ ý rằng họ đã từng xem đó là ngôi nhà của mình.

Nếu Hê-bơ-rơ được viết cho các Cơ Đốc nhân gốc Do Thái, thì chúng ta có biết vì sao tác giả lại viết thư tín này không? Có vẻ như ông viết để cảnh báo độc giả đừng quay trở lại với Do Thái giáo và khuyến khích họ đứng vững trong đức tin nơi Chúa Giê-xu Christ. Hê-bơ-rơ 10:32–39 mở ra một cánh cửa cho ta nhìn vào tình huống này. Sau khi can đảm tiếp nhận Phúc âm dù đối diện với bách hại kinh khiếp (10:32–34), họ không được từ bỏ mức độ tin quyết cao mà họ từng có được (10:35). Đứng vững là được cứu; thối lui là thất bại và hủy diệt (10:39). Trong khi tác giả đưa ra rất nhiều lập luận, đa dạng và đôi khi phức tạp, nhưng mục đích chính của ông khá căn bản: Hãy tin cậy Chúa và đứng vững! Theo nghĩa đó, thư Hê-bơ-rơ có vẻ như là một chủ đề phổ biến xuyên suốt phần lớn Kinh Thánh (xin xem, chẳng hạn như Giô 1:6; Thi 27:14; 1 Côr 15:58; Êph 6:10).

Các tấm gương Cựu Ước cho đức tin thời Tân Ước

Hê-bơ-rơ 11 trích dẫn vô số những nhân vật Cựu Ước làm tấm gương cho Cơ Đốc nhân noi theo

A-bên	Ghi-đê-ôn	Nô-ê
Hê-nóc	Ba-rác	Đa-vít
Áp-ra-ham	Giép-thê	Sam-sôn
Y-sác	Gia-cốp	Sa-mu-ên
Giô-sép	Các tiên tri	Môi-se
Dân Y-sơ-ra-ên	Ra-háp	
Vô số những người nam và người nữ không được gọi tên		

Xét về mặt chuyên môn, thư Hê-bơ-rơ thiếu đặc trưng phổ biến nhất của một lá thư thời cổ: Lời chào chính thức ở đầu thư. Tuy nhiên, kết luận ấy cho thấy rằng tác giả có một đối tượng độc giả và một bối cảnh cụ thể trong đầu (13:22–25). Thế nhưng, tác giả gọi tác phẩm của mình là "lời khuyên bảo này" (13:22). Thuật ngữ này được sử dụng để mô tả một bài giảng trong Công Vụ 13:15. "Lá thư mang tính chất của một bài giảng" có lẽ là cách hữu ích nhất để nghĩ về lá thư này nói chung, bởi vì nó kết hợp các khía cạnh của cả hai hình thức diễn đạt văn chương ấy.

Bố cục

I. Tính vượt trội của niềm tin Cơ Đốc (1:1–10:18)

   A. Chúa Giê-xu Christ vượt trội hơn các tiên tri (1:1–4)
   B. Chúa Giê-xu Christ vượt trội hơn các thiên sứ (1:5–2:18)
   C. Chúa Giê-xu Christ vượt trội hơn Môi-se (3:1–4:13)
   D. Chúa Giê-xu Christ vượt trội hơn A-rôn (4:14–10:18)

II. Những lời khuyên dạy phải kiên trì trong đức tin Cơ Đốc (10:19–12:29)

   A. Hiểm họa bội đạo (10:19–31)
   B. Những lời khích lệ để tiếp tục (10:32–29)
   C. Đức tin được định nghĩa và được minh hoạ (11:1–40)
   D. Chúa Giê-xu, tấm gương vượt trội của đức tin (12:1–4)
   E. Ý nghĩa và giá trị của kỷ luật (12:5–13)
   F. Cảnh báo để không quay lưng với Đức Chúa Trời (12:14–29)

III. Những lời khuyên dạy cuối thư (13:1–19)
IV. Chúc phước và chào thăm (13:20–25)

Những điểm then chốt

Bố cục bên trên cho thấy thư Hê-bơ-rơ có hai mục tiêu chính. Thứ nhất là để nhắc nhở người đọc về sự vĩ đại không gì ví sánh của Chúa Giê-xu Christ (1:1–10:18). Các tiên tri Cựu Ước, các thiên sứ, Môi-se và A-rôn phục vụ cho những mục đích lớn lao trong kế hoạch cứu chuộc của Đức Chúa Trời. Nhưng không ai trong số họ có thể so sánh với Đức Chúa Con, "ánh sáng rực rỡ của vinh quang Đức Chúa Trời và là hình ảnh trung thực của bản thể Ngài. Con dùng lời quyền năng của Ngài mà nâng đỡ muôn vật" (1:3). Vì thế, giống như các sách Tân Ước khác, thư Hê-bơ-rơ kêu gọi các tín hữu nhìn lên Chúa Giê-xu Christ. Ngài có thể trang bị cho họ sự hiểu biết sâu sắc về những tình thế tiến thoái lưỡng nan và ban ân điển để giúp họ tìm ra con đường đi về phía trước (4:16).

Điểm mấu chốt thứ hai đi sau điểm thứ nhất: độc giả cần phải tái xác quyết niềm tin Cơ Đốc can đảm của họ ngày trước (10:19–12:29). Bởi vì Đức Chúa Trời thành tín với những lời Ngài đã hứa, nên tín hữu có thể tự tin ngay cả trong những thời khắc đầy rối loạn trong hiện tại (10:23).

Xem thường Cựu Ước?

Chúng ta sẽ xem xét sứ điệp của thư Hê-bơ-rơ một cách kỹ càng hơn trong phần tiếp theo, nhưng trước hết chúng ta có thể cùng xem xét một quan niệm sai lầm phổ biến. Đôi khi người ta cho rằng thư Hê-bơ-rơ giống như một cuộc tấn công vào niềm tin Cựu Ước. Theo quan điểm này, niềm tin của các tín hữu Cựu Ước khá thấp kém so với những gì mà Cơ Đốc nhân vui hưởng. Cựu Ước quan trọng chủ yếu bởi vì nó là bằng chứng về một hệ thống tôn giáo thời đó và giờ đây cần phải là đối tượng của sự thương cảm nếu không nói là khinh khi.

Chống lại quan điểm này, chúng ta cần ghi nhận trước nhất đó là Hê-bơ-rơ 11 lấy gương mẫu đức tin từ các nhân vật hoặc các thời kỳ Cựu Ước, dù đó là trước, trong hay sau **bộ luật của Môi-se**. Thứ nhì, thư Hê-bơ-rơ nhắc đến Cựu Ước rất nhiều như là nền tảng cho sự dạy dỗ và cảnh báo trong sách, sẽ là một sai lầm căn bản về mặt lo-gic khi đặt cơ sở cho những lập luận trên những sách mà người ta cho rằng sai lầm hoặc không còn tác dụng nữa. Thứ ba, từ "có ý trách" mà tác giả thấy ở những người thuộc về Chúa trong những ngày trước khi Đấng Christ đến bao hàm việc họ lạm dụng tình yêu giao ước của Đức Chúa Trời, chứ không phải Cựu Ước hay những giao ước Đức Chúa Trời đã thiết lập trong Cựu Ước (Hê 8:8 bản Truyền thống: "Vả, trong những lời này thật có ý trách"; xem thêm Giê 31:32: "Giao ước... là giao ước mà chúng đã phá vỡ"). Thứ tư, bản chất của Đức Chúa Trời và cách Ngài đối đãi với con dân Ngài trong thời Cựu Ước có một sự tiếp nối mặc định với thời Tân Ước (xin xem, chẳng hạn như 10:26–31). Những lời phê bình rõ ràng về một số thái độ và tập tục nhất định của các nhân vật Cựu Ước không thể khiến ta gạt bỏ niềm tin Cựu Ước.

Bàn thờ giống như cái bàn thờ được tìm thấy và tái dựng tại Bê-e-sê-ba, Y-sơ-ra-ên, được dùng để dâng sinh tế bằng thú vật.

Hê-bơ-rơ tấn công vào quan niệm sai trái quá phổ biến trong thời Cựu Ước về đức tin nơi Đức Chúa Trời, chứ không phải bản thân Cựu Ước hay sứ điệp của Cựu Ước. Theo quan điểm sai lầm này, ta có thể làm Chúa vui lòng bằng việc giữ những nghi lễ tôn giáo. Luật pháp, chức tế lễ và sinh tế - trong Cựu Ước đây là những điều hướng tới việc dạy cho người thuộc về Chúa biết nhu cầu cần sự cứu chuộc và để họ nhướng mắt lên Chúa, lên Đấng giải cứu mà một ngày nào đó Đức Chúa Trời sẽ cử đến. Đáng buồn là, nhiều người lại đặt hy vọng của mình vào việc giữ nghi lễ - và cuối cùng là vào chính mình – chứ không phải vào lời hứa giải cứu của Đức Chúa Trời. Nó dẫn đến thái độ khô hạn và nổi loạn với Chúa, thái độ mà các tiên tri từ Sa-mu-ên (1 Sa 15:22) cho tới Ma-la-chi (Mal 1:10) đã được Chúa sai đến để chỉ ra. Ngay cả một số bài giảng của Môi-se trong Phục Truyền (xin xem, chẳng hạn Phục 9:4–6) cũng có thể được xem là những lời cảnh báo chống lại khuynh hướng bóp méo sự cứu rỗi bởi ân điển được Đức Chúa Trời ban cho, biến nó thành sứ điệp của sự xưng công chính bởi việc lành của con người. Đến thế kỷ thứ nhất, chúng ta thấy

Chúa Giê-xu, Phao-lô và những người khác đã phơi bày việc biết Chúa một cách sai trật là như thế nào.

Hiểu sai về Cựu Ước chính là điều tác giả thư Hê-bơ-rơ phê bình. Ông phơi bày việc lạm dụng những thể chế trong Cựu Ước để ánh sáng của chức vụ Đấng Christ, như được tiên báo trước trong Cựu Ước, chiếu sáng một cách đầy trọn. Rõ ràng, dâng sinh tế bằng thú vật và những nghi lễ cao trọng của các thầy tế lễ là những việc của quá khứ, bởi vì điều mà chúng tượng trưng đã xảy ra. Nhưng thay vì gạt Cựu Ước sang một bên, tác giả kêu gọi độc giả của mình suy nghĩ về sứ điệp vĩnh cửu của nó trong ánh sáng đầy đủ của sự tự bày tỏ cách ấn tượng của Đức Chúa Trời qua Đấng Christ.

Lời khuyên bảo

Mối quan tâm thiết thực chính yếu trong thư Hê-bơ-rơ là Cơ Đốc nhân không bị đe dọa bởi hoàn cảnh khó khăn mà họ đối diện. Thay vào đó, họ cần vững vàng trong sự tận hiến dành cho Chúa. Chúng ta có thể truy nguyên mối quan tâm này trong bốn phân đoạn Kinh Thánh. Trong mỗi trường hợp, tác giả đưa ra lời cảnh báo, lý do để không xem thường lời cảnh báo ấy và sự khích lệ nhằm lưu ý đến lời cảnh báo ấy bằng sự trung tín chứ không phải sự sợ sệt.

Trong 2:1–4, tác giả kêu gọi độc giả của mình quan tâm nhiều hơn đến lời cứu rỗi mà họ đã nghe, kẻo họ bị "trôi lạc". Tại sao việc trôi lạc lại nguy hiểm đến vậy? Bởi những hậu quả chết người của nó. Tác giả lập luận một cách đúng đắn rằng nếu người thuộc về Chúa trong thời Cựu Ước bị hình phạt khi họ xem thường Chúa, thì những người thuộc về Chúa đang tận hưởng thêm nhiều đặc ân của việc biết Đấng Christ sẽ còn phải đối diện với những hình phạt nặng hơn nữa (2:2–3). Nói cách khác, ngược với quan điểm phổ biến hiện đại cho rằng niềm tin Cựu Ước bao hàm những luật lệ và những hình phạt nghiêm khắc, trong khi Tân Ước chỉ nói về tình yêu và sự tha thứ, thư Hê-bơ-rơ lại cho rằng điều ngược lại mới đúng. Tín hữu Tân Ước đối diện với một sự đoán phạt nghiêm khắc hơn bởi vì họ đã nhận được một sự khải thị không thể nào sai lầm qua Chúa Giê-xu Christ và tất cả những gì đi kèm với sự đến lần thứ nhất của Ngài (2:4). Nhưng cũng có một lời khích lệ: Đấng Christ cũng sẵn sàng ở bên để đưa ra sự trợ giúp. Cá nhân Ngài biết những sự rủa sả mà con người phải đối diện, vì thế Ngài có thể vừa giúp họ trong lúc họ gặp thử thách (2:18).

Lời khuyên bảo tiếp tục trong 3:12–14 và 4:1–2. Ở đây, tác giả nhấn mạnh việc cần phải bền đỗ, tiếp tục đi theo lời tuyên xưng về Đấng Christ mà lúc đầu đã đem độc giả của ông bước vào hội thánh. Tín hữu chắc chắn được dự phần với Đấng Christ "nếu chúng ta cứ giữ vững lòng tin quyết ban đầu của mình cho đến cuối cùng" (3:14). Lý do tác giả đưa ra lời cảnh báo này có lẽ liên quan đến sự lừa dối của tội lỗi lẫn lòng người (3:12–13). Người ta có thể sốt sắng trong cộng đồng tín hữu mà vẫn không có sự nhận biết Chúa cách cá nhân, cũng không có sự tận hiến cho những điều Ngài quan tâm. Người ta có thể tuyên xưng đức tin nhưng vẫn sống trong nổi loạn. Tác giả nhắc đến các gương mẫu Cựu Ước khi nói về vấn đề này và cảnh báo Cơ Đốc nhân đừng rơi vào cái bẫy ấy. Nhưng ông cũng lại khích lệ khi chỉ về Chúa Giê-xu: Ngài có thể "cảm thông cho những yếu đuối của chúng ta." Ngài là thầy tế lễ cả của chúng ta trước mặt Đức Chúa Trời và có thể thêm sức cho chúng ta đến gần Đức Chúa Trời, bất chấp những thất bại của chúng ta, với sự "vững lòng". Vì thế, chúng ta có thể "nhận được sự thương xót và tìm được ân điển giúp đỡ chúng ta kịp thời" (4:15–16).

Lời khuyên dạy tiếp theo xuất hiện trong 5:11–6:8. Ở đây, lời cảnh báo đó là một khi Cơ Đốc nhân quay lưng lại với Chúa, thì rất khó cho họ, nếu không nói là không thể tập trung ý chí để quay trở lại với Ngài. Một số người giải nghĩa phân đoạn này có nghĩa là Cơ Đốc nhân thật vẫn có thể đánh mất sự cứu rỗi. Nói theo thuật ngữ chuyên môn hơn, họ có thể "phạm tội **bội đạo**", hay là bỏ đức tin. Nhưng người khác lại lập luận rằng những người cuối cùng chối bỏ Đấng Christ thì chưa bao giờ thật sự biết Chúa. Dù chúng ta giải nghĩa những câu này theo cách nào đi nữa, thì ý chính của nó vẫn không thể nào nhầm lẫn. Chuyện quay lưng lại với cam kết mà chúng ta đã đưa ra với Chúa không hề là chuyện nhỏ. Thế nhưng, ngay cả giữa những lời cảnh báo nặng nề như thế, thì tác giả vẫn lặp đi lặp lại một sứ điệp hy vọng (6:9–12). Tác giả tin chắc rằng độc giả có thể kháng cự cám dỗ nhượng bộ áp lực mà họ đối diện. Thông qua sự thành tín của Đức Chúa Trời dành cho họ và thông qua những tấm gương tin trung (6:2), họ có thể đối diện tương lai với sự bình an và lòng can đảm, thay vì sợ hãi.

Lời khuyên dạy cuối cùng nằm ở 10:26–31, có lẽ là lời cảnh báo đau đớn nhất của Hê-bơ-rơ, nếu không nói là của cả Kinh Thánh. "Vì nếu chúng ta đã nhận biết chân lý rồi, mà lại cố ý phạm tội, thì không còn có sinh tế nào chuộc tội được nữa, nhưng chỉ kinh khiếp đợi chờ sự phán xét và lửa hừng sẽ đốt cháy những kẻ chống nghịch mà thôi" (10:26–27). Hay "Sa vào tay Đức Chúa Trời hằng sống thì thật là kinh khiếp!" (10:31). Thế nhưng, một lần nữa tác giả kết thúc với lời lưu ý làm ta vững lòng và được khích lệ. Ông tuyên bố rằng độc giả của mình sẽ không thối lui trở về những thói quen xấu xa xưa cũ đâu mà thay vào đó sẽ giữ vững sự kêu gọi cao cả là trung tín với Ngài (10:39).

Cơn thịnh nộ của Đức Chúa Trời

"Sa vào tay Đức Chúa Trời hằng sống thì thật là kinh khiếp!" (10:31). Niềm tin vào một Đức Chúa Trời nổi cơn thịnh nộ có phù hợp với thời hiện đại?

Nhiều người nói "không!" Suốt nhiều thế hệ, các nhà tư tưởng đã tìm cách sửa lại Cơ Đốc giáo, làm cho nó phù hợp với các quan niệm tôn giáo và con người hiện đại vốn không dựa trên Kinh Thánh. Theo quan điểm này, những sự dạy dỗ của Kinh Thánh được thay thế bằng một quan điểm khác.

> Một học giả đã mô tả phiên bản Cơ Đốc giáo mới như sau: "Một Đức Chúa Trời không thịnh nộ mang con người không có tội lỗi vào một vương quốc không có sự đoán phạt thông qua chức vụ của một Đấng Christ không phải lên thập tự giá" (H. Richard Niebuhr, *The Kingdom of God in America* (([1937]; reprint, New York: Harper and Row, 1959, 193). Thuật ngữ phổ biến nhất cho quan điểm này là "chủ nghĩa tự do thần học" hay "chủ nghĩa cấp tiến thần học."
>
> Tuy nhiên, cũng giống như chính Chúa Giê-xu, tác giả thư Hê-bơ-rơ biết Đức Chúa Trời – Đấng đã sai cơn đại hồng thủy đến, Đấng phá hủy Sô-đôm và Gô-mô-rơ và (vào năm 587 T.C) phá đổ cả thành Giê-ru-sa-lem khi dân sự quay lưng lại với Ngài và không chịu ăn năn.
>
> Cựu Ước dạy rằng cơn thịnh nộ phừng phừng của Đức Chúa Trời chỉ là mặt bên kia của tình yêu thương ghen tuông của Ngài. Chúa Giê-xu phải hết lòng tận hiến cho tội nhân, hết sức khinh rẻ tội lỗi mới có thể chịu chết trên thập tự giá. Sao những người chối bỏ sự tha thứ miễn phí của Ngài phải chịu những hậu quả đã được báo trước lại có vẻ là sai lầm cơ chứ?
>
> Ngay cả khi một số người hiện đại không xem viễn cảnh về một ngày phán xét sẽ đến của Đức Chúa Trời là chuyện nghiêm túc, thì con dân Chúa vẫn phải tin chắc vào điều đó. Không phải là họ hào hứng trả thù, đó là việc của một mình Chúa mà thôi. Nhưng họ cần phải tin cậy vào lời Đức Chúa Trời. Họ phải sốt sắng trông đợi sự công bình của Đức Chúa Trời, tin cậy vào lòng thương xót của Ngài qua thập tự giá của Đấng Christ có thể cứu họ khỏi cơn thịnh nộ sắp đến. Và họ tận hiến đời sống mình cho việc rao truyền Tin lành, để bất cứ ai sẵn lòng tránh bị hủy diệt và chọn sự sống, sự sống dư dật, sẽ có cơ hội để ăn năn và được cứu.

Từ những năm 1940 đến những năm 1980, sinh viên tại một trường Đại học Cơ Đốc ở Bắc Mỹ đã có đặc ân được ngồi nghe Merrill C. Tenney giảng dạy. Tình yêu của ông dành cho Kinh Thánh, sự hiểu biết về lịch sử và cổ ngữ, tiêu chuẩn học thuật cao và lòng yêu mến sinh viên của ông đã giúp đỡ hàng ngàn người trên con đường đôi khi đầy sỏi đá của niềm tin Cơ Đốc. Một sinh viên có lần đã xin tiến sĩ Tenney ký tên vào cuốn sách ông đã viết. Một cách miễn cưỡng, vì ông là một người khiêm nhường, Tenney đã ký cho cậu. Sau này cậu sinh viên ấy rất ngạc nhiên khi thấy rằng dưới chữ ký của mình, người đàn ông vĩ đại của đức tin và sự uyên bác này đã viết một câu Kinh Thánh: Hê-bơ-rơ 10:38. Câu ấy ghi: "Người công chính của ta sẽ sống bởi đức tin, còn nếu lui đi thì linh hồn ta chẳng vui chút nào."

Tenney có sống dưới bóng của sự sợ hãi không? Có phải ông không nhận ra rằng Đức Chúa Trời là tình yêu, rằng Cơ Đốc nhân không cần phải sợ sự đoán phạt của Đức Chúa Trời không? Trái lại, ông biết chân lý ấy trọn vẹn hơn cả. Biết Chúa không có nghĩa là tự tin vào bản thân một cách cẩu thả, kiểu tự tin khích thích sự khinh suất và biện minh cho sự bất tuân. Thay vào đó, nó có nghĩa là thực hành đức tin với một ước muốn mãnh liệt là làm cho Chúa vui lòng, chứ không phải là làm ô danh Chúa. Tenney, tin quyết nhưng không tự mãn, đã ghi nhớ lời dạy của tác giả thư Hê-bơ-rơ.

Những vấn đề quan trọng

Người ta đã phải hao tốn nhiều giấy mực để thảo luận về danh tính, hoàn cảnh và bối cảnh của cả tác giả và độc giả của thư Hê-bơ-rơ. Các học giả Tin lành là những người tiên phong trong cuộc thảo luận này, những nguồn tài liệu xuất sắc cũng đã có sẵn để nghiên cứu sâu hơn những thắc mắc này và đưa ra những giải pháp khả dĩ.[1] Những khía cạnh khác của việc nghiên cứu đang diễn ra, bao gồm quan điểm về Đấng Christ mà thư Hê-bơ-rơ trình bày, tầm quan trọng của Mên-chi-xê-đéc và các yếu tố Do Thái khác trong thư, đặc biệt trong ánh sáng của việc tìm ra những Cuộn Biển Chết, vai trò của Cựu Ước trong Hê-bơ-rơ và những chủ đề như đức tin, quan điểm về lịch sử của thư và "sự an nghỉ" (xem Hê 4).[2]

Thời điểm và cái chết của Gia-cơ

Hiểu biết của chúng ta về Gia-cơ và thời ông sống không chỉ giới hạn trong các nguồn sách Cơ Đốc. Nhà sử học người Do Thái Josephus vẫn giữ được thông tin quan trọng sau, là thông tin về căn bản không hoàn toàn nhất quán với thông tin từ các nguồn khác:

> Sau khi Phê-tu chết [62 S.C], Sê-sa [Nê-rô] cử Albinus đến Giu-đê để làm tổng đốc. Nhưng trước khi đến, vua Ạc-ríp-pa II đã chỉ định Ananus làm thầy tế lễ, ông này là con trai của Ananus già ["An-ne" trong các sách Phúc âm Tân Ước]. Sau khi làm thầy tế lễ thượng phẩm, Ananus già này có năm người con trai, cả năm đều lên làm thầy tế lễ cả, là điều chưa từng có tiền lệ. Tuy nhiên, Ananus trẻ lại là người cẩu thả và đi theo phái Sa-đu-sê, là những người rất nhẫn tâm khi phân xử. Ananus nghĩ rằng với việc Phê-tu qua đời và Albinus thì vẫn đang trên đường [từ La Mã] đến, ông ta đang có cơ hội. Triệu tập các thẩm phán của Tòa Công Luận, ông đem đến trước mặt họ một người tên là Gia-cơ, em trai của Giê-xu được gọi là Christ, và những người khác nữa. Ông buộc tội họ đã vi phạm luật pháp và tuyên án họ phải bị ném đá đến chết.

---

[1] Xin xem các sách giải kinh và các nghiên cứu khác được liệt kê trong Donald A. Hagner, *Encountering the Book of Hebrews* (Grand Rapids: Baker Academic, 2002), 197–200.

[2] Để đọc phần khảo sát đầy đủ hơn, xin xem D. A. Carson và Douglas J. Moo, *An Introduction to the New Testament*, 2nd ed. (Grand Rapids: Zondervan, 2005), 613–15.

> Josephus, *Ant.* 20.9.1, khoảng năm 37–100 S.C; *Josephus: The Essential Writings*, dịch và biên tập bởi Paul L. Maier (Grand Rapids: Kregel, 1994), 280.

Gia-cơ: Lá thư rơm rác?

Lá thư tiếp theo sau Hê-bơ-rơ là Gia-cơ. Chỉ dài năm chương thôi, nhưng thư Gia-cơ rất phong phú về nội dung. Có lúc hội thánh đã sai lầm khi không chú ý đến nó, có lẽ bởi vì nó nhấn mạnh quá nhiều vào việc lành, là điều dường như trái ngược với việc nhấn mạnh vào đức tin của Phao-lô. Từ tít năm 1522, Martin Luther đã gọi thư Gia-cơ là *"eyn rechte stroern Epistel"* (lá thư rơm rác) khi so sánh với Rô-ma, Ga-la-ti, Ê-phê-sô và 1 Phi-e-rơ. Thế nhưng, ngay cả Luther cũng không loại Gia-cơ ra khỏi Tân Ước và ông cũng trích dẫn nó một cách thường xuyên với thái độ đồng tình. Thay vì nghi ngờ, thư Gia-cơ đáng được nghiên cứu và phản hồi cách cẩn thận.

Tàn tích của nhà hội ở thế kỷ thứ 2 tại Dura-Europos, Si-ry, đưa ra bằng chứng về một cộng đồng Do Thái giáo bên ngoài Pa-lét-tin.

Chắc chắn là có một sự đối lập rõ ràng giữa Gia-cơ 2:24 ("người ta được xưng công chính bởi hành động chứ không chỉ bởi đức tin mà thôi") với Rô-ma 3:28 ("Vì chúng ta tin rằng một người được xưng công chính bởi đức tin chứ không phải bởi việc làm theo luật pháp.") Tuy nhiên, sự bất đồng này biến mất khi mỗi đoạn Kinh Thánh được xem xét trong bối cảnh của nó. Trong Rô-ma, Phao-lô đang nói đến một khái niệm sai lầm cho rằng sự cứu rỗi có được nhờ việc làm của con người. Phao-lô đáp lại: Không, sự cứu rỗi là món quà của ân điển, điều chúng ta nhận được bằng đức tin, chứ không phải bởi việc lành. Gia-cơ đề cập đến một sai lầm khác: sai lầm đánh đồng đức tin với việc đơn thuần chấp nhận những chân lý giáo lý nhất định, chẳng hạn như Đức Chúa Trời có thật. Đây là một "đức tin" mà cả ma quỷ cũng có nữa (Gia 2:19). Nó không phải là đức tin chân thật đặt nơi Đấng Christ. Đức tin chân thật bao hàm không chỉ lý trí mà cả con người. Phao-lô và Gia-cơ đồng ý rằng đức tin chân thật đặt nơi Đấng Christ dẫn đến việc lành (Êph 2:10; 1 Tê 1:3).

Một số cách hiểu khác đã được đưa ra để giải thích sự giống và khác nhau giữa Phao-lô và Gia-cơ. Nhưng ở góc độ căn bản của việc Chúa Giê-xu là ai và Phúc âm đòi hỏi điều gì thì sứ điệp của Gia-cơ, dù đặc biệt, nhưng vẫn không khác với những gì được nói đến ở các thư tín khác.

Tác giả, niên đại, người nhận và mục đích

Thư tín này cho biết tác giả của nó là "Gia-cơ, đầy tớ của Đức Chúa Trời và của Chúa là Đức Chúa Jêsus Christ" (1:1). Đây chắc hẳn là Gia-cơ em (cùng mẹ khác cha) của Chúa Giê-xu (Mat 13:55; Mác 6:3). Ban đầu từng là người hoài nghi (Mác 3:21), sau này ông trở thành một mục sư chủ chốt của hội thánh GIÊ-RU-SA-LEM (xem Công 15; Ga 2). Thật cảm động khi nghĩ đến sự thay đổi tấm lòng mà ông hẳn đã phải trải qua khi đi từ chỗ thù địch với Chúa Giê-xu (Giăng 7:3–5) sang nhận biết Ngài là Đấng Mê-si-a. Theo một tường thuật cổ xưa, đức tin kiên định của Gia-cơ đã khiến ông phải trả giá bằng mạng sống của mình: Ông không chịu chối bỏ Chúa Giê-xu khi những nhà cầm quyền Do Thái đòi ông phải công khai làm vậy vào khoảng năm 62 S.C. Tường thuật này rất đáng để đọc vì ánh sáng mà nó chiếu rọi trên đời sống của hội thánh đầu tiên và cái chết của ông.[3]

Nếu Gia-cơ mất vào đầu những năm 60, thì thư tín của ông hẳn đã được viết trước thời điểm đó. Bởi vì Gia-cơ viết cho "mười hai bộ tộc đang sống tản lạc khắp nơi" (1:1), nên thư tín của ông phải có niên đại ở một kỷ nguyên đủ dài sau sự phục sinh của Đấng Christ để Phúc âm có thể được lan ra nhiều nơi khác nhau. Vì thế, thư tín này hẳn đã được viết từ cuối những năm 30 S.C đến đầu những năm 60 S.C.

"Mười hai bộ tộc tản lạc" hay mười hai chi phái trong 1:1 có lẽ là manh mối để ta hiểu về độc giả mà Gia-cơ nhắm đến. "Tản lạc" là một cách dịch từ *en tē diaspora* trong tiếng Hy Lạp, từ này cũng có thể được dịch là "ở vùng tản lạc." Ở những chương trước, chúng ta đã biết rằng "vùng tản lạc" nói về cộng đồng Do Thái bên ngoài quê hương của họ ở PA-LÉT-TIN. Gia-cơ cũng nghĩ đến các độc giả Cơ Đốc gốc Do Thái ở những cộng đồng xa xôi nơi Phúc âm đã đặt chân đến. Một số đặc trưng thêm vào càng làm cho khả năng đối tượng độc giả là người Do Thái càng khả dĩ hơn: Việc nhắc đến luật Cựu Ước một cách rất tự nhiên, gần như là ngẫu nhiên (1:25; 2:8–13), việc sử dụng từ "nhà hội" để mô tả nơi nhóm họp của họ (2:2) và vô số những ẩn dụ Do Thái và Cựu Ước trải khắp cả thư tín.[4] Ngoài ra, như chúng ta sẽ thấy bên dưới, giọng văn của thư Gia-cơ là giọng văn kết hợp các yếu tố của cả lời tiên tri và văn chương khôn ngoan như khi cả hai thể loại này xuất hiện trong Cựu Ước. Lý do cho điều này có lẽ là bởi vì ông biết độc giả của mình quen thuộc với những văn phong ấy.

Bố cục

I. Lời chào thăm (1:1)
II. Thử thách và cám dỗ (1:2–18)

    A. Chiến thắng thử thách (1:1–13a)
    B. Nguồn gốc của cám dỗ (1:13b-18)

---

[3] Eusebius, *H.E.* 2.23.
[4] Xin xem Carson và Moo, *Introduction to the New Testament*, 628–29.

III. **Thực hành Lời Chúa (1:19–2:26)**
   A. Giận dữ và cái lưỡi (1:19–20)
   B. "Hãy là người làm theo Lời" (1:21–27)
   C. Tội thiên vị (2:1–13)
   D. Đức tin Cơ Đốc chân thật được nhìn thấy qua việc làm của nó (2:14–26)

IV. **Sự trần tục trong hội thánh (3:1–4:12)**
   A. Thuần hóa cái lưỡi (3:1–12)
   B. Những mối quan hệ hòa thuận giữa vòng các tín hữu (3:13–4:3)
   C. Lời kêu gọi ăn năn (4:4–10)
   D. Kiêu ngạo và lưỡi hay chê bai (4:11–12)

V. **Nhìn cuộc sống từ nhãn quan Cơ Đốc (4:13–5:11)**
   A. Nhận biết chúng ta là ai trước mặt Chúa (4:13–17)
   B. Những hiểm họa của sự giàu có (5:1–6)
   C. Trông đợi Chúa (5:7–11)

VI. **Những lời khuyên bảo cuối thư (5:12–20)**
   A. Lời thề (5:12)
   B. Cầu nguyện (5:13–18)
   C. Là người giữ anh em mình (5:19–20)

Nghèo khó và giàu có

"Bây giờ, hỡi anh em là những người giàu có! Hãy khóc lóc, kêu van vì sự cùng khốn sẽ đổ xuống trên anh em" (Gia-cơ 5:5). Thư Gia-cơ rất nhạy cảm với vấn đề người giàu áp bức kẻ nghèo.

Bởi vì của cải có thể trở thành một cái bẫy, nên Gia-cơ nói về "vị trí thấp kém" của người giàu (1:10). Của cải nhanh chóng qua đi (1:11). Hội thánh cần phải cố gắng không ưu ái người giàu (2:1–4). Của cải cần phải để cho người nghèo sử dụng (2:15–16) thay vì tích trữ cho chính mình.

Có phải điều này có nghĩa là tất cả những người giàu có đều bị Đức Chúa Trời lên án chăng? Phải chăng sự công chính trước mặt Chúa đòi hỏi phải sống nghèo khó chăng? Không! Gia-cơ đang đưa ra những khái quát hóa. Người giàu thường nhờ cậy vào của cải mình thay vì nhờ cậy Chúa. Họ lợi dụng những người bị áp bức. Người nghèo, do bị tước đoạt hết những tiện nghi vật chất, có thể tìm kiếm sự an ủi về mặt thuộc linh. Nhưng một số người nghèo vẫn bất kính trong sự nghèo khó của mình, trong khi có người giàu lại biết tìm kiếm Chúa.

Những lời cảnh báo của Gia-cơ về việc lạm dụng của cải phù hợp với những lời cảnh báo ở những chỗ khác trong Kinh Thánh. Phao-lô khuyên những người có nhiều của cải "làm việc thiện, làm nhiều việc phước đức, có lòng rộng rãi, sẵn sàng chia sẻ" (1 Ti 6:18). Hay theo lời Chúa Giê-xu, "hãy giàu có nơi Đức Chúa Trời" (Lu 12:21) bằng một đời sống làm vui lòng Ngài trong mọi lĩnh vực.

Chủ nghĩa vật chất và chủ nghĩa tiêu thụ của những người giàu có trên khắp thế giới thường tiêm nhiễm vào hội thánh. Gia-cơ có nhiều điều để nói với những người Tây phương thuộc mọi mức độ kinh tế khi họ tìm cách sử dụng những nguồn tài chính của mình để làm cho vương quốc Đức Chúa Trời được tấn tới, chứ không phải để chính mình đắm chìm trong đó hay lợi dụng người khác.

Sự khôn ngoan mang tính tiên tri trong thư Gia-cơ

Chúng ta đã ghi nhận rằng giọng văn của Gia-cơ ngân vang hai hình thức văn chương của Cựu Ước: tiên tri và văn chương khôn ngoan. Thư Gia-cơ mang tính tiên tri ở niềm khao khát trung thành với Chúa và ở những lời kịch liệt lên án thái độ vô tín ngu muội được ông lặp đi lặp lại. Giống như tiên tri Giê-rê-mi, người đã khóc vì dân sự mà ông rao giảng, Gia-cơ cũng thể hiện tấm lòng đau đớn khi ông liên tục gọi độc giả của mình là "anh em" hay "anh em yêu dấu của tôi" (1:2, 16, 19 2:1, 5; 3:1, 10, 12; 4:11; 5:7, 9, 10, 12; trong tiếng Hy Lạp, từ được dịch là "anh em" có thể bao gồm cả nam lẫn nữ). Giống như tiên tri Na-than, người đã trực diện lên án Đa-vít (2 Sa 12), Gia-cơ cũng thẳng thắn khi thúc giục độc giả của mình vâng phục. Một số mệnh lệnh cấp bách, sâu cay nhất của Tân Ước đến từ thư Gia-cơ: "Người khờ khạo kia ơi, bạn có muốn biết rằng đức tin không có hành động là vô ích không?" (2:20). "Nầy những kẻ ngoại tình kia! Anh em không biết rằng kết bạn với thế gian là thù nghịch với Đức Chúa Trời sao?" (4:4). "Hỡi các tội nhân, hãy rửa sạch tay mình; hỡi kẻ hai lòng, hãy thanh tẩy lòng mình đi; hãy sầu thảm, hãy than van, khóc lóc" (4:8–9). Nhiệt huyết và phong thái của các tiên tri Cựu Ước, và trong khía cạnh này có thể nói tiên tri của Tân Ước là Chúa Giê-xu nữa, đã sống động qua Gia-cơ. Trong 108 câu trong thư tín của ông, có hơn 50 câu là những mệnh lệnh trực tiếp!

Nhưng Gia-cơ cũng phản chiếu truyền thống khôn ngoan của Cựu Ước. Đầu tiên, nó đúng trong khía cạnh nội dung (1:5). Sự khôn ngoan không đơn thuần ở sự lanh lợi, thông minh về mặt trí tuệ mà còn ở sự sắc sảo về đạo đức được Đức Chúa Trời ban cho những ai tìm kiếm Ngài. Gia-cơ rất thực tế về mặt bản chất và nhìn thấy mục tiêu của đời sống Cơ Đốc đạt được thông qua việc làm theo Lời Chúa. Và thứ nhì, Gia-cơ phản ánh truyền thống khôn ngoan của Cựu Ước thông qua văn phong của nó. Trên một vài phương diện, thư tín này phản ánh cấu trúc đặc biệt của sách Châm Ngôn. Nó đụng đến chủ đề này, chuyển qua chủ đề khác, rồi trở lại với chủ đề đầu tiên. Mặc dù sẽ không công bằng khi nói thư tín này thiếu tính chặt chẽ, nhưng tính chặt chẽ của nó nằm ở lời kêu gọi nhất quán hãy trung thành với Đức Chúa Trời chứ không phải ở chuỗi lô-gic và sự rõ ràng về mặt văn chương.

Tính tương đồng giữa thư Gia-cơ và các sách tiên tri cũng như văn chương khôn ngoan, cho thấy rằng ông biết Cựu Ước khá rõ và tự nhiên bắt chước Cựu Ước trong cách diễn đạt của mình. Nhưng nó cũng phản ánh ảnh hưởng của Chúa Giê-xu trong đời sống của ông.

Tiêu điểm 22: Đức tin và việc làm

Lãnh đạo hội thánh đồng thời là học giả người Thụy Sĩ Adolf Schlatter (1852–1938) đã viết những suy nghĩ và lời cầu nguyện sau về một câu nổi tiếng được trích từ thư Gia-cơ:

> Thưa anh em của tôi, nếu một người bảo mình có đức tin nhưng không có hành động thì có ích gì không? Đức tin đó có cứu người ấy được không (Gia-cơ 2:14)?

> Việc tôi nói là tôi có đức tin không thể giải phóng tôi khỏi tội lỗi, mặc cảm tội lỗi và hình phạt. Làm sao điều tôi nói lại có thể trở thành sự giải phóng cho tôi được? Không phải việc tôi nói tôi có đức tin, mà là việc tôi thực hành đức tin cứu rỗi, mới đặt tôi vào trong sự bình an của Đức Chúa Trời, mang đến cho tôi ân điển của Đức Chúa Trời và là sự công chính tôi trước mặt Đức Chúa Trời.

> Nếu tôi có đức tin, thì tôi cũng phải thể hiện rằng tôi có Ngài. Đức tin khiến chúng ta xưng nhận, và ở đâu vắng bóng sự xưng nhận đó thì đức tin cũng vắng bóng luôn. Nếu tôi không thể nói về đức tin, thì làm sao tôi có thể thật sự sống thể hiện đức tin đó? Vì lý do đó, sự xưng nhận nắm giữ lời hứa giống như đức tin. Vì xưng nhận là trái đầu mùa của đức tin. Đức tin cho tôi có ngôn từ để đáp ứng với Đức Chúa Trời, để sứ điệp của Ngài phát ra trong sự cảm tạ và lời hứa của Ngài khơi gợi sự nài xin của tôi.

> Nếu tôi tin, tôi không thể nín lặng trước Đức Chúa Trời. Chúng ta cầu nguyện thông qua đức tin, Gia-cơ nói thế. Và đức tin cũng cho tôi ngôn từ để nói khi tiếp xúc với người khác. Tôi tin, vì thế tôi nói, Phao-lô viết thế. Nhưng điều này có mô tả đầy đủ ân điển của Đức Chúa Trời chăng? Nếu đức tin chỉ cho tôi ngôn từ thôi, thì rốt cục việc nói tôi có đức tin cũng thật có ích lắm. Nhưng đó là một tư tưởng tai hại. Nghĩ và nói có phải là tất cả con người tôi không? Đức Chúa Trời đã ban cho tôi sự sống, điều đó có nghĩa là Ngài đã trồng trong tôi một ý chí có

thể hành động – một ý chí phải hành động với tính cần thiết không thể thay thế được.

Điều đó diễn ra trong cách tôi đối với Chúa cũng như trong các mối quan hệ của tôi với người khác. Phục vụ Chúa là hành động. Mối thông công của chúng ta với nhau cũng nảy sinh thông qua những gì chúng ta làm cho nhau. Nếu tôi không có việc làm, tôi chẳng làm gì cả, nếu tôi thậm chí không làm điều mà Chúa muốn tôi làm, thì đó không phải là sự cứu rỗi mà là tội lỗi và sự chết. Tôi không thể nào không làm gì cả; nếu tôi không làm theo ý muốn Chúa, thì việc làm của tôi phát xuất từ chính ham muốn của cá nhân tôi, vì thế nó không có Chúa và tai hại đối với người khác.

Trong trường hợp đó, tôi cần lời cảnh báo của Gia-cơ ngay. Vì thật ngọt ngào khi chăm xem không gì khác ngoài công việc của Đức Chúa Trời và để cho mọi thứ lắng xuống trong sự tĩnh tại trầm lắng mà tôi có, bởi tôi cho rằng mình đã được giấu trong Đức Chúa Trời. Việc làm luôn khó khăn hơn khi đặt đức tin qua một bên. Việc làm là một trận chiến. Nó xuất phát từ việc chiến thắng cái tôi. Nó mang tôi vào trong sự gần gũi đầy nguy hiểm với thế giới. Nhưng khuynh hướng biếng nhác và vị kỷ của lòng tôi không được phép lừa dối tôi. Không có bất cứ nghi ngờ nào về việc tôi phải hành động. Tôi nên cảm tạ Chúa vì tôi có thể hành động như một người tin, để công việc của tôi không phải là tội lỗi, cũng không phải là tai họa nhưng làm thành ý muốn của Đức Chúa Trời.

Điều Ngài, Đức Chúa Trời đầy ân điển, làm cho chúng con chẳng cần ai giúp sức hay bổ trợ gì cả. Công việc con làm không phải là cơ sở cho ân điển Ngài. Nó bắt nguồn từ Ngài và cũng hoàn hảo như chính Ngài vậy. Vì thế, chúng con tin cậy Ngài chứ không tin cậy vào chính chúng con hay việc làm của chúng con. Tuy nhiên, Ngài đã ban ân điển Ngài cho con trong tình trạng của con và qua nghề nghiệp của con; Ngài đã ban cho con đặc ân làm việc. Con sẽ vứt bỏ ân điển Ngài đi nếu con không làm. Cha ôi, xin ban cho con tình yêu ấm áp, mạnh mẽ và vui thỏa để con vâng phục Ngài. A-men.

Adolf Schlatter, *Andachten* ((DresdenKlotzsche: Oskar Günther, [1927?]), 277. Translated by Robert Yarbrough.

Gia-cơ và Chúa Giê-xu

Trọng tâm đặt trên mối liên hệ gần gũi giữa việc thực hành và niềm tin, giữa đạo đức và thần học của Gia-cơ bắt nguồn một phần từ ảnh hưởng của Cựu Ước. Nhưng ta cần quan sát thấy rằng Gia-cơ lặp lại sự dạy dỗ của Chúa Giê-xu, đặc biệt trong Bài giảng trên núi, ở một số điểm. Trong 1:22, 25, Gia-cơ nhấn mạnh đến nhu cầu thực hành Lời Chúa, chứ không chỉ là đồng ý với Lời ấy về mặt lý thuyết. Chúa Giê-xu cũng đưa ra lưu ý tương tự trong Ma-thi-ơ 7:26 khi Ngài nói đến người dại "Còn ai nghe lời Ta, nhưng không làm theo." Trong 3:12, Gia-cơ hỏi: "cây vả có thể ra trái ô-liu hoặc cây nho có thể ra trái vả được không?" Trong Ma-thi-ơ 7:16, Chúa Giê-xu hỏi: "Nào có ai hái trái nho nơi bụi gai, hoặc trái vả nơi bụi tật lê bao giờ?" Trong 4:13, Gia-cơ khiển trách những người lợi dụng Chúa bằng cách trông cậy vào tương lai không biết trước. Lẽ ra họ cần phải khiêm nhường hầu việc Chúa mỗi ngày trong hiện tại.

Trong Ma-thi-ơ 6:34, Chúa Giê-xu bảo: "Vậy, chớ lo lắng về ngày mai; vì ngày mai sẽ tự lo cho ngày mai. Sự nhọc nhằn ngày nào đủ cho ngày ấy."

Trích dẫn những tương đồng này không phải là để nói rằng Gia-cơ sử dụng sách Ma-thi-ơ hay bất cứ sách phúc âm thành văn nào khác. Đúng hơn, là để quan sát thấy rằng Gia-cơ chịu ảnh hưởng bởi các yếu tố tôn giáo và xã hội tương tự với những yếu tố đã ảnh hưởng lên Chúa Giê-xu. Rốt cục thì cả Gia-cơ và Chúa Giê-xu rõ ràng đều được sinh trưởng trong cùng một gia đình. Ngoài ra, cũng không có lý do gì để cho rằng Gia-cơ vẫn tiếp tục mù tịt về những điều mà anh trai của ông đã dạy trong ba năm chức vụ công khai của Ngài. Sau khi Chúa Giê-xu chịu chết, và sau khi Gia-cơ cùng nhiều người khác nhận biết Ngài là Đấng Mê-si-a và Ngài là Đức Chúa Trời, thì Gia-cơ đã trở thành một phần của dàn hợp xướng của những tiếng nói ban đầu, những người đã truyền lại điều họ đã nhận từ việc họ được tiếp xúc với Đấng Christ.

Những vấn đề quan trọng

Với sự nổi lên của các phương pháp khoa học xã hội trong nghiên cứu Tân Ước,[5] bối cảnh xã hội của từng sách Tân Ước đều đã được xem xét kỹ lưỡng. Điều này đặc biệt đúng với Gia-cơ, cuốn sách mà sự công bằng về kinh tế và những bất bình đẳng khác về mặt xã hội là trọng tâm không thể phủ nhận. Tuy nhiên, cần phải ghi nhận rằng những giả định chính trị của một nhà giải kinh hiện đại thường có xuất phát điểm rất khác so với những nhận thức thần học sâu sắc của Gia-cơ. Các học giả hiện đại đôi khi tin vào sự tốt đẹp từ trong bản chất của con người, vào thuyết định mệnh về kinh tế, vào sự tốt lành tối thượng của nhà nước chứ không

---

[5] Xin xem, chẳng hạn, John H. Elliott, *What Is Social-Scientific Criticism?* (Minneapolis: Fortress, 1993); M. Robert Mulholland Jr., "Sociological Criticism," trong *Interpreting the New Testament*, ed. D. A. Black and D. S. Dockery (Nashville: Broadman & Holman, 2001), 170–86.

phải vương quốc Đức Chúa Trời và vào sức mạnh của lý trí con người hơn là vào sự khải thị từ Chúa.

Gia-cơ đứng ở một chỗ đứng khác. Tư tưởng của ông được neo chặt trong Cựu Ước và trọng tâm của tư tưởng ấy là Phúc âm của và Phúc âm về Chúa Giê-xu. Gia-cơ sốt sắng đặt Chúa làm trung tâm và đặt sự trong sáng, thánh khiết của hội thánh làm trọng tâm. Ông không đặt ra một khải tượng thiếu thực tế về công tác cải cách xã hội nói chung. Điều này không có nghĩa là lời phê bình nghiêm khắc của ông về những tệ nạn xã hội trong thời của ông có thể được gạt ra một bên vì cho rằng nó không quan trọng. Trái lại, nó là trọng tâm sứ điệp của ông. Nhưng nó được đưa ra trong và cho hội thánh. Là một Cơ Đốc nhân tuyên xưng đức tin, khám phá sách Gia-cơ là được đối diện trực diện với Đức Chúa Trời, với "Đấng Phán Xét" đang "đứng trước cửa!" (5:9). Gia-cơ nhất quán với các tác giả Tân Ước khác trong việc chỉ ra Đấng Christ chính là phương cách cứu rỗi và người thuộc về Chúa là những sứ giả chính cho sự cứu chuộc trong thế giới này. Khi hội thánh khiêm nhường tiếp nhận sứ điệp của Gia-cơ, và khi người thuộc về Chúa thuận phục Chúa và liên hệ với nhau bằng lòng vị tha và thương xót mà Gia-cơ kêu gọi, thì mục đích của thư tín Gia-cơ đã đạt được. Bởi vì khi đó người thuộc về Chúa sẵn sàng hầu việc Chúa như muối và ánh sáng, là điều Chúa Giê-xu đã kêu gọi (Mat 5:13–16).

Tóm lược

1. Có tám sách được liệt vào danh mục Các thư tín Tổng quát, cả Hê-bơ-rơ và Gia-cơ đều thuộc vào nhóm các thư tín này.
2. Chúng ta không biết ai là tác giả của thư Hê-bơ-rơ.
3. Thư Hê-bơ-rơ rất có thể được viết cho độc giả là người Do Thái.
4. Hê-bơ-rơ nhấn mạnh tính ưu việt của niềm tin Cơ Đốc và dạy rằng Chúa Giê-xu vượt trội hơn các tiên tri, các thiên sứ, Môi-se và A-rôn.
5. Hê-bơ-rơ có thể được xem như một cuốn sách của những lời giáo huấn bởi vì nó lặp đi lặp lại lời khuyên độc giả của mình cần phải tái can đảm xác nhận niềm tin Cơ Đốc.
6. Mối quan tâm thực tiễn chính yếu của thư Hê-bơ-rơ đó là Cơ Đốc nhân không nên sợ hãi trước hoàn cảnh khó khăn mà họ đối diện.
7. Gia-cơ có lẽ đã có ý định viết thư tín của mình cho các tín hữu Do Thái tản lạc ở các cộng đồng khác nhau – ông nhắc đến họ là "mười hai chi phái tản lạc."
8. Phương pháp nghiên cứu thư Gia-cơ tương tự với các sách tiên tri và các sách khôn ngoan trong Cựu Ước.
9. Gia-cơ nhấn mạnh tầm quan trọng của việc thực hành niềm tin Cơ Đốc, chứ không chỉ "tin" mà thôi.

Câu hỏi ôn tập

1. Chủ đề trọng tâm của thư Hê-bơ-rơ là gì?
2. Tại sao thư Hê-bơ-rơ được gọi là thư tín dạng bài giảng?
3. Những yếu tố nào trong thư Hê-bơ-rơ khác lạ đối với một thư tín?
4. Thư Hê-bơ-rơ chỉ trích niềm tin Cựu Ước theo nghĩa nào? Nó có trực tiếp tấn công vào bản thân Cựu Ước không?
5. Thư Hê-bơ-rơ sử dụng những lời cảnh báo và sự khích lệ để khuyến khích sự kiên trì, bền đỗ như thế nào?
6. Quan điểm về đức tin và việc làm của Gia-cơ có trái ngược với sự dạy dỗ của Phao-lô về chủ đề này không? Tại sao có hoặc tại sao không?
7. Điều gì có vẻ như là ý chính của thư tín Gia-cơ?

Các thuật ngữ then chốt
Bội đạo
Bản luật pháp Môi-se
Các thư tín tổng quát
Các thư tín phổ quát

Con người/Địa điểm chính
Clement thành La Mã
Giê-ru-sa-lem
Pa-lét-tin

Sách đọc thêm

Charles, J. Daryl. "Interpreting the General Epistles." Trong *Interpreting the New Testament*, edited by D. A. Black và D. S. Dockery, 433–56. Nashville: Broadman & Holman, 2001.

> Bản cáo trạng nhức nhối về việc giới học giả đã làm ngơ và hiểu sai các thư tín tổng quát. Không chỉ giới học giả: hội thánh cũng đã không quan tâm đến các thư tín ấy. Kêu gọi phục hồi điều thường bị bỏ qua.

Chilton, Bruce. "James, Jesus' Brother." Trong *The Face of New Testament Studies*, edited by Scot McKnight và Grant R. Osborne, 251– 62. Grand Rapids: Baker Academic, 2004.

> Phần bàn luận chứa đựng nhiều thông tin về Gia-cơ, em của Chúa Giê-xu, trong nghiên cứu Tân Ước và lịch sử.

Guthrie, George H. *Hebrews*. Grand Rapids: Zondervan, 1998.

> Tìm cách quyết định nghĩa ban đầu của mỗi phân, rồi nối thời của tác giả với thời hiện tại và tìm cách áp dụng. Vừa mang tính học thuật vừa thực tế.

———. "Hebrews." Trong *Zondervan Illustrated Bible Backgrounds Commentary*, vol. 4, edited by Clinton E. Arnold, 1–85. Grand Rapids: Zondervan, 2002.

Bình giải những câu và những chủ đề được chọn lọc. Liên hệ Hê-bơ-rơ và sứ điệp của sách với bối cảnh Hy-La cũng như Do Thái giáo thời hội thánh đầu tiên.

Hagner, Donald A. *Encountering the Book of Hebrews*. Grand Rapids: Baker Academic, 2002.

Được viết cho sinh viên cử nhân. Khảo sát từng chương của thư tín này. Quan tâm nhiều đến chi tiết mà không sa lầy vào chi tiết. Cung cấp những nguồn sách tham khảo, vô số những phần bổ sung bên lề và các đặc trưng hữu ích khác để giúp người đọc dễ hiểu.

Harrington, Daniel J. *What Are They Saying about the Letter to the Hebrews?* New York: Paulist, 2005.

Phần khảo sát những nghiên cứu về sách Hê-bơ-rơ theo kiểu dễ tiếp cận. Tập trung vào việc giúp người học tìm thấy những nguồn trợ giúp hiện thời hơn là tập trung vào nghĩa của bản văn.

Hughes, R. Kent. *Hebrews: An Anchor for the Soul.* 2 vols. Wheaton: Crossway, 1993.

Các bài giảng kết hợp việc quan tâm nhiều đến thư tín Hê-bơ-rơ với việc tìm ra những cách áp dụng cho cuộc sống thời hiện đại.

Jobes, Karen H. *Letters to the Church.* Grand Rapids: Zondervan, 2011.

Khảo sát ở cấp độ thần học viện về Hê-bơ-rơ và các thư tín tổng quát khác, trong đó có Gia-cơ. Cân bằng giữa việc tập trung vào lịch sử, giải kinh và thần học.

Koester, Craig R. *Hebrews.* New York: Doubleday, 2001.

Chuyên môn và mang tính học thuật nhưng dễ đọc. Khảo sát toàn diện về lịch sử giải nghĩa thư Hê-bơ-rơ. Phong phú về giải nghĩa thần học và chú ý nhiều đến các khía cạnh xã hội và biện pháp tu từ.

Martin, Ralph P. và Peter H. Davids, eds. *Dictionary of the Later New Testament and Its Developments.* Downers Grove, IL: InterVarsity, 1997.

Những bài viết hữu ích và súc tích về các thư tín tổng quát và những chủ đề liên quan.

McCartney, Dan G. *James.* Grand Rapids: Baker Academic, 2009.

Phần bàn thảo về sách Gia-cơ theo kiểu nâng cao nhưng dễ đọc.

Moo, Douglas J. *The Letter of James.* Grand Rapids: Eerdmans, 2000.

Có nhiều thông tin từ những nghiên cứu trong giới học giả gần đây nhưng được viết ở cấp độ không chuyên. Cho thấy Gia-cơ và Phao-lô không hề mâu thuẫn với nhau mà đang nói về cùng chủ đề (đức tin, sự xưng công bình) từ những chỗ đứng khác nhau như thế nào.

Ngewa, Samuel M. *1 and 2 Timothy and Titus.* Grand Rapids: Zondervan, 2009.

> Một học giả người châu Phi đọc những lá thư này với sự nhấn mạnh vào việc áp dụng trong hội thánh. Chứa đựng nhiều tình huống thực tế và những minh họa từ cuộc sống tại Phi châu.

O'Brien, Peter. *The Letter to the Hebrews.* Grand Rapids: Eerdmans, 2010.

> Giải nghĩa toàn bộ thư tín với mục tiêu giúp độc giả chuyển sang áp dụng.

Selvaggio, Anthony T. "Preaching Advice from the 'Sermon' to the Hebrews." *Themelios* 32, no. 2 (2007): 33–45.

> Một diễn giả tìm sự chỉ dẫn cho việc giảng dạy từ thư tín Hê-bơ-rơ. Hữu ích cho việc soạn bài học Kinh Thánh.

Witherington, Ben, III. *Letters and Homilies for Jewish Christians: A Socio-Rhetorical Commentary on Hebrews, James and Jude.* Downers Grove, IL: IVP Academic, 2007.

> Nhạy bén với những đặc trưng về biện pháp tu từ và thuật hùng biện định hình nên lập luận với việc nhấn mạnh vào áp dụng.

Chương 23

Phi-e-rơ, Giăng Và Giu-đe

Lời Mời Gọi Đến Với Đức Tin,

Hy Vọng Và Tình Thương

Bố cục

- **Các thư tín của Phi-e-rơ**
- **1 Phi-e-rơ**
    - Bố cục
    - Sự an ủi và khích lệ của Đấng Christ
    - Vinh hiển của sự cứu rỗi
    - Tín hữu trong tư cách người hành hương
    - Đi theo Chúa
- **2 Phi-e-rơ**
    - Bố cục
    - Mục đích và sự dạy dỗ
- **Các thư tín của Giăng**
    - Tác giả
    - 1 Giăng
        * Bố cục
        * Mục đích và sự dạy dỗ
    - 2 Giăng
        * Bố cục
        * Mục đích và sự dạy dỗ
    - 3 Giăng

* Bố cục
 * Mục đích và sự dạy dỗ
– Giu-đe
 * Bố cục
 * Mục đích và sự dạy dỗ
• **Tóm tắt các thư tín tổng quát**

Mục tiêu

Sau khi đọc chương này, bạn có thể

- Thảo luận về tác giả của 1 & 2 Phi-e-rơ
- Phác thảo nội dung của 1 & 2 Phi-e-rơ
- Nhận biết ý chính của 1 Phi-e-rơ
- So sánh cuộc sống của người lữ hành với cuộc sống của thế gian
- Nhận biết ý chính của 2 Phi-e-rơ
- Cung cấp bằng chứng cho thấy sứ đồ Giăng là người viết 1, 2 và 3 Giăng
- Phác thảo nội dung của 1, 2 & 3 Giăng
- Phác thảo nội dung của sách Giu-đe
- Thảo luận mục đích của Giu-đe

Thử tưởng tượng một người thợ mộc cầm hộp đồ nghề trong tay đến để làm việc nhưng lại không biết các dụng cụ ấy được dùng để làm gì hay sử dụng chúng như thế nào. Thợ mộc mà thế à!

Thử tượng tượng một Cơ Đốc nhân tự nhận tin Kinh Thánh Tân Ước có hai mươi bảy sách khác nhau nhưng không biết các sách ấy chứa đựng nội dung gì và chúng được áp dụng cho cuộc sống mỗi ngày ra sao.

Chí ít là sáu trong bảy sách cuối cùng của Tân Ước không hề quen thuộc với hầu hết mọi người. Thế nhưng chúng lại là những "công cụ" quan trọng để hiểu sứ điệp của Kinh Thánh, chẳng kém gì các sách dài hơn và được biết đến nhiều hơn. Dưới đây chúng ta sẽ xem xét các thư tín ngắn nhưng quan trọng là Phi-e-rơ, Giăng và Giu-đe. Chúng ta có thể học được rất nhiều từ chúng. Chí ít chúng ta có thể đảm bảo rằng mình nhận diện được những "đồ nghề" mà Chúa trang bị cho chúng ta để hiểu, thờ phượng và phục vụ vương quốc của Ngài mỗi ngày.

Các Thư Tín Của Phi-e-rơ

Hai thư tín trong nhóm này tự nhận là được viết bởi sứ đồ Si-môn Phi-e-rơ (1 Phi 1:1; 2 Phi 1:1, 16, 18). Ông là một trong những nhân vật nổi tiếng nhất tại hội thánh đầu tiên, được đề cập hơn 150 lần trong Tân Ước. Ông sinh trưởng tại BẾT-SAI-ĐA, dọc miền duyên hải BIỂN GA-LI-LÊ, nơi ông và em của ông là Anh-rê làm ngư phủ (Giăng 1:44). Ông được Anh-rê giới thiệu với Chúa Giê-xu và được Ngài đặt cho một cái tên mới (Giăng 1:40–42) – tên nguyên thủy của ông là Si-môn; Chúa Giê-xu đặt cho ông cái tên là Phi-e-rơ, hay "Đá". Sau này, khi sống ở CA-BÊ-NA-UM, ông được kêu gọi vào chức vụ bởi chính Chúa Giê-xu (Mác 1:16) và được lập làm một trong mười hai sứ đồ đầu tiên (Mác 3:13–16). Ông là một thành viên trong nhóm những người thân cận với Chúa Giê-xu và có vẻ như là phát ngôn viên của Nhóm Mười Hai. Ông là người mạnh mẽ và can đảm, nhưng cũng tự tin thái quá, để rồi vào những giờ khắc cuối đời của Chúa Giê-xu, ông lại chối Chúa khi bị một tớ gái chế giễu (Mác 14:66–72). Đức tin của Phi-e-rơ vững mạnh thêm bởi những lần Chúa Giê-xu phục sinh hiện ra (Lu-ca 24:34; 1 Côr 15:5), bởi ngôi mộ trống (Giăng 20:6) và bởi sự thăng thiên của Chúa Giê-xu (Công Vụ 1:7–9; 12–13). Ông trở thành Hòn Đá mà Chúa Giê-xu đã báo trước.

Vào lễ Ngũ Tuần, Phi-e-rơ đã giảng bài giảng Cơ Đốc đầu tiên và ba ngàn người đã được cứu vào ngày hôm đó (Công 2:14–41). Ông nhanh chóng trở thành một lãnh đạo tại hội thánh GIÊ-RU-SA-LEM, thi thố các phép lạ nhân danh Chúa Giê-xu (Công 3:11), dạn dĩ bảo vệ đức tin (Công 4:8–12), kinh nghiệm sự bách hại và chịu khổ (Công 5:17–18, 33, 41; 12:1–5). Mặc dù chủ yếu làm sứ đồ cho người Do Thái, nhưng ông đã góp phần mở mang hội thánh cho dân ngoại (Công 10:1–48; 15:6–11). Ông đi đây đó làm giáo sĩ, có lẽ đến TIỂU Á (1 Phi 1:1) và "Ba-by-lôn" (1 Phi 5:13). Kinh Thánh không cho chúng ta biết cái chết của Phi-e-rơ, nhưng truyền thống cho rằng ông chết tại Rô-ma dưới hình thức đóng đinh vào khoảng cùng thời gian Phao-lô qua đời (xem Eusebius, *H.E.* 2.25.5–8).

1 Phi-e-rơ

"Phi-e-rơ, sứ đồ của Chúa Giê-xu Christ" tự nhận là người viết thư tín này (1:1). Lời tự nhận này mãi gần đây mới bị đưa ra tranh cãi. Tất cả những bằng chứng có từ rất sớm đều ủng hộ cho quan điểm cho rằng Phi-e-rơ là tác giả. Những lập luận phủ nhận điều này được sử dụng gần đây lại không được thuyết phục lắm. Chẳng hạn, một số học giả cho rằng sự bách hại kinh khiếp là bối cảnh của thư tín này, rằng cuộc bách hại này chỉ có thể ám chỉ cuộc bách hại dưới tay của DOMINITIAN gần cuối thế kỷ thứ nhất hoặc dưới tay TRAJAN muộn hơn thời điểm đó. Nhưng sự bách hại dưới tay NÊ-RÔ nhiều khả năng mới là cuộc bách hại mà Phi-e-rơ đang nghĩ đến khi ông đối diện với sự chết tại Rô-ma. Một lập luận khác đó là Phi-e-rơ, một ngư phủ ít học, khó có thể viết được tiếng Hy Lạp xuất sắc đến như vậy. Nhưng lịch sử đầy những thiên tài kiểu ấy, chẳng hạn như John Bunyan, "người thợ hàn ít học của vùng Bedford", tác giả của *Thiên Lộ Lịch Trình*. Ai dám nói rằng Phi-e-rơ không rành tiếng Hy Lạp? Ngoài ra, chính Phi-e-rơ còn bảo: "Tôi nhờ Sin-vanh, người tôi xem như một anh em tín cẩn, viết đôi dòng để khích lệ và làm chứng với anh em rằng đây là ân điển thật của Đức Chúa Trời" (5:12). Những **người ghi chép**

chuyên nghiệp như Sin-vanh không gặp khó khăn gì trong việc viết tiếng Hy Lạp hùng biện. Một giả thiết phản đối khác cho rằng thần học của 1 Phi-e-rơ có vẻ như lệ thuộc vào tư tưởng của Phao-lô. Nhưng vì sao chuyện này không thể xảy, mặc dù câu đó hoàn toàn chính xác? Không phải Phi-e-rơ và Phao-lô đang giảng hai Phúc âm khác nhau, và các nỗ lực thời hiện đại nhằm khắc họa họ như những người xa lạ với nhau thật không thể nào thuyết phục được. Dù không có bất cứ một sự thay thế khả thi nào, căn cứ trên lời chứng vô danh nhưng tích cực và có niên đại từ rất sớm, thì việc xác nhận rằng Phi-e-rơ là người viết thư tín này là hợp lý.

Những phế tích của chiếc thuyền đánh cá thế kỷ thứ nhất bị chìm được khai quật ở ngoài khơi biển Ga-li-lê.

Tự nhận là được viết từ "Ba-by-lôn" (5:13), nhưng rất ít khả năng thư tín này bắt nguồn từ những tàn dư của thành ở thời Cựu Ước này. Đúng hơn, Ba-by-lôn nên được hiểu là một mật khẩu tượng trưng cho LA MÃ. Nó thường được dùng như vậy trong cả tài liệu Cơ Đốc và của người Do Thái vào thời bấy giờ.[1] Lập luận ủng hộ La Mã khớp với lời chứng khác đặt cả Phi-e-rơ và Phao-lô tại thành này trong suốt những cuộc bách hại của Nê-rô. Nếu đúng vậy, thì niên đại của 1 Phi-e-rơ ở vào khoảng trước năm 64–66 S.C. Thư tín này được viết cho các tín hữu ở Bắc của Tiểu Á, phía Nam của HẮC HẢI ở các tỉnh BÔNG, GA-LA-TI, CÁP-PA-ĐỐC, A-SI và BI-THI-NI (1:1), tất cả những nơi này ngày nay đều thuộc về THỔ NHĨ KỲ.

Từ lâu người ta đã thảo luận về bản chất văn chương chính xác của thư tín này, một số người cho rằng nó là dạng nghi thức báp-têm hay một bài giảng báp-têm. Tuy nhiên, nó được viết theo văn phong bình thường của một lá thư vào thời bấy giờ, vì thế không có lý do thuyết phục để xem nó là bất cứ thể loại nào khác ngoài thư tín khích lệ các tín hữu đang bị quấy rầy, bắt bớ. Bố cục sau đây phản ánh sự hiểu biết ấy về thư tín này.

Bố cục

I. Chịu khổ như một Cơ Đốc nhân (1:1–2:10)

    A. Cơ nghiệp kín giấu, Chúa kín giấu (1:1–9)

    B. Chuẩn bị hành động (1:10–2:3)

    C. Nhà thuộc linh kín giấu (2:4–10)

II. Nhà không phải trong thế gian này (2:11–3:12)

---

[1] Xin xem *Sib. Or.* 5:139; 143; 2 Bar. 10:1, 2; 67:7; 4 Esdras 3:1–2; Rev. 14:8; 17:5; 18:2, 10, 21.

A. Đời sống bên trong của tín đồ (2:11–12)
   B. Đời sống thuận phục (2:13–3:7)
   C. Đời sống cộng đồng của người tin Chúa (3:8–12)
III. **Chịu khổ - đường đến vinh quang (3:13–4:19)**
   A. Chịu khổ vì làm điều lành (3:13–22)
   B. Sống cho Đức Chúa Trời (4:1–11)
   C. Cùng chịu khổ với Đấng Christ (4:12–19)
IV. **Những lời khuyên bảo cuối cùng và lời chào thăm (5:1–14)**

Sự an ủi và khích lệ của Đấng Christ

Khi viết thư tín này, lòng Phi-e-rơ đang nóng nảy, nên ta cảm nhận tính khẩn cấp, gấp rút bao trùm toàn thư. Ông nói: "Sự cuối cùng của muôn vật đã gần" (4:7). Điều này đúng, cho dù Đức Chúa Trời khép lại dòng lịch sử thông qua sự đến lần thứ hai của Đấng Christ hay sự bách hại khiến cho sự sống trên đất này khép lại. Phi-e-rơ đang đối diện với một cái chết gần kề, và nhiều người mà ông đang viết thư cho cũng thế. Kết quả là, một trong những chuyện chính ông đang làm là an ủi và khích lệ các bạn hữu mình khi đối diện với sự thô bạo mà họ có thể gặp phải bởi vì họ là tín đồ của Đấng Christ. Họ không nên ngạc nhiên trước cường độ của sự chịu khổ mà họ đang trải qua, như thể một điều gì đó lạ lùng đang xảy ra cho họ; thay vào đó, họ phải vui mừng (1:6; 4:13). Đây là những lời ấn tượng, nhưng Phi-e-rơ nhắc họ rằng Đấng Christ cũng chịu khổ, rằng họ đang dự phần vào chính những đau khổ của Đấng Christ (4:13). Bởi vì Đấng Christ chịu khổ là ý muốn của Đức Chúa Trời, như đã được Kinh Thánh nói tiên tri (1:11), nên họ cũng phải chịu khổ theo ý muốn của Đức Chúa Trời (3:17; 4:19). Điều này nghe có vẻ lạ lùng đối với những người chưa bao giờ phải trải qua những thử thách kinh khiếp vì danh Chúa, và một số người ngay trong thời của chúng ta thậm chí còn dạy rằng chịu khổ không bao giờ là ý muốn của Chúa. Lịch sử hội thánh và kinh nghiệm Cơ Đốc rộng lớn hơn dạy chúng ta điều ngược lại. Phao-lô viết: "Tất cả những người muốn sống cuộc đời tin kính trong Đấng Christ Jêsus đều sẽ bị bắt bớ" (2 Ti 3:12), vì thế người theo Chúa không nên ngạc nhiên khi thế gian chất những sự khốn khổ lên trên họ (4:4) hay sỉ nhục họ (4:14) vì họ không thể trung thành với nó. Chúng ta phải nhớ rằng Cơ Đốc nhân là "người khách lạ, kẻ tha hương" trên đất (1:1; 2:11), nghĩa là, những người có một quê hương đời đời ở một nơi khác. Như câu nói của người xưa "trần thế chẳng phải quê hương, chính tôi đây thân lữ hành." Nếu đây thật sự là thái độ của chúng ta, thì chúng ta sẽ không than khóc về những gì có thể mất nhưng chúng ta sẽ vui mừng trong vinh hiển hầu đến.[2] 1 Phi-e-rơ dạy rằng niềm hy vọng này là

---

[2]Những phần bàn luận xuất sắc về các chủ đề này có thể được tìm thấy trong Herbert B. Workman, *Persecution in the Early Church* (Oxford: Oxford University Press, 1980); và W. H. C. Frend, *Martyrdom and Persecution in the Early Church: A Study of a Conflict from the Maccabees to Donatus* (Grand Rapids: Baker Academic, 1981). Để đọc ký thuật trực tiếp đầy hình ảnh bạo lực về sự bách hại

điều trọng yếu thúc giục Cơ Đốc nhân trung kiên khi đối diện với thử thách, thậm chí bị bắt bớ, vì làm điều công chính.³

Vinh hiển của sự cứu rỗi

Vinh hiển, hay sự cứu rỗi, sẽ đến là một chủ đề chính khác của Phi-e-rơ. Vì cuộc sống ngắn ngủi, như hoa cỏ ngoài đồng sớm nở tối tàn dưới sức nóng của mùa hè (1:24) nên chúng ta cần giữ đôi mắt của mình tập chú vào những thứ không thể tàn phai, thay vì vào những hứa hẹn không thành và chóng qua của đất. Tín hữu Cơ Đốc có thể nhìn về phía trước để thấy cơ nghiệp đời đời không phai tàn trên trời (1:3–6). Điều này bao gồm sự cứu rỗi cho linh hồn họ, và vì lý do đó họ sẽ ngập tràn niềm vui sâu đậm và lâu dài (1:8–9).

Tín hữu trong tư cách người hành hương

Phi-e-rơ cũng có một vài điều thực tiễn để nói về nếp sống Cơ Đốc trong thế giới sa ngã và thù địch này. Có lúc ông còn đặt nếp sống này đối lập hoàn toàn với lối sống của thế gian; có lúc sự so sánh rõ ràng đến độ không cần giải thích chi tiết. Ông phát triển những chủ đề này không theo trình tự đặc biệt; rõ ràng chúng xuất hiện trong thư tín của ông khi chúng loé lên trong tâm trí ông. Tuy nhiên, tất cả những chủ đề này đều liên hệ với ý niệm lữ khách – ở đây chúng ta là khách lạ, đang trên đường về quê hương thật sự của mình.⁴ Ở đây chúng ta cần sống như những thuộc viên của thế giới mà cuối cùng chúng ta sẽ thuộc về, chứ không phải bị nô dịch bởi thế giới này. Phần đọc thêm bên lề "Cuộc Sống Của Người Lữ Khách" là phác thảo ngắn về những gì Phi-e-rơ đã nói.

Trong một số trường hợp, Phi-e-rơ đưa ra những chỉ dẫn cụ thể cho những đối tượng cụ thể: chồng và vợ (3:1–7); các trưởng lão trong hội thánh (5:1–4) và người trẻ (5:5). Trong mọi trường hợp, Phi-e-rơ đều nhận biết rằng bằng sức riêng thì chúng ta chẳng thể nào sống nếp sống ấy. Chỉ nhờ ân điển của Đức Chúa Trời và năng quyền của Đấng Christ thì mới có thể khiến các tín hữu mạnh mẽ, vững vàng và kiên định mà thôi (5:10).

---

trong hội thánh đầu tiên, xin xem ký thuật của Eusibius về các thánh tử đạo tại Gaul (Pháp), *H.E.* 5.1. Để đọc phần phân tích và suy ngẫm về sự chịu khổ của Cơ Đốc giáo hiện đại, xin xem Isaiah Majok Dau, *Suffering and God: A Theological Reflection on the War in Sudan* (Nairobi: Paulines Publications, 2002).

³Để đọc những phần suy ngẫm thêm, hãy chú ý những nghiên cứu trong Christopher Morgan và Robert Peterson, eds., *Suffering and the Goodness of God* (Wheaton: Crossway, 2008).

⁴Phân tích xã hội học đương đại hiểu từ "lữ khách" theo nghĩa đen, nói về "những cư dân tạm trú" thay vì như một mô tả thuộc linh về những người có quê hương ở trên trời. Người nhận thư Phi-e-rơ là những người tị nạn. Xin xem John H. Elliott, *A Home for the Homeless: A Sociological Exegesis of First Peter, Its Situation and Strategy* (Philadelphia: Fortress, 1981), 24–37.

> ### Cái chết của Phi-e-rơ và Phao-lô
>
> Tertullian người La Mã cũng là nhân chứng cho điều này. Ông viết như sau: "Hãy xem xét những ký thuật của quý vị. Ở đó quý vị sẽ thấy rằng Nê-rô là người đầu tiên bắt bớ giáo lý này, đặc biệt là sau khi chinh phục được trọn vẹn phía Đông, ông thi hành sự tàn bạo với cả La Mã. Chúng ta tự hào vì có một người lãnh đạo như thế bắt bớ chúng ta. Vì ai biết ông đều hiểu rằng chẳng có thứ gì bị lên án bởi Nê-rô trừ phi nó là điều gì đó cực kỳ xuất sắc."
>
> Vì thế, tự mình công khai tuyên bố là kẻ thù đầu tiên trong số các kẻ thù chính của Đức Chúa Trời, ông đã chuyển sang chém giết các sứ đồ. Do đó, người ta ký thuật rằng Phao-lô bị chém đầu tại chính La Mã, và Phi-e-rơ bị đóng đinh dưới tay Nê-rô. Ký thuật về Phi-e-rơ và Phao-lô được chứng minh bằng việc tên của họ được lưu giữ tại các nghĩa trang ở đó cho đến ngày nay.
>
> Eusebius, *H.E.* 3.25.4–5 (*NPNF 1:15657*); khoảng năm 265–339 S.C

2 Phi-e-rơ

Tác giả của thư tín này tự nhận mình là "Si-môn Phi-e-rơ, tôi tớ và sứ đồ của Chúa Giê-xu Christ" (1:1) và là tác giả của thư tín trước đó mà chúng ta biết với tên gọi 1 Phi-e-rơ (3:1). Ông tiếp tục nói mình là nhân chứng của sự hóa hình và là đồng môn thân cận của sứ đồ Phao-lô (3:15). Ông nói rằng ông đang đợi chết theo cách được Đấng Christ tiên báo trước sau khi Ngài phục sinh (1:13–15; xem Giăng 21:18–19). Đây rõ ràng là một câu phát biểu về quyền tác giả như chúng ta thấy trong Tân Ước. Thế nhưng, lạ là ngày nay chính dữ kiện này lại đang được sử dụng để lập luận rằng ai đó giả mạo Phi-e-rơ để viết thư tín này.[5] Tuy nhiên, thật khó để tưởng tượng rằng ai đó có thể viết một lá thư nhấn mạnh tầm quan trọng của lẽ thật nhiều đến vậy (xem 1:12, 22) và cảnh báo về các giáo sư giả, những người "dùng những lời lẽ dối trá để trục lợi anh em" (2:3) nhiều đến vậy trong khi người ấy đồng thời cũng là người quanh co và người đang bịa ra những câu chuyện về chính mình. Người ta cũng lập luận rằng giọng văn của lá thư có vẻ có niên đại muộn hơn thời của Phi-e-rơ (một số người thậm chí còn cho rằng nó được viết ở thế kỷ thứ hai), chẳng hạn như đề cập đến các tiên tri giả, những tà giáo hủy diệt, những người lãnh đạo tham lam, vô đạo đức. 2 Phi-e-rơ cũng nói các thư tín của Phi-e-rơ là Kinh

---

[5] Xin xem, chẳng hạn, Werner G. Kümmel, *Introduction to the New Testament* (Nashville: Abingdon, 1972), 302; Robert M. Grant, *A Historical Introduction to the New Testament* (London: Collins, 1963), 228–331. Để đọc phần thảo luận về vấn đề dùng tên giả trong viết lách, xin xem D. A. Carson và Douglas J. Moo, *An Introduction to the New Testament*, 2nd ed. (Grand Rapids: Zondervan, 2005), 337–50; E. M. B. Green, *2 Peter Reconsidered* (London: Tyndale, 1961); Ralph P. Martin, *New Testament Foundations: A Guide for Students*, 2 vols. (Grand Rapids: Eerdmans, 1975–78), 2:281–87, 2:383–88.

Thánh (3:16), điều này cho thấy thư tín của ông phải có sau này. Nhưng không lập luận nào trong hai lập luận này đủ để đưa ra kết luận như thế. Từ rất sớm trong lịch sử hội thánh đã xảy ra những vấn đề nghiêm trọng và chính Phao-lô cũng cảm nhận ông đang viết dưới sự soi dẫn của Đức Thánh Linh, điều đó làm cho những gì ông nói có thẩm quyền và trở thành Lời Chúa (xem 1 Côr 7:17; 14:37; 1 Tê 2:13; 2 Tê 3:14). Tại sao Phi-e-rơ lại không thể nhận ra điều đó? Khi xem xét tất cả những yếu tố này, dường như cách tốt nhất là hiểu những lời khẳng định trong thư đúng theo nghĩa đen của nó và công nhận Phi-e-rơ là tác giả của thư. Điều này sẽ đặt niên đại của thư vào khoảng năm 68 S.C (niên đại muộn nhất mà người ta đưa ra cho sự tuận đạo của Phi-e-rơ). Địa điểm viết thư có lẽ là La Mã, mặc dù chúng ta không biết chắc.

Bố cục

    I. **Lời chào thăm (1:1–2)**
   II. **Quan tâm đến sự thánh hóa (1:3–11)**
  III. **Tin vào Kinh Thánh (1:12–21)**
  IV. **Cẩn trọng trước giáo sư giả (2:1–22)**

        A. Hiểm họa họ mang đến và sự đoán phạt dành cho họ (2:1–3)
        B. Sự đoán xét của Đức Chúa Trời trong quá khứ (2:4–10a)
        C. Tâm tính của họ (2:10b-16)
        D. Sự dạy dỗ rỗng tuếch của họ (2:17–22)

    V. **Sự bền lòng vào những ngày cuối cùng (3:1–16)**
  VI. **Kết luận (3:17–18)**

Mục đích và sự dạy dỗ

Như ta có thể thấy qua bố cục, về căn bản, thư tín ngắn ngủi này nói đến bốn mối quan tâm chính: sự thánh hóa, Kinh Thánh, lời cảnh báo về các giáo sư giả và thời kỳ cuối cùng. Chúng ta hãy xem xét bốn mối quan tâm này một cách chi tiết hơn.

Đầu tiên, Phi-e-rơ bắt đầu và kết thúc lá thư của mình bằng cách khuyến khích sự tăng trưởng trong bước đường theo Chúa của người Cơ Đốc. Ông làm vững tin độc giả khi nói rằng Đức Chúa Trời đã ban cho chúng ta mọi điều cần để sống (1:3). Sau đó ông cũng liệt kê các mỹ đức thúc đẩy sự trưởng thành này – đức tin, lòng nhân từ, sự hiểu biết, tiết độ, kiên trì, tin kính, tình yêu thương anh em và lòng yêu mến (1:5–8). Khi biết điều này, thì tín hữu phải tiến lên, chứ không phải lùi lại, trong nếp sống Cơ Đốc của họ (3:17–18).

Cuộc sống của lữ khách	Cuộc sống của thế gian
Thuận phục Chúa (1:14, 22)	Chống nghịch Chúa
Thánh khiết (1:15)	Bất khiết
Sống như người đầy tớ (2:16; 4:11)	Sống vị kỷ
Sống trong tinh thần cầu nguyện (3:7; 4:7)	Chối từ Chúa
Sống cởi mở, minh bạch (2:16; 3:16)	Sống gian dối
Làm điều tốt lành (2:15; 3:16–17)	Làm điều sai quấy
Nhẹ nhàng và tôn trọng (3:15)	Sống cay nghiệt và xấc xược
Yêu thương nhau sâu đậm (1:22; 4:8)	Ghét bỏ nhau
Tiết chế (1:13; 4:7; 5:8)	Sống buông thả
Khiêm nhường (5:6)	Tự cao và ngạo mạn
Chối từ điều ác (2:11)	Thích điều ác
Chấp nhận phép tắc của con người (2:13; 17)	Chối từ phép tắc của con người
Kiểm soát ước muốn tội lỗi (2:1, 11)	Buông theo dục vọng
Làm theo ý muốn Chúa (4:2)	Chối từ ý muốn Chúa
Chia sẻ với người khác (4:9)	Tích trữ của cải
Sử dụng ân tứ để phục vụ người khác (4:10–11)	Không chịu chia sẻ

Thứ nhì, Phi-e-rơ muốn đảm bảo với người đọc rằng những gì Chúa hứa qua các tiên tri, phán qua lời Ngài và dạy dỗ qua các sứ đồ Ngài là chân thật. Có người bắt đầu nghi ngờ liệu Chúa có thật sự trung thành với những gì Ngài đã nói không (3:4). Phi-e-rơ xác nhận với họ rằng lời tiên tri không phải là điều gì đó do con người tự nghĩ ra, nhưng "vì không có lời tiên tri nào đến bởi ý người, nhưng người ta được Đức Thánh Linh cảm thúc nói ra từ Đức Chúa Trời" (1:21. Nếu chúng ta xuyên tạc Kinh Thánh, thì chúng ta chuốc lấy sự hủy diệt cho chính mình (3:16).

Thứ ba, trong phần dài tương tự với sách Giu-đe, Phao-lô cảnh báo về việc một ngày nào đó các giáo sư giả và các giáo lý sai lạc sẽ nổi lên (2:1–22). Những người này sẽ dối gạt, hủy diệt, tham lam, kiêu ngạo, báng bổ, khoe khoang và tội lỗi. Tệ hơn cả, họ sẽ quay lưng lại với những điều răn thiêng liêng của Đức Chúa Trời (2:21). Nhưng Đức Chúa Trời biết cách để giải cứu người thuộc về Ngài khỏi mối hiểm họa này. Họ được kêu gọi để tìm đến với Ngài bằng một đức tin tươi mới (2:9).

Cuối cùng, Phi-e-rơ muốn làm rõ bản chất của thời kỳ cuối cùng. Ông bắt đầu bằng cách giải thích vì sao Đấng Christ chưa trở lại. Chúng ta phải nhớ rằng với Chúa, thời gian của Ngài khác so với chúng ta – một ngàn năm chỉ như một ngày đối với Ngài, vì thế Chúa không chậm trễ đâu, từ góc nhìn của Ngài (3:3–8). Nhưng hơn thế nữa, đó là dấu hiệu về sự kiên nhẫn của Đức Chúa Trời: Ngài không vội hủy diệt trái đất; Ngài không muốn một người nào chết mất, nhưng muốn tất cả đều ăn năn (3:9). Phi-e-rơ giải thích sự kiện ấy sẽ như thế này: Đó sẽ là một sự hủy diệt thế giới tự nhiên này bằng lửa (3:10–12). Nhưng đây chưa phải là điều cuối cùng Đức Chúa Trời làm với vũ trụ mà Ngài đã dựng nên. Ngài sẽ thay thế trật tự thế giới tội lỗi này bằng "trời mới và đất mới nơi sự công bình ngự trị" (3:13), mà trời mới đất mới này sẽ kéo dài suốt cõi đời đời. Ông kết lại phần khảo sát của mình về chủ đề này bằng lời khuyên hãy sửa soạn cho trời mới đất mới ấy bằng cách sống cuộc đời không chỗ trách được, không tì vết gì và sống hòa thuận với Đức Chúa Trời (3:14).

Các thư tín của Giăng

Từ những ngày đầu của hội thánh, ba thư tín này trong Tân Ước đã được liên kết với sứ đồ Giăng, người cũng viết sách Phúc âm mang tên của mình. Thư tín đầu tiên trong ba lá thư, cũng là thư tín dài nhất của ông, không mang đặc trưng thường thấy của một lá thư cổ; nó giống với một chuyên luận hay tiểu luận hơn. Hai lá thư còn lại có cấu trúc giống như những lá thư và rất ngắn. 2 Giăng là sách ngắn nhất trong cả Tân Ước.

Tác giả

Có một lời chứng thống nhất từ ban đầu rằng sứ đồ Giăng đã viết ba thư tín này. Sự tồn tại của 1 Giăng được phản ánh trong **1 Clement, sách Giáo huấn,** PAPIAS và POLYCARP (nghĩa là vào khoảng hai mươi lăm năm đầu của thế kỷ thứ hai). IRENAEUS và CLEMENT THÀNH A-LÉC-XAN-ĐƠ cuối thế kỷ thứ hai đã nói rõ những thư tín này đến từ Giăng. Không một bằng chứng mới được tìm ra nào, cả trong khảo cổ học và những ngành khác, đưa ra nghi ngờ về vấn đề này. Nếu có nghi ngờ việc Giăng là tác giả của các thư tín này thì các yếu tố khác trở nên nổi bật. "Gần như không thể tránh khỏi, những lý do căn bản nhất được đưa ra để phản đối việc Giăng là tác giả của các thư tín này không nằm ở những bằng chứng vững chắc... mà ở những sự tái dựng lại sự phát triển của 'cộng đồng' hay 'trường phái' Giăng. Sự tái dựng này thi thố sức mạnh kiểm soát như thế trên những cuộc thảo luận đương đại rằng khả năng các thư tín này được viết bởi một sứ đồ đã bị loại bỏ một cách vội vàng."[6] Vì thế chuyện sứ đồ Giăng viết các thư tín này vẫn là khả năng khả thi nhất.

Chúng ta hãy điểm lại xem Giăng là ai. Ông sinh trưởng tại Ga-li-lê, có lẽ là thành Bết-sai-đa, nơi cha của ông, ông Xê-bê-đê, là một ngư phủ giàu có. Tên của mẹ ông là Sa-lô-mê; bà sau này cũng đồng hành với Chúa Giê-xu trong một vài chuyến đi, cùng với hai con trai của bà là Giăng và Gia-cơ. Ban đầu, Giăng là môn

---

[6] Carson và Moo, *Introduction to the New Testament*, 675.

đồ của Giăng Báp-tít, nhưng sau khi Chúa Giê-xu chịu báp-têm thì ông đã theo Ngài. Sau khi Giăng Báp-tít bị bắt, Giăng được Chúa Giê-xu kêu gọi bỏ lưới đánh cá và trở thành một phần trong nhóm của Chúa Giê-xu (Mác 1:16–20) và sau này trở thành một trong mười hai sứ đồ (Mác 3:13–19). Ông là một thành viên nhóm sứ đồ thân cận và cá nhân ông đã có mặt lúc Chúa Giê-xu khiến con gái Giai-ru sống lại (Lu-ca 8:51), trên NÚI HÓA HÌNH (Lu 9:28) và trong vườn GHẾT-SÊ-MA-NÊ (Mác 14:33).

Ngôi mộ của sứ đồ Giăng ở Vương cung Thánh đường St. John, Ê-phê-sô, Thổ Nhĩ Kỳ

Vì quen biết thầy tế lễ cả, nên Giăng có thể có mặt trong lúc Chúa Giê-xu bị xử tội (Giăng 18:15–16) và khi Chúa Giê-xu bị đóng đinh, ở đó ông đón nhận trách nhiệm chăm sóc bà Ma-ri, mẹ của Chúa Giê-xu (Giăng 19:26–27). Ông là một trong những người đầu tiên thấy ngôi mộ trống (Giăng 20:1–8) và chứng kiến Chúa sống lại, lần đầu là trong phòng đã đóng kín cửa (Giăng 20:19–28) và một lần ở bên biển Ga-li-lê (Giăng 21:1–24). Sau khi Chúa Giê-xu thăng thiên, Giăng ở lại Pa-lét-tin một thời gian – chúng ta không biết trong khoảng thời gian bao lâu – nhưng ông vẫn ở đó cho đến giữa những năm 40, khi Phao-lô viếng thăm Giê-ru-sa-lem cùng với Ba-na-ba (Ga 2:6–10). Sau đó, ông rời nơi ấy để đi đến Ê-PHÊ-SÔ, có lẽ vào khoảng năm 68 S.C, khi Cơ Đốc nhân trốn chạy trước khi Giê-ru-sa-lem sụp đổ.[7] Ông thi hành chức vụ tại đó cho tới khi qua đời, có lẽ là khoảng năm 98 S.C,[8] mặc dù chúng ta cũng không chắc. Có một thời điểm ông ở đảo BÁT-MÔ, nơi đó ông nhận được các khải tượng được chép trong sách Khải Huyền (Khải 1:9). Hồi trẻ ông rất hùng hổ và nóng tính (Chúa Giê-xu gọi ông và Gia-cơ em ông là "Con trai của sấm sét"; Mác 3:17), nhưng theo thời gian khi lẽ thật của Đấng Christ khắc sâu trong tâm khảm ông, thì ông trở nên vị sứ đồ của yêu thương, như những thư tín của ông đã bày tỏ.

Chúng ta không chắc các thư tín này được viết khi nào, nhưng có lẽ nội dung thư đòi hỏi một niên đại vào khoảng thời gian nào đó gần cuối cuộc đời của Giăng.

---

[7] Eusibius có đề cập đến điều này trong *H.E 3.5.3* của ông.

[8] Irenaeus nói: "Ông [Giăng] vẫn ở giữa họ [các môn đồ] cho đến thời của Trajan [98–117 S.C]", *Adv.Haer.2.22.5*.

1 Giăng

Bố cục

I. Sự nhập thể làm cho mối thông công trở nên khả dĩ (1:1–4)
   A. Giăng bày tỏ cốt lõi của điều ông rao giảng (1:1–2)
   B. Giăng bày tỏ mục đích viết thư (1:3–4)

II. Mối thông công với Chúa dựa trên lẽ thật và tình yêu (1:5–5:17)
   A. Sứ điệp của các sứ đồ bày tỏ đối tượng mà chúng ta thông công (1:5–2:2)
   B. Mối thông công chứa đựng những đặc trưng nhất định (2:3–27)
   C. Mối thông công đòi hỏi những điều kiện nhất định (2:28–4:6)
   D. Tình yêu thương dẫn đến mối thông công (4:7–5:5)
   E. Đức tin làm tăng tình thông công (5:6–17)

III. Mối thông công gồm có ba điều (5:18–21)

Mục đích và sự dạy dỗ

Cho độc giả biết lý do viết vốn là đặc trưng của Giăng, và điều đó đặc biệt đúng với 1 Giăng, trong đó ông đề cập chuyện ông viết thư đến mười ba lần.

Ở lần thứ nhất (1:4), ông nói ông viết để niềm vui của độc giả được đầy trọn trong sự hiểu biết rằng Chúa Giê-xu là Con Đức Chúa Trời, Đấng đã hiện ra trong xác thịt. Điều này mở ra cho chúng ta mối thông công với Cha; chính Đức Chúa Trời ngự trong chúng ta nếu chúng ta xưng Giê-xu là Con Đức Chúa Trời (4:15).

Ở lần thứ hai, ông nói rằng ông viết để họ không phạm tội (2:1). Đây là một phần quan trọng của 1 Giăng, chiếm gần hết chương ba. Con cái thật của Đức Chúa Trời không thể sống cuộc đời cứ mãi phạm tội một cách cố ý, bởi vì người ấy đã được Đức Chúa Trời sinh ra (5:1), vì thế người ấy đã là tạo vật mới rồi. Tuy nhiên, nếu chúng ta phạm tội, như thỉnh thoảng chúng ta vẫn phạm tội, thì chúng ta phải xưng tội đó ra và huyết của Đấng Christ sẽ tẩy sạch và phục hồi mối thông công của chúng ta với Đức Chúa Trời (1:9–2:2).

Ở lần thứ ba (2:7–8), Giăng nhấn mạnh rằng ông đang viết mà cũng không phải là đang viết một điều răn mới dành cho họ: hãy yêu thương nhau. Nó không mới, bởi vì nó hiện diện suốt Cựu Ước và trong lời dạy của Chúa Giê-xu. Nhưng nó mới ở chỗ chúng ta giờ đây thật sự đã thấy hiện thân của tình yêu đó thông qua Chúa Giê-xu rồi. Vì Chúa Giê-xu ngự trong chúng ta, nên lòng yêu mến Chúa sống trong chúng ta và chúng ta có thể (thật ra là phải) yêu mến những người quanh chúng ta (4:7–12). Giăng nói hai lần "Đức Chúa Trời là tình yêu" (4:8–16), và bởi vì Ngài đã yêu chúng ta trước, nên chúng ta phải yêu thương nhau. Chúng ta không được yêu mến thế gian (2:15–17), bởi vì thế gian này là giả dối và sẽ qua đi; thế gian là vũ đài của kẻ chống lại Đấng Christ (antichrist), kẻ đã hành động rồi (2:18–19). Chúng ta phải thử các thần linh để biết liệu nó có đến từ Đức Chúa Trời hay không (4:1–6). Nếu nó nhận biết rằng Chúa Giê-xu đã đến trong xác thịt, thì thần linh đó là từ Đức Chúa Trời (4:2). Nếu không, thì nó cần phải bị xem là thần sai lạc. Vì thế, Giăng bảo, trong lý do thứ tư, ông viết để cảnh báo về những người sẽ dẫn tín hữu đi lạc (2:26–27).

Đồng tiền cổ La Mã này cho thấy hình ảnh của hoàng đế Nê-rô

Cuối cùng, Giăng nói rằng ông đang viết để đảm bảo với độc giả của mình về chiến thắng của họ trong Đấng Christ và về sự cứu rỗi chắc chắn dành cho họ (5:13). Các tín hữu đã chiến thắng mọi tội lỗi rồi, bởi vì "Đấng ở trong chúng con vĩ đại hơn kẻ ở trong thế gian" (4:4). Thế gian không thể đánh bại chúng ta, bởi vì "ai sinh bởi Đức Chúa Trời thì chiến thắng thế gian" (5:4) và, như một bài thánh ca cổ có nói: "Ta thắng nhờ đức tin đây." Chúng ta nhận biết điều này khi chúng ta tin nơi danh Con Đức Chúa Trời; vì thế chúng ta có thể biết rằng chúng ta có được sự sống đời đời (5:13). Bởi sự đảm bảo này, chúng ta sống không sợ hãi gì trong thế giới này.

2 Giăng

Bố cục

- I. Trưởng lão chào bà được chọn và con cái bà (1–3)
- II. Làm theo lẽ thật là nền tảng để bước đi trong tình yêu thương (4–11)
    - A. Khen ngợi: Bước đi trong lẽ thật là giữ các điều răn dạy từ Đức Chúa Cha (4)
    - B. Khuyên bảo: Bước đi trong tình yêu thương là giữ điều răn dạy từ Con (5–6)
    - C. Lời cảnh báo: Xưng nhận và giữ lấy lẽ thật về Chúa Giê-xu quyết định chuyện có được ở trong mối thông công trong tình yêu hay không (7–11)
- III. Lẽ thật là nền tảng cho mối thông công Cơ Đốc (12–13)

Mục đích và sự dạy dỗ

Giăng viết bức thư ngắn ngủi này để gửi cho "bà được chọn" (và con cái bà), người mà một số người cho là một phụ nữ cho phép hội thánh nhóm tại nhà bà, có người lại nghĩ là một hình ảnh nhân cách hóa về một hội thánh cụ thể. Dù theo cách nào, thì sứ điệp của sách cũng vẫn như thế. 2 Giăng cũng nhấn mạnh những điều có trong 1 Giăng. Giăng nêu bật sự cần thiết của việc bước đi trong tình yêu thương, nhắc lại câu nói rằng đây không phải là điều răn mới nhưng là điều răn mà các Cơ Đốc nhân đã nhận được từ lúc ban đầu (5–6). Ông cảnh báo về những người phủ nhận hoặc thần tính hoặc nhân tính của Chúa Giê-xu. Đã có nhiều kẻ dối gạt như thế trong thế giới thời bấy giờ (7–8). Độc giả của Giăng không được tiếp đón những người chối bỏ sự dạy dỗ của Đấng Christ được tìm thấy trong hội thánh chân thật. Giăng kết luận bằng cách nói ông đã hết giấy (giấy cói) rồi nhưng ông sẽ giải thích những chủ đề này cặn kẽ trong chuyến viếng thăm sắp tới của ông, khi ông và họ mặt đối mặt (12).

3 Giăng

Bố cục

I. Trưởng lão trìu mến gửi cho Gai-út (1)
II. Tình yêu tràn ngập giữa vòng những người có lẽ thật (2–12)
   A. Lời khen ngợi Gai-út: Ông bước đi trong lẽ thật và tình yêu (2–8)
   B. Lên án Đi-ô-trép: Ông ta đã không thuận phục thẩm quyền và thiếu yêu thương (9–10)
   C. Tiến cử Đê-mê-triu: Người làm điều tốt (11–12)
III. Sự bình an tràn ngập giữa những người bạn (13–15)

Mục đích và sự dạy dỗ

Khác với 2 Giăng, thư tín này phát biểu rõ người nhận thư là ai. Đó là Gai-út, một người mà Giăng đem trở lại với Chúa. Gai-út được khen ngợi vì trung tín và bước đi theo lẽ thật (3–4). Ông cũng được khen ngợi vì bày tỏ lòng hiếu khách đối với các giáo sĩ và người truyền giảng Tin Lành (8). Tuy nhiên, không phải mọi thứ đều diễn ra suôn sẻ. Đi-ô-trép không sẵn sàng giúp những người hầu việc Chúa. Ông ta thích ngồi lê đôi mách, không chịu nghe lời Giăng khuyên bảo và đã đuổi khỏi hội thánh những người tìm cách giúp những người nỗ lực để Phúc âm thật được tấn tới (9–10). Rõ ràng, ông ta làm điều này bởi vì ông ta không chịu để ai cạnh tranh với mình và luôn muốn đứng đầu. Tuy nhiên, Đê-mê-triu lại được mọi người khen ngợi – là hiện thân của điều tốt lành và không phải là kẻ gây rối như Đi-ô-trép. Giăng kết lại lá thư ngắn gửi cho Gai-út giống như ông khép lại 2 Giăng, bằng cách nói ông muốn nói nhiều điều với họ nhưng ông muốn làm điều đó khi gặp mặt hơn là qua giấy bút (13–14). Lời chào kết thư nhấn mạnh tình bạn giữa vòng các tín hữu đầu tiên - một đặc tính quý giá hiếm hoi vào thời đó hay bất kỳ thời đại nào.

> ### Tiêu điểm 23: Martin Luther (1483–1546) và 1 Giăng
>
> Đây là một thư tín đáng chú ý. Nó có thể làm cho những tấm lòng đau đớn trở nên phấn chấn. Ngoài ra, nó chứa đựng phong cách viết và biểu đạt của Giăng, nó phác họa về Đấng Christ cho chúng ta một cách quá đẹp đẽ và nhẹ nhàng. Thư tín được viết bởi vì thời bấy giờ các kẻ theo dị giáo và Cơ Đốc nhân uể oải tràn vào, điều luôn diễn ra khi Lời Chúa được phục hưng. Rồi ma quỷ thường xuyên quấy rầy chúng ta và tìm mọi cách để kéo chúng ta xuống, để chúng ta đầu hàng việc rao giảng Phúc âm và việc lành. Trong thời của Giăng thì đó là những người Cô-rinh-tô chối bỏ thần tính của Đấng Christ; đó là những Cơ Đốc nhân hâm hẩm, họ nghĩ rằng họ đã nghe Lời Chúa đủ rồi, rằng không cần phải lìa bỏ thế gian cũng chẳng cần làm điều lành cho người lân cận mình. Ở đây sứ đồ Giăng chống lại cả hai quan điểm và thúc giục chúng ta bảo vệ Lời Chúa và yêu thương nhau. Vì thế chúng ta sẽ không bao giờ học quá nhiều hay trở nên quá hoàn hảo đến nỗi chúng ta không còn cần Lời Chúa nữa. Vì ma quỷ không bao giờ ngơi nghỉ. Vì thế, lời giáo huấn và việc sử dụng Lời Chúa là cần thiết ở bất cứ nơi đâu. Đó là Lời sống và đầy năng quyền. Còn chúng ta thì lười nhác. Đó là Lời sự sống. Còn chúng ta thì chết mất mỗi ngày. Và bởi vì chúng ta không bao giờ là không phạm tội và đối diện với nguy cơ chết mất, nên chúng ta đừng bao giờ ngừng suy ngẫm Lời Chúa. Từ trong bản chất, thư tín này là một lời khuyên bảo. Tóm lại, trong thư tín này, vị sứ đồ muốn dạy dỗ về đức tin để chống lại tà giáo và dạy về tình yêu thật để chống lại những kẻ xấu xa.
>
> *Luther's Works*, vol. 30, *The Catholic Epistles*, ed. Jaroslav Pelikan (Saint Louis: Concordia, 1967), 219.

Giu-đe

Trong Tân Ước, có ba người tên là Giu-đe (hay Giu-đa) liên hệ gần gũi với hội thánh tại Giê-ru-sa-lem, ngoài Giu-đa Ích-ca-ri-ốt: Giu-đa, con của Gia-cơ, một trong các sứ đồ ban đầu của Chúa Giê-xu (Lu-ca 6:16); Giu-đe, cũng gọi là Ba-sa-ba, người đến với Phao-lô, Ba-na-ba và Si-la tại AN-TI-ỐT sau Giáo hội nghị tại Giê-ru-sa-lem (Công 15:22); và Giu-đe được liệt kê là em trai của Chúa Giê-xu, cùng với Gia-cơ, Giô-sê và Si-môn (Mat 13:55; Mác 6:3). Chính Giu-đe được liệt kê cuối cùng này là người tự nhận mình là tác giả của thư tín mang tên mình (1). Trong sự khiêm nhường, ông gọi mình là *đầy tớ* của Chúa Giê-xu Christ và là em của Gia-cơ. Chúng ta biết rất ít về Giu-đe, ngoại trừ việc ông, cùng với các anh của ông, không tin Chúa Giê-xu trong buổi đầu chức vụ của Chúa Giê-xu (Mat 12:46–50; Giăng 7:1–5). Nhưng rõ ràng ông đã được thuyết phục tin nhận Chúa khi Ngài phục sinh, giống như Gia-cơ, anh của ông, vậy (1 Cô 15:7). Ông đã có mặt ở phòng cao cùng với mười một sứ đồ, Ma-ri - mẹ của Chúa Giê-xu - và các em trai Ngài để đợi lời hứa ban Đức Thánh Linh sau khi Chúa Giê-xu thăng thiên (Công 1:12–14). Theo EUSEBIUS, các cháu trai của Giu-đe là lãnh đạo của hội thánh và đã từng bị hoàng đế Domitian chất vấn (81–96 S.C) nhưng được thả ra khi họ nói với hoàng đế ấy rằng vương quốc của Đấng Christ sẽ đến vào hồi chung kết và không hề đe dọa sự cai trị hiện thời của La Mã (*H.E.* 3.19.1–20.6).

Việc Giu-đe là tác giả của thư tín này bị các học giả hiện đại phản đối dựa trên cùng những lý do mà họ cho rằng thư 2 Phi-e-rơ được viết vào thời điểm sau này. Nhưng đối với Giu-đe, cũng như 2 Phi-e-rơ, không có lý do thuyết phục nào đủ để phản đối lời chứng rõ ràng của nó cả. Chúng ta không thể phát biểu chắc chắn nơi chốn hoặc thời gian viết sách, bởi vì chúng ta không có đủ bằng chứng. Việc xác định nơi viết là PA-LÉT-TIN, nơi người ta cho rằng Giu-đe đã thi hành chức vụ vào khoảng những năm 60 và 80 S.C, có lẽ là giả thiết hợp lý.

Bố cục

- Lời chào thăm (1–2)
- Lý do viết thư (3–4)
- Sự đoán xét của Đức Chúa Trời trong quá khứ (5–7)
- Cảnh báo về các giáo sư giả (8–16)
- Lời kêu gọi kiên trì (17–23)
- Bài ca tôn vinh Chúa (24–25)

Mục đích và sự dạy dỗ

Giu-đe bắt đầu thư tín của mình bằng cách nói cho các độc giả biết tại sao ông viết thư cho họ: "Tôi hết sức mong muốn viết cho anh em về sự cứu rỗi chung của chúng ta; tôi nghĩ cần viết để khích lệ anh em chiến đấu vì đức tin, là đức tin đã truyền cho các thánh đồ một lần đủ cả" (3). Tín hữu phải chủ động chiến đấu (nhưng đừng xúc phạm người khác) cho điều họ tin, chống lại những kẻ phủ nhận Chúa Giê-xu Christ là Chúa tể trị (4). Dĩ nhiên, thần tính của Đấng Christ là một vấn đề quan trọng. Nếu một người phủ nhận điều đó thì cốt lõi của Cơ Đốc giáo đã không còn nữa. Tuy nhiên, Giu-đe nhận ra rằng thái độ chối bỏ Chúa Giê-xu không đứng một mình. Nó thường đi kèm với việc chối bỏ nếp sống Cơ Đốc nữa. Kết quả là, ông dành phần nhiều thư tín của mình để cảnh báo người đọc về những kẻ làm điều ác và bất kính trong thời của mình (4–16).

Phần này trong thư tín của ông rất giống với 2 Phi-e-rơ 2:4–17, và thật khó để nói liệu Giu-đe có phản ánh 2 Phi-e-rơ hay không hay Phi-e-rơ đang phản ánh Giu-đe hay liệu cả hai đều đang nói lên tiếng nói của cùng một tài liệu truyền thống nào đó. Tuy nhiên, dù là trường hợp nào thì mục tiêu thần học vẫn như nhau: cần phải chống lại kẻ làm ác bằng mọi giá bởi vì họ sẽ phá hủy hội thánh. Danh sách những tội lỗi của họ đi từ tội nói hành đến tội tham lam, đến tội vô luân và trụy lạc. Họ không quan tâm gì đến hội thánh mà chỉ tìm cách nào có lợi cho mình. Nhưng tác giả sách Giu-đe nói với độc giả rằng điều này ắt hẳn sẽ xảy ra. Họ phải chống lại những người như thế và những cạm bẫy của những kẻ đó bằng tất cả sức lực mà Chúa ban cho họ. Họ phải gây dựng lẫn nhau, cầu nguyện trong Thánh Linh, sống trong tình yêu thương, bày tỏ lòng thương xót với những người yếu đuối và làm mọi thứ trong khả năng để cứu người hư mất (20–23).

Tóm lược các thư tín tổng quát

Chúng ta đã xem xét các thư tín tổng quát: Hê-bơ-rơ, Gia-cơ, 1 và 2 Phi-e-rơ, 1, 2 và 3 Giăng và Giu-đe. Đã đến lúc chúng ta tóm tắt sứ điệp của chúng.

Dù đa dạng, nhưng tất cả các thư tín này đều có cùng một trọng tâm là Chúa Giê-xu Christ. Hầu hết các tác giả đều tự nhận mình là *sứ giả* (sứ đồ) *của* Chúa Giê-xu Christ. Hai trong số các thư đó mang con dấu của vinh dự quản trị Phúc âm *về* Đấng Christ (2 Giăng 9; 3 Giăng 9). Hai trong số các thư đó rõ ràng mở rộng những ứng dụng của ý muốn Chúa như được khải thị *trong* và *qua* Đấng Christ (Hê 1:1–2; 13:20; Giu-đe 1:1, 4, 24–25). Đấng Christ là nội dung cốt lõi của tất cả những sách này – dĩ nhiên ấy là bởi Ngài là trung tâm của niềm tin và đời sống của những người viết các thư tín này cũng như những người tiếp nhận chúng nữa.

Nhưng việc họ tập trung vào Đấng Christ không chỉ đơn thuần mang tính giáo lý. Nó cực kỳ thực tế. Chúng là bản tóm tắt sự hiểu biết sâu sắc về những lẽ thật sau đây, là những lẽ thật có khả năng làm mới lại đời sống chúng ta mỗi ngày:

- Hê-bơ-rơ: Đấng Christ và chỉ có Ngài mới là sự mạc khải tối thượng của Đức Chúa Trời dành cho mọi người trên đất. Không một sứ điệp Phúc âm khác nào chân thật hơn thế từng xuất hiện. Việc trân quý và công bố sự sống mới mà họ nhận được, tại địa phương cũng như trên toàn thế giới, là điều cấp thiết đối với Cơ Đốc nhân.
- Gia-cơ, 2 Phi-e-rơ, Giu-đe và các thư tín của Giăng: Những thách thức mới thường xuất hiện trong nếp sống chân thật của người Cơ Đốc. Phúc âm kéo người tín hữu ra khỏi sự tự mãn chẳng-làm-gì-cả (Gia-cơ), khỏi sự lờ đờ về đạo đức (2 Phi-e-rơ, Giu-đe) và khỏi sự tin đạo tùy tiện về giáo lý, về đạo đức và về sự tận hiến của tấm lòng (các thư tín của Giăng).
- 1 Phi-e-rơ: Phúc âm kêu gọi tín hữu sẵn sàng hy sinh khi thực thi sự kêu gọi của mình. Điều này không phải lúc nào cũng có nghĩa là bị bách hại công khai, nhưng nó có thể mang nghĩa đó. Những môn đồ khôn ngoan và tận hiến của Đấng Christ sẽ được củng cố nhờ sự khuyên dạy của 1 Phi-e-rơ.

Điều đó dẫn đến lòng trung thành cảm động nhưng bền bỉ với Chúa, như ở các trung tâm mà sự bách hại đang diễn ra như Trung Đông, Indonesia, Bắc Hàn, Trung Quốc, Ấn Độ và những nơi khác nữa.[9]

Tóm lược

1. Các lá thư của Phi-e-rơ đều được viết bởi sứ đồ Phi-e-rơ, một trong những nhân vật được biết đến nhiều nhất trong Tân Ước.
2. Chủ đề của 1 Phi-e-rơ là sự cứu rỗi giữa sự chịu khổ.
3. Trong 1 Phi-e-rơ, đường lối của Cơ Đốc nhân và đường lối thế gian đối lập nhau.
4. 2 Phi-e-rơ tập trung vào sự thánh hóa, Kinh Thánh, những lời cảnh báo chống lại giáo sư giả và thời cuối cùng.
5. Dù người ta thảo luận khá nhiều về việc ai là tác giả của 1, 2 và 3 Giăng, nhưng có những lý do thuyết phục để khẳng định rằng sứ đồ Giăng là tác giả.
6. Trong 1 Giăng, Cơ Đốc nhân được khuyên phải yêu thương nhau.
7. 2 Giăng được viết cho "bà được chọn" và con cái bà, nhấn mạnh chính các vấn đề đã được bàn đến trong 1 Giăng.
8. 3 Giăng được viết cho Gai-út, người được Giăng khen vì trung tín và bước đi trong lẽ thật.
9. Giu-đe được viết ra để thúc giục các Cơ Đốc nhân đắc thắng trong đức tin.
10. Giu-đe liệt kê những tội của kẻ làm ác, là kẻ mà ông khuyên các Cơ Đốc nhân phải chống lại.

Câu hỏi ôn tập

- **1 Phi-e-rơ**

    1. Phi-e-rơ là ai? Hãy phác họa vắn tắt cuộc đời của ông.
    2. Phi-e-rơ đem đến sự an ủi nào cho những bạn hữu đang chịu khổ?
    3. Tín hữu – khách lữ hành cần phải sống như thế nào?
    4. Mục tiêu tối thượng của người tín hữu ấy là gì?

---

[9] Về sự bách hại tại những quốc gia này và các quốc gia khác nữa, khởi điểm có thể là mục "Sự bách hại của các Cơ Đốc nhân" trong phần phụ lục của Philip Jenkins, *The Next Christendom: The Coming of Global Christianity* (Oxford: Oxford University Press, 2002), 276. Cũng xem Mark Noll và Carol Nystrom, *Clouds of Witnesses: Christian Voices from Africa and Asia* (Downers Grove, IL: InterVarsity, 2011).

- **2 Phi-e-rơ**
    1. Đức Chúa Trời đã ban cho chúng ta điều gì để chúng ta sống nếp sống Cơ Đốc nhân?
    2. Phi-e-rơ nói gì về thời kỳ cuối cùng?

- **1 Giăng**
    1. Giăng là ai? Hãy phác họa vắn tắt cuộc đời ông.
    2. "Điều răn mới" là điều răn nào? Giăng nói gì về điều răn mới đó?
    3. Giăng thúc giục tín hữu từ bỏ tội lỗi. Ông đưa ra mệnh lệnh này trong 1 Giăng 3:8 dựa trên cơ sở nào?

- **2 Giăng**
    1. Bạn tóm tắt sự dạy dỗ của thư tín ngắn ngủi này như thế nào?

- **3 Giăng**
    1. Những ý chính của 3 Giăng là gì?

- **Giu-đe**
    1. Giu-đe là ai? Hãy phác họa vắn tắt về cuộc đời ông.
    2. Bạn tóm tắt sự dạy dỗ của sách Giu-đe như thế nào?

Các thuật ngữ then chốt

1 Clement   Những người sao chép bản thảo   Giáo huấn

Con người/Địa điểm chính

An-ti-ốt	Ca-bê-na-um	Ghết-sê-ma-nê	Pa-lét-tin
A-si	Cáp-ba-đốc	Giê-ru-sa-lem	Papias
Bát-mô	Clement thành A-léc-xan-đơ	Hắc Hải	Polycarp
Bết-sai-đa	Domitian	Irenaeus	Thổ Nhĩ Kỳ
Biển Ga-li-lê	Ê-phê-sô	La Mã	Tiểu Á
Bi-thi-ni	Eusebius	Nê-rô	Trajan
Bông	Ga-la-ti	Núi Hóa Hình	

Sách đọc thêm

Bauckham, Richard. *Jude, 2 Peter*. Waco: Word, 1983.

Phần giải nghĩa sáng tạo và thấu đáo. Nằm trong số những sách giải kinh tốt nhất về hai sách này, mặc dù Baukham phủ nhận Phi-e-rơ là tác giả của 2 Phi-e-rơ.

———. *Jude and the Relatives of Jesus in the Early Church*. Edinburgh: T&T Clark, 1990

Phần nghiên cứu cẩn thận và đầy sáng tạo về những nhân vật thường bị bỏ sót nhưng lại rất quan trọng.

Bockmuehl, Markus. *Simon Peter in Scripture and Memory: The Testament Apostle in the Early Church*. Grand Rapids: Baker Academic, 2012.

Nghiên cứu học thuật dài hơi đầu tiên về Phi-e-rơ suốt nửa thế kỷ qua.

Burge, Gary. *The Letters of John*. Grand Rapids: Zondervan, 1996.

Rất dễ đọc và thực tế trong việc định hướng, chú ý đến việc áp dụng trong thực tế cuộc sống.

Elliott, John H. *1 Peter*. New York: Doubleday, 2000.

Một nghiên cứu đồ sộ (956 trang). Phủ nhận Phi-e-rơ là tác giả của thư tín này nhưng vẫn chứa đựng rất nhiều giá trị. Đa phần dễ hiểu đối với những người không chuyên. Phần sách tham khảo rất giá trị.

Gupta, Nijay. "A Spiritual House of Royal Priests, Chosen and Honored: The Presence and Function of Cultic Imagery in 1 Peter." *Perspectives in Religious Studies* 36, no. 1 (2009): 61–76.

Khảo sát cách sử dụng các ẩn dụ chính của Phi-e-rơ để kết nối danh tính của Cơ Đốc giáo với các tiền thân Cựu Ước.

Guthrie, Donald. "The Development of the Idea of Canonical Pseudepigrapha in New Testament Criticism." Trong *The Authorship and Integrity of the New Testament*, 14–39. London: SPCK, 1965.

Một bài luận có tính chuyên môn về chủ đề sử dụng tên của người khác khi viết lách thời xưa.

Jobes, Karen H. *1 Peter*. Grand Rapids: Baker Academic, 2005.

Phần giải kinh sắc sảo về mặt học thuật, tập trung vào lịch sử thời bấy giờ và cách tác giả sử dụng Cựu Ước.

Kruse, Colin. *The Letters of John*. Grand Rapids: Eerdmans; Leicester, UK: Apollos, 2000.

Một nghiên cứu súc tích nhưng thấu đáo, tương tác với khá nhiều học giả đương đại.

Lieu, Judith. *I, II and III John*. Louisville: Westminster John Knox, 2008.

Nét đặc biệt của sách là chú ý cẩn thận đến tình hình xã hội mà các thư tín này được viết ra. Thảo luận thấu đáo các vấn đề và các chọn lựa trong việc hiểu sứ điệp của các thư tín nói chung.

Martin, Ralph P., và Peter H. Davids, eds. *Dictionary of the Later New Testament and Its Developments*. Downers Grove, IL: InterVarsity, 1997.

Những bài viết súc tích và hữu ích về các thư tín tổng quát và các chủ đề liên quan.

Moo, Douglas J. *Second Peter and Jude.* Grand Rapids: Zondervan, 1996.

Một giải kinh dễ tiếp cận bởi một học giả Tin Lành xuất chúng.

Stott, John R. W. *The Letters of John*. Grand Rapids: Eerdmans, 1988.

Nghiên cứu quan trọng bởi một nhà giải kinh quá cố được công nhận khắp thế giới. Quan tâm cẩn thận đến các đặc tính văn chương và thần học.

Webb, Robert L. "The Use of 'Story' in the Letter of Jude: Rhetorical Strategies of Jude's Narrative Episodes." *Journal for the Study of the New Testament 31*, no. 1 (2008): 53–87.

Phần xem xét hấp dẫn về cách Giu-đe sử dụng chuyện kể và cách mà các câu chuyện hòa quyện với nhau để khích lệ lòng trung thành với Đấng Christ. Đây là một nghiên cứu nâng cao.

Yarbrough, Robert W. *1–3 John*. Grand Rapids: Baker Academic, 2008.

Phần giải kinh nguyên nghĩa cẩn thận về 1 – 3 Giăng. Nâng cao nhưng dễ đọc. Nhạy bén về mặt thần học, mục vụ và lịch sử.

Chương 24

Khải Huyền

Đức Chúa Trời Tể Trị!

Bố cục

- **Tác giả và niên đại**
- **Bố cục**
- **Các thuyết giải nghĩa**
- **Những sự dạy dỗ của Khải Huyền**
    - Đức Chúa Trời
    - Con Đức Chúa Trời
    - Dân của Đức Chúa Trời
    - Lai thế học

Mục tiêu

Sau khi đọc chương sách này, bạn có thể:

- Xác định tác giả của Khải Huyền và ủng hộ lời khẳng định này bằng những dữ kiện cụ thể
- Phác họa nội dung của sách Khải Huyền
- So sánh bốn giả thuyết được sử dụng để giải nghĩa Khải Huyền
- Liệt kê bốn tư tưởng thần học chính được phát triển trong Khải Huyền
- Minh họa cách Đức Chúa Trời hành động trong thế giới siêu nhiên và thế giới của thời gian
- Liệt kê những danh xưng khác nhau của Chúa trong Khải Huyền

Đối với nhiều người ngày nay, Khải Huyền là quyển sách đóng – theo nghĩa đen. Họ không bao giờ đọc sách này cả. Họ sợ nó, hoặc họ nghĩ mình không thể nào hiểu được nó. Điều này thật đáng buồn bởi vì từ buổi đầu của hội thánh, những lúc bị bắt bớ, tín hữu đã tìm đến cuốn sách này như là nguồn sức mạnh và sự khích lệ. Trong số tất cả các sách trong Kinh Thánh, Khải Huyền chứa đựng chiều dài lịch sử toàn cảnh nhất và nó bao quát sự cai trị tối thượng của Đức Chúa Trời trên lịch sử. Mọi thứ có vẻ khó khăn, nhưng Đức Chúa Trời biết Ngài đang làm gì, đang dẫn chúng ta đến Giê-ru-sa-lem Mới, nơi Ngài sẽ lau ráo hết nước mắt và chúng ta sẽ ở với Ngài đời đời.

Tuy nhiên, cuốn sách này khó hiểu thật. Dẫu như vậy, nhưng điều đó không hề ngăn cản chúng ta cố gắng hiểu được nó. Có nhiều điều ban đầu khó hiểu nhưng nghĩa của chúng trở nên rõ ràng hơn sau chút nỗ lực (ví dụ, bài *Four Quartets* của T.S. Eliot và một số bài thơ của Gerard Manley Hopkin). Sách Khải Huyền nằm trong số đó.

Để bắt đầu, chúng ta cần một số chỉ dẫn căn bản. Đầu tiên, sách bao gồm một loạt những khải tượng phức tạp và dài – hơn sáu mươi khải tượng. Chúng hòa quyện vào với nhau, đôi khi trùng lặp, quay đi quay lại, lấy ra rồi mở rộng các chi tiết, đưa ra những tổng quan cho các sự kiện to lớn lạ thường và nhiều điều khác nữa. Chúng cần phải được hiểu đúng với bản chất của chúng: Những ký thuật về thực tại mang tính khải tượng được Chúa ban cho để phác họa những lẽ thật thần học và thuộc linh sâu nhiệm. Chúng ta cũng cần nhớ rằng những hình ảnh mà Giăng sử dụng quen thuộc với người thời của ông, dù chúng không quen thuộc với chúng ta. Hầu hết chúng đều được lấy từ Cựu Ước – có khoảng 350 chỗ ám chỉ hay nhắc đến Cựu Ước – và những chỗ còn lại đến từ các sách khác hiện có vào thời bấy giờ. Chúng ta cần phải suy nghĩ dựa vào hoàn cảnh của Cơ Đốc nhân ban đầu để có thể hiểu những gì Giăng đang nói.

Thứ nhì, văn phong mà Giăng sử dụng cũng quen thuộc đối với độc giả của ông. Nó được gọi là văn phong khải thị và các độc giả của Giăng có thể tiêu hóa được phần nhiều những gì ông đang nói bởi vì họ quen đọc những thể loại văn chương như thế. Trong tư cách một phong cách văn chương, khải thị mang đậm tính biểu tượng. Những thứ như con thú, con rồng và thậm chí là sự tiêu tán của các vũ trụ của Khải Huyền là những hình ảnh mang tính biểu tượng cao về những thực tại thần học và lịch sử sâu xa. Chúng rất quen thuộc đối với độc giả của Giăng, chúng bắt nguồn từ những sách nổi tiếng trong Cựu Ước như Xuất Ê-díp-tô Ký, Thi Thiên, Ê-xê-chi-ên, Đa-ni-ên, Ê-sai và Xa-cha-ri.

Cuối cùng, chúng ta phải nhớ rằng thần học Cơ Đốc căn bản được đan quyện xuyên suốt sách, qua đó mang lại cho sách một sự liên kết và hiệp nhất từ bên trong. Đừng quá bị cuốn vào các biểu tượng, hãy tìm kiếm lẽ thật thuộc linh được trình bày.

Tác giả và niên đại

Tác giả gọi chính mình là Giăng (1:1) và nói ông đang ở trên đảo BÁT-MÔ vì "chia sẻ hoạn nạn, vương quốc và sự nhẫn nhục" thường gặp với những ai trong Chúa Giê-xu (1:9). Bát-mô là một hòn đảo nhỏ ngoài khơi của vùng TIỂU Á tại BIỂN AEGEAN. Đó là một nơi lởm chởm đá và trơ trụi. Giăng bị đày ra đó, chắc chắn là để ông phải chết ở đó. Có những lời chứng từ rất sớm và rất mạnh mẽ (JUSTIN MARTYR, IRENAEUS, TERTULLIAN, ORIGNE, HIPPOLYTUS) nói rằng Giăng này là sứ đồ Giăng, người cũng viết sách phúc âm và ba thư tín. Từ xưa đã có một vài người bất đồng với ý kiến này, nhưng đa phần là bởi những lý do giáo điều. DIONYSIUS THÀNH A-LEC-XAN-ĐƠ, chẳng hạn, sau này đi theo Eusebius, không thích sự dạy dỗ của Khải Huyền về thiên hi niên (một quan điểm mà ông không theo), vì thế ông lập luận phản đối chuyện sách này do một sứ đồ viết ra.

Phần lớn học giả đương đại cũng chối bỏ nguồn gốc sứ đồ của Khải Huyền. Nhưng quan điểm tiêu cực này dựa trên cơ sở nội tại; những người ủng hộ quan điểm này cho rằng thần học của Khải Huyền và tiếng Hy Lạp được sử dụng trong sách rất khác so với của phúc âm Giăng nên không thể nào cùng được viết bởi một người. Vì hầu hết các học giả hiện đại đều không chấp nhận việc Giăng là tác giả của phúc âm Giăng, nên rất khó để thấy được tác động trong lập luận của họ, nhưng cứ cho là có những khác biệt ấy, thì chúng cũng không lớn như một học giả đương đại đưa ra. Những người gần gũi với bối cảnh lịch sử của nó hơn và những người nói tiếng Hy Lạp như tiếng mẹ đẻ đều không thấy có vấn đề gì khi công nhận sứ đồ Giăng là tác giả của phúc âm Giăng và sách Khải Huyền.[1]

> ### Chủ nghĩa huyền bí của Giăng
>
> Những điều này tiên tri Ê-sai có nói. Chúng ta hãy xem thử liệu Giăng có nói về cùng tác động ấy không. Vì khi đang trên đảo Bát-mô, ông thấy một khải tượng đầy những huyền nhiệm lạ lùng, mà ông đã tự do thuật lại, ông giúp cho người khác biết về chúng. Hãy nói cho tôi biết, thưa Giăng phước hạnh, sứ đồ và môn đồ của Chúa, ông đã thấy gì và nghe được gì về Ba-by-lôn? Hãy dậy nói đi! Bởi vì ông đã bị đi đày rồi. "Rồi một trong bảy thiên sứ có bảy chén nhỏ ấy bay đến."
>
> Hippolytus, *On Christ and Antichrist* 35–36 (*ANF* 5:211); khoảng năm 170–236 S.C

Niên đại thường được định cho Khải Huyền là giai đoạn bách hại của hoàng đế DOMITIAN (81–96 S.C), Iraneus nói "cho đến cuối thời trị vì của Dominitian" (*Adv. Her.* 5.30.3). Nhưng một số học giả ngày nay lại đề xuất một niên đại sớm hơn, khả năng là trong thời của NÊ-RÔ (khoảng năm 68 S.C).[2] Trong hai niên đại đó, niên đại sau có vẻ khả thi hơn, chủ yếu là bởi vì Khải Huyền dường như ám chỉ rằng Nê-rô

---

[1] Để đọc một bàn luận tốt về chủ đề này, xin xem D. A. Carson và Douglas J. Moo, *An Introduction to the New Testament*, 2nd ed. (Grand Rapids: Zondervan, 2005), 700–707.

[2] Về phần bàn luận, xin xem, chẳng hạn, Carson và Moo, *Introduction to the New Testament*, 707–12; John A. T. Robinson, *Redating the New Testament* (Philadelphia: Westminster, 1976), 221–53.

đã chết. Dĩ nhiên, như thế thời điểm viết sách sẽ là sau thời trị vì của Nê-rô nhưng cũng phải nằm trong thời kỳ bách hại; và sự cai trị của Dominitian phù hợp với các tình huống ấy.

Bố cục

I. Khải tượng mở đầu (1:1–20)
    A. Dẫn nhập chủ đề và lời chào thăm (1:1–8)
    B. Khải tượng Đấng Christ là Chúa (1:9–16)
    C. Lời giải thích ngắn gọn về khải tượng (1:17–20)

II. Các lá thư gửi cho bảy hội thánh ở A-si (2:1–3:22)
    A. Thư gửi hội thánh tại Ê-phê-sô (2:1–7)
    B. Thư gửi hội thánh tại Si-miệc-nơ (2:8–11)
    C. Thư gửi cho hội thánh tại Bẹt-găm (2:12–17)
    D. Thư gửi cho hội thánh tại Thi-a-ti-rơ (2:18–29)
    E. Thư gửi cho hội thánh tại Sạt-đe (3:1–6)
    F. Thư gửi cho hội thánh tại Phi-la-đen-phi-a (3:7–13)
    G. Thư gửi cho hội thánh tại Lao-đi-xê (3:14–22)

III. Khải tượng Chúa ngồi trên ngôi (4:1–5:14)
    A. Khải tượng về Chúa (4:1–6a)
    B. Bốn con sinh vật (4:6b–11)
    C. Cuộn sách về số phận (5:2–5)
    D. Đấng Christ là Chiên con chiến thắng (5:6–10)
    E. Cả cõi vũ trụ tôn thờ Đức Chúa Trời (5:11–14)

IV. Mở các ấn trên Cuộn sách về số phận (6:1–17)
    A. Ấn đầu tiên được mở ra (6:1–2)
    B. Ấn thứ hai được mở ra (6:3–4)
    C. Ấn thứ ba được mở ra (6:5–6)
    D. Ấn thứ tư được mở ra (6:7–8)
    E. Ấn thứ năm được mở ra (6:9–11)
    F. Ấn thứ sáu được mở ra (6:12–17)

V. Phần tạm nghỉ trước khi sang ấn thứ bảy (7:1–17)
    A. Đóng ấn cho 144,000 người Y-sơ-ra-ên (7:1–8)
    B. Khải tượng về đám người đông đảo được chuộc trên đất (7:9–11)
    C. Giải thích về đám người đông đảo đó (7:12–17)

VI. Ấn thứ bảy và bảy chiếc kèn (8:1–9:21)
    A. Mở ấn chứng thứ bảy và khải tượng về lư hương (8:1–5)
    B. Thổi bốn chiếc kèn đầu tiên (8:6–13)

    C. Thổi chiếc kèn thứ năm (9:1–12)
    D. Thổi chiếc kèn thứ sáu (9:13–21)
VII. **Phần tạm dừng và chiếc kèn thứ bảy (10:1–11:19)**
    A. Khải tượng về vị Thiên sứ Đầy Sức mạnh và Cuộn sách (10:1–11)
    B. Khải tượng về hai nhân chứng (11:14)
    C. Thổi chiếc kèn thứ bảy (11:15–19)
VIII. **Cuộc chiến lớn giữa thiện và ác (12:1–13:1a)**
    A. Người phụ nữ được bao phủ bằng mặt trời (12:1–6)
    B. Cuộc chiến trên trời (12:7–12)
    C. Trận chiến thuộc linh trên đất (12:13–13:1a)
IX. **Các con thú, các thánh đồ và sự đoán xét đất (12:13**
    A. Con thú từ biển (13:1b-10)
    B. Con thú từ đất (13:11–18)
    C. Chiên con và 144,000 người được chuộc (14:1–5)
    D. Những lời công bố của các thiên sứ bay (14:6–13)
    E. Mùa gặt trên mặt đất trong sự đoán xét (14:14–20)
X. **Bảy bát thịnh nộ cuối cùng của Chúa (15:1–16:21)**
    A. Bài ca của Môi-se và Chiên Con (15:1–4)
    B. Bảy thiên sứ với bảy tai họa cuối cùng (15:5–8)
    C. Đổ bảy bát thịnh nộ của Đức Chúa Trời xuống (16:1–21)
XI. **Tiên báo về sự sụp đổ của Rô-ma (17:1–18:24)**
    A. Sự hủy diệt người nữ trên lưng con thú (17:1–18)
    B. Sự sụp đổ của Ba-by-lôn vĩ đại
XII. **Sự trở lại trong vinh hiển của Đấng Christ (19:1–21)**
    A. Đoàn người đông đảo trên trời reo vui (10:1–10)
    B. Sự hủy diệt điều ác từ người cưỡi trên con bạch mã (19:11–21)
XIII. **Sự cai trị một ngàn năm của Đấng Christ (20:1–15)**
    A. Sự cai trị một ngàn năm (20:1–6)
    B. Sự diệt vong của Sa-tan (20:7–10)
    C. Sự đoán xét tại Ngôi Trắng và Lớn (20:11–15)
XIV. **Trật tự đời đời mới (21:1–22:6)**
    A. Trời mới và đất mới (21:1–8)
    B. Giê-ru-sa-lem mới và Vợ của Chiên Con (21:9–27)
    C. Dòng sông và cây sự sống (22:1–6)
XV. **Lời hứa về sự trở lại của Chúa Giê-xu (22:7–21)**

Như chúng ta đã thấy từ bố cục, nội dung của Khải Huyền phức tạp và có phần rối rắm. Tuy nhiên, sách có thể được chia làm ba phần căn bản: Giới thiệu và các lá thư (chương 1–3), lần mở lịch sử cho tới khi Đấng Christ trở lại (chương 4–19), sự cai trị một ngàn năm của Đấng Christ và trật tự mới, đời đời (chương 20–22).

Phần giữa bắt đầu bằng khải tượng uy nghi về Đức Chúa Trời khải hoàn ngồi trên ngai (chương 4–5), theo sau là loạt ba khải tượng về số bảy (ấn, kèn và bát) chèn giữa các phần tạm dừng, trở lại phần cũ và phần trùng lặp. Nhiều nhà giải kinh thấy loạt ba khải tượng này nằm song song với nhau, mỗi loạt khải tượng đều kết thúc bằng một khải tượng về sự trở lại lần thứ hai (bảy ấn kết thúc ở 6:12-17; bảy chiếc kèn kết thúc ở 11:15–18; bảy bát kết thúc ở 16:17–21).

Các thuyết giải nghĩa

Xuyên suốt lịch sử hội thánh, có vô số thuyết khác nhau về cách giải nghĩa Khải Huyền.[3] Donald Guthrie liệt kê chín thuyết căn bản, nhưng với mục đích của chúng ta, có bốn thuyết được xem là quan trọng: quan điểm tiền thiên hy niên lịch sử, quan điểm vô thiên hy niên, quan điểm kỷ nguyên thiên định tiền thiên hy niên phân kỳ và quan điểm hậu thiên hy niên.[4]

Đảo Bát-mô, nơi Giăng bị đày

Quan điểm tiền thiên hy niên lịch sử, bắt đầu từ thời của Papias, Irenaeus, Justin Martyr và Hippolytus, cho rằng sách Khải Huyền liên hệ đến đời sống của hội thánh. Những sự bách hại khác nhau là điều tín hữu phải trải qua cho đến thời kỳ cuối cùng, khi họ sẽ được giải thoát khỏi quyền lực của **antichrist** nhờ sự trở lại của Đấng Christ (được mô tả trong chương 19). Khi Đấng Christ trở lại, tín hữu sẽ được sống lại, sau đó sẽ là một ngàn năm, một giai đoạn dài mà Đấng Christ cai trị trên đất này. Rồi đến sự đoán xét cuối cùng dành cho những người

---

[3]Xin xem Ned B. Stonehouse, *The Apocalypse in the Ancient Church* (Goes, Netherlands: Oosterbaan & Le Cointre, 1929); J. Paulien, "Recent Developments in the Book of Revelation," *Andrews University Seminary Studies* 26 (1988): 159–70. R. H. Charles, *Studies in the Apocalypse* (Edinburgh: T&T Clark; New York: Scribner, 1913), 1–78, kể chi tiết về lịch sử giải nghĩa sách này. Gần đây hơn, xin xem Arthur Wainwright, *Mysterious Apocalypse: Interpreting the Book of Revelation* (Eugene, OR: Wipf & Stock, 2001).

[4]Để đọc bàn luận về các quan điểm này, xin xem Robert G. Clouse, ed., *The Meaning of the Millennium: Four Views* (Downers Grove, IL: InterVarsity, 1977); Donald Guthrie, *New Testament Introduction*, 4th ed. (Leicester, UK: Apollos; Downers Grove, IL: InterVarsity, 1990), 970–77.

không tin **"tại ngai trắng và lớn"** (được phác họa trong 20:11–15). Sau đó, trời mới và đất mới được bắt đầu và thời kỳ đời đời sẽ bắt đầu ló dạng.[5]

Quan điểm vô thiên hy niên cũng có từ những ngày đầu của hội thánh, được Origen và Augustine tích cực bảo vệ. Đó là quan điểm mà Luther và Calvin đi theo, và có lẽ là quan điểm của đại đa số xuyên suốt lịch sử hội thánh. Quan điểm này phản đối ý niệm về sự cai trị một ngàn năm theo nghĩa đen của Đấng Christ sau khi Ngài trở lại lúc tận thế (vì thế tên gọi của nó là vô-thiên hy niên, nghĩa là không có thiên hy niên). Quan điểm này xem thiên hy niên được ứng nghiệm trên phương diện thuộc linh qua chức vụ của hội thánh suốt thời hiện tại. Sách Khải Huyền được xem là lời mô tả về tiến trình lịch sử của hội thánh bị bắt bớ, sẽ kết thúc khi Đấng Christ trở lại lần thứ hai, lúc đó sự sống lại của mọi người, cả người sống và người chết, sẽ diễn ra. Sự đoán xét cuối cùng sẽ xảy ra, và một trời mới và đất mới được bắt đầu, trở thành nơi ở cho các tín hữu. Kẻ hư mất sẽ bị đùa đến hồ lửa.[6]

Quan điểm tiền thiên hy niên kỷ nguyên thiên định có nguồn gốc khá mới và phức tạp hơn một chút so với hai quan điểm đầu tiên. Theo quan điểm này, tiêu biểu ba chương đầu của Khải Huyền nói về hội thánh (hay thời kỳ hội thánh), sau đó người thánh sẽ được cất lên (hay được rút ra) khỏi đất này. Ý này lấy từ 4:1, 2 – "Hãy lên đây" được hiểu là nói về sự cất lên. Phần giữa của sách (chương 4–19) nói về chuyện Y-sơ-ra-ên trên đất trong suốt giai đoạn bảy năm đại nạn không ảnh hưởng gì đến hội thánh, bởi hội thánh đã được cất lên trời với Chúa Giê-xu Christ rồi. Tại trận chiến **Ạc-ma-ghê-đôn** ở chương 19, Đấng Chrsit sẽ mang những Cơ Đốc nhân đã được cất lên theo với Ngài và thiết lập một ngàn năm Do Thái để ứng nghiệm những lời tiên tri của Cựu Ước. Các thánh sẽ cai trị với Đấng Christ suốt giai đoạn một ngàn năm này. Cuối giai đoạn này, Sa-tan sẽ được cởi bỏ xiềng xích để nổi loạn lần cuối, và tại ngôi trắng và lớn, hắn, các thiên sứ của hắn và tất cả những người hư mất đều sẽ bị đùa vào hồ lửa. Trời mới và đất mới được thiết lập và chúng ta bước vào nước đời đời. Quan điểm này đôi khi được gọi là thuyết cất lên tiền đại nạn bởi vì hội thánh được cất lên khỏi đất *trước* cơn đại nạn, hay thuyết cất lên bất cứ lúc nào bởi vì chuyện các thánh được cất lên có thể xảy ra bất cứ lúc nào mà không báo trước.[7] Có những biến thể cho quan điểm này, các biến thể ấy

---

[5] Xin xem Grant Osborne, *Revelation* (Grand Rapids: Baker Academic, 2002); Robert H. Mounce, *The Book of Revelation*, rev. ed. (Grand Rapids: Eerdmans, 1998); George E. Ladd, *A Commentary on the Revelation of John* (Grand Rapids: Eerdmans, 1972); và Leon Morris, *The Revelation of St. John: An Introduction and Commentary* (Leicester, UK: Inter-Varsity; Grand Rapids: Eerdmans, 1987) để thấy những sách giải kinh trình bày quan điểm này. Khái quát hơn, xin xem Sung Wook Chung và Craig Blomberg, eds., *A Case for Historic Premillennialism: An Alternative to "Left Behind" Eschatology* (Grand Rapids: Baker Academic, 2009).

[6] Bài đọc về quan điểm vô thiên hy niên về Khải Huyền, xin xem Dennis Johnson, *The Triumph of the Lam*(Phillipsburg, NJ: P&R, 2001).

[7] Thuyết kỷ nguyên thiên định ngày nay đa dạng hơn so với cách đây một thế hệ. Đại diện cho luồng suy nghĩ truyền thống này là *The Scofield Reference Bible*; John F. Walvoord, *The Revelation of Jesus Christ* (Chicago: Moody, 1966); và Dwight Pentecost, *Things to Come: A Study in Biblical Eschatology* (Grand Rapids: Zondervan, 1958). Để đọc về "chủ nghĩa phân kỳ tiệm tiến" mới mẻ hơn,

đều thừa nhận hội thánh được cất lên giữa kỳ đại nạn hay hậu đại nạn của hội thánh.

Hậu thiên hy niên, quan điểm có từ thế kỷ mười tám, đều công nhận rằng nhờ giảng Phúc âm mà thế giới này sẽ được chinh phục cho Đấng Christ. Theo đó, ý niệm thiên hy niên sẽ được làm trọn. Thời kỳ hội thánh chính *là* thiên hy niên, khi sự công chính và công bằng cai trị và điều thiện thắng thế trên khắp đất. Đại Mạng Lệnh được làm trọn và sự nhận biết Chúa phủ khắp trái đất như nước phủ khắp đại dương. Sau khi thế giới đã được làm cho xứng đáng với Đấng Christ, Ngài trở lại thế giới mà Ngài đã cứu chuộc trong sự vinh hiển – do đó mới có tên gọi "hậu thiên hy niên", Đấng Christ trở lại *sau* thiên hy niên. Quan điểm này tương tự với vô thiên hy niên ở chỗ sự sống lại phổ quát, sự đoán xét phổ quát và việc mở ra vương quốc đời đời sẽ đi kèm với sự đến lần thứ hai của Đấng Christ. Sách Khải Huyền được giải nghĩa một cách siêu nhiên nhất, nghĩa là được hiểu là nói đến những sự kiện của thời Giăng, không phải là những lời tiên tri về tương lai.[8]

Các Cơ Đốc nhân trung tín đi theo tất cả các quan điểm này (và một số quan điểm khác nữa), và thật là bi kịch khi sự trở lại của Đấng Christ trở thành vấn đề gây tranh cãi. Điều quan trọng đó là *Chúa Giê-xu* sẽ trở lại, không phải khi nào hay chính xác là Ngài sẽ trở lại bằng cách nào. Martin Luther nói rằng chúng ta nên sống như thể Đấng Christ bị đóng đinh vào ngày hôm qua, sống lại trong hôm nay và trở lại vào ngày mai. Nếu chúng ta đi theo lời khuyên bảo khôn ngoan ấy, thì chúng ta đã sẵn sàng khi Đấng Christ trở lại.

Những sự dạy dỗ của Khải Huyền

Mặc dù có những điểm khác biệt lớn trong quan điểm về những sự kiện vào thời kỳ cuối cùng được phác họa trong Khải Huyền, nhưng có một sự nhất trí thực sự về những sự dạy dỗ thần học thiết yếu. Khải Huyền là một tư liệu thần học sâu nhiệm. Nhiều tư tưởng được triển khai trong sách này. Chúng ta hãy xem xét bốn trong những sự dạy dỗ thần học quan trọng nhất này.[9]

---

xin xem Craig S. Blaising và Darrell L. Bock, *Progressive Dispensationalism* (Grand Rapids: Baker Academic, 1993); Robert L. Saucy, *The Case for Progressive Dispensationalism: The Interface between Dispensational and Non-Dispensational Theology* (Grand Rapids: Zondervan, 1993).

[8]Xin xem Loraine Boettner, *The Millennium* (Philadelphia: Presbyterian & Reformed, 1957); J. Marcellus Kik, *An Eschatology of Victory* (Phillipsburg, NJ: Presbyterian & Reformed, 1974).

[9]Để đọc phần bàn luận đầy đủ hơn, xin xem Henry Barclay Swete, *The Apocalypse of St. John*, 2nd ed. (London: Macmillan, 1922), clix–clxxiii; Leon Morris, *New Testament Theology* (Grand Rapids: Zondervan, 1986), 292–97; Frank Thielman, *Theology of the New Testament* (Grand Rapids: Zondervan, 2005), 612–77.

Đức Chúa Trời

Dữ kiện trọng tâm của sách đó là Đức Chúa Trời thực hữu, Ngài đã tạo nên vũ trụ này và đang điều hướng lịch sử của nó, Ngài đã chiến thắng điều ác và sẽ đem mọi thứ đến một kết thúc khải hoàn vào thời điểm tốt lành của Ngài. Vô số những hình ảnh Cựu Ước được đan dệt với nhau để đưa ra một phác họa phong phú về Đức Chúa Trời. Khải tượng nổi trội của chương 4 và 5 cho thấy Đức Chúa Trời ngồi trên ngôi, cai trị trên toàn cõi hoàn vũ với các cơ binh trên trời và những người được cứu ở dưới đất quỳ xuống trước Ngài. Điều quan trọng là khi sách bắt đầu lần dở tiến trình của lịch sử tương lai, "Tôi nghe mọi tạo vật trên trời, dưới đất, bên dưới đất, trong biển, và tất cả mọi vật trong các nơi ấy" đều hòa lòng trong **bài tán tụng** kết thúc dành cho Đức Chúa Trời, Đấng tạo muôn vật, và dành cho Chiên Con (4:11; 5:13). Phác họa này dọn lòng độc giả cho những gì sắp tới. Những phác họa sau không giống với việc một tạo vật đang ca ngợi Chúa, nhưng chúng ta sẽ sai lầm hoàn toàn khi nhìn nhận nó như thế. Trong thực tế, mọi tạo vật đều đang ca ngợi Chúa, theo cách của nó, ngay cả những hữu thể (siêu nhiên và con người) đang chiến đấu chống lại ý muốn của Đức Chúa Trời. Ý niệm này làm ta nhớ đến chủ đề sâu sắc của Cựu Ước: Đức Chúa Trời làm theo ý muốn ở trên trời cũng như dưới đất của Ngài, không ai có thể cản trở Ngài.

Mô phỏng *Tôn ngợi Chiên con* của Jan van Eyck do Michiel Coxcie (thế kỷ mười sáu S.C) vẽ. Cách yêu thích của Giăng khi mô tả Chúa Giê-xu là "Chiên Con".

Đức Chúa Trời được giới thiệu theo hình thái ba trong 1:4–5: thứ nhất, trong tư cách Đấng "hiện có, đã có và sau còn đến"; thứ hai trong tư cách "bảy linh từ trước ngai Ngài" (đại diện cho chức vụ bảy khía cạnh của Thánh Linh được thấy trong Ê-sai 11:2–3); và thứ ba, trong tư cách "Đức Chúa Jêsus Christ là Đấng làm chứng thành tín, Đấng sinh trước nhất từ cõi chết và Chúa của các vua trên đất!" Việc nhấn mạnh vào Đức Thánh Linh và chức vụ của Ngài có phần giới hạn chỉ trong Khải Huyền 2:7; 3:1; 4:2, 5; 14:13; 17:3; 21:10; 22:17, với điểm nhấn quan trọng nhất đặt trên vinh hiển thiên thượng của Con.

Một trong những chìa khóa để hiểu sách này là nắm được ý niệm về mối liên hệ giữa Chúa và thế gian. Chúng ta sống trong hai thực tại: trật tự siêu nhiên, nơi Chúa là tất cả, và thế giới của thời gian, nơi Chúa đang thực hiện các mục đích trên đất của Ngài. Khải Huyền thường xuyên thay đổi qua lại giữa hai chiều kích này, thách thức chúng ta nhìn thấy bàn tay Đức Chúa Trời hành động trong thế giới quanh ta, ngay cả khi thế giới đó thù địch với Đức Chúa Trời. Đức Chúa Trời là thực tại tối thượng, và thế giới này lệ thuộc vào Ngài và sẽ qua đi. Nó di chuyển về hướng một kết thúc đã định, bất chấp mọi việc hiện nay trông như thế nào.

Con Đức Chúa Trời

Không sách nào trong Cựu Ước tôn ngợi Chúa Giê-xu Christ, Con Đức Chúa Trời, một cách chi tiết đến vậy. Từ khải tượng áp đảo của 1:12–18 đến sự trở lại của Chúa Giê-xu trong tư cách Vua muôn vua và Chúa muôn chúa (19:16), Ngài được xem không gì khác hơn là Thượng Đế (1:18; 3:7; 22:13). Những bài tán tụng trong sách hướng đến cả hai, Cha và Con đều có cùng những phẩm chất thiên thượng (4:11; 5:12–13; 7:12). Đức Chúa Trời gọi chính Ngài là "An-pha và Ô-mê-ga, đầu tiên và cuối cùng" (1:8; 21:5–6) và Chúa Giê-xu cũng nói về chính Ngài như thế (22:12–13).

Cách diễn đạt yêu thích của Giăng về Chúa Giê-xu (28 lần) là "Chiên Con", gợi nhớ công tác cứu chuộc của Đức Chúa Trời qua Đấng Christ từ phúc âm Giăng của ông (Giăng 1:29). Chúa Giê-xu trên hết là Cứu Chúa của thế giới. Chiên Con ấy nhận sự thờ phượng từ các thánh (5:8), vinh hiển và tôn quý đời đời (5:13); Ngài mang đến sự cứu rỗi của Đức Chúa Trời (7:9–10); các thánh chiến thắng nhờ huyết của Chiên Con; và Chiên Con là vinh hiển của Đức Chúa Trời trong thành đời đời trên trời (21:23). Chiên Con này là Sư tử của chi phái Giu-đa, Đấng đã đến để giày đạp các dân và cai trị bằng cây roi sắt (5:5; 19:15).

> **Có phải tất cả mọi người đều sẽ được lên thiên đàng?**
>
> Thuyết cứu rỗi phổ quát hay thuyết cứu rỗi đại đồng là quan điểm cho rằng cuối cùng mọi sự và mọi người đều sẽ được cứu, kể cả Sa-tan, các thiên sứ của hắn và ma quỷ. Quan điểm này đang trở nên phổ biến hơn trong thời của chúng ta thông qua ý niệm ngày càng lan rộng là thần tính cốt yếu trong mỗi con người, bất kể người ấy chủ tâm chối bỏ Đức Chúa Trời và Phúc âm ra sao. Chúng ta đều là một phần của Hữu Thể Tối Thượng (Ultimate Being) và Hữu Thể thiêng liêng, nên điều đó khiến chính chúng ta một phần cũng là thần linh. Bởi vì chúng ta là thần trong cốt lõi, nên cuối cùng chúng ta không thể nào hư mất được. Cuối cùng, mọi thứ đều sẽ được kết lại với nhau trong sự hòa hợp của vũ trụ với tư cách nhân loại được chuộc.
>
> Quan điểm này vô cùng hấp dẫn với số đông bởi vì nó nói với chúng ta rằng dù chúng ta là ai và chúng ta làm gì thì cuối cùng chúng ta cũng vẫn được

> lên "thiên đàng". Đáng buồn là, đó không phải là quan điểm của Chúa Giê-xu hay của Kinh Thánh. Kinh Thánh không nói rằng chúng ta được cứu từ trong bản chất; mà đúng hơn là chúng ta bị hư mất. Chúng ta không phải một phần là thần linh nhưng đúng hơn chúng ta xa cách Đức Chúa Trời bởi tình trạng tội lỗi của mình. Tình trạng tội lỗi và hư mất của chúng ta đặt chúng ta vào tình trạng bị đoán phạt, bị định cho hỏa ngục chứ không phải cho thiên đàng. Chỉ bởi ân điển của Chúa bày tỏ qua sự chết và sự sống lại của Chúa Giê-xu, người duy nhất từng sở hữu thần tính, mới cứu chúng ta khỏi sự hư mất của mình và giúp chúng ta đủ điều kiện để lên thiên đàng.
>
> Tân Ước nói rõ rằng chỉ những ai tiếp nhận Chúa Giê-xu làm Cứu Chúa, Đấng chết vì họ, thì mới được lên thiên đàng. Thiên đàng là món quà hào phóng của Đức Chúa Trời cho những ai ăn năn tội lỗi và mở lòng ra trước Con Đức Chúa Trời, Đấng yêu chúng ta và phó chính mình vì chúng ta. Con người hư mất không phải bởi vì Đức Chúa Trời không sẵn lòng ban sự cứu rỗi cho họ nhưng bởi vì một số người không chịu tiếp nhận lời mời gọi đầy ân điển mà Chúa dành cho họ.

Dân của Đức Chúa Trời

Dân được chuộc của Đức Chúa Trời đóng vai trò nổi bật trong sách Khải Huyền. Trong tư cách các hội thánh riêng lẻ, họ có những điểm mạnh và điểm yếu riêng (xem chương 2–3 nói về bảy hội thánh), nhưng trong tư cách những người được chuộc của Đức Chúa Trời, chống lại Sa-tan và thế gian, họ là những người "chiến thắng con thú và hình tượng nó cùng số của tên nó" (15:2), ngay cả khi nó lấy đi của họ chính mạng sống.

Trong Khải Huyền, tín hữu được mô tả là tôi tớ Đức Chúa Trời (7:3), một nước (1:6; 5:10), thầy tế lễ (1:6; 5:10; 20:6), các thánh/dân của Đức Chúa Trời (18:20), người không chỗ trách được (14:5), người được gọi và được chọn (17:14), nàng dâu của Chiên Con (19:7; 21:9); và là những người được chuộc trong tư cách trái đầu mùa đối với Đức Chúa Trời và Chiên Con, là những người đi theo Chiên Con khắp nơi (14:4). Trách nhiệm của người tín hữu là nắm chắc lời chứng của Chúa Giê-xu và Lời Chúa (6:9; 11:7; 12:11, 17; 19:10; 20:4). Tín hữu làm thế bằng cách quan sát (16:15), vâng giữ điều răn của Chúa (3:8, 10; 12:17; 14:12), giữ mình thánh sạch (14;4) và làm công việc Đức Chúa Trời chỉ định cho họ (2:2, 13, 19, 3:1, 8; 14:13). Tất cả điều này được tóm gọn là "lòng kiên nhẫn và đức tin của các thánh đồ" (13:10).

Tiêu điểm 24: Trời mới đất mới và 1 Giăng

Trong Khải Huyền 21:1, chúng ta đọc thấy sứ đồ Giăng, trong khải tượng tại đảo Bát-mô của mình, "thấy trời mới và đất mới", vì trời và đất đầu tiên đã qua đi. Ông mô tả cõi hoàn vũ mới này đậm tính biểu tượng, nói rằng các con đường tại Giê-ru-sa-lem "bằng vàng ròng trong như thủy tinh" (21:21) và "sông nước sự sống, trong như pha lê" (22:1). Đó là một hình ảnh tuyệt vời về điều chờ đợi Cơ Đốc nhân khi Đấng Christ trở lại cất hội thánh Ngài lên và mang đến hồi kết cho lịch sử.

Nhà biện giáo và học giả Cơ Đốc C. S. Lewis đã viết loạt sách nổi tiếng cho thiếu nhi, *Biên niên sử về Nania*. Nhưng với bất cứ người lớn nào khi đọc loạt truyện này đều biết rằng chúng không chỉ là những câu truyện cho thiếu nhi; chúng còn liên hệ đến câu chuyện sáng tạo và cứu chuộc trái đất và nhân loại của Đức Chúa Trời, qua hình tượng vương quốc Narnia và những cư dân của nó ở trong truyện. Trong phân đoạn sau được trích từ quyển cuối cùng của loạt truyện, *Cuộc chiến Cuối cùng*, Lewis vẽ bức tranh về trời mới và đất mới này vào kỳ tận chung:

> Cũng khó giải thích nổi tại sao mảnh đất chói chang ánh mặt trời này lại khác với một Narnia xưa cũ, cũng như khó có thể giải thích với bạn trái cây ở miền đất này có cái vị như thế nào. Có lẽ bạn sẽ có một ý niệm nào đó nếu bạn hình dung như thế này: Bạn đang ở trong một căn phòng trong đó có một cửa sổ trông ra vịnh hoặc một thảo nguyên xanh tươi uốn lượn dưới núi đồi. Trên bức tường đối diện với cửa sổ có một tấm gương. Khi bạn quay đầu khỏi cửa sổ, bất chợt bạn bắt gặp cảnh vịnh hoặc thung lũng một lần nữa hiện trên tấm gương. Và mặt biển hoặc thung lũng xanh tươi trong tấm gương ấy, về một phương diện nào đó, chính là một đối lập với các vật thật. Nhưng cũng lúc đó nó lại là một cái gì hoàn toàn khác biệt - sâu sắc hơn, tuyệt diệu hơn, giống như những nơi chốn trong một câu chuyện, một câu chuyện mà bạn chưa hề nghe nói đến nhưng rất muốn biết về nó. Đấy, sự khác nhau giữa một Narnia cũ và một Narnia mới cũng giống như vậy đấy. Cái mới là một vùng đất có chiều sâu hơn. Mỗi tảng đá, bông hoa, cọng cỏ đều trông như thể chúng mang ý nghĩa nhiều hơn chính bản thân nó. Tôi không có cách nào miêu tả điều này rõ hơn, thôi thì đành nói rằng nếu bạn đến đây bạn sẽ hiểu rõ hơn điều mà tôi muốn nói.

> Và đây, kì lân đã nói ra được cái điều mà ai cũng cảm thấy đang trào dâng trong lòng. Nó giậm chân trước bên phải xuống đất, hí vang trời rồi kêu lên:
>
> Cuối cùng tôi đã về đến nhà! Đây là đất nước thật sự của tôi! Tôi thuộc về nơi này! Đây là mảnh đất mà tôi tìm kiếm suốt đời mặc dù tôi không biết là nó tồn tại cho đến lúc này. Lý do tôi yêu Narnia cũ là bởi vì có những lúc nó có cái gì giống với nơi này. Hu ra! Lên cao hơn, xa hơn!
>
> C. S. Lewis, *Biên niên sử đầy đủ về Narnia* (New York: HarperCollins, 1994), 520.

Lai thế học

Các nhà thần học nói về lai thế học cá nhân (những gì xảy ra vào cuối cuộc đời chúng ta) và lai thế học vũ trụ (những gì sẽ xảy đến vào hồi chung kết thế giới). Cả hai đều được tìm thấy rất nhiều trong Khải Huyền. Chi tiết của những điều sẽ đến bao gồm sự đảm bảo về sự sống sau khi chết (6:9-11), niềm an ủi của tín đồ trong sự hiện diện của Đức Chúa Trời và Đấng Christ (7:9-17), sự sống lại và ban thưởng của các thánh đồ (20:4-6) và trạng thái vinh hiển đời đời của họ (21:6-8), sự trở lại lần hai của Đấng Christ (6:12-17; 19:11-21); sự xếp đặt mọi người vào địa vị đời đời của họ (20:1-15), sự tạo dựng trời mới đất mới (21:1-17) và lời hứa rằng chúng ta sẽ thấy Đức Chúa Trời cách cá nhân, mặt đối mặt, đồng trị với Ngài đời đời (22:1-6). Sách Khải Huyền kết thúc với lời cầu nguyện của mọi tín hữu chân thành: "A-men. Lạy Chúa Giê-xu, xin hãy đến" (22:20).

Việc Tân Ước kết thúc bằng sách Khải Huyền là có lý do hợp lý của nó. Qua sách Khải Huyền, một thần học về lịch sử được phát triển cho thấy Đức Chúa Trời là Đấng tối cao trên cả vũ trụ và đặc biệt là trên dòng chảy các sự kiện của con người. Nó cũng cho thấy theo cách biểu tượng và đầy tuyệt vời hai yếu tố trong chức vụ Đấng Mê-si-a của Chúa Giê-xu: yếu tố của Người Đầy Tớ Chịu Khổ (Chiên Con) và yếu tố của Đấng Tế Trị cầm quyền (Sư Tử). Cựu Ước đã nói về Đấng Mê-si-a sẽ đến theo cả hai cách này. Chúa Giê-xu bị chính dân mình chối bỏ khi Ngài đến lần thứ nhất bởi vì họ muốn Ngài là vua của họ, để họ có thể cai trị thế giới cùng với Ngài. Họ không nhận ra rằng thập tự giá phải đi trước mão miện, rằng chỉ sau khi tội nhân chấp nhận vai trò làm tôi tớ của mình thì vinh hiển mới đến theo. Chúa Giê-xu cho thấy điều này là đúng và răn bảo các môn đồ Ngài phải vác thập tự giá mình và sống cho Ngài (Mác 8:34). Khải Huyền cho chúng ta thấy rằng cuộc đời của chúng ta trên đất là cuộc đời phục vụ và nhiều thử thách. Nhưng Chúa Giê-xu đã chiến thắng thế nào, thì những người trung tín theo Ngài thuộc mọi thời đại và ở khắp mọi nơi đều sẽ chia sẻ chiến thắng với Ngài thế ấy.

Tóm lược

1. Sách Khải Huyền chắc chắn được viết bởi sứ đồ Giăng.
2. Bốn thuyết giải nghĩa sách Khải Huyền nổi bật là: tiền thiên hy niên lịch sử, vô thiên hy niên, tiền thiên hy niên kỷ nguyên thiên định và hậu thiên hy niên.
3. Các chủ đề trọng tâm của Khải Huyền là Đức Chúa Trời thực hữu và Ngài đang điều khiển dòng lịch sử, Ngài đã chiến thắng ma quỷ rồi, Ngài sẽ mang mọi điều đến một kết thúc khải hoàn vào thời điểm của Ngài.
4. Một chìa khóa để hiểu Khải Huyền là nắm được mối liên hệ giữa Đức Chúa Trời và thế gian.
5. Sự dạy dỗ thần học chính của Khải Huyền tập trung vào Đức Chúa Trời, Con Đức Chúa Trời, dân sự của Đức Chúa Trời và lai thế học.
6. Tính biểu tượng được sử dụng xuyên suốt sách Khải Huyền; chức vụ Mê-si-a của Đấng Christ là một ví dụ, Chiên Con đại diện cho Người Đầy Tớ Chịu Khổ và Sư Tử đại diện cho Đấng Tể Trị.

Câu hỏi ôn tập

1. Đâu là một vài lý do khả dĩ cho việc Khải Huyền thường bị né tránh?
2. Xin đưa ra một đặc điểm nổi bật cho mỗi giả thuyết trong bốn thuyết giải nghĩa chính của sách Khải Huyền.
3. Khải Huyền dạy gì về Đức Chúa Trời?
4. Khải Huyền dạy gì về Con Đức Chúa Trời?
5. Chủ đề lai thế học dạy chúng ta điều gì khi chúng ta sống mỗi ngày?
6. Hãy tra cứu những chỗ nhắc đến Chúa Giê-xu là Sư Tử và Chiên Con. Hãy mô tả chi tiết mỗi hình ảnh ấy biểu thị cho điều gì.

Các thuật ngữ then chốt

A-men	Ạc-ma-ghê-đôn	Ngôi trắng và lớn
Antichrist	Bài tán tụng	Thiên hy niên

Con người/Địa điểm chính			
Bát-mô	Domitian	Nê-rô	Thành Hippo
Biển Aegean	Irenaeus	Origen	Tiểu Á
Dionysius thành A-léc-xan-đơ	Justin Martyr	Tertullian	

Sách Đọc thêm

Bauckham, Richard. *The Theology of the Book of Revelation.* Cambridge: Cambridge University Press, 1993.

Phần khảo sát có phương pháp về các chủ đề trọng tâm.

Beale, G. K. *The Book of Revelation.* Grand Rapids: Eerdmans, 1999.

Một nghiên cứu đồ sộ nhấn mạnh Cựu Ước và bối cảnh Do Thái cũng như bối cảnh lịch sử.

Blomberg, Craig L., và Sung Wook Chung. *A Case for Historic Premillennialism.* Grand Rapids: Baker Academic, 2009.

Một bộ sưu tập những bài luận của giới học giả ủng hộ cho quan điểm tiền thiên hy niên lịch sử.

Clouse, Robert G., ed. *The Meaning of the Millennium: Four Views.* Downers Grove, IL: InterVarsity, 1977.

Giới thiệu những quan điểm liên quan đến một sự dạy dỗ quan trọng trong Khải Huyền. Khá chuyên sâu đối với người mới bắt đầu.

Guthrie, Donald. *The Relevance of John's Apocalypse.* Grand Rapids: Eerdmans, 1987.

Bốn bài luận về mối liên hệ giữa sự dạy dỗ của sách Khải Huyền với cuộc sống ngày nay.

Hemer, Colin J. *The Letters to the Seven Churches of Asia in Their Local Setting.* Grand Rapids: Eerdmans, 2001.

Nghiên cứu trong giới học giả về bảy hội thánh, nhưng vẫn dễ đọc và rất khai sáng.

Himmelfarb, Martha. *Ascent to Heaven in Jewish and Christian Apocalypses.* New York: Oxford University Press, 1993.

Một nghiên cứu về văn chương huyền khải ngoài Tân Ước.

Keener, Craig S. *Revelation.* Grand Rapids: Zondervan, 2000.

> Một xem xét sách Khải Huyền ở trình độ trung cấp từ quan điểm tiền thiên hy niên lịch sử với những áp dụng khởi đầu quan trọng. Xem xét cách công bằng các quan điểm khác.

Martin, Ralph P., and Peter H. Davids, eds. *Dictionary of the Later New Testament and Its Developments*. Downers Grove, IL: InterVarsity, 1997.

> Những bài viết ngắn ngọn và hữu ích về Khải Huyền và các chủ đề liên quan.

Mounce, Robert H. *Revelation*. Rev. ed. Grand Rapids: Eerdmans, 1997.

> Một sách giải nghĩa toàn diện từ quan điểm tiền thiên hy niên lịch sử.

Osborne, Grant. *Revelation*. Grand Rapids: Baker Academic, 2002.

> Một bàn luận thấu đáo tương tác rất nhiều với những nghiên cứu học thuật gần đây. Quan điểm tiền thiên hy niên lịch sử.

Schnabel, Eckhard. *40 Questions about the End Times*. Grand Rapids: Kregel, 2011.

> Sử dụng Kinh Thánh và bằng chứng lịch sử để nói về nhiều vấn đề phổ biến (và chuyên môn) mà Khải Huyền nêu lên.

Wainwright, A. W. *Mysterious Apocalypse: Interpreting the Book of Revelation*. Nashville: Abingdon, 1966.

> Xem xét lịch sử giải nghĩa, bối cảnh văn hóa, chủ đề và nội dung của Khải Huyền.

Walls, Jerry L., ed. *The Oxford Handbook of Eschatology*. Oxford: Oxford University Press, 2008.

> Các bài viết của giới học giả về rất nhiều chủ đề liên quan đến giải nghĩa Khải Huyền và lời dạy của Kinh Thánh về những sự cuối cùng.

Walvoord, John F. *The Revelation of Jesus Christ*. Chicago: Moody, 1976.

> Một giải kinh tiêu chuẩn từ một người ủng hộ hàng đầu cho thuyết kỷ nguyên thịnh định tiền thiên hy niên.

Chương 25

Phần Kết

Các Phần Cần Suy Ngẫm

Bố cục

- **Câu chuyện Tân Ước: Xong nhưng chưa kết thúc**
- **Di sản của thời các sứ đồ**
  - Xuất xứ Cựu Ước
  - Khải tượng quân bình
  - Tấm gương truyền năng lượng
  - Nền tảng cho suy ngẫm và hành động
- **Chuyện chưa kết thúc**
  - Bối cảnh hóa
  - Hội thánh và văn hóa
  - Phúc âm và xã hội
  - Giữ đức tin tươi mới
  - Cuộc đại tỉnh thức?

Mục tiêu

Sau khi đọc xong chương này, bạn có thể:

- Liệt kê di sản hội thánh nhận được từ các sách Tân Ước
- Đưa ra minh họa về tính liên tục giữa Cựu và Tân Ước
- Đưa ra ví dụ cho thấy Tân Ước cung cấp một cái nhìn quân bình như thế nào
- Giải thích cách Tân Ước cung cấp cho chúng ta một tiêu chuẩn để gắn kết với văn hóa đương đại
- Xác định những câu hỏi không được trả lời trực tiếp trong Tân Ước

Câu chuyện Tân Ước: Xong nhưng chưa kết thúc

Bất cứ câu chuyện hay nào cũng có một khởi đầu, phần thân và phần kết. Câu chuyện ấy được nối kết với nhau bởi những căng thẳng và xung đột. Tân Ước chứng nhận kế hoạch tạo dựng đời đời của Đức Chúa Trời trong mối liên hệ với Cựu Ước. Xung đột bước vào, gần như ngay lập tức. Phần thân chính của Tân Ước nói về giải pháp của xung đột thông qua một Đấng Cứu Thế, Chúa Giê-xu Christ. Tân Ước kết thúc một cách đầy vinh hiển nhưng cũng mang tính báo trước bằng sách Khải Huyền.

Thế nhưng câu chuyện Tân Ước không kết thúc ở thế kỷ thứ nhất. Hãy nghĩ về Abraham Lincoln và phong cách lãnh đạo đầy can trường mà ông dành cho đất nước non nớt vào thời khắc trọng đại này. Xã hội vẫn đang nỗ lực thực thi những nguyên tắc công lý và bình đẳng mà vì nó, ông sẵn lòng đưa dân tộc vào trong một cuộc chiến chết chóc nhất. Hãy nghĩ về một tiếng nói hiện đại hơn, như Winston Churchil chẳng hạn khi ông phục hồi Anh Quốc vào những năm tháng đen tối của Thế Chiến II. Cả Abraham Lincoln và Winston Churchill đều đã mất từ lâu, nhưng những di sản họ để lại vẫn còn đó và, trên một số phương diện, thì theo thời gian càng phát triển hơn.

Cũng vậy, sự sống của Đấng Christ và của các môn đồ Ngài vẫn tiếp tục trong tương lai, qua những thế hệ sau khi họ qua đời. Cơ Đốc nhân khắp thế giới ngày nay là một phần của sự tấn tới đó. Điều chúng ta thừa hưởng từ "phần đặt cọc" phong phú của chân lý và sự sâu nhiệm được gìn giữ trong các trang sách thánh của Tân Ước là gì? Có lẽ câu hỏi tốt hơn là: Một số bài học mà chúng ta cần ghi nhớ từ phần khảo cứu về thời Tân Ước và các sách Tân Ước là gì?

Di sản thời các sứ đồ

Xuất xứ Cựu Ước

Một bài học đó là tầm quan trọng của Cựu Ước. Đây không phải là bởi vì Tân Ước lúc nào cũng là sự tiếp nối trực tiếp của thời Cựu Ước và các truyền thống Cựu Ước. Vào thế kỷ thứ nhất, cuộc sống tại Do Thái ở thế giới La Mã đối lập hoàn toàn với lối sống trong thời của Môi-se, hay Đa-vít hay E-xơ-ra nhiều thế kỷ trước. Đức tin hay lịch sử Tân Ước cũng không được phải là phần nối dài của Cựu Ước.

Tuy nhiên, có một sự tiếp nối sâu xa. Các tác giả Tân Ước nói rõ rằng Đức Chúa Trời của Chúa Giê-xu Christ cũng là Đức Chúa Trời của Áp-ra-ham, Y-sác và Gia-cốp. Sự công chính của Đức Chúa Trời trong cả Cựu và Tân Ước đều không thay đổi. Sự cai trị của Ngài mở rộng một cách không hề bị đứt quãng từ vườn Ê-đen đến hồi lai thế. Bản chất con người được xem là sa ngã và cần được biến đổi hoàn toàn ở cả hai phần của Kinh Thánh.

Cách sử dụng Tân Ước theo kiểu gạt qua một bên hay theo kiểu hiểu sai Cựu Ước có nguy cơ trở thành một triết lý tôn giáo trừu tượng hay một vở kịch đạo đức đơn thuần. Tin vui của Phúc âm không phải là hai thứ đó. Các tác giả Cựu Ước xây dựng trên nền tảng của những hành động và lời nói trước đó của Đức Chúa Trời như Tân Ước đã chứng thực về chúng. Nền tảng đó vẫn vững vàng suốt mọi giai đoạn của tất cả các hội thánh ao ước trung thành với nền tảng mà Chúa Giê-xu đã lập ra.

Khải tượng quân bình

Ở một chừng mực nào đó, chúng ta đều sống theo một khải tượng bao quát.[1] Nếu khải tượng đó bị bóp méo – nếu chúng ta nghĩ rằng cốt lõi của cuộc đời là kiếm tiền hay tìm kiếm thú vui tình dục, chẳng hạn, thì cuộc đời chúng ta đã đánh mất trọng tâm của nó. Khải tượng của Tân Ước rất quân bình. Nó tập trung vào các lẽ thật đối lập nhau theo cách mà mỗi lẽ thật được giữ mà không phải nhận bất cứ điểm nhấn không lành mạnh nào.

Hãy xem xét lẽ thật kép là thời đại này và thời đại sẽ đến, thế giới và thiên giới, lịch sử và cõi đời đời. Ở đây các nhà thần học nói về "tính nội tại" (tính chất chỉ chú trọng đến sự tồn tại trần tục và vật chất) và "tính siêu việt" (tính chất chỉ chú trọng đến thế giới thuộc linh không thấy được). Đối với Tân Ước thì cả hai đều tồn tại. Cả hai đều là một phần trong vũ trụ của Đức Chúa Trời. Cả hai đều quan trọng theo cách của nó. Thế nhưng không cái nào được nhấn mạnh theo kiểu loại trừ hay thu hẹp cái còn lại. Một mặt, chỉ vì chúng ta thuộc về thiên đàng không biện minh cho chuyện chúng ta bỏ lơ những nhiệm vụ mà Chúa giao phó cho chúng ta trên đất. Trong tất cả mọi người, Cơ Đốc nhân cần phải tìm cách làm cho thế giới trở thành một nơi ít đau khổ hơn và hạnh phúc hơn. Mặt khác, chỉ bởi vì chúng ta nhìn thấy những nhu cầu bức thiết của các nước lớn, các thành phố và các ngoại ô ngổn ngang trong thời của mình không có nghĩa là chúng ta có thể quên đi chiều kích thuộc linh của đời sống. Vấn đề nghèo đói, chăm sóc sức khỏe hay việc nhận thức về sự hư không của đời sống không bao giờ thuộc về vấn đề tiền bạc, thực phẩm, y tế và giáo dục đơn thuần. Một thế giới tốt lành hơn đòi hỏi những con người tử tế hơn, và chỉ Phúc Âm mới có thể thanh tẩy và thay đổi tấm lòng dối trá của con người. Tân Ước giữ cho cả thế giới thấy được và không thấy được luôn hiện diện trước mắt chúng ta và đòi hỏi chúng ta sống trong sự nhận thức cả hai thế giới ấy mỗi ngày.

Khải tượng của Tân Ước cũng bao quát đủ để một mặt kết hợp những gì một số người xem là những thứ đối lập rõ ràng của đức tin tôn giáo với những sự kiện lịch sử làm nền tảng cho đức tin. Nó nhấn mạnh vào những dữ kiện như sự giáng sinh bởi một nữ đồng trinh của Chúa Giê-xu, những phép lạ Ngài làm và sự phục sinh của Ngài. Thế nhưng những dữ kiện này không được trình bày như là sứ điệp trong bản thân nó. Đúng hơn, chúng được nhìn theo cách khích lệ lòng tin nơi Đức Chúa Trời, Đấng đứng sau những dữ kiện ấy trong tư cách khởi nguyên và Đấng giải nghĩa tối thượng của chúng. Đức tin và dữ kiện đan kết với nhau. Chúng không thể tách rời nhau mà không phá hủy nội dung thật của cả hai. Trong bối cảnh hiện đại, nơi lịch sử chủ yếu bị xem như một phương tiện phù hợp để chuyển tải lẽ thật, thì Tân Ước kêu gọi chúng ta trở lại với một cái nhìn cởi mở để thấy chính bàn tay của Đức Chúa Trời trong những con người, biến cố và lời nói cụ thể mà những nguồn Kinh Thánh khác nhau đã gìn giữ. Thế nhưng chúng ta không chỉ dựa vào nội dung, vì chúng ta biết và công nhận những gì trước đây Đức Chúa Trời đã làm. Chúng ta được kêu gọi để cho chính mình hội nhập vào trong hoạt động hiện đang được hé lộ của Ngài.

Tấm gương truyền năng lượng

Những câu chuyện cảm động có thể truyền cảm hứng cho chúng ta để ao ước thực hiện những hành động cao thượng. Tân Ước không chỉ là một câu chuyện cảm động. Nhưng thông qua câu chuyện mà nó kể, nó thu hút người đọc vào một sự tồn tại cao cả hơn.

Chẳng hạn, nó chứa đầy những câu chuyện nói về sự nóng cháy có sự cân nhắc cẩn trọng, sự tận hiến đầy can đảm và cam kết đầy hy sinh, mà hầu hết những điều đó được thể hiện khi đối diện với bắt bớ, bách hại. Dù Chúa Giê-xu đang bị sỉ nhục khi bị xét xử nhưng vẫn tin cậy như thạch bàn nơi Đức Chúa Trời hay Phao-lô can đảm trước sự kinh khiếp của việc bị đắm tàu với một niềm hy vọng kỳ lạ, chúng ta đều được thấy sự trung thành với chân lý và với chính Chúa, là điều thúc giục chúng ta đến một đời sống khỏe mạnh về thuộc linh hơn nữa.

Núi Đền Thờ và thành Giê-ru-sa-lem được nhìn từ cửa sổ Nhà thờ Dominus Flevit trên dốc núi Ô-liu.

Sự kiên định thiêng liêng của Tân Ước cũng được thể hiện bằng những cách khác nữa. Đó không phải là kiểu nhiệt huyết nhẫn tâm của sự cuồng tín đầy lòng căm thù nhưng là thái độ tận hiến tích cực của tình yêu. Chúa Giê-xu, Phao-lô và những người khác chịu sự sỉ nhục mà không hề rơi vào chỗ cay đắng. Trên thập tự giá, Chúa Giê-xu cầu nguyện cho những người tra tấn mình (Lu 23:34). Ê-tiên cũng làm thế khi ông bị ném đá một cách tàn bạo đến chết (Công 7:60). Phao-lô nhấn mạnh nỗi đau dành cho những đồng hương của mình, những người cản trở sứ mạng của ông và bám theo gót chân ông bất cứ nơi nào ông đi (Rô 9:2-3; 10:1). Thái độ này còn hơn cả việc phản kháng không bạo lực một cách đơn thuần, chiến lược chính trị mà Thoreau, Gandhi và Martin Luther King Jr. ủng hộ. Đó là điều vĩ đại nhất và khó khăn nhất của lòng vị tha: đặt lòng tin tưởng hoàn toàn vào Cha thiên thượng khi hoàn cảnh hiện thời dường như đòi hỏi những biện pháp quyết liệt nhất nhân danh bản năng tự vệ. Dĩ nhiên, có những lúc cần phải tự vệ (Công 25:11). Nhưng theo Chúa Giê-xu nghĩa là sẵn sàng chịu mất mạng hầu cho có thể có được sự sống thật. Độc giả của Tân Ước hiếm khi đi xa khỏi một phân đoạn chỉ về lẽ thật đúng mực và đầy tính giải phóng này.

Một điểm khác mà Tân Ước đứng sừng sững như một ví dụ sáng chói đó là nhiệt huyết và tính hiệu quả về mặt truyền giáo mà nó để lại. Chỉ trong vài thập kỷ ngắn ngủi mà Phúc âm về Chúa Giê-xu Christ đã đến được mọi phương trời, đến được với rất nhiều nhóm sắc tộc và ngôn ngữ khác nhau.[2] Cơ Đốc nhân tin vào vương quốc Đức Chúa Trời! Đời sống của họ đã được thay đổi bởi Phúc âm về Chúa Giê-xu Christ! Họ biết chính Ngôi Lời ấy, Đấng có thể ban sự sáng và sự sống cho mọi người! Vì thế, với một sự quyết âm đầy vui mừng, họ đi ra không phải để áp đặt trên người khác một hệ tư tưởng nặng nề nhưng để giải phóng họ khỏi gánh nặng của tội lỗi thông qua lẽ thật về sự đến của Đấng Christ.

Ngày nay, truyền giáo Cơ Đốc ở Tây phương đang bị suy yếu dần bởi sự chững lại hoặc đi xuống của tinh thần dâng mình cho công tác truyền giáo và nỗi nghi ngờ giữa vòng một số người rằng liệu người không có Chúa có thật sự bị hư mất không. Các lãnh đạo tôn giáo có ảnh hưởng thì thắc mắc liệu Chúa Giê-xu và các tác giả Kinh Thánh có thật sự nói về một nơi khốn khổ đời đời một cách chủ ý - được gọi là thiên đàng - hay không.[3] Một số người cho rằng ngoài danh Giê-xu còn có những danh khác để kêu cầu Đức Chúa Trời giải cứu và có những tôn giáo khác có thể "hiệu quả" nếu người ta chân thành tin vào các tôn giáo ấy. Dĩ nhiên, Đức Chúa Trời có quyền tự do cứu người nào Ngài muốn. Nhưng Tân Ước vẫn là một tượng đài cho một thế hệ hay cho nhiều người nam người nữ biết Chúa Giê-xu – và những ai trả giá đắt để tận hiến cuộc đời mình cho Ngài được biết đến ở mọi nơi vẫn còn chưa biết về thập tự giá và sự sống lại của Ngài. Tấm gương của họ có thể làm chúng ta - những người cũng đối diện với thách thức tương tự ngày nay giữa các hội thánh thường quan tâm nhiều hơn đến việc tự cải thiện bản thân, giữ gìn truyền thống hay phong cách thờ phượng thay vì chuyện căn bản nhất là đi đến với người hư mất, dù giàu hay nghèo, với Phúc âm có thể thay đổi cuộc đời và mang đến phước hạnh và hy vọng - mạnh mẽ hơn.

Một khía cạnh cuối cùng mà ở đó Tân Ước trở thành một tấm gương cho ngày nay nằm ở cách nó xem chân lý và sự sống là một. Để sống ngay thật, Tân Ước kiên định nói rằng chúng ta cần (1) biết lẽ thật và (2) làm điều đúng. Biết mà không làm là giả hình. Làm mà không biết là mù quáng. Tân Ước đặt chúng ta vững vàng trước cả hai chọn lựa này. Nói một cách chuyên môn hơn nó giữ cho chiều kích đạo đức của đời sống (làm điều đúng) dính chặt với những sự đảm bảo chung của các sách Tân Ước (giáo lý). Nó không trình bày một hợp tuyển những sự dạy dỗ để học và xác nhận rồi chấm hết. Nó cũng không kêu gọi ta đến với chủ nghĩa hoạt động đạo đức, đến việc lành và sự cải thiện xã hội mà thôi.

Thật cám dỗ khi biến niềm tin Cơ Đốc chỉ còn là chủ nghĩa lý trí. Giáo lý trở thành tất cả. "Lẽ thật" (theo một kiểu nào đó) đứng ở trung tâm sân khấu. Việc làm theo lẽ thật trở thành thứ yếu. Điều quan trọng hơn là *hiểu* đúng chứ không phải *làm* đúng. "Đức tin" có nghĩa là tin đúng đắn. Rõ ràng cách hiểu này thiếu hụt "đức tin" mà các trước giả Kinh Thánh kêu gọi với mục tiêu rõ ràng của nó là tích cực yêu Chúa và yêu người. Đức tin theo Kinh Thánh sản sinh ra trái là việc lành; nó không thỏa lòng chỉ với những ý niệm tốt lành, tinh luyện mà thôi.

Thế nhưng một cám dỗ khác cũng không kém phần nguy hiểm: Khuynh hướng chế giễu lẽ thật, xem thường tầm quan trọng của việc có được sự hiểu biết đúng đắn. Ở đây điểm nhấn là trên hành động cụ thể, trên việc "nói và làm". Nghiên cứu, suy nghĩ, phân tích với tinh thần phê bình, phản biện và học hành là không quan trọng; điều quan trọng là những hành động cụ thể của lòng thương xót và tình yêu. Thế nhưng chủ nghĩa hành động thiếu suy xét này cũng còn lâu mới nắm giữ được cốt lõi của sự vâng phục Phúc âm, chẳng khác nào chủ nghĩa lý trí khô hạn.

Gương mẫu của Tân Ước là khuôn mẫu về một sự dạy dỗ chắc chắn và một sự hiểu biết các giáo lý Kinh Thánh và ý nghĩa của nó một cách vững vàng và ngày càng tăng, cũng như sự đáp ứng bằng vâng phục và sự quan tâm vô vị kỷ, tăng dần dành cho nhu cầu của con người và các giải pháp cho các nhu cầu ấy. Chân lý và sự sống, thần học và thực hành không riêng rẽ. Chúng hoàn toàn hợp nhất với nhau trong đời sống của Chúa Giê-xu, như Tân Ước ký thuật. Bởi Thánh Linh Ngài, chính sự kết hợp vui vẻ của *việc dạy* Phúc âm và *việc làm theo* Phúc âm đã trở thành một đặc trưng thường trực của đời sống những người trung tín theo Ngài trải các thế kỷ kể từ đó.

Nền tảng cho việc suy ngẫm và hành động

Di sản cuối của kỷ nguyên Tân Ước được đề cập đến ở đây là Tân Ước trong tư cách tiêu chuẩn cho việc suy ngẫm về, và gắn bó với thế giới. Khi thế kỷ hai mốt mở ra, phần nhiều thế giới đều cảm thấy chính mình bị cuốn trôi vào chủ nghĩa ngờ vực – không chỉ về Đức Chúa Trời mà còn về bất cứ điều gì. Một cuốn cẩm nang về tư tưởng hiện đại đã khẳng định: "Không hề có thứ như thế, trong tư cách "một cách để đi đến chân lý về các hiện tượng tự nhiên… Mọi thứ chúng ta "biết" đều… là sự hiểu biết tạm thời dựa trên thông tin có được lúc bấy giờ và một cơ sở hữu ích để dự đoán và phân tích, nhưng chắc chắn không phải là một chân lý tuyệt đối."[4] Theo quan điểm này, với việc sự hiểu biết chắc chắn về vấn đề vật chất /physical matter bị phủ nhận, rất dễ để tưởng tượng ra cuộc tìm kiếm chân lý về Đức Chúa Trời trở nên vô vọng ra sao. Bởi thế chẳng lạ gì khi thuyết tương đối về tôn giáo – giáo lý khó hiểu về lo-gic cho rằng không có một tôn giáo đúng đắn nào cả, thế nhưng mọi tôn giáo đều đúng – phát triển. Không chỉ các nhà thần học mà các nhà khoa học lỗi lạc cũng vật lộn để soi rọi trên những câu hỏi căn bản nhất của sự tồn tại của con người.[5] Ở bình diện đại chúng, nhiều người cảm thấy hết hy vọng vào bất cứ một hướng đi lâu bền và ý nghĩa nào trong cuộc sống.

Tân Ước (kết hợp với Cựu Ước) cung cấp một phương cách để phân biệt giữa cái đúng và cái sai. Điều này không có nghĩa là tất cả chân lý về mọi thứ đều chứa đựng trong Kinh Thánh. Nhưng nó có nghĩa là những câu trả lời đúng đắn và trọng yếu cho những câu hỏi căn bản đều được tìm thấy qua các trang Kinh Thánh – những câu hỏi như: Chúng ta là ai? Chúng ta từ đâu đến? Tại sao chúng ta có mặt trên đời? Chúng ta đang đi về đâu? Đức Chúa Trời có thật không? Ngài như thế nào? Tôi có thể biết Ngài không? Ngài mong đợi gì nơi tôi? Chỉ cần thoáng lướt qua kệ tôn giáo/triết học của một nhà sách hiện đại thôi đã cho thấy vô khối những câu trả lời khác nhau (hay những phản bác các câu trả lời) cho những câu hỏi đó. Làm sao chúng ta có thể loại bỏ được sự rối trí?

Tân Ước trả lời bằng hai mươi bảy sách hiệp lại để chỉ về Chúa Giê-xu Christ. Là nhân chứng cho Ngôi Lời tột đỉnh của Đức Chúa Trời dành cho con người (Hê 1:1–2), những sách này cung cấp một nền tảng cho việc tìm hướng đi của một người trong thế giới, cả về mặt hiểu biết lẫn hành động. Đúng, nó chỉ là một nền tảng; mỗi thế hệ phải làm mới và tinh luyện kiến trúc thượng tầng được xây dựng trên nền tảng là Tân Ước bởi những thế hệ Cơ Đốc nhân trung thành trước đó. Cũng cần phải được nhấn mạnh rằng việc tìm ra, nuôi dưỡng và truyền lại sự hiểu biết chắc chắn là một công tác đầy ám ảnh; nói rằng chân lý tồn tại và Tân Ước giúp nắm vững được chân lý đó không phải là nói rằng chân lý luôn luôn dễ lĩnh hội và áp dụng. Nhưng Kinh Thánh thật có cung cấp sự hiểu biết chắc chắn về vô số những điểm tiếp nối chính (chẳng hạn, điều gì sẽ xảy ra khi chúng ta qua đời?). Thật khiêm nhu nhưng cũng rất ấm lòng khi được nhắc nhở rằng sứ mạng Cơ Đốc là khiến cả thế giới biết về Đức Chúa Trời qua Chúa Giê-xu như được khải thị trong Tân Ước. Tân Ước trang bị cho một căn cứ hậu phương và một người bạn luôn đồng hành cho sứ mạng này.

Tiêu đểm 25: Phục hưng đem lại điều gì?

- Phục hồi lòng tin đặt nơi Lời Chúa
- Phục hồi tính xác định cho nghĩa của từ "Cơ Đốc"
- Thúc đẩy Phúc âm tấn tới một cách mau lẹ đáng kinh ngạc
- Luôn có tác động đạo đức trên cộng đồng
- Thay đổi sự hiểu biết về mục vụ Cơ Đốc
- Thay đổi sự thờ phượng chung của các hội thánh

Iain H. Murray, *Pentecost – Today? The Biblical Basis for Understanding Revival* (Edingburgh: Banner of Truth, 1998), 170–93.

Chuyện chưa kết thúc

Cuốn sách này là một cuốn khảo cứu Tân Ước, không phải một cuốn cẩm nang cho nếp sống Cơ Đốc ngày nay. Nhưng có một số vấn đề then chốt mà Tân Ước nêu lên nhưng khó mà giải quyết được. Nhiều câu hỏi phải để cho các thế hệ sau – trong đó có thế hệ của chúng ta.

Bối cảnh hóa

Đầu tiên, vấn đề trong chuyện cách Phúc âm mở rộng bên ngoài các khu vực nói tiếng La-tinh, tiếng A-ram (hoặc tiếng Hê-bơ-rơ), tiếng Hy Lạp nơi mà Phúc âm lần đầu được đem đến, đó là chuyện nó cần phải được bối cảnh hóa cho bối cảnh văn hóa mới mẻ này. Từ ban đầu, Phúc âm phải được phát biểu bằng những ngôn ngữ mới và được thể hiện bằng nhiều hình thức khác nhau mà không bóp méo sứ điệp trong quá trình bối cảnh hóa ấy. Nhiệm vụ này tiếp tục cho đến ngày nay khi Phúc âm thâm nhập vào các biên giới mới và khi các xã hội một thời là Cơ Đốc giáo phải được kêu gọi trở lại với ý nghĩa của một Phúc âm mà các xã hội ấy đã không còn hiểu được, chưa nói là tin cậy.

Hội thánh và văn hóa

Nhiệm vụ chưa hoàn tất thứ hai và có liên hệ bao gồm việc kết nối giữa Phúc âm và chính quyền, một xã hội rộng lớn hơn bên ngoài hội thánh, với các hình thức tư tưởng thống trị của mỗi kỷ nguyên tiếp nối. Hội thánh và sứ điệp của nó liên hệ như thế nào với văn hóa? Tân Ước đưa ra khuôn mẫu nhưng không đưa ra một chiến lược độc nhất nào cả. Câu trả lời cho các câu hỏi này thách thức đủ để khiến những cái đầu xuất sắc nhất và các nguồn lực của mỗi thế hệ Cơ Đốc nhân sẵn sàng nỗ lực tìm kiếm. (*Thành Đức Chúa Trời* của Augustine là một ví dụ kinh điển của thế kỷ thứ năm). Các hệ thống thần học phải được khoác chiếc áo khác, bắt kịp với (và thiết lập nhịp điệu cho!) sự tăng trưởng và thay đổi của xã hội loài người. Cũng vậy, có một nhu cầu cần sửa lại những đáp ứng thực tế trước những thách thức đặc biệt dành cho ảnh hưởng của Phúc âm mà mỗi kỷ nguyên và mỗi nơi đặt ra. Trong tất cả, Tân Ước đưa ra chỉ dẫn chuẩn mực, nhưng Cơ Đốc nhân vẫn còn phải tự suy nghĩ rất nhiều dựa trên ánh sáng mà họ có được từ cả Kinh Thánh và bên ngoài Kinh Thánh

Phúc âm và xã hội

Thứ ba, các chiều kích xã hội của Phúc Âm vẫn cần phải được thiết lập một cách đầy đủ hơn. Là Cơ Đốc nhân cần phải bao hàm quyết định và sự thay đổi cá nhân. Nó phải dẫn đến sự biến đổi trong đời sống cá nhân ở một mức độ nào đó. Nhưng mỗi cá nhân Cơ Đốc nhân không nên thỏa lòng với việc cá nhân mình tốt hơn. Thập tự giá của Đấng Christ áp dụng cho toàn thế giới (1 Giăng 2:2). Tân Ước nêu lên những vấn đề gắn với toàn xã hội, không chỉ là chuyện tôn giáo cá nhân và đời sống hội thánh. Điều nó dạy bảo đòi hỏi mối quan tâm dành cho chủ nghĩa phân biệt chủng tộc, cho môi trường, chủ nghĩa vật chất, giáo dục và cho tình cảnh khốn khổ về mặt xã hội của trẻ mồ côi và người nghèo, chứ không chỉ đơn thuần là tình trạng tấm lòng chúng ta.

Giữ đức tin tươi mới

Thứ tư, Tân Ước kêu gọi mọi người vật lộn với câu hỏi làm thế nào để thích ứng với sự thành công khi Chúa ban cho. Khi Phúc âm được rao giảng và tiếp nhận ở phạm vi rộng, nó đã được nhiều người tiếp nhận và đã tạo ra những tác động đầy ấn tượng về mặt lịch sử. Rồi, điều ban đầu chỉ là một sứ điệp giật gân giờ đây trở thành một hệ thống tôn giáo quen thuộc. Làm thế nào để sự tươi mới của một sự tín thác vô vị kỷ với giá trả đắt vào Đức Chúa Trời hằng sống có thể vẫn sống động và được truyền lại cho thế hệ kế tiếp? Đặc biệt là sau nhiều thập kỷ hay thế kỷ Phúc âm ảnh hưởng trên một xã hội, làm thế nào để tránh cục bộ hóa Đức Chúa Trời? Làm thế nào để ngọn lửa đoán phạt và giải phóng từ Chúa vẫn cứ cháy mãi, thiêu đốt bất cứ ai đến gần với ý niệm sử dụng Đức Chúa Trời cho động cơ cá nhân, dân tộc hay các động cơ thuần con người khác? Qua lịch sử, giống như Y-sơ-ra-ên ở Cựu Ước, hội thánh có khuynh hướng thiếu đi tính trung thành với lẽ thật và tình yêu sản sinh ra nó. Làm thế nào để nó nuôi dưỡng và sống thể hiện sứ điệp ảnh hưởng sâu rộng của sự cứu chuộc trong Đấng Christ thay vì dập tắt sứ điệp đó bằng một kiểu hội thánh giáo nào đó?

Cuộc đại tỉnh thức?

Điều này mang đến một vấn đề cuối cùng, vấn đề phục hưng (hay phấn hưng, một thuật ngữ phải được định nghĩa một cách cẩn thận). Tân Ước trước nhất là một cuốn sách được Đức Chúa Trời ban cho người thuộc về Ngài, vì người thuộc về Ngài. Cả Cựu và Tân Ước đều cho thấy rất rõ ràng rằng khi nói đến vấn đề trung thành biến sứ điệp Phúc âm thành của riêng mình thì người thuộc về Đức Chúa Trời thông thường lại là kẻ thù tội tệ nhất của chính họ, tồi tệ hơn nhiều so với "thế gian". Nhiều nhà quan sát thấy rằng Cơ Đốc giáo hiện tại đang ở trong tình hình khủng hoảng: đó không phải là lần đầu tiên trong lịch sử hội thánh. Chúng ta phải nắm rõ rằng không có sự đảm bảo về một kết quả hứa hẹn nào cả.[6] Mối đe dọa lớn nhất không phải là mối đe dọa của sự chống đối và bắt bớ, như ở các nước Hồi giáo, chẳng hạn như Su-đan hay các thành trì của chủ nghĩa chuyên chế - nơi lời chứng Cơ Đốc bị đàn áp một cách khốc liệt. Hội thánh luôn phát triển ở nơi sự chịu khổ góp phần thanh tẩy đời sống các Cơ Đốc nhân và lời công bố Phúc âm của họ. Chúng ta có thể đảm bảo rằng huyết của những người tuận đạo sẽ tiếp tục là hạt giống cho hội thánh trong tương lai.

Sự sống còn của Cơ Đốc giáo gặp khó khăn nhất ở những khu vực nơi niềm tin Cơ Đốc một thời từng được truyền bá rộng rãi nhưng giờ đây bị thỏa hiệp bởi chủ nghĩa vật chất và sự đeo đuổi thú vui và sự tự thỏa mãn một cách dốt nát (dù đôi khi được chấp nhận rộng rãi). Điều này mô tả tình hình ở nơi thường được gọi là Tây phương. Hội thánh không bị chống đối một cách công khai; nó chỉ trở nên yếu mòn, bị cuốn vào, và phần nhiều là bị trung lập hóa bởi, thế gian ngoại giáo xung quanh. Đôi lúc điều này bao hàm cả sự thỏa hiệp các giáo lý Cơ Đốc, cái gọi là thuyết tự do về tín lý hay chủ nghĩa cấp tiến. Nhưng các hội thánh với những niềm tin "bảo thủ" lại bị quấy rầy bởi cùng một căn bệnh – và họ lại tự cho mình là công chính, mừng quá mình không giống người khác, những người mà họ đánh giá là tội lỗi hơn họ. Vâng, trên nhiều phương diện, có nhiều điều để cảm tạ. Nhưng nhìn chung sự mục ruỗng của xã hội (như được thấy trong việc bạo lực gia tăng, tiêu chuẩn giáo dục đi xuống, tỉ lệ trẻ em sinh ra ngoài giá thú và ly dị cao, sự bình thường hóa hôn nhân đồng tính,...) phản chiếu sự đi xuống trong niềm tin và sự thuận phục đúng đắn của người Cơ Đốc ở thế giới Tây phương (tình hình ở khu vực thế giới thứ ba nơi Phúc âm dường như đang mọc lên như nấm với tác động tốt đẹp của nó có vẻ đáng khích lệ hơn). Tôn giáo và đời sống thuộc linh có thể lành mạnh ở một số khu vực thuộc Tây phương, nhưng ở hầu hết những nơi việc sẵn sàng trả giá theo Chúa đúng với sự dạy dỗ của tiền lệ Tân Ước thì không.

Tân Ước hứa mang đến hy vọng. Nếu sứ điệp về Chúa Giê-xu Christ có thể cách mạng hóa thế giới bệnh tật kinh khủng của thời xa xưa, thách thức chủ nghĩa ngoại giáo và kêu gọi những nhánh chính của một Do Thái giáo sa sút trở lại với lẽ thật của nó, thì chúng ta có thể đảm bảo rằng sự phục hưng sâu rộng của hội thánh và xã hội ngày nay là điều không có gì phải bàn cãi.[7] Nhưng Chúa Giê-xu để lại cho các môn đồ của Ngài một câu hỏi nhức nhối: "Khi Con Người đến, Ngài có thấy đức tin trên đất không?" (Lu 18:8). Nó là một điểm để suy ngẫm khi đi đến phần kết của một khảo cứu về Tân Ước và khi thiên niên kỷ thứ ba của hội thánh tiếp nối.

Tóm lược

1. Cựu Ước cung cấp nền tảng cho Tân Ước. Có một sự tiếp nối sâu sắc giữa Cựu và Tân Ước.
2. Tầm nhìn của Tân Ước luôn quân bình. Nó ủng hộ những lẽ thật đối lập nhau theo cách giữ cho chúng không phải chịu những điểm nhấn xiên lệch.
3. Tân Ước cung cấp những ví dụ cho lòng can đảm, nhiệt thành, tận hiến và cam kết với Chúa.
4. Tân Ước cung cấp cho chúng ta những gương mẫu đầy nhiệt huyết và truyền giáo cách hiệu quả.

5. Trong Tân ước, lẽ thật và sự sống, thần học và nếp sống hiệp nhất với nhau.
6. Kinh Thánh cung cấp những chỉ dẫn giúp chúng ta trong việc phân biệt chân lý với sai lầm.
7. Bản thân Tân Ước không ấn định mọi chi tiết của việc làm thế nào mà các thế hệ và nền văn hóa mới cần phải tiếp nhận và ứng dụng Phúc âm.
8. Tân Ước không phải lúc nào cũng cung cấp những chỉ dẫn đầy đủ về cách chúng ta cần đáp ứng với những vấn đề liên hệ đến mối liên hệ giữa hội thánh và văn hóa, các chi tiết về những chiều kích xã hội của Phúc âm hay các đề xuất về cách giữ cho đức tin tươi mới.
9. Hội thánh ngày nay phải tái lượng giá mình đang theo Chúa như thế nào như cách Ngài được trình bày trong Tân Ước.

Chú giải thuật ngữ

1 Clement: Thư tín được viết vào cuối thế kỷ thứ nhất đầu thế kỷ thứ hai tại La Mã để gửi cho hội thánh tại Cô-rinh, đề cập đến những tranh cãi: vấn đề người lãnh đạo.

2 Mạc-ca-bê: Lịch sử của cuộc nổi dậy Mạc-ca-bê được viết từ góc nhìn khác so với 1 Mạc-ca-bê. Trong khi 1 Mạc-ca-bê quan tâm đến việc khen ngợi Judas, Jonathan và Simon vì vai trò của họ trong việc giải phóng người Do Thái khỏi sự đô hộ của người Seleucid, thì 1 Mạc-ca-bê lại tập trung vào sự sỉ nhục đền thờ và sự thờ phượng tại đền thờ, đổ tội cho những người Do Thái bị Hy Lạp hóa.

a-ba: Từ thân mật để gọi "cha" trong tiếng A-ram, được sử dụng bởi một mình Chúa Giê-xu (Mác 14:36) và các Cơ Đốc nhân đầu tiên để chỉ Đức Chúa Trời (Rô 8:15; Ga 4:6). Nó không được tìm thấy trong các sách Do Thái cổ.

adiaphora: "Chuyện tùy tâm", nghĩa là trung lập về mặt đạo đức đặc biệt liên hệ đến lĩnh vực tôn giáo. Cách một cá nhân chọn để xem đây là "chuyện tùy tâm" là chuyện lương tâm quyết định, bởi vì chúng không bị cấm cũng không được Kinh Thánh bắt phải làm theo.

Am ha-Aretz: Từ Hê-bơ-rơ nghĩa là "dân của xứ", nói về đám đông người bình dân, ít học, những người bị những tầng lớp cao của xã hội kinh thường. Có thể Giăng 7:49 nói đến họ. Từ tương đương trong tiếng Hy lạp là *hoi polloi*.

âm phủ: Nơi của người chết, đồng nghĩa với từ Sheol trong Cựu Ước (Công 2:27, 31). Bản Bảy Mươi dịch chữ "Sheol" là "Âm phủ". Trong một số trường hợp, nó gần nghĩa với từ "hỏa ngục" (Mat 16:18; Lu 16:3).

A-men: Một từ Hy Lạp (và Hê-bơ-rơ) có nghĩa là "đúng" hay "quả thật" đặt ở cuối lời cầu nguyện. Chúa Giê-xu bắt đầu những câu nói của mình với đặc trưng là *"A-men* Ta nói cùng các ngươi..." để nhấn mạnh thẩm quyền tuyệt đối của Ngài. Bất kể Ngài phán điều gì thì cũng đều đúng cả.

antichrist: Kẻ thù tối thượng của Đấng Christ, kẻ xuất hiện trước lần đến thứ hai của Đấng Christ, để rồi bị đánh bại. Trước khi Ngài hiện ra, tín hữu sẽ phải chiến đấu với nhiều "antichrist" trong thế gian (1 Giăng 4:1–3; 2 Giăng 7).

A-ram: Ngôn ngữ Xê-mít có họ hàng với tiếng Hê-bơ-rơ thường được nói ở Pa-léttin trong thời Chúa Giê-xu và được Ngài sử dụng trong trò chuyện hàng ngày. Nó bắt nguồn từ tiếng Sy-ri cổ (tiếng A-ram của Kinh Thánh). Một phần của Cựu Ước được viết bằng tiếng A-ram.

asiarch: Viên chức hành chính La Mã được liên đoàn thành phố chọn thường niên tại tỉnh A-si-a. Asiarch nằm trong số những công dân quý tộc nhất và giàu có nhất. Một trong những nhiệm vụ của họ là giám sát các hoạt động thờ cúng của các anh hùng địa phương thay mặt La Mã và hoàng đế. Công Vụ 19:31 mô tả một số asiarch là bạn bè của Phao-lô.

Ba Ngôi: Giáo lý rằng Đức Chúa Trời vừa là một vừa là ba – là Đức Chúa Trời có một và duy nhất tồn tại đời đời trong tư cách Cha, Con và Thánh Linh. Sự khải thị về huyền nhiệm này được lần mở qua Cựu Ước và được thấy rõ nhất qua Chúa Giê-xu Christ, Con Đức Chúa Trời (Mat 3; 16 , 17; 28:19; 1 Côr 12:4–6; 2 Côr 13:14; 1 Phi 1; 2). Cha là Đức Chúa Trời (1 Côr 8:6), Con là Đức Chúa Trời (Giăng 1:18) và Thánh Linh là Đức Chúa Trời (Êph 4:4–5). Ba Ngôi là trọng tâm của niềm tin Cơ Đốc và hầu như mọi giáo lý chính yếu khác đều lệ thuộc một cách lô-gic vào nó.

bài tán tụng: Xem tán tụng.

Bản Bảy Mươi: Bản dịch Thánh Kinh Cựu Ước từ tiếng Hê-bơ-rơ sang tiếng Hy Lạp. Nó xuất hiện vào khoảng giữa năm 250 T.C và năm 50 S.C. Nó được sử dụng bởi người Do Thái tản lạc, những người mà tiếng Hê-bơ-rơ không còn là tiếng mẹ đẻ nữa. Nó được gọi là bản bảy mươi (LXX) bởi vì theo truyền thống, bảy mươi (hay bảy mươi hai) học giả đã dịch nó trong bảy mươi hai ngày. Cũng xem Ngoại Kinh; tản lạc; Jamnia.

báp-têm: Nghi lễ Cơ Đốc qua đó một người được công khai nhận vào hội thánh bằng cách áp dụng việc dầm mình trong nước (Công Vụ 2:38). Một hình thức báp-têm được Giăng Báp-tít thực hiện và những người Do Thái trước thời của Chúa Giê-xu đã thông qua.

bena: Ghế xét xử hay tòa án của một viên chức La Mã. Thuật ngữ này chỉ một bục được đặt trên cao ở đó người ta đưa ra những bài diễn văn chính trị hay những quyết định hành pháp.

bộ luật Môi-se: Những luật được Đức Chúa Trời ban ra cho Môi-se tại núi Si-nai.

bối cảnh hóa: Việc trình bày Phúc âm bằng những ngôn ngữ và bối cảnh văn hóa khác nhau mà không bóp méo sứ điệp của nó.

bội đạo: Sự chối bỏ hoàn toàn niềm tin tôn giáo trước đây của một người.

bữa ăn cuối cùng: Xin xem Tiệc Thánh

buôn thần bán thánh: Việc buôn bán chức vụ hoặc đặc quyền trong hội thánh. Thuật ngữ này xuất phát từ Công Vụ 8:9, ở đó Si-môn hứa sẽ cho Phi-e-rơ và Giăng tiền nếu họ chia sẻ năng lực chức sứ đồ của họ với ông ta.

các Cuộn Biển Chết: Một nhóm các tài liệu Do Thái giáo được viết từ năm 250 T.C đến 68 S.C và được tìm thấy ở các hang động gần Biển Chết vào cuối thập niên 1940. Các mảnh từ hơn tám trăm tập đã được trưng bày, từ các bản văn Cự Ước và có lẽ cả Tân Ước đến những lời chúc phước, bài thánh ca và lời cầu nguyện gần đây. Xin xem Qumran.

các phước lành: Chín phước lành được Chúa Giê-xu công bố trên những người sống trong vương quốc Đức Chúa Trời và là hiện thân cho các nguyên tắc mà Ngài đòi hỏi. Chúng mở đầu Bài giảng Trên núi (Mat 5:3).

các sách Phúc Âm cộng quan: Thuật ngữ áp dụng cho Ma-thi-ơ, Mác và Lu-ca bởi vì chúng chứa đựng tư liệu tương đồng và nhìn cuộc đời Chúa Giê-xu từ góc nhìn gần như là giống nhau, nhấn mạnh vào chức vụ tại Ga-li-lê của Chúa Giê-xu. Phúc âm Giăng chủ yếu liên hệ đến chức vụ tại Giê-ru-sa-lem của Chúa Giê-xu.

Các sách tiên tri: Phần thứ hai của Kinh Thánh Hê-bơ-rơ. Nó chứa đựng những tác phẩm dài như Ê-sai cùng với những tác phẩm rất ngắn như Giô-ên và Áp-đia.

các sách văn thơ: Phần thứ ba trong Kinh Thánh Hê-bơ-rơ. Nó chứa đựng một số sách lịch sử, Thi Thiên, Châm Ngôn và các sách thi ca khác.

các thư tín chung: Xem Thư tín tổng quát

châm ngôn: Những câu nói ngắn gọn và súc tích thể hiện một ý tưởng hay một lẽ thật nổi tiếng. Trong Kinh Thánh, các châm ngôn thường liên hệ đến lẽ thật thần học cho tới nếp sống thực tế, nhưng các ý tưởng giáo lý trừu tượng đôi khi cũng có thể được tìm thấy.

chấp sự: Được phiên âm từ một từ trong tiếng Hy Lạp có nghĩa là "đầy tớ" hay "nô lệ". Ở hội thánh đầu tiên, chấp sự là một người tận hiến để phục vụ. Các phẩm chất của một chấp sự được liệt kê trong 1 Ti-mô-thê 3:8.

Christ học/Cứu Thế học: Ngành học về thân vị và công tác của Chúa Giê-xu Christ, bao hàm mọi khía cạnh trong bản chất thần tính và nhân tính của Ngài, bao gồm trước, trong và sau sự nhập thế, qua đời và sống lại của Ngài.

Christ: Xem Mê-si-a.

chủ nghĩa cấu trúc: Một cách tiếp cận với thánh kinh học cho rằng bên dưới tất cả mọi cách thể hiện và mọi câu chuyện kể là một cấu trúc trong đầu một người, một cấu trúc "sâu xa" quyết định hướng đi của tư tưởng hay cách thể hiện ấy. Hiểu được cấu trúc sâu xa ấy sẽ cho phép độc giả hiểu được ý nghĩa "thật sự" của một câu chuyện kể.

chủ nghĩa chống đạo lý: Quan điểm cho rằng người tin nơi Chúa được giải phóng khỏi mọi nghĩa vụ đạo đức. Phao-lô (1 Côr 5:1–5) và Giăng (1 Giăng 3:7–10) đều phải chiến đấu với sự ngụy biện này.

chủ nghĩa hiện sinh: Thuật ngữ chỉ một sự đa dạng về triết lý và thái độ đối với cuộc sống xuất hiện ở Đức từ thời Thế Chiến I và ở Pháp trong suốt và ngay sau Thế Chiến II. Ảnh hưởng của nó cũng được cảm nhận ở Anh Quốc, Bắc Mỹ và văn hóa Tây phương nói chung. Nó đa phần liên hệ đến các triết gia chính như Karl Jaspers và Martin Heidegger, nhưng một vài trong số những người khởi xướng hàng đầu cho nó là tác giả (chẳng hạn như Albert Camus, Jean-Paul Sartre). Mối quan tâm của chủ nghĩa hiện sinh trước hết là với các vấn đề về đời sống con người trong thế giới hiện đại.

chủ nghĩa hoài nghi: Một quan điểm triết học cổ điển cho rằng mọi kinh nghiệm đều dành riêng cho cá nhân và vì thế không một chân lý nào tồn tại cho tất cả mọi người.

chủ nghĩa khắc kỷ: Một triết học Hy Lạp về chủ nghĩa vật chất phiếm thần phổ biến trong thời của Phao-lô. Nó xem "Chúa" là một nguyên tắc tư duy nội tại theo các nguyên tắc lý trí. Mục tiêu của cuộc sống là tìm hạnh phúc bằng cách làm chủ chính mình, những ham muốn và cảm xúc của mình và sống độc lập khỏi hoàn cảnh. Phao-lô gặp những triết gia khắc kỷ tại A-then (Công 17:18).

chủ nghĩa phê bình xã hội học: Phương pháp giải nghĩa sử dụng các lý thuyết và sự hiểu biết khoa học xã hội hiện đại để xem xét bối cảnh lịch sử trong đó bản văn Kinh Thánh được viết ra.

chủ nghĩa Tân Kant: Một phong trào triết học cuối thế kỷ thứ mười chín. Nó được xây dựng trên nhận thức luận của Immanuel Kant và là một đáp ứng chống lại chủ nghĩa Ăng-ghen và chủ nghĩa vật chất.

Chúa Giê-xu Christ làm trọn những lời tiên tri này, mang vương quốc của Đức Chúa Trời đến (Mat 16:13; Công 17:3). "Christ" bắt nguồn từ từ Hy Lạp để chỉ Đấng Mê-si-a và nhanh chóng trở thành tên riêng cho Chúa Giê-xu (xin xem chẳng hạn như Ga 3:14, 16, 22, 24, 26).

chuộc tội: Đưa ra những cách cải tạo cho tội lỗi. "Ngày lễ chuộc tội" của người Y-sơ-ra-ên có các con sinh bằng huyết nhằm phục hồi mối giao thông giữa Chúa và dân tộc tội lỗi này. Cái chết của Chúa Giê-xu làm trọn nghi lễ ấy bằng cách chuộc tội thông qua thập tự giá (Ga 3:13).

co-ban: Thuật ngữ được dùng để tuyên bố một điều gì đó đã được dâng cho Đức Chúa Trời (Lê 1:2; Dân 7:13). Trong Mác 7:11, Chúa Giê-xu khiển trách người Do Thái vì thói quen tuyên bố điều gì đó là co-ban rồi, vì thế không sẵn sàng chu cấp cho ba mẹ đã về già của mình.

Con Đức Chúa Trời: Trong Tân Ước, một danh xưng được Chúa Giê-xu sử dụng (Giăng 1:49; cũng xem Thi 2:7) nhưng cũng được sử dụng theo một nghĩa sâu sắc hơn nói về mối liên hệ độc nhất giữa Chúa Giê-xu với Đức Chúa Cha (Mat 11:25–27; Giăng 1:14–18; 1 Côr 1:9). Tín hữu cũng được gọi là con trai (con) của Đức Chúa Trời, nhờ được nhận vào gia đình Đức Chúa Trời thông qua đức tin đặt nơi Chúa Giê-xu Christ (Giăng 1:12; Gal 4:4–7).

Con Người: Cách xưng hô yêu thích của Chúa Giê-xu, là hình tượng của Đa-ni-ên 7:13–14. Trong thời của Chúa Giê-xu, thuật ngữ này không phải là một danh xưng quen thuộc dành cho Đấng Mê-si-a; vì thế, Ngài có thể điền vào đó sự hiểu biết riêng của mình về vai trò của Đấng Mê-si-a; mà Ngài định nghĩa là mang vương quốc Đức Chúa Trời đến, chết, sống lại và trở lại trong vinh quang vào kỳ tận chung (Mat 16:13–28; 26:62–64; Mác 10:32–34; 13:24–27).

công bình: Phẩm chất của Đức Chúa Trời (kéo theo là của cả con người - bao gồm sự ngay thật về đạo đức, những hành động công chính hoàn toàn và các mối quan hệ đúng đắn. Đức Chúa Trời toàn hảo hoàn toàn về đạo đức trong tất cả bản chất và hành động của Ngài cũng như trong tất cả những gì Ngài thiết lập giữa chính Ngài và trật tự tạo dựng. Con người công chính thông qua đức tin nơi Chúa Giê-xu Christ và năng quyền làm mới lại của Đức Thánh Linh.

cứu thục học: Thuật ngữ thần học có nghĩa là "dạy về sự cứu rỗi". Trong thần học Cơ Đốc giáo, nó liên hệ đến tính chất tội lỗi của con người, những phẩm chất về Đức Chúa Trời xác định con người tội lỗi liên hệ như thế nào với Ngài, sự chết chuộc tội của Đấng Christ, đức tin, sự tha thứ, sự xưng công bình và sự thánh hóa.

dân ngoại: Trong suy nghĩ của người Do Thái, một người không phải là người Do Thái về mặt chủng tộc và những người về mặt thần học không ở trong mối quan hệ giao ước với Đức Chúa Trời. Thông thường trong thời Chúa Giê-xu, người ngoại bị người Do Thái xem là "ô uế".

đế quốc Seleucid: Triều đại được thiết lập bởi tướng Seleucus của Alexannder Đại Đế sau khi Alexander qua đời vào năm 323 T.C. Nó cai trị trên Sy-ri vào khoảng năm 312 T.C cho tới thời kỳ La Mã. Thủ phủ của người Seleucid là An-ti-ốt. Họ cai trị trên Pa-lét-tin vào thế kỷ thứ hai T.C cho đến khi họ bị gia đình Mạc-ca-bê đuổi ra sau khi Antiochus IV bị đánh bại.

dị giáo: Sự dạy dỗ sai lạc, một tôn giáo không tuân theo các tiêu chuẩn chính thức của cộng đồng tôn giáo đó. Cơ Đốc giáo bị gọi là dị giáo ("bè phái", Công Vụ 24:14) bởi một số lãnh đạo Do Thái. Phao-lô cảnh báo Ti-mô-thê (1 Tim 1:3–7) và Tít (Tít 3:10) về sự dạy dỗ sai lạc của những người theo tà giáo.

diadochi: Những người kế vị về mặt quân sự của Alexander Đại Đế, những người đánh nhau khi họ cắt nhỏ vương quốc của ông ra sau khi ông băng hà. Antogonus Cyclops chiếm Tiểu Á; Ptolemy chiếm Ai Cập và Bắc Phi; Seleucus Nicator chiếm lãnh thổ trải rộng từ Đông Mê-sô-bô-ta-mi đến Ấn Độ; những người khác thì chiếm những phần nhỏ hơn.

Do Thái giáo thời kỳ đền thờ thứ hai: Thuật ngữ này được sử dụng để mô tả xã hội và văn hóa của Do Thái sau khi họ từ chốn lưu đày ở Ba-by-lôn trở về xây dựng đền thờ thứ hai. Thời kỳ này kết thúc với biến cố đền thờ bị phá hủy vào năm 70 S.C.

Do Thái giáo: Thuật ngữ chung chỉ hệ thống tôn giáo mà người Do Thái nắm giữ: tín lý và thói quen thần học, đạo đức và xã hội của họ dựa trên những sách có thẩm quyền của họ, là những sách hiện được kể là Cựu Ước và trên hết là Talmud. Do Thái giáo bắt đầu suốt thời kỳ lưu đày Ba-by-lôn/Ba Tư (586–539 T.C). Có rất nhiều hình thức khác nhau của Do Thái giáo suốt thời kỳ Tân Ước. Xin xem Jamnia.

độc thần: Niềm tin cho rằng chỉ có một Đức Chúa Trời.

đức tin: Cách dịch tiếng Anh của từ *pistis* trong tiếng Hy Lạp. Trong Kinh Thánh, nó thường nói đến lòng tin cậy cá nhân đặt nơi Đức Chúa Trời dựa trên sự tự mặc khải của Ngài. Khi có một mạo từ xác định đứng trước, nó cũng có thể nói đến cốt lõi của điều chúng ta tin (xin xem, chẳng hạn như Giu-đe 3).

Formgeschichte: Xin xem phê bình hình thức.

Gemera: Phần chính thứ hai trong Talmud Do Thái, chủ yếu bao gồm phần giải kinh Mishnah rất bao quát. Xin xem Mishnah; Talmud.

Ghết-sê-ma-nê: Một rừng cây và khu vườn trên núi Ô-liu ở phía Đông của Giê-ru-sa-lem nơi Chúa Giê-xu thường dẫn các môn đồ của Ngài tới. Vào đêm trước khi Chúa Giê-xu bị đóng đinh, Ngài đã cầu nguyện ở đó trong đau đớn rồi Ngài bị bắt (Lu 22:39–53; Giăng 18:1–11).

giả thuyết Mác: Giả thuyết cho rằng Mác là sách phúc âm thành văn đầu tiên và là nguồn nguyên thủy cho cả Ma-thi-ơ và Lu-ca.

giải bí (hóa giải sự huyền bí): Sự tái giải nghĩa các hình ảnh của Kinh Thánh để cung cấp sự tự hiểu biết chấp nhận được đối với cái đầu khoa học hiện đại. Thuật ngữ chuyên môn này, được tạo ra bởi Hans Jonas, xuất hiện trong giải kinh học Kinh Thánh của Rudolf Butlmann. Bultmann thừa nhận rằng con người đương đại, là những người tự nhận mình theo thế giới quan khoa học, không thể nào chấp nhận thế giới quan hoang đường của Kinh Thánh (với Bultmann, hoang đường là sử dụng ngôn ngữ, biểu tượng và hình ảnh của đời này để giải nghĩa kiếp sau). Bultmann quan tâm đến việc tái giải nghĩa ngôn ngữ hoang đường của Kinh Thánh theo các thể loại nhân chủng học (hướng về con người) hoặc hiện sinh (cá nhân).

giải kinh: Thuật ngữ bắt nguồn từ từ có nghĩa là "giải nghĩa" hay "hiểu" trong tiếng Hy Lạp. Nó chỉ bộ môn khoa học hoặc nghệ thuật giải nghĩa một bản văn. Nó bao gồm giải kinh nguyên nghĩa và mối quan tâm cả về việc bản văn ban đầu có nghĩa gì lẫn việc ngày nay nó có ý nghĩa như thế nào. Cũng xem *giải kinh nguyên nghĩa*.

giải kinh: Tiến trình rút ra từ bản văn ý nghĩa nguyên thủy và ý định của tác giả, bằng cách xem xét tất cả các dữ kiện liên quan tới nó, như ngôn ngữ, bối cảnh viết, văn phong, mục đích, vân vân. Sau khi đã quyết định được ý nghĩa nguyên thủy, người ta có thể tiếp tục rút ra liên hệ hay cách áp dụng cho thời hiện tại.

giải nghĩa Kinh Thánh theo hướng thần học: Được J. Todd định nghĩa là "một thói quen nhiều mặt của một cộng đồng đức tin trong việc đọc Kinh Thánh như một công cụ khải thị của Đức Chúa Trời và mối thông công cứu chuộc. Nó không phải là một phương pháp duy nhất hay riêng biệt; đúng hơn, nó là một phổ những cách thực hành mà chúng ta sử dụng để hướng đến mục tiêu nhờ Kinh Thánh chúng ta biết Chúa thông qua Đấng Christ" (*The Word of God for the People of God* [Grand Rapids: Eerdmans, 2010], xii).

giám mục: Người lãnh đạo trong hội thánh đầu tiên, đôi lúc được gọi là "trưởng lão". Những tiêu chuẩn cho vị trí này được liệt kê trong 1 Ti-mô-thê 3:1–10 và Tít 1:5–9.

giáo hội nghị Giê-ru-sa-lem: Gặp gỡ các đại biểu từ hội thánh tại An-ti-ốt (Phao-lô, Ba-na-ba và những người khác) với đại biểu từ hội thánh tại Giê-ru-sa-lem (Công Vụ 15:1–35). Hội nghị này họp lại để giải quyết chuyện liệu những tân tín hữu người ngoại có được cứu nếu không thực hiện cách nghi lễ theo luật Môi-se, như cắt bì, không. Có lẽ giáo hội nghị này diễn ra giữa hành trình truyền giáo thứ nhất và thứ hai của Phao-lô.

giáo huấn: Một cẩm nang vô danh của Cơ Đốc giáo nói đến giáo lý, đạo đức và tập quán của hội thánh. Nó được định niên đại khác nhau từ 85S.C đến 135 S.C.

giao ước: Một thỏa thuận được Đức Chúa Trời thiết lập với người thuộc về Ngài, ràng buộc hai bên lại với nhau. Một số giao ước được đề cập đến trong Cựu và Tân Ước. Chúa Giê-xu thiếp lập Giao Ước Mới dựa trên lời hứa của Đức Chúa Trời (Sáng 12:1–3; Giê 31:31–34) và ấn chứng bằng huyết hy sinh của Ngài (Mác 14:22–25; 1 Côr 11:23–26).

giấy cói: Một loại giấy được làm từ cây sậy và được sử dụng trong thời cổ xưa. Các thủ bản Tân Ước sớm nhất đều được viết trên giấy cói.

Gô-gô-tha: Từ trong tiếng A-ram có nghĩa là "Cái sọ", chỉ một nơi bên ngoài Giê-ru-sa-lem nơi Chúa Giê-xu bị hành hình (Giăng 19:17). Thuật ngữ "Calvary" cũng chỉ nơi này nhưng xuất phát từ tiếng La-tinh có nghĩa là cái sọ, *calvaria*.

hạc-ma-ghê-đôn: Từ tiếng Hê-bơ-rơ có nghĩa là núi Mê-ghi-đô, được sử dụng trong Khải Huyền 16:16 để nói về nơi mà trận chiến lớn cuối cùng của thời đại sẽ diễn ra. Về mặt lịch sử, đồng bằng rộng lớn trước Mê-ghi-đô là nơi của những trận chiến mang tính quyết định (Ví dụ, Quan 4–6; 2 Vua 23:39).

Hasmonea: Tên của một gia đình những người Do Thái (gia đình Mạc-ca-bê) và hậu tự của họ, những người xúi giục một cuộc nổi dậy chống lại người Sy-ri vào năm 167 T.C (1 Mac 14:25–45; Josephus, *Ant.* 20.8.11). Cũng xem Mạc-ca-bê.

hiện tượng học: Một phong trào triết học nghiên cứu ý thức của con người và sự phản đối ý thức đó.

hộ trợ: Sự đồng công bố sung cho nhau của Đức Chúa Trời và các trước giả trong việc viết Kinh Thánh.

hóa hình: Sự biến hóa hình ảnh của Chúa Giê-xu trên một ngọn núi cao tại Pa-lét-tin (có lẽ là núi Hẹt-môn) trong khi ấy thần tính của Ngài được Phi-e-rơ, Gia-cơ và Giăng thoáng trông thấy. Môi-se và Ê-li cũng ở đó, trò chuyện với Chúa Giê-xu. Đức Chúa Cha khép lại quang cảnh khải thị ấy bằng lời: "Đây là Con yêu dấu của Ta, đẹp lòng Ta hoàn toàn; hãy nghe lời Con ấy!" (Mat 17:1–13).

học thuyết giải cấu: quan điểm hậu hiện đại luôn cho rằng bất cứ nỗ lực nào để đi theo cách tiếp cận những dữ kiện về kinh nghiệm một cách khách quan đều dẫn đến kết luận ngược đời rằng kết luận như thế là không thể. Ngôn từ không nói đến các khách thể như là vật được nói đến; đúng hơn ngôn từ chỉ chỉ về các từ khác hay sự khác biệt giữa các từ mà thôi. Trong thần học, mục tiêu là để "tái dựng" lại những khách thể của tư tưởng và các phương pháp kỷ luật truyền thống.

hội thánh: Dịch từ từ Hy Lạp *ekklesia* (hội chúng), nói về hội những người tin vào Đấng Christ, bất kể đó là toàn bộ (hội thánh phổ thông toàn cầu) hay cụ thể (ví dụ như hội thánh tại Ê-phê-sô, Khải Huyền 2:1 hay hội thánh tại Cô-rinh-tô, 1 Côr 1:2). Phao-lô gọi hội thánh là "Thân thể của Đấng Christ", những người được liên hiệp hữu cơ với Ngài (1 Côr 12:27–28; Êph 5:29–31).

hội thảo về Chúa Giê-xu: Nhóm các học giả tự do thần học đương thời đã nghiên cứu suốt nhiều năm để trả lời cho câu hỏi: Chúa Giê-xu thật sự đã nói gì? Chúa Giê-xu thật sự đã làm gì?

huyền bí/huyền nhiệm: Thuật ngữ được sử dụng để mô tả một số niềm tin phi Cơ Đốc giáo mà các nghi lễ và giáo lý của nó huyền bí. Từ này được Chúa Giê-xu và Phao-lô sử dụng để nói về những lẽ thật thuộc linh không còn huyền bí nữa mà đã được khải thị. Chúa Giê-xu nói đến huyền nhiệm về vương quốc được tỏ ra cho các môn đồ (Mat 13:11; Mác 4:11; Lu-ca 8:10) và Phao-lô giải thích huyền nhiệm về Chúa Giê-xu (Êph 3:3, 4), về Phúc âm (Êph 6:19, về ý muốn của Đức Chúa Trời (Êph 1:9) và về sự tin kính (1 Tim 3:16). Về mặt cốt lõi, chính ý muốn cứu chuộc của Đức Chúa Trời giờ đây được tỏ ra cho thế gian thông qua Phúc âm.

huyền khải: Thuật ngữ mô tả cả phong trào thần học và các ấn phẩm của phong trào đó. Nó mặc nhiên công nhận tội ác trong thế giới ngày càng tăng, hồi chung cuộc đã gần và sự can thiệp mang tính quyết định của Đức Chúa Trời nhằm khởi màn một thời đại sẽ đến. Cả văn chương huyền khải Cơ Đốc giáo và Do Thái giáo đều tồn tại, và các mô-típ đặc trưng của nó có thể được tìm thấy trong Tân Ước (Mat 24–25; Khải Huyền).

Hy Lạp hóa, ảnh hưởng của Hy Lạp: Tiến trình bắt đầu sau cuộc chinh phạt của Alexander Đại đế (thế kỷ thứ 4 T.C) qua đó những dân tộc không nói tiếng Hy Lạp được, đôi khi là bị bằng vũ lực, đồng hóa trong việc sử dụng tiếng Hy Lạp. Tiến trình này lan tỏa rộng khắp đến nỗi giai đoạn này được gọi là "Kỷ nguyên Hy Lạp hóa (giống-Hy-Lạp)". Tân Ước được viết bằng tiếng Hy Lạp này.

Jamnia: Thị trấn ở phía Tây cách Giê-ru-sa-lem 40 km trở thành địa điểm học về Do Thái truyền thống khoảng năm 90 S.C, khi người La Mã cho phép một viện nghiên cứu tôn giáo phát triển ở đây. Dưới sự lãnh đạo của Johanan ben Zakkai, nền tảng cho điều sau này trở thành Do Thái giáo hiện đại đã được phát triển.

kerygma: Từ Hy Lạp có nghĩa là "công bố" được sử dụng trong thần học Tân Ước để chỉ sứ điệp của hội thánh đầu tiên liên quan đến cuộc đời, sự chết và sự sống lại của Chúa Giê-xu Christ như được giảng cho những người chưa tiếp nhận Đấng Christ.

khải thị: Làm cho được biết đến, bóc trần, để lộ ra. Nói chung, chúng ta biết Chúa chỉ bởi vì Ngài chọn để tỏ chính mình ra, nghĩa là Ngài khải thị chính Ngài. Đôi khi Đức Chúa Trời khải thị những điều đặc biệt mà Ngài muốn chúng ta biết (Gal 1:12; 2:2; Êph 3:3). Bởi vì Kinh Thánh là Lời Chúa trong tính trọn vẹn của nó, nên nó là sự khải thị của Đức Chúa Trời, như Chúa Giê-xu Christ, Đấng trên hết tỏ Đức Chúa Trời ra. "Khải Thị/Huyền" cũng là tên gọi của sách cuối cùng trong Tân Ước, bởi vì Giăng bắt đầu sách với câu "sự khải thị/huyền từ Chúa Giê-xu Christ, mà Đức Chúa Trời đã ban cho Ngài" (Khải 1:1).

khuyển nho: Xem Thuyết khuyển nho

kinh điển Eusebius: Mười bảng được nhà sử học hội thánh thời kỳ đầu là Eusebius (265–340 S.C) rút ra. Thường được in phía trước các Kinh Thánh Tân Ước tiếng Hy lạp hiện đại, chúng cho thấy mỗi đơn vị nhỏ hơn của bốn sách Phúc âm liên hệ đến các phúc âm khác như thế nào nếu chúng có mối liên hệ.

kinh điển: Thuật ngữ này có nghĩa là tiêu chuẩn hay nền tảng để đoán định. Trong thần học, nó nói về Kinh Thánh mà hội thánh công nhận là có thẩm quyền cho đời sống và suy nghĩ của hội thánh. Xin xem Kinh Thánh.

Kinh Thánh: Xem Kinh Thánh

Kinh Thánh: Thuật ngữ xuất phát từ *biblion* (sách) trong tiếng Hy lạp, chỉ về sáu mươi sáu sách (ba chín Cựu Ước, hai bảy Tân Ước) cấu thành Kinh Thánh của Cơ Đốc giáo trong tư cách nguyên tắc tối thượng cho đức tin và đời sống của hội thánh. Người Công giáo La Mã thêm mười bốn sách ngoại kinh vào Cựu Ước. Xin xem Ngoại kinh; kinh điển.

lai thế học: Phân ngành thần học nói về những sự cuối cùng (*eschaton* trong tiếng Hy Lạp là cuối cùng), hồi kết của cả sự sống con người và thế giới, bao gồm sự chết, đời sau, kỳ sau rốt, sự đến lần hai, sự phục sinh của kẻ chết, sự phán xét cuối cùng và trạng thái đời đời.

Lễ Các Tuần: Xem Lễ Ngũ Tuần.

Lễ Cung Hiến: Kỳ lễ tám ngày của Do Thái giáo, bắt đầu vào ngày 25 tháng Kít-lơ (tháng Mười Một/Mười Hai), tưởng nhớ việc tái cung hiến đền thờ của Giu-đa Mạc-ca-bê vào năm 164 T.C và việc tái thắp sáng các ngọn nến trong đền thờ (1 Mac 4:52–59). Nó cũng nói đến Lễ hội Ánh Sáng và ngày nay được biết đến là Hannukkah. Chúa Giê-xu đã tham dự kỳ lễ này (Giăng 10:22–39).

Lễ Lều Tạm: Một trong ba kỳ lễ hội chính của niên lịch Do Thái giáo (Lê 23:33–43). Nó kỷ niệm sự kết thúc năm nông nghiệp, trong thời Tân Ước thì nó kéo dài tám ngày, bắt đầu từ ngày 15 tháng Tishri (tháng Chín/Mười). Trong suốt kỳ lễ này, mọi người sẽ sống trong các lều tạm (lều) nhỏ, gợi nhớ thời kỳ sống trong sa mạc. Chúa Giê-xu tham dự ít nhất một kỳ lễ Lều Tạm (Giăng 7:1–39)

Lễ Ngũ Tuần: Kỳ lễ Hoa Quả Đầu Mùa của Do Thái (Dân 28:26), cũng được biết đến là Lễ Các Tuần (Xuất 34:22; Phục 16:10). Nó được tổ chức vào ngày mười lăm sau lễ Vượt Qua – tính bày lần bảy tuần, rồi đến ngày tiếp theo. Chính lễ Ngũ Tuần là lúc mà Đức Thánh Linh tuôn đổ trên các tín hữu ban đầu tại Giê-ru-sa-lem, bắt đầu một công tác mới mẻ của Đức Chúa Trời trong Hội thánh (Công 1:8; 2:1–41).

lễ Vượt Qua: Một kỳ lễ hội hàng năm của Do Thái được tổ chức vào ngày 14 tháng Ni-san (Tháng Ba/Tư của lịch Do Thái) bắt đầu kỳ lễ Bánh Không Men bảy ngày. Bữa ăn lễ Vượt Qua ban đầu bao gồm thịt chiên con quay, bánh không men và rau đắng (Xuất 12:14–30; 13:3–10) và kỷ niệm đêm trước cuộc xuất hành khỏi Ai Cập, khi thiên sứ hủy diệt "vượt qua" các con cái Y-sơ-ra-ên vì huyết của con chiên sinh tế được bôi trên các mày cửa (Xuất 12:12, 13). Chúa Giê-xu ăn mừng lễ Vượt Qua cuối cùng với các môn đồ Ngài. Phao-lô gọi Chúa Giê-xu là "Chiên Con lễ Vượt Qua của chúng ta", Đấng đã hy sinh vì chúng ta (1 Côr 5:7–8).

Logos: Xem Ngôi Lời.

luật pháp: Thuật ngữ này có một số nghĩa trong Tân Ước. Nó có thể chỉ về sự dạy dỗ về đạo đức và pháp lý của Cựu Ước (Giăng 7:19) hay chỉ về năm sách đầu tiên của Cựu Ước; Ngũ Kinh (Mat 7:12). Nó có thể chỉ một nguyên tắc hay tiêu chuẩn chung vận hành trong con người (Rô 7:23, 25; Gia-cơ 2:12) hay các nguyên tắc Do Thái nói chung (Công 25:8).

Mạc-ca-bê: Tên gọi có nghĩa là "Cái Búa", được dùng để gọi Judas, con của Mattathias, người lãnh đạo các anh em mình và những người khác trong cuộc chiến thành công chống lại những kẻ áp bức người Sy-ri vào khoảng năm 167 T.C. Gia đình của họ, được gọi là triều đại Hasmonea, cai trị trên Giu-đa cho đến khi La Mã chiếm đóng Pa-lét-tin vào năm 63 T.C. Xin xem Hasmonea.

Mê-si-a: Từ Hê-bơ-rơ có nghĩa là "Đấng Chịu Xức Dầu". Trong Cựu Ước, nó nói về một người đặc biệt được Đức Chúa Trời chỉ định để thực hiện một nhiệm vụ cụ thể. Các tiên tri công bố việc Đấng Mê-si-a đến, Đấng ấy sẽ phục hồi vương quốc Y-sơ-ra-ên (Thi 110; Đa 9:25–26).

Mezurah: Thanh dọc của cổng thành, của đền thánh hay của nhà riêng. Trong Do Thái giáo, thuật ngữ này chỉ về cái hộp gắn trên khung cửa để người ta bỏ các câu Kinh Thánh vào.

Midrash: Sách giải nghĩa Kinh Thánh Cựu Ước bằng tiếng Hê-bơ-rơ của các ra-bi. Quyển giải kinh như thế bắt đầu từ năm 50 T.C. Midrash thuộc hai thể loại: Halakic, giải quyết những vấn đề pháp lý và haggalic, những bài giảng đạo đức dựa trên bản văn.

minuscule: Thuật ngữ được các nhà phê bình bản văn sử dụng để định nghĩa một nhóm nhiều thủ bản Kinh Thánh tiếng Hy Lạp có niên đại từ thế kỷ thứ chín đến thế kỷ thứ mười S.C. Chúng được viết theo hàng dọc với mẫu tự chữ nhỏ. Thuật ngữ "minuscule" (La-tinh là *minusculus*) có nghĩa là "nhỏ". Cũng xem phương pháp phê bình bản văn; chữ ông-xi-ăng.

Mishnah: Một bộ sưu tập những sự dạy dỗ về luật pháp của người Do Thái có niên đại từ thế kỷ thứ hai T.C đến thế kỷ thứ hai S.C, khi chúng được hệ thống hóa bởi ra-bi Judah ha-Nasi (Ông Tổ). Giọng điệu của chúng là giọng điệu của phái Pha-ri-si, được viết ra để rút ra nghĩa đầy đủ của luật pháp (Tô-ra). Cùng với bộ Gemara (giải nghĩa của Mishnah), nó tạo thành Talmud. Cũng xem Gemara; Talmud; Tosefta.

môn đồ: Bắt nguồn từ từ *discipulus* (Hy Lạp là *mathetes*) có nghĩa là "người học", "học trò", một thuật ngữ được dùng hơn 250 lần trong Tân Ước để nói về những người theo Chúa và học từ Ngài (Mat 14:26; Công Vụ 6:1). Nó đôi khi được dùng rất hạn hẹp để nói về mười hai sứ đồ (Mat 10:1–2; 11:1). Cũng xem từ sứ đồ.

Mười hai: Xem sứ đồ.

nan đề sách Cộng quan: Chỉ thách thức được nêu lên bởi việc Phúc âm Ma-thi-ơ, Mác và Lu-ca rất giống nhau, thế nhưng cũng cho thấy vô khối khác biệt.

ngai lớn và trắng: Sự đoán xét cuối cùng của Đức Chúa Trời trên nhân loại vào hồi kết thúc của thiên hy niên (Khải 20:11–15). Thuyết tiền thiên hy niên cho rằng cuối một ngàn năm Chúa cai trị trên đất, Sa-tan và những người theo nó sẽ bị đoán phạt tại ngôi này.

ngoại kinh: Cụ thể là bộ sưu tập mười bốn sách Do Thái chủ yếu được viết vào khoảng năm 200 T.C đến năm 100 S.C không được tìm thấy trong Cựu Ước tiếng Hê-bơ-rơ nhưng được gộp trong Kinh Thánh Công Giáo La Mã. Những sách này đôi khi được gọi là sach ngụy kinh của Cựu Ước. Khái quát hơn, cụm từ này có nghĩa là "không thật" hay "sai" và nó nói về một bộ phận khá lớn các sách, cả Cựu và Tân ước, như Thi Thiên của Sa-lô-môn (Cựu Ước) và Phúc âm của Thô-ma (Tân Ước). Cũng xem huyền khải; ngụy kinh.

Ngôi Lời: Trong Giăng 1:1–14 và Khải Huyền 19:13, Chúa Giê-xu được nói đến là Ngôi Lời (tiếng Hy Lạp là *logos*). Vì thế, Cơ Đốc nhân thường nói về Chúa Giê-xu là Logos hay Lời Đức Chúa Trời. Lời nói của con người thể hiện những chiều sâu sâu kín nhất của tấm lòng và tư tưởng của họ thế nào, thì Chúa Giê-xu cũng là cách biểu đạt hoàn hảo nhất về việc Đức Chúa Trời như thế nào. Kinh Thánh cũng được nói đến như là Lời Đức Chúa Trời bởi vì Kinh Thánh cũng bày tỏ suy nghĩ và tấm lòng của Đức Chúa Trời một cách vô ngộ như thế.

ngụ ngôn: Câu chuyện được những người dạy học và các tiên tri ngày xưa và thường được Chúa Giê-xu sử dụng để chuyển tải một lẽ thật thuộc linh sâu sắc. Nó thường có những điểm liên hệ với cuộc sống thường nhật và đôi khi chứa đựng những yếu tố ngoa dụ hoặc gây ngạc nhiên nhằm thu hút sự chú ý của ai đó. Ngụ ngôn thường đòi hỏi một quyết định quan trọng nào đó về phía người nghe. Mục tiêu căn bản của chúng trong chức vụ của Chúa Giê-xu là thay đổi cuộc đời, chứ không chỉ giải trí hay cung cấp thông tin mà thôi.

người duy luật: Những Cơ Đốc nhân gốc Do Thái cấp tiến chống đối Phao-lô bằng cách lập luận rằng một người phải chịu phép cắt bì theo luật pháp Môi-se thì mới được cứu, biến việc làm trở thành một phần của sự cứu rỗi. Giáo hội nghị tại Giê-ru-sa-lem (khoảng năm 50 S.C) đã quyết định theo hướng nghiêng về Phao-lô trong những câu hỏi mà những người duy luật nêu ra (Công Vụ 15:11–21).

người Hasidim: Thuật ngữ Hê-bơ-rơ được dùng để chỉ những người Do Thái sùng đạo không chịu từ bỏ niềm tin của họ ngay cả khi điều đó đồng nghĩa với sự chết, trong suốt những cuộc bách hại của Antiochus IV, Epiphanes vào thế kỷ thứ hai T.C (1 Mac 2:42).

người Pha-ri-si: Trong suốt thời kỳ Tân Ước, một trong các nhóm nổi bật trong tư tưởng Do Thái. Người Pha-ri-si nhận cả Kinh Thánh lẫn truyền thống đều là có thẩm quyền; xác nhận các giáo lý thần học truyền thống về sự quan phòng của Chúa, các thiên sứ, sự sống lại của thân thể và đời sau; họ giữ các nguyên tắc luật pháp Do Thái rất nghiêm ngặt (tên của họ có nghĩa là "phân rẽ" hay "biệt riêng"); và phản đối Chúa Giê-xu cũng như Cơ Đốc giáo ban đầu vì trong nhiều lý do thì có lý do Cơ Đốc nhân rõ ràng là không tôn trọng các nguyên tắc chính yếu của Do Thái giáo. Mặc dù chỉ có một nhóm nhỏ (ước tính khoảng sáu ngàn người) nhưng ảnh hưởng của họ rất rộng và trên nhiều phương diện họ đại diện cho tư tưởng Do Thái thời bấy giờ.

người Sa-ma-ri: Cư dân sống ở khu vực Y-sơ-ra-ên trong Cựu Ước, nằm ở phía Tây của sông Giô-đanh giữa Ga-li-lê ở phía Bắc và Giu-đê ở phía Nam. Người Sa-ma-ri phân rẽ khỏi những người Do Thái khác vào khoảng 400 T.C và có Kinh Thánh (Tô-ra), đền thờ của họ trên núi Gê-ra-xim, tế lễ và sự thờ phượng riêng của họ. Họ bị người Do Thái phẫn nộ, xem là những kẻ bội đạo. Hầu hết người Do Thái đều không liên hệ gì với họ cả (Giăng 4:9).

người tản lạc: Thuật ngữ chỉ những người Do Thái sống ngoài xứ Pa-lét-tin, tản lạc giữa các dân ngoại.

ngụy kinh: Thường là các sách tôn giáo mang tính tưởng tượng được viết từ giữa những năm 200 T.C cho tới năm 200 S.C quy một cách không đúng cho các nhân vật nổi tiếng như Ê-li, Môi-se hoặc Hê-nóc. Những sách như thế đôi khi có liên hệ với Cựu hoặc Tân Ước nhưng không bao giờ được công nhận là một phần của Kinh Thánh.

nhà hội: Một nơi thờ phượng và dạy dỗ mang tính địa phương trong Do Thái giáo. Nhà hội phát triển trong suốt thời kỳ giữa hai giao ước, bắt đầu sau khi đền thờ bị phá hủy vào năm 587 T.C, là nơi người Do Thái học luật pháp, gặp gỡ nhau, thờ phượng Chúa và giữ sự công bằng theo luật pháp. Khi đền thờ được tái thiết trong suốt thời trị vì của Hê-rốt, nhà hội tiếp tục tồn tại bởi vì nhiều người không thể đến đền thờ Giê-ru-sa-lem để thờ phượng. Có vô số nhà hội trên khắp đế quốc La Mã, với nhiều nhà hội ở ngay tại Pa-lét-tin. Sự thờ phượng của Cơ Đốc giáo ban đầu tương đồng với sự thờ phượng trong nhà hội trên nhiều phương diện.

nhà thông thái: Các nhà chiêm tinh sùng đạo và không phải là người Do Thái, nhờ việc quan sát những thiên thể và có lẽ là nghiên cứu Cựu Ước mà họ suy ra sự giáng sinh của một vị vua vĩ đại của Do Thái. Họ đến Bết-lê-hem để tôn kính Chúa Giê-xu (Mat 2:1–12).

nhập thể: Từ La-tinh có nghĩa là "trở thành xác thịt." Về mặt thần học, đây là giáo lý cho rằng Ngôi Hai của Ba Ngôi đời đời đã trở thành người bằng cách mang lấy xác thịt loài người thông qua việc được sinh ra bởi trinh nữ Ma-ri (Giăng 1:14; Phil 2:6–8; 1 Tim 3:16).

Ni-san: Tháng đầu tiên của niên lịch Hê-bơ-rơ; nó tương ứng với tháng Ba/Tư. Chúa Giê-xu chết vào ngày mười bốn tháng Ni-san.

nói tiếng lạ: Một ân tứ Thánh Linh được Đức Thánh Linh ban xuống (1 Côr 12:10, 30) thêm năng lực để một người có thể nói một cách dễ hiểu bằng các ngôn ngữ khác (Công Vụ 2:1–12) hoặc nói thứ không ngữ lạ, ngôn ngữ của các thiên sứ (1 Côr 13:1). Phao-lô rất nghiêm khắc khi nói về việc sử dụng tiếng lạ một cách không đúng đắn (1 Côr 14:6–25) và thúc giục các tín hữu phải có sự thờ phượng một cách có trật tự (1 Côr 14:26–33).

Ông-xi-ăng: Thuật ngữ được dùng bởi các nhà phê bình bản văn để định nghĩa một nhóm lớn các thủ bản Kinh Thánh tiếng Hy Lạp được viết bằng thứ mẫu tự viết rất to tương tự như các chữ cái in hoa của chúng ta. Các thủ bản ông-xi-ăng có niên đại từ thế kỷ thứ ba đến thế kỷ thứ chín S.C. Cũng xem chữ viết thường; phương pháp phê bình bản văn.

pa-ra-đi: Thuật ngữ được sử dụng trong thời Tân Ước để mô tả trời, nơi của những người chết được chúc phước. Chúa Giê-xu nói với tên trộm đang hấp hối rằng:

"Ngày hôm nay ngươi sẽ ở với ta trong pa-ra-đi" (Lu-ca 23:43); Phao-lô nói về việc được cất lên thiên đàng trong đời của ông (2 Côr 12:3–4); và Khải Huyền 2:7 vẽ ra một bức tranh đẹp đẽ về thiên đàng là nơi ở đó cây sự sống sinh sôi, không bao giờ bị cất đi bỏ một lần nữa.

parousia: Xem sự đến lần hai

Pax Romana: Thuật ngữ La-tinh có nghĩa là "Nền Hòa Bình La Mã". Giai đoạn hòa bình này, kéo dài ba trăm năm, bắt đầu với sự thống nhất đế quốc La Mã vào thế kỷ đầu tiên T.C. Nền Hòa bình La Mã góp phần vào sự lan rộng nhanh chóng của Cơ Đốc giáo khắp thế giới Địa Trung Hải.

pericopae: Trong phương pháp phê bình hình thức, một đơn vị truyền thống, như ngụ ngôn, câu chuyện chữa lành hay một câu chuyện về phép lạ. Theo các nhà phê bình hình thức, các đơn vị truyền thống này lưu truyền cách độc lập trước khi chúng được tập trung lại với nhau và trở thành Phúc âm của chúng ta. Cũng xem phương pháp phê bình hình thức.

phái Essene: Một môn phái của Do Thái giáo vào thời của Chúa Giê-xu nhấn mạnh vào tính huyền khải, chủ nghĩa khắc kỷ và việc nghiên khắc thuận phục luật pháp. Cộng đồng Qumran gần Biển Chết có lẽ là phái Essene. Xem từ huyền khải; Cuộn Biển Chết; Qumran.

phái Hê-rốt: Đảng của người Do Thái trong thời Chúa Giê-xu tìm cách giữ cho triều đại Hê-rốt cai trị. Quan điểm thần học của họ tương tự như của phái Sa-đu-sê nhưng họ lại giống với người Pha-ri-si ở chỗ cố gắng làm cho Chúa Giê-xu mất uy tín bằng câu hỏi về việc nộp thuế cho Sê-sa (Mat 22:16; Mác 12:13). Một số người thật sự muốn giết Chúa Giê-xu sau một phép lạ ở Ga-li-lê (Mác 3:6).

phái Xê-lốt: Một đảng theo chủ nghĩa dân tộc cực đoan của Do Thái trong thời của Chúa Gie-xu cổ suy cho sự nổi dậy bằng vũ lực nhằm mở ra vương quốc của Đức Chúa Trời. Những hành động của họ thúc đẩy Chiến Tranh Do Thái vào năm 66–70 S.C, là cuộc chiến mang đến sự hủy diệt thành Giê-ru-sa-lem được thực hiện bởi Titus, vị tướng và hoàng đế tương lai của La Mã. Một trong các môn đồ của Chúa Giê-xu, Si-môn, từng là một người theo đảng Xê-lốt (Mác 3:18; Công Vụ 1:13).

phần mười: Đóng góp một phần mười thu nhập, tiền hay tài sản, cho Chúa để Ngài sử dụng chu cấp cho các hoạt động niềm tin của dân Y-sơ-ra-ên (Lê 27:30–33; Phục 14:22–29; Nê 10:37, 38). Chúa Giê-xu chống lại thái độ méo mó nhấn mạnh vào một phần mười (Mat 23:23), và Phao-lô viết về việc dâng hiến tùy theo khả năng (2 Côr 8:3), theo quyết định của lòng người đó (2 Côr 9:7).

phân tích bài diễn thuyết (discourse): Xem xét hình thức và chức năng của bản văn trong tất cả các phần và mức độ của nó để đi đến một sự hiểu biết tốt hơn về các phần và toàn bộ bản văn. Một giả định quan trọng về phương pháp này đó là nghĩa của một bản văn dài (hay một discourse) được tìm thấy ở mức độ câu chữ.

Phúc âm: Từ Hy Lạp có nghĩa là "tin mừng", mô tả sứ điệp được giảng bởi những Cơ Đốc nhân đầu tiên liên hệ đến sự sống, sự chết và sự sống lại của Chúa Giê-xu (1 Côr 15:1–8). Nó cũng được dùng để nói đến bất cứ sách nào trong bốn sách đầu tiên của Tân Ước.

phương pháp biểu tượng: Một biện pháp văn chương trong đó các chi tiết của câu chuyện được cung cấp nghĩa biểu tượng. Phi-lo thành A-léc-xan-đơ giải nghĩa phần nhiều Cựu Ước theo cách này. Chúa Giê-xu (Mat 13:1–9, 18–23, 24–30, 36–43) và Phao-lô (Ga 4:21–31) đôi lúc cũng sử dụng những phương pháp giống như phương pháp biểu tượng.

phương pháp phê bình bản văn: Việc nghiên cứu những bản văn hay những bản dịch Kinh Thánh cổ để quyết định tác giả hay người sao chép nguyên thủy có lẽ đã chấp bút viết ra điều gì. Hiện thời, có khoảng hơn năm ngàn phần Kinh Thánh trong tiếng Hy Lạp, và hàng ngàn phần Kinh Thánh trong các thứ tiếng khác. Kết hợp lại với nhau chúng đóng góp vào sự hiểu biết về tiến trình làm cơ ở cho việc sao chép và truyền lại bản văn gốc.

phương pháp phê bình biên tập: Phương pháp nghiên cứu phê bình các sách phúc âm. Nó tìm cách tách những đơn vị truyền thống trước đó ra khỏi các yếu tố biên tập (biên soạn) để đặt chúng vào một bối cảnh cuộc sống phù hợp hơn của chúng (*Sitz im Leben*). Theo cách ấy, một lịch sử của truyền thống đó có thể được tái dựng, về mặt lý thuyết. Người biên tập được nói đến như người biên soạn. Cũng xem phương pháp phê bình hình thức; *Sitz im Leben*.

phương pháp phê bình chuyện kể: Một cách tiếp cận với Tân Ước cố gắng hiệp nhất những sự hiểu biết hiện đại vào trong việc nghiên cứu văn chương cổ và hiện đại, cho Kinh Thánh đầy đủ sức nặng của một sản phẩm văn chương. Tiêu điểm là những biện pháp văn chương, cốt truyện, cấu trúc, trình tự các sự kiện, sự căng thẳng đầy kịch tính, tác động theo mong đợi trên độc giả và các yếu tố khác. Nó ít nhấn mạnh vào các ý tưởng thần học cụ thể hiện có, vấn đề ngữ pháp và từ điển học và những tham chiếu lịch sử.

phương pháp phê bình hình thức: Một phương pháp phân tích văn chương (đặc biệt là các sách Phúc âm) phân loại tài liệu thành văn ra theo hình thức và nỗ lực thông qua "hoàn cảnh sống" ở một giai đoạn truyền miệng từ lâu đời để tìm lại được hình thức nguyên thủy của lời Chúa Giê-xu nói. Phương pháp này được cho là giúp phân biệt giữa bản văn nguồn và bản văn thứ cấp và hỗ trợ tiến trình giải kinh. Xin xem giải kinh; *Sitz im Leben*.

phương pháp phê bình hùng biện: Một phương pháp được phát triển để hiểu rõ hơn về nghĩa đã định của tác giả Kinh Thánh. Nó liên hệ đến việc phân tích bản văn theo biện pháp diễn thuyết, lập luận và thuyết phục được sử dụng trong thời của tác giả.

phương pháp phê bình kinh điển: Một trong nhiều cách tiếp cận giải kinh quan tâm đến bản chất, chức năng và thẩm quyền của kinh điển. Nó xem bản chất của Kinh Thánh như được khải thị bởi phương pháp phê bình lịch sử là khởi điểm và sau đó đặt ra câu hỏi bản văn Kinh Thánh đóng vai trò nào trong cộng đồng đức tin đã gìn giữ và trân quý nó.

phương pháp phê bình lịch sử: Ngành nghiên cứu liên hệ đến bối cảnh lịch sử của một tài liệu; thời gian và nơi chốn nó được viết ra, nguồn tư liệu của nó (nếu có), các biến cố, các ngày, các nhân vật và nơi chốn được đề cập đến hay được ngầm nói đến trong bản văn và những vấn đề lịch sử khác. Đôi khi nó ngụ ý một quan điểm triết học thù địch với những lời tuyên xưng của Kinh Thánh về cách Đức Chúa Trời xử lý những chuyện của con người.

phương pháp phê bình nguồn: Phương pháp nghiên cứu phê bình các sách Phúc âm. Nó tìm cách tái dựng lại các nguồn mà tác giả Phúc âm đã sử dụng để viết các ký thuật của họ.

phương pháp phê bình nội tại: Phương pháp phê bình văn chương và bản văn xem xét một bản văn trên nền tảng các yếu tố nội tại của nó (ví dụ, mức độ Cứu Thế học, trật tự từ của những câu nói của Chúa Giê-xu).

phương pháp phê bình văn chương: Phương pháp nghiên cứu các sách trong Kinh Thánh như những tác phẩm văn chương, phân tích hình thức, cấu trúc, biện pháp tu từ và các đặc điểm văn chương khác của chúng. Nó liên hệ gần gũi với phân tích lịch sử, mặc dù ngày nay nó được sử dụng độc lập với phân tích lịch sử, sử dụng nguyên tắc nghiên cứu văn chương nói chung.

Politarch: Một từ Hy Lạp chỉ về người cai trị một thành. Lu-ca sử dụng từ này trong Công Vụ 17:6, 8 để nói về các viên chức thành phố tại Tê-sa-lô-ni-ca.

praeparatio evangelium: Thuật ngữ được sử dụng bởi nhiều giáo phụ và các nhà thần học đương đại; nó có nghĩa là "sự chuẩn bị cho Phúc âm" và được dùng để chuyển tải ý niệm rằng toàn lịch sử trước đó là dạo đầu dẫn đến việc Chúa Giê-xu đến.

Q: Từ chữ *Quelle* trong tiếng Đức có nghĩa là "nguồn". Chỉ một tài liệu mang tính giả thuyết chứa đựng những câu nói nguyên thủy của Chúa Giê-xu. Theo một giả thuyết, Ma-thi-ơ và Lu-ca sử dụng nó khi họ viết các sách phúc âm của họ. Phần lớn nội dung của nó được xem là khoảng 230 câu quen thuộc đối với Ma-thi-ơ và Lu-ca mà không được tìm thấy trong Mác.

Qumran: Khu vực khảo cổ gần Giê-ri-cô ở góc Tây Bắc của Biển Chết nơi một phái Essene sống theo kiểu công xã nghiêm ngặt. Các Cuộn Biển Chết được tìm thấy ở các hang đá gần cộng đồng này và có lẽ là một phần thư viện của họ, được giấu đi trước khi người La Mã tiêu hủy các công trình của cộng đồng này vào năm 68 S.C. Cũng xem Các Cuộn Biển Chết; Phái Essenes.

Qur'an: Bản văn thánh của Hồi giáo; được những người ủng hộ tin là chứa đựng sự khải thị của Allah (Đức Chúa Trời) cho Mô-ha-mét.

ra-bi Tên gọi tôn trọng, có nghĩa là "thầy" hoặc "chủ", được dành cho những người xuất chúng về luật pháp Môi-se và đủ tiêu chuẩn để dạy nó trong thời của Chúa Giê-xu. Chúa Giê-xu được gọi các môn đồ của Ngài là "Ra-bi" (Mat 26:25; Mác 11:21; Giăng 3:2). Chúa Giê-xu đã từng nói với các môn đồ Ngài đừng tìm kiếm những tên gọi cao trọng như thế (Mat 23:7, 8).

S.C: Cách diễn đạt thời gian xuất phát từ cụm từ *anno Domini* trong tiếng La-tinh, "năm của Chúa chúng ta", sử dụng sinh nhật Chúa Giê-xu làm điểm tham chiếu. Một số người thích dùng C.N (Công Nguyên) làm từ tương đồng. Xin xem T.C.

sa ngã: Việc đánh mất sự công chính ban đầu của con người bằng việc cố tình bất tuân mạng lệnh rõ ràng của Đức Chúa Trời, dẫn đến sự chết về thể xác và tâm linh, xa cách Đức Chúa Trời và tình trạng tội lỗi phổ quát của con người (Sáng 3; Rô 5:12–21; 1 Côr 15:22).

sa-bát: Ngày thứ bảy của tuần theo lịch Do Thái, được Chúa biệt riêng ra để nghỉ ngơi và là dấu hiệu về giao ước Ngài lập với Y-sơ-ra-ên (Xuất 20:8–11; Phục 5:12–15). Chúa Giê-xu nói rằng Sa-bát được lập nên vì ích lợi của loài người (Mác 2:23–28). Sách Hê-bơ-rơ thấy trong ngày Sa-bát hình bóng về sự yên nghỉ trên trời của chúng ta (Hê 4:9–11). Cơ Đốc nhân thờ phượng vào ngày đầu tiên của tuần lễ (Chúa nhật) để tôn vinh sự sống lại từ cõi chết của Chúa Giê-xu.

sách kinh: Sách chứa đựng những phần tuyển chọn ngắn của Kinh Thánh Tân Ước (trừ Khải Huyền) để dùng trong các lễ thờ phượng hoặc tĩnh nguyện cá nhân được sắp xếp theo giáo lịch.

sa-đu-sê: Một nhóm người Do Thái trong thời Chúa Giê-xu chủ yếu bao gồm những người trong tầng lớp tế lễ cao trọng, những người chỉ dựa vào năm sách đầu tiên của Kinh Thánh (Ngũ Kinh). Họ chối bỏ ý niệm về thiên sứ, đời sau, sự quan phòng và sự sống lại. Họ sẵn sàng hợp tác với người La Mã để gìn giữ dân tộc.

Sê-pha: Tên tiếng A-ram có nghĩa là "Đá", hình thức Hy Lạp của nó là "Phi-e-rơ", được dành để gọi Si-môn, một trong mười hai sứ đồ của Chúa Giê-xu (Giăng 1:42; 1 Cô-rinh-tô 1; 12; Ga 1:18).

Shema: Câu tuyên xưng niềm tin tối thượng của người Do Thái được tìm thấy trong Phục Truyền 6:4–9; 11:13–21; Dân 15:37–41, thể hiện đức tin độc thần của Do Thái giáo. Nó được đọc thuộc lòng tại nhà và trong nhà hội thời Chúa Giê-xu. Chúa Giê-xu nói đến nó khi phát biểu hai điều răn lớn nhất (Mác 12:28–31).

"Shema" là từ đầu tiên của Phục Truyền 6; 4 trong tiếng Hê-bơ-rơ, nghĩa là "Hãy nghe..."

sinh tế: Một của dâng có giá trị được dâng lên cho Chúa để thừa nhận vinh hiển của Ngài và sự lệ thuộc vào Ngài của chúng ta. Trong Cựu Ước, một hệ thống con sinh bằng thú vật một cách tỉ mỉ được thiết lập. Điều này được ứng nghiệm bởi sự chết của Chúa Giê-xu, Đấng dâng chính mình làm sinh tế tối thượng, một lần đủ cả (Hê 9:11–14; 10:10). Tín hữu phải dâng chính mình làm của lễ sống để được Chúa dùng để phục vụ (Rô 12:1–2).

Sitz im Leben: Thuật ngữ tiếng Đức có nghĩa là "bối cảnh trong cuộc sống", được các nhà phê bình hình thức sử dụng để định nghĩa những tình huống giả định mà từ đó các đơn vị của truyền thống Phúc âm nảy sinh. Một đơn vị truyền thống có thể trải qua một số "bối cảnh đời sống" (*Sitze im Leben*) trước khi nó đi đến hình thức cuối cùng của nó. Cũng xem thêm phương pháp phê bình hình thức.

soi dẫn: Lẽ thật đó là Kinh Thánh có nguồn gốc từ chính Đức Chúa Trời. Phía sau mỗi trước giả của Kinh Thánh là sự chủ động và hoạt động của Chúa nhằm cho những lời của tác giả ấy là kết quả của một sự tư vấn vượt xa hơn cá nhân người ấy. Phân đoạn Kinh Thánh Tân Ước kinh điển cho giáo lý này là 2 Ti-mô-thê 3:16–17.

sự cứu chuộc: Thuật ngữ có nghĩa "chuộc mua" hay "mua lại". Về mặt thần học, giáo lý này dạy rằng Đức Chúa Trời cứu chuộc, giải phóng và giải cứu người thuộc về Ngài (Ê-sai 49:26; 60:16). Trong Tân Ước, nền tảng cho hành động cứu chuộc của Đức Chúa Trời là sự chết và sự sống lại của Chúa Giê-xu Christ (Rô 3:24, 25; 1 Phi 1:18–21).

sự cứu rỗi: Hành động của Đức Chúa Trời, Đấng duy nhất là Cứu Chúa, nhờ đó con người được giải phóng khỏi năng quyền và hậu quả của tội lỗi, sự chết và ma quỷ thông qua công tác chuộc tội của Chúa Giê-xu Christ. Chúng ta có thể kinh nghiệm những ích lợi của sự cứu rỗi trong hiện tại nhờ tin nơi Chúa; sự cứu rỗi tối thượng là niềm hy vọng tương lai của người Cơ Đốc.

sự đến lần hai: Sự trở lại quả đất một cách hữu hình của Chúa Giê-xu vào hồi chung kết trong tư cách Chúa của tất cả (Công 1:11; Khải 11:15; 19:11–16). Chúa Giê-xu nói tiên tri về sự đến lần hai của Ngài (Mat 24:29–31), phần còn lại của Tân Ước cũng vậy (1 Tês 4:13–18; 2 Phi 3:3–13). Nó cũng được gọi là *Parousia*, từ một từ trong tiếng Hy Lạp có nghĩa là "sự hiện diện" hay "sự đến". Một số Cơ đốc nhân phân biệt giữa lần Chúa Giê-xu đến để đón rước các tín hữu và sự kiện Chúa Giê-xu cùng với các tín hữu quay trở lại trái đất lần sau đó.

sự đến tội thay: Nói về sự chết thế cho tội nhân và việc mang lấy hình phạt lẽ ra thuộc về tội nhân của Đấng Christ.

sứ đồ: Thuật ngữ này có nghĩa là "sứ giả" hoặc "một người được sai đi", áp dụng cho mười hai lãnh đạo được Chúa Giê-xu lập lên (Mác 3:13–19). Những tiêu chuẩn cho chức sứ đồ bao gồm việc gặp gỡ Chúa sống (Công Vụ 1; 13–14). Phao-lô có thể nhận là sứ đồ vì lý do đó (1 Côr 9:1). Đôi khi họ được gọi đơn giản là "Nhóm Mười Hai" (Giăng 20:24; 1 Cô-rinh-tô 15:5).

sự giáng sinh bởi nữ đồng trinh: Giáo lý này có lẽ gọi đúng hơn là sự hoài thai Chúa Giê-xu bởi một trinh nữ. Nó cho rằng Ma-ri hoài thai Chúa Giê-xu bởi một hành động kỳ diệu của Đức Chúa Trời, không lệ thuộc vào bất cứ sự can thiệp nào của con người (Mat 1:18–25; Lu-ca 1:26–35).

sự sống lại: Được mang trở lại sự sống sau khi chết. Trọng tâm của thần học Tân Ước là sự sống lại từ cõi chết của Chúa Giê-xu và lời hứa rằng tín hữu sẽ sống lại vào thời kỳ cuối cùng để đón nhận sự sống mới (1 Côr 15:1–57). Sự sống lại của thân thể không còn ở dưới sự mục ruỗng nữa nhưng sẽ là thân thể thuộc linh (1 Côr 15:42–44, 49) Người chưa tin sẽ sống lại để chịu sự đoán xét (Giăng 5:28, 29).

sự thánh hóa: Hành động tiếp diễn của Đức Chúa Trời bởi đó tín hữu ngày càng được nên thánh. Công chính là một hành động, thánh hóa, điều nối tiếp, là một tiến trình.

sự xưng công bình: Hành động bởi đó Đức Chúa Trời tuyên bố một người là công bình và ở trong mối quan hệ đúng đắn với Ngài. Nó dựa trên đời sống toàn hảo, sự chết chuộc tội và sự sống lại của Chúa Giê-xu Christ và việc tin nhận Chúa, không phải dựa trên bất cứ việc làm hay công đức nào từ phía chúng ta (Rô 3:21–26; 4:1–8; Êph 2:8, 9).

T.C: Chữ viết tắt có nghĩa là "Trước Chúa". Một số người thích dùng T.C.N "trước Công nguyên". Cũng xem S.C.

Talmud: Bộ sưu tập truyền thống Do Thái hình thành nên căn bản của đời sống và tư tưởng của Do Thái giáo. Nó phát triển qua một vài thế kỷ và được hệ thống hóa thành hai bộ sưu tập, bộ sưu tập Pa-lét-tin và bộ sưu tập Ba-by-lôn, vào thế kỷ thứ tư và năm S.C. Bộ sưu tập Ba-by-lôn dài hơn và hoàn chỉnh hơn rất nhiều. Cả hai phiên bản đều bao gồm hai phần chính: (1) Mishnah, phần giải nghĩa Tô-ra và (2) Gemara, phần giải nghĩa Mishnah, cũng như các luận văn hoặc các chương khác.

tán tụng: Một sự biểu đạt lời ngợi khen một cách trang trọng, dâng vinh hiển và tôn quý cho Đức Chúa Trời. Trong Tân Ước, các bài tán tụng được dâng cho Chúa Con cũng như cho Chúa Cha (Rô 11:33–36; Giu-đe 24–25; Khải 5:12–13).

Targum, Targumim: Bản dịch tự do Kinh Thánh Hê-bơ-rơ sang tiếng A-ram vào thời điểm khi tiếng Hê-bơ-rơ không còn được tất cả người Do Thái hiểu một cách trọn vẹn nữa. A-ram, một thứ ngôn ngữ liên hệ gần gũi với tiếng Hê-bơ-rơ, trở thành ngôn ngữ thông dụng tại Trung Đông. Targumim xuất hiện trong suốt thời kỳ giữa hai giao ước. Nhiều bản hiện nay vẫn còn.

Tephillin: Một hộp bằng da nhỏ đựng Kinh Thánh. Nó được những người nam Do Thái đeo vào khi học cầu nguyện.

thăng thiên: Thuật ngữ được sử dụng để mô tả sự trở về trời của Đấng Christ sau bốn mươi ngày Ngài sống lại (Lu 24:50–53; Công 1:9).

thánh nhân/các thánh: Từ phái sinh từ *sanctus* nghĩa là "thánh" trong tiếng La-tinh. Trong Tân Ước, Cơ Đốc được kêu gọi để là thánh nhân (thánh) bởi vì họ hầu việc một Đức Chúa Trời thánh, cần phải sống thánh khiết và đầy dẫy Đức Thánh Linh (Rô 1:7). Bởi đó, tín hữu đôi khi được gọi đơn giản là "thánh nhân" (Côl 1:4; 1 Tim 5:10).

thầy dạy luật: Những người ban đầu có kỹ năng sao chép các bản văn, sau thời lưu đày và vào thời Chúa Giê-xu họ là học giả chuyên về dạy dỗ, sao chép và diễn giải luật Do Thái cho dân sự. Họ liên kết gần gũi với phái Pha-ri-si trong việc chống đối sự dạy dỗ của Chúa Giê-xu.

thầy đội: Quan chỉ huy một trăm người (đại đội") trong quân đoàn La Mã cổ đại. Người này thường là một thành viên có tiếng của một đơn vị quân đội; một thầy đội ở địa vị cao trọng, nắm giữ vị trí tương đương với vị trí trung đội trưởng trong quân đội hiện đại. Trách nhiệm của thầy đội là (1) kỷ luật những thuộc hạ của mình; (2) kiểm tra họ (vũ khí, trang phục, vv); và (3) ra lệnh cho họ trong cả doanh trại lẫn ngoài thao trường. Các tác giả phúc âm đưa a hình ảnh khá thiện chí về thầy đội (xem Mat 8:5; Mác 15:39; Lu-ca 23:47).

thầy tế lễ: Người có thẩm quyền dâng sinh tế theo nghi lễ và cầu thay trước mặt Chúa tại một nơi được đặc biệt dành riêng cho sự thờ phượng. Trong thời Chúa Giê-xu, những của lễ như thế được dâng tại đền thờ tại Giê-ru-sa-lem. Chúa Giê-xu tiên báo về sự hủy bỏ hệ thống sinh tế có từ lâu đời đó (Mat 24:1–2). Cơ Đốc giáo ban đầu dạy rằng tất cả các tín hữu đều là "chức tế lễ nhà vua"(1 Phi 2:9), rằng thân thể của họ là đền thờ của Đức Thánh Linh (1 Cô 6:19), rằng cả cuộc sống là" lễ vật tỏa hương thơm, một sinh tế được Đức Chúa Trời vui nhận và đẹp lòng" (Phil 4:18). Mọi người, không chỉ tầng lớp thầy tế lễ, cần phải khẩn nguyện, nài xin và cầu thay (1 Tim 2:1).

thể văn: Thể loại văn chương. Trong Thánh Kinh học, thuật ngữ này chỉ những hình thức văn chương, như Phúc âm, thư tín, huyền khải và tường thuật lịch sử.

Theologia crucis: "Thần học thập tự"; một cách hiểu Phúc âm tập trung vào sự yếu đuối, sự chịu khổ, sự chết gồm tóm trong sự chịu đựng và sở hữu đức tin nơi Đấng Christ và mang lấy thập tự giá của Ngài.

Theologia gloriae: "Thần học vinh hiển", một cách hiểu Phúc âm xem Đấng Christ chủ yếu như một phương tiện để tự cải thiện, một cách để thành công, cách để có được quyền lực, sự công nhận của chúng bạn và được Đức Chúa Trời chấp nhận.

thiên hy niên: Từ La-tinh có nghĩa là giai đoạn một ngàn năm. Thuật ngữ này được bắt nguồn từ Khải Huyền 20:1–8, ở đó Đấng Chrsit cai trị suốt một ngàn năm sau khi Sa-tan bị buộc lại và các thánh sống lại. Người theo vô thiên hy niên và hậu thiên hy niên hiểu phân đoạn này theo nghĩa biểu tượng về hội thánh và chức vụ của nó, trong khi người người theo tiền thiên hy niên lại xem đây là tương lai, sau khi Chúa Giê-xu đến lần thứ hai.

thời kỳ giữa hai giao ước: Thuật ngữ chung chỉ thời kỳ từ lúc kết thúc Cựu Ước cho tới lúc viết Tân Ước.

thủ bản: Một bản viết tay của toàn bộ hay một phần của Kinh Thánh.

thư tín mục vụ: 1 và 2 Ti-mô-thê và Tít. Những thư tín này được Phao-lô viết cho các lãnh đạo (mục sư) của hai nhóm hội thánh: Ti-mô-thê cho Ê-phê-sô và Tít ở Cơ-rết.

thư tín tổng quát: Bảy lá thư (Gia-cơ; 1 Phi-e-rơ, 2 Phi-e-rơ; 1 Giăng, 2 Giăng, 3 Giăng và Giu-đe) được viết không phải cho các hội thánh cụ thể nhưng cho tín hữu nói chung. Vì thế, chúng được gọi là các thư tín "tổng quát" hay "chung" (phổ quát). Một số học giả còn tính cả Hê-bơ-rơ vào trong nhóm thư tín này.

thuộc về phái ra-bi: Được tìm thấy trong các sách của các ra-bi (những người dạy đạo và lãnh đạo Do Thái) hoạt động trước và trong thời Tân Ước.

thuyết Bắc Ga-la-ti: Cho rằng Phao-lô đã viết thư Ga-la-ti cho các hội thánh được thành lập vào chuyến truyền giáo thứ hai của ông ở Trung Bắc của Tiểu Á.

thuyết hổ lốn đa thần giáo: Sự kết hợp các niềm tin của các tôn giáo khác nhau lại với nhau. Sự kết hợp này dẫn đến một tôn giáo mới bao gồm sự thờ phượng của nhiều thần. Cũng xem thuyết hổ lốn tôn giáo.

thuyết hổ lốn tôn giáo: Tập tục kết hợp các tín ngưỡng của các tôn giáo khác nhau lại. Nó phổ biến trong thời chịu ảnh hưởng của văn hóa Hy Lạp bởi ý niệm được yêu thích cho rằng tất cả các thần và các tôn giáo cuối cùng cũng như nhau mà thôi. Cũng xem thuyết hổ lốn đa thần.

thuyết khuyển nho: Triết học Hy Lạp được Antithenes, một người bạn của Socrates, lập ra vào thế kỷ thứ năm T.C. Nó dạy rằng đức hạnh nằm ở việc cần mẫn và độc lập sống mà không dựa vào bất cứ thứ gì bên ngoài của con người, như tục lệ hay các thể chế của con người. Các nhà triết học khuyến nho lưu động vẫn còn tồn tại trong thời của Tân Ước.

thuyết Nam Ga-la-ti: Quan điểm cho rằng Phao-lô viết thư tín Ga-la-ti gửi cho các hội thánh ở miền nam của Tiểu Á trước giáo hội nghị Giê-ru-sa-lem. Nó bao gồm các hội thánh ở các thành mà Phao-lô và Ba-na-ba đã viết thăm trong hành trình truyền giáo thứ nhất: Bẹt-găm, An-ti-ốt sứ Bi-si-đi, Y-cô-ni, Lít-trơ và Đẹt-bơ.

thuyết phản hồi của người đọc: Thuyết giải kinh cho rằng nghĩa của bản văn nằm không phải ở sứ điệp mà tác giả nhắm đến nhưng trong suy nghĩ, cảm xúc của người đọc khi họ đối diện với bản văn đó.

Tiệc Thánh: Bữa ăn Vượt Qua cuối cùng mà Chúa Giê-xu dùng với các môn đồ vào đêm Ngài bị phản nộp. Ngài thiết lập một bữa ăn mang tính nghi lễ bao gồm bánh (tưởng nhớ thân Ngài) và rượu (tưởng nhớ huyết Ngài) để xác nhận giao ước mới mà Giê-rê-mi đã nói tiên tri (Giê 31:31–34; Mat 26:27–28). Nó trở thành nghi lễ trọng tâm cho mối thông công của hội thánh Cơ Đốc (1 Côr 11:17–32). Nó cũng được gọi là "hiệp thông" hay "Lễ Ban Thánh Thể".

tiên tri: Người được kêu gọi để công bố ý muốn của Đức Chúa Trời. Nhiệm vụ của tiên tri ấy là lên án tội lỗi, kêu gọi ăn năn, nhắc mọi người nhớ những việc Đức Chúa Trời đã làm trong quá khứ, giảng những lời cảnh báo về sự đoán phạt sẽ đến, tiên báo về những sự kiện trong tương lai và hứa ban sự thương xót cho những người đáp ứng bằng đức tin. Các tiên tri Cựu Ước lẫn Tân Ước, cả nam lẫn nữ đều có thể nói tiên tri.

tín điều Nicea: Một bản tuyên ngôn niềm tin Cơ Đốc ngắn được soạn vào năm 325 S.C bởi Giáo hội nghị Nicea. Bản tín điều này nhấn mạnh Chúa Cha, Chúa Con cũng như nhân tính của Chúa Giê-xu.

Tòa Công Luận: Hội đồng hành pháp tối cao của Do Thái giáo. Nó bắt đầu vào khoảng thế kỷ thứ tư trước Chúa và trong thời Chúa Giê-xu, nó bao gồm bảy mươi mốt thành viên, được chia ra làm ba loại: các thầy tế lễ cả, các trưởng lão và các thầy dạy luật. Hội đồng này phân xử các vấn đề liên quan đến luật Do Thái, các quyết định của nó là quyết định cuối cùng. Chúa Giê-xu (Mat 26:59), Ê-tiên (Công 6:12–15), Phi-e-rơ và Giăng (Công 4:5), và Phao-lô (Công 22:30–23:10) đều bị xử bằng cách này hay cách khác bởi Tòa Công Luận.

tội lỗi: Bất cứ suy nghĩ, hành động, lời nói hay trạng thái nào trái ngược với luật pháp hoặc ý muốn Đức Chúa Trời. Vì thế tội lỗi phá hủy mối thông công hay sự tương giao của một người với Chúa. Theo Tân Ước, mọi người đều là tội nhân (Rô 3:23), nhưng họ có thể được tha thứ thông qua việc tin nhận Chúa Giê-xu Christ, Đấng mà sự chết và sự phục sinh của Ngài bảo đảm sự tha thứ tội lỗi (Rô 5:12–21).

tổng đốc (Proconsul): Người cai trị được chỉ định bởi viện nguyên lão La Mã nhằm coi sóc một tỉnh trong một năm. Các tỉnh của những tổng đốc này được xem là an toàn đủ để không cần phải có quân đội thường trực. Hai tổng đốc được đề cập đến trong sách Công Vụ: Sê-giút Pao-lút của Chíp-rơ (Công 13:7–12) và Ga-li-ôn của A-chai (Công 18:12–17)

tổng đốc: Một người cai trị cấp dưới. Nghĩa chính xác của thuật ngữ này trong kỷ nguyên Hy-La mà nó được sử dụng thì rất đa dạng.

tổng đốc/trưởng lý (procurator): Viên chức La Mã được chỉ định bởi hoàng đế để coi sóc chuyện của hoàng đế, đặc biệt là về kinh tế, ở một trong các tỉnh. Trong trường hợp Giu-đê, tổng đốc cũng hành động trong tư cách trưởng lý hay người điều hành về quân sự. Ba tổng đốc được đề cập đích danh trong Tân Ước: Bôn-xơ Phi-lát (26–36 S.C, chẳng hạn Lu-ca 3:1), Anonius Phê-lít (52–59 S.C, Công 23:24–25:14), Pốt-tiu Phê-tu (59–62 S.C; Công 24:27–26:32).

Torah: Từ Hê-bơ-rơ có nghĩa là "sự hướng dẫn", "luật pháp' hay "sự dạy dỗ", thường được sử dụng để chỉ năm sách đầu tiên của Kinh Thánh, Ngũ Kinh. "Torah" cũng được sử dụng rộng rãi để chỉ tất cả sự dạy dỗ của Đức Chúa Trời hợp lại để định hình một lối sống.

tosefta: Bộ sưu tập các sách luật pháp của Do Thái tương đồng với Mishnah. Tài liệu này được viết gần như vào cùng khoảng thời gian với Mishnah, nhưng nó không được xem là thẩm quyền, vì thế nó bị loại ra khỏi kinh điển Mishnah. Từ "Tosefta" có nghĩa là "bổ sung". Cũng xem Mishnah.

tractate: Một đơn vị văn chương nhỏ của Mishnah, giống như một sách hoặc một chương của Kinh Thánh vậy.

trí huệ giáo: Một sự hòa trộn bí hiểm của Cơ Đốc giáo, Do Thái giáo và các ý niệm Hy Lạp. Nó bị hội thánh trong suốt thế kỷ thứ hai và ba sau Chúa chống đối kịch liệt và xem là tà giáo. Nó dạy rằng sự cứu rỗi có được thông qua sự hiểu biết đặc biệt (*gnosis*), một loạt phức tạp của những sự lưu xuất của Chúa từ một "Đấng" kín giấu và (ở một số phiên bản) một đấng cứu chuộc thiên thượng, người đã bày tỏ con đường huyền bí để trở lại với Căn Nguyên thiên thượng.

trí huệ: Xin xem trí huệ giáo

trưởng lão: xem giám mục

trưởng lão: Thuật ngữ Tân ước nói về một trưởng lão hay một viên chức của hội thánh. Xem giám mục.

truyền thống truyền miệng: Các truyền thống của một nhóm người được truyền từ người này sang người khác hay từ thế hệ này sang thế hệ khác theo hình thức truyền miệng trước khi chúng được viết xuống. Trong giai đoạn Tân Ước, thời kỳ truyền thống được truyền miệng rất ngắn. Những nhân chứng tận mắt vẫn còn sống trong suốt quá trình này (xem Lu-ca 1:1–4).

truyền thống: Những sự dạy dỗ về niềm tin tương đồng với Kinh Thánh kinh điển, trong một số trường hợp được xem là có thẩm quyền tương đương với những sách kinh điển đó. Người Pha-ri-si trong thời Chúa Giê-xu xem trọng truyền thống của họ bên cạnh Kinh Thánh Cựu Ước; người Sa-đu-sê thì không. Người Công giáo La Mã ngày nay đặt nền tảng cho giáo lý của họ trên cả Kinh Thánh và truyền thống, trong khi người Tin Lành chỉ tìm cách đặt giáo lý của mình trên *sola scriptura*, hay trên Kinh Thánh mà thôi.

tường thuật lịch sử: Một sự tường thuật lại các sự kiện một cách liên tục, đặc biệt tập trung vào bản chất và mối quan hệ qua lại giữa chúng.

Via dolorosa: "Con đường khốn khổ". Theo nghĩa đen, con đường Chúa Giê-xu đi xuyên qua Giê-ru-sa-lem trên đường đến Gô-gô-tha. Theo nghĩa bóng, nó là một lời nhắc rằng trong sự phục vụ của người Cơ Đốc, vinh hiển thật sự - vinh hiển dành cho Đức Chúa Trời, chứ không phải cho con người – đến một phần thông qua sự chịu khổ.

Via Egnatia: Một đường cái thương mại chính nối Đông và Tây của thế giới La Mã. Thành Phi-líp, nơi mà Phao-lô ghé thăm, là thành quan trọng phần lớn là bởi vì vị trí nằm trên đường cái thương mại này.

Vulgate: Thuật ngữ xuất phát từ chữ *vulgatus* trong tiếng La-tinh, có nghĩa là "phổ thông" hay "phổ biến". Nó chỉ về một bản dịch Kinh Thánh tiếng La-tinh được Jerome thực hiện gần cuối thế kỷ thứ tư S.C và trở thành bản Kinh Thánh có thẩm quyền của Công giáo La Mã.

vương quốc Đức Chúa Trời: Sự cai trị của Đức Chúa Trời; đó là cốt lõi sự dạy dỗ của Chúa Giê-xu. Nó bắt đầu bằng sự đến lần thứ nhất và sẽ kết thúc bằng sự đến lần hai của Ngài. Nó chỉ toàn bộ công tác cứu chuộc của Đức Chúa Trời.

xây dựng cộng đồng: Khuynh hướng gần đây trong phương pháp nghiên cứu lịch sử Tân Ước trong đó các phương pháp và khuôn mẫu khoa học xã hội được dùng để mô tả động lực hình thành cộng đồng trong Cơ Đốc giáo ban đầu.

Phụ lục theo Chủ Đề

A

A-ba, 386, 388
A-chai, 140, 295, 351, 357, 365, 416, 419, 427, 440, 497, 596
A-ga-bút, 319, 328, 329, 334, 336, 337, 351
An-ne, 60, 135, 136, 178, 512
An-pha và Ô-mê-ga, 556
An-ti-ốt Pi-si-đi, 283
Áp-ra-ham, 48, 63, 105, 110, 134, 135, 149, 163, 201, 290, 309, 314, 328, 361, 373–375, 379, 382, 387, 388, 397, 402, 404, 409, 432, 433, 437, 493, 506, 564
A-ram, 65, 67, 71, 74, 78, 80, 100, 117, 267, 289, 326, 345, 363, 570, 575, 576, 581, 591, 593
Ả-rập, 91, 337, 406, 437
A-ri-ma-thê, 181
A-si-a, 576
A-si-ri, 34, 72, 81
Athenagoras, 158
A-thên, 44, 389

B

Ba-by-lôn, 9, 32, 34, 49, 62, 64, 76, 527, 528, 550, 551, 580, 593
Bài giảng trên núi, 110, 193, 519
bản thảo, 28, 116, 392, 543
Bản viết tay tiếng Hy Lạp, 25
Ba-na-ba, 115, 319, 320, 328, 336, 343–346, 348, 350, 364, 366, 429, 432–434, 504, 505, 535, 539, 581, 595
Bê-rê, 47, 48, 56–58, 81, 82, 161, 163, 175, 177, 184, 357, 389, 441, 476, 497
Bê-tha-ni, 175–177, 185
Bết-lê-hem, 14, 81, 165, 166, 185, 587
Bết-sai-đa, 57, 81, 534, 543
bị cầm tù, 48, 355, 356, 436, 444
Biển Địa Trung Hải, 81, 441
Biển Ga-li-lê, 45, 47, 81, 543
bội đạo, 480, 507, 510, 576, 586

C

Ca-bê-na-um, 64, 119, 170, 173–175, 185, 543
cái chết, 16, 55, 68, 69, 157, 178, 203, 280, 326, 364, 420, 449, 453, 485, 512, 514, 527, 529
Cai-phe, 121, 135, 178
câu chuyện lịch sử, 305
chế độ nô lệ, 194
chỉ trích, 120, 171, 198, 334, 372, 521
Chiên Con, 151, 551, 555–557, 559, 560, 584
chiến thắng, 50, 52, 53, 60, 70, 94, 110, 120, 124, 170, 172, 303, 335, 371, 381, 404, 454, 482, 494, 496, 518, 537, 550, 555–557, 559, 560
Chiến tranh Do Thái, 41, 59, 79
chính nghĩa, 68, 332, 406

chính thống, 220, 252, 260, 272, 427
chú giải, 4, 141, 230
chủ nghĩa cấu trúc, 577
chủ nghĩa hiện sinh, 222, 235, 578
Chủ nghĩa hoài nghi, 271, 286, 295
Chủ nghĩa khắc kỷ, 286
chuộc tội, 110, 224, 294, 323, 324, 379, 380, 402, 410, 420, 433, 440, 487, 510, 578, 579, 592, 593
chữa lành, 18, 47, 88, 89, 92, 94, 100, 105, 108, 110, 111, 119, 120, 122, 123, 131, 137, 152, 157, 170, 173, 175, 176, 182184, 233, 261, 262, 311313, 325, 326, 332, 350, 420, 450, 493, 588
Cọt-nây, 8890, 319, 327, 328, 333335, 337
cô-ban, 192
Công vụ, 304
Cơ Đốc giáo, 12, 22, 44, 61, 69, 70, 75, 79, 83, 102, 103, 130, 147, 150, 182, 218, 220, 222, 232, 237, 241, 263, 264, 271, 282286, 290292, 294, 296, 297, 300, 312, 314, 338, 344, 351, 353, 358, 364, 369, 374, 380, 381, 391, 392, 395, 408, 410, 413, 416, 422, 427, 434, 437, 438, 454, 458, 466, 475, 477, 510, 511, 530, 540, 544, 570572, 579, 581583, 586588, 594, 597, 598
cơn thịnh nộ, 152, 166, 178, 386, 397, 400, 434, 481, 510, 511
Cơ-rết, 484, 491, 496, 497, 595
cuộc sống, 16, 44, 49, 62, 88, 137, 175, 194, 204206, 211, 225, 235, 243, 246, 253, 278, 285, 289, 293, 297, 313, 428, 454, 464, 474, 515, 522, 523, 526, 530,

544, 561, 564, 568, 578, 586, 589, 592, 594
cuối đời, 91, 148, 434, 484, 527

D

dân tộc, 13, 14, 22, 31, 43, 48, 49, 62, 63, 72, 80, 88, 91, 105, 108, 110, 134, 135, 139, 162, 163, 167, 240, 289, 290, 292, 342, 370, 374, 386, 395, 407, 432, 449, 460, 564, 571, 578, 583, 588, 591
Delphi, 497
dị giáo, 106, 207, 229, 487, 496, 539, 579
di sản, 23, 154, 290, 300, 316, 346, 563, 564
Diadochi, 49
Diaspora, 63
Didache, 102
Do Thái giáo, 22, 41, 42, 62, 65, 66, 71, 75, 7779, 81, 83, 84, 90, 112, 146, 148, 155, 192, 249, 256, 267, 278, 279, 285, 288, 289, 297, 304, 305, 322, 333, 339, 342, 346, 347, 358, 362, 385387, 389, 408, 410, 416, 434, 439, 455, 458, 463, 470, 475, 505, 506, 513, 522, 572, 577, 580, 582588, 591, 593, 596, 597

Đ

đại mạng lệnh, 461
Đa-mách, 325, 335337, 366, 381, 389
đạo đức, 5, 16, 20, 57, 78, 110, 167, 195, 202, 204, 218, 230, 264, 282, 286, 291, 295, 318, 346, 362, 369, 371, 373, 383385, 388, 399, 401, 410, 414, 431, 436438, 446, 448, 459, 466, 477, 492, 494, 516, 519, 531,

541, 564, 567, 569, 575,
    578581, 584, 585
đạo đức học, 384, 441, 497
đau khổ, 106, 173, 208, 324, 404, 426,
    488, 529, 565
đắm tàu, 354, 566
Đẹt-bơ, 357, 430, 434, 439, 441, 596
Đê-ca-bô-lơ, 47, 81, 82, 170, 185
Đê-mê-triu, 538
đền thờ, 21, 49, 50, 5456, 5965, 67,
    68, 72, 81, 82, 108, 121,
    136138, 164, 165, 167, 168,
    178, 181, 202, 289, 304, 309,
    310, 316, 321, 366, 375, 424,
    446, 449451, 476, 505, 575,
    580, 584, 586, 587, 594
đến thứ hai, 575
địa ngục, 75, 291, 481, 482
Đi-anh, 446, 448, 458
Đi-ô-trép, 538
đối thủ, 166
Đồng bằng Esdraelon, 44, 82
Đồng bằng Ghê-nê-xa-rết, 82
đồng tính luyến ái, 399, 415
đời sống mới, 291, 392, 433
Đức quốc xã, 42, 214

E

Em-ma-út, 50, 82, 184, 185
Essenes, 67, 591

Ê

Ê-đôm, 53, 82
Ê-li, 69, 120, 136, 138, 167, 174, 582,
    587
Ê-nê, 319, 325, 326, 332
Ê-rát, 417, 425, 441
Ê-thi-ô-pi, 319, 322, 323, 325, 337
Ê-tiên, 303, 305, 312, 314316, 321,
    335, 343, 345, 373, 566, 596

G

Gai-út, 295, 538, 542

Ga-li-lê, 14, 45, 47, 48, 54, 5658, 81,
    82, 88, 89, 94, 103, 108, 111,
    117, 122, 133, 134, 138, 140,
    151, 157, 161, 163, 168171,
    173, 174, 176, 177, 180, 181,
    183185, 193, 264, 285, 295,
    337, 528, 534, 535, 543, 577,
    586, 588
Ga-li-ôn, 365, 417, 441, 483, 497, 596
Ga-ma-li-ên, 81, 387, 389
Gáp-ri-ên, 138, 165
giải thích, 2, 4, 5, 16, 19, 23, 31, 38,
    57, 69, 78, 113, 116, 117,
    122, 136, 173, 181, 182, 192,
    193, 203, 215, 217, 222,
    224226, 232, 235, 236, 241,
    245, 249, 261, 263, 269, 271,
    272, 284, 285, 290, 303, 316,
    351, 352, 370, 376, 379, 383,
    385, 390, 404, 412, 424, 431,
    432, 441, 442, 448, 454, 460,
    482, 494, 497, 513, 530, 533,
    534, 538, 550, 558, 582
Giăng Báp-tít, 48, 58, 63, 68, 79, 88,
    117, 120, 133, 135, 136, 138,
    148, 153, 155, 157, 165,
    167169, 183, 184, 290, 331,
    334, 364, 433, 534, 535, 576
giấy cói, 25, 27, 35, 36, 147, 538, 581
Giê-ri-cô, 81, 177, 185, 590
giễu cợt, 218, 362
Giô-sép, 56, 104, 165, 166, 181, 506
Giu-đa Ích-ca-ri-ốt, 23, 539
Gô-gô-tha, 180, 183, 184, 581, 598

H

Hanukkah, 50
Hasidim, 50, 52, 81, 586
Hê-rô-đia, 58, 81, 167, 337
Hê-rốt An-ti-pa, 47, 57, 81, 137, 180,
    183, 185
Hê-rốt Phi-líp, 47, 81

hiện tượng học, 222, 235, 582
hình phạt đời đời, 387
Hippolytus, 67, 550, 552
hòa bình, 51, 52, 282, 294, 406, 410, 449, 466, 471, 588
hoàn cảnh, 44, 59, 104, 179, 191, 245, 246, 312, 354, 453, 464, 468, 480, 493, 509, 512, 520, 548, 566, 578, 589
Hồi giáo, 12, 268, 313, 322, 353, 437, 571, 591
hội thảo về Chúa Giê-xu, 582
Hy Lạp, 25, 27, 28, 34, 4750, 59, 62, 64, 69, 71, 73, 74, 78, 79, 84, 100, 101, 107, 121, 126, 140, 155, 158, 173, 179, 250, 264, 267, 277, 282285, 289, 293295, 297, 307, 326, 351, 357, 363, 364, 376, 378, 398, 400, 409, 410, 420, 439, 440, 459, 460, 465, 468, 478, 479, 483, 497, 499, 504, 505, 514, 516, 527, 528, 549, 570, 575578, 580, 582, 583, 585, 586, 589592, 595, 597
hy sinh, 20, 25, 137, 198, 205, 314, 332, 383, 398, 402, 433, 444, 505, 541, 566, 581, 584
hy vọng, 4, 14, 33, 34, 61, 63, 70, 93, 105, 124, 143, 149, 151, 166, 180, 231, 247, 250, 265, 266, 269, 278, 283, 330, 355, 376, 378, 381, 396, 398, 401, 402, 404, 410, 421, 424, 454, 455, 463, 479, 481, 487, 492, 508, 510, 529, 566568, 572, 592
Hypothesis, 97, 251

I
I-cô-ni, 429, 434, 439, 440

J
Jamnia, 81, 576, 580, 583
Jerome, 74, 125, 140, 598
Johannine, 145, 156, 158

K
kẻ chống đối, 120, 131, 422, 434, 489
kẻ thù, 31, 66, 68, 122, 124, 198, 215, 283, 311, 315, 342, 351, 376, 449, 454, 482, 531, 571
kerygma, 87, 88, 303, 583
kết hôn, 77, 313
khảo cổ học, 34, 85, 363, 417, 424, 431, 534
khen ngợi, 105, 137, 171, 223, 250, 310, 400, 408, 420, 424, 426, 436, 438, 439, 448, 449, 464, 478, 482, 493, 496, 538, 575
khổ nạn, 302
kiên trì, 507, 521, 532, 540

L
làm sứ đồ, 172, 414, 432, 527
Lao-đi-xê, 460, 465, 470, 550
La-tinh, 12, 28, 74, 117, 282, 283, 292, 363, 570, 581, 585, 587, 588, 591, 594, 595, 598
La-xa-rơ sống lại, 176, 262
lễ hội, 23, 57, 59, 64, 72, 77, 82, 148, 584
Lễ Ngũ Tuần, 283, 288, 294, 299, 300, 305, 307, 312, 316, 395, 459, 584
Lít-trơ, 348, 357, 429, 434, 439, 441, 596
lòng can đảm, 80, 91, 226, 445, 510, 572
Lời Chúa, 1618, 25, 34, 37, 73, 90, 93, 108, 130, 168, 194, 195, 201, 217, 222, 230, 233, 234, 237, 270, 375, 399, 488, 490, 515,

516, 519, 532, 539, 557, 569, 583
lời tiên tri, 16, 50, 53, 61, 80, 88, 90, 94, 95, 104, 105, 109, 111, 138, 151, 166, 170, 177, 201, 203, 253, 261, 290, 323, 330, 494, 514, 533, 553, 554, 578
lời xác thực, 201
Luật pháp, 64, 72, 73, 77, 81, 227, 361, 371, 372, 375, 431, 508
Ly-sa-ni-a, 140

M

ma quỷ, 46, 70, 89, 94, 104, 119, 120, 122, 123, 168, 182, 311, 350, 371, 448, 513, 539, 556, 560, 592
Mạc-ca-bê, 7, 21, 22, 36, 41, 50, 52, 6668, 80, 81, 575, 579, 581, 584
Machaerus, 58, 60, 82, 185
Man-tơ, 354, 357
Marcus Sestius, 470
Ma-ri, 14, 56, 90, 104, 136138, 165167, 176, 177, 181, 184, 208, 273, 292, 535, 539, 587, 593
Masada, 60, 81
Ma-thia, 317
Ma-xê-đô-ni-a, 280
mầu nhiệm, 207, 375
Mê-si-a, 35, 47, 57, 63, 95, 105, 109111, 120, 123, 124, 138, 151, 153, 165167, 169, 170, 172, 173, 177, 183, 185, 203, 268, 288, 290, 307309, 312, 316, 321, 335, 345, 361, 362, 364, 375, 376, 386, 396, 404, 420, 422, 505, 506, 514, 519, 559, 560, 577579, 584, 585
Mi-lê, 351, 357, 497

Mishnah, 66, 7580, 83, 84, 580, 585, 593, 597
Môi-se, 13, 18, 21, 22, 65, 73, 109, 120, 149, 174, 182, 201, 307, 314, 346, 353, 372, 380, 432, 506508, 520, 521, 551, 564, 576, 581, 582, 586, 587, 591
mục sư, 31, 33, 214, 272, 318, 328, 329, 392, 488, 489, 491, 497, 514, 595
mục vụ, 89, 108, 126, 141, 356, 366, 367, 395, 408, 411, 427, 435, 436, 440, 444, 454, 468, 474, 484, 486492, 494499, 545, 569, 595
mười hai, 23, 68, 100, 145, 166, 171, 172, 175, 183, 202, 251, 302, 321, 326, 330, 514, 520, 527, 535, 585, 591, 593

N

Na-xa-rét, 20, 44, 56, 89, 118, 138, 140, 158, 161, 166, 170, 181, 182, 185, 260, 261, 270, 290, 300, 311, 376, 377
nghèo đói, 565
nghi lễ tôn giáo, 78, 508
Người Do Thái, 22, 49, 58, 61, 63, 64, 71, 80, 82, 365, 379, 395, 434
người ghi chép, 527
người hành hương, 72, 308, 525, 530
người hầu việc, 538
Người Phi-líp, 457
nhiệm vụ, 5, 60, 62, 122, 139, 191, 192, 247, 300, 336, 423, 565, 576, 584
những người nữ, 21, 122, 137
Ni-cô-đem, 181
Ni-cô-pô-li, 491
Ni-san, 184, 584, 587

Ô

ô uế, 21, 59, 64, 72, 285, 327, 333, 579
Ô-nê-sim, 459, 464, 465, 469

P

Pa-lét-tin, 4149, 5155, 63, 70, 71, 74, 78, 82, 83, 89, 102, 110, 121, 133, 136, 148, 158, 162, 267, 289, 290, 351, 366, 376, 389, 422, 427, 440, 513, 521, 535, 543, 576, 579, 582, 584, 587, 593
parousia, 588
Pax Romana, 282, 294, 295, 588
pericopae, 243, 254, 255, 588
phản biện, 130, 139, 261, 568
Pha-ri-si, 41, 52, 53, 65, 66, 68, 70, 71, 76, 80, 82, 83, 119, 134, 136, 138, 176, 197, 291, 327, 342, 352, 363, 376, 416, 585, 586, 588, 594, 597
phép lạ, 14, 58, 88, 94, 119, 122, 146, 153, 169, 170, 172, 176, 182184, 191, 205, 215, 218, 219, 222, 233, 234, 253, 299, 309, 311, 312, 316, 420, 466, 527, 565, 588
phê bình kinh điển, 228, 235, 236, 590
phê bình lịch sử, 2, 213, 214, 216, 218225, 227, 231236, 250, 256, 590
phê bình tu từ, 254, 257
phê bình văn học, 247
Phi-ri-gi, 357, 459
phúc âm giả, 432434
phục sinh, 12, 36, 48, 107, 121, 124, 140, 148, 152, 154, 156, 174, 181, 195, 208, 218, 224, 234, 244, 263, 287, 288, 291, 294, 300, 306, 307, 309, 320, 343, 345, 362, 369, 370, 380, 381, 385, 387, 398, 420, 433, 514, 527, 531, 539, 565, 583, 596
Politarch, 497, 590
Pompey, 50, 53, 81, 295
praeparatio, 44, 590

Q

quan điểm mới, 242, 261
Qui-ri-ni-u, 140
Qumran, 67, 68, 75, 78, 81, 236, 470, 577, 588, 590
Qur'an, 36, 268
quyền sứ đồ, 331, 413, 425, 426, 448
quyền tối cao, 462

S

sa ngã, 14, 35, 214, 397, 530, 564, 591
Sa-bát, 64, 80, 82, 108, 119, 181, 591
Sa-đu-sê, 41, 66, 70, 81, 83, 206, 352, 512, 588, 597
Sa-rôn, 325
Sê-giút Phao-lút, 357
Sê-sa Au-gút-tơ, 54, 56, 57, 81, 135, 140, 185, 295
Sê-sa-rê, 47, 54, 55, 57, 59, 81, 90, 102, 111, 123, 125, 140, 185, 326, 333, 335337, 341, 343, 351, 352, 355357, 365, 389, 444
Si-đôn, 337
siêu việt, 69, 149, 253, 287, 310, 377, 448, 469, 565
Si-la, 346, 348, 349, 365, 366, 452, 468, 476, 483, 539
Si-mê-ôn, 135, 136, 138
Si-miệc-nơ, 378, 550
simony, 331
Si-môn Phi-e-rơ, 526, 531
Si-ru, 49, 81
Sitz im Leben, 243, 246, 255, 589, 592
Sông Cayster, 470
Sông Giô-đanh, 81
Sri Lanka, 466

sự bắt bớ, 171, 280, 288, 290, 325, 343
sự cứu rỗi, 22, 36, 88, 95, 106, 133, 134, 136, 139, 142, 176, 191, 195, 197, 199, 207, 218, 268, 290, 345347, 356, 372, 374, 375, 382, 384, 385, 396, 400, 402, 404, 409, 420, 427, 433, 434, 436438, 440, 449, 450, 456, 468, 487, 493, 508, 510, 513, 518, 525, 530, 537, 540, 542, 556, 557, 579, 586, 592, 597
sự giàu có, 397, 446, 515
sự hủy diệt, 170, 373, 481, 533, 534, 588
sự khải thị, 19, 31, 36, 69, 155, 191, 226, 233, 234, 252, 285, 375, 509, 520, 583, 591
sự khôn ngoan, 15, 31, 70, 75, 220, 253, 375, 420, 447, 471, 474, 492, 497, 499
sự sống đời đời, 151, 152, 155157, 205, 208, 292, 380, 481, 537
sự thánh hóa, 532, 542, 579, 593
sự thật, 63, 93, 105, 167, 200, 223, 403
Sư tử, 556

T

tà giáo, 9, 200, 331, 427, 462, 463, 531, 539, 579, 597
Ta-bi-tha, 319, 326, 332, 334, 337
Talmud, 66, 76, 78, 80, 83, 162, 580, 585, 593
Targumim, 593, 594
Tạt-sơ, 337, 363, 366, 389
Tây Ban Nha, 1, 58, 283, 288, 302, 365, 389, 395, 398, 407, 409, 410, 466, 497
Tel Aviv, 337
tephillin, 71
thanh niên, 334, 348, 490, 492, 496
thần học tự do, 407

Therapeutae, 71
Thê-ô-phi-lơ, 130, 134, 140, 302
thiên đàng, 33, 75, 170, 208, 244, 291, 312, 377, 394, 404, 449, 461, 481, 482, 556, 557, 565, 567, 588
thiên niên kỷ, 374, 572
Thổ Nhĩ Kỳ, 49, 389, 441, 470, 535, 543
Thô-ma, 181, 273, 585
thợ thuộc da Si-môn, 333
Thung lũng Lycus, 470
thuyết tương đối, 568
Thư tín, 227, 355, 379, 384, 391393, 398, 429, 450, 452, 464, 465, 467, 469, 487, 490, 494, 503505, 514, 528, 534, 539, 575, 577
Tiểu Á, 49, 53, 89, 347, 357, 365, 430, 440, 470, 497, 528, 543, 579, 595
tín đồ, 314, 415, 425, 438, 528, 529, 559
tình yêu, 15, 33, 107, 199, 202, 204, 209, 225, 250, 293, 341, 377, 383, 384, 421, 438, 450, 459, 466468, 478, 479, 482, 492, 496, 508, 509, 511, 518, 532, 536539, 541, 566, 568, 571
Tübingen, 72, 145, 146, 185, 224, 232, 317, 363, 364, 373, 439
Torah, 597
Tosefta, 78, 81, 585, 597
tội lỗi, 14, 35, 36, 62, 66, 75, 77, 88, 108, 124, 135, 137, 149, 151, 168, 170, 174, 175, 179, 181, 189, 191, 195198, 200, 201, 203, 204, 208, 210, 263, 268, 293, 324, 334, 345, 377381, 385, 393, 394, 397, 399, 401404, 409, 432, 456, 460, 482, 494, 509, 511, 517, 518,

533, 534, 537, 541, 543, 557, 567, 572, 578, 579, 592, 596
Tra-cô-nít, 47, 140
Triết học Hy Lạp, 595
Trinity, 77, 218, 220, 240, 247, 251, 297, 363
trời mới đất mới, 534, 559
Trung Quốc, 542, 571
truyền giáo, 12, 110, 113, 115, 117, 171, 230, 283, 318, 333, 339, 341, 343345, 348351, 353, 356, 358, 361, 362, 366, 367, 375, 381, 387, 396, 398, 407, 409, 416, 419, 423, 429, 432, 435, 439, 446, 452, 468, 473, 475, 477, 483485, 493, 495, 567, 572, 581, 595, 596
truyền thống, 1, 6466, 71, 77, 82, 97, 110, 114, 138, 145147, 154, 156, 167, 180, 214, 220, 243, 244, 246, 248, 250, 254256, 261, 266, 274, 284, 289, 301, 306, 332, 346, 372, 385, 386, 395, 434, 435, 445, 460, 484, 486, 516, 527, 540, 554, 564, 567, 576, 582, 583, 586, 588, 589, 592, 593, 597, 598
truyền thống truyền miệng, 65, 92, 372, 597
Ty-chi-cơ, 491
Ty-rơ, 121, 185, 337

V

văn hóa, 11, 19, 20, 3436, 112, 126, 140, 221, 247, 261, 282284, 289, 293297, 312, 313, 318, 346, 353, 356, 363, 423, 445, 458, 460, 466, 467, 475, 562, 563, 570, 573, 576, 578, 580, 595
via dolorosa, 426
Via Egnatia, 452, 470, 475, 598
việc lành, 65, 168, 175, 268, 305, 345, 346, 372, 384, 393, 402, 427, 437, 438, 449, 462, 490, 494, 508, 513, 539, 567, 568
vinh hiển, 2, 14, 69, 108, 148, 149, 155, 165, 167, 183, 196, 200, 203, 206, 207, 209, 268, 355, 370, 372, 375, 377, 383, 386, 397, 401, 425, 440, 446, 449, 480, 529, 551, 554, 556, 559, 564, 592594, 598
Vulgate, 74, 81, 598
vững chắc, 17, 109, 132, 208, 233, 287, 345, 457, 534
Vương quốc của Đức Chúa Trời, 210
vượt qua, 452, 490, 494, 584

X

xã hội học, 228, 235, 236, 249, 530, 578
Xa-cha-ri, 7, 70, 138, 165, 548

Y

ý muốn của Chúa, 34, 71, 449, 456, 462, 529
Y-đu-mê, 52, 53, 56, 82

Z

Zealots, 68, 264

Phụ lục theo Câu Kinh Thánh

Sáng Thế Ký
   3, 591
   1:27, 493
   2:24, 399
   12:1–3, 309, 373, 581
   12:3, 382
   15:1–21, 373

Xuất Ê-díp-tô Ký
   3:14, 201
   4:22, 460
   12:12, 584
   12:13, 584
   12:14–30, 584
   13:3–10, 584
   20:8–11, 591
   34:22, 584

Lê-vi Ký
   1:2, 578
   11:39–40, 327
   11:44, 383
   18:22, 399
   19:18, 342
   19:34, 342
   20:13, 399
   23:33–43, 584
   27:30–33, 588

Dân Số Ký
   7:13, 578
   15:37–41, 71, 591
   21:8–9, 380
   26:2–18, 364
   28:26, 584

Phục Truyền Luật Lệ Ký
   4, 592
   6, 592
   5:12–15, 591
   6:4–6, 73
   6:4–9, 71, 591
   6:9, 71
   7:7, 13
   9:4–6, 508
   11:13–21, 71, 591
   14:22–29, 588
   16:10, 584
   16:16, 307
   21:23, 379
   29:29, 17

Giô-suê
   1:6, 506

Các Quan Xét
   4–6, 581

1 Sa-mu-ên
   15:22, 372, 508

2 Sa-mu-ên
   12, 516

1 Các Vua
   17, 167
   17:8–24, 135

2 Các Vua
   2:14, 167
   5:1–14, 135
   17:29, 72
   17:33, 72
   23:39, 581

E-xơ-ra
    4:3–4, 72
    14:45–46, 75
Nê-hê-mi
    10:37, 588
    10:38, 588
Thi Thiên
    110, 585
    2:7, 578
    14:1–3, 371
    22:1, 177
    27:14, 506
    40:6–8, 372
    51:16–17, 372
    89:27, 460
Châm Ngôn
    3:6, 457
    5:15–19, 399
    18:2, 31
Ê-sai
    1:11–15, 372
    3:12, 203
    6:9–10, 14
    7:14, 14
    8:16–17, 109
    9:1–2, 14
    9:6–7, 201
    11:2–3, 555
    11:5, 450
    29:13, 14
    40:3, 14, 119
    42:1–4, 203
    42:1–14, 14
    45:22, 334
    49:1–7, 203
    49:26, 592
    52:13–53:12, 203
    53:4, 109
    53:5, 203
    53:6, 203
    53:8–9, 203
    59:17, 450

    60:16, 592
Giê-rê-mi
    29:11, 457
    31:31–34, 581, 596
    31:32, 508
Ê-xê-chi-ên
    2:1–3, 203
    3:1, 203
    3:3, 203
    3:4, 203
    3:17, 203
Đa-ni-ên
    7:13–14, 203, 579
    9:25–26, 585
    11:31, 50
Mi-chê
    5:2, 14
    6:6–8, 372
Ha-ba-cúc
    2:14, 199
Xa-cha-ri
    13:7, 14
Ma-la-chi
    1:10, 508
Ma-thi-ơ
    3, 576
    5–7, 122, 171
    16, 576
    23, 346, 372
    24–25, 582
    1:1, 134
    1:18–25, 593
    1:21, 14, 179
    2:1–12, 587
    2:1–12, 165
    2:19–23, 166
    2:22–23, 56
    3:3, 14
    3:15, 168, 202
    4:13–16, 45
    4:25, 47
    5:3–12, 577

5:3–9, 198
5:4, 204
5:10–12, 171
5:12, 204, 208
5:13–14, 458
5:13–16, 520
5:17, 201
5:18, 73
5:20, 198
5:21–24, 198
5:27–28, 198
5:43–45, 198
5:48, 196, 198
6:10, 198
6:12, 198
6:13, 168
6:14–15, 198
6:16, 205
6:19–21, 205, 208
6:25–26, 204
6:25–30, 461
6:28–29, 204
6:30, 196
6:33, 196, 198, 205
6:34, 519
7:1, 198
7:3–5, 192
7:11, 204
7:12, 584
7:13, 208
7:16, 519
7:21, 198
7:21–23, 198, 202
7:24–27, 198, 209
7:26, 519
7:28–29, 195
8:5, 594
8:10–11, 208
8:10–12, 208
8:11–12, 375
8:19, 203
9:2, 204

9:5, 204
9:27–31, 170
10:1, 171
10:1–2, 585
10:6, 71
10:12, 171
10:28, 208
10:30, 204
11:1, 585
11:12, 198
11:19, 204
11:21–22, 47
11:21–24, 204
11:25, 196
11:25–27, 579
11:27, 144, 201
11:28–30, 77, 205
12:8, 203
12:12, 204
12:15–21, 14
12:22–30, 170
12:28, 199
12:31, 204
12:33–37, 204
12:39–42, 204
12:46–50, 539
12:47, 29
13:1–9, 589
13:11, 582
13:13–15, 14
13:18–23, 194, 589
13:24–30, 208, 589
13:36–43, 194, 589
13:38–42, 208
13:39–40, 206
13:42, 208
13:43, 209
13:44, 194
13:45, 194
13:47–50, 208
13:49, 206
13:55, 514, 539

14:9, 58	23:7, 591
14:23–33, 170	23:8, 591
14:26, 585	23:13–32, 204
14:33, 201	23:23, 77, 588
15:3–9, 14	24:1–2, 281, 594
15:22, 203	24:3, 206
16:13–20, 578	24:5, 205
16:13–27, 57	24:6, 205
16:13–28, 47, 579	24:7, 205
16:16, 173	24:9, 205
16:17, 576	24:10, 205
16:18, 575	24:11, 205
16:21, 203	24:12, 205
16:25, 193	24:14, 205
16:27, 203, 206	24:15, 50
17:1–13, 582	24:23, 205
18:3–4, 198	24:24, 205
18:8–9, 198	24:26, 205
18:20, 202	24:26–31, 203
19:2, 176	24:29, 206
19:4–6, 399, 493	24:29–31, 592
19:6, 196	24:30, 206
19:12, 107	24:31, 206
19:16, 203	24:35, 18, 201
19:17, 196	24:36, 206
20:17–19, 203	24:42, 206
20:23, 330	24:42–44, 206
20:28, 203	24:44, 206
20:29–34, 176	25:13, 206
20:30–31, 203	25:29–30, 208
21:1–11, 177	25:31–33, 481
21:9, 203	25:31–46, 198, 208
21:15, 203	25:34, 208, 209
21:18, 199	25:41, 208
21:43, 205	26:18, 203
22:13, 208	26:25, 591
22:16, 70, 588	26:26–29, 178
22:18–22, 194	26:27–28, 596
22:23–32, 66	26:27–29, 203
22:37, 198, 204	26:31, 14
23:3, 65, 77	26:32, 14
23:4, 77	26:36–45, 178

26:38, 199
26:42, 203
26:59, 596
26:62–64, 579
26:63, 179
26:64, 179, 203
26:69–75, 179
27:24, 180
27:46, 177, 181
27:51, 181
27:62–66, 181
28:8–10, 181
28:16–20, 181
28:17, 201
28:18, 268
28:19, 576
28:19–20, 344, 355, 375
28:20, 18, 202

Mác
1:10–11, 168
1:14–15, 170, 198
1:16–18, 527
1:16–20, 535
1:29–31, 170
1:35–38, 171
1:38, 92
1:39, 92
1:40–45, 170
2:1–12, 201
2:6, 327
2:10, 203
2:11, 325
2:15, 204
2:23–28, 591
3:1–6, 170
3:5, 199
3:6, 70, 588
3:13–16, 527
3:13–19, 535, 593
3:17, 535
3:18, 588
3:21, 514

3:29, 335
4:11, 582
4:36–41, 170
4:38, 203
5:1–20, 47, 170
5:25–34, 170
5:37–40, 326
6:3, 514, 539
6:14–29, 167
6:17–29, 48, 58
6:20, 58
6:30–32, 171
6:34, 71
6:34–35, 479
6:34–44, 171
7:1–13, 192, 372
7:8, 66
7:9, 346
7:11–13, 578
7:15–23, 333
7:31, 47
8:2, 199
8:12, 199
8:31, 173
8:31–32, 203
8:34, 559
8:34–38, 174, 202
8:35–36, 204
8:35–37, 205
8:38, 195, 203, 206
9:5, 203
9:12, 203
9:30–31, 175
9:31, 203
9:42–48, 193
10:6, 196, 204
10:21, 199, 208
10:27, 196
10:31, 193
10:32–34, 579
10:33–34, 203
10:38, 168

11:15–18, 177
11:21, 591
11:27–12:40, 177
12:13, 70, 588
12:26–27, 208
12:28–31, 591
12:29–31, 384
12:30, 204, 205
12:31, 205
12:37, 71
12:41–44, 138
13:1, 64
13:6, 205
13:7, 205
13:8, 205
13:9–13, 205
13:10, 205
13:12, 205
13:17–19, 205
13:19, 196
13:21–23, 205
13:22, 205
13:24–27, 579
13:26, 206
13:27, 206
14:12–16, 177
14:22–25, 581
14:25–45, 581
14:33, 535
14:36, 575
14:43–46, 178
14:66–72, 527
15:39, 594
16:6, 181
13:33–36, 206
Lu-ca
   1:1–4, 130, 148, 260, 301, 316, 368, 597
   1:3, 90
   1:5–20, 165
   1:19, 170
   1:26–35, 593

1:26–38, 165
2:1, 279, 281
2:14, 165
2:39, 166
2:41–50, 166
2:49, 202
2:52, 166
3:1, 280, 281, 597
3:7–8, 63
3:17, 167
3:21–23, 164
4:14, 170
4:15, 170
4:16–21, 170
4:19, 196
4:20–21, 201
4:24–30, 170
4:40, 92
4:42, 199
5:1–11, 170
5:17–26, 170
5:24, 203
5:31, 194
5:32, 204
6:4, 194
6:14, 194
6:15, 68
6:16, 539
6:27–28, 427
6:31, 342
6:35, 342
7:11–17, 170
7:44–50, 201
8:3, 137
8:10, 582
8:11–12, 208
8:23, 199
8:51, 535
9:1–2, 311
9:10–17, 170
9:23, 426, 456
9:23–25, 205

9:28, 535
9:35, 174
9:46–48, 194
9:57–62, 176
9:60, 192
10:1, 29
10:1–17, 48
10:1–24, 175
10:18, 199
10:20, 208
10:25–37, 72
10:29–37, 206
11:1–13, 176
11:1–18:17, 175
11:29, 176
11:37, 176
11:37–54, 372
11:38, 176
11:39–52, 176
11:42, 196
11:49, 196
11:53, 176
12:1, 176
12:1–3, 176
12:6–7, 196
12:15–21, 205
12:21, 516
12:22–34, 176
12:24, 196
12:28, 196
12:35–40, 206
12:49–50, 168, 176
12:54–59, 176
13:1, 58
13:10, 176
13:14, 176
13:16, 493
13:22, 176
13:32–35, 176
14:1, 176
14:1–4, 176
14:1–14, 176

14:6, 176
14:12–14, 206
14:15–24, 176
14:25, 176
14:25–33, 176
14:25–35, 205
15:1, 176
15:1–2, 176
15:1–32, 176
15:11–24, 204
16:3, 575
16:10–12, 456
16:15, 196
16:19–31, 204
17:11–19, 176
17:20–21, 196
17:20–37, 176
18:1–8, 176
18:8, 572
18:9–14, 204
18:9–14, 176
18:15, 176
18:18, 193
18:22, 208
19:10, 377
19:41, 455
19:43, 132
19:44, 132
20:2, 426
20:37–38, 208
21:1–4, 493
21:5, 206
21:5–6, 63
21:6, 206
21:11, 205
21:16, 205
21:20, 206
21:20–24, 61, 63, 132
21:24, 206
21:25–26, 206
21:28, 377
22:29–30, 208

22:39–53, 580
23:1–2, 180
23:5, 180
23:6–12, 58
23:12, 58
23:14, 180
23:18–19, 180
23:21, 180
23:27, 493
23:34, 177, 180, 312, 566
23:43, 177, 588
23:46, 177, 181
23:47, 594
23:49, 493
24:2, 493
24:13–24, 181
24:33–35, 181
24:34, 527
24:36–43, 181
24:39, 307
24:44, 73
24:45–46, 14
24:47, 14
24:50–53, 182, 594
24:51, 306

Giăng
  14–17, 122, 124, 178
  1:1, 200
  1:1–14, 79, 201, 586
  1:12, 579
  1:14, 43, 268, 287, 587
  1:14–18, 579
  1:18, 150, 460, 576
  1:19–28, 168
  1:28, 48
  1:29, 556
  1:40–42, 527
  1:42, 591
  1:44, 527
  1:49, 203, 578
  2:4, 202
  2:16, 202

2:19, 64
2:20, 164
3:2, 203, 591
3:3, 198
3:5, 198
3:14, 380
3:15–16, 208
3:16, 87, 217, 268, 481
3:18, 208
3:36, 208
4:1–42, 72
4:9, 72, 321, 586
4:10, 196
4:20, 72
4:21, 63
4:21–24, 61
4:22, 22, 375
4:23, 168
4:23–24, 63
4:24, 168, 196
4:34, 203
5:2–47, 170
5:18, 291
5:21, 208
5:25, 208
5:28, 593
5:28–29, 208
5:29, 208, 593
5:30, 203
5:46, 201
5:47, 18
6:25, 203
6:35, 201
6:38, 203
6:38–40, 204
6:39–40, 208
7:1, 173
7:1–5, 539
7:1–39, 584
7:3–5, 514
7:19, 584
7:30, 203

7:46, 195
7:49, 71, 575
7:53, 29
7:53–8:11, 204
8:11, 29
8:12, 201
8:20, 203
8:58, 201, 268
9:1–41, 176
9:25, 175
10:7, 201
10:10, 206
10:11, 201
10:22, 50
10:22–39, 584
10:28–29, 208
10:30, 201, 291
10:35, 17, 375
10:40, 48, 175
11:1–44, 176
11:21–25, 208
11:25, 201
11:25–26, 183
11:35, 199
11:40, 196
11:47–48, 176
11:48, 66, 315
11:53, 176
11:54, 177
12:1–8, 177
12:20–24, 375
12:23, 203
12:25, 426
12:26, 208
12:27, 203
13:1, 203
13:2–17, 194
13:13, 145, 448
14:1–4, 208
14:6, 201, 344
14:16, 306
14:26, 23

15:1, 201
15:20, 315
15:26–27, 24
16:1–4, 478
16:12–14, 24
17:1, 203
17:3, 196
17:11, 196
17:17, 17
17:24, 208
18:1–11, 580
18:15–16, 535
18:36, 197
19:8–12, 180
19:11, 203
19:12–16, 180
19:17, 581
19:26–27, 177, 535
19:28, 177, 199
19:30, 177, 181
19:31–42, 181
20:1–8, 535
20:6–7, 527
20:10–18, 181
20:19–28, 535
20:24, 593
20:26–31, 181
20:30–31, 92
21:1–24, 181, 535
21:18–19, 531
21:22, 156
21:25, 92
Công Vụ Các Sứ Đồ
1, 268, 300, 305, 593
1–7, 300, 305, 322
2, 303, 304, 316, 321, 343
3–7, 300
7, 303, 315
9, 357
10–11, 374
13–14, 432, 433
13–14, 366, 430, 434

13–14, 593
15, 289, 335, 514
17, 303
18–21, 366
19, 446
28, 366
1:1, 132
1:1–2, 130
1:1–2:47, 317
1:2, 306
1:3–8, 181
1:7–9, 527
1:8, 72, 288, 320322, 375, 584
1:9, 594
1:9–11, 182
1:11, 592
1:12–13, 527
1:12–14, 540
1:13, 588
2:1–12, 587
2:1–41, 584
2:10, 312, 395, 459
2:14–36, 88
2:14–41, 527
2:23, 268
2:27, 575
2:31, 575
2:38–41, 576
2:42–47, 309
2:45, 328
3:1, 304
3:6, 311
3:11–16, 527
3:17–26, 88
3:25, 373
4:4, 314
4:5–21, 596
4:8–12, 88, 527
4:12, 135, 293, 305
4:25, 305
4:32, 328
4:36, 345

5:14, 314
5:17–18, 527
5:29, 200
5:29–32, 88
5:33, 527
5:35–37, 63
5:41, 527
6:1, 289, 585
6:7, 314
6:12–15, 596
7:1–8, 373
7:2–53, 88
7:58, 363
7:60, 566
8:1, 337, 363
8:4–5, 337
8:9–25, 577
8:17, 332
8:20, 329
9:1, 363
9:1–2, 364
9:1–31, 335, 337
9:4, 374
9:15, 370
9:17–18, 336
10:1–48, 527
10:33, 200
10:34–43, 88
10:37, 89
11:19–21, 343, 366
11:22–26, 343
11:25, 366
11:25–30, 336
11:26, 280
12:1, 58
12:1–4, 59
12:1–5, 527
12:2, 330
12:12–14, 115
12:19, 331
12:21–23, 59
12:25, 336

13:1–3, 344	17:3, 578
13:1–13, 429	17:6, 483, 590
13:4–12, 345	17:8, 590
13:5, 115	17:10, 475, 476
13:7–12, 596	17:15–34, 476
13:9, 363	17:17, 475
13:13, 115	17:18, 381, 578
13:13–14:25, 429	17:22–31, 44
13:15, 506	17:23, 458
13:15–41, 434	17:24–28, 61, 80
13:16–22, 432	17:26, 31, 290
13:16–41, 88, 432	17:27, 15
13:17, 373	17:31, 381
13:23–25, 433	17:32, 381, 420
13:26–31, 433	18:1–18, 416
13:32–37, 433	18:2, 280, 395, 416
13:34, 381	18:4, 475
13:37, 381	18:5, 476
13:38–42, 433	18:7–8, 416
13:43, 434	18:11, 414
13:45, 434	18:12, 484
13:50, 434	18:12–17, 596
14:12, 285, 458	19:8, 475
14:15, 370	19:10, 419, 459
14:19, 434	19:21, 395, 444
14:23, 434	19:24, 458
14:26, 433	19:27, 458
15:1–21, 586	19:28, 284, 458
15:1–35, 581	19:29, 396, 446
15:7, 335	19:31, 446, 576
15:22, 539	19:34, 458
15:23–29, 346	19:35, 458
15:35, 475	20:1–2, 453
15:41, 475	20:2–3, 351, 396
16:1, 475	20:4, 396
16:12–40, 452, 475	20:16–38, 446
16:12–40, 452	20:32, 200
16:13, 475	20:39, 330
16:16, 285	21:8, 323
16:19–21, 452	21:37–38, 63
16:30, 18	22:2–12, 364
17:1, 475	22:3, 65, 363

22:4–16, 336, 337
22:30–23:10, 596
23:6, 66, 291, 381
23:11, 395
23:24–24:27, 351
23:24–25:14, 597
24:1–27, 59
24:14, 375, 579
24:15, 381
24:21, 381
24:27, 444
24:27–25:27, 351
24:27–26:32, 597
25:1–22, 59
25:8, 584
25:10–12, 281
25:11, 567
25:13–26:32, 59
26:9–18, 336, 337
26:23, 381
28:11, 458
28:16, 452
28:28–31, 444
28:30, 301

Công Vụ Các Sứ Đồ
15:6–11, 527

Rô-ma
9–11, 386
11, 374
12, 420
14, 347
1:4, 381
1:7, 395, 594
1:13, 355, 444
1:15, 395
1:16, 475
1:17, 393
1:18, 386
1:18–23, 400, 461
1:26–27, 399
1:28–31, 399
2:1–11, 386

2:16, 301
3:2, 374
3:5–6, 371
3:10–11, 371
3:21, 372
3:21–26, 593
3:23, 371, 372, 596
3:24, 382, 592
3:24–25, 378
3:25, 592
3:28, 372, 494, 513
3:31, 372
4:1–8, 593
4:25, 381
5:1, 406
5:2, 200
5:7, 377
5:8, 200, 377, 449
5:12, 381
5:12–21, 591, 596
6:13, 381
7:12, 372, 385, 436
7:14, 372
7:23, 584
7:25, 584
8:9, 200
8:11, 381, 399
8:15, 575
8:15–17, 386
8:16, 374
8:17, 374
8:18, 387
8:21, 374
8:23, 378, 386
9:2–3, 566
9:3, 396, 455
9:4–5, 374, 375
9:5, 200
9:8, 374
9:20, 377
10:1, 396, 455, 566
10:9, 200, 293

10:17, 293
11:13–24, 427
11:14, 428
11:25–29, 61
11:32, 61
11:33–34, 17
11:33–36, 370, 593
12:1, 404
12:1–2, 384, 592
12:2, 468
12:3, 375
12:3–5, 383
13:1–7, 467
13:12, 385
13:13–14, 392
14:10–12, 386
14:10–12, 200
15:15, 375
15:17, 200
15:19, 351
15:23, 355, 444
15:23–33, 398
15:24, 396, 484
15:28, 484
16:1, 396, 493
16:3, 382, 493
16:6, 493
16:7, 493
16:12, 493
16:20, 371
16:22, 395
16:23, 396, 417
16:25, 301
16:25–26, 375
16:25–27, 449
16:26, 370
16:27, 368, 370

1 Cô-rinh-tô
   1, 591
   8, 424
   12, 420, 591
   12–14, 383, 422

13, 384
1:1, 418
1:2, 200, 582
1:9, 579
1:11, 419
1:14, 396
1:18, 379
1:23, 379
1:24, 200
1:30, 378
2:1–16, 426
2:2, 379
2:9, 387
2:10, 374
2:12, 374
3:10, 375
3:12–15, 386
3:17, 383
4:3, 419
4:9–13, 426
4:17, 419
4:19, 419
5:1–5, 578
5:7, 383
5:7–8, 584
5:9, 417, 418
6:9, 415
6:9–11, 399
6:11, 415
6:12–20, 383
6:15, 383
6:19, 594
7:1, 417, 418
7:17, 532
7:40, 374
8:6, 576
8:9–13, 347
9:1, 593
11:2–16, 422
11:17–32, 596
11:23–26, 581
12:3, 200

12:4–6, 576
12:7, 420
12:10, 587
12:27–28, 582
12:30, 587
13:1, 587
13:13, 383, 421
14:1, 420
14:6–25, 587
14:19, 421
14:26–33, 587
14:33b–36, 422, 423
14:33b–36, 423
14:37, 532
15:1–8, 589
15:1–57, 593
15:5, 527, 593
15:6–7, 181
15:7, 539
15:9, 374
15:14, 380
15:22, 591
15:42–44, 593
15:49, 593
15:50–54, 206
15:58, 506
16:8, 419
16:17, 419
16:19, 419
16:21, 419

2 Cô-rinh-tô
  8–9, 422, 427
  1:3, 370
  1:8–10, 444
  1:9, 370
  1:21–22, 370
  1:22, 386
  2:1, 423
  2:3, 417, 418
  2:3–9, 423
  2:14–3:12, 426
  4:1–18, 426

4:5, 364
4:8–9, 437
5:5, 386
5:7, 456
5:10, 200
5:11–21, 426
6:7, 200
7:5–7, 423
7:8, 417, 418
7:8–12, 423
8:3, 588
8:18, 301
9:7, 588
10:1–11, 426
10:5, 200
11:9, 454
11:12–15, 371
11:22, 373
12:3–4, 588
12:9, 200
12:19, 427
13:4, 380
13:5, 426
13:14, 576

Ga-la-ti
  2, 514
  3, 290, 433
  1:5, 368, 370
  1:6, 200
  1:7, 434
  1:12, 583
  1:13, 374
  1:15–21, 366
  1:17, 336
  1:18, 591
  1:23, 374
  2:2, 583
  2:6–9, 375
  2:6–10, 535
  2:8, 335
  2:9, 332, 375
  2:16, 372

2:20, 200
3:8–9, 374
3:13, 578
3:13–14, 380
3:14, 578
3:16, 578
3:22, 578
3:24, 372, 578
3:26, 374, 578
3:28, 468, 493
3:29, 374
4:4–5, 374
4:4–7, 579
4:6, 575
4:21–31, 589
5:4, 436
5:6, 384
5:12, 433
5:14, 372
5:24, 380
6:2, 372
6:10, 435
6:14, 380

Ê-phê-sô
  4, 383, 420
  5, 225, 466, 471
  1:4, 383
  1:9, 582
  1:11, 200
  1:14, 378, 386
  1:20–23, 377
  1:22–23, 383
  2:2, 371
  2:8, 593
  2:9, 593
  2:10, 513
  2:11–13, 382
  2:11–22, 344, 427
  2:14, 200, 406
  2:15–16, 382
  3:1, 444
  3:3, 582, 583

3:4, 582
3:4–9, 374
3:7–8, 375
3:21, 368, 370
4:1, 383, 444
4:4–5, 576
4:11, 328
5:1, 374, 383, 468
5:6, 386
5:8, 374, 383
5:17, 200
5:22–33, 383
5:25, 493
5:29–31, 582
6:10, 506
6:10–13, 313
6:11–12, 371
6:12, 285
6:19, 582
6:20, 444

Phi-líp
  1, 444
  2, 456
  9, 444
  10, 444
  13, 444
  1:2, 200
  1:7, 444
  1:12–14, 355
  1:14, 444
  1:19, 200
  1:27, 455
  2:2–4, 455
  2:5–11, 383
  2:5–11, 200, 456, 463
  2:6, 291
  2:6–8, 587
  2:6–11, 377
  2:9–20, 377
  2:11, 200
  2:12–13, 456
  2:14, 455

    2:15, 374
    2:16, 386
    3:1, 457
    3:5, 363
    3:6, 374
    3:20, 385
    4:3, 493
    4:4, 382
    4:11–13, 445, 461
    4:18, 594
    4:20, 368, 370
Cô-lô-se
    3, 466
    4, 466
    1:1, 465
    1:2, 200
    1:4, 594
    1:13, 200
    1:14, 378
    1:15–20, 377
    1:16, 461
    1:16–17, 268, 377
    1:18, 383
    1:19–20, 377
    1:20, 380
    2:9, 291
    2:10, 383
    2:13, 200
    2:19, 383
    3:3, 385
    3:6, 386
    4:9, 464, 465
    4:10, 115, 345
    4:14, 131, 301
    4:18, 444
1 Tê-sa-lô-ni-ca
    1:3, 513
    1:6, 478
    2:13, 532
    2:14, 422
    3:13, 386
    4:13–17, 206

    4:13–18, 592
2 Tê-sa-lô-ni-ca
    1, 482
    47, 479
    1:5–10, 386
    1:7, 481
    1:8, 372
    1:9, 481
    1:10, 372
    1:11, 480
    2:13, 480
    2:14, 480
    3:14, 532
1 Ti-mô-thê
    2, 493
    1:3, 484
    1:3–7, 579
    1:5, 384
    1:17, 368, 370
    2:1, 594
    2:6, 379
    2:11–12, 493
    2:11–12, 493
    3:1–10, 581
    3:2–7, 488
    3:8–13, 577
    3:16, 207, 377, 378, 582, 587
    4:3–5, 399
    4:12, 493
    5:10, 594
    6:6–12, 461
    6:15–16, 370
    6:18, 516
2 Ti-mô-thê
    1:9, 383
    2:8, 301, 381
    2:22, 494
    2:26, 371
    3:11, 434
    3:12, 529
    3:15, 17, 228
    3:16, 17, 25, 26, 35, 95, 494

3:16–17, 592
4:1, 200
4:11, 115, 131
4:13, 484
4:16–17, 281
4:18, 368, 370
4:20, 484

Tít
1:5, 484
1:5–9, 581
1:6–9, 488
2:13, 200
3:10, 579
3:12, 484

Hê-bơ-rơ
4, 512
8–10, 73
11, 506, 508
12, 286
1:1–2, 541, 569
4:9–11, 591
8:8, 508
9:11–14, 592
9:27, 16
10:10, 592
10:32–34, 309
10:32–39, 506
10:33–34, 422
10:38, 511
13:20, 541
13:23, 505

Gia-cơ
2:12, 584
2:14, 517
2:19, 513
2:24, 513
5:5, 515

1 Phi-e-rơ
1, 576
1:1, 526, 527
1:2, 576
1:18–21, 592

2:9, 594
4:12, 478
4:13, 200
5:13, 115, 527

2 Phi-e-rơ
1:1, 526
1:16, 526
1:18, 526
1:20–21, 16, 495
1:21, 17, 25, 95
2:4–17, 540
3:3–13, 592
3:10–12, 70
3:15–16, 95, 494
3:16, 418

1 Giăng
1:1–2, 44
1:1–3, 270
1:1–4, 148
1:9, 229
2:2, 570
2:4, 230
3:7–10, 578
3:8, 543
4:1–3, 575

2 Giăng
7, 575
9, 541

3 Giăng
9, 541

Giu-đe
3, 580
24–25, 593
1:1, 541
1:4, 541
1: 24–25, 541

Khải Huyền
2–3, 225
1:1, 583
1:9, 535
2:1, 582
2:7, 556, 588

3:1, 556
4:2, 556
4:5, 556
5:12–13, 593
6:9, 281
7:14, 281
11:15, 592
12:11, 281
13:1–10, 281
14:6, 43
14:13, 556

16:16, 581
17:3, 556
19:11–16, 592
19:13, 201, 586
19:16, 197
20:1–8, 595
20:4, 281
20:11–15, 585
21:1, 558
21:10, 556
22:17, 556

Nguồn gốc của những hình ảnh được dùng trong sách này

Hình ảnh trong trang 13 © Moshe Haim Luzzato/Wikimedia Commons, CC-by-sa-3.0.

Hình ảnh trong trang 18 © Gunnar Bach Pedersen. Hình ảnh của Bode Museum, Berlin/Wikimedia Commons.

Hình ảnh trong trang 22 © Dr. James C. Martin. Collection the Israel Museum, Jerusalem, và hình ảnh của the Israel Antiquities Authority, được trưng bày tại the Shrine of the Book, Jerusalem.

Hình ảnh trong trang 28 Unknown author, CC BY-SA 2.5, via Wikimedia Commons

Hình ảnh trong trang 48 Ian Scott, CC BY-SA 2.0, via Wikimedia Commons

Hình ảnh trong trang 49 Classical Numismatic Group, Inc., CC BY-SA 3.0, via Wikimedia Commons

Hình ảnh trong trang 57 upyernoz from Haverford, USA, CC BY 2.0, via Wikimedia Commons

Hình ảnh trong trang 59 BACbKA, CC BY-SA 4.0, via Wikimedia Commons

Hình ảnh trong trang 62 Carole Raddato from FRANKFURT, Germany, CC BY-SA 2.0, via Wikimedia Commons

Hình ảnh trong trang 63 Yourway-to-israel, CC BY-SA 3.0, via Wikimedia Commons

Hình ảnh trong trang 67 James Emery from Douglasville, United States, CC BY 2.0, via Wikimedia Commons

Hình ảnh trong trang 70 Tamara at he.wikipedia, Attribution, via Wikimedia Commons

Hình ảnh trong trang 78 Bahnfrend, CC BY-SA 4.0, via Wikimedia Commons

Hình ảnh trong trang 90 Idomeir, CC BY-SA 4.0, via Wikimedia Commons

Hình ảnh trong trang 93 Marion Golsteijn, CC BY-SA 3.0, via Wikimedia Commons

Hình ảnh trong trang 100 Ad Meskens, CC BY-SA 4.0, via Wikimedia Commons

Hình ảnh trong trang 102 Tiia Monto, CC BY-SA 3.0, via Wikimedia Commons

Hình ảnh trong trang 104 Most likely Hamish2k, the first uploader, CC BY-SA 3.0, via Wikimedia Commons

Hình ảnh trong trang 118 (courtesy of the British Museum), 180, 288 (2 hình), 332 (inkpot; Hình ảnh của the British Museum), 280 (hình ảnh của the Ephesus Archaeological Museum), 287 © Kim Walton.

Hình ảnh trong trang 119 Grauesel, CC BY-SA 3.0, via Wikimedia Commons

Hình ảnh trong trang 123 עומר מרקובסקי, CC BY-SA 4.0, via Wikimedia Commons

Hình ảnh trong trang 132 Chris 73, CC BY-SA 3.0, via Wikimedia Commons

Hình ảnh trong trang 134 Louvre Museum, CC BY 2.5, via Wikimedia Commons

Hình ảnh trong trang 138 Larry Koester, CC BY 2.0, via Wikimedia Commons

Hình ảnh trong trang 146 Ad Meskens, CC BY-SA 4.0, via Wikimedia Commons

Hình ảnh trong trang 150 Magdalena Siudy (Freta), CC BY-SA 3.0, via Wikimedia Commons

Hình ảnh trong trang 153 Cleveland Museum of Art, CC0, via Wikimedia Commons

Hình ảnh trong trang 166 Neil Ward, CC BY 2.0, via Wikimedia Commons

Hình ảnh trong trang 168 Lehava Activity 2013 Pikiwiki Israel, CC BY 2.5, via Wikimedia Commons

Hình ảnh trong trang 169 OSU Special Collections & Archives, No restrictions, via Wikimedia Commons

Hình ảnh trong trang 171 لا روسا , CC BY-SA 4.0, via Wikimedia Commons

Hình ảnh trong trang 175 Matson Collection, Public domain, via Wikimedia Commons

Hình ảnh trong trang 176 Avi1111 dr. avishai teicher, CC BY-SA 4.0, via Wikimedia Commons

Hình ảnh trong trang 178 Beko, CC BY-SA 4.0, via Wikimedia Commons

Hình ảnh trong trang 190 Obendorf, CC0, via Wikimedia Commons

Các hình ảnh trong trang 192 và 348 Yevlem, CC BY 3.0, via Wikimedia Commons và hình ảnh của the Israel Antiquities Authority, được trưng bày tại the Rockefeller Museum, Jerusalem.

Hình ảnh trong trang 197 Pierre Montallier, Public domain, via Wikimedia Commons

Hình ảnh trong trang 245 Aregarius, Public domain, via Wikimedia Commons,

Hình ảnh trong trang 305, 310 Masaccio, Public domain, via Wikimedia Commons

Hình ảnh trong trang 310 Masaccio, Public domain, via Wikimedia Commons

Hình ảnh trong trang 202 © David Castor/Wikimedia Commons. Hình ảnh trong trang 217 © H. Rousseau/E. Thomas, Album du Centenaire, 1889; hình chụp của Havang /Wikimedia Commons.

Hình ảnh trong trang 213 Chester Beatty Library, Public domain, via Wikimedia Commons

Hình ảnh trong trang 219 Osama Shukir Muhammed Amin FRCP(Glasg), CC BY-SA 4.0, via Wikimedia Commons

Hình ảnh trong trang 227 Zenman, Public domain, via Wikimedia Commons

Phụ Lục Theo Câu Kinh Thánh

Hình ảnh trong trang 229 và 260 Dick Stracke, CC BY-SA 3.0, via Wikimedia Commons

Hình ảnh ở trang 238 Nils E., Public domain, via Wikimedia Commons

Hình ảnh ở trang 394 PMRMaeyaert, CC BY-SA 4.0, via Wikimedia Commons

Hình ảnh ở trang 284 Jean & Nathalie, CC BY 2.0 via/Wikimedia Commons

Hình ảnh ở trang 365 Dosseman, CC BY-SA 4.0, via Wikimedia Commons

Hình ảnh ở trang 283 Yair Haklai, CC BY-SA 4.0, via Wikimedia Commons

Hình ảnh ở trang 339 Carole Raddato from FRANKFURT, Germany, CC BY-SA 2.0, via Wikimedia Commons

Hình ảnh ở trang 298 Byzantinischer Maler des 10. Jahrhunderts, Public domain, via Wikimedia Commons

Hình ảnh ở trang 304 © Adriatikus, CC-by-sa-3.0 via Wikimedia Commons

Hình ảnh trong trang 308 Berthold Werner, Public domain, via Wikimedia Commons

Hình ảnh trong trang 313 Walters Art Museum, Public domain, via Wikimedia Commons

Hình ảnh trong trang 319 Bukvoed, CC BY 3.0, via Wikimedia Commons

Hình ảnh trong trang 323 Amos Meron, CC BY-SA 3.0, via Wikimedia Commons

Hình ảnh trong trang 324 Gts-tg, CC BY-SA 4.0, via Wikimedia Commons

Hình ảnh trong trang 325 Jastrow, Public domain, via Wikimedia Commons

Hình ảnh trong trang 338 NikonZ7II, CC BY-SA 4.0, via Wikimedia Commons

Hình ảnh trong trang 361 Carole Raddato from FRANKFURT, Germany, CC BY-SA 2.0, via Wikimedia Commons

Hình ảnh trong trang 345 Gargarapalvin, CC BY-SA 4.0, via Wikimedia Commons

Hình ảnh trong trang 552 Chris Vlachos, CC BY 3.0, via Wikimedia Commons

Hình ảnh trong trang 378 Léonard Limousin, Public domain, via Wikimedia Commons

Hình ảnh trong trang 392 Antonello da Messina, Public domain, via Wikimedia Commons

Hình ảnh trong trang 401 Grant Barclay, CC BY 2.0, via Wikimedia Commons

Hình ảnh trong trang 403 Louvre Museum, Public domain, via Wikimedia Commons.

Hình ảnh trong trang 407 Jensens, Public domain, via Wikimedia Commons

Hình ảnh trong trang 414 Schuppi, CC BY-SA 4.0, via Wikimedia Commons

Hình ảnh trong trang 421 Zde, CC BY-SA 4.0, via Wikimedia Commons

Hình ảnh trong trang 423 Olecorre, CC BY-SA 3.0, via Wikimedia Commons

Hình ảnh trong trang 425 Rduncan2, CC BY-SA 4.0, via Wikimedia Commons

Hình ảnh trong trang 433 Zde, CC BY-SA 4.0, via Wikimedia Commons

Hình ảnh trong trang 448 Dguendel, CC BY 3.0, via Wikimedia Commons

Hình ảnh trong trang 449 Istanbul Archaeology Museums, CC BY-SA 3.0, via Wikimedia Commons

Hình ảnh trong trang 451 Dosseman, CC BY-SA 4., via Wikimedia Commons

Hình ảnh trong trang 455 Carole Raddato from FRANKFURT, Germany, CC BY-SA 2.0, via Wikimedia Commons

Hình ảnh trong trang 465 Surburg's blog, Public domain, via Wikimedia Commons

Hình ảnh trong trang 478 Marsyas assumed (based on copyright claims)., CC BY-SA 3.0, via Wikimedia Commons

Hình ảnh trong trang 483 Gérard, CC BY-SA 4.0, via Wikimedia Commons

Hình ảnh trong trang 489 Ykeiko, CC BY-SA 3.0, via Wikimedia Commons

Hình ảnh trong trang 508 Israel Museum, CC0, via Wikimedia Commons

Hình ảnh trong trang 513 Verity Cridland, CC BY 2.0, via Wikimedia Commons

Hình ảnh trong trang 534 Maxfield, Public domain, via Wikimedia Commons

Hình ảnh trong trang 536 Classical Numismatic Group, Inc., CC BY-SA 2.5

Hình ảnh trong trang 555 Jan van Eyck, Public domain, via Wikimedia Commons

Hình ảnh trong trang 566 Daniel Case, CC BY-SA 3.0, via Wikimedia Commons

Hình ảnh trong trang 288 Sonse, CC BY 2.0, via Wikimedia Commons

Hình ảnh trong trang 280 Gary Todd from Xinzheng, China, CC0, George E. Koronaios, Altes Museum, CC BY 3.0, via Wikimedia Commons

Hình ảnh trong trang 287 Hanay, CC BY-SA 3.0, via Wikimedia Commons

Hình ảnh trong trang 261 Antoine Samuel Adam-Salomon, Public domain, via Wikimedia Commons

Hình ảnh trong trang 370 FA2010, Public domain, via Wikimedia Commons

Hình ảnh trong trang 379 Bukvoed, CC BY 4.0, via Wikimedia Commons

www.ingramcontent.com/pod-product-compliance
Lightning Source LLC
Chambersburg PA
CBHW031538300426
44111CB00006BA/96